മന്നനാർ

Mannanar
Novel

Balakrishnan Eruvessi
Shinoj K Achari

CHINTHA PUBLISHERS
Thiruvananthapuram

First Edition
March 2024

Second Impression
April 2025

Published & Typesetting
Chintha Publishers, Thiruvananthapuram

Printed at
Repro India Ltd, Mumbai

Cover Design
Vinod Mangoes

ISBN : 978-81-19131-57-0

CO - 3454 / 7400

₹ 380

Email: chinthapublishers@gmail.com
Website: www.chinthapublishers.com

A version is available at National Libraries
Kolkata, Mumbai, Chennai and Delhi

Distribution
DESHABHIMANI BOOK HOUSE
H O Thiruvananthapuram 695035

Branches & Agencies
Head Office Kunnukuzhi • Statue Thiruvananthapuram
Saphalyam Complex Thiruvananthapuram
Machingal Lane Thrissur • IG Road Kozhikode
Mavoor Road Kozhikode • NGO Union Building Kannur
Central Bus Terminal Complex Thavakkara Kannur
Revenue Tower Ernakulam • Sulthanpetta Palakkad
Postoffice Road Kottaym • Hospital Road Nilamboor
Old Municipal Bus Stand Kalpatta

മന്നനാർ

ബാലകൃഷ്ണൻ ഏരുവേശ്ശി
ഷിനോജ് കെ ആചാരി

ചിന്ത പബ്ലിഷേഴ്സ്
തിരുവനന്തപുരം-695 035
വില : ₹ 380

ബാലകൃഷ്ണൻ ഏരുവേശ്ശി

കണ്ണൂർ ജില്ലയിലെ തളിപ്പറമ്പ് താലൂക്കിൽ ഏരുവേശ്ശിയിൽ 1960 ൽ ജനനം. അച്ഛൻ: മാവിലാചാത്തോത്ത് കൃഷ്ണൻ നമ്പ്യാർ. അമ്മ: കവളാൻകേളോത്ത് ശ്രീദേവി. സഹകരണ വകുപ്പിലും പഞ്ചായത്തുവകുപ്പിലും സേവനമനുഷ്ഠിച്ച് 2015 ൽ വിരമിച്ചു. ആനുകാലികങ്ങളിൽ കഥകളെഴുതിയിട്ടുണ്ട്. കണ്ണൂർ ആകാശവാണിയിലും ഒട്ടേറെ കഥകൾ സംപ്രേക്ഷണം ചെയ്തിട്ടുണ്ട്. സാംസ്കാരികരംഗങ്ങളിൽ സജീവസാന്നിദ്ധ്യം. *ഉദയഭാനുവിന്റെ ഭാര്യ* എന്ന ആദ്യ കഥാസമാഹാരം 2019 ലും, *കഥവീട്* എന്ന കൃതി 2020 ലും പുറത്തിറങ്ങി. പാനൂർ അക്ഷര കൂട്ടായ്മയുടെ ജില്ലാതല ചെറുകഥാ പുരസ്കാരം, കണ്ണൂർജില്ല ലൈബ്രറി കൗൺസിലിന്റെ ചെറുകഥാപുരസ്കാരം എന്നിവ ലഭിച്ചിട്ടുണ്ട്. 2023 മാർച്ച് 24 ന് അന്തരിച്ചു.

ഭാര്യ : കോമളവല്ലി
മക്കൾ : ശാലിനി, സന്ദീപ്, ശില്പ
മരുമക്കൾ: ബിജുമോൻ, ഷീന, ജിതിൻ കൃഷ്ണോബ്
വിലാസം : കവളാൻ വീട്ടിൽ, ഏരുവേശ്ശി പി ഒ,
ചെമ്പേരി വഴി, കണ്ണൂർ – 670632.

ഷിനോജ് കെ ആചാരി

ജനനം: കണ്ണൂർ ജില്ലയിലെ ചുണ്ടപ്പറമ്പ് ഗ്രാമത്തിൽ 1148 മീനമാസം 26 ന്. മാതാവ്: ഓമന, പിതാവ്: കുട്ടപ്പൻ ആചാരി. നെടുങ്ങോം ഗവ. ഹൈസ്കൂൾ, മട്ടന്നൂർ പി ആർ എൻ എസ് എസ് കോളേജ്. മാന്നാർ എൻ എസ് ടി ടി ഐ എന്നിവിടങ്ങളിൽ വിദ്യാഭ്യാസം. കോമേഴ്സിൽ ബിരുദവും അദ്ധ്യാപകപരിശീലനവും പൂർത്തിയാക്കി. ആനുകാലികങ്ങളിൽ കഥകൾ പ്രസിദ്ധീകരിച്ചിട്ടുണ്ട്. കലോത്സവവേദികളിൽ സമ്മാനിതമായ ഏകാങ്കനാടകങ്ങൾ രചിച്ചിട്ടുണ്ട്. *പണിക്കൻ, ഉയിർച്ചൂര്* എന്നീ കഥാസമാഹാരങ്ങൾ പ്രസിദ്ധീകരിച്ചിട്ടുണ്ട്.

ഭാര്യ : എം പി ശ്രീജ
മകൾ : അനുപമ
വിലാസം : ചുണ്ടപ്പറമ്പ്
ഏരുവേശ്ശി പി ഒ, കണ്ണൂർ – 670632
ഫോൺ : 9745835676
Email : shinojnadam@gmail.com

പ്രസാധകക്കുറിപ്പ്

അഞ്ചു നൂറ്റാണ്ടുകൾക്കുമുമ്പ് കണ്ണൂർ ജില്ലയിലെ മലയോര പ്രദേശമായ ഏരുവേശ്ശി ആസ്ഥാനമാക്കി നാടുവാണ തിയ്യരാജവംശമായ മന്നനാർമാരുടെ കഥയാണ് ഈ നോവലിന് ആധാരം. ചരിത്രരേഖകളുടെ അഭാവം ചരിത്രകാരന് പരിമിതിയായിരിക്കുമ്പോൾ നോവലിസ്റ്റിന്റെ ഭാവനയിൽ സൃഷ്ടിക്കാനാവാത്തതായി യാതൊന്നുമില്ല. ലഭ്യമായ തെളിവുകളും വായ്മൊഴി വഴക്കങ്ങളും നാടോടിക്കഥകളും ഈ കൃതിയിൽ സമൃദ്ധമായി വിളക്കിച്ചേർത്തിരിക്കുന്നു. മന്നനാർ വംശത്തിലെ അവസാന രാജാവ് കുഞ്ഞിക്കേളപ്പൻ മന്നനാരുടെയും മന്നനാർ വംശത്തിന്റെയും ചരിത്രകഥ നാടകരൂപത്തിൽ അവതരിപ്പിക്കപ്പെടുന്നു. നാടകം എന്ന സങ്കേതത്തിന്റെ സാദ്ധ്യതകൾ പ്രയോജനപ്പെടുത്തി ഉരുവംകൊള്ളുന്ന നോവൽസ്വരൂപം ഏറെ സവിശേഷതകൾ നിറഞ്ഞ ഒന്നാണ്.

ചിന്ത പബ്ലിഷേഴ്സ്

സമർപ്പണം

ഏരുവേശ്ശിയുടെ പ്രിയ കഥാകാരന്, എന്റെ പ്രിയ ജ്യേഷ്ഠ സഹോദരന്, ഈ നോവലിന്റെ രചനയിൽ അവസാനം വരെ ഒപ്പംനിന്ന് എന്നെ ഏകനാക്കി മറഞ്ഞുപോയ എന്റെ ബാലേട്ടന് സ്നേഹാദരങ്ങളോടെ

ഷിനോജ് കെ ആചാരി

ആമുഖം

ഏകദേശം അഞ്ഞൂറുവർഷങ്ങൾക്കുമുമ്പ് ഇന്നത്തെ കണ്ണൂർ ജില്ലയുടെ കിഴക്കൻ മലയോര പ്രദേശമായ ഏരുവേശ്ശി ആസ്ഥാനമാക്കി നാടുവാണ കേരളത്തിലെ ഏക തീയരാജവംശമാണ് മന്നനാർവംശം. കൃത്യമായ അതിരുകൾ നിർവ്വചിക്കാനാവില്ലെങ്കിലും ആദ്യകാലങ്ങളിൽ അവരുടെ അധികാരപരിധി വളക്കൈപ്പുഴമുതൽ കുടക് മലനിരകളുടെ താഴ്വാരംവരെയാണെന്ന് പറയപ്പെടുന്നു. എന്നാൽ കോരപ്പുഴമുതൽ ചന്ദ്രഗിരിപ്പുഴവരെ മന്നനാർമാരുടെ അധീനതയിലായിരുന്നുവെന്ന് നിരീക്ഷിക്കുന്നവരുമുണ്ട്. പിന്നീട് ഇന്നത്തെ ഏരുവേശ്ശി, പയ്യാവൂർ, ഉളിക്കൽ, നടുവിൽ ഗ്രാമപഞ്ചായത്തുകളും ശ്രീകണ്ഠാപുരം നഗരസഭയിലെ ചില ഭാഗങ്ങളുൾപ്പെട്ട ദേശങ്ങളുമായി മന്നനാരുടെ ഭരണപ്രദേശമായി ലോപിച്ചിരുന്നു. ചെറുതാഴം, ഏഴിൽമല തുടങ്ങിയ ദേശങ്ങളിലും ഭാഗികമായ സ്ഥാനാധികാരങ്ങളുണ്ടായിരുന്നത്രേ. 1902 മാർച്ച് 27 ന് അവസാനത്തെ മന്നനാരായ കേളപ്പനാർ കൊല്ലപ്പെട്ടതോടെ മന്നനാർ രാജവംശം നാശോന്മുഖമായി. ഈ രാജവംശത്തിലെ നാലുതലമുറകളെക്കുറിച്ച്, അതിൽത്തന്നെ അവസാനത്തെ മന്നനാരായ കുഞ്ഞിക്കേളപ്പൻമന്നനാരെ സംബന്ധിച്ച ചരിത്രം മാത്രമേ ഭാഗികമായെങ്കിലും നമുക്ക് അറിയാൻ കഴിഞ്ഞുള്ളൂ. ഇപ്പോൾ ലഭ്യമല്ലാത്ത *ഭാർഗ്ഗവരാമായണം* എന്ന കാവ്യത്തിൽ ഇതേക്കുറിച്ച് സവിസ്തരം പ്രതിപാദിച്ചിട്ടുണ്ടത്രേ. പിന്നെയുള്ളത് സർ വില്യംലോഗൻ എഴുതിയ *മലബാർ മാന്വലിലേ*യും, ശ്രീ. കൊറ്റിയത്ത് സദാനന്ദൻ രചിച്ച *കേരളത്തിലെ വംശീയരാജവംശങ്ങൾ* എന്ന കൃതിയിലേയും നാമമാത്രമായ വിവരങ്ങളാണ്. അത്തരം കൃതികളെ അടിസ്ഥാനമാക്കി ഗവേഷണം ചെയ്ത് നിരവധി യുവാക്കൾ പി എച്ച് ഡി കരസ്ഥമാക്കിയിട്ടുണ്ട്. ചരിത്രഗവേഷകയായ ഡോ. ലിസി മാത്യു, ചരിത്രകാരൻ

ശ്രീ. ചിറക്കൽ ടി ബാലകൃഷ്ണൻ തുടങ്ങിയവരും ഈ വിഷയത്തിൽ താല്പര്യം കാണിച്ചിരുന്നു. എന്നിരുന്നാലും മന്നനാർ രാജവംശത്തിന്റെ ആവിർഭാവത്തെക്കുറിച്ച് വ്യത്യസ്ത കഥകളാണ് പ്രചരിക്കുന്നത്. അക്കാലത്തെ ഭരണരീതികൾ, സംസ്കാരം, പൊതുസ്ഥിതി തുടങ്ങിയവയെക്കുറിച്ച് പൂർണ്ണമായ വിവരങ്ങൾ ലഭ്യമല്ല. മന്നനാർക്കുശേഷം ഏരുവേശ്ശിയിലെ അധികാരം കൈയാളിയ ചുഴലിസ്വരൂപനാഥനായ കരക്കാട്ടിടം ജന്മിയുടെ ജനദ്രോഹനയങ്ങൾക്കെതിരെ കർഷകപ്രസ്ഥാനത്തിന്റെ നേതൃത്വത്തിൽ നടന്ന ഐതിഹാസിക സമരത്തിന്റെ തീച്ചൂളയിൽ അത്തരം ഗൗരവതരമായ പഠനങ്ങൾക്കുള്ള സാദ്ധ്യതകളെല്ലാം വേണ്ടത്ര ഗൗനിക്കപ്പെടാതെ വിസ്മരിക്കപ്പെട്ടുപോവുകയാണുണ്ടായത്.

ഏരുവേശ്ശിയിലെ പഴയ തലമുറയിലെ വിസ്മൃതജനത വാമൊഴികളായി കൈമാറിയതും പുനംകൃഷിയിലും നാട്ടിപ്പണികളിലും ഏർപ്പെടുമ്പോൾ കർഷകത്തൊഴിലാളിസ്ത്രീകൾ പാടിനടന്നതുമായ കഥകളും നാടൻപാട്ടുകളും ശേഖരിക്കാനായത് ഞങ്ങൾക്ക് ഏറെ സഹായകമായിട്ടുണ്ട്. അവസാനത്തെ മന്നനാർ കുഞ്ഞിക്കേളപ്പൻ മന്നനാരുടെ കാലത്ത് 1896 ൽ ഏരുവേശ്ശിയിൽ ആരംഭിച്ച കുടിപ്പള്ളിക്കൂടം എടുത്തുപറയേണ്ടതാണ്. മന്നനാർക്കുശേഷവും 1914 വരെ അത് പ്രവർത്തിച്ചിരുന്നു. അതുവരെയുണ്ടായിരുന്ന ബാർട്ടർ സമ്പ്രദായത്തിനുപകരം സ്വന്തമായി നാണയം അടിച്ചിറക്കിയ കേളപ്പൻമന്നനാർ ഭരണരംഗത്ത് ശ്രദ്ധേയമായ ഒരു ചുവടുവയ്പ്പ് നടത്തി. പക്ഷേ, ഇരുമ്പിൽതീർത്ത നാണയം തുരുമ്പെടുത്ത് പരാജയമായി. അക്കാലത്ത് പെരിഞ്ചെല്ലൂർ ഉൾപ്പെടെയുള്ള ബ്രാഹ്മണഗ്രാമങ്ങളിൽ നടമാടിയ ദുരാചാരമാണല്ലോ സ്മാർത്തവിചാരം. മന്നനാർമാരുടെ ഭരണത്തിനും മുമ്പ് പരപുരുഷബന്ധമാരോപിച്ച് പടിയടച്ച് പിണ്ഡംവച്ച് പുറത്താക്കപ്പെടുന്ന യുവതികളെ നാടുകടത്തിയിരുന്നത് കുറുമാത്തൂർ തന്ത്രികളുടെ അധികാരപരിധിയിലുള്ള ഏരുവേശ്ശിയിലാണെന്ന് പറയപ്പെടുന്നു. ഒരിക്കൽ ഒരു ക്ഷത്രിയയുവതി (കോലത്തിരി രാജകുമാരിയാണെന്ന് പറയപ്പെടുന്നു) പിഴച്ചപ്പോൾ ആ പെൺകുട്ടിയെ ഏരുവേശ്ശിയിലെ മൂത്തേടത്തരമനയിൽ പാർപ്പിക്കാൻ കോലത്തിരി ആവശ്യപ്പെട്ടെന്നും ബ്രാഹ്മണയുവതികളെ മാത്രമേ സ്വീകരിക്കൂ എന്ന തന്ത്രികളുടെ ശാഠ്യത്തിൽ കോപിഷ്ഠനായ കോലത്തിരി തന്ത്രികളുടെ അധികാരമില്ലാതാക്കി ഏരുവേശ്ശി പിടിച്ചെടുക്കുകയും യുവതിക്കും യുവാവിനും നല്കി അധികാരം ഏല്പിക്കുകയും ചെയ്തത്രേ. അവരുടെ തലമുറയാണ് മന്നനാർ വംശം എന്നാണ് കഥകൾ. ഇത് സത്യമോ കെട്ടുകഥകളോ എന്തായാലും ഭ്രഷ്ട് കല്പിക്കപ്പെട്ട് ഗതിയറ്റ് തെരുവിലിറങ്ങുന്ന യുവതികളെ കൈപിടിച്ച് പുതുജീവിതമേകിയ സാമൂഹ്യനന്മയാണ് മന്നനാർവംശത്തിന്റെ ഏറ്റവും വലിയ ഭരണനേട്ടമെന്നത് വിസ്മരിക്കാനാവില്ല.

ഇത് ഒരു ചരിത്രരചനയല്ല എന്ന് ആദ്യമേ അറിയിക്കട്ടെ. ക്ലാവുപിടിച്ച

ചരിത്രത്തിലെ തുരുമ്പിൻപൊറ്റകളടർത്തിമാറ്റി മിനുക്കിയെടുക്കാനുള്ള കൗതുകത്തിൽ പിറവിയെടുത്തതാണ് ഈ ഏടുകൾ. നിറംമങ്ങിയ അവശേഷിപ്പുകളിൽ കണ്ടെത്തിയ ചിത്രങ്ങളെ മഷിപുരട്ടി തെളിയിച്ചെടുക്കുക അത്രയൊന്നും എളുപ്പമായിരുന്നില്ല. നൂറ്റാണ്ടുകൾ പഴക്കമുള്ള ഒരു രാജവംശചരിത്രത്തെ നിസ്സാരമാക്കി തള്ളിക്കളഞ്ഞ ഭൂതകാലം ഞങ്ങളെ നോക്കി ഊറിച്ചിരിക്കുന്നുണ്ടാകാം. പറയുന്നവരുടേയും എഴുതുന്നവരുടേയും നിലപാടുകളിൽമാത്രം സൃഷ്ടിക്കപ്പെടുന്ന ഒന്നാണ് ചരിത്രമെന്ന് അതന്വേഷിച്ചുനടന്ന നാളുകളിൽ ഞങ്ങൾ തിരിച്ചറിയുകയായിരുന്നു. എത്രയേറെ നന്മകൾ ചെയ്താലും വന്നുപെട്ടതായ തിന്മയെമാത്രം പൊലിപ്പിച്ചു കാട്ടുകയെന്നത് മനുഷ്യസ്വഭാവമാണല്ലോ. അത്തരം അനുഭവം കേളപ്പൻമന്നനാർക്കും നേരിടേണ്ടിവന്നു. ലഭ്യമായ ചരിത്രത്തിലെ മുഴുവൻ നേരുകളും ഒട്ടുംതന്നെ നിറം കലർത്താതെ ചേർത്തുനിർത്തിയെഴുതിയ നോവൽ മാത്രമാണ് ഇത്. ഏരുവേശ്ശി, എണ്ണമറ്റ ചരിതങ്ങൾ നെഞ്ചിലേറ്റുന്ന ഭൂമിക. ലഭ്യമായ ചരിത്രംവച്ച് നോക്കുകയാണെങ്കിൽ ഏരുവേശ്ശിയെന്ന നാട്ടുരാജ്യത്തെ സർവൈശ്വര്യങ്ങളോടെ പരിപാലിച്ചിരുന്ന മന്നനാർ രാജവംശം, കേവലം നാലുതലമുറയിൽ അവസാനിക്കപ്പെട്ടുപോയതാവാം. ഈ നോവലിൽ ആരുടേയും പക്ഷം പിടിക്കാനോ ആരെയെങ്കിലും പുകഴ്ത്താനോ ഇകഴ്ത്താനോ ഞങ്ങൾ ശ്രമിച്ചിട്ടില്ല. കഴിഞ്ഞുപോയ കാലത്തിന്റെ നേരുകൾ തുറന്നെഴുതുക മാത്രമാണിവിടെ ചെയ്യുന്നത്. അവ ആരുടെയെങ്കിലും വേദനയ്ക്കോ രോഷത്തിനോ ഹേതുവാകുന്നുവെങ്കിൽ ദയവായി ഞങ്ങളോടു പൊറുക്കണം.

ഏരുവേശ്ശിയിൽ ജന്മമെടുത്ത ഞങ്ങൾക്ക് മന്നനാരെപ്പറ്റിയെഴുതാൻ, അക്കൗണ്ട് ജനറൽ ഓഫീസിലെ ഉന്നതോദ്യോഗസ്ഥനും പ്രശസ്ത തമിഴ് സാഹിത്യകാരനുമായ ഡോ. എൽ കൈലാസമെഴുതിയ *റിവഞ്ച്* എന്ന ഇംഗ്ലീഷ് നോവൽ വായിക്കുന്നതുവരെ കാത്തിരിക്കേണ്ടിവന്നു. ആ കൃതി പരിഭാഷപ്പെടുത്തി കൈരളിക്ക് സമർപ്പിക്കുക എന്നതുമാത്രമായിരുന്നു ഞങ്ങളുടെ ആദ്യലക്ഷ്യം. പക്ഷേ, പരിഭാഷയുടെ പ്രവർത്തനങ്ങൾ പുരോഗമിക്കവേ കണ്ടുമുട്ടിയ പഴമക്കാർ, ചരിത്രാന്വേഷികൾ, മറ്റ് അഭ്യുദയകാംക്ഷികൾ എന്നിവരിൽനിന്ന് അറിയാനിടയായ ഏരുവേശ്ശിയുടെയും മന്നനാരുടെയും വിസ്മയചരിതം ഞങ്ങളെ ആവേശഭരിതരാക്കി. ഡോ. എൽ കൈലാസത്തിന്റെ മൂലകഥയെ നിലനിർത്തിക്കൊണ്ടുതന്നെ അദ്ദേഹത്തിന്റെ അനുവാദത്തോടെ സ്വതന്ത്രമായൊരു രചനയാണ് പിന്നെയുണ്ടായത്. അതിനായുള്ള യാത്രകൾ ഏറെയായിരുന്നു. കാണേണ്ടതായി ഒരുപാട് പേരുകൾ. കിട്ടാവുന്നിടത്തോളം ചരിത്രഗ്രന്ഥങ്ങൾ ചികഞ്ഞെടുത്ത് പഠിച്ചു. വ്യാഖ്യാനങ്ങൾ നിരവധിയുണ്ട്. തിരിഞ്ഞുനോക്കുമ്പോൾ സന്തോഷമേറെയാണ്, വിസ്മൃതിയിലാണ്ടുപോയ ഒരു സംസ്കാരത്തെ നോവലായി മലയാളത്തിനു നൽകാൻ കഴിഞ്ഞു എന്നതിൽ. ഈ നോവലിന്റെ ചരിത്രപരമായ പ്രാധാന്യം ഉൾക്കാഴ്ചയോടെ വിലയിരുത്തുകയും ആഴത്തിലുള്ള പഠനം നടത്തി അവതാരിക എഴുതി ഈ കൃതിയെ ധന്യ

മാക്കിയ കവിയും ചരിത്രകാരനുമായ ശ്രീ. എ പത്മനാഭനോടുള്ള നന്ദിയും കടപ്പാടും രേഖപ്പെടുത്തട്ടെ.

ഈ രചനയിൽ വിവരങ്ങൾ ലഭ്യമാക്കി സഹായികളായവർ ഏറെയാണ്. അതിൽ മുഖ്യസ്ഥാനം ഡോ. എൽ കൈലാസത്തിനു തന്നെയാണ്. സർവ്വശ്രീ പുതുശ്ശേരി വാസുദേവൻ നമ്പൂതിരി, കെ പി കുഞ്ഞിരാമൻ, എം നാരായണൻ മാസ്റ്റർ, കെ പി, മുകുന്ദൻ മാസ്റ്റർ, പാറക്കടവൻ കല്യാണി, ബാലുശ്ശേരി കുഞ്ഞിരാമൻ, പി പി ഗോവിന്ദൻ ഗുരുക്കൾ, ടി സി നാരായണൻ തുടങ്ങിയവരെ കൃതജ്ഞതയോടെ സ്മരിക്കുന്നു. പേരെടുത്തുപറയാൻ ഏറെയുണ്ട്. ഇതിൽ ഏതുവിധേനെയെങ്കിലും ഞങ്ങൾക്കു സഹായമായ എല്ലാ മാന്യസഹൃദയർക്കും ഹൃദയപൂർവ്വം സ്നേഹം നേരുന്നു.

ബാലകൃഷ്ണൻ ഏരുവേശ്ശി
ഷിനോജ് കെ ആചാരി

കരിങ്കയയില്ലത്തെ ദേവകിയെന്നമ്മ
ഓറ് പെറ്റുണ്ടായ മന്നനാർ തമ്പുരാൻ
കിണറും കടന്നങ്ങ് പായുന്ന തമ്പുരാൻ
അങ്ങനെ അപ്പുറമെത്തുന്ന നേരത്ത്
ഉടുതുണിയില്ലാതെ നില്ക്കുന്ന നേരത്ത്
കോയിറ്റി കിട്ടനും അതിലൂടെ പോകുന്നേ
കോയിറ്റി കിട്ടാ നീ ഈവലൂടെ വായേടോ
നിന്റേതായുള്ളോരു ഉടുമുണ്ട് തായേടോ
ഞാനുണ്ടരയില് തുണിയില്ലാ നില്ക്കുന്നേ
അതുകണ്ട കിട്ടനും തലയില് കെട്ടിയ
തോർത്തുമെടുത്ത് കൊടുക്കുന്നു തമ്പുരാന്..

(മൂത്തേടത്തരമനയോടൊപ്പം മണ്ണടിഞ്ഞ മന്നനാർകഥകളിലേക്ക് വെളിച്ചം വീശുന്ന നാടൻശീലുകൾ ഏരുവേശ്ശിയിലെ പാറക്കടവൻ കല്ല്യാണിയമ്മയുടെ സ്വരമാധുരിയിൽ പാടിക്കേട്ടത്. ശത്രുക്കൾ മലപ്പുറത്തുനിന്ന് വരുത്തിയ കവർച്ചക്കാർ മൂത്തേടത്തരമന ആക്രമിച്ചപ്പോൾ ഏറ്റുമുട്ടി വധശ്രമത്തിൽനിന്ന് രക്ഷപ്പെട്ട് പിന്തിരിഞ്ഞോടുന്നതാണ് സന്ദർഭം.)

അവതാരിക

തിരശ്ശീലയുടെ മുഴക്കം

എ പത്മനാഭൻ

കഥയിലെ വില്ലനായ കണ്ണപ്പനോട് വൃദ്ധനായ ആശാൻ ചോദിക്കുന്ന ഒരു ചോദ്യമുണ്ട്. അദ്ധ്യായം 33 ൽ. "നിന്റെ കാമുകിയായ ആർച്ചയെ നിനക്ക് കാണണ്ടേ?" കണ്ണപ്പന്റെ മറുപടി: "ആർച്ചയോ അതാരാണ്?" വർഷങ്ങൾക്കുമുമ്പ് അവൾ കാരണമാണ് കണ്ണപ്പന് മർദ്ദനമേറ്റതെന്നും അവളുടെ അച്ഛൻ സ്വന്തം മകനെ കൊന്ന് ആത്മഹത്യ ചെയ്തതാണെന്നും അതോടെ ആർച്ച തനിച്ചായെന്നും അവൾ കണ്ണപ്പനുവേണ്ടി ജീവിതം ഉഴിഞ്ഞുവച്ചിരിക്കയാണെന്നും ഇപ്പോഴും നിന്നെ കാത്തിരിക്കുകയാണെന്നും ആശാൻ ഉണർത്തിച്ചപ്പോൾ കണ്ണപ്പന്റെ പ്രതികരണം ഇങ്ങനെയായിരുന്നു:

"എന്തിന്, എന്തിനാണവൾ കാത്തിരിക്കുന്നത്?"

"അവൾ നിന്നെ സ്നേഹിച്ചു"

അതായിരുന്നു ആശാന്റെ ഉത്തരം.

നമ്മളെന്തിനുവേണ്ടി കാത്തിരിക്കുന്നു? എന്ന ചോദ്യത്തെ വിഷയമാക്കുന്ന ഒരു കാവ്യമുണ്ട്, ഗ്രീക്കു കവി കോൺസ്റ്റാന്റെയിൻ പി കവാഫിയുടെ *Waiting for the Barbarians*.

ഓരോ സംഭവത്തെക്കുറിച്ചും അതു നടക്കുന്ന കാലത്ത് ആളുകളുടെ അറിവും, നടന്നു കഴിഞ്ഞ് നാളുകൾക്കുശേഷമുള്ള അറിവും തമ്മിലുള്ള അന്തരമാണ് ആ കവിതയിലെ ഒരു സൂചന. ചരിത്രത്തിന്റെ പുനർവായനയിൽ ഓരോന്നിനും എന്തു സംഭവിക്കുമെന്നറിയലാണ് നമ്മുടെ കാത്തിരിപ്പിന്റെ അർത്ഥങ്ങളിലൊന്ന്. അനുഭവങ്ങൾ അങ്ങനെ പുനർവായിക്കപ്പെടുമ്പോൾ, വായിക്കപ്പെടുന്ന കാലത്തിന്റെ നിയതികൾക്കനുസരിച്ച് ആഖ്യാനങ്ങൾ മാറി വരാം. നവോത്ഥാനഘട്ടത്തെ പ്രതിനിധീകരിച്ച നാരായണഗുരു എന്ന മഹാവ്യക്തിത്വത്തെ ജാതീയതയുടെ കാലത്ത് തല്പര

ശക്തികൾ വായിച്ചെടുത്തപ്പോൾ വിഭിന്നമായത് നാം കണ്ടതാണല്ലോ. വംശീയമായി അടയാളപ്പെടുത്താത്ത, സാമുദായികമായി സ്വചിന്ത പോലു മില്ലാത്ത, പ്രജാസമത്വം സമൂലമായി പാലിച്ചിരുന്ന ഒരു രാജാവ്, ജാതീയ മായ വിചാരസംഹിതകളുടെ മറ്റൊരുകാലത്ത് ഏതെങ്കിലുമൊരു ജാതി യുടെ മാത്രം പ്രതീകമായി രേഖപ്പെടുത്തപ്പെടുന്നുവെങ്കിൽ അതൊരു ദുര്യോഗമാണ്. സാമൂഹികബോധത്തിന്റെ ഉള്ളടക്കങ്ങളിൽ അവതരി ക്കുന്ന സംസ്കൃതിയുടെ രാശികൾക്കനുസരിച്ചാവാം ഈ ജീർണ്ണത. സമൂഹം എത്തിപ്പെടുന്ന സാംസ്കാരികമായ പ്രതിലോമതയുടെ പ്രതി ഫലനമാണ് അതിൽ പ്രകടമാവുക. ചരിത്രത്തിന്റെ സ്വാഭാവികഘടനയെ തലതിരിച്ചെഴുതേണ്ടിവരുംവിധം വംശീയമായ മുൻവിധികൾ യാഥാർ ത്ഥ്യത്തെ പ്രതിസന്ധിയിലെത്തിക്കാം.

യഥാർത്ഥത്തിൽ, ചരിത്രം അനിശ്ചിതമായ പ്രമേയമാണ്. ഒരു ജന പദമോ അതിന്റെ ദേശഘടനയോ നിർവ്വചിക്കപ്പെടുമ്പോൾ ഒരു സമസ്യ പോലെ ചരിത്രം പ്രതിസന്ധി സൃഷ്ടിച്ചേക്കാം. ചരിത്രം നേരിട്ടല്ലാതെ രേഖ പ്പെടുത്താൻ തുനിയുന്നവർക്ക് അത്തരം വിഷമവൃത്തങ്ങളിൽനിന്ന് പുറ ത്തുകടക്കാൻ അതിനെ ഭാവനാവല്ക്കരിക്കുന്നതാവും വിവേകപരമായ ഒരു ഉപാധി. കഥയോ നോവലോപോലെ ഒരു ഫിക്ഷന്റെ തട്ടകത്തിലേക്കു പകരുമ്പോൾ ചരിത്രാഖ്യാനത്തിന്റെ സൂക്ഷ്മപ്രശ്നങ്ങളെ ശമിപ്പിക്കാൻ എളുപ്പമാണ്. നമ്മുടേതല്ലാത്ത ചരിത്രത്തെ അറിയാൻ ഇത്തരം ഭാവനാ ത്മകമായ ചാട്ടം വേണമെന്നാണ് imaginative leap എന്ന ആശയത്തി ലൂടെ റഷ്യൻ-ബ്രിട്ടീഷ് ഫിലോസഫറായ ഐസേയ ബർലിൻ ചൂണ്ടി ക്കാട്ടിയത്.

ഒന്നുകൂടി കടന്ന്, നോവലിനകത്ത് ഒരു നാടകവേദികൂടി ഒരുക്കുക യാണെങ്കിൽ, അതിലൂടെ ചരിത്രത്തെ പ്രക്ഷേപണം ചെയ്താൽ സത്യാ വിഷ്കാരം അത്രയ്ക്കൊന്നും സ്ക്രൂട്നി ചെയ്യപ്പെടില്ലെന്ന സൗകര്യവു മുണ്ട്. വസ്തുതയുടെ അതിരുകൾ അയഞ്ഞു കിട്ടുകയും ചെയ്യും. ചരി ത്രത്തെ കൃത്യമായി അടയാളപ്പെടുത്താനുള്ള ഉപദാനങ്ങളുടെ അഭാ വത്തിൽ അവലംബിക്കാവുന്ന രീതിയാണത്. അങ്ങനൊരു പരീക്ഷണം സഫലമാവുന്ന നോവലാണ് ബാലകൃഷ്ണൻ ഏരുവേശ്ശിയും ഷിനോജ് കെ ആചാരിയും ചേർന്ന് രചിച്ച *മന്നനാർ*. ചരിത്രസംബന്ധമായ പാക പ്പിഴകൾക്ക് സൃഷ്ടിപരമായ ബാധ്യത, അതുകൊണ്ടു തന്നെ ഫിക്ഷനെ ഴുത്തുകാർക്കില്ല. ഇങ്ങനെ ഒഴികഴിവുണ്ടായിട്ടും, വളരെ ഉത്തരവാദപ്പെട്ട അന്വേഷണങ്ങളിലൂടെയും പഠനങ്ങളിലൂടെയും ഈ കൃതിയെ പാകപ്പെട്ട ഫലശ്രുതിയായി മാറ്റിയെടുത്തിട്ടുണ്ടെന്നതാണ് വസ്തുത. ചരിത്രധാര ണയോടെ വായിക്കുന്നവർക്ക് അത് നിശ്ചയമായും ബോദ്ധ്യപ്പെടും.

ചരിത്രത്തിന് ഒരു രംഗഭാഷയുണ്ട്. അതിന്റെ സ്ഥലപരമായ രംഗം ഭൂതകാലമാണെങ്കിലും കാലപരമായ അതിരുകൾക്കുപരി, കാലാനുവർ ത്തിയല്ലാത്ത ഭാവന അതിൽ ചിത്രവേലകൾ ചെലുത്തുന്നുണ്ട്. മന്നവേ ന്ദ്രൻ എത്ര കോലംകെട്ടവനായാലും പൂർണ്ണചന്ദ്രനെപ്പോലെ വിള

ങ്ങണമെന്നല്ലേ സാമ്പ്രദായികകല്പന! ചരിത്രപദ്ധതികളിൽ നടപ്പുള്ള സൗന്ദര്യതന്ത്രങ്ങളുടെ ഒരു രീതിയാണത്. നാളിതുവരെയുള്ള ചരിത്രം നിർമ്മിതമായത് പ്രജാകരങ്ങൾ കൊണ്ടാണെങ്കിലും മേൽക്കോയ്മാവർഗ്ഗത്തിന്റെ വരേണ്യപാഠപദ്ധതികൾ അതിനെ മറച്ചുവയ്ക്കുന്നു. പകരം രാജപരമ്പരകളുടെ സുവർണകരങ്ങൾക്ക് ചരിത്രത്തിന്റെ അവകാശം ചാർത്തിക്കൊടുക്കുകയും ചെയ്യുന്നു. ബ്രാഹ്മണ-ക്ഷത്രിയ അധികാരശൃംഖലകൾ താലോലിച്ചിരുന്ന സവർണ്ണപ്രത്യയശാസ്ത്രം അവർണ്ണരെന്ന് മുദ്രയടിച്ചവരുടെ ചരിത്രമുന്നേറ്റങ്ങളെ പാടെ അവഗണിക്കുകയായിരുന്നല്ലോ ചരിത്രത്തിലിന്നോളം.അത്തരം പാഠസമ്പ്രദായങ്ങളെയൊക്കെ വെല്ലുവിളിച്ചുകൊണ്ടാണ് വ്യവസ്ഥാപിതചരിതം മാറ്റിനിർത്തിയ മന്നനാർ ഭരണവംശത്തിന്റെ കഥ ഈ എഴുത്തുകാർ ഉയർത്തിക്കൊണ്ടുവന്നിരിക്കുന്നത്. ചരിത്രത്തെ വിദഗ്ദ്ധമായി പ്രവർത്തിക്കാവുന്ന സർഗ്ഗവിശേഷത്താൽ പുണരപ്പെട്ടവരാണ് ഈ എഴുത്തുകാർ എന്നതിനാൽ, ചരിത്രപദ്ധതികളിൽ തെളിയാതെ പോയ ദേശപ്പഴമയെ, മന്നനാർ എന്ന അധികാരപ്രസ്ഥം കേന്ദ്രമാക്കി ഇതിഹാസചാരുതയോടെ അനാവരണം ചെയ്യുവാൻ ഇവർക്കു സാധിക്കുന്നുണ്ട്. തനതായ രചനാസങ്കേതം അതിനായി അവർ സ്വീകരിച്ചു. സൃഷ്ടിയെ ആദ്യന്തം സംവിധാനം ചെയ്തിട്ടുള്ളത് രംഗഭാഷയിലാണ്. എങ്കിലും ഇതൊരു നാടകമല്ല. ചരിത്രത്തിന്റെ ദൃശ്യവേദി ഇടവേളകളില്ലാതെ തിരശ്ശീലയുയർത്തിക്കാട്ടുന്ന ഒരു നോവലായിത്തന്നെ കൃതി നിലകൊള്ളുന്നു. ചരിത്രത്തിന്റെ ചുരുളഴിക്കുവാനുള്ള നാടകീയമായ ഈ ചിത്രീകരണത്തിലൂടെ വിഷയം കണ്ണിലൂടെയും കാതിലൂടെയും വായനക്കാരിൽ ശക്തമായി പതിപ്പിക്കാൻ സാധിക്കുന്നു. ചരിത്രവല്ക്കരിക്കപ്പെട്ട ഘനഗംഭീരമായ ഇതിവൃത്തമാണ് നാൽപത്തിമൂന്ന് അദ്ധ്യായങ്ങളായി നമ്മുടെ വായനയെ സമൃദ്ധമാക്കുന്നത്.

കേളപ്പൻമന്നനാർ എന്ന മുഖ്യകഥാപാത്രത്തെ ഇതിഹാസത്തിന്റെ ഇന്ദ്രപദമേറ്റി ചരിത്രപരമായ ഉയർച്ചയും തകർച്ചയും വിസ്തരിക്കുകയാണ് നോവൽ. മന്നനാരുടെ പ്രിയപത്നി ചീരുമന്നത്തി, നായകകഥാപാത്രത്തെക്കാൾ ഇതിവൃത്തത്തെ ജ്വലിപ്പിക്കുന്ന അംബികയെന്ന കഥാനായിക, അംബികയുടെ സഹചാരി ആർച്ച, അന്തിമവിജയം കൈയിലൊതുക്കുന്ന വില്ലൻ കണ്ണപ്പൻ, കണ്ണപ്പന്റെ പിന്നണിയിൽ കരുക്കൾ നീക്കുന്ന അപ്പൂപ്പൻ തിലകവർമ്മ, കളരിയാശാൻ തുടങ്ങി ചരിത്രത്തിന്റെ പരിധി കടന്ന് അനശ്വരരൂപങ്ങളായി പ്രകാശിക്കുന്ന നിരവധി കഥാപാത്രങ്ങൾ നോവലിൽ നിറഞ്ഞു നില്ക്കുന്നു. ഇന്ദ്രപ്രസ്ഥമായ ഏരുവേശ്ശിയും പരിസരഭൂമികയും വന്യമുദ്രകളുടെ നിഗൂഢഭംഗിയോടെ നമ്മുടെ കാഴ്ചയിലിടംപിടിക്കുന്നു.

മന്നനാർ വംശപരമ്പരയിലെ നാലാമത്തേയും അവസാനത്തേയും പ്രജാപതിയാണ് കേളപ്പൻ. ലഭ്യമായ ചരിത്രരേഖകളെ ആധാരമാക്കിയാൽ മന്നനാർ വംശചരിത്രത്തിന് നാലുതലമുറകളുടെ പാരമ്പര്യമേയുള്ളു. രണ്ടു നൂറ്റാണ്ടിന്റെ പരിധിയിൽ അത് പൂർത്തിയാവുന്നു. മന്നനാർവംശ

ത്തിന്റെ സ്ഥാപകൻ, അദ്ദേഹത്തെത്തുടർന്ന് മരുമക്കത്തായമനുസരിച്ച് അധികാരത്തിലേറിയ ഉണ്ണമ്മൻ, സുരതി, കുഞ്ഞിക്കേളപ്പൻ എന്നിവരാണ് ആ പരമ്പര. നാലാമത്തെ മന്നനാരായ കേളപ്പൻ 1847 ൽ തന്റെ 18-ാം വയസ്സിലാണ് അധികാരമേൽക്കുന്നത്. 1902 ൽ അദ്ദേഹത്തിന്റെ മരണത്തോടെ 'മന്നനാർ പാടി'യിലെ വാഴ്ചയ്ക്ക് അന്ത്യമാകുന്നു.

ഏരുവേശ്ശി ആസ്ഥാനമായി ഭരണം നിർവ്വഹിച്ചിരുന്ന മന്നനാർക്ക് സ്വതന്ത്രമായ രാജാധികാരമുണ്ടായിരുന്നോ അതോ സാമന്തൻ/പ്രഭു/ ഇടപ്രഭു ഇവയിലേതെങ്കിലുമൊരു പദവിയാണോ എന്നു നിർണ്ണയിക്കാനുള്ള യുക്തമായ സംവാദങ്ങളൊന്നും ചരിത്രാന്വേഷകർക്കിടയിൽ ഗൗരവപൂർവ്വം നടന്നിട്ടില്ല. വില്യം ലോഗൻ ഇടപ്രഭുക്കളുടെ പദവിയും വിസ്തൃതമായ വനഭൂമിയുടെ അധികാരാവകാശങ്ങളുമാണ് *മലബാർ മാന്വലി*ലൂടെ സാക്ഷ്യപ്പെടുത്തുന്നത്.

കുറുമാത്തൂർ നേർപ്പാട്ട് രാജാധികാരത്തോടുചേർന്നുള്ള സാമന്തനായിരുന്നു മന്നനാരെന്ന് അഭിപ്രായപ്പെട്ട ചരിത്രകാരന്മാരുണ്ട്. ഏരുവേശ്ശിയിൽ, മൂത്തേടത്ത് അരമന എന്ന പേരിൽ സ്ഥാപിതമായ അധികാരകേന്ദ്രത്തിന്റെ ചുമതല പെരുഞ്ചെല്ലൂർ ഗ്രാമത്തിന്റെ നിർവ്വഹണകാര്യത്തിൽ ശ്രേഷ്ഠ പദവിയുണ്ടായിരുന്ന കുറുമാത്തൂർ മനയ്ക്കായിരുന്നു. 17-ാം നൂറ്റാണ്ടിന്റെ തുടക്കത്തിൽ കുറുമാത്തൂരിന്റെ അധിപതികളിൽനിന്ന് ആ അധികാരം റദ്ദാക്കപ്പെടുന്നുണ്ട്. ചിറയ്ക്കൽ രാജ്യത്തിന്റെ സാമന്തന്മാരായിരുന്നു ചുഴലിരാജ്യവും കുറുമാത്തൂർ നേർപ്പാട്ടുരാജ്യവും ഭരിച്ചിരുന്നത്. പിന്നീടുള്ള രണ്ടുനൂറ്റാണ്ടിലേറെ മൂത്തേടത്ത് അരമനയുടെ ഭരണനിർവ്വഹണത്തിന് മന്നനാർമാരെ പ്രത്യേകം നിയോഗിക്കുകയായിരുന്നു. ആദ്യത്തെ രണ്ടുമന്നനാർമാരുടെ കാലയളവിൽ ഭരണകാര്യാലയം 'ആന്തൂർതളി' ക്ഷേത്രത്തിൽ ആയിരുന്നു. മൂന്നാമനായ സുരതിമന്നനാരുടെ കാലത്താണ് മൂത്തേടത്ത് അരമനയുമായി ബന്ധപ്പെട്ട എല്ലാ രേഖകളും ഏരുവേശ്ശിയിലേക്ക് മാറ്റുന്നത്.

കോലത്തിരി രാജവംശത്തിന്റെ അന്ത്യശതകത്തിലും ചിറയ്ക്കൽ രാജവംശത്തിന്റെ കാലയളവിലുമായി സ്മാർത്തവിചാരം നടത്തി ഭ്രഷ്ട് കല്പിക്കപ്പെടുന്ന അന്തർജ്ജനങ്ങളെ പാർപ്പിക്കാനുള്ള പുനരധിവാസ കേന്ദ്രമെന്നതിനപ്പുറം രാജാധികാരവ്യവസ്ഥ പ്രത്യേകിച്ചുണ്ടായിരുന്നോ എന്നതിന് പ്രാമാണികമായ രേഖകൾ ലഭ്യമായിട്ടില്ല. പുനരധിവാസ സ്ഥാപനമെന്ന നിലയിലുള്ള അധികാര നിർവ്വഹണത്തിന്റെ സവിശേഷതനിമിത്തം മലബാർമേഖലയിലെ മറ്റു രാജാക്കന്മാരുടേയും പ്രഭുക്കന്മാരുടേയും ഇടപ്രഭുക്കളുടേയുമൊക്കെ അധികാരസന്നിധിയിൽ വിശിഷ്ടമായ സ്വാധീനം മന്നനാർക്ക് കല്പിക്കപ്പെട്ടിരുന്നു. ഈയടുത്ത കാലത്തായി കേരളത്തിലെ ഏക തീയരാജവംശം എന്ന വിശേഷണം മന്നനാർ ഭരണത്തിനു നൽകിവരുന്നു. സ്മാർത്തവിചാരത്തെത്തുടർന്ന് ശിക്ഷിക്കപ്പെടുന്ന ബ്രാഹ്മണസ്ത്രീകളാണ് മൂത്തേടത്ത് അരമനയിൽ പാർപ്പിക്കപ്പെടുന്നത്. 'തീയ'രായി വിഭാഗീകരിക്കപ്പെടുന്ന പുരുഷന്മാരെയാണ്

പിന്നീടവർക്ക് ഭർത്താക്കന്മാരായി തെരഞ്ഞെടുക്കുവാൻ പാടുള്ളു.

സ്ഥാപനത്തിന്റെ മേധാവികളായി അവരോധിക്കപ്പെടുന്ന പുരുഷന്മാരാണ് മന്നനാർ എന്നു വിളിക്കപ്പെട്ടിരുന്നത്. സ്ത്രീകളാണെങ്കിൽ മക്കച്ചിയാർ എന്നും. ഇവരുടെ അധികാരമേഖലയ്ക്ക് രാഷ്ട്രതന്ത്രപരമായി രാജ്യപദവികല്പിക്കപ്പെട്ടതിന് ഉപോൽബലകമായ രേഖകളൊന്നുമില്ല. കോലത്തുനാടിന്റെയോ അതിനുശേഷം പ്രാബല്യത്തിൽ വന്ന ചിറയ്ക്കൽ രാജ്യത്തിന്റെയോ ചരിത്രം പരാമർശിക്കുന്ന പ്രമാണങ്ങളിലോ ഔദ്യോഗിക രേഖകളിലോ എവിടേയും ഇത്തരത്തിലൊരു രാജ്യത്തെ നിർവ്വചിക്കുന്നേയില്ല. അതുകൊണ്ടുമാത്രം, ചരിത്രദേശങ്ങളുടെ സുദീർഘമായ പാരമ്പര്യത്തിന്റെയും വംശാധികാരത്തിന്റെയും സാദ്ധ്യതയെ തള്ളിക്കളയാനാവില്ല. വളരെ പ്രാചീനമായ പൈതൃകം അവകാശപ്പെടാവുന്ന ആദിമലനാടുകളുടെ ഭൂപടത്തിൽ സഹ്യപർവ്വതമേടുകൾക്കും താഴ്വരകൾക്കും ഗണ്യമായ സ്ഥാനമുണ്ടായിരുന്നു. സ്വന്തമായി സഹസ്രാബ്ദങ്ങളുടെ ചരിത്രമേൽവിലാസമുള്ള ദേശമാണ് ആദിമലനാട്. ആദിമലനാടിന്റെ പൗരാണികത അംഗീകൃതചരിത്രത്തിലിടം പിടിച്ചില്ലെങ്കിലും പ്രാചീനകാലം തൊട്ടേയുള്ള മലനാടിന്റെ സാംസ്കാരികവും വാണിജ്യപരവുമായ വിശ്വബന്ധത്തെ രൂപപ്പെടുത്തുന്നതിൽ ഈ നാടിന്റെ സാമ്പത്തിക-സാമൂഹിക ഘടനകളുടെ സവിശേഷതകൾക്ക് വലിയ പ്രാധാന്യമുണ്ട്. മലബാറും, കുടകുമുൾപ്പെടെ പരിഗണിക്കാവുന്ന മലനാടിന്റെ പ്രാചീനഭൂപടവും ഭരണക്രമങ്ങളും സംസ്കൃതിയും സമഗ്രമായി ഇനിയും വായിച്ചെടുക്കപ്പെടേണ്ടതാണ്. (അതിനുള്ള ശ്രമം ഈ ലേഖകന്റെ *ആദിമലനാടിന്റെ ചരിത്രം - പ്രഥനാതീരങ്ങളിലൂടെ ഒരു പര്യവേഷണം* എന്ന കൃതി തുടക്കം കുറിച്ചിരുന്നു). അത്തരമൊരു അന്വേഷണപദ്ധതിയിൽ ഇതിഹാസം ഇന്നേവരെ രേഖപ്പെടുത്തിയിട്ടില്ലാത്ത അധികാര കേന്ദ്രങ്ങളും രാജവംശങ്ങളും വെളിച്ചത്തേക്കു വരാം.

ഏഴാം നൂറ്റാണ്ടിലെ മൂഷികരാജാവായ ചെങ്ങൽ പെരുമാൾ എന്നു വിളിക്കുന്ന ശംഖവർമ്മൻ ഒരു 'തീയ' മഹിളയേയുംകൂടി കല്യാണം കഴിച്ചതായി പുരാവൃത്തങ്ങളിൽ പരാമർശമുണ്ട്. സാമൂതിരിവംശത്തിന്റെ മൂലസ്ഥാപകനായും ചരിത്രകാരന്മാർ ഇദ്ദേഹത്തെ ചൂണ്ടിക്കാട്ടാറുണ്ട്. സാമൂതിരിമാർ മരിക്കുമ്പോൾ പെരിഞ്ചെല്ലൂർ ദേവൻ നീലകണ്ഠേശ്വരപെരുമാൾക്ക് 'പുല' കല്പിക്കുന്നതും ക്ഷേത്രം അടച്ചിടുന്നതും ഈ പൂർവ്വികബന്ധം നിമിത്തമാണത്രെ. 'തീയ' മഹിളയുമായുള്ള ബന്ധത്തിലുണ്ടായ വംശപാരമ്പര്യമാണത്രെ ഏരുവേശ്ശിയിലെ മന്നനാർ വംശത്തിന്റെ ഉറവിടമെന്ന നിരീക്ഷണങ്ങളുണ്ട്. അതിനടിസ്ഥാനമുണ്ടെങ്കിൽ ഏഴാംനൂറ്റാണ്ടു തൊട്ട് ഇരുപതാം നൂറ്റാണ്ടിന്റെ ആദ്യദശകം വരെ അവകാശപ്പെടാവുന്ന ചരിത്രദൈർഘ്യമാണ് മന്നനാർ പാരമ്പര്യത്തിനുണ്ടാവുക.

മന്നനാർ എന്നത് മന്നൻ/ മന്ദൻ എന്ന പേരിന്റെ ബഹുമാനരൂപമാണ്. മൻറം എന്നതിൽ മന്നന്റെ നിഷ്പത്തി നിരീക്ഷിക്കുന്നവരുണ്ട്. അത് സാധുവാണെങ്കിൽ ഗോത്രപദവിയുമായാണ് മന്നനാരെ ബന്ധിപ്പിക്കാൻ

സാധിക്കുക. അങ്ങനെ വരുമ്പോൾ തീയവംശവുമായി കണ്ണിചേർക്കാൻ കഴിയാതെ വരും. പ്രാചീനമായ പാരമ്പര്യത്തിന്റെ ചുവടുപിടിച്ച് പതിനേഴാം നൂറ്റാണ്ടിലെ മൂത്തേടത്ത് മനയ്ക്കാർ അത്തരമൊരു പ്രാചീനനാമം സ്വീകരിച്ചതാവാനും സാദ്ധ്യത കാണുന്നു.

ചരിത്രത്തെ വിലമതിക്കുന്നവരുടെ കാഴ്ചയിൽ അതിബൃഹത്തായ കാൻവാസ് വിരിച്ചുവച്ചാണ് ഈ നോവൽ സായൂജ്യമടയുന്നത്. അതുകൂടാതെ, നോവലിന്റെ രൂപരേഖ സ്വയം നിർദ്ധാരണം ചെയ്യുന്ന ചില രാഷ്ട്രീയപ്രശ്നങ്ങളുമുണ്ട്. രൂപഭാവങ്ങളിൽ ഇതിനെ ഒരു രാഷ്ട്രീയനോവലായി വിശേഷിപ്പിക്കാനാവില്ലെങ്കിലും രാഷ്ട്രതന്ത്രത്തിന്റെ മൗലികമായ പരീക്ഷണങ്ങൾ കൃതിയിൽ ഇടംപിടിക്കുന്നുണ്ട്. ഇതിവൃത്തപരിച്ഛേദം രാഷ്ട്രീയതലവുമായി ഇണക്കിയെടുത്തതിന്റെ നിരവധി സന്ദർഭങ്ങൾ വായനയിലേക്കു കടന്നുവരുന്നു. സാമൂഹികവൈരുദ്ധ്യങ്ങളെ അപഗ്രഥിക്കുകയും സംഘർഷവൽക്കരിക്കപ്പെടുന്ന സന്ദർഭങ്ങളെ പ്രജാപക്ഷം ചേർന്ന് നീതീകരിക്കുകയും ചെയ്യാനുള്ള വീക്ഷണം നോവൽ പുലർത്തിക്കാണുന്നു. രാഷ്ട്രീയനോവലിന്റെ അഗ്രദൂതനായ ജോർജ് ഓർവൽ നിർവ്വചിച്ചതുപോലെ അനീതിയെപ്പറ്റിയുള്ള കാഴ്ചപ്പാടും പക്ഷം ചേരാനുള്ള ആവേശവുമാവണം സൃഷ്ടിയുടെ ബീജം. അത്തരത്തിൽ, രാഷ്ട്രീയബോധത്തെ നൈതികമായി പുതുക്കിപ്പണിയാനുള്ള, രാഷ്ട്രീയ-അരാഷ്ട്രീയ സന്നാഹങ്ങൾക്കുപരിയായി പ്രകൃതിയുടെ വൈരുദ്ധ്യാത്മകതയെ വെളിവാക്കാനുള്ള, സർഗ്ഗാത്മകനിരീക്ഷണം കൂടി പുതിയകാലത്തെ നോവലുകൾ നിശ്ചയമായും നിറവേറ്റേണ്ടതാണ്. ഈ നോവൽ, ചില ഘട്ടങ്ങളിൽ അത്തരം ആശയത്തിന്റെ അനുരണനങ്ങൾ സൃഷ്ടിക്കുന്നുണ്ട്. അധികാരവ്യവസ്ഥയുടെ ആരോഹണാവരോഹണങ്ങളും അതിന്റെ സന്ദിഗ്ദ്ധാവസ്ഥയും വരച്ചിടുന്നതോടൊപ്പം ജനങ്ങളുടെ ഇടപെടൽ റിപ്പോർട്ട് ചെയ്യുന്നതിലൂടെ പൗരധർമ്മത്തെ വിശകലനം ചെയ്യുന്നതിനും കൃതി ശ്രമിക്കുന്നു. അംബികയെന്ന കല്പിതകഥാപാത്രം പുലർത്തുന്ന ദീർഘവീക്ഷണവും ഭരണനൈപുണ്യവും നയതന്ത്രജ്ഞതയും ബുദ്ധിപാടവവും ഒത്തുചേർന്ന ആസൂത്രണപദ്ധതികൾ സാമ്പത്തികമായും സാംസ്കാരികമായും വിദ്യാഭ്യാസപരമായും നാടിനെ കുതിപ്പിലേക്ക് നയിക്കാനാവശ്യമായ ശാസ്ത്രീയകാഴ്ചപ്പാടൊരുക്കുന്നു. അയൽനാടുകളെ അസൂയപ്പെടുത്തുംവിധം സുസ്ഥിരമായ അടിത്തറയിലേക്ക് ഈ ദേശത്തെ ഉയർത്താനായത് അത്തരമൊരു പശ്ചാത്തലബലത്തിലാണ്. രാജഭരണത്തിൽ നിന്നുകൊണ്ടുതന്നെ ജനാധിപത്യക്രമം വിഭാവനം ചെയ്യപ്പെടുന്നത് നിസ്സാരമല്ലല്ലൊ. പ്രജാക്ഷേമത്തെ മുൻനിർത്തിയുള്ള സമഗ്രപദ്ധതികൾ രൂപകല്പന ചെയ്യാൻ പ്രജാപതികളെ പ്രചോദിപ്പിക്കുന്നതും കാണാം.

സ്ത്രീകഥാപാത്രങ്ങൾ മുന്നോട്ടുവന്ന് ചരിത്രത്തിന് ചുക്കാൻ പിടിക്കുന്നതിന്റെ രംഗങ്ങളാണ് ആവേശം പകരുന്ന മറ്റൊരു പ്രധാന ഉള്ളടക്കം. പ്രണയത്തിന്റേയും പോരാട്ടത്തിന്റേയും അധികാരത്തിന്റേയും തേജോരൂപമായി അംബിക മാറുന്നതിന്റെ പ്രജാഗരമായ ദൃശ്യം നോവ

ലിനെ ആകമാനം ഉദ്ദീപ്തമാക്കുന്നുണ്ട്. ദുർബ്ബലയായ അന്തർജ്ജനത്തിൽ നിന്നും ഇച്ഛാശക്തിയും മേധാശക്തിയുമുള്ള ഒരു നായികയായി അംബിക പരിണമിക്കുന്നതിന്റെ നാൾവഴികൾ ചേതോഹരമായിത്തന്നെ നോവൽ വരച്ചിടുന്നു. സാമുദായികമായി വരിഞ്ഞുമുറുക്കിയ ചങ്ങലകൾ ധീരമായി പൊട്ടിച്ചെറിഞ്ഞ് പോരാട്ടത്തിന്റെ കടിഞ്ഞാണേറ്റെടുക്കുന്ന സ്ത്രൈണോത്തമമായ തേജസ്സ് ഈ കഥാപാത്രത്തിൽ ദർശിക്കാം. ആഖ്യായികയിലെ ഏറ്റവും തിളക്കമുള്ള ഏടുകളാണ് അംബികയുടെ കഥ. നോവലിൽ, ചരിത്രസാഹചര്യങ്ങളുടെ ആഖ്യാനം, വിശേഷിച്ചും തിലകവർമ്മ - ആശാൻ - കണ്ണപ്പൻ അച്ചുതണ്ടിന്റെ ദേശദ്രോഹപരമായ ആഭിചാരങ്ങൾ ഷേക്സ്പിയർ മിത്തിനെ ഓർമ്മിപ്പിക്കുംവിധം ഉദ്വേഗഭരിതമാണ് .

ചരിത്രപരമായ മികച്ച ഫിക്ഷനുകൾ ഖനനം ചെയ്യാൻ പാകത്തിലുള്ള സമ്പന്നമായ കലവറയാണ് ഈ ഭൂമിക. സംഭവങ്ങളുടെ സ്വാഭാവികശൃംഖലകൾ സംയുക്തമായ കാലക്രമത്തിലോ ചരിത്രത്തിന്റെ ആനുഷംഗികതയിലോ കൂട്ടിമുട്ടിക്കാൻ പാകത്തിൽ എഴുത്ത് സജ്ജീകരിക്കുവാൻ കഴിയുന്നവർക്ക് അനേകം സാദ്ധ്യതകളുള്ള ഖനിയാണിത്. ചരിത്രവും ഫാന്റസിയും കൂട്ടിക്കലർത്തി കൂടുതൽ സ്വതന്ത്രമായ പ്രമേയം അവലംബിക്കുമ്പോൾ യഥാതഥമായ അരങ്ങുകളിലേക്ക് ധാരാളം സാങ്കല്പിക കഥാപാത്രങ്ങൾക്കൂടി എത്തിച്ചേരാം. അത്തരക്കാർ ഈ നോവലിലും പ്രത്യക്ഷപ്പെടുന്നുണ്ട്. അസംതൃപ്തിയുടെ ഹൃദയവുമായി സഞ്ചരിക്കുന്നവരാണ് നോവലിൽ കഥാപാത്രങ്ങളായി പിറക്കാറുള്ളത്.

'അവൻ നീട്ടിയ പാത്രം നിറഞ്ഞില്ല.
അവന്റെ പ്രജ്ഞ തൃപ്തമായില്ല,
അവന്റെ ആത്മാവ് ശാന്തമായില്ല,
അവന്റെ ഹൃദയം വിശ്രാന്തിയറിഞ്ഞില്ല.'

ഹെർമൻ ഹെസ്സെയുടെ 'സിദ്ധാർത്ഥ'യിൽ സിദ്ധാർത്ഥന്റെ സംശയോന്മദമായ ഇത്തരം ബോധക്ഷതങ്ങളാണ് കഥാപാത്രങ്ങളെ ഉണർത്തിയതെന്നതുപോലെ, യഥാർത്ഥത്തിൽ, എഴുത്തുകാരല്ല, പാത്രസൃഷ്ടികളുടെ അവകാശികൾ. ഇനി യഥാർത്ഥ ചരിത്രകഥാപാത്രങ്ങളാണെങ്കിൽ തന്നെ ഇംപ്രഷണിസ്റ്റ് രൂപകങ്ങളാൽ അവരുടെ മുഖംമറച്ചു പിടിക്കാവുന്നതാണ്. ഇതേരീതിയിൽ കഥയുടെ മുഖവും മറച്ച് യഥാർത്ഥസംഭവങ്ങളെ പ്രതിബിംബമാക്കാം. ദേശം, കാലം, സംസ്കാരം എന്നിവയുടെ പ്രതിബിംബരാശികളെ സംയോജിപ്പിക്കുന്ന പുത്തൻ സവിശേഷതകളാൽ രചനയുടെ ആധുനികമർമ്മം നിർണ്ണയിച്ചുകൊണ്ട് നോവൽ എത്രത്തോളം നവഭാവനയുടെ അച്ചുതണ്ട് പ്രദർശിപ്പിക്കുന്നുവോ അത്രയും മികവേറും. അത്തരം ഗംഭീരൻ രചനകളിലേക്കുള്ള കാൽവയ്പാവട്ടെ ഈ സൃഷ്ടിയെന്ന് ആശിക്കുന്നു. കാലത്തിന്റെ പൂർവ്വമുദ്രകൾ, അതിന്റെ ഇരുണ്ട നേർച്ഛായയിൽ പ്രദർശിപ്പിക്കപ്പെടുന്നുവെങ്കിലും കഥാപാത്രങ്ങളെ പിന്തുടർന്ന്, അവരുടെ കാല്പാടുകളിൽനിന്ന് കഥാഭംഗി പകർത്തുന്ന ഒരു രീതി രചനയിൽ വികാസം പ്രാപിക്കേണ്ടതുണ്ട്. ചരിത്രപരമായ ഫിക്ഷൻ

രചിക്കുകയെന്നാൽ ചരിത്രത്തേയും അതിനെ നിർണ്ണയിക്കുന്ന ബന്ധ വ്യവസ്ഥകളേയും പറ്റി പുതിയ ബോദ്ധ്യങ്ങളെ അടയാളപ്പെടുത്തണം. അതിനുതക്ക, കാലഘടനയെ അടക്കിപ്പിടിക്കുന്ന ഭാഷയും സ്വീക രിക്കണം. കൃതിയിലെ പ്രകൃതി, ദേശം, കാലം എന്നിവയുടെ സാംസ്കാരി കസംഹിതകളുടെ ഛായാചിത്രങ്ങളാണ് നോവലെങ്കിൽ, ഇപ്പോൾ ദേശാതിർത്തിയും കാലാതിർത്തിയുമില്ലാത്ത കാലരംഗപ്രക്രിയയായി അതു മാറിയിട്ടുണ്ട്. അതിനാൽ ചരിത്രപരമായ പ്രമേയം പുതിയ എഴുത്തുപരീക്ഷണങ്ങൾക്ക് വിധേയമാവട്ടെ.

ഈ നോവൽ ഒരു പാരിസ്ഥിതിക പ്രബന്ധംകൂടിയായി അനുഭ വപ്പെടുന്നുണ്ട്. പ്രകൃത്യുപാസനയേക്കാളുപരി പരിസ്ഥിതിയുടെ ആത്മാം ശമാണ് നാമോരോരുത്തരുമെന്ന സാമൂഹികക്രമം പ്രാപിക്കാനുള്ള കാഴ്ചപ്പാട് നോവൽ വഹിക്കുന്നു. കാടും മലയും കെട്ടിമറിയുന്ന ഒരു വലിയ ലോകം കാണാം. ചരിത്രാതീത വന്യത ചിത്രലേഖനം ചെയ്യപ്പെട്ട സഹ്യപർവ്വത ഗോത്രപംക്തിയും ഗിരിരഹസ്യങ്ങളും വാചാലമായി വിവര ണങ്ങളിൽ നിറയുന്നു. വിശ്വാസക്രമങ്ങളെ നിഗൂഹിതമാക്കുന്ന മുത്തപ്പൻ സന്നിധാനങ്ങളും പ്രകൃതിയുടെ മൂലക്ഷേത്രങ്ങളിൽ വേരുറപ്പിച്ചു തല മുറകളായി കാലക്ഷേപം ചെയ്യുന്ന ഗോത്രവംശങ്ങളും നാശോന്മുഖമായ കാടുകളുടെ പ്രാക്തന രാഗങ്ങളും ഈ ഇതിവൃത്തത്തിന്റെ അന്വേ ഷണദിക്കുകളായി പ്രതിഷ്ഠിക്കപ്പെട്ടത് പാരിസ്ഥിതികദർശനത്തിന്റെ ദിശാബോധത്തിൽനിന്നാണ്. കാടിന്റെ പ്രാക്തനപരമായ ഉള്ളറിവുകളെ വെളിപ്പെടുത്തുന്ന സംഭവങ്ങൾ അധികം പകർത്തിയിട്ടില്ലെങ്കിലും സർഗ്ഗോന്മാദത്തിന്റെ ആത്മാന്തരദേശാടനകേന്ദ്രമാണ് കാടെന്ന അറിവ് ഈ നോവലിൽ തെളിയുന്നുണ്ട്. കാട്ടുവഴികളിലൂടെയുള്ള നിരവധി യാത്രകൾ നോവലിനെ ആർദ്രമാക്കുന്നു. പ്രകൃതിദൃശ്യങ്ങളെ വളരെ അഭിനിവേശത്തോടെ നോവൽ വരച്ചിടുന്നു. നിഗൂഢഭംഗിയും ദൃശ്യ ഘനത്വവുമുള്ള തുടർപ്രകൃതി ആദ്യന്തം ഈ സൃഷ്ടിയിൽ വിതാ നിച്ചിട്ടുണ്ട്. പർവ്വതപംക്തിയുടെ സീമകളിൽ സൗന്ദര്യത്തിന്റെ അപാരത തുറക്കുന്നു. നമ്മുടെ സഞ്ചാരപഥങ്ങൾ ആ വന്യതയുടെ രഹസ്യങ്ങളി ലേക്ക് ഗതി മാറുന്നു. ആദിമസ്നേഹത്തിന്റെ വിശ്വഗൃഹം തുറക്കപ്പെടുന്നു. കാട് സമ്മാനിക്കുന്ന ഇന്ദ്രിയാനുഭവം വിചിത്രമാണ്. വന്യതയെന്നത് സരളതയുടെ സാർവ്വത്രികതയാണെന്ന് നമ്മെ ബോദ്ധ്യപ്പെടുത്തുകയാണ് ഈ നോവലിന്റെ ദേശം. അത്തരത്തിൽ വളരെ വശ്യമാണ് ഏരുവേശ്ശി. ഈ ലേഖകന്റെ മേലുദ്ധരിച്ച കൃതിയിലെ ഒരു ഭാഗം ഇവിടെ ഉദ്ധരിച്ചു കൊള്ളട്ടെ:

> വേശ്ശി എന്ന ഭാഗം വശ്യമായതിനാലെന്ന വ്യാഖ്യാനം കേൾക്കാ റുണ്ട്. വേശ്യയെന്ന വാക്കും വശ്യതയുടെ സദ്സൂചനയാണല്ലൊ. അതിന് അർത്ഥാന്തരം ചാർത്തിയത് പിൽക്കാലത്തെ സാമൂഹ്യ പ്രേരണകളാണ്. വേശ്യയെന്നു മുദ്രകുത്തുന്നതിലും, കുലത്തിൽ

നിന്നും ആചാരസമ്മർദ്ദങ്ങളാൽ കുടിയിറക്കപ്പെടുന്നവരെ പ്രത്യേകം പാർപ്പിക്കുന്ന സങ്കേതങ്ങളൊരുക്കുന്നതിലും ആ പ്രവണത ചെന്നെത്തി. അവ കുലടകളായി മാറ്റപ്പെടുന്നവർക്കുള്ള വേശ്യാചേരികളായി കണക്കാക്കപ്പെട്ടു. ഏരുവേശ്ശി അത്തരമൊരു സങ്കേതമായിരുന്നുവെന്നത് ശരി. ഭ്രഷ്ടുകല്പിക്കപ്പെട്ടവരെ പുനരധിവസിപ്പിക്കാനൊരുക്കിയ മൂത്തേടത്തുമനയും അതിന്റെ അധിപരായ മന്നനാർവംശവും വംശാന്ത്യകാലത്ത് ഗണികവൃത്തിക്ക് പേരു കേൾപ്പിച്ചതായി പഴയ ആൾക്കാർ പറയാറുണ്ട്.

തേവിടിശ്ശിയെന്ന വാക്കിന്റെ ഉത്ഭവം കലാപരമായ മഹത്ത്വത്താൽ ശ്രേഷ്ഠമായതാണ്; അവർ വശ്യതയുള്ള രൂപഭാവങ്ങളുള്ളവരാണ്. ദേവദാസിയെന്നാണ് യഥാർത്ഥത്തിൽ വിശേഷണം. ജനങ്ങളെ ആകർഷിക്കുന്നതിനുവേണ്ടി ക്ഷേത്രങ്ങളോടനുബന്ധിച്ച് സ്ഥാപിച്ചിരുന്ന കലാശാലകളുടെ ചുമതല നിറവേറ്റിയിരുന്നവരാണിവർ. (ക്ഷേത്രത്തോടനുബന്ധിച്ച പാഠശാലകളിൽ നിയമിതരാവുന്ന പണ്ഡിതന്മാർക്ക് പട്ടത്താനവും നൽകിയിരുന്നു. ദേവദാസീ സ്ഥാനംപോലെ തന്നെയാണിതും). കലാപ്രതിഭകളായ കുലീനകളെ തേവിടിച്ചിസ്ഥാനങ്ങളിൽ നിയമിച്ചതിന്റെ ശാസനങ്ങളുണ്ട്. മലബാറിൽ ചോക്കൂർക്ഷേത്രത്തിൽ എ ഡി 932 ൽ കൊത്തിയിട്ട രേഖയിൽ തേവിടിച്ചി സ്ഥാനത്തെപ്പറ്റി പരാമർശമുണ്ട്. മാന്യമായ പദവിയായിരുന്നു അത്. തേവിടിച്ചികൾ എന്ന വാക്കിലെ "അടികൾ" അക്കാലത്ത് ബ്രാഹ്മണർ, രാജാക്കന്മാർ, സന്ന്യാസിമാർ, രാജകന്യകൾ, ദേവദാസികൾ എന്നിവർക്കുമാത്രം നൽകിയിരുന്ന വിശേഷണമാണ്. ദേവദാസീപദം നേടിയ രാജസഹോദരിമാരും ധർമ്മപത്നികളും ചരിത്രത്തിലുണ്ട്. കൂത്തിച്ചികൾ എന്ന പര്യായം നോക്കുക. കൂത്തമ്പലത്തിൽ നൃത്തമാടുന്നവരാണ്. സകലകലാ നിപുണരായ ഉത്തമസ്ത്രീകളാണ് ദേവദാസികൾ. അവരുടെ പുരുഷന്മാർ നമ്പിയാരെന്നും അറിയപ്പെട്ടു. പിൽക്കാലത്ത് ആ സ്ഥാനത്തിന്റെ മഹിമയ്ക്ക് എന്തുകൊണ്ടോ മങ്ങലേറ്റു. കുലത്തിൽനിന്ന് പുറന്തള്ളപ്പെടേണ്ടവരാണെന്ന അധഃപതനത്തിൽവരെ ആ ധാരണ വ്യതിചലിച്ചു. ഭൂമിയെന്ന അർത്ഥമുള്ള ഇശി എന്ന വാക്കാണ് ഇവിടെ ചേരുന്നത്.

ഏരു + ഇശി: ഏരുവേശ്ശി. ("ഉ"കാരത്തിനു ശേഷം "വ" കാരാഗമം. ഓർന്നിത്യം എന്ന ലീലാതിലകസംജ്ഞാവ്യവഹാരം)

(*ആദിമലനാടിന്റെ ചരിത്രം*, പേജ് 290, 291)

ഏരുവേശ്ശിയുടെ പ്രാചീനപ്രകൃതിയെ സുദൃശ്യമാക്കുംവിധം ഭാഷയും ഭാവനയും പരസ്പരം ബിംബവിഹാരം പ്രദർശിപ്പിക്കുന്ന ഒരു മാന്ത്രി

കതലം നോവൽശില്പത്തെ സ്പർശിച്ചിരുന്നുവെങ്കിൽ ആവിഷ്കാരചാരുത ഇനിയുമേറെ ചൊരിഞ്ഞേനെ. ഈ നോവൽ ഭാവനയുടെ പുറം മാത്രമല്ല; ചരിത്രപരമെന്നു വീക്ഷിക്കാവുന്ന യാഥാർത്ഥ്യങ്ങളുടെ മറുപുറവുമാണ്. ചരിത്രത്തിന്റെ വാങ്മയ ബലതന്ത്രമാണ് നോവലിനെ സുന്ദരമാക്കേണ്ടത്. അത് ഓർമ്മപ്പെടുത്തും വിധം ചരിത്രപരമായ സമാന്തരങ്ങളാൽ ഈ നോവൽ പൂരിപ്പിക്കപ്പെട്ടിട്ടുണ്ട്.

ഒന്ന്

1972 ലെ ചൈത്രമാസം. ദേഹം നിറയെ സ്വർണ്ണാഭരണങ്ങൾ വാരിയണിഞ്ഞ നവവധുവിനെപ്പോലെ വർണ്ണപ്പൂങ്കുലകൾ തൂങ്ങിയാടുന്ന കണിക്കൊന്നകൾ ഏരുവേശ്ശിയിലെ നാട്ടിടവഴികളിലും പറമ്പുകളിലും വിഷുവിന്റെ വരവറിയിച്ചു. വിഷുരാവിന്റെ ആഘോഷങ്ങൾക്ക് പൊലിമകൂട്ടാൻ പണ്ട് പാവരുനാട് എന്നറിയപ്പെട്ടിരുന്ന ഏരുവേശ്ശിനാട്ടിലെ എലിമെന്ററി സ്കൂളിന്റെ മൈതാനത്ത് തിങ്ങിനിറഞ്ഞ പുരുഷാരം. നേരത്തേ വന്നെത്തി ഓലപ്പായയും തുണിയും കടലാസുകളും നിവർത്തിയിട്ട് സ്ഥാനം പിടിച്ചിരിക്കുന്ന സ്ത്രീകളും കുട്ടികളും. ചെത്തിമിനുക്കിയ പാളവിശറികൾ കൊണ്ട് ചിലർ ഉഷ്ണമകറ്റുന്നു. മൈതാനത്തിൽ അവിടവിടെ തൂക്കിയിട്ട പെട്രോമാക്സിനു ചുറ്റും മഴപ്പാറ്റകൾ വട്ടമിട്ടുപറക്കുന്നുണ്ട്. നാട്ടിയ മുളങ്കാലുകളിൽ മരപ്പലകകൾ പാകിക്കെട്ടി ശിരവ്പട്ടണത്തിലെ 'ബദ്രിയ ലൈറ്റ് ആൻഡ് സൗണ്ടിൽനിന്ന്' വാടകയ്ക്കു കൊണ്ടുവന്ന വിവിധവർണ്ണങ്ങളിലുള്ള യവനികകൾ വലിച്ചുകെട്ടിയ വേദിയിലേക്ക് അക്ഷമരായി കണ്ണുനട്ടിരിപ്പാണ് ഏവരും. കാണികളെ പിടിച്ചിരുത്താൻ, ഏതാനും നിമിഷങ്ങൾക്കകം നാടകം തുടങ്ങുമെന്ന അറിയിപ്പ് ഇടയ്ക്കിടെ കോളാമ്പിയിലൂടെ മുഴങ്ങുന്നുണ്ട്.

പുരാണകഥാപാത്രങ്ങൾ അരങ്ങുവാഴുന്ന കാവ്യനാടകങ്ങളും കർഷകസംഘങ്ങൾ അവതരിപ്പിക്കുന്ന സാമൂഹ്യനാടകങ്ങളും കാണാറുണ്ടെങ്കിലും ഒരു ചരിത്രസംഭവം അടിസ്ഥാനമാക്കിയുള്ള നാടകം ആദ്യമായി അരങ്ങേറുകയാണ്. അതുകൊണ്ടാവാം ദൂരദേശത്തുനിന്നുപോലും ആളുകൾ കൂട്ടംകൂട്ടമായി എത്തിച്ചേർന്നത്. ഏകദേശം എഴുപത് വർഷം മുമ്പ് കൃത്യമായിപ്പറഞ്ഞാൽ 1902 മാർച്ച് 27 ന്, അജ്ഞാതരാൽ കൊല്ലപ്പെട്ടുവെന്ന് ബ്രിട്ടീഷ് സർക്കാർ കോടതിയിൽ രേഖപ്പെടുത്തിയ, ഏരുവേശ്ശി

യിലെ മൂത്തേടത്തരമന കേന്ദ്രമാക്കി നാടുവാണ അവസാനത്തെ രാജാവ് കുഞ്ഞിക്കേളപ്പൻ മന്നനാരുടെയും മന്നനാർവംശത്തിന്റെയും ചരിത്രകഥ യാണ് അരങ്ങിലെത്തുന്നത്. ഏരുവേശ്ശിയിലെ അറിയപ്പെടുന്ന നാടക കൃത്ത് ഗോപിയും സംവിധായകനായ നാഗേന്ദ്രനും പിന്നെ നാടകാഭി നിവേശമുള്ള കുറേ യുവാക്കളുമാണ് ഈ സാഹസത്തിന് പിന്നിൽ.

കാത്തിരിപ്പിനൊടുവിൽ നാടകകൃത്ത് ഗോപിയുടെ അനൗൺസ് മെന്റ് മുഴങ്ങി.

"സഹൃദയരേ.. നിങ്ങൾ എല്ലാവരും ആകാംക്ഷയോടെ കാത്തിരി ക്കുന്ന നാടകം ഇതാ.. ഏതാനും നിമിഷങ്ങൾക്കുള്ളിൽ ആരംഭിക്കുക യായി. ഏരുവേശ്ശിയിലെ ഒരുകൂട്ടം ചെറുപ്പക്കാർ അഭിമാനപൂർവ്വം കാഴ്ച വെക്കുന്നു..

ചരിത്രംകൊണ്ട് മുറിവേറ്റ മന്നനാർ..

കുടക് മലനിരകളുടെ താഴ്വരതൊട്ട് വളക്കൈപുഴവരെയുള്ള ഒട്ട നവധി ഗ്രാമങ്ങളും ഇരുപത്തിമൂന്ന് മലകളും ഏരുവേശ്ശിയിലെ അഞ്ചര മനകൾ കേന്ദ്രമാക്കി നൂറ്റാണ്ടുകളോളം നാടുവാണ ഒരേയൊരു തീയ രാജവംശത്തെക്കുറിച്ച് എഴുതപ്പെട്ട ചരിത്രത്താളുകളിലോ നാടോടി ക്കഥയിലോ നിങ്ങൾ വായിച്ചിരിക്കാനിടയില്ല. ഒരുപക്ഷേ, ബോധ പൂർവ്വമോ അല്ലാതെയോ ചരിത്രകാരന്മാർ തമസ്കരിച്ച, സംഭവബഹു ലമായ ആ കഥ ഞങ്ങൾ നിങ്ങൾക്കുമുന്നിൽ അവതരിപ്പിക്കുകയാണ്. നിങ്ങളേവരേയും ആ ചരിത്രത്തിന്റെ ഉള്ളറകളിലേക്കും വേദിയിലെ വിസ് മയക്കാഴ്ചകളിലേക്കും ഞങ്ങൾ സാദരം ക്ഷണിച്ചുകൊള്ളുന്നു. നാളി തുവരെ നിങ്ങൾ കണ്ട് പരിചയിച്ച അവതരണമോ രംഗവിന്യാസമോ ഇവിടെ കണ്ടെന്നുവരില്ല. ഇതൊരു പുതിയ പരീക്ഷണനാടകമാണെന്ന് കരുതി തെറ്റുകുറ്റങ്ങൾ പൊറുക്കണമെന്ന് ഞങ്ങൾ അഭ്യർത്ഥിക്കു കയാണ്. നാടകം ഇതാ.. തുടങ്ങുകയായി.."

പെട്ടെന്ന് വേദിക്കുമുന്നിലെ വെളിച്ചം കെട്ടു. യവനികയുയരുമ്പോൾ പച്ച, മഞ്ഞ, നീല, ചെമപ്പ് തുടങ്ങി വിവിധവർണ്ണങ്ങളിലുള്ള പ്രകാശവൃ ത്തങ്ങൾ ഇടവിട്ടിടവിട്ട് വേദിയിൽ പ്രത്യേകരീതിയിൽ മിന്നിമറഞ്ഞു തുടങ്ങി.

രംഗത്ത് ഒരു ചാരുകസേരയും ചെറിയ മേശയും. ചാരുകസേരയിൽ ജുബ്ബയിട്ട ഒരു വൃദ്ധനിരിക്കുന്നുണ്ട്. ഊശാൻ താടി, നീട്ടി വളർത്തിയ മുടി, കണ്ടാൽ ഒരു ബുദ്ധിജീവി. അയാൾ മേശമേൽ കൈകളൂന്നി എന്തൊ ക്കെയോ എഴുതിക്കൊണ്ടിരിക്കുന്നു. മേശപ്പുറത്ത് നിരവധി ഗ്രന്ഥങ്ങളും എഴുതിത്തീർന്ന കടലാസുകളും കാണാം.

അവിടേക്ക് വിദേശവേഷധാരികളായ രണ്ടു സഞ്ചാരികൾ കടന്നു വന്നു. അവർക്ക് നല്ല യാത്രാക്ഷീണമുണ്ട്. രണ്ടുപേരുടെയും തോളിൽ ഭാരിച്ച മാറാപ്പുമുണ്ട്. രണ്ടുപേരും തമ്മിലുള്ള സംഭാഷണം.

"ഡ്വാർട്ടേ ബാർബോസാ.. നിങ്ങളുടെ ആഫ്രിക്കൻ സഞ്ചാരം കഴിഞ്ഞോ?"

"മി.ലോഗൻ, അങ്ങയുടെ നിഗമനം ശരിയാണ്. അത് ഞാൻ പൂർത്തിയാക്കിയിരിക്കുന്നു. അതേക്കുറിച്ച് എഴുതിക്കൊണ്ടിരിക്കുകയാണ്. അവിടുത്തെ വിവിധ ഗോത്രങ്ങളിൽപ്പെട്ട ജനതയുടെ വിചിത്രമായ ആചാരങ്ങൾ, വിശ്വാസങ്ങൾ, തമ്മിൽത്തമ്മിലുള്ള കുടിപ്പകകൾ ഇതൊക്കെ അതിൽ പ്രതിപാദിക്കുന്നുണ്ട്. കൊച്ചിയിൽ വന്നപ്പോൾ എനിക്ക് മലയാളം പഠിക്കാൻ കഴിഞ്ഞു. അപ്പോഴാണ് ഇങ്ങ് ഈ മലനാട്ടിൽ സാമ്യമായ ചില ആചാരങ്ങളെക്കുറിച്ച് മറ്റ് സഞ്ചാരികളുടെ കുറിപ്പുകൾ വായിക്കാനിടയായത്."

"എന്തൊക്കെയാണ് അവ?"

"പക്ഷേ, അത് തെറ്റായിരുന്നു മി. ലോഗൻ. അവിടെ ഗോത്രങ്ങൾ തമ്മിൽ യുദ്ധം നടക്കാറുണ്ട്. തോല്ക്കുന്നവരെ അടിമകളാക്കാറുമുണ്ട്. എങ്കിലും അവർ തമ്മിൽ പരസ്പരബഹുമാനം അന്തർല്ലീനമാണ്. എന്നാലിവിടെ മറ്റു മതത്തിൽപ്പെട്ടവരോട് ബഹുമാനമുള്ളപ്പോൾതന്നെ തങ്ങളുടെ മതത്തിൽപ്പെട്ടവരെ അറുപത്തിനാലടിദൂരം, മുപ്പത്തിരണ്ടടിദൂരം എന്നിങ്ങനെ കണക്കുവച്ച് അകറ്റിനിർത്തി നികൃഷ്ടജന്മങ്ങളായി കണക്കാക്കുന്നു എന്നതാണ് വിചിത്രം. എന്നാലോ അത്തരം വിഭാഗത്തിലെ സ്ത്രീകളെ കാമശമനത്തിനുപയോഗിക്കാൻ ഇത് ബാധകമല്ല എന്ന വിരോധാഭാസവുമുണ്ട്."

"അത് ഇപ്പോഴുമുണ്ട്. വേറെ എന്തൊക്കെ അനാചാരങ്ങൾ നിങ്ങൾ കണ്ടെത്തി..?"

"മണ്ണാപ്പേടിയും പുലപ്പേടിയും."

"വിശദീകരിക്കൂ.."

"കീഴ്ജാതിക്കാർക്ക് വർഷത്തിൽ ഒരിക്കൽക്കിട്ടുന്ന സ്വാതന്ത്ര്യമാണത്. അന്ന് തീണ്ടൽ ഭയന്ന് സവർണ്ണസ്ത്രീകൾ വീട്ടിന്നകത്തും പുലയരിൽപ്പെട്ട പുരുഷന്മാർ സവർണ്ണരുടെ വീടിന് പുറത്തും ഒളിച്ചിരിക്കും. എന്തെങ്കിലും ആവശ്യത്തിന് സ്ത്രീകളാരെങ്കിലും പുറത്തിറങ്ങിപ്പോയാൽ സ്പർശിച്ചോ കമ്പുകൊണ്ട് എറിഞ്ഞോ "കണ്ടേ, കണ്ടേ" എന്ന് വിളിച്ചു കൂവും. അതോടെ അവർ ഈ താഴ്ന്നജാതിക്കാരുടെകൂടെ പോകാൻ വിധിക്കപ്പെടുന്നു."

"പക്ഷേ, ഈ ആചാരങ്ങൾ മലബാറിൽ ഉണ്ടായിരുന്നോ?"

"തെക്കൻ ഭാഗങ്ങളിലുള്ളത്ര വ്യാപകമായി ഇല്ലെങ്കിലും കടത്തനാടൻ ഭാഗങ്ങളിൽ ഉണ്ടായിരുന്നു."

"ബാർബോസാ നമ്മൾ രണ്ടുകാലങ്ങളിലെ സഞ്ചാരികളാണ്. എന്നേക്കാൾ മുന്നൂറ് വർഷങ്ങൾ പിന്നിലാണ് താങ്കൾ. നിങ്ങൾ എ ഡി ആയിരത്തിഅഞ്ഞൂറിനുശേഷവും ഞാൻ ആയിരത്തിയെണ്ണൂറിനുശേഷവും. ഇതിനോടകം എത്രയോ ആചാരങ്ങളും വിശ്വാസങ്ങളും നിരോധിക്കപ്പെട്ടിട്ടുമുണ്ട്. ഞാൻ കണ്ട പലതും എനിക്കുശേഷം മാറിയിട്ടുണ്ട്. പക്ഷേ, ഇന്നും മാറാത്തത് ജാതീയമായ ഉച്ചനീചത്വങ്ങളാണ്."

ചരിത്രകാരനെ ചൂണ്ടി ലോഗൻ തുടർന്നു.

"കണ്ടോ പുതിയകാലത്തെ ചരിത്രകാരൻ. ഇവിടെ ഭൂതകാലത്തിൽ നിന്ന് വന്ന താങ്കളും വർത്തമാനകാലത്തെ ഈ ബുദ്ധിജീവിയും എന്റെ ഇരുവശവുമിരിക്കുന്നു. അയാൾ എഴുതുന്നത് എന്റെ കാലത്തെക്കുറിച്ചാണ്. ഞാൻ സഞ്ചരിച്ചകാലത്ത് കണ്ടതും എഴുതിയതും അയാൾ വായിച്ചിട്ടുണ്ടാവും."

സദസ്സിലേക്ക് വിരൽചൂണ്ടി ലോഗൻ ബാർബോസയെ ക്ഷണിക്കുന്നു.

"വരൂ.. ബാർബോസാ.. ഇയാളെഴുതുന്നത് എന്താണെന്ന് അവരോടൊപ്പം അല്പനേരം നമുക്കും കാണാം."

അവർ പോകുന്നു. അതോടെ വേദിയിലെ വെളിച്ചമണഞ്ഞു.

ഏതാനും നിമിഷങ്ങൾക്കകം രംഗം മാറി. വൈതൽമലയുടെ താഴ്‌വരയിലുള്ള ഒരു കാനനപ്രദേശവും, ഒരു ചെറിയ കുടിലും വിശാലമായ വേദിയിൽ പ്രത്യക്ഷമായി. അതിന്റെയോരത്ത് ഒരു ആമ്പൽക്കുളം. മുറ്റത്ത് വിരിഞ്ഞ റോസാച്ചെടിയുടെ ചാരേ കല്ലുകൾക്കുമേലെ മരപ്പലകകൾ പാകിയ ഇരിപ്പിടത്തിൽ അരോഗദൃഢഗാത്രനായ ഒരു മദ്ധ്യവയസ്കൻ ഇരിക്കുന്നു. വാളുകളും കത്തിയും രാകിമിനുക്കുകയാണയാൾ. പശ്ചാത്തലത്തിൽ കുതിരക്കുളമ്പടി ശബ്ദം. ഏകദേശം പതിനാറുവയസ്സുള്ള ഒരു യുവാവ് രംഗത്ത് കടന്നുവന്നു. എന്തോ പരിക്കുപറ്റിയതാവണം അവന്റെ തലയിൽ തുണികൊണ്ട് കെട്ടിയിരിക്കുന്നു. ആശ്ചര്യത്തോടെ മദ്ധ്യവയസ്കൻ യുവാവിനോട് ചോദിച്ചു.

"കണ്ണപ്പാ.. വൈകാൻ കാരണമെന്താണ്? അല്ലാ.. നിന്റെ തലയ്ക്കെന്തു പറ്റീ? എന്താണ് സംഭവിച്ചത്?"

"ആശാനേ.. ഏരുവേശ്ശിയിലേക്ക് പുറപ്പെട്ട ഞാൻ വഴിതെറ്റി ചെറുതാഴത്ത് എത്തി. തിരിച്ചുവരുന്ന വഴിയാണ്."

"അത് മനസ്സിലായി.. പക്ഷേ, തലയ്ക്കെന്തു പറ്റീ.. അത് പറ.."

"ഒരു പനിനീർപ്പൂവാണ് കാരണം."

"അസംബന്ധം പറയാതിരിക്ക്.. സുഗന്ധം പരത്തുന്ന പൂവ് നിന്നെ എന്തു ചെയ്തു?"

"ഞാൻ എല്ലാം പറയാം.. ചെറുതാഴം ഹനുമാരമ്പലത്തിൽ ദർശനത്തിന് പനിനീർപ്പൂവുപോലുള്ള ഒരു പെൺകുട്ടി വന്നിരുന്നു. അവളുടെ പേരു ചോദിച്ചതാ ആശാനേ. എന്താണ് സംഭവിച്ചതെന്ന് എനിക്കറിയില്ല. തലയിലൂടെ ഒരു മിന്നൽപ്പിണർ പാഞ്ഞു. ബോധംവന്നപ്പോൾ അമ്പലത്തിന്റെ മതിലിനടുത്ത് വെറുംമണ്ണിൽ കിടക്കുകയായിരുന്നു ഞാൻ. എന്റെ കുതിര തൊട്ടടുത്തുതന്നെ ഉണ്ടായതുകൊണ്ട് ഇവിടെയെത്തി. ആശാനേ ഒരു സംശയം ചോദിച്ചോട്ടേ.. ഇവിടെ, പെൺകുട്ടികളുടെ പേര് ചോദിക്കുന്നത് തെറ്റാണോ?"

"അത് പെൺകുട്ടിക്ക് സമൂഹത്തിലുള്ള പദവിയെ ആശ്രയിച്ചിരിക്കും."

"സമൂഹപദവിയുടെ പ്രസക്തി എന്താണ്?"

"മലമൂട്ടിൽ വളർന്ന നിനക്ക് ഇവിടുത്തെ ആചാരങ്ങളും നാട്ടുനടപ്പും അറിയില്ല.."

"പെൺകുട്ടിയുടെ പേര് ചോദിക്കുന്നത് ശിക്ഷാർഹമാണെന്നാണോ?"

"അതുമാത്രമല്ലാ.. തുറിച്ചുനോക്കിയാലും ഇവിടെ കുറ്റകരമാണ്."

"എന്നെ തല്ലിയവനോട് എനിക്ക് പകരം വീട്ടണം."

"അവർ നിന്നെ കൊന്നില്ലല്ലോ? അതിനാൽ നീ സന്തോഷിക്കുകയല്ലേ വേണ്ടത്?"

"എനിക്ക് അവനെ കൊല്ലണം."

"അതിന് അവസരം ലഭിക്കുന്നതുവരെ നീ കാത്തിരിക്കേണ്ടതുണ്ട്."

"കളരി പഠിക്കാനാണ് അപ്പൂപ്പൻ എന്നെ ഇങ്ങോട്ടയച്ചത്. ഇപ്പോൾ തോന്നുന്നു അതു മാത്രംപോരാ.. മർമ്മവിദ്യയും പഠിക്കണം."

"അതെനിക്കറിയാം. പക്ഷേ, ആയോധനകലകൾ പഠിക്കാൻ നിനക്ക് കൂടുതൽ മാനസികപക്വത ആവശ്യമാണെന്ന് എനിക്ക് തോന്നുന്നു."

"ഞാൻ ഒരു മുതിർന്ന പുരുഷനായില്ലേ..? മതിയായ കരുത്തുമുണ്ട്."

"പക്ഷേ, ഞാൻ പ്രതീക്ഷിക്കുന്ന പക്വത നിനക്കില്ല."

"എത്രത്തോളം പക്വതയാണ് അങ്ങ് പ്രതീക്ഷിക്കുന്നത്?"

"ഇവിടത്തെ സംസ്കാരം മനസ്സിലാക്കാതെ ഒരു പെണ്ണിനോടു നേരിട്ട് പേര് ചോദിക്കാൻ പാടില്ലായിരുന്നു..!"

"പിന്നെ ഞാൻ എന്താണ് ചെയ്യേണ്ടിയിരുന്നത്?"

"പേര് ചോദിക്കുന്നതിനുമുമ്പ് അവളെപ്പറ്റി നീ ആരോടെങ്കിലും അന്വേഷിച്ചിരിക്കും. ഇല്ലേ? സ്വാഭാവികമായും അതുകേൾക്കുന്നവർ നിന്നെ നോട്ടമിട്ടിട്ടുണ്ടാവും. അതുകൊണ്ടാണ് മര്യാദയെന്തെന്ന് പഠിക്കാൻ നിനക്ക് കുറച്ചുകൂടി സമയം വേണമെന്ന് ഞാൻ കരുതുന്നത്."

"ശരി.. ഞാൻ കാത്തിരിക്കാം. ഇനി ഞാൻ എന്താണ് ചെയ്യേണ്ടത്?"

"ഏരുവേശ്ശിയുടെ ചരിത്രം ഒന്ന് ഓർത്തു നോക്കണം, അത് നമുക്കെല്ലാവർക്കും ഉപകാരപ്പെടും."

"ഒന്നാമത്തെ മന്നനാരുടെ ചരിത്രം പറയൂ.?"

ആശാൻ ഉത്സാഹത്തോടെ പറഞ്ഞു.

"വീണ്ടും ഓർമ്മിക്കാനും പറയാനും പറ്റിയ രസകരമായ ഒരു കഥയാണത്. ഇവിടുത്തെ സംസ്കാരം മനസ്സിലാക്കാൻ അത് നിന്നെ സഹായിക്കും. നൂറ്റമ്പതുവർഷങ്ങൾക്ക് മുമ്പ് സംഭവിച്ചതാണെങ്കിലും ഈ അടുത്ത കാലത്ത് നടന്നതുപോലെ തോന്നുന്നു. അതേ.. കണ്ണപ്പാ.. ഒന്നും മാറിയിട്ടില്ല. ഇപ്പോഴും അതേപ്രശ്നം നിലനിൽക്കുന്നു."

"ചരിത്രം ആവർത്തിക്കുമോ?"

"ചരിത്രം ആവർത്തിക്കണം, അത് നിനക്ക് വേണ്ടിയായിരിക്കില്ല. അവസാനത്തെ മന്നനാർക്കുവേണ്ടിയാവും."

"ആശാനേ, മന്നനാരുടെ കഥ പറയ്.."

"പറയാം.. വലഭപട്ടണത്തുകാരനായിരുന്നു ആദ്യത്തെ മന്നനാർ.

ധീരനും സുന്ദരനുമായ ആ യുവാവ് ഒരു ദിവസം മാടായിക്കടുത്ത് ചെങ്ങ ലിനടുത്തുള്ള പുഴയോരത്തുകൂടി യാത്ര ചെയ്യുകയായിരുന്നു. അപ്പോൾ നദിയിൽ കുളിക്കുന്ന സുന്ദരിയായ പെൺകുട്ടിയെ കണ്ടു."

"ഛേയ്.!. ഇത് പതിവ് രംഗങ്ങളിൽ ഒന്നാണ്. പുതിയ കാര്യങ്ങൾ പറയൂ.."

"പറയാം.. നദിയിലെ കുത്തൊഴുക്കിൽപ്പെട്ട് കുളിക്കാനിറങ്ങിയ പെൺകുട്ടി ഒഴുകാൻ തുടങ്ങി. ഇതുകണ്ട യുവാവ് നദിയിലേക്ക് ചാടി അവളെ രക്ഷിച്ചു."

"ഏതോ പെൺകുട്ടി നദിയിൽ വീണു, ഒരു ചെറുപ്പക്കാരൻ അവളെ രക്ഷിച്ചു, ഇതിൽ എന്താണിത്ര പുതുമ?"

"പിന്നീട് പലതും സംഭവിച്ചു. തന്നെ രക്ഷിച്ച യുവാവിനെ വിവാഹം കഴിക്കണമെന്നായി അവൾ. പക്ഷേ, അവളൊരു സാധാരണ പെൺകുട്ടി യായിരുന്നില്ലെന്നോർക്കണം. കോലത്തിരിരാജവംശത്തിലെ രാജകു മാരിയാണ്. സ്വാഭാവികമായും രാജകുടുംബം എതിർത്തു. യുവാവിന് വധ ശിക്ഷ നല്കാൻ മുതിർന്നു."

"ഇത് അങ്ങേയറ്റം പരിഹാസ്യമാണ്. അവൻ ഒരു പെൺകുട്ടിയുടെ ജീവൻ രക്ഷിച്ചു. അവൾ രാജകുമാരിയാണെന്ന് നിങ്ങൾ പറയുന്നു. രാജ കുമാരിയെ രക്ഷിച്ചതിന് പ്രതിഫലം ശിക്ഷയാണോ?"

"രാജകുമാരിയെ രക്ഷിച്ചതിനല്ല ശിക്ഷ. അവനെ വിവാഹം കഴിക്ക ണമെന്ന് അവൾ വാശിപിടിച്ചു. അതും ജാതിയിൽ താഴ്ന്ന വിഭാഗത്തിൽ പ്പെട്ട ഒരാളെ. അതാണ് ശിക്ഷ നൽകണമെന്ന് പറയാൻ കാരണം."

"പിന്നീട് എന്ത് സംഭവിച്ചു?"

"യുവാവിനെ മറക്കണമെന്ന് രാജകുമാരിയോട് അവർ ആവശ്യപ്പെട്ടു. അവൾ കൂട്ടാക്കിയില്ലെന്നുമാത്രമല്ല തന്റെ തീരുമാനത്തിൽ ഉറച്ചുനിന്നു. അവളുടെ ഇംഗിതം നടപ്പാക്കുകയല്ലാതെ അവർക്ക് മറ്റ് മാർഗ്ഗമില്ലാ യിരുന്നു."

"ഈ ചെറുപ്പക്കാരൻ എവിടെനിന്നാണ് വന്നത്?"

"അവൻ വലഭപട്ടണത്തുനിന്നാണെന്ന് ചിലർ പറയുന്നു. മറ്റ് വിവര ങ്ങളൊന്നും അറിയില്ല."

"എന്നിട്ട്..?"

"ഒടുവിൽ അവർക്കായി ഏരുവേശ്ശിയിൽ കൊട്ടാരം നിർമ്മിച്ച് ആ രാജ്യത്തിന്റെ രാജാവാക്കി വാഴിച്ചു. അങ്ങനെയാണ് മന്നനാർരാജാക്ക ന്മാർ എന്ന രാജവംശം ഉണ്ടായത്."

പൊടുന്നനെ വേദിയിൽ പ്രകാശിതമായ വിവിധവർണ്ണങ്ങളിലുള്ള വെളിച്ചമണഞ്ഞു. ഞൊടിയിടയിൽ കാനനദേശവും കുടിലും അപ്രത്യ ക്ഷമായി. പശ്ചാത്തലത്തിൽ വെളുത്ത തിരശ്ശീലമാത്രം. ഇപ്പോൾ യുവാവും മദ്ധ്യവയസ്കനും രംഗത്തില്ല. ചരിത്രകാരൻ ഇപ്പോഴും എഴു തിക്കൊണ്ടിരിക്കുന്നു. പെട്ടെന്ന് ഉറക്കെച്ചിരിച്ചുകൊണ്ട് രംഗത്ത് കടന്നു വന്ന സൂത്രധാരൻ അയാളോട്..

"ഹ ഹ.. കൊള്ളാം..ചരിത്രത്തെ വളച്ചൊടിച്ചില്ലാതാക്കുന്ന സൂത്രപ്പണി. ചരിത്രകാരാ.. മന്നനാർരാജവംശത്തിന്റെ ഉത്ഭവകഥ ആർക്കുവേണ്ടിയാണ് നിങ്ങൾ ഇത്തരത്തിൽ വ്യാഖ്യാനിക്കുന്നത്? സവർണ്ണമേധാവികൾക്കുവേണ്ടിയോ അതോ അധികാരികൾ കല്പിച്ചുതരുന്ന സ്ഥാനമാനങ്ങൾക്കോ?"

"അസംബന്ധം പറയാതെ.. സൂത്രധാരാ.. ചരിത്രമിങ്ങനെയല്ലെന്ന് തെളിയിക്കാൻ താങ്കൾക്ക് എന്തെങ്കിലും തെളിവുണ്ടോ?"

"അതിന് ഞാനൊരു ചരിത്രാന്വേഷിയല്ല.. പക്ഷേ.. നിങ്ങളുടെതന്നെ വേറെയും കഥകളുണ്ടല്ലോ. അന്തർജ്ജനങ്ങൾക്ക് വിധവാവിവാഹം നിഷിദ്ധമായകാലത്ത് പുനർവിവാഹം ചെയ്തുതരണമെന്ന് ഒരു സ്ത്രീ പരശുരാമനോട് അഭ്യർത്ഥിച്ചെന്നും അദ്ദേഹം ഒരു തീയയുവാവിനെക്കൊണ്ട് അവളെ വിവാഹം കഴിപ്പിച്ച് ഏരുവേശ്ശിയുടെ രാജ്യഭരണാധികാരം നല്കി എന്നുമുള്ള ആ കഥയെക്കുറിച്ച് എന്തു പറയുന്നു?"

"ഞാനും കേട്ടിരുന്നു. പക്ഷേ, അതുവെറും കെട്ടുകഥ. ഇതിഹാസങ്ങളിൽ പരശുരാമൻ ചിരഞ്ജീവിയായിരിക്കാം. പക്ഷേ, മുന്നൂറ് വർഷങ്ങൾക്കിപ്പുറം പരശുരാമൻ ജീവിച്ചിരുന്നു എന്നതിൽ ഒരു യുക്തിയില്ല. അതിനാൽ ആ കഥ ചരിത്രപരമായി അംഗീകരിക്കാൻ ബുദ്ധിമുട്ടുണ്ട്."

"ചിറയ്ക്കൽ കോവിലകത്തെ ഒരു കന്യക ജാരസംസർഗ്ഗത്തിൽ ഗർഭിണിയായപ്പോൾ ഒരു തീയയുവാവിനെക്കൊണ്ട് വിവാഹം കഴിപ്പിച്ച് ഏരുവേശ്ശിയിൽ കൊട്ടാരവും നിർമ്മിച്ച് നല്കി രാജാധികാരവും കൽപ്പിച്ചുകൊടുത്തു എന്നൊരു കഥയുമുണ്ട്."

"വാമൊഴിയായി കഥകൾ രൂപാന്തരം പ്രാപിച്ചതാവാം.."

"വസ്തുനിഷ്ഠമായ ഒരു സാദ്ധ്യത ഞാൻ പറയുന്നതിൽ വിരോധമുണ്ടോ?"

"പറയൂ.. വസ്തുതാപരമാണോ എന്ന് കേട്ടിട്ട് പറയാം.."

"ബ്രാഹ്മണാധിപത്യം വന്നതിനുശേഷം അവർണ്ണനായ തീയൻ ഭരണാധികാരം കൈയാളുന്നത് ആധുനികസവർണ്ണർ ഒട്ടും അംഗീകരിക്കാനിടയില്ല. ആ നിലയ്ക്ക് അതിനുമുമ്പായിരിക്കണം മന്നനാർരാജവംശത്തിന്റെ ആവിർഭാവം എന്ന് കരുതുന്നതിൽ തെറ്റുണ്ടോ?"

"എന്നുവച്ചാൽ..?"

"മദ്യത്തിന് വാരുണിയെന്നും കള്ള് ഉൽപ്പാദിപ്പിക്കുന്നവരെ വരുണന്മാർ എന്നും സംസ്കൃതത്തിൽ പറയുന്നില്ലേ?"

"സൂത്രധാരൻ പരസ്പരബന്ധമില്ലാത്ത കാര്യങ്ങൾ പറയുന്നു.."

"വിശദമാക്കാം.അതായത് പെരിഞ്ചെല്ലൂരെന്ന ഇന്നത്തെ തളിപ്പറമ്പ് കേന്ദ്രമാക്കി ഒരു വരുണരാജാവ് വാണിരുന്നു. അക്കാലത്ത് പരശുരാമൻ അല്ലെങ്കിൽ അതിശക്തനായ ഒരു രാജാവ് കർണ്ണാടകദേശത്തുനിന്ന് ബ്രാഹ്മണരെ കൊണ്ടുവന്നു.അവരെ അധിവസിപ്പിക്കാൻ വരുണരാജനെ യുദ്ധം ചെയ്ത് തോല്പിച്ചു. അന്ന് തോറ്റോടിയ അവർണ്ണരാജാവാണ് ഏരുവേശ്ശികേന്ദ്രമാക്കി ഭരണം നടത്തിയ മന്നനാർവംശം എന്നു കരുതു

ന്നതിൽ തെറ്റുണ്ടോ?"

"ഓരോരുത്തർക്കും ഇഷ്ടാനുസരണം വളച്ചൊടിക്കാനുള്ളതാണ് ചരിത്രമെന്ന് ധരിക്കുന്നവർക്ക് അങ്ങനെയും പറയാം.. പക്ഷേ, ഞാൻ എഴുതിയതാണ് ശരിയെന്ന് ഉറച്ചു വിശ്വസിക്കുന്നു.."

(സൂത്രധാരൻ സദസ്സിനോടായി)

"കേട്ടില്ലേ? മലയാളനാട്ടിലെ ഒരേയൊരു തീയരാജവംശം ചതിപ്രയോഗത്തിലൂടെ ഇല്ലാതാക്കിയ സവർണ്ണർ ഒരു വശത്ത്. വ്സ്തുനിഷ്ഠമായ ചരിത്രം രചിക്കേണ്ട ചരിത്രകാരന്മാർ അതിന് മുതിരാതെ വികൃതമാക്കുന്നു. ശരി..നടക്കട്ടേ.."

പോകാനൊരുങ്ങിയ സൂത്രധാരൻ പെട്ടെന്ന് എന്തോ ഓർത്തപോലെ തിരിച്ചുവന്ന് കാണികളോടായി വീണ്ടും..

"ഒരു കാര്യം ചരിത്രകാരനോട് ചോദിക്കാൻ വിട്ടുപോയി. പക്ഷേ, നിങ്ങളുടെ മനസ്സിൽ തീർച്ചയായും ഉണ്ടാവും. എന്താണെന്നല്ലേ? ആയിരത്തി അഞ്ഞൂറ്റി ഇരുപത്തിയൊന്നിൽ അന്തരിച്ച പോർച്ചുഗീസുകാരനായ ഡ്വർട്ടേബാർബോസ എന്ന പാസ്റ്ററും, ആയിരത്തിയെണ്ണൂറുകളിൽ ജീവിച്ച, മലബാർ കളക്ടറായിരുന്ന സർ വില്യംലോഗനും എങ്ങനെ ഒരുമിച്ച് സഞ്ചാരികളായി വന്നു എന്നല്ലേ? അത് നമുക്ക് അടുത്തരംഗത്തിൽ ചോദിക്കാം. അപ്പോൾ നാടകം നമുക്ക് തുടർന്ന് കാണാം."

രംഗം ഇരുളുന്നു..

രണ്ട്

എഡി 1864 ൽ മാഘമാസത്തിലെ ഒരു സാന്ധ്യനേരം. നിലാവൊളി ചിതറുന്ന സഹ്യപർവ്വതത്തിന്റെ താഴ്വരയിലുള്ള മണിക്കടവ് എന്ന കുഗ്രാമത്തിന്റെ പ്രാന്തപ്രദേശത്തിലൂടെ ഏകദേശം പതിനേഴുവയസ്സുള്ള ഒരു യുവാവ് കറുത്ത കുതിരപ്പുറത്തേറി അതീവജാഗ്രതയോടെ നിബിഡവനത്തിലേക്ക് യാത്ര ചെയ്യുകയാണ്. മെലിഞ്ഞ ശരീരവും ദൃഢമായ പേശിയും സുന്ദരമായ മുഖവും. വെളുപ്പും ചെമപ്പും ഇടകലർന്ന യുവാവിന്റെ ശരീരകാന്തി പൂർണ്ണചന്ദ്രപ്രഭയിൽ വെട്ടിത്തിളങ്ങുന്നുണ്ട്. ചുരുണ്ടമുടിയും ഒതുങ്ങിയ അരക്കെട്ടും നീളമുള്ള കൈകളുമാണ് അയാൾക്ക്. ആഴമേറിയതും മൂർച്ചയുള്ളതുമായ കറുത്ത കണ്ണുകൾ. നീളമുള്ള പുരികങ്ങളും കടുപ്പമുള്ള കവിളസ്ഥികളും കോണിയതാടിയെല്ലും.. പെൺകൊടികളെ ഹഠാദാകർഷിക്കുന്ന ആകാരസൗഷ്ഠവം.

പശ്ചിമഘട്ടമെന്ന സഹ്യപർവ്വതത്തിൽനിന്ന് ഇന്നത്തെപ്പോലെ പക്ഷിമൃഗാദികൾക്ക് പലായനം ചെയ്യാനിടവരുത്തുന്ന പാരിസ്ഥിതിക പ്രശ്നങ്ങളൊന്നും അന്ന് ഉണ്ടായിരുന്നില്ല. അതുകൊണ്ടുതന്നെ വന്യജീവികൾ അവിടെ സ്വൈരമായി മേഞ്ഞുനടന്നു. ശുദ്ധജലം നിറഞ്ഞ പുഴകളിൽ അസംഖ്യം മത്സ്യങ്ങൾ പുളഞ്ഞുല്ലസിക്കുന്ന കാഴ്ചയും മാലിന്യം നിറഞ്ഞ തടാകങ്ങളും ചെറുതും വലുതുമായ സർപ്പങ്ങളിഴയുന്ന തീരങ്ങളും ദൃഢവും ഭീമാകാരവുമായ പാറകളുടെ ദൃശ്യവും സുലഭമായിരുന്നു. വെൺമേഘക്കൂട്ടങ്ങൾ എത്ര ശ്രമിച്ചാലും പൂർണ്ണമായും മറയ്ക്കാൻ കഴിയാത്തത്ര ഭീമാകാരവും ഇരുവശങ്ങളിലുമുള്ള ദേശവാസികളുടെ രക്ഷകനുമായിരുന്നു ഈ മഹാമേരു. പ്രൗഢഗംഭീരമായ വനസഞ്ചയവും വൃക്ഷത്തലപ്പുകളിലെ വർണ്ണവൈവിദ്ധ്യങ്ങളും വിശാലമായ പരവതാനിവിരിച്ചതുപോലെ കാണപ്പെട്ടു. ചെറുമീനുകൾ പുളയുന്ന തടാകങ്ങ

ളിലും കാട്ടുമൃഗങ്ങൾ സൈ്വരമായി വിഹരിക്കുന്ന നിബിഡവനത്തിലും പൂർണ്ണചന്ദ്രൻ പാൽനുര വർഷിച്ചുകൊണ്ടേയിരുന്നു.

നിഴലും നിലാവും ഇടകലർന്ന കാടിനുള്ളിൽ എന്തോ തിരയുന്ന മട്ടിൽ യുവാവിന്റെ കണ്ണുകൾ ദ്രുതഗതിയിൽ ചലിക്കുന്നുണ്ട്. നീല നിറമുള്ള സിൽക്ക് കുപ്പായവും കറുത്ത കാൽശരായിയുമാണ് അയാൾ ധരിച്ചത്. ഏത് ആജ്ഞയും അനുസരിക്കാൻ തയ്യാറായി അയാളുടെ കറുത്തകുതിര കൂടെത്തന്നെയുണ്ട്. ഉറച്ച കാലുകളും ദൃഢമായപേശികളും കുതിരയുടെ ഊർജ്ജസ്വലതയെയും കരുത്തിനെയും വിളിച്ചോതുന്നുണ്ട്. 'മായ' എന്ന പേര് സൂചിപ്പിക്കുന്നതുപോലെ ശരവേഗത്തിൽ കുതിച്ചു പായുമെങ്കിലും ഇപ്പോൾ തന്റെ യജമാനനായ യുവാവിന്റെ മനസ്സ് കണ്ടറിഞ്ഞതുപോലെ ആ കുതിര നടക്കുകയാണ്.

ഈ പൗർണ്ണമിനാളിൽ സഹ്യവനത്തിലൂടെ സവാരിചെയ്യുന്ന സുമുഖനായ ഈ യുവാവ് ഏരുവേശ്ശിരാജ്യം ഭരിക്കുന്ന മന്നനാർ രാജവംശത്തിലെ ഇളമുറത്തമ്പുരാനായ കേളപ്പനാർ രാജകുമാരനാണ്. മൂത്തേടത്ത് അരമന എന്നാണ് ഏരുവേശ്ശിയിലെ രാജകൊട്ടാരം അറിയപ്പെടുന്നത്. രാജാവായ സുരതിമന്നനാരുടെ സഹോദരി ദേവകിയുടെ ഏകമകനും അടുത്ത കിരീടാവകാശിയുമാണ്. മാതുലനായ രാജാവ് അദ്ദേഹത്തിന് കേളപ്പൻ എന്ന് പേരിട്ടു. മലബാറിലെ കുടുംബങ്ങളിലെ ഏറ്റവും പ്രായം കുറഞ്ഞയാൾക്ക് പേരിനൊപ്പം കൊച്ച്, ഉണ്ണി, കുഞ്ഞി എന്നിങ്ങനെയുള്ള ഉപസർഗ്ഗങ്ങൾ ചേർത്ത് വിളിക്കുന്നത് പതിവാണ്. മരുമക്കത്തായസമ്പ്രദായം പുലർത്തുന്ന മന്നനാർ രാജവംശത്തിലെ ഏറ്റവും ഇളയവനായ കേളപ്പനെ കുഞ്ഞിക്കേളപ്പൻ എന്നാണ് വിളിച്ചിരുന്നത്. രാജകുമാരനോടുള്ള ആദരസൂചകമായി കേളപ്പനാർ എന്നും വിളിച്ചിരുന്നു.

അടുത്തിടെ മണിക്കടവിലുണ്ടായ ദാരുണമായ ഒരു സംഭവത്തെക്കുറിച്ച് അന്വേഷിക്കാനും അതിന് പ്രതിവിധി കണ്ടെത്താനുമാണ് കാനനപാതയിലൂടെയുള്ള അദ്ദേഹത്തിന്റെ ഈ യാത്ര. മണിക്കടവ് എന്ന കുഗ്രാമത്തിൽ വിവിധ ആദിവാസി വിഭാഗങ്ങൾ അധിവസിക്കുന്നുണ്ടെങ്കിലും പ്രധാനമായും മാവിലൻ ഗോത്രക്കാരാണ് കൂടുതലായി കാണപ്പെടുന്നത്. കൂട്ടമായി അധിവസിക്കുന്ന ഇവർ സ്വതവേ ധൈര്യശാലികളും കാട്ടാനകളുൾപ്പെടെയുള്ള വന്യജീവികളുടെ ആക്രമണം നേരിടാൻ പരിശീലനം നേടിയവരുമാണ്. പക്ഷേ, അർദ്ധരാത്രിയിൽ കൊടുംകാട്ടിൽനിന്ന് ഗ്രാമത്തിലേക്ക് അതിക്രമിച്ചുവന്ന ഒരു കാട്ടുകൊമ്പൻ ഗാഢനിദ്രയിലാണ്ട പാവപ്പെട്ട നിവാസികളെ ആക്രമിക്കുമ്പോൾ അവർ തികച്ചും നിസ്സഹായരായിരുന്നു. കാട്ടിലെ മറ്റേതൊരു ആനയേക്കാളും അങ്ങേയറ്റം അക്രമകാരിയും കോപിഷ്ഠനുമായിരുന്നു, ഈ കൊമ്പൻ.

ആനയെ നേരിട്ടുകണ്ട ഒരു വൃദ്ധനാണ് നാട്ടുമുഖ്യനോടും ഗ്രാമവാസികളോടും അതിന്റെ ഭയാനകമായ രൂപത്തെക്കുറിച്ച് വിവരിച്ചത്. ഇത്രയും വലിയ ഗജവീരനെ തന്റെ ജീവിതത്തിലിതുവരെ കണ്ടിട്ടില്ലെന്ന് അദ്ദേഹം തറപ്പിച്ചുപറഞ്ഞു.

"ചൊയലിക്കാറ്റിനേക്കാളും ബേഗത്തിൽ പായുന്ന ഈ രാച്ചസനെ ക്കണ്ടാല് കുന്നിന്റെ മോളീന്ന് ബല്യ കർത്തപാറക്കല്ല് തായേക്ക് ഉരുണ്ട് വീയുന്നതാന്ന് നമ്മ ബിജാരിക്കും.. മണിക്കടവിന്റപ്രത്തുള്ള കാട്ടിലും പൊയക്കരേലും മേഞ്ഞുനടന്നും ബെള്ളം കുടിച്ചും ഓനങ്ങനെ വെലസി നടക്കുന്നത് കണ്ടിറ്റ്ണ്ട്. ചുളിഞ്ഞ് ചാരനിറോള്ള തോലും മൊറം പോലത്തെ ചെവിയും.. ന്റെ മൂപ്പാ.. രണ്ടാളെ ഒയരോണ്ട് അയിന്..!" അദ്ദേഹം അവരോടു പറഞ്ഞു.

ആരെയും ഭയപ്പെടുത്തുന്ന കൊമ്പുകൊണ്ട് അനവധി വൃക്ഷങ്ങൾ കടപുഴക്കിയെറിയാൻ ശ്രമിച്ചതിന്റെയും മരങ്ങളുടെ പുറംതൊലി കുത്തി പ്പൊളിച്ചതിന്റെയും അടയാളങ്ങൾ ഇപ്പോഴും കാണുന്നുണ്ടെന്നും അയാൾ കൂട്ടിച്ചേർത്തു.

"അതെന്താപ്പാ.. ങ്ങളെമാത്രം ഈ കൊമ്പൻ ഒന്നും ചെയ്തില്ലാ..?" നാട്ടുമുഖ്യൻ ആരാഞ്ഞു.

ആനയുടെ പിന്നിലായതിനാൽ തന്നെ കണ്ടില്ലെന്നും അതുകൊണ്ടു തന്നെ രക്ഷപ്പെട്ടെന്നും അയാൾ മറുപടി നല്കി. ഇത്രയും കേട്ടതോടെ ഭയചകിതരായ ഗ്രാമീണർ കുടിലുകളിലേക്ക് മടങ്ങി. ഉറക്കമില്ലാത്ത രാത്രി യായിരുന്നു അന്ന് അവർക്ക്. ദൗർഭാഗ്യകരമെന്നുപറയട്ടേ കാട്ടുകൊമ്പൻ അന്നു രാത്രിയിൽ മറ്റൊരു കുടിൽകൂടി ചുഴറ്റിയെറിഞ്ഞു. അതിനുള്ളിൽ പേടിച്ചരണ്ടുകഴിഞ്ഞ രണ്ടു മനുഷ്യജീവനും അപഹരിച്ചു.

ഏതാണ്ട് പുലർച്ചെയോടടുത്തായിരുന്നു സംഭവം. ചാന്ദ്രശോഭയ്ക്ക് മങ്ങലേറ്റ് തുടങ്ങിയ ആ തണുത്ത പ്രഭാതത്തിൽ ആരുടെയൊക്കെയോ നിലവിളികേട്ടാണ് ഗ്രാമമുണർന്നത്. ജാഗ്രതയോടെ, നിലവിളികേട്ട കുടിലിൽനിന്ന് ഏതാനും വാരയകലെ അവർ ഒളിഞ്ഞിരുന്നുനോക്കി. തകർത്തെറിഞ്ഞ കുടിലിനുപുറത്ത് ഒരാൾ ചോരയിൽ കുളിച്ചുകിട ക്കുന്നു..! നാൽപ്പതിനടുത്ത് പ്രായമുള്ള മറ്റൊരാളെ കൊമ്പിൽ കോർത്തു നില്ക്കുകയാണ് കൊലയാളിയായ കൊമ്പൻ. അതിന്റെ കണ്ണുകൾ വിടർന്ന് നിറഞ്ഞിരുന്നു. അവർ നോക്കിനില്ക്കെ ആ മനുഷ്യനെ ശക്തി യോടെ താഴേക്കെറിഞ്ഞ ആന, കനത്ത കാലുകൾകൊണ്ട് ശരീരത്തിൽ ആഞ്ഞുചവിട്ടി. അയാളുടെ വായിൽനിന്നും വയറ്റിൽനിന്നും രക്തം ചീറ്റി ത്തെറിച്ചു. തുടർന്ന് വീണുകിടക്കുന്ന അപരനെയും ചവിട്ടിയരച്ചു. ഉഗ്ര കോപിയായ കരിവീരന്റെ ക്രൂരവാഴ്ചകൾ കണ്ട് ഭയന്ന ഗ്രാമീണരിൽ ചിലർ അടുത്ത ഗ്രാമത്തിലേക്ക് ജീവനുംകൊണ്ട് ഓടി രക്ഷപ്പെട്ടു. ആന യുടെ പരാക്രമത്തിന് സാക്ഷികളായി, സഹായിക്കാൻ പോലും കഴിയാതെ മറ്റുള്ളവർ നിസ്സഹായരായി. കലിയടങ്ങാതെ പിന്നെയും കുടിലുകൾ തകർത്ത് മറ്റ് ഇരകൾക്കായി ഏതാനും സമയം കാത്തുനിന്നെങ്കിലും ആരെയും കിട്ടാത്തതിനാൽ പതുക്കെ കാട്ടിലേക്ക് നടന്നുനീങ്ങി.

പിറ്റേന്ന് അതിരാവിലെ, ഗ്രാമത്തലവനും മറ്റുള്ളവരും തിരിച്ചെത്തി യപ്പോൾ കണ്ട കാഴ്ച അവരെ ഞെട്ടിച്ചു. തണുത്തുറഞ്ഞ് കട്ടപിടിച്ച രക്തവുമായി രണ്ടുമൃതദേഹങ്ങൾ. ചുറ്റും ഈച്ചകൾ അലയടിച്ചു

കൊണ്ടിരുന്നു. ഇക്കാര്യത്തിൽ ഇനിയും വൈകാതെ പരിഹാരം കണ്ടെത്തേണ്ടതിനാൽ നാട്ടുകൂട്ടം വിളിച്ചുചേർത്തു. രണ്ട് പോംവഴികളെക്കുറിച്ചാണ് ചർച്ച നടന്നത്. ഒന്നുകിൽ മണിക്കടവിൽനിന്ന് കുടിയൊഴിഞ്ഞ് സുരക്ഷിതസ്ഥാനത്തേക്ക് മാറുക, അല്ലെങ്കിൽ ആനയുടെ പ്രവേശനം തടയാൻ ശക്തമായ വേലി നിർമ്മിക്കുക.. എന്നാൽ വേലി നിർമ്മിക്കാനുള്ള നിർദ്ദേശം അപ്രായോഗികമാണെന്ന് വിവിധ കോണുകളിൽനിന്നുയർന്നു. എത്ര ദൃഢമായ സംരക്ഷണവേലി നിർമ്മിച്ചാലും ശക്തനായ കൊമ്പനുമുന്നിൽ അതൊന്നും വിലപ്പോവില്ലെന്ന് അവർ അഭിപ്രായപ്പെട്ടു. അതുകൊണ്ട് ഇവിടം വിട്ടൊഴിഞ്ഞ് സുരക്ഷിതമായ മറ്റൊരു സ്ഥലം കണ്ടെത്തി താമസം മാറാൻ മന്നനാരുടെ അനുമതി തേടുകയാണ് അഭികാമ്യമെന്നും അവർ ആവശ്യപ്പെട്ടു.

സുരതിരാജാവിനെ മുഖം കാണിക്കാൻ ഏരുവേശ്ശിയിലെ മുത്തേടത്ത് അരമനയുടെ വാതില്ക്കൽ എല്ലാവരും കാത്തുനിന്നു. മണിക്കടവ് നിവാസികൾ വന്നതറിഞ്ഞ് അദ്ദേഹം പുറത്തിറങ്ങി കാര്യങ്ങൾ വിശദമായി അന്വേഷിച്ചു. വളരെ ഗൗരവമുള്ള പ്രശ്നമാണിതെന്ന് ബോദ്ധ്യമായതിനാൽ അപ്പോൾത്തന്നെ അവർക്ക് അനുയോജ്യവും സുരക്ഷിതവുമായ സ്ഥലവും ഭീകരനായ ആനയിൽനിന്ന് ഏവരേയും സംരക്ഷിച്ചുകൊള്ളാമെന്നും മന്നനാർ വാഗ്ദാനം ചെയ്തു. യുവരാജകുമാരനും കൂടിയാലോചനയിൽ സംബന്ധിച്ചിരുന്നു. ഏറിയാൽ രണ്ടുദിവസം, അതിനുള്ളിൽ രാക്ഷസന്റെ ശല്യം എന്നെന്നേക്കുമായി താൻ അവസാനിപ്പിക്കുമെന്ന് കേളപ്പനാർ പ്രഖ്യാപിച്ചു. മരുമകന്റെ പൊടുന്നനെയുള്ള വാഗ്ദാനം കേട്ട് സുരതിമന്നനാർ അയാളെ കണ്ണിമയ്ക്കാതെ നോക്കി. കേളപ്പനാരുടെ ധൈര്യത്തിൽ അഭിമാനം തോന്നിയെങ്കിലും ദുർഘടമായ ഈ ദൗത്യം അവനെങ്ങനെ കൈകാര്യം ചെയ്യുമെന്ന് അദ്ദേഹം ആശങ്കപ്പെട്ടു.

വൈകുന്നേരം, ഒരു ഇരുമ്പുകയറും കുറച്ച് വളയങ്ങളും മൂർച്ചയുള്ള ഇരുമ്പുതകിടുകളും യുവരാജകുമാരൻ ശേഖരിച്ചു. കൂടാതെ കൊട്ടാരത്തിന്റെ ആയുധപ്പുരയിൽനിന്ന് ഏറ്റവും മികച്ച വാൾ, വില്ല്, പിന്നെ ആവശ്യമുള്ളത്ര അമ്പുകളും സംഘടിപ്പിച്ചു. അമ്പുകളുടെ ഗുണമേന്മ പരിശോധിച്ച് അതിന്റെ മുനകളിൽ വിഷം പുരട്ടാനുള്ള നടപടികൾ ഏർപ്പാടുചെയ്തു. ക്രമീകരണങ്ങളെല്ലാം പൂർത്തിയായതോടെ ആയുധങ്ങളുമായി സുരതിമന്നനാരെ മുഖംകാണിച്ച് താൻ ആനവേട്ടയ്ക്ക് പോകുകയാണെന്ന് അറിയിച്ചു. ആയുധധാരിയായി വന്ന കേളപ്പനാരെ കൗതുകത്തോടെയും ഏറെ ആശങ്കയോടെയും നോക്കിനിന്നു. ജനങ്ങളുടെ ജീവൻ സംരക്ഷിക്കാൻവേണ്ടി തയ്യാറായിനില്ക്കുന്ന യുവരാജാവിന്റെ ധീരമായ വാക്കുകൾ മന്നനാർക്ക് അഭിമാനവും അത്യധികം സന്തോഷവും നൽകി. ദൗത്യം വിജയകരമായി പൂർത്തിയാക്കാൻ അനുഗ്രഹിച്ച രാജാവ് സഹായത്തിന് നായർപ്പടയാളികളെ കൂടെക്കൂട്ടാൻ ഉപദേശിച്ചു. എന്നാൽ വിനയപുരസ്സരം ഉപദേശം നിരസിക്കുകയാണുണ്ടായത്. ഈ ദൗത്യം താൻ ഒറ്റയ്ക്ക് നടത്താനാണ് ആഗ്രഹിക്കുന്നതെന്ന് കേളപ്പനാർ ഉണർത്തിച്ചു.

ഒരിക്കൽക്കൂടി മഹാരാജാവ് മരുമകനെ അനുഗ്രഹിക്കുകയും വിജയശ്രീലാളിതനായി തിരിച്ചുവരാൻ കുലദേവതയോട് പ്രാർത്ഥിക്കുകയും ചെയ്തു. യാത്ര പറഞ്ഞശേഷം കുലദേവതയായ പാടിക്കുറ്റിയമ്മക്ഷേത്രത്തിൽച്ചെന്ന് കേളപ്പനാർ അനുഗ്രഹം തേടി. ഈ സമയം തന്റെ വിശ്വസ്തയായ കുതിര 'മായ' യാത്രയ്ക്ക് തയ്യാറായി നില്പുണ്ടായിരുന്നു. ആയുധങ്ങളെല്ലാമെടുത്ത് കുതിരപ്പുറത്ത് കയറ്റി മണിക്കടവിലേക്ക് തിരിച്ചു.

മണിക്കടവിലെത്തുമ്പോഴേക്കും ഏതാണ്ട് സന്ധ്യയോടടുത്തിരുന്നു. ആളൊഴിഞ്ഞ ഗ്രാമമാണ് അദ്ദേഹത്തെ എതിരേറ്റത്.. എങ്ങും ശ്മശാന മൂകത നിറഞ്ഞിരുന്നു. ഒരു മനുഷ്യജീവിയെപ്പോലും അയാൾക്ക് അവിടെ കാണാൻ കഴിഞ്ഞില്ല. ഒരുപക്ഷേ, രാജാവ് അനുവദിച്ച സുരക്ഷിതദേശത്ത് ഏവരും മാറിയിട്ടുണ്ടാവാമെന്ന് അയാൾ കണക്കുകൂട്ടി. കഴിഞ്ഞദിവസം ആനയുടെ ആക്രമണം നടന്ന പ്രദേശം സന്ദർശിച്ചു. ഇതിനോടകം മൃതദേഹങ്ങൾ നീക്കം ചെയ്തെങ്കിലും ഉണങ്ങിയ രക്തക്കറകൾ അപ്പോഴും കാണാമായിരുന്നു. അയാൾ ഒരു നിമിഷം അവിടമാകെ നിരീക്ഷിച്ചു. പിന്നെ ഉറച്ചതീരുമാനത്തോടെ കുതിരപ്പുറത്തേറി വനത്തിലേക്ക് കുതിച്ചു. അഗാധമായ കൊടുംവനം. അതേസമയം ഭയപ്പെടുത്തുന്ന നിശ്ശബ്ദതയും. രാജകുമാരൻ പാടിക്കുറ്റിയമ്മയെ വീണ്ടും മനസ്സിൽ ധ്യാനിച്ചു. അത്യധികം ഉത്സാഹത്തോടെയും എന്നാൽ അതീവശ്രദ്ധയോടെയും ഓരോ അടിയും ചുവടുവച്ച് എവിടെയെങ്കിലും നേർത്ത ചലനമുണ്ടോ എന്ന് കാതോർത്തു. മൗനം തളംകെട്ടിനില്ക്കുന്ന കൊടുംകാട്ടിൽ ആനയോ മറ്റേതെങ്കിലും വന്യജീവിയോ ഉള്ളതായി കണ്ടെത്താൻ കഴിഞ്ഞില്ല. ഏറെക്കഴിഞ്ഞ് സാവകാശം അദ്ദേഹം കുതിരപ്പുറത്തുനിന്ന് ഇറങ്ങി.

നിലാവെളിച്ചത്തിൽ സൂക്ഷ്മതയോടെ ചുറ്റും നിരീക്ഷിച്ചു. അല്പനേരമാലോചിച്ച് തൊട്ടടുത്തുള്ള ഒരു ആൽമരത്തിന്റെ മുകളിൽക്കയറി വിഹഗവീക്ഷണം നടത്തി. അവ്യക്തമായെങ്കിലും കാട് മുഴുവനും കാണാം. എവിടെയെങ്കിലും അനക്കം കേൾക്കുന്നുണ്ടോ എന്ന് സൂക്ഷ്മമായി ചെവിയോർത്തു. ചില മേഖലകളിൽനിന്ന് നേരിയ സൂചന ലഭിച്ചതോടെ ഇനിയും കുതിരപ്പുറത്ത് യാത്ര തുടരുന്നത് അപകടകരമാണെന്ന് നിശ്ചയിച്ചു. ആൽമരത്തിന്റെ ചുവട്ടിൽ കുതിരയെവിട്ട് മരത്തിന്റെ മുകളിൽവച്ച് താൻ കണ്ടെത്തിയ ഭാഗത്തേക്ക്, അദ്ദേഹം ആയുധങ്ങളുമായി പതുക്കെ ചുവടുവച്ചു. അല്പദൂരം പിന്നിട്ടപ്പോൾ കണ്ടെത്തിയ ആനപ്പിണ്ഡത്തിന്റെ ചൂരിൽനിന്ന് അവൻ ഏറെ അകലെയല്ലാതെ കറങ്ങിനടപ്പുണ്ട് എന്ന നിഗമനത്തിലെത്തി.

വളയങ്ങളും തകിടുകളും ആന വരുമെന്ന് പ്രതീക്ഷിക്കുന്നിടത്ത് അവിടവിടെയായി പ്രത്യേകരീതിയിൽ ഉറപ്പിച്ചു. ഒരു കരുത്തുറ്റ മരത്തിന്റെ ചുവട്ടിൽ ഇരുമ്പുകയറും കെട്ടി. കുറച്ചകലെ മറ്റൊരു മരത്തിന്റെ പിന്നിൽ ഏതുസമയവും എടുക്കാൻ തക്കവണ്ണം അമ്പും വില്ലും മറ്റായുധങ്ങളും സൂക്ഷിച്ച് തൊട്ടടുത്തുള്ള വലിയമരത്തിന്റെ മുകളിൽക്കയറി ചുറ്റിലും

വിശദമായി വീക്ഷിച്ചു. ഏകദേശം രണ്ടു നാഴിക കഴിഞ്ഞിട്ടുണ്ടാവും ഭീമാകാരനായ ഒരു കരിവീരൻ അതാ.. നടന്നുവരുന്നു. കഴിഞ്ഞ കുറേ നാളുകളായി മണിക്കടവിലും പ്രാന്തപ്രദേശത്തും സംഹാരതാണ്ഡവമാടിയ, ഗ്രാമീണരുടെ ജീവനെടുത്ത ഭീകരനെ കേളപ്പനാർ ഒരു നിമിഷം തറപ്പിച്ചുനോക്കി.

അദ്ദേഹം കയറിയിരുന്ന മരത്തിനുസമീപം കരിവീരൻ വന്നെത്തി. പെട്ടെന്ന് എന്തോ ഗന്ധം അനുഭവപ്പെട്ടാലെന്നപോലെ തുമ്പിക്കൈയുയർത്തി അവൻ നാലുപാടും പരതാൻതുടങ്ങി. പക്ഷേ, ഒന്നും കണ്ടെത്താൻ കഴിയാത്തതിന്റെ നിരാശയിൽ കേളപ്പനാർ കയറിനിന്ന മരം പിഴുതെറിയാനായിരുന്നു പിന്നെയുള്ള ശ്രമം. എന്നാൽ അതൊരു കരുത്തുറ്റ വലിയ വൃക്ഷമായതിനാൽ അക്കാര്യത്തിലും ആന പരാജയപ്പെട്ടു. ദ്രുതഗതിയിൽ അദ്ദേഹം തീരുമാനമെടുക്കേണ്ടിയിരിക്കുന്നു. ഇതുതന്നെ ആക്രമിക്കാൻ പറ്റിയ സമയമെന്ന് നിശ്ചയിച്ച് മിന്നൽപ്പിണർ കണക്കെ താഴേക്കുചാടി. ഒട്ടുംസമയം പാഴാക്കാതെ അമ്പും വില്ലുമെടുത്ത് ലക്ഷ്യസ്ഥാനത്തേക്ക് തൊടുത്തു. കൃത്യമായി നെറ്റിയിൽ തറച്ച് രക്തം ചീറ്റിയൊഴുകിയമാത്രയിൽ തന്റെ എതിരാളിയെ മനസ്സിലാക്കിയ ആന വർദ്ധിച്ച കോപത്തോടെ അലറിവിളിച്ച് അദ്ദേഹത്തിന്റെ നേർക്ക് പാഞ്ഞടുത്തു. കേളപ്പനാർ നിമിഷനേരംകൊണ്ട് ഇരുമ്പുകയറും വളയങ്ങളും സൂക്ഷിച്ചിടത്തേക്ക് കുതിച്ചു. ദേഷ്യത്തോടെ അവൻ പിന്നാലെ ഓടി. പക്ഷേ, വഴിയിലുടനീളം സ്ഥാപിച്ചിരുന്ന ഇരുമ്പുവളയങ്ങൾ ആനയെ കുരുക്കിലാക്കി. ഒരു കാലിൽ മൂർച്ചയുള്ള തകിടുകൾ തുളച്ചുകയറിയപ്പോൾ മറ്റൊരുകാൽ ഇരുമ്പുവളയത്തിൽ കുരുങ്ങി.

അവസരം മുതലെടുത്ത കേളപ്പനാർ വലതുകണ്ണ് ലക്ഷ്യമാക്കി മറ്റൊരമ്പെയ്തു. ഇത്തവണയും അമ്പ് ലക്ഷ്യം തെറ്റിയില്ല. കണ്ണിലെ അസ്സഹനീയമായ വേദനമൂലം ആന ഭീകരമായി അലറി. അലർച്ചകേട്ട് മറ്റു മൃഗങ്ങളെല്ലാം ജാഗരൂകരായതാവണം കാടിന്റെ വിവിധകോണുകളിൽ ചില്ലകൾ ഒടിയുന്നതും കൂട്ടപ്പലായനം ചെയ്യുന്ന ശബ്ദഘോഷങ്ങളും കേട്ടു. ഉടൻതന്നെ മറ്റൊരസ്ത്രമെടുത്ത് ഇടതുകണ്ണിലേക്ക് തൊടുത്തു. കാഴ്ചനഷ്ടപ്പെട്ട കൊമ്പന് ഒരടിപോലും നടക്കാൻ കഴിയാതെയായി.

കേളപ്പനാർ ആനയുടെയടുത്തേക്ക് മെല്ലെ ചുവടുകൾവച്ചു. പക്ഷേ, വലിയൊരപകടം അദ്ദേഹത്തെ കാത്തിരിപ്പുണ്ടായിരുന്നു. മുന്നോട്ടുള്ള വഴിയിൽ കുറ്റിക്കാടുകളാൽ മൂടപ്പെട്ട ആഴമുള്ള ഒരു ഗർത്തം പതിയിരിപ്പുണ്ടായിരുന്നു. അത് അറിയാതിരുന്ന കേളപ്പനാർ അടുത്ത ചുവടിൽ അഗാധമായ കൊല്ലിയിലേക്ക് മറിഞ്ഞുവീണു.

മൂന്ന്

ജീവിതത്തിന്റെ വിവിധഘട്ടങ്ങളിൽ അനുഭവങ്ങളെ നിസ്സാരമായി കാണുന്ന ചില സന്ദർഭങ്ങളുണ്ട്. അതൊരുപക്ഷേ, മനുഷ്യപ്രകൃതമാവാം. അത്തരം സാഹചര്യങ്ങളിൽ ശ്രദ്ധിക്കപ്പെടാതെപോകുന്ന അപകടങ്ങൾ പിന്നീട് വലിയ ദുരന്തമായിത്തീർന്നേക്കാം. യുവരാജകുമാരനും ഇതു തന്നെ സംഭവിച്ചു. മണിക്കടവിൽ സംഹാരതാണ്ഡവമാടിയ കൊമ്പനെ കീഴടക്കിയതിന്റെ വിജയാഹ്ലാദത്തിൽ മതിമറന്നുപോയ കേളപ്പനാർക്ക് തന്റെ തൊട്ടുമുന്നിലുള്ള അഗാധമായ ഗർത്തം ശ്രദ്ധയിൽപ്പെട്ടില്ല. ഒരു നിമിഷത്തെ അശ്രദ്ധമൂലം അദ്ദേഹം കൊല്ലിയിലേക്ക് എടുത്തെറിയപ്പെട്ടു. പക്ഷേ.. ഭാഗ്യവശാൽ കൊല്ലിയുടെ അടിത്തട്ടിലേക്ക് പതിക്കാതെ ഇരു വശങ്ങളിലുമുള്ള കുറ്റിക്കാടുകളുടെ കരുത്തുറ്റ ശിഖരങ്ങളിൽ കുരുങ്ങി ക്കിടന്നു. അതോടൊപ്പം വീഴ്ചയുടെ ആഘാതത്തിൽ പാതിബോധം നഷ്ടമായ അവസ്ഥയിലുമായി.

'പിടിച്ചതിനേക്കാൾ വലുത് മാളത്തിൽ' എന്ന ചൊല്ലുപോലെ രാജ കുമാരൻ വീണ് ബോധരഹിതനായ മരച്ചില്ലയുടെ തൊട്ടടുത്ത് കുഴിയുടെ തിട്ടയിൽ മൂർഖന്റെ രൂപത്തിൽ മറ്റൊരു ഭീഷണി അദ്ദേഹത്തെ കാത്തു നില്പുണ്ടായിരുന്നു. ഏകദേശം ഒരു വിനാഴിക കഴിഞ്ഞു, പൂർണ്ണമായും ബോധം വീണ്ടെടുക്കാൻ. സാഹചര്യങ്ങളുമായി അയാൾ പതിയെ പൊരു ത്തപ്പെട്ടുവരുമ്പോഴേക്കും നേർത്ത ശബ്ദം കേട്ടു. വിഷമസന്ധിയിലായ ഈ അവസ്ഥയിലും രാജകുമാരന്റെ കണ്ണും കാതും ജാഗരൂകമാവുകയും ശബ്ദംകേട്ട ദിശയിലേക്ക് മുഖംതിരിക്കുകയും ചെയ്തു. കുഴിയിലെ ഇരുട്ടിൽ ശബ്ദത്തിന്റെ ഉറവിടം തിരിച്ചറിയാൻ ബുദ്ധിമുട്ടായിരുന്നെങ്കിലും സൂക്ഷ്മനിരീക്ഷണത്തിൽ അവിടെ എന്തോ തിളങ്ങുന്നതായി കണ്ടു. ഏറെ കഴിഞ്ഞാൽ ഇരുട്ടും വെളിച്ചമായി വരുമെന്നല്ലേ ചൊല്ല്? തിളങ്ങുന്ന

വസ്തു ഒരു പാമ്പിന്റെ കണ്ണുകളാണെന്ന് ഒരു ഞെട്ടലോടെ അദ്ദേഹം തിരിച്ചറിഞ്ഞു. മാത്രമല്ല അത് കൊടിയ വിഷമുള്ള കരിമൂർഖനാണെന്ന നിഗമനത്തിലും എത്തിച്ചേർന്നു. പാമ്പ് അനങ്ങാതെ കിടക്കുകയാണ്. ഭാഗ്യത്തിനു അഗാധമായ ഗർത്തത്തിലേക്ക് നേർത്ത നിലാവെളിച്ചം അരിച്ചിറങ്ങി. അതിന്റെ അരണ്ടവെട്ടത്തിൽ ഏതാണ്ട് അഞ്ചടിയോളം നീളമുള്ള കരിമൂർഖനെ വ്യക്തമായി കാണാൻ കഴിഞ്ഞു.

ഇവിടെനിന്ന് എങ്ങനെ രക്ഷപ്പെടുമെന്ന് അയാൾ തലപുകഞ്ഞാലോചിച്ചു. മുകളിലേക്ക് കയറാൻ ഒരു സാദ്ധ്യതയും കാണുന്നില്ല. ചെറിയൊരനക്കം മതി.. മൂർഖൻ പത്തി വിടർത്താൻ..! അതോടെതീർന്നു. എത്ര നേരം ഈ പാതാളക്കുഴിയിലെ മരക്കൊമ്പിൽ ഞാന്നുകിടക്കാൻ കഴിയും? ശിഖരങ്ങൾക്ക് അല്പനേരംകൂടി തന്റെ ഭാരം താങ്ങാൻ കഴിയുമായിരിക്കും. അതുകഴിഞ്ഞാൽ.. കൊമ്പൊടിഞ്ഞ് അഗാധമായ കൊല്ലിയിൽ പതിച്ചേക്കാം. ഇതിനെത്ര ആഴമുണ്ടാവും? കൊല്ലിയുടെ കാണാക്കയങ്ങളിലേക്ക് അദ്ദേഹം തുറിച്ചുനോക്കി. കണക്കാക്കാൻ കഴിയാത്തത്ര ആഴമുണ്ട്. ഇത്തരമൊരു സാഹചര്യം ജീവിതത്തിലിന്നുവരെ നേരിടേണ്ടിവന്നിട്ടില്ല. താനകപ്പെട്ടുപോയ കുരുക്കിൽനിന്നും കരകയറാൻ എന്തുവഴിയെന്നാലോചിക്കവേ ചന്ദ്രബിംബം കുറേക്കൂടി പ്രകാശിതമായി. അതിന്റെ വെട്ടത്തിൽ, ഗർത്തത്തിന്റെ ഏകദേശം അഞ്ചടിയോളം താഴ്ചയുള്ള ഭാഗത്താണ് താനുള്ളതെന്ന് അദ്ദേഹം കണക്കുകൂട്ടി. കൂടാതെ മൂർഖനുമായി മൂന്നടിയോളം അകലമുണ്ടെന്നും മനസ്സിലാക്കി. ഈ സന്ദിഗ്ധഘട്ടത്തിൽ ഒരു വഴിയും കാണാതെ അയാളുഴറി, ഉള്ളുരുകി മുത്തപ്പനെ പ്രാർത്ഥിച്ചു.

വിനാഴികകൾ നാഴികകളായി കൊഴിഞ്ഞുകൊണ്ടേയിരുന്നു. പോംവഴിയൊന്നും കാണാത്തതിനാൽ നിരാശനായി, തന്റെ ജീവിതം ഇവിടെ അവസാനിക്കുന്നു എന്ന തോന്നൽ ശക്തമായ വേളയിലാണ് പൊടുന്നനെ കരയിൽനിന്നു തനിക്കുനേരെ നീണ്ടുവരുന്ന ഇരുമ്പുവടം കേളപ്പനാരുടെ ശ്രദ്ധയിൽപ്പെട്ടത്. ഓ! തന്റെ പ്രാർത്ഥന മുത്തപ്പൻ കേട്ടിരിക്കുന്നു. ആരോ ഒരാൾ കരയിലുണ്ട്. അയാൾ തനിക്കുനേരെ സഹായഹസ്തം നീട്ടിയിരിക്കുകയാണ്. സന്തോഷത്തോടൊപ്പം രാജകുമാരന് ജീവൻ തിരിച്ചുകിട്ടിയതുപോലെയായി. അതോടൊപ്പം ആശങ്കയുമേറിവന്നു. താഴേക്ക് ഇറക്കിവിടുന്ന വടം മൂർഖനെയെങ്ങാനും സ്പർശിച്ചാൽ അത് തന്നെ കടിച്ചേക്കാം. അതിനുമുമ്പ് വടം കൈയെത്തിപ്പിടിച്ച് മുകളിലേക്ക് കയറണം. മുകളിൽ, തന്നെ സഹായിക്കാൻ ശ്രമിക്കുന്നയാൾക്ക്, തന്റെനേരെ ഓങ്ങിനില്ക്കുന്ന പാമ്പിനെക്കുറിച്ച് അറിയില്ല. താഴേക്കിറങ്ങിവരുന്ന ഇരുമ്പുകയർ രണ്ടടി താഴ്ന്നുവന്നപ്പോൾ കേളപ്പനാർ അതിൽ മുറുകെപ്പിടിച്ചു. അതു മനസ്സിലാക്കിയ കരയിലെ മനുഷ്യൻ ശക്തിയോടെ വലിക്കാൻ ശ്രമിച്ചു.

വടം വലിക്കാൻ മുകളിലൊരാളുണ്ടെന്ന് തിരിച്ചറിഞ്ഞതോടെ കേളപ്പനാർ, പാമ്പിനെ ശല്യപ്പെടുത്താതെ കൊല്ലിയുടെ വശങ്ങളിൽ കാലുറപ്പിച്ച് ശിഖരങ്ങളുടെ മേലുള്ള തന്റെ ഭാരം കുറച്ചു. ഏകദേശം ഇരുപത്

വിനാഴികകളോളം നീണ്ട പരിശ്രമത്തിനൊടുവിൽ അദ്ദേഹം മരണക്കുഴിയിൽനിന്ന് പുറത്തുവരികയും കുഴിയിൽനിന്ന് കരകയറാൻ സഹായിച്ച തന്നോളം പ്രായമുള്ള ഒരു ചെറുപ്പക്കാരനെ കണ്ടെത്തുകയും ചെയ്തു. തൊട്ടപ്പുറത്ത് കാലിൽ ഇരുമ്പുതകിടുകൾ തറച്ചുകയറി മരണാസന്നനായി കൊമ്പനാന കിടപ്പുണ്ട്. അത്രയുംനേരം മരച്ചില്ലയിൽ ഞാന്നുകിടന്ന ക്ഷീണവും കടുത്ത മാനസികസമ്മർദ്ദവും നിമിത്തം പൊടുന്നനെ ബോധരഹിതനായി അദ്ദേഹം ഇടറിവീണു.

ഉണരുമ്പോൾ ചെറുതെങ്കിലും വൃത്തിയുള്ള കുടിലിലെ അറയിൽ, ഒരു മരക്കട്ടിലിൽ കിടക്കുകയാണ് കേളപ്പനാർ. നാലുപാടും കണ്ണോടിച്ചു നോക്കി. പുറത്ത് കൊട്ടിലും കുടിലിൽ വേറെ അറകളും മറകളുമുണ്ട്. തീർത്തും ആശയക്കുഴപ്പത്തിലായിരുന്നു അദ്ദേഹം. താനിപ്പോൾ എവിടെയാണ്?

എങ്ങനെയാണ് ഇവിടെയെത്തിയതെന്ന് അയാൾ ഓർമ്മകളിൽ പരതി. കൊമ്പനെ കീഴടക്കിയ കാര്യവും മുറിവേറ്റ ആനയുടെ ചാരത്ത് പോകാൻ ശ്രമിക്കവേ പാതാളക്കുഴിയിൽ വീണതും ഓർമ്മവന്നു. അനങ്ങാതെ കിടന്ന മൂർഖൻപാമ്പിനെയും ഓർത്തെടുത്തു. തവളയെ വിഴുങ്ങിയതിനാലോ മറ്റെന്തെങ്കിലും കാരണത്താലോ അത് തന്നെ ഉപദ്രവിച്ചില്ല. അജ്ഞാതനായ യുവാവിന്റെ സഹായത്തോടെ കുഴിയിൽനിന്ന് കരകയറിയതും അയാൾ പതുക്കെ ഓർത്തെടുത്തു. ദൈവദൂതനായി വന്ന അവൻ ആരാണ്? അവനിപ്പോൾ എവിടെയാണ്? കൃത്യസമയത്ത് അവൻ എങ്ങനെ കാട്ടിലെത്തി? മനസ്സിൽ നിരവധി സംശയങ്ങൾ അലയടിച്ചു വരുന്നുണ്ട്.

കേളപ്പനാർ എഴുന്നേറ്റ് ജനലിനടുത്തേക്ക് നീങ്ങിയപ്പോൾ അകലെനിന്ന് ഒരു യുവാവ് കുടിൽ ലക്ഷ്യമാക്കി വരുന്നതുകണ്ടു. അതെ.. അതവൻതന്നെ, ഗർത്തത്തിൽനിന്നു തന്നെ രക്ഷപ്പെടുത്തിയ യുവാവ്. തിരികെ കട്ടിലിൽ വന്നിരുന്നു. അല്പനേരം കഴിഞ്ഞ് വാതിൽ തുറക്കപ്പെട്ടു. പുറവെയിലിന്റെ കിരണങ്ങൾ പ്രവഹിച്ചതോടൊപ്പം കൈയിൽ ഇളനീരുമായി ചെറുപ്പക്കാരൻ അറയിലെത്തി. പുഞ്ചിരിയോടെ അവൻ കേളപ്പനാരെ നോക്കി ബഹുമാനപുരസ്സരം വണങ്ങി കുശലം ചോദിച്ചു.

“തമ്പുരാന് സുഖമായോ?”

കേളപ്പനാർ കട്ടിലിൽനിന്ന് എഴുന്നേറ്റ് സമയോചിതമായ സഹായത്തിന് നന്ദി പറഞ്ഞു. പാതിരാത്രിയിൽ എങ്ങനെയാണ് കൊടുംകാട്ടിൽ എത്തിയതെന്നും താൻ മരണക്കുഴിയിൽ വീണത് എങ്ങനെയാണ് അറിഞ്ഞതെന്നും അന്വേഷിച്ചു. ആകാംക്ഷനിറഞ്ഞ ചോദ്യങ്ങൾക്കൊന്നും മറുപടി നല്കാതെ യുവാവ് വെട്ടിയെടുത്ത ഇളനീർ കേളപ്പനാർക്ക് നല്കി. ദാഹവും പരവേശവുമുണ്ടായിരുന്നു. മധുരമുള്ള ഇളനീർ കുടിച്ചതോടെ അതുവരെ ഉണ്ടായിരുന്ന ക്ഷീണം വിട്ടകന്ന് പുതിയൊരുന്മേഷം കൈവന്നു.

“കൊച്ചുതമ്പുരാനേ.. ഞാൻ കണ്ണപ്പൻ. ചെറുശ്ശേരിയിൽനിന്നു

വരുന്നു." യുവാവ് സാവകാശം സംശയങ്ങൾക്ക് മറുപടിയേകി.

"അങ്ങനെയോ.. ചെറുശ്ശേരിയിലെവിടെ?" കൗതുകത്തോടെ അദ്ദേഹമാരാഞ്ഞു.

"മുരിക്കൊല്ലിത്തറവാടിനടുത്താണ്."

അതും പറഞ്ഞ് കണ്ണപ്പൻ ഒരുനിമിഷം കുടിലിനു വെളിയിൽപ്പോയി തിരിച്ചുവന്നു. തന്നെക്കുറിച്ചുള്ള കൂടുതൽ വിവരങ്ങൾ വെളിപ്പെടുത്തുന്നതിൽ അവൻ തീർത്തും വിമുഖനായിരുന്നു.

"ആട്ടെ, നീ എങ്ങനെ മണിക്കടവ് കാട്ടിൽ എന്നെ കണ്ടെത്തി?"

"പ്രഭോ.. മണിക്കടവിലുള്ള ബന്ധുക്കളെ സന്ദർശിക്കാൻ വന്നതാണ് ഞാൻ. ഇവിടെയെത്തിയപ്പോഴാണ് രാജാവിന്റെ ഉത്തരവുപ്രകാരം അവരെയെല്ലാം സുരക്ഷിതസ്ഥാനത്തേക്ക് മാറ്റിയതായി അറിഞ്ഞത്. അവിടെച്ചെന്ന് അവരെ കാണുകയുമുണ്ടായി. എനിക്ക് ഇന്നുതന്നെ തിരിച്ചു പോകണമായിരുന്നു. രാത്രിയിൽ യാത്ര അരുതെന്ന് അവർ ഉപദേശിച്ചിരുന്നെങ്കിലും എനിക്ക് പോകാതിരിക്കാൻ കഴിയില്ല. കാരണം ചെറുശ്ശേരിയിൽ ഇന്നും നാളെയും തെയ്യം നടക്കുന്നുണ്ട്. അതിനാൽ അവരുടെ നിർദ്ദേശം നിരസിച്ച് ഞാൻ യാത്ര തിരിച്ചു.

"ശരിതന്നെ.. നീ എങ്ങനെ കാട്ടിലെത്തി?"

"ഒരു കുതിരയാണ് അതിനുകാരണം"

"എന്നിട്ട് കുതിര എവിടെ?"

"തമ്പുരാനേ, ഇവിടെ പുറത്ത് നില്പുണ്ട്." കണ്ണപ്പൻ തുടർന്നു.

"ഞാൻ ചെറുശ്ശേരിയിലേക്ക് മടങ്ങുമ്പോൾ ആൽമരത്തിനടുത്ത് ഉടയോനില്ലാത്ത ഒരു കറുത്ത കുതിരയെ കാണാനിടയായി. തൊട്ടടുത്തുള്ള ഒരു വലിയമരത്തിൽ കയറി ചുറ്റുംനോക്കി. അങ്ങ് വേഗത്തിൽ കൊടുംകാട്ടിലേക്ക് പോകുന്നുണ്ടായിരുന്നു. കാട്ടാനയുടെ പരാക്രമത്തിൽ ഇവിടെ നിരവധിയാളുകൾ മരണപ്പെട്ടതായി ബന്ധുക്കൾ പറഞ്ഞ് ഞാൻ നേരത്തേ അറിഞ്ഞിരുന്നു. അങ്ങയെ പിന്തുടർന്ന ഞാൻ ഒരിടത്ത് അങ്ങിങ്ങായി കെണികളൊരുക്കിയതായി ശ്രദ്ധിച്ചു. തമ്പുരാനെ എങ്ങും കാണാത്തതിനാൽ മടങ്ങവെ പെട്ടെന്ന് ആനയുടെ അലർച്ചകേട്ടു. ഉടനെ മരത്തിൽ കയറി നോക്കിയപ്പോൾ തമ്പുരാനെ കണ്ടു. ഒട്ടുംസമയം പാഴാക്കാതെ ഞാനവിടേക്ക് പാഞ്ഞെത്തി. വലയത്തിൽ കുരുങ്ങിയ ആനയെ കണ്ടെങ്കിലും അവിടെയെങ്ങും തമ്പുരാനെ കാണാനായില്ല. സ്വജീവൻ പണയപ്പെടുത്തി രാക്ഷസനെ ബന്ധിച്ചത് അങ്ങയുടെ അസാമാന്യധീരതകൊണ്ട് മാത്രമാണ്. ഞാൻ അവിടമാകെ സൂക്ഷ്മമായി പരിശോധിച്ചു. ഒരുപക്ഷേ, ആഴത്തിലുള്ള കുഴിയിൽ താങ്കൾ വീണിരിക്കുമോ എന്ന് സംശയിച്ചു. ചില അടയാളങ്ങൾ കണ്ടപ്പോൾ എന്റെ ഊഹം ശരിയാണെന്നു മനസ്സിലായി. അപ്പോഴാണ് ആനയെ ബന്ധിക്കാൻ അങ്ങ് കൊണ്ടുവന്ന ഇരുമ്പുവടം കണ്ടതും അതഴിച്ചെടുത്ത് താഴേക്ക് തന്നതും. മുരിക്കൊല്ലിത്തറവാട്ടിലെ കുലദേവതയുടെ അനുഗ്രഹത്താൽ നമ്മൾ രണ്ടുപേരും ഇപ്പോൾ സുരക്ഷിതരാണ്.."

"ഞാനെങ്ങനെ ഇവിടെയെത്തി? ഏതാണ് ഈ സ്ഥലം?"

"പ്രഭോ.. നമ്മളിപ്പോൾ മണിക്കടവിലാണ്. കുഴിയിൽനിന്ന് തിരികെ വന്നപ്പോൾ അങ്ങ് പൂർണ്ണമായും സ്വബോധത്തിലായിരുന്നില്ല. അങ്ങയെ ചുമലിലെടുത്ത് കറുത്തകുതിരയുടെ പുറത്ത് കിടത്തിയശേഷം ഞാൻ എന്റെ കുതിരപ്പുറത്ത് കയറി മണിക്കടവിലേക്ക് യാത്ര തിരിച്ചു. അതിന് മനസ്സിലായോ എന്ന് എനിക്കറിയില്ല.. എന്നിരുന്നാലും അങ്ങയെ വഹിച്ചുകൊണ്ട് ആ കുതിര ഞങ്ങളെ പിന്തുടർന്നു. അങ്ങയുടെകൂടെ അവസാനശ്വാസംവരെ ഞാനുണ്ടാവും. തമ്പുരാൻ സുരക്ഷിതനാണെന്ന് രാജാവിനെ അറിയിച്ചിട്ടുണ്ട്. അദ്ദേഹം മിക്കവാറും ഇന്ന് വൈകുന്നേരം സന്ദർശിച്ചേക്കാം. പ്രഭോ ഒരു ഇളനീർകൂടി അങ്ങേയ്ക്ക് തരട്ടെ..?"

"ഇപ്പോൾ വേണ്ടാ.."

കണ്ണപ്പൻ പറഞ്ഞതൊക്കെ സത്യമാണോ? കേളപ്പനാർ ഗഹനമായി ചിന്തിച്ചു. അവൻ മൃദുസ്വരത്തിൽ നല്ല ഒഴുക്കോടുകൂടിയാണ് പറഞ്ഞതെങ്കിലും എവിടെയൊക്കെയോ കൃത്രിമത്വമുണ്ടെന്ന് കേളപ്പനാരുടെ മനസ്സ് ചൊല്ലി. എന്തായാലും, കണ്ണപ്പന്റെ സമയോചിതമായ സഹായം ലഭിച്ചിരുന്നില്ലെങ്കിൽ താൻ രക്ഷപ്പെടുമായിരുന്നില്ലെന്നത് സത്യമാണ്. അതേക്കുറിച്ച് ആലോചിച്ച് വീണ്ടും അദ്ദേഹം കട്ടിലിൽ കിടന്നു. ക്രമേണ കണ്ണുകളിൽ ഉറക്കം കളിയാടി. കണ്ണപ്പൻ യുവരാജകുമാരനെ ശല്യപ്പെടുത്താതെ കുടിലിൽനിന്ന് മാറി.

മയക്കം വിട്ടുണർന്നപ്പോൾ കേളപ്പനാർ കുടിലിൽ ആരെയും കണ്ടില്ല. മാതുലനായ സുരതിമന്നനാർ എത്തിച്ചേരുന്നതുവരെ കാത്തിരിക്കുന്നത് അനുചിതമാണെന്ന് അദ്ദേഹം കരുതി. കൊട്ടാരത്തിലേക്ക് എത്രയുംവേഗം മടങ്ങണമെന്ന് തീരുമാനിച്ചു. കണ്ണപ്പനെ അറിയിച്ചാൽ ചിലപ്പോൾ അനുവദിക്കില്ല. തന്റെ ജീവൻ രക്ഷിച്ചകാര്യം രാജാവിനെ ഉണർത്തിച്ച് കണ്ണപ്പനെ ആദരിക്കണമെന്ന് നിശ്ചയിച്ചു. 'മായ' തൊട്ടടുത്ത വയലിൽ മേയുന്നതു കണ്ട് കേളപ്പനാർ സൗമ്യമായ ഒരു ചൂളമിട്ടു. ഇതുകേട്ട കുതിര ചുറ്റുംനോക്കി, തന്റെ യജമാനനാണെന്ന് തിരിച്ചറിഞ്ഞു. നേർത്ത ശബ്ദത്തിലുള്ള ചൂളത്തിന്റെ രഹസ്യം മനസ്സിലായ കുതിര നിശ്ശബ്ദയായി കുടിലിനടുത്തേക്ക് വന്നു. ഞൊടിയിടയിൽ അതിന്റെമേൽ ചാടിക്കയറി മിന്നൽവേഗത്തിൽ അദ്ദേഹം കൊട്ടാരത്തിലേക്ക് കുതിച്ചു. കുടിലിൽനിന്ന് ഇറങ്ങിപ്പോയ കണ്ണപ്പനുൾപ്പെടെ മറ്റാരും ഒന്നുമറിഞ്ഞില്ല.

കണ്ണപ്പൻ തിരിച്ചെത്തിയപ്പോൾ തമ്പുരാൻ കിടന്നിരുന്നിടം ശൂന്യമായിരുന്നു. അദ്ദേഹം ഏരുവേശ്ശിയിലേക്ക് തിരികെപ്പോയിരിക്കുമെന്ന് കണക്കുകൂട്ടിയ അവന്റെ മുഖത്ത് ഒരു തിളക്കം മിന്നിമറഞ്ഞു. യുവരാജാവിനെ രക്ഷിച്ചതിന് നന്ദിസൂചകമായി തനിക്ക് എന്തെങ്കിലും സഹായം നല്കണമെന്ന് അദ്ദേഹം ആഗ്രഹിച്ചതായി അവൻ ഊഹിച്ചിരുന്നു. തന്റെ ഭാവി പദ്ധതി നടപ്പിലാക്കുന്നതിന് തടസ്സം സൃഷ്ടിക്കുമോ ഗുണപ്രദമാവുമോ എന്നതിലായിരുന്നു അവന് ആശങ്ക..!

ദൗത്യം വിജയകരമായി നടപ്പിലാക്കിയ കേളപ്പനാരെ മണിക്കടവിൽ

നേരിട്ടുചെന്ന് അഭിനന്ദിക്കാൻ മന്നനാർ തീരുമാനിച്ചു. തിരികെയെത്തുമ്പോൾ സ്വീകരിക്കാനുള്ള ഏർപ്പാടുകൾ ചെയ്യാനും കൊട്ടാരത്തിലെ കാവൽക്കാരോട് അദ്ദേഹം ആജ്ഞാപിച്ചു. അകമ്പടിസേനയിലുള്ള ഏതാനും ചിലരും കൊട്ടാരം കാവൽക്കാരും അതിനായുള്ള എല്ലാ സൗകര്യങ്ങളുമൊരുക്കി. സ്വദേശത്തുചെന്ന് സ്വച്ഛമായി ജീവിക്കാൻ കഴിയുന്നതിന്റെ സന്തോഷത്തിലായിരുന്നു ഗ്രാമവാസികൾ. ഓരോരുത്തരും തങ്ങളുടെ പ്രിയപ്പെട്ട രാജകുമാരന് ദീർഘായുസ്സും ആരോഗ്യവും നല്കണേയെന്ന് മുത്തപ്പനോട് പ്രാർത്ഥിച്ചു. തങ്ങളുടെ ജീവനും സ്വത്തും സംരക്ഷിച്ചതിന് നന്ദിപറയാനും അദ്ദേഹത്തിന്റെ സാഹസികപ്രവൃത്തിയെ അഭിനന്ദിക്കാനും ഏവരും അക്ഷമയോടെ കാത്തിരുന്നു.

രാജകുമാരനെ ആനയിച്ചുകൊണ്ടുവരാൻ അകമ്പടിക്കാരായ ഇരുന്നൂറോളം നായർ പടയാളികൾ മണിക്കടവിലേക്ക് പോകാനൊരുങ്ങവെ പെട്ടെന്ന് കുതിരക്കുളമ്പടി ശബ്ദംകേട്ട് എല്ലാവരും തിരിഞ്ഞുനോക്കി. അതാ.. വരുന്നൂ കൊച്ചുതമ്പുരാൻ. ഏവരും അദ്ദേഹത്തെ കണ്ട് ആശ്ചര്യപ്പെട്ടു. ചെണ്ടമേളക്കാർ താളാത്മകഗാനങ്ങൾ ആലപിച്ചു. അതുകേട്ട സുരതിമന്നനാർ അറയിൽനിന്ന് പുറത്തിറങ്ങി. അദ്ദേഹം മരുമകനെ ആലിംഗനംചെയ്ത് വിജയശ്രീലാളിതനായി തിരിച്ചുവന്നതിൽ സന്തോഷം പ്രകടിപ്പിച്ചു. വാത്സല്യത്തിന്റെ നിറകുടമായ, കേളപ്പനാരുടെ വളർത്തമ്മ സുഭദ്ര സന്തോഷാശ്രു പൊഴിച്ചു. കൊട്ടാരത്തിലെ രാജകുമാരിമാർ തങ്ങളുടെ നായകനെ സ്വീകരിക്കാൻ തയ്യാറായിനിന്നു. അഭിനന്ദനങ്ങളും ആശംസകളും നേർന്ന് ഒട്ടേറെ ആളുകൾ യുവരാജകുമാരനെ പുകഴ്ത്തി. ഏവരും സന്തോഷിക്കുകയും അഭിമാനം കൊള്ളുകയും ചെയ്യുമ്പോൾ കേളപ്പനാർ മാതുലനോട് തനിക്ക് ചിലത് ഉണർത്തിക്കാനുണ്ടെന്ന് ആഗ്രഹം പ്രകടിപ്പിച്ചു. മന്നനാർ സമ്മതം മൂളിയതിനെത്തുടർന്ന് ഇരുവരും അറയിലേക്ക് പോയി.

സംഭവിച്ച എല്ലാകാര്യങ്ങളും കേളപ്പനാർ വിവരിച്ചു. ഗർത്തത്തിൽ നിന്ന് രക്ഷപ്പെടാൻ കണ്ണപ്പൻ നടത്തിയ സമയോചിതമായ സഹായത്തെക്കുറിച്ച് പ്രത്യേകം പറഞ്ഞു. പക്ഷേ, ഇതെല്ലാംകേട്ട് തമ്പുരാന് ഒരു നിഗമനത്തിലെത്താൻ കഴിഞ്ഞില്ല. എങ്കിലും ചെറുപ്പക്കാരന് കൊട്ടാരത്തിൽ ഊഷ്മളമായ സ്വീകരണം നൽകണമെന്ന തീരുമാനമുണ്ടായി.

നാല്

"ആയിരക്കണക്കിന് വർഷങ്ങൾ മുമ്പ്, തന്റെ ഭക്തർക്ക് സമാധാനപരമായി ജീവസന്ധാരണം നടത്താൻ തക്കവണ്ണം ഒരു പുതിയദേശം സൃഷ്ടിക്കുന്നതിനായി പരശുരാമൻ മഴു കടലിനുകുറുകെ എറിഞ്ഞെന്നും കടൽ പിളർന്ന് സമതോഷ്ണവും ഫലഭൂയിഷ്ഠവുമായ ഒരു ഭൂവിഭാഗം സൃഷ്ടിക്കപ്പെട്ടു എന്നുമാണ് കേരളോൽപ്പത്തിയെക്കുറിച്ച് പ്രചരിക്കുന്ന ഐതിഹ്യകഥകൾ. മനോഹരങ്ങളായ തടാകങ്ങളും പശ്ചിമഘട്ടത്തിൽ നിന്ന് ഉത്ഭവിച്ച് അറബിക്കടലിൽ പതിക്കുന്ന നാൽപ്പതിലധികം നദികളും കൊടും വനങ്ങളും പരശുരാമന്റെ മഴു സൃഷ്ടിച്ചതത്രേ. പൊതുജനങ്ങളുമായി ഇടപെടാൻ കഴിവുള്ള, ആത്മാർത്ഥതയും അഴിമതി നടത്താത്ത രാജാക്കന്മാർ ഇവിടെ ഭരിച്ചിരുന്നു. ആവാസ വ്യവസ്ഥകൾക്ക് അനുസൃതമായി കാലദേശങ്ങൾ താണ്ടി കുടിയേറി വന്ന വിദേശവന്യജീവികൾ, മരതകംകായൽ, അതീവസൗന്ദര്യമുള്ള സ്ത്രീപുരുഷന്മാർ, ശുചിത്വശീലങ്ങളും ആരോഗ്യവും ആതിഥ്യമര്യാദയും സാക്ഷരതയുമുള്ള പ്രജകളുമുണ്ടായിരുന്നു. ദൈവികതയും പ്രശാന്തസൗന്ദര്യവും നിറഞ്ഞ ഈ നാട് ശരിക്കും സ്വർഗ്ഗത്തിൽ നിന്ന് ഭൂമിയിലേക്ക് ഇറങ്ങിവന്നതാണെന്ന് അയൽനാട്ടുകാർ കരുതിയതിൽ ഒട്ടും അതിശയോക്തിയില്ല."

"ഹേയ് ചരിത്രകാരാ... നിർത്ത് നിർത്ത്... ചരിത്രം അറിയേണ്ടതും അറിയിക്കപ്പെടേണ്ടതും തന്നെയാണ്. പക്ഷേ, കഥയുടെ രസം മുറിച്ചുകൊണ്ടു വേണമോ അത്?"

സൂത്രധാരൻ വേദിയിലേക്ക് പ്രവേശിച്ചുകൊണ്ട് ചോദിച്ചു. ചരിത്രകാരൻ മുഖമുയർത്തി. എഴുതിക്കൊണ്ടിരുന്ന മേശപ്പുറത്തേക്ക് അരണ്ട വെളിച്ചം മുകളിൽനിന്ന് അയാളുടെ നീണ്ട താടിരോമങ്ങളിൽ നിഴൽ വീഴ്ത്തി ഒഴുകിയിറങ്ങി. ഒന്നു മന്ദഹസിച്ചുവെന്നു വരുത്തി അയാൾ തുടർന്നു.

"പ്രിയപ്പെട്ട സൂത്രധാരാ അങ്ങേയ്ക്ക് ചരിത്രമെല്ലാമറിയുന്നതല്ലേ? പക്ഷേ, ഈ സദസ്സിന്, ഈ ജനതയ്ക്ക് ആ ചരിത്രമറിയേണ്ടേ? അങ്ങു പറഞ്ഞല്ലോ കഥയുടെ രസം മുറിച്ചുകൊണ്ട് ചരിത്രം പറയരുതെന്ന്. എന്നാൽ കേട്ടോളൂ, ഇവിടെ ചരിത്രവും കഥയും ഒന്നുതന്നെയാണ്. കുറച്ചുകൂടി പറയാനുണ്ട്. കേട്ടോളൂ.

കേരളം പഴയകാലത്ത് ചേരനാട് എന്നറിയപ്പെട്ടിരുന്നു. അന്ന് അറബിക്കടലും കാസറഗോഡും പഴനിയും തെങ്കാശിയുമായിരുന്നു അതിന്റെ അതിരുകൾ. വടക്കേ മലബാർ എന്നു വിളിക്കപ്പെട്ട വടക്കൻ കേരളത്തെ ചുറ്റിപ്പറ്റിയാണ് ഈ കഥ നടക്കുന്നത്. ഇന്നത്തെ കാസറഗോഡ്, കണ്ണൂർ ജില്ലകളും, കോഴിക്കോട് ജില്ലയിലെ കൊയിലാണ്ടി, വടകരദേശങ്ങളും വയനാട് ജില്ലയിലെ മാനന്തവാടി താലൂക്കും കേന്ദ്ര ഭരണപ്രദേശമായ പുതുച്ചേരിയുടെ കീഴിൽവരുന്ന മയ്യഴിയും ഇതിലുൾപ്പെടുന്നു. തെക്ക് കോരപ്പുഴയിൽ തുടങ്ങി ഇന്നത്തെ കേരളത്തിലെ മഞ്ചേശ്വരം വരെയുള്ള ദേശങ്ങൾ കോലത്തുനാട്, കടത്തനാട് എന്നിങ്ങനെ അറിയപ്പെട്ടു. ഈ പ്രദേശങ്ങളെല്ലാം നൂറ്റാണ്ടുകളോളം തമിഴ്നാട്ടിലെ ചോളരാജവംശത്തിന്റെ അധീനതയിലായിരുന്നു. ആത്യന്തികമായി ഇവ ഇന്നത്തെ കേരളത്തിലെ മറ്റ് ഭാഗങ്ങളെ അപേക്ഷിച്ച് വ്യതിരിക്തവും വ്യത്യസ്തമായ സവിശേഷതകളും സംസ്കാരവും നിലനിർത്തുന്നതിൽ കലാശിച്ചു."

സൂത്രധാരൻ ഉച്ചത്തിൽ കൈയടിക്കുന്നു.

"ചരിത്രകാരാ, തുടർച്ച ഇനി എന്റേതാകട്ടെ. പറങ്കികളുടെ ഭാരതത്തിലേക്കുള്ള വരവിനുമുമ്പ് കോലത്തിരിരാജാക്കന്മാരും സാമൂതിരി രാജാക്കന്മാരുമായിരുന്നു മലബാറിന്റെ ഭരണാധികാരികൾ. ഏഴിമല ആസ്ഥാനമാക്കി ഭരിച്ച കോലസ്വരൂപം എന്ന കോലത്തിരി വംശത്തിന്റെ കീഴിൽ കർണ്ണാടകയുടെ ചില ഭാഗങ്ങളും വടക്ക് പെരുമ്പുഴ (ചന്ദ്രഗിരിപ്പുഴ) മുതൽ തെക്ക് പുതുംപട്ടണംപുഴ (കോട്ടപ്പുഴ) വരെയുള്ള വടക്കൻ ജില്ലകൾ ഉൾപ്പെട്ടിരുന്നു. മൂഷികവംശമാണ് പിന്നീട് കോലത്തിരി വംശമായി അറിയപ്പെട്ടത് എന്നാണ് നിങ്ങളിൽ ചില ചരിത്രകാരന്മാർ നിരീക്ഷിച്ചത് അല്ലേ?.. ചേരവംശത്തിന്റെയും പാണ്ഡ്യവംശത്തിന്റെയും ക്ഷയത്തോടെ പ്രധാന ശക്തിയായി കോലത്തിരിവംശം ഉയർന്നുവന്നു. ഇനി ബാക്കി പറയാൻ അങ്ങുതന്നെയാണ് യോഗ്യൻ. പറയൂ.......... കഥയിലേക്കെത്താനുള്ള ചരിത്രത്തിന്റെ നാൾവഴികൾ ...."

"സൂത്രധാരാ, താങ്കൾ പറഞ്ഞതിന്റെ ബാക്കിയായി ഞാൻ തുടരാം. ചേരമാന്മാർക്കെതിരായ യുദ്ധത്തിൽ മൂഷികരാജവംശത്തിലെ നന്നൻ രാജാവ് കൊല്ലപ്പെട്ടതിനുശേഷമുള്ള ചരിത്രം അവ്യക്തമാണല്ലേ? നന്നനു ശേഷം മൂഷികവംശത്തിലെ വിക്രമരാമൻ, വലഭൻ, ജയമണി, ശ്രീകണ്ഠൻ എന്നിവരെക്കുറിച്ച് ഭാഗികമായ ചരിത്രം മാത്രമേ കണ്ടെത്താനായുള്ളൂ. പന്ത്രണ്ടാം നൂറ്റാണ്ടിനുശേഷം ചേരവംശം ക്ഷയിച്ചപ്പോൾ കോലത്തുനാട് ഗണ്യമായ സ്വയംഭരണം നേടി. കോലത്തിരിവംശവുമായി അടുത്ത ബന്ധമുണ്ടായിരുന്നവരാണ് തിരുവിതാംകൂർ രാജവംശം."

"ചരിത്രകാരാ ..... അങ്ങിനിയും കഥയിലേക്ക് എത്തിയിട്ടില്ല. സദസ്യർ അക്ഷമരാകുന്നു. വേഗമാകട്ടെ."

"ഞാൻ ഇതാ അതിലേക്കെത്തുകയായി. പന്ത്രണ്ട് ചേരികളുണ്ടായിരുന്നു കോലത്തുനാട്ടിൽ. അവയിൽ ഏറ്റവും ചെറുതിനെ ചെറുചേരി (ചേരി - ഒരു സ്ഥലത്തിന്റെ പരിധി) എന്നു വിളിച്ചിരുന്നു. അതു ലോപിച്ച് ഒടുവിൽ ചെറുശ്ശേരി എന്നറിയപ്പെട്ടു. കോലത്തിരിദേശത്തിലെ ചെറുശ്ശേരിയിലാണ് തിലകൻ ജനിച്ചത്. അദ്ദേഹത്തിന്റെ പൂർവ്വികരാണ് ചെറുശ്ശേരി ഉൾപ്പെടെയുള്ള രാജ്യത്തിന്റെ ഭരണകർത്താക്കൾ. അന്നത്തെ രാജാവായ മഹേന്ദ്രവർമ്മന്റെ സഹോദരീപുത്രനാണ് അയാളുടെ മൂത്തമാതുലൻ. മരുമക്കത്തായസമ്പ്രദായത്തിൽ ഭരണം കൈയാളുന്നവരായിരുന്നു കോലത്തിരി രാജവംശം. ആ നിലയ്ക്ക്, പില്ക്കാലത്ത് ഏരുവേശ്ശിയുൾപ്പെടെയുള്ള പ്രദേശത്തിന്റെ രാജാവാകേണ്ടത് തിലകവർമ്മ എന്ന ഈ ചെറുശ്ശേരിത്തിലകനായിരുന്നു. ഇനി നമുക്ക് കഥയിലൂടെ സഞ്ചരിക്കാം. വരൂ."

എട്ടാംനൂറ്റാണ്ടിൽ ഭരിച്ച ഉദയവർമ്മനാണ് കോലത്തിരിരാജവംശത്തിലെ ഏറ്റവും പ്രഗത്ഭനായ രാജാവ്. തുളുനാട്ടിൽനിന്ന് ഇരുന്നൂറിലധികം ശിവൊള്ളിബ്രാഹ്മണരെ കൊണ്ടുവന്ന് വടക്കേമലബാറിന്റെ വിവിധഭാഗങ്ങളിൽ അദ്ദേഹം പാർപ്പിച്ചു. ഇവരിൽ ചിലർ, പിലാത്തറയിലെ "ഹനുമാരമ്പലം" എന്ന ശ്രീരാഘവപുരംക്ഷേത്രത്തിലെ പൂജാദികർമ്മങ്ങളിലും മറ്റും ഏർപ്പെട്ടു. ബാക്കിയുള്ളവരെ വിവിധ പ്രദേശങ്ങളിലേക്ക് മാറ്റിപ്പാർപ്പിച്ചു. ഹനുമാരമ്പലത്തിന്റെ തൊട്ടടുത്തുള്ള കൃഷ്ണപുരം ക്ഷേത്രത്തിന്റെ പാരമ്പര്യട്രസ്റ്റിയായി നിയമിച്ചതോടെ തൊണ്ണൂറ്റിമൂന്ന് എടുകുഞ്ചികുടുംബങ്ങൾ ചെറുതാഴത്ത് തിരിച്ചെത്തി. അങ്ങനെയെത്തിച്ചേർന്ന് പ്രാദേശിക നമ്പൂതിരിമാരുടെ ആചാരങ്ങൾ സ്വീകരിച്ച തുളുബ്രാഹ്മണരാണ് പിന്നീട് എമ്പ്രാന്തിരികൾ എന്ന് അറിയപ്പെട്ടത്.

എമ്പ്രാന്തിരികളായി മാറിയ എടുകുഞ്ചിക്കുടുംബങ്ങളിലെ ഒരാളാണ് പരമേശ്വരൻ. കുടുംബത്തോടൊപ്പം ചെറുതാഴത്ത് വന്ന മുൻഗാമികളിൽ അദ്ദേഹത്തിന്റെ മുത്തച്ഛനുമുൾപ്പെടും. പരമേശ്വരന്റെ ഭാര്യ പാർവ്വതി അന്തർജ്ജനം ലളിതാംബികയെ പ്രസവിച്ച് അധികം വൈകാതെ മരിച്ചു. കഷ്ടപ്പെട്ട് വളർത്തിയ ലളിതാംബികയെ പരമേശ്വരൻ വാത്സല്യപൂർവ്വം 'അംബിക' എന്നാണ് വിളിച്ചിരുന്നത്. ചെറുതാഴത്തെ ഹനുമാരമ്പലത്തിൽ പൂജാദികർമ്മങ്ങൾ ചെയ്യുന്നതിനാൽ അമ്പലത്തിനടുത്താണ് അവർ താമസിച്ചിരുന്നത്. ഹനുമാന്റെയും രാമന്റെയും ഭക്തയാണവൾ. പരമേശ്വരനെമ്പ്രാന്തിരിയാവട്ടെ പൂജകളിലും ആയുർവേദചികിത്സകളിലും വിദഗ്ദ്ധനായിരുന്നു.

നന്നേ കുഞ്ഞായപ്പോഴേ വായിക്കാനും എഴുതാനും മിടുക്കിയായിരുന്നു അംബിക. ഭാഗവതപാരായണം ചെയ്യാൻ മാത്രമല്ല, ഹനുമാൻ ശ്ലോകങ്ങൾ ഈണത്തിൽ ചൊല്ലാനും സമർത്ഥയായിരുന്നു. പന്ത്രണ്ടു വയസ്സായപ്പോഴേക്കും ഒരു സ്വർണ്ണവിഗ്രഹം കണക്കെ സുന്ദരിയാ

യിരുന്നു, അവൾ. നീണ്ട കറുത്തമുടിയും അർദ്ധചന്ദ്രാകൃതിയുള്ള നെറ്റിയും മനോഹരമായ പുരികങ്ങളും ആരെയും കീഴടക്കുന്ന ആജ്ഞാശക്തിയും അവൾക്ക് ജന്മസിദ്ധമാണ്. ചുണ്ടുകൾ കണ്ടാൽ തൊണ്ടിപ്പഴംപോലെ തോന്നും. അരുണോദയംപോലെ മഞ്ഞകലർന്ന ചെമപ്പുനിറമുള്ള മുഖവും വിശാലമായ ഇടുപ്പും, ഇടുങ്ങിയ അരക്കെട്ടും ഗോളാകൃതിയിലുള്ള സ്തനങ്ങളുമുള്ള അംബികയെ കാണുന്ന ഏതൊരാളും കണ്ണിമചിമ്മാതെ നോക്കിനിന്നുപോകും.

നിർമ്മലമായ ഹൃദയവും സത്യസന്ധതയും അവളുടെ മുഖമുദ്ര യാണ്. അവിൽപ്രസാദവും ശർക്കരപ്പായസവും തയ്യാറാക്കുന്നതിൽ നിപു ണയായിരുന്നു. കളിക്കൂട്ടുകാരിയായ ആർച്ചയ്ക്കും അവളുടെ പ്രായം തന്നെയാണ്. അവൾക്ക് ചെറുപ്പംമുതലേ അറിയാവുന്ന ഒരേയൊരു പെൺ കുട്ടി എന്നതുമാത്രമല്ലാ മാതുലൻ ശങ്കരേശ്വരന്റെ മകളുമാണ്. അഗ്രഹാ രത്തിന്റെ മറുവശത്താണ് അവർ താമസിക്കുന്നത്. പനിവന്ന് വീട്ടിൽനിന്ന് പുറത്തിറങ്ങാൻ കഴിയാത്തതുകൊണ്ട് കഴിഞ്ഞ നാലുദിവസമായി അംബി കയ്ക്ക് അവളെ കാണാൻ കഴിഞ്ഞിരുന്നില്ല.

ഏരുവേശ്ശികൊട്ടാരത്തിലെ ക്ഷേത്രത്തിൽ പൂജനടത്താനുള്ള തമ്പു രാന്റെ സന്ദേശം ഉച്ചയോടെയാണ് എമ്പ്രാന്തിരിക്കു ലഭിച്ചത്. അപ്പോ ഴേക്കും യുവരാജാവ് ഭീകരനായ ആനയെ കീഴടക്കിയ വാർത്ത വടക്കേ മലബാറിലുടനീളം പരന്നിരുന്നു. പ്രസ്തുതവിജയം ആഘോഷിക്കു ന്നതിനും മണിക്കടവ് നിവാസികളുടെ രക്ഷയ്ക്കും ഉന്നമനത്തിനുമായി പ്രത്യേകപൂജ നടത്താൻ തീരുമാനിച്ചതിന്റെ അടിസ്ഥാനത്തിലായിരുന്നു എമ്പ്രാന്തിരിക്ക് സന്ദേശമയച്ചത്. ചെറുതാഴത്തുനിന്ന് ഏരുവേശ്ശിയിലേ ക്കുള്ള യാത്രയ്ക്കായി തമ്പുരാൻ, പരമേശ്വരന് കുതിരവണ്ടിയും ഏർ പ്പാടാക്കിയിരുന്നു. ഇരുട്ടുന്നതിനുമുന്നേ കൊട്ടാരത്തിലെത്താൻ വന ത്തിലൂടെ അതിവേഗത്തിൽ യാത്ര ചെയ്യേണ്ടതുണ്ട്.

അംബികയെ കൂടെകൊണ്ടുപോകാൻ ഒട്ടും താൽപ്പര്യമുണ്ടായി രുന്നില്ല അദ്ദേഹത്തിന്. അതേസമയം ചെറുതാഴത്ത് അവളെ തനിച്ചാ ക്കാൻ താൽപ്പര്യവുമില്ലായിരുന്നു. പൂജാസാമഗ്രികളെല്ലാമെടുത്ത് എമ്പ്രാ ന്തിരി യാത്രയ്ക്കൊരുങ്ങുമ്പോഴേക്കും ശർക്കരപ്പായസമൊരുക്കി സ്വർണ്ണ ക്കസവുകരയുള്ള നേരിയതും പച്ചക്കരയുള്ള സെറ്റുമുണ്ടും ധരിച്ച് അംബിക തയ്യാറായി. യാത്രാവിവരം ആർച്ചയെ അറിയിക്കാൻ നേരമുണ്ടാ യില്ല. ഉച്ചയോടെ പരമേശ്വരനും അംബികയും കുതിരവണ്ടിയിൽ പുറ പ്പെട്ടു.

സൂര്യൻ പടിഞ്ഞാറ്റടങ്ങാൻ ഏതാനും നാഴികകൾ ബാക്കിയുള്ള പ്പോൾ അവർ മലപ്പട്ടണത്തെത്തി. പാതയുടെ ഇരുവശവും തേക്ക്, തെങ്ങ്, മാവ്, പ്ലാവ് തുടങ്ങിയവയും ഒട്ടേറെ പേരറിയാത്ത മരങ്ങളും അംബിക കൗതുകത്തോടെ കണ്ടു. ചെറുപ്പത്തിൽ അവൾക്ക് പുറത്തിറങ്ങാനുള്ള അവസരം ലഭിച്ചിരുന്നില്ല. ഇരുവശവും നിരനിരയായി വീടുകൾ, അവിട വിടെയായി പച്ചപ്പുനിറഞ്ഞ വെള്ളക്കെട്ടുകളോടുകൂടിയ സ്ഥലങ്ങൾ,

കൊടുമുടിയോളം വലുപ്പമുള്ള മരങ്ങൾ, അതിനിടയിൽ തഴച്ചുവളർന്ന ചെടികൾ. ഓരോ കാഴ്ചകളും അവൾ ആസ്വദിച്ചു. ഇരുട്ടുംമുന്നേ കൊട്ടാരത്തിലെത്താൻ കുതിരവണ്ടി കുതിച്ചുപായുകയാണ്.

മലയിടുക്കുകളിൽ പുനംകൃഷിക്ക് പോയ സ്ത്രീപുരുഷന്മാർ മലപ്പട്ടണത്തേക്ക് കുന്നിറങ്ങിവരുന്നുണ്ടായിരുന്നു. ഏതാനും സ്ത്രീകളുടെ എളിയിൽ കുട്ടികളുമുണ്ട്. അരയിൽ ഈരെഴത്തോർത്തും കത്തിയും കുടത്തിൽ കള്ളുമായി തെങ്ങിൽനിന്ന് ഇറങ്ങിവരുന്ന, മേൽമുണ്ട് ധരിക്കാത്ത പുരുഷന്മാരെ അവളാദ്യമായി കണ്ടു. കുതിരവണ്ടി ഇപ്പോൾ കയറ്റത്തിലാണ്. സമയം അസ്തമയത്തോടടുത്തിരിക്കുന്നു. അവൾ താഴേക്കുനോക്കി. അടിവാരത്ത് സാമാന്യം ഒഴുക്കുള്ള നദിയിൽ അന്തിവെയിൽ സന്ധ്യാദീപം കൊളുത്തിയിരിക്കുന്നു. കുത്തനെയുള്ള കയറ്റം കുതിരയെ വല്ലാതെ ആയാസപ്പെടുത്തുന്നുണ്ട്. ഏന്തിവലിഞ്ഞ് ഏകദേശം മുകളിലെത്താറായപ്പോഴാണ് അത് സംഭവിച്ചത്. ഒരു വലിയ പാറക്കല്ലിൽ തട്ടി വണ്ടിയുടെ ചക്രങ്ങൾ ഊരിത്തെറിച്ചു. അതോടൊപ്പം രണ്ടുപേരും പുറത്തേക്കു തെറിച്ചുവീണു. മാത്രമല്ലാ എഴുന്നേൽക്കാൻപോലും കഴിയാതെ അവർ ചരിവിലൂടെ താഴേക്കുരുളാൻ തുടങ്ങി. അപ്രതീക്ഷിതമായ സംഭവവികാസത്തിൽ എന്താണുണ്ടായതെന്ന് മനസ്സിലാവുന്നതിന് മുമ്പേ അടിവാരത്തുള്ള ആഴമേറിയ പുഴയിൽ അംബിക ഉരുണ്ടുവീണു. പുഴയിലെ കുത്തൊഴുക്കിൽപ്പെട്ട് അവളും ബഹുദൂരം ഒഴുകി. തന്റെ ജീവിതമിവിടെ അവസാനിക്കുകയാണ്. കൺമുന്നിൽ മരണം കാത്തുനില്ക്കുന്നു.. അവൾ കണ്ണുകൾ ഇറുക്കെചിമ്മി..

ഓരോ മനുഷ്യന്റെയും ജീവിതത്തിൽ ചില സന്ദർഭങ്ങളിൽ അപ്രതീക്ഷിതമായ സംഭവങ്ങളുണ്ടായേക്കാം. സഹയാത്രികർ ചിലർ അപ്രത്യക്ഷമാവുകയും പകരം പുതിയവ്യക്തികൾ നമ്മളോടൊപ്പം യാത്ര തുടങ്ങുകയും ചെയ്യുന്നു. അതുവരെ കൂടെ യാത്രചെയ്തവരെ ചിലപ്പോൾ നമ്മൾ മറന്നേക്കാം. നമ്മളോടൊപ്പം യാത്രചെയ്യാൻ തുടങ്ങിയ പുതിയ ആളുകളുമായി സമരസപ്പെട്ടുപോകാൻ നാം ശ്രമിക്കുന്നു. ആ ഘട്ടത്തിൽ സഹായഹസ്തം നീട്ടിയവരെ നമുക്ക് ഒരിക്കലും മറക്കാൻ കഴിയാറില്ല. അംബികയുടെ ജീവിതത്തിലും അതുതന്നെ സംഭവിച്ചു. അഗാധമായ പുഴയിൽവീണ് അവളുടെ ജീവിതം അവസാനിക്കാറായി എന്ന് തോന്നിയ നിമിഷം.. ഒരു യുവാവ് അവളെ രക്ഷപ്പെടുത്തി. അത് നമ്മുടെ യുവരാജാവായ കേളപ്പനാർ ആയിരുന്നു.

കേളപ്പനാർ തന്റെ കുതിരയെ മേയാൻവിട്ട് തന്നെ അപകടത്തിൽ നിന്ന് രക്ഷപ്പെടുത്തിയ കണ്ണപ്പനെക്കുറിച്ചുള്ള ചിന്തയിലായിരുന്നു. അവന്റെ ബന്ധുക്കളെക്കുറിച്ച് കേളപ്പനാർ അന്വേഷിച്ചെങ്കിലും കണ്ടെത്താനായില്ല. മണിക്കടവിൽ ബന്ധുക്കൾ ഉണ്ടെന്നല്ലാതെ അവരുടെ പേരോ മറ്റുവിവരങ്ങളോ കണ്ണപ്പൻ വെളിപ്പെടുത്തിയിരുന്നില്ല. അതുകൊണ്ടുതന്നെ അന്വേഷണം വഴിമുട്ടുകയുംചെയ്തു. ഇങ്ങനെ ഗൗരവമേറിയ ചിന്തയിലിരിക്കെ, കുന്നിന്റെ മുകളിൽനിന്ന് ഒരു കുതിരവണ്ടി

മറിഞ്ഞുവീഴുന്നത് മിന്നായംപോലെ അദ്ദേഹം കണ്ടു. അതിൽനിന്ന് മൂന്നുപേർ താഴേക്ക് ഉരുണ്ടുവീഴുന്നതും അതിലൊരാൾ പച്ചക്കരയുള്ള സെറ്റുമുണ്ടുടുത്ത ഒരു പെൺകുട്ടിയാണെന്നും തിരിച്ചറിഞ്ഞു. ആഴമുള്ള പുഴയിൽ വീഴുംമുമ്പേ അദ്ദേഹം അവരുടെയടുത്തേക്ക് കുതിച്ചു. പക്ഷേ, അപ്പോഴേക്കും അതിവേഗം ഒഴുകുന്ന പുഴവെള്ളത്തിൽ പെൺകുട്ടി ഒഴുകാൻ തുടങ്ങിയിരുന്നു. കേളപ്പനാർ ഒരു നിമിഷം എന്തു ചെയ്യണമെന്നറിയാതെ ആലോചിച്ചു. പിന്നെ ഒട്ടും അമാന്തിക്കാതെ പുഴയിലേക്ക് ചാടി. ഹിമകണംപോലെ തണുത്ത പുഴവെള്ളം നല്ല ഒഴുക്കുള്ളതുമായിരുന്നു. തോട്ടിൽ പച്ചനിറമുള്ള മുണ്ട് വേഗത്തിൽ ഒഴുകിപ്പോകുന്നത് അയാൾക്ക് കാണാൻ കഴിഞ്ഞു. അവളിലേക്ക് എത്തിപ്പെടാൻ കേളപ്പനാർ പരമാവധി ശ്രമിച്ചു.

'സമയം' എന്നത് ആപേക്ഷികമായ ഒരു അളവുകോലാണെന്ന് ആധുനികശാസ്ത്രം പറയുന്നു. ചിലരുടെ ജീവിതത്തിലെ ഒരു നിമിഷം മറ്റുചിലർക്ക് ഒരു യുഗത്തിന് തുല്യമായേക്കാം. ഇവിടെ അംബിക തീർത്തും അബോധാവസ്ഥയിലായിരുന്നു. പുഴയുടെ കുത്തൊഴുക്കിൽ എത്രദൂരം മുന്നോട്ട് പോയി എന്ന് അവൾ അറിഞ്ഞതേയില്ല. ഒരു ജീവൻ രക്ഷിക്കാനുള്ള തത്രപ്പാടിൽ ഓരോ നിമിഷവും കേളപ്പനാർക്ക് ഒരു യുഗമായി അനുഭവപ്പെട്ടു. ഒഴുക്കിനോടൊപ്പം പുഴയിൽ ചുഴികളും രൂപ പ്പെടുന്നത് ഏറെ പ്രയാസം സൃഷ്ടിച്ചെങ്കിലും അതൊന്നും വകവെക്കാതെ അവളെ പിന്തുടരാൻ അയാൾക്ക് കഴിഞ്ഞു, പക്ഷേ, എത്രശ്രമിച്ചിട്ടും ആ പെൺകുട്ടി അകന്നുപോയ്ക്കൊണ്ടേയിരുന്നു. അപ്പോൾ ഒരേയൊരു പോംവഴി ദൈവത്തോട് പ്രാർത്ഥിക്കുക എന്നതായിരുന്നു. മനുഷ്യൻ കഷ്ടത്തിലാവുമ്പോഴാണല്ലോ ദൈവത്തെ സ്മരിക്കുക..! മരണക്കുഴിയിൽ വീണപ്പോൾ ചെയ്തതുപോലെ അദ്ദേഹം മുത്തപ്പനോട് യാചിച്ചു. എന്നാൽ ഇത്തവണ തനിക്കു വേണ്ടിയായിരുന്നില്ല; മുങ്ങിമരിക്കാൻ പോകുന്ന ഒരു പെൺകുട്ടിയുടെ ജീവൻ രക്ഷിക്കാനായിരുന്നു എന്നതാണ് വ്യത്യാസം.

ഒഴുകിക്കൊണ്ടിരിക്കുന്ന അംബികയുടെ മുന്നിൽ വിലങ്ങനെ ഒരു വലിയ മരത്തിന്റെ രൂപത്തിൽ തടഞ്ഞുനിർത്തിക്കൊണ്ട് ഉടൻ മുത്തപ്പൻ മറുപടിനല്കി. മരത്തിന്റെ ശാഖകളിൽ കുടുങ്ങി അവളുടെ പ്രയാണം തടസ്സപ്പെട്ടത് ദൂരെനിന്ന് കണ്ട കേളപ്പനാർക്ക് ആശ്വാസമായി. വളഞ്ഞു പുളഞ്ഞൊഴുകുന്ന പുഴയിലൂടെ വർദ്ധിതവീര്യത്തോടെ അയാൾ അങ്ങോട്ട് കുതിച്ചു. ഒടുവിൽ അരികിലെത്തി അവളെ ഒരു മാലപോലെ കൈകളിലെടുത്ത് മരത്തിൽക്കയറി. കാലൊന്നു വഴുതിയാൽ വീണ്ടും വെള്ളത്തിൽ വീഴുമെന്നുറപ്പാണ്. പെൺകുട്ടിയെ ചുമലിലേറ്റി കാട്ടുമര ത്തിന്റെ മുകളിലൂടെ കേളപ്പനാർ സാവധാനം നടന്നു.

മുന്നേ അല്പമെങ്കിലും വെളിച്ചമുണ്ടായിരുന്നു. എന്നാൽ ഇപ്പോൾ ഇരുട്ട് സർവ്വതും വിഴുങ്ങി. നിലാവെട്ടമില്ലാത്ത, അവിടെയുമിവിടെയും നക്ഷത്രക്കൂട്ടങ്ങൾ മിന്നുന്ന മേഘാവൃതമായ ആകാശം. അതിന്റെ

നേർത്ത വെട്ടത്തിൽ കേളപ്പനാർ പെൺകുട്ടിയുമായി ഒരുവിധം പുഴയോരത്തെത്തി. കാലാവസ്ഥ അസാധാരണമാംവിധം മോശമായിരുന്നു. കനത്ത മഴ എപ്പോൾ വേണമെങ്കിലും പെയ്തേക്കാമെന്ന് തോന്നിപ്പിക്കുന്ന ഗന്ധം അന്തരീക്ഷത്തിൽ പടർന്നു. ഇരുണ്ടമേഘങ്ങളിൽനിന്ന് ഏതാനും തുള്ളി ഇറ്റു വീഴാൻതുടങ്ങി.

കേളപ്പനാർ അവളെ അരുവിയുടെ തീരത്തെ പാറയിൽ കിടത്തി. അംബിക അപ്പോഴും അബോധാവസ്ഥയിലായിരുന്നു. അവൾക്ക് ജീവനില്ലേ എന്നദ്ദേഹം സംശയിച്ചു. ആദ്യം വേണ്ടത് അല്പം വെളിച്ചമായിരുന്നു, തണുത്ത് മരവിച്ച പെൺകുട്ടിക്ക് അല്പം ചൂടുനല്കണം. കേളപ്പനാർ ചുറ്റും നോക്കി. ഏതാനും കല്ലുകളും ഉണങ്ങിയ ഇലകളും സ്വരൂപിച്ചു. തുടർന്ന് കല്ലുരച്ച് തീയുണ്ടാക്കി ഇലകൾ കൂട്ടിയിട്ട് കത്തിച്ചു. തീജ്വാല പടർന്നപ്പോൾ ആശ്വാസമായി. തീക്കുണ്ഡത്തിന്നരികിൽ അയാൾ അവളെ കിടത്തി. ചൂടേറ്റപ്പോൾ അവളിൽ നേരിയചലനമുണ്ടായി. അതോടെ പെൺകുട്ടിക്ക് ജീവനുണ്ടെന്ന് അദ്ദേഹത്തിന് ഉറപ്പായി. കേളപ്പനാർ പുഴയിൽനിന്ന് കുറച്ച് വെള്ളം കോരിയെടുത്ത് അവളുടെ മുഖത്ത് തളിച്ചു. പെൺകുട്ടി പതിയെ കണ്ണുതുറന്നു. പക്ഷേ.. ചുറ്റുംനോക്കി, പൊടുന്നനെ എന്തോ കണ്ട് ഭയന്നെന്നപോലെ അവൾ നിലവിളിച്ചു. അല്പനേരം കഴിഞ്ഞ് സാഹചര്യങ്ങളോട് പൊരുത്തപ്പെട്ട അവൾ മെല്ലെ സൗമ്യമായ ശബ്ദത്തിൽ ചോദിച്ചു.

“അച്ഛനെവിടെ?”

എന്തെങ്കിലും പറയുന്നതിനുമുന്നേ പെൺകുട്ടി വീണ്ടും അബോധാവസ്ഥയിലായി. കുതിരവണ്ടിയിൽനിന്ന് പുറത്തേക്കു തെറിച്ചുവീണ മറ്റൊരാൾ ഈ കുട്ടിയുടെ അച്ഛനാണെന്ന് കേളപ്പനാർ ഊഹിച്ചു. ഈ രാത്രിയിൽ അയാളെ എങ്ങനെ രക്ഷിക്കും? കുത്തിയൊഴുകുന്ന അരുവിയിൽ അന്വേഷിക്കുന്നത് തീർത്തും ബുദ്ധിമുട്ടാണ്. ഈ പെൺകുട്ടിക്കുതന്നെ വേണ്ടത്ര പ്രാഥമികശുശ്രൂഷ ലഭിച്ചിട്ടില്ല.. ഇനിയും വൈകിയാൽ, കടന്നുപോകുന്ന ഓരോ വിനാഴികയിലും ജീവൻ നഷ്ടപ്പെട്ടുപോകാനിടയുണ്ട്. തനിക്ക് ഏതെങ്കിലുമൊരു കുടിൽ കണ്ടെത്താൻ കഴിഞ്ഞെങ്കിൽ താല്ക്കാലിക സഹായം ലഭിക്കുമായിരുന്നു. ദൂരെയെവിടെയെങ്കിലും വെളിച്ചത്തിന്റെ ഒരു തരി കാണുന്നുണ്ടോ എന്ന് അയാൾ പരതിനോക്കി. ഇരുട്ടിൽ സൂക്ഷ്മമായി നിരീക്ഷിച്ചപ്പോൾ വളരെ ദൂരെ ഒരുവിളക്കു കത്തുന്നുണ്ടെന്ന് കണ്ടെത്തി. വേറെ വഴിയില്ലായിരുന്നു. കേളപ്പനാർ വീണ്ടും അവളെ തോളിൽ കിടത്തി താൻ കണ്ട വെളിച്ചം ലക്ഷ്യമാക്കി നടക്കാൻ തുടങ്ങി.

അഞ്ച്

മതിയായ സുരക്ഷയില്ലാതെ കാടിനുള്ളിൽപ്പോകുന്നത് എക്കാലവും അപകടകരമാണ്, പ്രത്യേകിച്ച് രാത്രികാലങ്ങളിൽ. പാമ്പുകളും വന്യമൃഗങ്ങളും പതിയിരിക്കുന്ന ഉൾക്കാട്ടിൽ കാനനനിവാസികൾ പോലും അസമയത്ത് പോകാറില്ല. ഈ സന്ദിഗ്ദ്ധഘട്ടത്തിൽ ഇത്തരം കാര്യങ്ങളൊന്നും ഗൗനിക്കാതെ കേളപ്പനാർ പെൺകുട്ടിയെ തോളിലെടുത്ത് കുടിലിനു നേരെ നടന്നു. ചെറിയൊരു കുടിലായിരുന്നു അത്. പോരാത്തതിന് അടച്ചിട്ടിരിക്കുകയുമാണ്. എങ്കിലും ഒരു കീറ് വെളിച്ചം ജനാലയിലൂടെ പുറത്തേക്ക് വീഴുന്നുണ്ടായിരുന്നു. അതോടെ ആൾത്താമസമുള്ളതാണെന്ന് ഉറപ്പായി. അദ്ദേഹം വാതിലിൽമുട്ടിയപ്പോൾ തുറന്നത് ഒരു വൃദ്ധനായിരുന്നു. പെൺകുട്ടിയുമായി വന്നെത്തിയ അതിഥി രാജകുമാരനാണെന്ന് തിരിച്ചറിഞ്ഞ് ഒരുനിമിഷം ഭയന്നുപോയ അയാൾ വളരെപ്പെട്ടെന്നുതന്നെ സമചിത്തത വീണ്ടെടുത്ത് കുമാരനെ ഉപചാരപൂർവ്വം വണങ്ങി. തുടർന്ന് പെൺകുട്ടിക്ക് എന്താണ് സംഭവിച്ചതെന്നന്വേഷിക്കുകയും വൈദ്യനെ കൊണ്ടുവരുന്നതുവരെ കാത്തിരിക്കാൻ അഭ്യർത്ഥിക്കുകയും ചെയ്തു. അതേസമയം ഒരു കാരണവശാലും തന്നെക്കുറിച്ച് ആരോടും പറയരുതെന്ന് കേളപ്പനാർ വൃദ്ധനോട് ആവശ്യപ്പെട്ടു.

വൃദ്ധൻ പുറത്തുപോയപ്പോൾ കേളപ്പനാർ കുടിലിന്റെ അകം സൂക്ഷ്മമായി നിരീക്ഷിച്ചു. ഒറ്റനോട്ടത്തിൽത്തന്നെ ഇത് സാധാരണ ഗ്രാമവാസികളുടെ കുടിലിൽനിന്ന് ഏറെ വ്യത്യസ്തമാണെന്ന് മനസ്സിലായി. കുടിലിൽ, ആരാലും ശ്രദ്ധിക്കപ്പെടാത്ത ഒരുഭാഗത്ത് മൂർച്ചയുള്ള കത്തികളും കഠാരകളും മറ്റ് ആയുധങ്ങളും സൂക്ഷിച്ചിരിക്കുന്നതുകണ്ടു. എന്തിനാവും ഇത്രയധികം ആയുധങ്ങൾ? അദ്ദേഹം ആശ്ചര്യപ്പെട്ടു. ഇടതൂർന്ന വനത്താൽ ചുറ്റപ്പെട്ട ഗ്രാമമായതിനാൽ കാട്ടാനകളുടെയോ വന്യജീവികളു

ടെയോ ആക്രമണങ്ങളെ നേരിടാനും ചിലപ്പോൾ സ്വയംപരിരക്ഷിക്കാനും ആയുധങ്ങൾ അത്യാവശ്യമാണ്. അതുകൊണ്ടാവാമെന്ന് അയാൾ കണക്കുകൂട്ടി. ആയുധങ്ങളോടൊപ്പം തുരുമ്പെടുത്ത പഴയ ഇരുമ്പുപെട്ടി കണ്ട് തുറന്നുനോക്കി. നേർത്ത ചരടുകളാൽ കോർത്ത നിരവധി താളിയോലക്കെട്ടുകൾ അതിലുണ്ടായിരുന്നു. ഓരോന്നിലും കുനുകുനാ യെന്ന് എന്തൊക്കെയോ എഴുതിയിരിക്കുന്നു. ഏതാണ് ഈ ഭാഷ? തമിഴോ അതോ സംസ്കൃതമോ? അതിൽനിന്ന് ഒന്നെടുത്ത് വായിക്കാൻ ശ്രമിച്ചു. സുരതിമന്നനാർ വ്യാപാരാവശ്യത്തിന് ചെന്നപട്ടണത്തിൽ പോകാറുള്ള തിനാൽ അദ്ദേഹത്തിന് തമിഴ് നല്ല വശമായിരുന്നു. ഭാവിയിൽ തനിക്കും അവിടെ പോകേണ്ടിവരുമെന്നതിനാൽ കുട്ടിക്കാലത്ത് തമിഴ് ലിപികൾ വായിക്കാൻ കൊട്ടാരത്തിൽ പഠിച്ചിരുന്നു. എങ്കിലും വളരെ കുറച്ച് മാത്രമേ വായിക്കാനറിയൂ..

"പ്രവർത്തിക്കുക അല്ലെങ്കിൽ മരിക്കുക." ചെറുശ്ശേരി തിലകവർമ്മ.

കഷ്ടിച്ച് ഇത്രയും വായിച്ചെടുത്തു. ആരാണ് ചെറുശ്ശേരി തിലക വർമ്മ? എന്താണിതിന്റെ അർത്ഥം? എന്തിനാണ് ഈ താളിയോലകൾ ഇവിടെ സൂക്ഷിച്ചിരിക്കുന്നത്? ആർക്കുള്ള സന്ദേശമാണ് ഇത്? അയാൾ ചിന്താധീനനായി. ഈ സമയം ഔഷധച്ചെടികളുമായി വൃദ്ധൻ മടങ്ങി യെത്തി. കൂടെ ഒരു മദ്ധ്യവയസ്കനും. വൈദ്യരാണെന്ന് തോന്നിക്കുന്ന അയാൾ യുവതിയുടെ നാഡി പരിശോധിച്ച് വൃദ്ധനോട് കുഴപ്പമില്ലെന്ന് പറഞ്ഞു. അയാൾ കേളപ്പനാരെ ഒട്ടും ശ്രദ്ധിക്കാതെ തന്റെ കർത്തവ്യ ത്തിൽ മുഴുകി. ഒരു പാത്രത്തിൽ ചൂടുവെള്ളം തയ്യാറാക്കി, ഇലകൾ പിഴിഞ്ഞ് അതിന്റെ നീരിൽ അല്പം ചൂടുവെള്ളമൊഴിച്ചു. അതോടെ അതിന്റെ നിറം ചുവപ്പായി മാറി. പിന്നെ പെൺകുട്ടിയുടെ വായതുറന്ന് ആ സത്ത് കുറേശ്ശെയായി ഒഴിച്ചുകൊടുത്തു. അത്ഭുതം..അല്പസമയം കഴിഞ്ഞപ്പോൾ അവൾ പതിയെ കണ്ണുകൾ തുറന്നു.

ആശ്വാസത്തോടെ മുഖമുയർത്തിയ വൈദ്യർ തന്റെ മുന്നിൽ കൊച്ചു തമ്പുരാനെ കണ്ട് അമ്പരന്നു. ഭയചകിതനായ അദ്ദേഹം ഭയഭക്തിപുര സ്സരത്തോടെ ചോദിച്ചു.

"തമ്പുരാനേ, അങ്ങാണോ ഈ യുവതിയെ കൊണ്ടുവന്നത്?"

കേളപ്പനാർ അയാളുടെ ചോദ്യത്തിന് ഉത്തരം നൽകാതെ മറു ചോദ്യം ചോദിച്ചു:

"ഇവൾക്ക് സുഖമായോ?"

"ഉവ്വ്.. തമ്പുരാനേ, രണ്ടുനാഴിക കഴിഞ്ഞാൽ അവൾ എഴു ന്നേൽക്കും."

നനഞ്ഞുകുതിർന്ന പച്ചക്കരമുണ്ടുമായി പെൺകുട്ടി വലത്തോട്ടു തിരിഞ്ഞു വീണ്ടും ഗാഢനിദ്രയിലേക്ക് വീണു.

"തമ്പുരാനേ, ഞാൻ പൊയ്ക്കോട്ടെ?" വൈദ്യർ യാത്രാനുമതി തേടി. അപ്പോൾ അകലെനിന്ന് ഒരു കുതിരക്കുളമ്പടിശബ്ദം അടുത്തടുത്ത് വരു ന്നതായി കേട്ടു.

"നിങ്ങൾ രണ്ടുപേരും ഇപ്പോൾ പോയി ഈ യുവതിക്ക് സഹായിയായി ആരെയെങ്കിലും ഏർപ്പാട് ചെയ്യൂ, പ്രായമായ ഒരു സ്ത്രീയാണ് നല്ലത്. ചിലപ്പോൾ ഞങ്ങളെ കണ്ടാൽ അവർ പേടിച്ചേക്കാം. എത്രയും വേഗം ചെയ്യൂ.."

"തമ്പുരാനേ, തീർച്ചയായും ഞങ്ങൾ ഏർപ്പാട് ചെയ്യാം. പക്ഷേ.. അങ്ങ് എങ്ങനെ പോകും?"

"അതു ഞാൻ നോക്കിക്കോളാം.. ഇപ്പോൾ ഞാൻ പറയുന്നത് നിങ്ങൾ ചെയ്യുക." കേളപ്പനാർ ആജ്ഞാപിച്ചു.

കുതിരക്കുളമ്പടിശബ്ദം കുടിലിനുസമീപം നിലച്ചു. കുതിരപ്പുറത്തുനിന്ന് ഇറങ്ങിവന്ന കണ്ണപ്പനെക്കണ്ട് യുവരാജാവിന് അതീവ സന്തോഷമായി.

"നീ എങ്ങനെ ഇവിടെയെത്തി? ഞാൻ ഇവിടെയുണ്ടെന്ന് എങ്ങനെയറിഞ്ഞു?"

"തമ്പുരാനേ, ഏരുവേശ്ശിയിൽ ചെന്നപ്പോൾ അങ്ങ് മലപ്പട്ടണംകാട്ടിൽ പോയെന്നറിഞ്ഞു. ഒരുപക്ഷേ, അങ്ങ് വീണ്ടും അപകടത്തിൽപ്പെട്ടേക്കുമോ എന്ന് ഞാൻ സംശയിച്ചു. അങ്ങനെ ഇവിടെയെത്തിയപ്പോൾ അങ്ങയുടെ കുതിര ഒറ്റയ്ക്ക് നില്ക്കുന്നത് ഞാൻ കണ്ടു. തീർച്ചയായും എന്റെ സംശയം സത്യമാകരുതേയെന്ന് ഞാൻ പ്രാർത്ഥിച്ചു. അപ്പോഴാണ് കുന്നിന്റെ മുകളിൽനിന്ന് ഒരു പെൺകുട്ടി പുഴയിലേക്കുരുണ്ട് വീഴുന്നതും അവളെ രക്ഷിക്കാൻ ഒരു ചെറുപ്പക്കാരൻ നീന്തുന്നതും ഞാൻ കണ്ടത്. തീർച്ചയായും അത് അങ്ങായിരിക്കുമെന്ന് ഞാനൂഹിച്ചു. അതിനാൽ പുഴയുടെ മറുതീരംവഴി ഞാൻ നിങ്ങളെ പിന്തുടർന്നു. രാജകുമാരാ, അങ്ങ് അവളെ രക്ഷിച്ചുവെന്നും രണ്ടുപേരുംകൂടി പുഴക്കരയിൽ എത്തിച്ചേർന്നുവെന്നും എനിക്കു മനസ്സിലായി. നിർഭാഗ്യവശാൽ പുഴമുറിച്ചുകടന്ന് ഞാൻ അവിടെയെത്തിയപ്പോൾ രണ്ടുപേരും ഉണ്ടായിരുന്നില്ല. അപ്പോഴാണ് ദൂരെ ഒരു വെളിച്ചം കണ്ടത്. ഉറപ്പായും അങ്ങ് ഇവിടെയെത്തിയിട്ടുണ്ടാകുമെന്ന എന്റെ കണക്കുകൂട്ടൽ ശരിയായിരുന്നു. തമ്പുരാനേ, ഏരുവേശ്ശികൊട്ടാരത്തിൽ എല്ലാവരും അങ്ങയെ കാത്തിരിക്കുകയാണ്. അതിനാൽ കുമാരൻ എത്രയും പെട്ടെന്ന് യാത്രയാവുക. യുവതിയുടെ കാര്യം ഞാൻ നോക്കിക്കോളാം."

സന്ദർഭോചിതമായ കണ്ണപ്പന്റെ വാക്കുകൾ കൊട്ടാരത്തിലേക്ക് മടങ്ങേണ്ടതിന്റെ പ്രാധാന്യം കേളപ്പനാരെ ബോദ്ധ്യപ്പെടുത്തി. പെൺകുട്ടിയെ സുരക്ഷിതമായ കൈയിൽ ഏൽപ്പിച്ചതിൽ സംതൃപ്തനായ യുവരാജാവ് പക്ഷേ, മറ്റെന്തോ ആലോചിച്ചുനിന്നു. അദ്ദേഹത്തിന്റെ മുഖഭാവത്തിൽ നിന്ന് കാര്യം മനസ്സിലാക്കിയ കണ്ണപ്പൻ പറഞ്ഞു.

"തമ്പുരാനേ, അങ്ങേയ്ക്ക് എന്റെ കുതിരയെ ഉപയോഗിക്കാം. അങ്ങയുടെ കുതിരയുമായി ഞാൻ കൊട്ടാരത്തിലേക്ക് മടങ്ങിവരാം."

"ശരി.. അങ്ങനെയാവട്ടേ.. ഏതുവിധേനയും ഈ പെൺകുട്ടിയുടെ അച്ഛനെ അന്വേഷിച്ച് കണ്ടെത്തണം."

"അക്കാര്യം ഞാൻ നോക്കിക്കൊള്ളാം.. ഇവളുടെ അച്ഛനാരെന്ന് എനിക്കറിയില്ല. എങ്കിലും തീർച്ചയായും ഞാൻ അയാളെ കണ്ടെത്തും.. എന്നിട്ട് അവളെ പിതാവിനെയേൽപ്പിക്കും. പ്രഭോ.. അങ്ങ് ധൈര്യമായി പോകുക.. സമയം അതിക്രമിച്ചിരിക്കുന്നുവെന്ന് എനിക്ക് തോന്നുന്നു. പുറത്ത് എന്റെ കുതിര കാത്തുനില്ക്കുന്നുണ്ട്."

കൊട്ടാരത്തിൽ എല്ലാവരും തന്നെക്കുറിച്ച് ആശങ്കപ്പെടുന്നതിനാൽ തന്റെ സാന്നിദ്ധ്യം അവിടെ ആവശ്യമാണെന്ന് കേളപ്പനാർക്ക് തോന്നി. അയാൾ കുടിലിൽനിന്ന് പുറത്തിറങ്ങി കുതിരപ്പുറത്തുകയറി പതിയെ അതിനെ തൊട്ടു. ആദ്യമാദ്യം പതുക്കെനീങ്ങിയ കുതിര പിന്നെപ്പിന്നെ വളരെവേഗത്തിൽ ഓടാൻ തുടങ്ങി. ഒരുപാട് തവണ ഈ വഴിയിലൂടെ കുതിര വന്നിട്ടുണ്ടെന്നും അതിനാൽ വഴികളൊക്കെ പരിചിതമാണെന്നും കേളപ്പനാർക്ക് മനസ്സിലായി.

കേളപ്പനാർ പോയതിനുശേഷം, കണ്ണപ്പൻ കുടിലിൽ സൂക്ഷ്മമായി പരിശോധിച്ചു. ചില താളിയോലകൾ അഴിച്ചിട്ടിരിക്കുന്നതായി കണ്ടു. ഒരു പക്ഷേ, തമ്പുരാൻ ചിലതൊക്കെ വായിച്ചിരിക്കാം. ഇതിനിടയിൽ പെൺകുട്ടി കണ്ണുതുറന്നു.

"എന്താണ് എനിക്ക് സംഭവിച്ചത്?" അവൾ വളരെ താഴ്ന്നസ്വരത്തിൽ ചോദിച്ചു.

"ഒന്നും പറ്റിയില്ല; ഇയാൾക്ക് താമസിയാതെ തിരിച്ചുപോകാൻ കഴിയും."

"ഇതേതാണ് സ്ഥലം? നിങ്ങളാണോ എന്നെ രക്ഷിച്ചത്?"

"ഞാനല്ലാ, കൊച്ചുതമ്പുരാനാണ്.. രക്ഷിച്ചത്"

"എന്ത്!" അവൾ ആശ്ചര്യത്തോടെ ചോദിച്ചു.

"എവിടെനിന്ന്?"

"പുഴയിലൂടെ ഒഴുകിപ്പോകുമ്പോൾ..!"

അവൾ ഒരുനിമിഷം ചിന്താധീനയായി. കഴിഞ്ഞ ഏതാനും നാഴികകൾക്കുള്ളിൽ നടന്ന എല്ലാകാര്യങ്ങളും ഓർത്തെടുക്കാൻ കഴിഞ്ഞപ്പോൾ ഉദ്വേഗത്തോടെ അവൾ ചോദിച്ചു.

"അച്ഛനെവിടെ?"

"ഞങ്ങൾ അന്വേഷിക്കുന്നുണ്ട്." കണ്ണപ്പൻ ആത്മവിശ്വാസത്തോടെ പറഞ്ഞു. അതിനിടയിൽ വൈദ്യർ ഒരു വൃദ്ധയുമായി എത്തിച്ചേർന്നു. അവർ അംബികയ്ക്ക് പുതിയവസ്ത്രങ്ങൾ കൊണ്ടുവന്നിരുന്നു. വസ്ത്രം മാറുന്നതിനിടെ ആ സ്ത്രീ അവളെക്കുറിച്ചുള്ള വിവരങ്ങൾ ആരാഞ്ഞു. അപരിചിതരായ രണ്ടുപുരുഷന്മാരോടൊപ്പം രാത്രി മുഴുവൻ കഴിച്ചുകൂട്ടുന്നതിനെക്കുറിച്ച് അവൾക്ക് ആശങ്കയുണ്ടായിരുന്നു. പ്രായംചെന്ന ആ സ്ത്രീയെ കണ്ടതോടെ അംബികയ്ക്ക് ആശ്വാസമായി. പോരാത്തതിന് വൈദ്യരുടെ മരുന്നും അവളെ ഉന്മേഷവതിയാക്കി. പതിയെ തന്റെ അച്ഛനെക്കുറിച്ച് പറഞ്ഞു. അദ്ദേഹത്തിന് എന്തെങ്കിലും അപകടം പറ്റിയോ എന്നോർത്ത് വേവലാതിപ്പെട്ടു. ചെറുതാഴമെന്ന തന്റെ ഗ്രാമത്തെക്കുറിച്ചും

ഹനുമാരമ്പലത്തെക്കുറിച്ചും രാജകുമാരന്റെ ക്ഷേമത്തിന് പൂജനടത്താൻ വന്ന കാര്യവും അവൾ അറിയിച്ചു.

"ഒരുപക്ഷേ, അപകടത്തിൽനിന്ന് രക്ഷപ്പെട്ട് എമ്പ്രാന്തിരി ഗ്രാമത്തിലെത്തിയിരിക്കാം. രാവിലെ അവിടെച്ചെന്ന് കൊട്ടാരത്തിലേക്ക് പോകാൻ മറ്റൊരുവണ്ടി ഏർപ്പാടാക്കുന്നത് നല്ലതായിരിക്കും. അതുകൊണ്ട് ഇന്നു രാത്രി എന്റെ കുടിലിൽ കഴിച്ചുകൂട്ടാം."

വൃദ്ധയുടെ ഉപദേശം അംബികയ്ക്ക് ഏറെ ഹൃദ്യമായിരുന്നു. അതു പ്രകാരം രണ്ടുപേരും കുടിലിൽനിന്ന് പുറത്തിറങ്ങി ഗ്രാമത്തിലുള്ള അവരുടെ കുടിലിലേക്കുപോയി. അവർ പോയെന്നുറപ്പാക്കിയശേഷം വൃദ്ധൻ കുടിലിലേക്ക് മടങ്ങിയെത്തി.

"കൊച്ചുതമ്പുരാൻ താളിയോലകളും നമ്മൾ ഒളിച്ചുവച്ച ആയുധങ്ങളും കണ്ടെന്ന് തോന്നുന്നു. അദ്ദേഹത്തിന് എന്തെങ്കിലും സംശയം തോന്നിയിരിക്കും." കണ്ണപ്പൻ അയാളോടു പറഞ്ഞു.

"എന്തു ചെയ്യാം.. വേറെ വഴിയില്ലായിരുന്നു." നിരാശയോടെയുള്ള വൃദ്ധന്റെ മറുപടി.

"അപ്പൂപ്പാ.. എനിക്ക് ഈ സ്ഥലത്തിന്റെ ചരിത്രമറിഞ്ഞാൽ കൊള്ളാമെന്നുണ്ട്."

"എന്തിന്? ഈ സാഹചര്യത്തിൽ അതിന് എന്താണ് പ്രസക്തി?"

"എനിക്കറിയാൻ ആഗ്രഹമുണ്ട്."

"നന്നനായിരുന്നു ഇവിടെ ഭരിച്ചിരുന്നത്."

"എപ്പോൾ?"

"ഏകദേശം രണ്ടായിരം വർഷങ്ങൾക്കുമുമ്പ്. പഴമ്പുരാണമറിഞ്ഞിട്ട് ഇപ്പോഴെന്താണ് പ്രയോജനം?"

"പല ഉപയോഗങ്ങളുമുണ്ട്."

"അതെന്താണെന്നാണ് ചോദിച്ചത്?" വൃദ്ധന് കുറേശ്ശെ ക്ഷോഭം വന്നുതുടങ്ങി.

"ചരിത്രത്തിൽനിന്ന് നിരവധി പാഠങ്ങൾ പഠിക്കാനും അതുവഴി നമ്മുടെ പദ്ധതിക്ക് മൂർച്ചകൂട്ടാനും കഴിയും." കണ്ണപ്പന്റെ അടിയുറച്ച നിലപാട് അയാൾക്ക് ബോധിച്ചു.

"ആയിരക്കണക്കിന് വർഷങ്ങൾക്കുമുമ്പ് ഏഴിൽമല ആസ്ഥാനമാക്കി പൂഴിനാട് (വടക്കേമലബാറും മൊഴിപെയർ ദേശം എന്നറിയപ്പെടുന്ന കാസർഗോഡും ഉൾപ്പെട്ട പ്രദേശം) ഭരിച്ചിരുന്നവരിൽ ഏറ്റവും പ്രശസ്തനായ രാജാവാണ് നന്നൻ. ഈ പ്രദേശമുൾപ്പെടെ പശ്ചിമഘട്ടത്തിലെ ചെറിയ രാജ്യങ്ങൾ ഭരിച്ചിരുന്നത് വേളിരിൽപ്പെട്ട നിരവധി നന്നന്മാരാണ്."

"ആരായിരുന്നു ഇവിടുത്തെ രാജാവ്?"

"ഇയൽതേരാ നന്നൻ." അദ്ദേഹം ഈ മലയും താഴ്വാരവും ഭരിച്ചു. ദൈവവിശ്വാസിയായ ഇദ്ദേഹം സ്വർണ്ണത്തകിടുകൾകൊണ്ട് മുഖംമറച്ച ഒരു ആനപ്പുറത്താണ് എപ്പോഴും യാത്ര ചെയ്തിരുന്നത്. ഉദയൻ എന്നാണ് അയാളുടെ മകന്റെ പേര്. ഖജനാവിൽ വജ്രവും മുത്തും സ്വർണ്ണങ്ങളും

ധാരാളമുണ്ടായിരുന്നെങ്കിലും അതിനേക്കാൾ അദ്ദേഹം വിലമതിച്ചത് ഭാര്യയെയും മകനെയുമായിരുന്നു. മറ്റൊരു നന്നൻ പൊൻപടുകൊങ്കണനാണ്. അയാൾ പലരാജ്യങ്ങളും കീഴടക്കി സ്വർണ്ണവും മറ്റ് ആഭരണങ്ങളും കൊണ്ടുവന്നു. അങ്ങനെ സമ്പാദിച്ച സ്വർണ്ണം നാട്ടിലെ കവികൾക്കും പണ്ഡിതന്മാർക്കും കൊടുക്കുമായിരുന്നു. നിസ്സാരകാര്യത്തിന് കൊലപാതകം നടത്തിയ ഒരു നന്നനെ അറിയാമോ നിനക്ക്?"

"എനിക്കെങ്ങനെ അറിയാം അപ്പൂപ്പാ? പറയൂ അതാരാണ്?"

"വളരെവിശിഷ്ടമായ മാമ്പഴം വിളയുന്ന ഒരു മാവിൽനിന്ന് ആറ്റിൽ വീണുപോയ മാമ്പഴം കഴിച്ചെന്ന കുറ്റത്തിന് ഒരു യുവതിയുടെ തലയറുത്തു ഈ നന്നൻ.."

"അതൊരു കടുത്ത കുറ്റകൃത്യമായിരുന്നോ?"

"അതേ കണ്ണപ്പാ, അത് രാജകുടുംബത്തിന് മാത്രമുള്ളതായിരുന്നു. മറ്റുള്ളവരുടേതല്ല..! അതിനാൽ അവൾക്ക് വധശിക്ഷ വിധിച്ചു. ഇപ്പോൾ നമ്മുടെ സാഹചര്യം നീ താരതമ്യം ചെയ്യുക. മന്നനാർവംശം രാജ്യം മുഴുവൻ നമ്മളിൽനിന്ന് അപഹരിച്ചു. സത്യത്തിൽ അതിന് അവർക്ക് അവകാശമില്ലല്ലോ?"

"എനിക്ക് മനസ്സിലായി അപ്പൂപ്പാ, ഇനിയും പറയൂ."

കളങ്കൈ നാർമുടിചേരനെതിരെ നടന്ന യുദ്ധത്തിൽ കൊല്ലപ്പെട്ട ഒരു നന്നനുണ്ടായിരുന്നു. അദ്ദേഹത്തിന്റെ കൊട്ടാരം പൂർണ്ണമായും തകർക്കപ്പെട്ടിരുന്നില്ല. അവസരമൊത്തുവന്നപ്പോൾ നന്നന്റെ ആളുകൾ സൈന്യത്തെ സംഘടിപ്പിച്ച് തങ്ങളുടെ നാടിനുവേണ്ടി വീണ്ടും യുദ്ധം ചെയ്തു. അപ്പോഴേക്കും നാർമുടി ചേരനു പകരം ഇളഞ്ചേരൻ ഇരുമ്പൊറൈ എന്ന രാജാവായിരുന്നു ഭരിച്ചിരുന്നത്. എന്നിരുന്നാലും, അവർക്ക് ലക്ഷ്യം നേടാൻ കഴിഞ്ഞില്ല. ഈ രാജ്യം ഭരിച്ച ഒരുപാട് നന്നന്മാർ വേറെയുമുണ്ടായിരുന്നു."

"അവർ ആരാണ്?"

"നന്നൻ വെണ്മാനും വെന്താർ ഒട്ടിയ നന്നനും. അവരെക്കുറിച്ച് പിന്നീട് പറയാം."

ആരോ കുടിലിനടുത്തേക്കുവരുന്ന ശബ്ദം കേട്ട് അവർ നിശ്ശബ്ദരായി.. പിന്നെ ആരും കാണാതെ കുടിലിൽനിന്ന് സ്ഥലം വിട്ടു.

ആറ്

അക്ഷമയോടെ കാത്തിരിക്കുകയാണ് അവർ, രാജകുടുംബാംഗങ്ങളും മറ്റു പ്രമുഖ വ്യക്തികളും. ഏറെവൈകി കേളപ്പനാർ എത്തിച്ചേർന്നപ്പോൾ കോട്ടവാതുക്കൽവച്ച് അദ്ദേഹത്തെ ഹാരമണിയിച്ച് ഹൃദയംഗമമായ സ്വീകരണമൊരുക്കി. തന്റെ ജീവൻതന്നെ അപകടത്തിലാവുമെന്നറിഞ്ഞിട്ടും മണിക്കടവ് നിവാസികളുടെ രക്ഷയ്ക്കായി കൊലയാളിയായ കാട്ടുകൊമ്പനെ നേരിടാൻ കാണിച്ച ധൈര്യത്തിൽ അദ്ദേഹത്തെ ഏവരും അഭിനന്ദിച്ചു.

യുവരാജാവിനെ കണ്ടതോടെ ജനക്കൂട്ടം ജയാരവം മുഴക്കി. വാദ്യഘോഷങ്ങൾ മുഴക്കി സ്വീകരണത്തിന് തുടക്കം കുറിച്ചു. വിശാലമായ നടുമുറ്റത്ത് വെളുത്തമണൽ പാകി നിലമൊരുക്കി. തുടർന്ന് പടുകൂറ്റൻ സ്വീകരണപ്പന്തലൊരുങ്ങി. മയിൽ, ഹംസം, തത്ത, ആന, തുടങ്ങി വർണ്ണശബളമായ കലാരൂപങ്ങളാൽ വേദിയും ആകർഷകവും സുഗന്ധവുമുള്ള പൂമാലകളും മഞ്ഞളും മറ്റ് വർണ്ണാഭമായ പൊടികളുംകൊണ്ട് പന്തലും അലങ്കരിച്ചു. ചുവന്നമുത്തുകൾകൊണ്ട് ഉജ്ജ്വലമായ അലങ്കാരങ്ങൾ തീർത്തു. വെളിച്ചത്തിനായി വലിയ എണ്ണവിളക്കുകളും പന്തങ്ങളും ജ്വലിപ്പിച്ചു. വെള്ളമുണ്ടുടുത്ത വാദ്യസംഘം വേദിക്കുമുന്നിൽ ഇരുവശത്തും വരിവരിയായിനിന്ന് വാദ്യോപകരണങ്ങൾ വായിച്ച് കുമാരന് സ്വാഗതമോതി.

വിളക്കുകൾ തെളിഞ്ഞു. വാദ്യോപകരണങ്ങളിൽനിന്ന് ഇമ്പമുള്ള ഗാനങ്ങൾ നിശ്ശബ്ദതയെ അകറ്റി. പൂക്കളുടേയും കുന്തിരിക്കത്തിന്റേയും ഗന്ധവും താളാത്മകമായ ചെണ്ടമേളവും എല്ലാവരെയും ആനന്ദത്തിലാറാടിച്ചു. സുരതിമന്നനാർ തന്റെ സിംഹാസനത്തിൽ ഇരുന്നു. കേളപ്പനാർ, അതിഥികളെ അലങ്കരിച്ച കസേരകളിലിരിക്കാൻ ക്ഷണിച്ചു. അവ

സാനനിമിഷമാണ് കണ്ണപ്പൻ എത്തിച്ചേർന്നത്. കേളപ്പനാർ എഴുന്നേറ്റു നിന്ന് അവനെ അഭിവാദ്യം ചെയ്യുകയും തന്റെ തൊട്ടടുത്തുള്ള ഇരിപ്പിടത്തിലേക്ക് ക്ഷണിക്കുകയും ചെയ്തു. ആടയാഭരണങ്ങളണിഞ്ഞ് സുഗന്ധമുള്ള പൂക്കൾ ചൂടി സുന്ദരികളായ നർത്തകികൾ വേദിയിൽ പ്രത്യക്ഷപ്പെട്ടു. നൃത്തംചെയ്യുന്ന പെൺകുട്ടികളുടെ സൗന്ദര്യത്തെക്കുറിച്ച് ജനക്കൂട്ടം വാചാലരായി. നിലവിളക്കേന്തിയ നർത്തകികൾ ആദ്യം രാജാവിനെയും പിന്നെ യുവരാജാവിനെയും ഒടുവിൽ സദസ്സിനെയും അഭിവാദ്യംചെയ്ത് നൃത്തം തുടങ്ങി.

ചടങ്ങിന്റെ മുൻനിരയിൽ ക്ഷണിക്കപ്പെട്ട പ്രമുഖവ്യക്തികൾ ആസനസ്ഥരായിരുന്നു. കേളപ്പനാർ ജനക്കൂട്ടത്തിലേക്ക് വീക്ഷിച്ചു. ആൾക്കൂട്ടത്തിൽ ഒരു മദ്ധ്യവയസ്കനൊപ്പം അംബിക ഇരിക്കുന്നത് ശ്രദ്ധയിൽപ്പെട്ടു. അംബികയുടെയും കേളപ്പനാരുടെയും കണ്ണുകൾ ഒരു നിമിഷം തമ്മിലിടഞ്ഞു. കൂടെയുള്ള മദ്ധ്യവയസ്കൻ അവളുടെ അച്ഛനായിരിക്കുമെന്ന് അദ്ദേഹം ഊഹിച്ചു. സംശയനിവൃത്തിക്കായി കണ്ണപ്പന്റെ നേരെ തിരിഞ്ഞു. അതു ശരിയാണെന്നമട്ടിൽ അയാൾ തലകുലുക്കി സമ്മതിച്ചപ്പോൾ ഏറെ ബുദ്ധിമുട്ടിയെങ്കിലും അംബികയുടെ പിതാവിനെ കണ്ടെത്തി ഏൽപ്പിച്ചതിന് കണ്ണപ്പന്റെ ചുമലിൽതട്ടി യുവരാജാവ് നന്ദി പ്രകടിപ്പിച്ചു.

ഇതിനിടെ നൃത്തമവസാനിക്കുകയും കോതാമൂരിയാട്ടം തുടങ്ങുകയുമുണ്ടായി. ഈ പരിപാടി അവതരിപ്പിക്കുന്നവർ ആചാരാനുഷ്ഠാനങ്ങൾക്കനുസൃതമായി, കാലോചിതമായ മാറ്റങ്ങൾ വരുത്തിയിരുന്നു. അതനുസരിച്ച് ആനകളും വന്യമൃഗങ്ങളും ഊരുകളിൽ അതിക്രമിച്ച് കടക്കുന്നത് തടയാൻ പ്രത്യേക പൂജകൾ ചെയ്യേണ്ടതിന്റെ ആവശ്യകത രാജാവിനെ ഓർമ്മപ്പെടുത്തുന്നുണ്ട്. മൃഗവേഷം കെട്ടിയ കഥാപാത്രങ്ങളുടെ ആശയാവിഷ്കരണത്തിലൂടെ ഏകാഗ്രത എന്ന ആശയത്തെക്കുറിച്ച് കൂടുതലായി മനസ്സിലാക്കാൻ കേളപ്പനാർക്ക് കഴിഞ്ഞു. മൃഗങ്ങളെ മാത്രമല്ല, വ്യക്തികളെപ്പോലും നിയന്ത്രിക്കാൻ ഏകാഗ്രത സഹായിക്കുമെന്ന് അദ്ദേഹം ചിന്തിച്ചു. അടുത്തത് കുറവനാട്ടമായിരുന്നു. സുബ്രഹ്മണ്യനെ സ്തുതിച്ചുകൊണ്ടാണ് ഈ കലാപരിപാടി തുടങ്ങിയത്. വേദിയിലെത്തിയ കുറവൻ മനോഹരമായ ഒരു ഗാനം ആലപിച്ചപ്പോൾ കുറത്തിയും ഒപ്പം ചേർന്നു. അതുകഴിഞ്ഞ് മുരുകനെക്കുറിച്ചുള്ള ഐതിഹ്യകഥകൾ പാടിയും നൃത്തമാടിയും അവർ അരങ്ങ് കൊഴുപ്പിച്ചു. മന്നനാർ ഉൾപ്പെടെ എല്ലാവരും പാട്ടുകളുടെ വരികൾ, വേഗമേറിയ നൃത്തം, ദ്രുതതാളങ്ങൾ, ഓടക്കുഴൽനാദം എന്നിവ നന്നായി ആസ്വദിച്ചു.

അവസാനമാണ് കൂത്ത് നടന്നത്. ദാരിദ്ര്യം, രോഗം, ശത്രുത എന്നിവ ഇല്ലാതാക്കി മഴയും ഫലഭൂയിഷ്ഠതയും വർദ്ധിപ്പിച്ച് രാജ്യം ഐശ്വര്യസമ്പൂർണ്ണമാവാൻ കൂത്തിന്റെ അവസാനം എല്ലാവരും പ്രാർത്ഥിച്ചു.

വേദിയിൽ നൃത്തം നടക്കുന്നതിനിടയിൽ കണ്ണപ്പന് എന്തോ സൂചനകൾ നല്കുന്ന ഒരു വൃദ്ധനെ കേളപ്പനാർ കണ്ടു. പക്ഷേ, അത് ശ്രദ്ധിച്ചെങ്കിലും കണ്ണപ്പന്റെ മുഖത്ത് ഭാവഭേദങ്ങളൊന്നും ഉണ്ടായിരുന്നില്ല. ഈ

മനുഷ്യൻ.. എവിടെയോ കണ്ടുമറന്ന മുഖം.. അദ്ദേഹം ഓർമ്മകളിൽ പരതി. അതേ.. അയാൾത്തന്നെ. മങ്ങിയ വെട്ടത്തിൽ കണ്ടതാണെങ്കിലും രാത്രിയിൽ കുടിലിലുണ്ടായിരുന്ന കൂർത്തമുഖമുള്ള മനുഷ്യനെ ഓർത്തെടുത്തു. അയാൾ എന്തായിരിക്കും കണ്ണപ്പനോട് പറയാൻ ആഗ്രഹിക്കുന്നത്? ജനക്കൂട്ടത്തിനിടയിൽ ഒരിക്കൽക്കൂടി വൃദ്ധനെ തിരഞ്ഞു. എവിടെപ്പോയി? ചുരുങ്ങിയ നേരംകൊണ്ട് അയാൾ അപ്രത്യക്ഷനായിരിക്കുന്നു. അപ്പോഴും വേദിയിൽനിന്ന് കണ്ണെടുക്കാതെ കണ്ണപ്പൻ കൂത്തിൽ ശ്രദ്ധിക്കുകയായിരുന്നു.

നൃത്തപരിപാടികൾ അവസാനിച്ചതോടെ എമ്പ്രാന്തിരി പറഞ്ഞതിൻ പ്രകാരം വിശേഷാൽപൂജ നടത്തുമെന്ന് മന്നനാർ പ്രഖ്യാപിച്ചു. രാജകുടുംബത്തിനുവേണ്ടി ചെയ്ത അസാധാരണസേവനത്തിനായി കണ്ണപ്പന് മണിക്കടവിനടുത്ത് ഏലത്തോട്ടം അനുവദിക്കുമെന്നും പ്രഖ്യാപിച്ചു.

അപ്പോഴേക്കും വേദിക്കുമുന്നിൽ ഹാജരായ നാട്ടുമുഖ്യന്മാർ എഴുന്നേറ്റ് ഒരു അപേക്ഷ ബോധിപ്പിക്കാനുണ്ടെന്ന് ഉണർത്തിച്ചപ്പോൾ സദസ്സാകെ ശബ്ദമുഖരിതമായി. മന്നനാർ കൈയുയർത്തി ശാന്തരാവാൻ അഭ്യർത്ഥിച്ചു. ആർക്കും ഏത് പ്രശ്നത്തെക്കുറിച്ചും പരാതി ബോധിപ്പിക്കാനുള്ള അവസരമാണിതെന്ന് പറഞ്ഞു. നാം ഉല്പാദിക്കുന്ന ഓരോരോ ഉൽപ്പന്നങ്ങളുടെയും വ്യാപാരാവശ്യത്തിന് നാണയങ്ങളച്ചടിക്കേണ്ട ആവശ്യകതയെ സംബന്ധിച്ചായിരുന്നു നാട്ടുമുഖ്യന്മാരുടെ പരാതി. സുരതി മന്നനാർ ഉടൻതന്നെ ഒരു സ്വർണ്ണപ്പെട്ടി തുറന്നു. അതിൽനിന്ന് പുതിയ നാണയങ്ങളെടുത്ത് വിശിഷ്ടവ്യക്തികളെ കാണിച്ചു. ആകർഷകവും മനോഹരവുമായ നാണയം കാണാൻ ആകാംക്ഷാപൂർവ്വം എല്ലാവരും തിരക്കുകൂട്ടി. ചരക്കുകളുടെയും സേവനങ്ങളുടെയും വിനിമയത്തിന് വളരെ എളുപ്പത്തിൽ കൈമാറ്റം ചെയ്യാവുന്നതും ഉപയോഗപ്രദവുമായ സ്വർണ്ണനാണയങ്ങൾ നിർമ്മിക്കാനുള്ള തീരുമാനത്തെക്കുറിച്ച് അദ്ദേഹം അറിയിക്കുകയും ഏവരുടെയും നിർദ്ദേശങ്ങൾ അഭ്യർത്ഥിക്കുകയും ചെയ്തു.

നാണയങ്ങളുടെ രൂപകല്പനയെ എല്ലാവരും അഭിനന്ദിച്ചു. പുണ്യസ്ഥലങ്ങളിൽപ്പോലും ഇരുന്നൂറ് സൈനികരുടെ അകമ്പടിയോടെ യാത്ര ചെയ്തിരുന്ന തന്റെ മുൻഗാമിയും മാതുലനുമായ ഉണ്ണമ്മൻമന്നനാരെ രാജാവ് ഓർമ്മിച്ചു. ചെന്നപട്ടണത്തിൽച്ചെന്ന് ഏലം വില്ക്കുമ്പോൾ പകരം സ്വർണ്ണം വാങ്ങാനും വാങ്ങിയ സ്വർണ്ണം ഉപയോഗിച്ച് ഏരുവേശ്ശി നാട്ടിലെ ഉപയോഗത്തിനായി നാണയങ്ങൾ നിർമ്മിക്കാനും തീരുമാനിച്ചതായി അദ്ദേഹം പ്രഖ്യാപിച്ചു. ഈ കാര്യങ്ങൾ എന്റെ ഭരണകാലത്ത് നടപ്പിലാക്കുമെന്നും അഥവാ തനിക്കു കഴിഞ്ഞില്ലെങ്കിൽ തന്റെ മരുമകൻ കുഞ്ഞിക്കേളപ്പനാരുടെ ഭരണകാലത്ത് നടപ്പിലാക്കുമെന്നും ഉറപ്പുനല്കി. രാജാവിന്റെ പ്രഖ്യാപനം ജനസഞ്ചയത്തിന് സന്തോഷമേകി. തങ്ങളുടെ അഭിലാഷം അംഗീകരിച്ചതിന്റെ സന്തോഷത്തിൽ അവർ മറ്റൊരാവശ്യം അദ്ദേഹത്തോടുണർത്തിച്ചു.

ഒന്നാമത്തെ മന്നനാരെക്കുറിച്ചുള്ള ഒരു നാടകം ഇവിടെ അവതരിപ്പിക്കുകയാണെന്നും അതുകൊണ്ട് രാജാവിന്റെ സാന്നിദ്ധ്യം തങ്ങളാഗ്രഹിക്കുന്നു എന്നുമായിരുന്നു അത്. രാജാവ് ആകാശത്തിലേക്ക് കണ്ണയച്ചു. അവിടെ മന്നനാർരാജവംശത്തിന്റെ കഥകളറിയാനെന്നവണ്ണം കണ്ണിമയ്ക്കാതെ കാത്തിരിക്കുന്ന പൂർണ്ണചന്ദ്രനെ കണ്ടു. ഭൂവിലെങ്ങും പാലൊളി ചിതറുന്ന പൂനിലാവ്. രാവിന് ഇപ്പോഴും ചെറുപ്പമാണ്. ഉറക്കമൊഴിഞ്ഞ് നാടകം കാണാൻ കാത്തിരിക്കുന്ന ജനസഞ്ചയം. അദ്ദേഹം മടിയേതുമില്ലാതെ സമ്മതംമൂളി. ആദ്യത്തെ മന്നനാരായ ഉദയനൻ മന്നനാരുടെ സംഭവബഹുലമായ ജീവിതകഥ ആസ്പദമാക്കി ആവേശകരവും രസകരവുമായ നാടകം ആരംഭിച്ചു. എല്ലാ വിശിഷ്ടാതിഥികളും ആകാംക്ഷയോടെ വേദിയിലേക്ക് കണ്ണുനട്ടു.

നിമിഷങ്ങൾക്കകം വേദിയിൽ, ഏഴിമലയുടെ പൂർവ്വഭാഗത്തിലൂടെ ഒഴുകുന്ന നദി ഒരുങ്ങി. അതിസുന്ദരിയായ കോലത്തിരിരാജകുമാരി തോഴിമാരോടൊപ്പം കുളിക്കാൻ നദീതീരത്ത് എത്തിച്ചേരുന്നു. ജലമൊഴുകുന്ന രീതിയിൽ മായികക്കാഴ്ചകളുടെ ക്രമീകരണങ്ങൾ അവർ നേരത്തേ ഒരുക്കിയിരുന്നു. പരസ്പരം കളിയാക്കി യുവതികൾ ജലക്രീഡയിൽ അഭിരമിച്ചിരിക്കേ പൊടുന്നനെ രാജകുമാരി ഒഴുക്കിലേക്ക് വഴുതിവീഴുന്നു. ദൂരെ നിന്ന് ഇതൊക്കെ കണ്ടുകൊണ്ടിരിക്കുന്ന യുവാവ്, അതായത് ആദ്യത്തെ മന്നനാരായ ഉദയനൻ നീന്തിവന്ന് രാജകുമാരിയെ രക്ഷിക്കുന്നു. അതോടെ യുവാവിനോട് രാജകുമാരിക്ക് അഗാധമായ പ്രണയമുണ്ടായി. എന്നാൽ ഒന്നിക്കാനുള്ള അവരുടെ തീരുമാനത്തിന് നാട്ടുക്കൂട്ടം എതിരായിരുന്നു.

കന്നിയുടെ പ്രണയം കോലത്തിരിയുടെ ചെവിയിലെത്തി. കോപിഷ്ഠനായ രാജാവ് ഉദയനനെ വധിക്കാൻ തീരുമാനിച്ചു. എന്നാൽ വിധി നടപ്പിലാക്കുന്നതിനുമുന്നേ രാജസദസ്സ് വിളിച്ചുകൂട്ടി രാജഗുരുവിനോടും പണ്ഡിതന്മാരോടും അഭിപ്രായമാരായാനും തീരുമാനമായി. തനിക്കും നാടിനുമുണ്ടായ മൂല്യച്യുതിക്ക് പോംവഴിയെന്തെന്ന് അദ്ദേഹം പണ്ഡിതസഭയോടാരാഞ്ഞു. രാജാവിന്റെ തീരുമാനം ഉചിതമെന്നും തെറ്റു ചെയ്തവർ ശിക്ഷ അനുഭവിക്കുകതന്നെ വേണമെന്നും ഒരുകൂട്ടർ വാദിച്ചു. എന്നാൽ തന്റെ മകളെ രക്ഷിച്ച ഒരാളെ വധിക്കുന്നത് രാജാവെന്ന നിലയിൽ അധാർമ്മികവും രാജ്യത്തോട് ചെയ്യുന്ന അനീതിയുമാണെന്ന് രാജഗുരു ഉൾപ്പെടെയുള്ള പണ്ഡിതന്മാർ ഉപദേശിച്ചു. സമാനമായ തെറ്റുകൾ ചെയ്തവരെപ്പോലെ ഏതെങ്കിലും അഭയകേന്ദ്രത്തിൽ മാറ്റിപ്പാർപ്പിക്കുകയാണ് ഉചിതമെന്നും രാജഗുരു നിർദ്ദേശിച്ചു. രാജാവിന്റെ മനോഭാവവും മുൻകാലകാഴ്ചപ്പാടുകളും ഈ നിർദ്ദേശം മാറ്റിമറിച്ചു. കുറുമാത്തൂർ തന്ത്രികളുടെ അധീനതയിലുള്ള ഏരുവേശ്ശിയിലെ മൂത്തേടത്ത്അരമന എന്ന കേന്ദ്രത്തിൽ അവരെ പാർപ്പിക്കാൻ നിർദ്ദേശിച്ചു. എന്നാൽ ഭ്രഷ്ട് കല്പിക്കപ്പെട്ട നമ്പൂതിരിസ്ത്രീകൾക്കു മാത്രമേ അവിടെ പ്രവേശനമുള്ളൂ എന്ന തന്ത്രികളുടെ വാദത്തിൽ കോപിഷ്ഠനായ രാജാവ് തന്ത്രികളിൽ

നിന്ന് ബലമായി അരമന മോചിപ്പിക്കുകയും തന്ത്രികൾ എന്ന ബഹുമതി പിൻവലിക്കുകയും ചെയ്തു. അവർക്കായി തെക്ക് വളക്കൈപ്പുഴ മുതൽ വടക്ക് കുടകുമലനിരകൾ വരെയുള്ള നാടിന്റെ ഭരണാധികാരവും കല്പിച്ചുകൊടുത്തു. അതുകൂടാതെ അറുപത്തിനാലു ഗ്രാമങ്ങളും ഏഴിൽമലക്കടുത്ത് ഒരു പ്രത്യേകസ്ഥലവും കന്നിത്തമ്പുരാട്ടിക്കും ഉദയനനും വിട്ടുനല്കി. അങ്ങനെ മുടിചൂടാമന്നനായി മന്നനാർ രാജവംശത്തിന് തുടക്കമായെന്ന് ഘോഷിച്ച് നാടകം അവസാനിച്ചപ്പോൾ നിറഞ്ഞ കരഘോഷമുയർന്നു. കലാകാരന്മാർ മികച്ച പ്രകടനമാണ് കാഴ്ചവെച്ചത്. ജീവിതത്തിലെ പ്രക്ഷുബ്ധതകളും ബഹളങ്ങളും നിറഞ്ഞ കാലഘട്ടത്തിൽ തന്റെ എല്ലാ വികാരങ്ങളും പ്രകടിപ്പിക്കാൻ രാജാവായി അഭിനയിച്ച നടന് കഴിഞ്ഞു.

കേളപ്പനാർ നാടകത്തിൽ പൂർണ്ണമായും ശ്രദ്ധ കേന്ദ്രീകരിച്ചതിനാൽ വൃദ്ധന്റെ കാര്യം മറന്നുപോയിരുന്നു. നാടകം അവസാനിച്ചപ്പോൾ കൊട്ടാരത്തിൽ എല്ലാവർക്കും അന്നദാനം ഒരുക്കിയിട്ടുണ്ടെന്ന അറിയിപ്പ് വന്നു. അതോടെ വിശിഷ്ടാതിഥികളുൾപ്പെടെ എല്ലാവരും അങ്ങോട്ടുനീങ്ങി. അപ്പോൾ വൃദ്ധനെക്കുറിച്ച് ഓർമ്മവന്ന് പിന്നെയും തിരഞ്ഞെങ്കിലും തിരക്കിനിടയിൽ കണ്ണപ്പനോടൊപ്പം അയാൾ ആരുംകാണാതെ ഭക്ഷണപ്പന്തലിലേക്ക് പോയത് കേളപ്പനാർ കണ്ടില്ല.

ഏഴ്

ഏരുവേശ്ശിയിലെ ജനങ്ങൾക്ക് ഇതൊരു വേറിട്ട അനുഭവമായിരുന്നു. ഇന്നേവരെ കാണാത്ത രീതിയിലുള്ള അവതരണമായിരുന്നു നാടകത്തിന്റേത്. വിവിധ വർണ്ണങ്ങളിലുള്ള വൈദ്യുതവിളക്കുകൾ. കഥാസന്ദർഭങ്ങൾക്കനുസരിച്ച് ചിത്രങ്ങൾ വരച്ചുചേർത്ത പിൻയവനികകൾ. രംഗങ്ങളുടെ ആരംഭത്തിൽ ഉയരുകയും അവസാനത്തിൽ താഴുകയും ചെയ്യുന്ന ചുവപ്പുനിറത്തിൽ മനോഹരമായ യവനിക. കൂടാതെ ഉച്ചഭാഷിണിയും. നാടകം തുടരുകയാണ്. ഇപ്പോൾ രംഗത്ത് ചരിത്രകാരൻ എഴുതിക്കൊണ്ടിരിക്കുന്നു. ഇടയ്ക്ക് മുഖമൊന്നുമുയർത്തി സദസ്സിനോട് എന്തോ പറയാനെന്നവണ്ണം നോക്കി.

"സഹൃദയരേ, കുഞ്ഞിക്കേളപ്പമന്നനാരുടെ കഥ നിങ്ങൾ സാകൂതം വീക്ഷിക്കുന്നതിൽ അതിയായ സന്തോഷമുണ്ട്. ഇത് വെറുതെ കഥയായി പറഞ്ഞു പോകേണ്ട ഒന്നല്ല. ഇനിയുമേറെ ചരിത്രസത്യങ്ങൾ നിങ്ങളറിയേണ്ടതായുണ്ട്. അക്ഷമരാകരുത്. ചരിത്രം കേൾക്കാൻ അത്ര സുഖമുണ്ടാവില്ല. അത് എനിക്കും നിങ്ങൾക്കും നന്നായറിയാം. പക്ഷേ, ഞാൻ അറിഞ്ഞതൊക്കെ നിങ്ങളോടു പറയാതിരുന്നാൽ.."

"ഹേയ് ചരിത്രകാരാ, നിങ്ങൾ പറഞ്ഞോളൂ. കഥ കാണാനും കേൾക്കാനും ഇരിക്കുന്ന ഇവരെ മുഷിപ്പിക്കരുതെന്നു മാത്രം." സദസ്സിൽനിന്ന് സൂത്രധാരൻ എഴുന്നേറ്റ് വേദിയിലേക്ക് നടന്നു.

"കോലത്തിരിരാജവംശത്തെപ്പറ്റി ഞാൻ മുഴുവൻ പറഞ്ഞു തീർന്നില്ല. കോരപ്പുഴ മുതൽ ചന്ദ്രഗിരി പ്രദേശങ്ങളിൽ നിലനിന്നിരുന്ന പതിനാല് സ്വരൂപങ്ങളിൽ ഒന്നാണ് ചുഴലിസ്വരൂപം. നെടിയിരിപ്പ്, കോലസ്വരൂപം, വടക്കൻകുറ്റി, തെക്കൻകുറ്റി, രണ്ടുതറ, പ്രാട്ടറ, അള്ളട, കുറുമ്പ്രനാട്, കുമ്പഴ, കടത്തനാട്, കോട്ടയം, മായിപ്പാടി, കുറുങ്ങോട് എന്നിവയാണ് മറ്റുള്ളവ. ഈ സ്വരൂപങ്ങളെല്ലാം കോലത്തിരിയുടെ സാമന്തന്മാരായിരുന്നു."

"ചുഴലിസ്വരൂപത്തെക്കുറിച്ചു രസകരമായ ഐതിഹ്യകഥകൾ ഉണ്ടല്ലോ? അവയെക്കുറിച്ചും താങ്കൾ പറയാതെപോകില്ലായിരിക്കുമെന്നു കരുതുന്നു."

"ഞാൻ പറയാൻ തുനിയുന്നതും അതുതന്നെയാണ് സൂത്രധാരാ, കേട്ടോളൂ. ഒരിക്കൽ ഏതോ വടക്കൻദേശത്തുനിന്നും കപ്പലിൽ യാത്ര പുറപ്പെട്ട മൂന്നുയുവതികൾ ഏഴിമലയ്ക്കടുത്ത് വഴിമുട്ടി കരയ്ക്കിറങ്ങേണ്ടിവന്നു. അവർ സഹായം തേടി ചേരമാൻപെരുമാളിന്റെ കൊട്ടാരത്തിലെത്തിച്ചേർന്നത്രേ. അതിൽ രണ്ടുപേർ ശൂദ്രത്തരുണികളും ഒരാൾ ക്ഷത്രിയയുവതിയുമായിരുന്നു. പെരുമാൾ അവരെ മൂന്നുപേരേയും വിവാഹം ചെയ്തു. ക്ഷത്രിയയുവതിയിൽ ജനിച്ചവർക്ക് 'എലിഭൂപതി' എന്ന സ്ഥാനപ്പേര് കൽപ്പിച്ച് രാജ്യഭരണത്തിന്റെ പിൻതുടർച്ചാവകാശം കൊടുത്ത് ഏഴിമലയുടെ അടിവാരത്തിൽ കോവിലകം നിർമ്മിച്ചു നൽകി. ശൂദ്രസ്ത്രീകളിൽ ജനിച്ച സന്തതികൾക്ക് നേര്യോട്ട്, ചുഴലി സ്വരൂപങ്ങളും കൽപ്പിച്ചു നൽകി.

കോലത്തിരിയുടെ സാമന്തന്മാരിൽ മുഖ്യൻ ചുഴലിനമ്പ്യാരായിരുന്നു. ചുഴലിസ്വരൂപത്തിന് താവഴികൾ നാലായിരുന്നു. വെള്ളൂരിടം, കനകത്തിടം, രയരോത്തിടം, കൊഴുക്കിലിടം എന്നിവയാണ് അവ. രയരോത്തിടം പിൽക്കാലത്ത് കുന്നുമ്മിലിടം, അമ്മിണിക്കോലെടം എന്നിങ്ങനെ രണ്ടു താവഴികളായി പിരിഞ്ഞു. വെള്ളൂരിടവും രണ്ടായി, കരക്കാട്ടിടവും വെള്ളൂർതാഴത്തിടവും. മേൽപ്പറഞ്ഞ നാല് എടങ്ങളിൽ വെച്ച് ഏറ്റവും മുതിർന്ന കാരണവരാണ് സ്വരൂപനാഥനാകുന്നത്. കോലത്തിരിയുടെ പ്രതിപുരുഷന്റെ സാന്നിദ്ധ്യത്തിൽ ചുഴലിഭഗവതിയുടെ മുമ്പാകെ അരിയിട്ട് വാഴ്ച നടത്തി 'അടീത്തമ്മോൻ' എന്ന സ്ഥാനം ഏറ്റെടുക്കുന്നതോടെ സ്ഥാനാരോഹണം പൂർത്തിയാകുന്നു. എല്ലാവരും ബഹുമാനത്തോടെ സംബോധനചെയ്യേണ്ട സ്ഥാനമാണ് അടീത്തമ്മോൻ. പന്ത്രണ്ടായിരം നായർപടയാളികളുടേയും മുപ്പത്തിരണ്ട് തറകളുടേയും നായകൻ. അടീത്തമ്മോൻ സ്ഥാനത്ത് ഏതാണ്ട് ഇരുനൂറ് വർഷങ്ങളോളം കൊഴുക്കിലിടം കാരണവരായിരുന്നു. കാലക്രമേണ കൊഴുക്കിലിടം ക്ഷയോന്മുഖമായി. ആ സ്ഥാനത്തേക്ക് കരക്കാട്ടിടംവന്നു."

"അതിനെപ്പറ്റിയും ഒരു ഐതിഹ്യകഥയുണ്ടല്ലോ ചരിത്രകാരാ. അതു കൂടിയങ്ങ് പറയുകയല്ലേ?"

"സൂത്രധാരന് ആ കഥ നിശ്ചയമാണെന്ന് എനിക്കറിയാം. താങ്കൾ തന്നെ പറഞ്ഞോളൂ. ആ നേരം എനിക്കിത്തിരി കുത്തിക്കുറിക്കാമല്ലോ."

"എന്നാലങ്ങനെയാകട്ടെ. ഏകദേശം മുന്നൂറ് വർഷങ്ങൾക്കുമുമ്പ് കടമ്പേരി ചുഴലിഭഗവതി ക്ഷേത്രത്തിൽ ഒന്നിടവിട്ട വർഷങ്ങളിൽ കോലം കെട്ടിയാടുകയാണ് പതിവ്. രാമാണിക്കം എന്ന സ്ഥാനപ്പേരുള്ള അഞ്ഞൂറ്റാനാണ് കോലധാരി. ഒരിക്കൽ തിരുമുടിനിവർന്ന് അനുഗ്രഹം ചൊരിയവേ അടുത്ത തവണ ദേവിയെ ദർശിക്കാൻ അടീത്തമ്മോൻ ജീവനോടെ ഉണ്ടാകില്ലെന്ന് തിരുമൊഴിയുണ്ടായി. അന്നത്തെ അടീത്തമ്മോനായ കൊഴുക്കിലിടം കാരണവർക്ക് അത്ര രസിച്ചില്ല. പക്ഷേ, ദേവിയുടെ അരുളപ്പാടല്ലേ? ഒന്നും മിണ്ടിയില്ല. നാളുകൾ കൊഴിഞ്ഞു. അടുത്ത

കോലംകെട്ടിയാടുന്ന ദിവസം വന്നെത്തി. അടീത്തമ്മോൻ ജീവനോടെയുണ്ട്. തിരുമുടി അഴിക്കുന്ന നിമിഷം രാമാണിക്കത്തിന്റെ കഴുത്തറക്കാൻ തന്റെ ശിങ്കിടികളോട് അദ്ദേഹം കല്പിച്ചു. കൂടെയുണ്ടായിരുന്ന കരക്കാട്ടിടം കാരണവർ പിൻതിരിപ്പിക്കാൻ ശ്രമിച്ചെങ്കിലും അദ്ദേഹം വഴങ്ങിയില്ല. പക്ഷേ, തിരുമുടി നിവർന്ന നിമിഷം രക്തം ഛർദ്ദിച്ച് അടീത്തമ്മോൻ തിരുമുറ്റത്ത് മരിച്ചു വീണത്രേ. ക്ഷേത്രത്തിന്റെ വടക്കേമതിൽ പൊളിച്ച് മൃതദേഹം പുറത്തേക്കെടുത്തു. "കൊഴുക്കിലിടം ക്ഷയിക്കട്ടെ .... കരക്കാട്ടിടം വാഴട്ടെ...." എന്ന് ദേവി അരുളിച്ചെയ്തു. രാമാണിക്കത്തെ രക്ഷിക്കാൻ ശ്രമിച്ച കരക്കാട്ടിടം അങ്ങനെ അടുത്ത അടീത്തമ്മോനായി. കൊഴുക്കിലിടം കാരണവരുടെ ദാരുണമായ മരണത്തിനുശേഷം ചുഴലി സ്വരൂപത്തിന്റെ താവഴികളിലെ ഏറ്റവും മുതിർന്നയാളായ കരക്കാട്ടിടത്തെ കേളപ്പൻനായനാർ കടമ്പേരി ചുഴലിഭഗവതിക്ഷേത്രത്തിൽ വെച്ച് കോലത്തിരിയുടെ പ്രതിപുരുഷന്റെ സാന്നിദ്ധ്യത്തിൽ അരിയിട്ടുവാഴ്ച നടത്തി അടീത്തമ്മോനായി ചുമതലയേറ്റു. തുടർന്നിങ്ങോളം സ്വരൂപനാഥസ്ഥാനം കരക്കാട്ടിടത്തിൽ നിക്ഷിപ്തമായിരുന്നു."

പറഞ്ഞുനിർത്തിയ സൂത്രധാരൻ സദസ്സിനുനേരെ സൂക്ഷിച്ചു നോക്കി. സദസ്യർ ഇതൊക്കെ ഇഷ്ടപെടുന്നുണ്ടെന്ന മട്ടിൽ കരഘോഷങ്ങളുയർത്തി. കൈയടി ശബ്ദംകേട്ട ചരിത്രകാരൻ പെട്ടെന്ന് എഴുത്ത് നിർത്തിയെഴുന്നേറ്റു.

"ഇനിയാണ് ശരിക്കും കഥയുടെ പിന്നിലെ കഥ തുടങ്ങുന്നത്. അതു കൂടി പറയുന്നതുകൊണ്ട് സഹൃദയർ അക്ഷമരാകില്ല, അല്ലേ സൂത്രധാരാ?"

"അങ്ങു തുടർന്നോളൂ. ഞാനും അവരോടൊപ്പം സദസ്സിലിരുന്ന് കേൾക്കാം."

"എന്നാൽ അങ്ങനെയാകട്ടെ. അടിക്കടിയുള്ള യുദ്ധങ്ങൾ കോലത്തിരിയെ തളർത്താൻ തുടങ്ങി. ഇക്കേരിനായ്ക്കമാരുടെ കാനറപ്പട തുടരെ ആക്രമിക്കാൻ തുടങ്ങി. ഇംഗ്ലീഷുകാരുടേയോ ഫ്രഞ്ചുകാരുടേയോ സഹായത്താൽ അതിനെ ചെറുത്തുനിന്നു. കാനറപ്പട തക്കംപാർത്തു നിന്നു. ഇതിനിടെ ബൈദന്നൂർരാജാവ് കോലത്തിരിയെ ആക്രമിച്ചു. ഇത്തവണ വിദേശസഹായം ലഭിച്ചില്ല. അതും പോരാതെ കഴിഞ്ഞ യുദ്ധങ്ങളിൽ സഹായിച്ചതിന്റെ ഭീമമായ തുക ലഭിക്കണമെന്നാവശ്യപ്പെട്ട് ഇംഗ്ലീഷുകാരും കോലത്തിരിയോട് ഇടഞ്ഞു. അതിനിടെ ടിപ്പുവിന്റെ സൈന്യവും എത്തി. നാലുപാടും ശത്രുക്കൾ നിരന്നതോടെ കപ്പം കൊടുത്ത് യുദ്ധമൊഴിവാക്കാൻ ഉടമ്പടിയായി. പക്ഷേ, ഇതിന്റെ ദുർവ്വിധി അനുഭവിക്കേണ്ടിവന്നത് പാവപ്പെട്ട ജനങ്ങളായിരുന്നു. നൂറു ശതമാനംവരെ നികുതി വർദ്ധിപ്പിച്ചു. നികുതി വർദ്ധിപ്പിച്ചിട്ടും മതിയാകാതെ വന്നപ്പോൾ, താരതമ്യേന ദുർബ്ബലരും തങ്ങളുടെ അധീനതയിലല്ലാത്തവരുമായ രാജാക്കന്മാരെ നോട്ടമിടാൻ കോലത്തിരി സാമന്തൻമാരോട് നിർദ്ദേശിച്ചു. സ്വതന്ത്രമായി ഭരണം നടത്തുന്ന ഒട്ടേറെ നാട്ടുരാജാക്കന്മാരുണ്ടായിരുന്നു. എന്നാൽ അവർ ആദ്യമായി കൈ വെച്ചത് മയ്യഴിക്കും തലശ്ശേരിക്കുമിടയിൽ ഭരണം നടത്തുന്ന കുറുങ്ങോട്ട്

നമ്പ്യാരേയും ഏരുവേശ്ശി ഭരിക്കുന്ന മന്നനാരെയുമായിരുന്നു."

കുറച്ചുനേരം ചരിത്രകാരൻ നിശ്ശബ്ദനായി. സദസ്സും മൂകമായി. അയാൾ തുടർന്നു.

"ചുഴലി സ്വരൂപത്തിലെ നികുതി പിരിക്കാൻ അടീത്തമ്മോനായ കരക്കാട്ടിടത്തിന് മുമ്പുതന്നെ അധികാരമുണ്ടായിരുന്നല്ലോ. മന്നനാർ സ്വതന്ത്രഭരണം നടത്തുന്ന ഏരുവേശ്ശിയുടെ നികുതി പിരിക്കാനുള്ള അധികാരംകൂടി ഇംഗ്ലീഷുകാരും ചിറക്കൽകോലത്തിരിയും ചേർന്ന് കരക്കാട്ടിടത്തിന് നല്കി. ഏരുവേശ്ശിയുടെ ഭരണം നടത്തുന്ന സുരതി മന്നനാർ ഇതിനെ ശക്തമായി എതിർത്തു. ഒന്നാം സ്വാതന്ത്ര്യസമരം പരാജയപ്പെട്ടതോടെ ഭാരതഖണ്ഡത്തിലെ നാട്ടുരാജ്യങ്ങൾ ഓരോന്നായി ഇംഗ്ലീഷുകാർ കൈയടക്കി. പ്രബലരായ നാട്ടുരാജാക്കന്മാർക്കുപോലും വിദേശികളുടെ മേൽക്കോയ്മ അംഗീകരിക്കേണ്ടിവന്ന സാഹചര്യങ്ങളിൽ മന്നനാർക്ക് എന്തുചെയ്യാൻ കഴിയും...? നികുതി പിരിവിന് അധികാരം ലഭിച്ചതോടെ കരക്കാട്ടിടം ഉണർന്നു. ശാഖകൾ മൂന്നാണ് കരക്കാട്ടിടത്തിന്. പയ്യാവൂർ, ചെങ്ങളായി, പിന്നെ ആരൂഢമായ എള്ളരിഞ്ഞിയും. ഏരുവേശ്ശിയിലെ പ്രധാന ഇടപ്രഭുക്കന്മാർ എടവന, മുണ്ടോൻ, പാപ്പിനിശ്ശേരി, മുതുകുറ്റി എന്നീ നാലു കുടുംബക്കാരാണ്. ഇതിൽ കരക്കാട്ടിടത്തിന്റെ താവഴിയിലെ എടവന എന്ന ഇടപ്രഭുക്കന്മാരാണ് പിന്നീട് അധികാരിയായി നിയമിക്കപ്പെട്ടത്.

താവഴികളെ ഒരുമിപ്പിച്ച്കൊണ്ടുപോകാനും കോലത്തിരിയുടെ സാമന്തന്മാരായി ഭരണം നടത്താനും കരക്കാട്ടിടംനയനാർക്ക് സാധിച്ചു. സുരതിമന്നനാർ ഏരുവേശ്ശി ഭരിക്കുമ്പോൾ ചിണ്ടൻനായനാരായിരുന്നു സ്വരൂപനാഥൻ. മന്നനാരുമായുള്ള ഏറ്റുമുട്ടൽ ഇവിടെത്തുടങ്ങുന്നു. പിന്നീട് കേളപ്പൻ മന്നനാരുടെ കാലത്ത് മൂന്നുവർഷക്കാലം ഉണ്ണമ്മൻ നായനാരും തുടർന്ന് രയരപ്പൻനായനാരുമായിരുന്നു സ്വരൂപനാഥന്മാർ."

"പ്രിയപ്പെട്ടവരെ നമ്മൾ കഥയിലേക്കെത്തുകയാണ്. ഇനി ചരിത്രം പറഞ്ഞ് നിങ്ങളെ മുഷിപ്പിക്കാൻ ഈയുള്ളവനോ ചരിത്രകാരനോ ഇടയ്ക്ക് കയറി വരില്ല. എന്നാലും എനിക്കും ഈയവസരത്തിൽ രണ്ടു വാക്ക് പറയാതിരിക്കാനാകില്ല." സൂത്രധാരൻ സദസ്സിനോടായി പറഞ്ഞുകൊണ്ട് പിന്നെയും ചരിത്രകാരനടുത്തേക്ക് വന്നു.

"ചുഴലി, നേര്യോട്ട് സ്വരൂപങ്ങളിൽപ്പെട്ടവരെ പേരെടുത്ത് വിളിക്കാനുള്ള അധികാരം മന്നനാർക്കുണ്ട്. മന്നനാർ പല്ലക്കിൽ യാത്ര ചെയ്യുമ്പോൾ എതിരെ മറ്റൊരു പല്ലക്കിൽ കോലത്തിരി വരികയാണെങ്കിൽ മന്നനാർ ഒരു കാൽ പുറത്തിടും, അതു കണ്ടാൽ കോലത്തിരി വഴി മാറിക്കൊടുക്കണം. അതുപോലെ മന്നനാർക്ക് ചിറക്കൽ കോവിലകത്ത് എന്തെങ്കിലുമാവശ്യത്തിന് പോകേണ്ടതുണ്ടെങ്കിൽ മുൻകൂട്ടി തരക് കൊടുത്തയക്കും. നിലവിളക്കും നിറനാഴിയുമായി തമ്പുരാൻ നേരിട്ട് വന്ന് മന്നനാരെ അരിയെറിഞ്ഞ് സ്വീകരിച്ച് വിരിച്ചുവെച്ച വീരാളിപുൽപ്പായയിലിരുത്തും. മറ്റൊരു പായയിൽ തമ്പുരാനുമിരിക്കും. തുടർന്ന് സംഭാഷണം നടത്തും. 'പട്ടില' എന്നു ആചാരപ്പേരുള്ള ഇളംതളിർ വാഴയിലയിൽ ചൂടുള്ള ചോറു മാത്രമേ വിളമ്പാവൂ. ഊണ് കഴിഞ്ഞശേഷം

എച്ചിലില എടുത്തുകളഞ്ഞ് വെള്ളം തളിച്ച് ശുദ്ധി വരുത്തേണ്ടത് നായന്മാരാണത്രേ. ബ്രാഹ്മണഗ്രാമമായ പെരിഞ്ചെല്ലൂർ ഗ്രാമാധിപന്റെ ഇല്ലത്ത് പോകുമ്പോഴും ഇതേ രീതിയിലായിരുന്നു സ്വീകരണം."

"സൂത്രധാരാ അങ്ങ് മന്നനാരുടെ അധികാര ഔന്നത്യത്തെപ്പറ്റി നന്നായി മനസ്സിലാക്കിയിട്ടുണ്ടല്ലോ, നല്ലത്. ഇനി നമുക്ക് കഥയിലേക്ക് മടങ്ങാം. തന്റെ രാജ്യത്തിലെ നികുതി പിരിക്കാനുള്ള അവകാശം പോലും നിഷേധിക്കപ്പെട്ടതിൽ മന്നനാർ അസ്വസ്ഥനായിരുന്നു. നാടിന്റെ ക്ഷേമ പ്രവർത്തനങ്ങൾ തടസ്സപ്പെടുത്തി, ജനങ്ങളിൽ അസംതൃപ്തി വളർത്തി തന്നെ സ്ഥാനഭ്രഷ്ടനാക്കുകയാണ് അവരുടെ ലക്ഷ്യമെന്ന് മന്നനാർക്ക് മനസ്സിലായി. ദ്രുതഗതിയിൽ കാലവും സാഹചര്യങ്ങളും മാറുകയാണ്. സർവ്വതലങ്ങളിലും ബ്രാഹ്മണാധിപത്യം വേരുറപ്പിച്ച് അയിത്തം, ജാതിവേർതിരിവ്, ഉച്ചനീചത്വം എന്നിവ മൂർദ്ധന്യത്തിലെത്തിയിരിക്കുന്നു.

ഏറെ ആലോചനയ്ക്കുശേഷമാണ് സുരതിമന്നനാർ ആ തീരുമാനമെടുത്തത്. താൻ അടുത്ത പൗർണ്ണമിനാളിൽ കോവിലകത്ത് വരുന്നുണ്ടെന്ന് കോലത്തിരിക്ക് തരക് കൊടുത്തയച്ചു. കോലത്തിരിയിൽനിന്ന് മറുകുറിയൊന്നും വന്നില്ല. തന്നെ അവഗണിക്കുകയാണെന്ന് മന്നനാർക്കു മനസ്സിലായി. പിന്നെ ഒട്ടും താമസിച്ചില്ല. കണ്ണൂരിലെ പ്രഗത്ഭനായ ബാരിസ്റ്ററെ ചെന്നുകണ്ട് പയ്യന്നൂർ തുക്കിടിമജിസ്ട്രേട്ട് കോടതിയിൽ 1859 ൽ മുന്നൂറ്റിയേഴാം നമ്പർ വ്യവഹാരത്തിലൂടെ കോലത്തിരിക്ക് തിരിച്ചടി നൽകി. വർഷങ്ങളോളം നീണ്ടുനിന്ന ഈ വ്യവഹാരം തലശ്ശേരി കോടതിയിലേക്കും നീളുകയുണ്ടായി.

ചുഴലിസ്വരൂപത്തിന്റെ അധികാരഘടന ഇപ്രകാരമാണ്. ഓരോ ഗ്രാമത്തിലുമുള്ള 'അധികാരി' എന്ന സ്ഥാനത്തുള്ളയാൾക്ക് എല്ലാവിധ ഭരണാധികാരവും നൽകുന്നു. എതിർവാക്കില്ലാത്ത സർവ്വാധികാരിയായ അയാളുടെ കീഴിൽ ഭൂസർവ്വേയുടെ ചുമതലയുള്ള മേനോൻ, കോൽക്കാരൻ തുടങ്ങിയവരാണുള്ളത്. അധികാരിക്ക് മുകളിലേക്ക് ചെന്നാൽ സ്വരൂപനാഥനും അദ്ദേഹത്തിന്റെ കീഴിൽ കാര്യസ്ഥന്മാരും. സ്വരൂപനാഥനായ കരക്കാട്ടിടത്തിനു മേലെ കോലത്തിരിയും പിന്നെ ബ്രിട്ടീഷുകാരും. ഇവരുടെയെല്ലാം പിന്തുണയോടെ അധികാരം ലഭിച്ചിട്ടും നികുതി പിരിക്കാൻ കഴിയാത്തതിലുള്ള നാണക്കേടും താഴ്ന്നജാതിയിൽപ്പെട്ട ഒരു രാജാവിനെ വണങ്ങുന്നതിലെ ജാള്യവും സവർണ്ണരായ നായന്മാർ അകമ്പടി സേവിക്കുന്നതിലെ രോഷവും ഇടപ്രഭുക്കളിൽ മന്നനാരോട് പകയുളവാക്കി. പക്ഷേ, അതൊന്നും പുറത്തു കാണിക്കാതെ അവർ അവസരത്തിനായി കാത്തുനിന്നു. വ്യവഹാരം നടന്നുകൊണ്ടിരിക്കുന്നതിനാൽ താൽക്കാലികമായി ഇടപ്രഭുക്കന്മാർ അടങ്ങി. പക്ഷേ, അണിയറയിൽ അവർ കരുക്കൾ നീക്കിക്കൊണ്ടേയിരുന്നു. ഒരുവശത്ത് തിലകനും കണ്ണപ്പനും. മറുവശത്ത് ഇടപ്രഭുക്കന്മാരും. അങ്ങനെ മന്നനാർക്ക് ശത്രുക്കൾ പെരുകിത്തുടങ്ങി."

വേദിയിൽ പ്രകാശം ഇരുണ്ടു. ഇനി അടുത്ത രംഗത്തിലേക്ക്.

എട്ട്

വിഭവസമൃദ്ധമായ സദ്യയായിരുന്നു, അന്ന്. എല്ലാവരും ഭക്ഷണത്തിന്റെ ഗുണവും രുചിയും ആവോളമാസ്വദിച്ച് കഴിക്കുകയും രാജാവിന് ദീർഘായുസ്സ് നേരുകയും ചെയ്തു. ഇത്രയും വൈവിദ്ധ്യമാർന്ന വിഭവങ്ങൾ കണ്ണപ്പൻ മുമ്പ് രുചിച്ചിരുന്നില്ല. വിവിധ ചേരുവകൾ നിറഞ്ഞ കറിക്കൂട്ടുകളും വൈവിധ്യമാർന്ന ഭക്ഷണവും അവന്റെ രുചിമുകുളങ്ങളെ ഉണർത്തി. ഇത് പതിവുരീതിയാണെങ്കിലും മീൻകറിയും പപ്പടവും മാത്രമാണ് കേളപ്പനാർ കഴിച്ചത്. എമ്പ്രാന്തിരികൾക്കും മറ്റ് സസ്യഭുക്കുകൾക്കും പച്ചക്കറികളുൾപ്പെട്ട നിരവധി വിഭവങ്ങൾ പ്രത്യേകമായി ഒരുക്കിയിരുന്നു.

അത്താഴം കഴിഞ്ഞപ്പോൾ കേളപ്പനാർക്ക് ക്ഷീണംകൊണ്ട് വിശ്രമിക്കണമെന്ന് തോന്നി. കൊട്ടാരത്തിനുവടക്ക് വിശിഷ്ടവ്യക്തികൾ വരുമ്പോൾ വിശ്രമിക്കുന്നതിനായി നിർമ്മിച്ച അതിഥിമന്ദിരത്തിൽ അദ്ദേഹം കണ്ണപ്പനെ കൂട്ടിക്കൊണ്ടുപോയി. അവിടെ അതിഥികൾ വിശ്രമിക്കുന്ന അറ കാണിച്ചുകൊടുത്തു. സുരതിമന്നനാർ പതിച്ചുനൽകിയ മണിക്കടവിലെ തോട്ടത്തിൽ കൊണ്ടുപോകാമെന്നു അദ്ദേഹം വാഗ്ദാനം നല്കി. അത്യധികം സന്തോഷവാനായ കണ്ണപ്പൻ, കേളപ്പനാർ സ്ഥലംവിട്ടശേഷം കട്ടിലിലേക്ക് വീണു.

അറയിലെത്തി കട്ടിലിൽക്കിടന്ന യുവരാജാവിന്റെ മനസ്സിൽ നൃത്തത്തിനിടെ കേട്ട പാട്ട് നിറഞ്ഞുനിന്നു. ഉറക്കത്തിലേക്ക് മെല്ലെ വഴുതിവീഴവെ എവിടെനിന്നോ ഒരു പ്രത്യേക താളത്തിൽ കല്ലുകൾ തമ്മിലുരയുന്ന നേരിയശബ്ദം കേട്ടു. അതോ തന്റെ തോന്നലാണോ? കൺപോളകളിൽ ഉറക്കം കനത്തുവരുന്നു. പാട്ടിനോടൊപ്പം അംബികയുടെ മുഖവും തെളിഞ്ഞുവന്നു. പൂജനടത്താൻ വന്ന എമ്പ്രാന്തിരിയുടെ മകളാണെന്ന്

ഇന്നാണ് മനസ്സിലായത്. ആ സംഭവത്തിനുശേഷം അവരെക്കുറിച്ച് അന്വേഷിക്കാൻ വൈകി. അതിനായി രാവിലെ സമയം കണ്ടെത്തണം, അദ്ദേഹം നിശ്ചയിച്ചു. സുന്ദരിയായ ഒരു പെൺകുട്ടി നെറ്റിയിൽ മെല്ലെ തലോടുന്നതുപോലെ തോന്നി. ആ മായികക്കാഴ്ചയിൽ അദ്ദേഹം ഉറക്കത്തിലേക്ക് പതുക്കെ വഴുതിവീണു.

അതേസമയം വ്യത്യസ്തമായ ഈ ശബ്ദം കണ്ണപ്പനും കേൾക്കുന്നുണ്ടായിരുന്നു. അല്പനേരം കേട്ടപ്പോൾ സംശയംതോന്നി എഴുന്നേറ്റ് അറയുടെ ഭിത്തിയിൽ ചെവികൾ ചേർത്തുവച്ചു. ആരോ എന്തോ സന്ദേശമയക്കുകയാണെന്ന് അയാൾക്ക് മനസ്സിലായി. മറുപടിയായി മുറിയിലുണ്ടായ ഒരു ഓട്ടുപാത്രമെടുത്ത് ഭിത്തിയിൽ മുട്ടി. സന്ദേശം നല്കിയയാൾക്ക് താൻ ഉദ്ദേശിക്കുന്ന വ്യക്തി അറയിലുണ്ടെന്ന് തിരിച്ചറിയാൻ കഴിഞ്ഞതുകൊണ്ടാവണം പൊടുന്നനെ ശബ്ദം നിലച്ചു. അല്പംകൂടി കഴിഞ്ഞപ്പോൾ കല്ലുകളുരയുന്ന ശബ്ദം വീണ്ടും മുഴങ്ങുന്നത് കണ്ണപ്പൻ ശ്രദ്ധയോടെ കേട്ടു. ഇനി എന്താണ് ചെയ്യേണ്ടതെന്ന് വ്യക്തതയില്ലാതെ അയാൾ കുഴങ്ങി. ശബ്ദം പിന്നെയും നിലച്ചപ്പോൾ കിടക്കയിൽ വീണു. താമസിയാതെ ഉറക്കത്തിലേക്ക് വഴുതി.

പിറ്റേന്ന് കണ്ണപ്പൻ നേരത്തെ എഴുന്നേറ്റ് പ്രാതൽകഴിച്ച് സന്ദർശകർക്കുള്ള വിശാലമായതളത്തിൽച്ചെന്ന് കേളപ്പനാരെ കാത്തുനിന്നു. അയാളെ കണ്ടപ്പോൾ കേളപ്പനാർ സന്തോഷവാനായി. കണ്ണപ്പന് അനുവദിച്ച ഭൂമി കാണിക്കാൻ മണിക്കടവിലേക്ക് പോകാൻ തീരുമാനിച്ചു. മണിക്കടവിലുള്ള അയാളുടെ ബന്ധുക്കളെ കാണണമെന്നും അദ്ദേഹം ആഗ്രഹിച്ചിരുന്നു.

തലയ്ക്കുമുകളിൽ ഉച്ചസൂര്യൻ കത്തിനില്ക്കുമ്പോഴാണ് മണിക്കടവിലെത്തിയത്. ഗോത്രത്തലവനോട് യുവരാജാവ് സംസാരിക്കുന്നതിനിടയിൽ പുറത്തുപോയ കണ്ണപ്പൻ താമസിയാതെ തിരിച്ചെത്തി, തന്റെ ബന്ധുക്കൾ അവിടെനിന്ന് സ്ഥലം വിട്ടുപോയതായി അറിയിച്ചു. കേളപ്പനാർ അക്കാര്യത്തെക്കുറിച്ച് കൂടുതലൊന്നും ചോദിച്ചില്ല. പതിച്ചുനൽകിയ ഭൂമി കാണാൻ അവർ അങ്ങോട്ടു യാത്രയായി.

ആരും കൊതിക്കുന്ന വസ്തുവായിരുന്നു അത്. അതിർത്തിയിലൂടെ മനോഹരമായ ഒരു അരുവി ഒഴുകുന്നുണ്ട്. വലിയ മരങ്ങളും നടുവിൽ ഒരു ചെറിയവീടും. അവിടെനിന്ന് നോക്കിയാൽ അകലെ കുടകുമലകളുടെ വശ്യസൗന്ദര്യം കാണാം. ആ വീടും പറമ്പും തനിക്കു അവകാശമായി കിട്ടിയതിൽ കണ്ണപ്പൻ സന്തുഷ്ടനായിരുന്നു.

വീടിനടുത്ത് പുളിമരങ്ങൾക്കിടയിൽ വ്യായാമം ചെയ്യാനുതകുന്ന ഒരുഖണ്ഡം സ്ഥലം കണ്ടപ്പോൾ കണ്ണപ്പൻ ആവേശഭരിതനായി.

"തമ്പുരാനേ ഇവിടെ കളരിത്തറ ഒരുക്കാൻ പറ്റിയ സ്ഥലമാണ്. നമുക്ക് ഇവിടെ കളരി അഭ്യസിക്കാം."

നല്ല നിർദ്ദേശമാണ് കണ്ണപ്പന്റേതെന്ന് കേളപ്പനാരും അഭിപ്രായപ്പെട്ടു. കളരിയഭ്യസിക്കാൻ നല്ലൊരു ഗുരുവിന്റെ ആവശ്യകതയെക്കുറിച്ചാണ്

പിന്നീട് അവൻ ഊന്നിപ്പറഞ്ഞത്.

"അതിപ്രഗത്ഭനായ ഒരു കളരിഗുരുക്കളെ എനിക്കറിയാം. തമ്പുരാൻ സമ്മതിച്ചാൽ ഞാൻ അദ്ദേഹത്തെ കൊണ്ടുവരും."

"അനുവാദം നല്കിയിരിക്കുന്നു. ആരാണ് ആ ഗുരുക്കൾ?"

"എമ്പ്രാന്തിരിയുടെ മകൾ അപകടത്തിലായ ദിവസം അങ്ങ് കാട്ടിലെ കുടിലിൽ പോയത് ഓർക്കുന്നുവോ? അന്ന് സഹായിച്ചയാളുടെ സഹോദരൻ ഒരു മികച്ച കളരിയഭ്യാസിയാണ്."

"കണ്ണപ്പന് അയാളെ എങ്ങനെയറിയാം? അത്രമാത്രം പ്രാഗത്ഭ്യം അയാൾക്കുണ്ടോ?"

"ശരിയാണ് പ്രഭോ, വയസ്സനാണെങ്കിലും അയാൾക്ക് കളരിമുറകളെല്ലാമറിയാം." തുടർന്ന് ഇരുവരും ഏരുവേശ്ശിയിലേക്ക് പുറപ്പെട്ടു.

ആശാനെ മണിക്കടവിലെത്തിക്കാനുള്ള ഏർപ്പാടുകൾ കണ്ണപ്പൻ സ്വയം ഏറ്റെടുത്തു. കളരിമുറകൾ അഭ്യസിക്കുന്നത് മറ്റുള്ളവരെ ആക്രമിക്കാനല്ല, മറിച്ച് പ്രതിരോധത്തിന് വേണ്ടിയാണെന്ന് കേളപ്പനാർ വിശ്വസിച്ചു. പിറ്റേന്ന് മൂന്നുപേരും കളരിത്തറയിലെത്തി. വൃദ്ധന്റെ കരുത്തും മെയ്‌വഴക്കവും ഊർജ്ജസ്വലതയുംകണ്ട് കേളപ്പനാർ അത്ഭുതപ്പെട്ടു നിന്നുപോയി.

കളരിയഭ്യാസം തുടങ്ങിയ ദിവസം വൃദ്ധൻ ഇരുവരോടുമായി ഒരു കാര്യമാവശ്യപ്പെട്ടു. ഏതു കളരിയിലുമുള്ളതുപോലെ ഇവിടെയും പുഷ്പാലംകൃതമായ ഒരു പൂത്തറ വേണം.

"എന്താണ് പൂത്തറ?" കേളപ്പനാർ സംശയം ചോദിച്ചു.

"കളരിയിലെ ഏറ്റവും പ്രധാനസങ്കല്പമായ കളരിപരദേവതയുടെ സ്ഥാനമാണ് പൂത്തറ. കളരിയുടെ കന്നിമൂലയിൽ, അതായത് തെക്കുപടിഞ്ഞാറ് മൂലയിൽ അതിന് ഏഴ് പടികളുണ്ടായിരിക്കണം."

"ഏഴ് പടികൾ എന്തിനെക്കുറിക്കുന്നു?" ബഹുമാനത്തോടെ കണ്ണപ്പൻ വൃദ്ധനോട് ചോദിച്ചു.

"കണ്ണപ്പാ.. പ്രസക്തമായ ഒരു ചോദ്യമാണ് നീ ചോദിച്ചത്. ഏഴു പടികൾ ഓരോ വ്യക്തിക്കും ഉണ്ടായിരിക്കേണ്ട ഏഴ് കഴിവുകളുടെ പ്രതീകമാണ്. ശക്തി, ആജ്ഞാശക്തി, ക്ഷമ, ഭാവം, ശബ്ദം, പരിശീലനം, ആവിഷ്കാരം എന്നിവയാണത്."

കളരിയുടെ ഓരോരോമൂലയിൽ ശിവനെയും ഭഗവതിയെയും പ്രതിഷ്ഠിച്ച് ദേവന്മാർക്ക് പൂക്കളും ധൂപവും വെള്ളവും സമർപ്പിച്ചു.

"തമ്പുരാനും കണ്ണപ്പനും ഇതുകേൾക്കുക.. ദിവസവും പൂജാകർമ്മങ്ങളോടെയാണ് നമ്മൾ പരിശീലനം തുടങ്ങേണ്ടത്." വൃദ്ധൻ ഇരുവരോടുമായി പറഞ്ഞു.

"എന്തിനുവേണ്ടിയാണ് അങ്ങനെ ചെയ്യുന്നത്?" സങ്കോചത്തോടെ സംശയമുന്നയിച്ചത് കണ്ണപ്പനാണ്.

മറുപടിയൊന്നും നല്കാതെ അദ്ദേഹം ഏഴുതിരിയിട്ട നിലവിളക്ക് കൊളുത്തി. തുടർന്ന് തന്നോടൊപ്പം പ്രാർത്ഥിക്കാൻ അവരോടും നിർദ്ദേ

ശിച്ചു. മൗനപ്രാർത്ഥനയ്ക്കുശേഷം കണ്ണപ്പൻ ചോദ്യമാവർത്തിച്ചു.

"കണ്ണപ്പാ, ഇതൊരു പഠനകേന്ദ്രം മാത്രമല്ല, ക്ഷേത്രമായും കണക്കാക്കണം."

"അങ്ങനെയെങ്കിൽ ആരോടാണ് നമ്മൾ പ്രാർത്ഥിക്കേണ്ടത്?" അവന്റെ സംശയങ്ങൾ തീരുന്നില്ല.

"എല്ലാ കളരിഗുരുക്കന്മാരോടും..! ഞാൻ എന്റെ ഗുരുവിൽനിന്നാണ് പഠിച്ചത്. ഗുരു അദ്ദേഹത്തിന്റെ ഗുരുവിൽനിന്ന് പഠിച്ചു. ഈ പ്രാർത്ഥന കൊണ്ട് നമ്മൾ കളരിയിലെ എല്ലാ ഗുരുക്കന്മാരെയും ബഹുമാനിക്കുന്നു. കളരിമുറകൾ പഠിക്കാൻ തുടങ്ങേണ്ടത് നന്നേ ബാല്യത്തിലാണെങ്കിലും രണ്ടുപേരും ഏറെ വൈകിയിട്ടില്ല. നിങ്ങൾ കഠിനമായി പരിശീലിക്കേണ്ടതുണ്ട്. അതുകൊണ്ട് എന്റെ നിർദ്ദേശങ്ങൾ കൃത്യമായി പാലിക്കുക; ഇനി കൂടുതൽ ചോദ്യങ്ങളുന്നയിക്കരുത്. നിങ്ങൾ എന്നെ ഗുരുക്കളെന്നോ ആശാനെന്നോ വിളിക്കണം."

"ഗുരുക്കളേ.. സ്വയം പ്രതിരോധിക്കാനുള്ള ഈ മുറകൾ ആരാണ് വികസിപ്പിച്ചത്?"

"ഏതാണ്ട് മൂവായിരം വർഷങ്ങൾക്കുമുമ്പ് പരശുരാമനാണ് ഈ മുറകൾ എല്ലാവരേയും പഠിപ്പിച്ചത്. ദൈവത്തിന്റെ വരദാനമാണിത്. ചേര, ചോള, പാണ്ഡ്യ, പല്ലവരാജവംശങ്ങൾ ഇത് വ്യാപകമായി പ്രചരിപ്പിച്ചു."

പിന്നീട് അവർ കൂടുതൽ ചോദ്യങ്ങളൊന്നും ഉന്നയിച്ചില്ല.

"കളരിക്ക് മൈതാനം വികസിപ്പിക്കണം, അതിന് കുറഞ്ഞത് മൂന്ന് ദിവസമെടുക്കും. എല്ലാ സജ്ജീകരണങ്ങളുമൊരുക്കി വരുന്ന വെള്ളിയാഴ്ച മുതൽ നമുക്ക് തുടങ്ങാം. ഇന്ന് നിങ്ങൾ പോയ്ക്കൊള്ളുക.."

രണ്ടുപേരോടുമായി ഗുരുക്കൾ പറഞ്ഞു. അദ്ദേഹത്തിന്റെ നിർദ്ദേശ പ്രകാരം ഇരുവരും കൊട്ടാരത്തിലേക്ക് പുറപ്പെട്ടു.

കളരിത്തറ ഇനിയും വികസിപ്പിക്കണമെന്ന് ആശാൻ ഉറപ്പിച്ചു. നാല്പത്തിരണ്ടടി നീളവും നാലടി താഴ്ചയുമായി കിഴക്ക് - പടിഞ്ഞാറ് ദിശയിലും ഇരുപത്തിയൊന്നടി വീതിയിൽ തെക്കു - വടക്കുഭാഗത്തും കുഴിയെടുത്ത് കിഴക്കുദിശയിൽനിന്ന് അരുണോദയം ഏറ്റുവാങ്ങാൻ തക്കവണ്ണം കളരിയുടെ പ്രവേശനകവാടമൊരുക്കുകയും, മണലും ചെളിയും കുഴച്ച് നിലമൊരുക്കുകയും ചെയ്തു. കളരിയഭ്യാസത്തിന് ആവശ്യമുള്ളത്ര ആയുധങ്ങളും ഉപകരണങ്ങളും നിർമ്മിച്ചു. അഭ്യാസം വീക്ഷിക്കുന്നതിന് ഇരിപ്പിടങ്ങൾ ക്രമീകരിച്ചു. ദ്വന്ദ്വമത്സരം നടത്തുന്നതിന് മൈതാനത്തിന്റെ മദ്ധ്യഭാഗത്ത് ആറടിയോളം ഉയരമുള്ള പ്രത്യേകം തറ നിർമ്മിക്കാനുള്ള നടപടികളും അദ്ദേഹം കൈക്കൊണ്ടു.

കളരി അഭ്യസിക്കുമ്പോൾ നിരായുധമായ കൈകളേക്കാൾ ആയുധങ്ങൾക്കാണ് പ്രാധാന്യം നൽകേണ്ടതെന്ന് ആശാൻ നിശ്ചയിച്ചു. അതിനാൽ പരിശീലനത്തിന് ആവശ്യമായ മികച്ച ആയുധങ്ങൾത്തന്നെ വാങ്ങി. ഉഴിച്ചിലിനും മറ്റ് ചികിത്സകൾക്കും ഒരു അറ പണിയാനുള്ള ഏർപ്പാടുകളും ചെയ്തു. മുറിവുണക്കാനും പേശികൾക്ക് അയവുവരുത്താനും

സഹായിക്കുന്ന ചില ഔഷധസസ്യങ്ങളും പരിശീലനത്തിനിടെ ഉണ്ടാ യേക്കാവുന്ന പരിക്കുകൾ ചികിത്സിക്കാൻ ഫലപ്രദമായി ഉപയോഗി ക്കാവുന്ന ഔഷധച്ചെടികളും അദ്ദേഹം വാങ്ങിവച്ചു.

കളമൊരുങ്ങുന്നതുവരെയുള്ള ദിവസങ്ങൾ യുവരാജാവും കണ്ണ പ്പനും ചെലവഴിച്ചത് കൊട്ടാരത്തിലായിരുന്നു. താളിയോലകൾ വായി ക്കാൻ ഉത്സുകനായിരുന്ന കേളപ്പനാർ കളരിമുറകളെക്കുറിച്ച് പ്രതിപാദി ച്ചിരുന്ന ഭാഗങ്ങൾ കണ്ണപ്പനെ കാണിച്ചു. ചുവടും വടിവും (ചുവടുകളും ഭാവങ്ങളും) ചേർന്ന കായികരൂപമാണ് ഇതെന്ന് അതിൽനിന്ന് രണ്ടുപേരും തിരിച്ചറിഞ്ഞു. കടുവ മുതലായ ചില മൃഗങ്ങളെ പ്രതിനിധീകരിക്കുന്ന ഭാവങ്ങളെക്കുറിച്ച് താളിയോലകളിൽ വ്യക്തമാക്കിയിരുന്നത് അവർക്ക് എളുപ്പത്തിൽ പഠിക്കാൻ കഴിഞ്ഞു.

മൂന്നുദിവസത്തിനുശേഷം മടങ്ങിയെത്തിയ രണ്ടുപേരും ചുരുങ്ങിയ സമയത്തിനുള്ളിൽ ആശാനൊരുക്കിയ സജ്ജീകരണങ്ങൾകണ്ട് അത്ഭു തപ്പെട്ടു. കളരിദൈവങ്ങളെ പ്രാർത്ഥിച്ച് പരിശീലനമാരംഭിച്ചു. പ്രത്യേകം തയ്യാറാക്കിയ മൂന്നരയടി താഴ്ചയുള്ള കുഴിയിലാണ് അഭ്യസനം തുട ങ്ങിയത്. ശക്തമായ കാറ്റ് കൊള്ളാതിരിക്കുന്നതിനും എന്നാൽ ശരീരം തണുത്തിരിക്കാനും ഇത് സഹായിച്ചു. ആദ്യദിനം ചുവടും വടിയുമാണ് പഠിപ്പിച്ചത്. താളിയോലയിൽ രേഖപ്പെടുത്തിയതുപോലെ ആയിരുന്നില്ല അത്. യാതൊരു മൃഗത്തിന്റെയും ഭാവമോ പ്രതീകമോ ഇല്ലാത്ത വ്യത്യ സ്തമായ ശൈലിയാണ് ആശാൻ അവലംബിച്ചത്. അത് പക്ഷേ, കൂടുതൽ ഫലപ്രദമായിരുന്നു.

കളരിയഭ്യാസം ആരോഗ്യകരമായ മനസ്സും ശരീരവുമൊരുക്കി കൂടു തൽ കരുത്ത് നേടാൻ ഇരുവരെയും സഹായിച്ചു. മൂന്നു മാസത്തിലേ റെയായി അവർ പരിശീലനം തുടർന്നു. അഭ്യസനത്തോടെ കേളപ്പനാരും കണ്ണപ്പനും ഏത് സാഹചര്യവും കൈകാര്യം ചെയ്യാൻ കഴിവുള്ളവരായി ത്തീർന്നു. മൂന്നുമാസത്തിനൊടുവിൽ ഗുരുക്കൾ ഇരുവർക്കും പ്രത്യേക തരം കഞ്ഞി നൽകിയിരുന്നു. അതുകഴിച്ചപ്പോൾ കേളപ്പനാർക്ക് വല്ലാത്ത അസ്വസ്ഥത തോന്നി. കടുത്ത പനി ബാധിച്ച് കൊട്ടാരത്തിൽനിന്ന് അന ങ്ങാൻ കഴിയാതെയായി. എന്നാൽ കണ്ണപ്പനെ അതൊന്നും ബാധിച്ചില്ല, പതിവുപോലെ നല്ല ആരോഗ്യവാനായിരുന്നു. അവൻ മാത്രം കളരി ക്കളത്തിൽ വന്ന് പരിശീലനം തുടർന്നു.

യുവരാജാവ് കിടപ്പിലായ നാളുകളിൽ ആശാൻ കണ്ണപ്പനെ മർ മ്മവിദ്യ പഠിപ്പിച്ചു. മർമ്മശാസ്ത്രത്തിന്റെ സാങ്കേതികത ഓരോ മർമ്മ ത്തെക്കുറിച്ചുമുള്ള അറിവിന് ഊന്നൽ നൽകുന്നുണ്ടെന്നും മർമ്മചികി ത്സയ്ക്ക് അത് ഉപയോഗിക്കുന്നുണ്ടെന്നും അദ്ദേഹം സൂചിപ്പിച്ചു. ഒരു വ്യക്തിയുടെ ശരീരത്തിലെ പ്രത്യേക ഭാഗങ്ങളിൽ വിരലമർത്തി വധിക്കു വാനോ അല്ലെങ്കിൽ അയാളെ നിഷ്ക്രിയനാക്കാനോ ഫലപ്രദമായി ഉപ യോഗിക്കാവുന്ന ഈ വിദ്യ കണ്ടെത്തിയത് അഗസ്ത്യമുനിയാണത്രേ. മനുഷ്യശരീരത്തിൽ ഇതുപോലെയുള്ള നൂറ് മർമ്മഭാഗങ്ങളുണ്ടെന്ന്

ആശാൻ പറഞ്ഞു. നിർണ്ണായകമായ അറുപത്തിനാലെണ്ണം അദ്ദേഹം കണ്ണപ്പനെ പഠിപ്പിച്ചു. ഒരാളെ നിശ്ചലനാക്കുന്നതും വധിക്കുന്നതും എങ്ങനെയാണെന്ന് പഠിപ്പിക്കാൻ ഒരുദിവസം ഗുരു ഒരു നായയെ കൊണ്ടുവന്നു.

നിർദ്ദിഷ്ടഭാഗത്ത് സ്പർശിച്ചതോടെ നായ അബോധാവസ്ഥയിലായി. ഏകദേശം ഒരു നാഴികയ്ക്കുശേഷം ആ ജന്തു പതുക്കെ ഉണരുന്നത് കണ്ണപ്പൻ പരിഭ്രമത്തോടെ കണ്ടു. ക്രൗര്യം നിഴലിക്കുന്ന കണ്ണുകളുമായി നായ ഭീകരമായി മുരണ്ടു. ആക്രമണോത്സുകനായ നായയെ എങ്ങനെ കൊല്ലണമെന്ന വിദ്യയാണ് അടുത്തത്. ആ ദൗത്യം ഗുരുക്കൾ കണ്ണപ്പനെയേല്പിച്ചു. തന്നെ കടിച്ചുകീറാൻ ഒരു സിംഹത്തിന്റെ വീറോടെ കുതിച്ചുവന്ന നായയുടെ മർമ്മസ്ഥാനത്ത് ഗുരുക്കളുടെ നിർദ്ദേശമനുസരിച്ച് കണ്ണപ്പൻ വിരലമർത്തിയതും അടുത്തനിമിഷം നായ ചത്തുവീണു. മൃഗങ്ങളെ നേരിടാൻ പറ്റിയ മികച്ച വിദ്യയാണിതെന്ന് അവൻ ചിന്തിച്ചു. സിംഹമടക്കമുള്ള ഏതു വന്യമൃഗങ്ങളെയും നേരിടാൻ ഇത് ഉപയോഗപ്പെടുത്താമെന്നും ശരീരത്തിലെ പ്രത്യേക സ്ഥാനങ്ങളെക്കുറിച്ച് അറിവും ധൈര്യവും ഉണ്ടായാൽ മതിയെന്നും ആശാൻ ഉപദേശിച്ചു.

"ഈ വിദ്യ ഉപയോഗിച്ച് മനുഷ്യനെ കൊല്ലാൻ പറ്റുമോ?" കണ്ണപ്പൻ സംശയമുന്നയിച്ചു.

"തീർച്ചയായും.. പക്ഷേ, വളരെ ജാഗ്രതയോടെ ഉപയോഗിക്കണം. കളരിദൈവങ്ങളോടും ഗുരുവിനോടും പ്രാർത്ഥിച്ചതിനുശേഷമേ വ്യക്തികൾക്കെതിരേ ഉപയോഗിക്കാവൂ എന്ന നിബന്ധനയുണ്ട്. അപ്രതീക്ഷിതവും അപകടകരവുമായ ആക്രമണത്തിൽനിന്ന് രക്ഷനേടാനോ അല്ലെങ്കിൽ മരണം മുന്നിൽ കാണുമ്പോഴോ ഈ വിദ്യ ഉപയോഗിക്കാം." കുറച്ചുനേരം നിർത്തി അദ്ദേഹം തുടർന്നു.

"അടുത്തദിവസം മുതൽ തിരുമ്മലിന്റെ സാങ്കേതികവശങ്ങൾ ഞാൻ പഠിപ്പിക്കാം. തമ്പുരാൻ നാളെവരുമെന്ന് പ്രതീക്ഷിക്കുന്നു. നിങ്ങൾ രണ്ടുപേരും കുളിക്കാതെ വരണം. ഔഷധഎണ്ണകൊണ്ട് കച്ചതിരുമ്മുന്ന വിദ്യ രണ്ടുപേർക്കും ഞാൻ പറഞ്ഞുതരാം."

"തിരുമ്മുന്നതുകൊണ്ടുണ്ടാവുന്ന ഗുണങ്ങൾ എന്തൊക്കെയാണ്?" കണ്ണപ്പൻ ചോദിച്ചു.

"കളരിയഭ്യസിക്കുന്നതിനിടെ പേശികൾക്ക് ഉണ്ടായേക്കാവുന്ന ബുദ്ധിമുട്ടുകളും പരിക്കുകളും ഭേദമാക്കുന്നതിനും ശാരീരികവഴക്കം വർദ്ധിപ്പിക്കാനും അത് സഹായിക്കും." ആശാൻ പറഞ്ഞു.

ഗുരു നിർദ്ദേശിച്ചതുപ്രകാരം കണ്ണപ്പനും കേളപ്പനാരും കുളിക്കാതെയാണ് പിറ്റേന്ന് കളരിത്തറയിലെത്തിയത്. തയ്യാറാക്കിയ ഔഷധഎണ്ണ ഉപയോഗിച്ച് ശരീരം എങ്ങനെ തിരുമ്മണമെന്ന് അദ്ദേഹം പരിശീലിപ്പിച്ചു.

എണ്ണ തേച്ചുകുളി പൂർത്തിയാക്കിയശേഷം, കളരിയെക്കുറിച്ച് ഗുരുവിൽനിന്ന് തനിക്ക് ലഭിച്ച അറിവുകൾ ഗുരുക്കൾ ഇരുവർക്കും പകർന്നുനല്കി. ഒരു കാരണവശാലും ഈ അടവുകൾ തനിക്കെതിരെ ഒരുകാ

ലത്തും ഉപയോഗിക്കില്ലെന്ന് പ്രതിജ്ഞയെടുപ്പിച്ചു. ഏതാനും നിമിഷങ്ങൾ ആശാൻ എന്തൊക്കെയോ ആലോചിച്ചിരുന്നു. ശേഷം ഇരുവരോടുമായി പറഞ്ഞു.

"കൊച്ചുതമ്പുരാനേ, കണ്ണപ്പാ, രണ്ടുപേരും യക്ഷികളെ കരുതിയിരിക്കണം."

"യക്ഷിയോ? അതാരാണ്?" കേളപ്പനാർ ചോദിച്ചു. അനവസരത്തിൽ എന്തിനാണ് യക്ഷിയുടെ പ്രശ്നം ആശാൻ ഉന്നയിച്ചതെന്ന് കണ്ണപ്പനും ആശയക്കുഴപ്പത്തിലായി. പെട്ടെന്ന് ഒരു നിഗമനത്തിലെത്താൻ അവന് കഴിഞ്ഞില്ല. എന്തെങ്കിലും കാരണങ്ങളുണ്ടാവുമെന്ന് ഊഹിച്ചു.

"സ്ത്രീവേഷം കെട്ടിയ പിശാചുക്കളാണ് യക്ഷികൾ. അവറ്റകൾ പുരുഷന്മാരുടെ രക്തം കുടിക്കുന്നവരാണ്. യുവതികളുടെ രൂപത്തിലെത്തി സ്നേഹം പ്രകടിപ്പിക്കുകയും ഒടുവിൽ പുരുഷന്റെ രക്തമൂറ്റിക്കുടിച്ച് കൊല്ലുകയും ചെയ്യും." ആശാൻ പറഞ്ഞു.

"ആശാനേ.. എങ്ങനെയാണ് അവരെ തിരിച്ചറിയുക..?"

"ഒരിക്കൽ കണ്ടാൽത്തന്നെ നമുക്ക് അവരെ തിരിച്ചറിയാൻ കഴിയും. വീതിയേറിയ ഇടുപ്പ്, ഇടുങ്ങിയ അരക്കെട്ട്, ഗോളാകൃതിയിലുള്ള സ്തനങ്ങൾ, വിശാലമായ തോളുകൾ.. ഈ ലക്ഷണങ്ങളുള്ള സുന്ദരികളായ സ്ത്രീകളെ കണ്ടാൽ ഉറപ്പിച്ചോളൂ.. അതു യക്ഷിയാണ്!" കേളപ്പനാർക്ക് പൊടുന്നനെ അംബികയെ ഓർമ്മവന്നു. ഈ സവിശേഷതകളെല്ലാം അവൾക്കുമുണ്ടായിരുന്നു. ആ പെൺകുട്ടി യക്ഷിയാണെന്നോ? കേളപ്പനാർ കടുത്ത ആശയക്കുഴപ്പത്തിലായി. യുവരാജാവിന്റെ മൗനവും മുഖഭാവവും കണ്ട് സന്തോഷിച്ച വൃദ്ധൻ തന്റെ തന്ത്രം ഫലിക്കുന്നുണ്ടെന്ന് മനസ്സിലാക്കി തുടർന്നു.

"ഇതുവരെയായി മുപ്പതിലധികം യക്ഷികളെ തിരിച്ചറിഞ്ഞിട്ടുണ്ട്, അതിനാൽ നിങ്ങൾ അവരുമായി ഇടപഴകുന്നത് ഒഴിവാക്കുക."

"ഏതൊക്കെ തരത്തിലുള്ള യക്ഷികളാണ് ഉള്ളത്?" കണ്ണപ്പനും വൃദ്ധനെ സഹായിക്കുന്ന ചോദ്യം ഉന്നയിച്ചു.

"എല്ലാത്തരം യക്ഷികളെക്കുറിച്ചും വിശദീകരിക്കാൻ ഇപ്പോൾ ബുദ്ധിമുട്ടാണ്. നിങ്ങളുടെ ജീവിതത്തിലേക്ക് കടന്നുവരാനിടയുള്ള ചില യക്ഷികളുടെ പേരുകൾ ഞാൻ പിന്നീട് അറിയിക്കാം."

"കുറച്ച് പേരുകളെങ്കിലും പറഞ്ഞുതരൂ.."

കണ്ണപ്പൻ വീണ്ടുമാവശ്യപ്പെട്ടു. അതറിയാൻ കേളപ്പനാർക്കും കൗതുകമുണ്ടായിരുന്നു. രണ്ടുപേരുടെയും നിർബ്ബന്ധത്തിനു വഴങ്ങി ആശാൻ പറഞ്ഞുതുടങ്ങി.

"ഭീഷണി, ജനരഞ്ജിക, മഹാഭയ, ശ്മശാന, ഹംസി, കപാലിനി തുടങ്ങിയവ യക്ഷികളിൽ ചിലതാണ്. ഇവർക്ക് യുവാക്കളോടാണ് പ്രിയം. ഇത്തരത്തിൽപ്പെട്ട സ്ത്രീകളെ സൂക്ഷിക്കണമെന്നാണ് രണ്ടുപേരോടും ഞാൻ ആവശ്യപ്പെടുന്നത്.."

കേളപ്പനാർ ഏറെനേരം മൗനംപൂണ്ടു. പക്ഷേ, ഒന്നും പറഞ്ഞില്ല.

പിന്നീട് അവർ കൊട്ടാരത്തിലേക്ക് മടങ്ങാനൊരുങ്ങുമ്പോഴും യക്ഷികളെക്കുറിച്ചായിരുന്നു കേളപ്പനാരുടെ ചിന്തകൾ. അവർക്കായി അവിടെ യാത്രാക്ഷീണമകറ്റാൻ ഇളനീർ ഒരുക്കിയിരുന്നു. ഇളനീർ കഴിക്കുന്നതിനിടെ ചിന്താമഗ്നനായ കേളപ്പനാരുടെ കണ്ണിൽപ്പെടാതെ ഒരാൾ കണ്ണപ്പന് ഒരു ഓല കൈമാറി. അത് മറച്ചുവച്ച് കണ്ണപ്പനും ഇതൊന്നുമറിയാതെ കേളപ്പനാരും കൊട്ടാരത്തിലെത്തി തങ്ങളുടെ അറകളിലേക്ക് പോയി. അറയിലെത്തി ഓലയെടുത്ത് ശ്രദ്ധാപൂർവ്വം കണ്ണപ്പൻ വായിച്ചുനോക്കി. തുടർനടപടികൾക്കുള്ള നിർദ്ദേശങ്ങൾ അതിലുണ്ടായിരുന്നു.

ഒൻപത്

കളരിയിൽനിന്നു മടങ്ങിയെത്തിയ കേളപ്പനാർ ആ രാത്രി നന്നായുറങ്ങി. അതിരാവിലെ ഉണർന്ന് കണ്ണപ്പന്റെ അറയിൽ ചെന്നുനോക്കി. അവനപ്പോഴും ഗാഢനിദ്രയിലാണ്. ഏരുവേശ്ശിയിലെ ജനങ്ങളുടെ അഭിവൃദ്ധിക്കായി ചെറുതാഴത്തെ ഹനുമാരമ്പലത്തിൽച്ചെന്ന് പൂജാദികർമ്മങ്ങൾ നടത്തണമെന്ന് അദ്ദേഹം ആഗ്രഹിച്ചു. കൂടെ കണ്ണപ്പനെയും കൂട്ടണമെന്നുണ്ടായിരുന്നു. പക്ഷേ, ഉറക്കമായതിനാൽ അവനെ ശല്യപ്പെടുത്താതെ ഒറ്റയ്ക്ക് പോകാമെന്ന് നിശ്ചയിച്ചു. വൈകുന്നേരം തിരിച്ചെത്താം. പക്ഷേ.. അതു മാത്രമായിരുന്നില്ല, അപകടത്തിൽനിന്ന് താൻ രക്ഷിച്ച പെൺകുട്ടിയെകൂടി കാണണമെന്നുമുണ്ട് മനസ്സിൽ.!. അക്കാലത്ത് പെൺകുട്ടികൾക്ക് പുറത്തിറങ്ങാനും മറ്റും സമൂഹത്തിൽ കർശനമായ നിയന്ത്രണങ്ങളുണ്ടായിരുന്നു. അവിവാഹിതരായ പെൺകുട്ടികൾ തെരുവുകളിലൂടെ സഞ്ചരിക്കുന്നത് വളരെ അപൂർവ്വമായിമാത്രമേ കാണാൻ കഴിയുകയുള്ളൂ. അവളെ കാണാൻ അതിയായ ആഗ്രഹമുണ്ടെങ്കിലും സാമൂഹികനിയന്ത്രണങ്ങൾ കാരണം തനിക്ക് ബുദ്ധിമുട്ടായിരിക്കുമെന്നും അദ്ദേഹത്തിനറിയാം. അതേസമയം ചെറുതാഴത്തെ ഹനുമാൻക്ഷേത്രത്തിൽ ജോലിചെയ്യുന്ന അവളുടെ അച്ഛനെ കാണാൻ യാതൊരു തടസ്സവുമുണ്ടാകില്ലെന്ന് അയാൾക്ക് ഉറപ്പാണ്. അവളെ കാണാനും സംസാരിക്കാനും അവസരം ഒരുക്കിത്തരണേയെന്ന് ഹനുമാൻസ്വാമിയോട് മനമുരുകി പ്രാർത്ഥിച്ചു.

താമസിയാതെ തന്റെ വിശ്വസ്തയായ കുതിര 'മായ'യുടെ പുറത്തു കയറി കൊട്ടാരത്തിൽനിന്ന് ചെറുതാഴത്തേക്ക് പുറപ്പെട്ടു. അക്കാലത്ത് നല്ല പാതകളൊന്നുമുണ്ടായിരുന്നില്ല. ഉള്ളവയാകട്ടെ കുത്തനെയുള്ള കയറ്റിറക്കങ്ങളും പാറക്കെട്ടുകളും ഏറെയുള്ളവയും. വളരെ ശ്രദ്ധയോടെ

പതുക്കെ മലമ്പാതയിലൂടെ കുതിര ഓടിക്കൊണ്ടേയിരുന്നു. മലപ്പട്ടണത്ത് എത്തിയപ്പോൾ അന്ന് അംബികയെ രക്ഷപ്പെടുത്തിയ അരുവി കണ്ടു. കേളപ്പനാർ കുതിരപ്പുറത്തുനിന്നിറങ്ങി. മായ അങ്ങോട്ടുമിങ്ങോട്ടും നോക്കി തലയാട്ടി മണം പിടിച്ചു. നിബിഡമായ വനത്തിനപ്പുറം ഒഴിഞ്ഞ വെളിമ്പ്രദേശത്ത് അന്നു താൻ അവളെ കൊണ്ടുപോയി കിടത്തിയ കുടിൽ കണ്ടു. എവിടെനിന്നോ അവളുടെ ഗന്ധമൊഴുകിവരുന്നതുപോലെ കേളപ്പനാർക്ക് തോന്നി.

പെട്ടെന്ന് മായ ചെവികൾ മുകളിലേക്ക് ഉയർത്തി നോക്കി. മറ്റൊരു കുതിര തനിക്കുനേരെ അടുത്തുവരുന്ന ശബ്ദം കേട്ടു. ആരായിരിക്കും വരുന്നത്? കുളമ്പടിയൊച്ചകേട്ട ഭാഗത്തേക്ക് നോക്കി. കണ്ണപ്പൻ.... താൻ ഇവിടെ വന്നതായി അവനെങ്ങനെ അറിഞ്ഞു? തന്റെ ഓരോ ചലനവും രഹസ്യമായി ആരോ നിരീക്ഷിക്കുന്നതായി അദ്ദേഹം സംശയിച്ചു. അവനെക്കുറിച്ചുള്ള സംശയം മനസ്സിൽനിന്ന് മാഞ്ഞിരുന്നില്ല. അതിന്റെ പ്രധാനകാരണം, എത്രമാത്രം അന്വേഷണം നടത്തിയിട്ടും കണ്ണപ്പന്റെ ബന്ധുജനങ്ങളെ കണ്ടെത്താനാകാത്തതാണ്. അതിനായി ചട്ടം കെട്ടിയിരുന്നവരാകട്ടെ മണിക്കടവ് വിട്ട് പോയിരുന്നുതാനും. നിലവിൽ അവിടെ താമസിക്കുന്ന ആർക്കുംതന്നെ അവരെ അറിയുകയുമില്ല. എന്നിരുന്നാലും, അവന്റെ ബന്ധുക്കളെക്കുറിച്ച് പിന്നെയും അന്വേഷിക്കാൻ അദ്ദേഹം ജനങ്ങളോട് നിർദ്ദേശിച്ചു. എന്നാൽ ഇതുവരെ ആവശ്യമായ വിവരങ്ങൾ ലഭിച്ചിട്ടില്ല.

കേളപ്പനാരുടെ അടുത്തെത്തിയ കണ്ണപ്പൻ എന്താണ് തന്നെ കൂട്ടാതെ യാത്ര തിരിച്ചതെന്നു ചോദിച്ചു.

“കണ്ണപ്പാ, നീ നല്ല ഉറക്കത്തിലായിരുന്നു. അതാണ് വിളിക്കാതിരുന്നത്. ഞാനിവിടേയ്ക്കാണ് വന്നതെന്ന് നീയെങ്ങനെ അറിഞ്ഞു?”

“കൊച്ചുതമ്പുരാനേ അത് എന്റെ ഊഹം മാത്രമായിരുന്നു. അങ്ങ് ഇവിടെവന്നിട്ടുണ്ടാകുമെന്ന് ഞാൻ കരുതി. ഹനുമാൻസ്വാമിയുടെ അനുഗ്രഹത്താൽ എന്റെ ഊഹം ശരിയായിരുന്നു.”

തന്റെ യാത്രാവിവരം കണ്ണപ്പൻ എങ്ങനെയറിഞ്ഞു? കേളപ്പനാർ അത്ഭുതപ്പെട്ടു. കൂടുതലൊന്നും ചോദിക്കാതെ അദ്ദേഹം അകലെ പശ്ചിമഘട്ടത്തിലെ മലനിരകളിലേക്കു കണ്ണുനട്ടു. അതിന്റെ മനോഹരമായ ദൃശ്യഭംഗി നോക്കിനിൽക്കേ വീശിയെത്തിയ കുളിർകാറ്റിൽ പുളിയിലക്കരമുണ്ടുടുത്ത പെൺകുട്ടിയുടെ സൗരഭ്യം ഒഴുകിവരുന്നതായി തോന്നി. അവൾ ഇവിടെ എവിടെയെങ്കിലും ഉണ്ടോ? ഈ സൗരഭ്യമെങ്ങനെ വന്നു?

“കണ്ണപ്പാ നിനക്ക് എന്തെങ്കിലും സുഗന്ധം അനുഭവപ്പെടുന്നുണ്ടോ?”

മൂക്കുവിടർത്തി കണ്ണപ്പൻ ശ്വാസമെടുത്തു. ഒരു പെണ്ണിന്റെ ചൂര് അനുഭവപ്പെട്ടെങ്കിലും, “ഇല്ല കൊച്ചുതമ്പുരാനേ” എന്ന മറുപടിയിലൂടെ അവൻ കേളപ്പനാരുടെ മനസ്സ് അളക്കുകയായിരുന്നു. തമ്പുരാന് അംബികയോട് പ്രണയം തോന്നുന്നുണ്ടോ? അങ്ങനെയെങ്കിൽ അത് അനുവദിക്കാൻ പാടില്ല.

"കൊച്ചുതമ്പുരാനെ നമുക്ക് ഇവിടെനിന്നു പോയാലോ?"

"എവിടേക്ക്?"

"അങ്ങയുടെ ആഗ്രഹംപോലെ."

കുറച്ചുനേരം അവർ മൗനമായിരുന്നു. ഒടുവിൽ കേളപ്പനാർ തന്നെ ആ മൗനം ഭഞ്ജിച്ചു.

"എന്നാൽ നമുക്ക് നീങ്ങാം."

"എവിടേക്കാണു തമ്പുരാനേ?"

"ഹനുമാരമ്പലത്തിലേക്ക്."

"നിരവധി ഹനുമാരമ്പലങ്ങളുണ്ടല്ലോ തമ്പുരാനേ..? അതിൽ ഏതാണ് നിശ്ചയിച്ചിരിക്കുന്നത്?"

"ചെറുതാഴത്തുള്ള ഹനുമാൻസ്വാമിയുടെ ക്ഷേത്രത്തിലേക്ക് പോകാം."

"ശരി തമ്പുരാനെ നമുക്കുപോകാം. അമ്പലത്തിലെത്താൻ കുറഞ്ഞത് നാലുനാഴികയെങ്കിലും വേണം. ഇപ്പോൾത്തന്നെ നേരം വൈകി. വേഗം പുറപ്പെടുകതന്നെ."

കണ്ണപ്പന് മറ്റൊരു വഴിയുമില്ലായിരുന്നു. ഇരുവരും കുതിരപ്പുറത്ത് കയറി ചെറുതാഴം ലക്ഷ്യമാക്കി വേഗത്തിൽ കുതിച്ചു. ഏറെനേരമായി കാട്ടിലൂടെയുള്ള യാത്ര തുടങ്ങിയിട്ട്. തനിക്ക് ലഭിച്ച ഓലയിലെ നിർദ്ദേശങ്ങളെക്കുറിച്ചായിരുന്നു കണ്ണപ്പന്റെ ചിന്ത. തന്റെ പദ്ധതി നടപ്പാക്കാനുള്ള സമയമായിരിക്കുന്നു. ഇവിടം സുരക്ഷിതമാണെന്നും അയാൾ ഉറപ്പിച്ചു. പക്ഷേ, വളരെ വേഗത്തിൽ പൊയ്ക്കൊണ്ടിരിക്കുകയാണ് കേളപ്പനാർ. എങ്ങനെ തടയും? പെട്ടെന്നൊരുപായം കിട്ടിയെന്നവണ്ണം അയാൾ അലറിവിളിച്ചു.

"തമ്പുരാനേ രക്ഷിക്കണേ.." അതേസമയം കുതിരപ്പുറത്തുനിന്നു താഴേക്ക് വീഴുകയും ചെയ്തു. അലമുറകേട്ട് കേളപ്പനാർ തിരിഞ്ഞു നോക്കി. കണ്ണപ്പൻ താഴെ വീണിരിക്കുന്നു. അദ്ദേഹം കുതിരയെ കണ്ണപ്പന്റെയടുക്കലേക്ക് തിരിച്ചുവിട്ടു.

"അയ്യോ! എന്തുപറ്റി?"

"ഞാൻ കുതിരപ്പുറത്തുനിന്ന് വീണു, മുട്ടിന് വല്ലാത്തവേദനയുണ്ട് തമ്പുരാനേ."

കേളപ്പനാർ അവന്റെ കാൽമുട്ടുകളിലേക്ക് നോക്കി. വലതുകാൽ മുട്ടിൽനിന്ന് രക്തമൊഴുകുന്നുണ്ട്. ചികിത്സയെന്തെങ്കിലും ചെയ്യണം. അംബികയെ സഹായിച്ച കാട്ടിലെവൈദ്യനെ ഓർമ്മവന്നു.

"കണ്ണപ്പാ, മുമ്പ് ഒരു വൈദ്യൻ അംബികയെ ചികിത്സിച്ചിരുന്നല്ലോ, അദ്ദേഹം എവിടെയായിരുന്നു?"

"തമ്പുരാനേ, അദ്ദേഹം ഇവിടെയടുത്ത് എവിടെയോ ആണ്. നമുക്ക് കണ്ടെത്താം."

"കണ്ണപ്പാ നീ ഇവിടെ ഇരിക്ക്. ഞാൻ വൈദ്യരെ പെട്ടെന്ന് കൂട്ടിക്കൊണ്ടുവരാം."

കേളപ്പനാർ പോയെന്ന് ഉറപ്പുവരുത്തിയ കണ്ണപ്പൻ മുടന്തിനടന്ന് കുതിരപ്പുറത്തുള്ള സഞ്ചിയിൽനിന്ന് കുറച്ച് ചെറിയ ഇലകളെടുത്ത് മടങ്ങി. സമാനമായ ഇലകളുള്ള ചില ചെടികളുടെ ഇലകൾക്കൊപ്പം അവ വിതറിയിട്ടു. അതിലൊന്നെടുത്ത് അയാൾ മണത്തുനോക്കി. ഒരു ചെറു പുഞ്ചിരി ചുണ്ടിൽ വിരിഞ്ഞു. കാൽമുട്ടുകൾ വല്ലാതെ വേദനിക്കുന്നു ണ്ടായിരുന്നു. തന്റെ ജോലി അവസാനിച്ചതായി അയാൾക്ക് തോന്നി. അയാൾ മരത്തിന്റെ ചുവട്ടിൽ കണ്ണടച്ചുകിടന്നു. വേദനയും ക്ഷീണവും കൊണ്ട് ക്രമേണ ഉറങ്ങിപ്പോയി.

കുറച്ചുനേരം കഴിഞ്ഞ് കേളപ്പനാർ വൈദ്യനൊപ്പം മടങ്ങിയെത്തി. ഉറങ്ങിക്കിടന്ന കണ്ണപ്പനെ പതിയെ തട്ടിയുണർത്തി. അദ്ദേഹം വളരെ സൗമ്യമായി പറഞ്ഞു.

"കണ്ണപ്പാ എണീക്ക്. വൈദ്യൻ വന്നിട്ടുണ്ട്."

ചോരയൊലിക്കുന്ന കാൽമുട്ട് വൈദ്യൻ ശ്രദ്ധയോടെ പരിശോധിച്ചു. കുറച്ച് പച്ചിലകൾ തിരുമ്മി അതിന്റെ നീരെടുത്ത് മുറിവിൽ പുരട്ടി. ഏറെ കഴിയാതെതന്നെ തന്റെ വേദന കുറഞ്ഞതായി കണ്ണപ്പന് തോന്നി.

"ഉച്ചയ്ക്കും വൈകുന്നേരവും ഈ മരുന്ന് പുരട്ടുക. നാളെ രാവിലെ യോടെ വേദന പൂർണ്ണമായും മാറും." വൈദ്യർ പറഞ്ഞു.

"തമ്പുരാനേ എന്നാൽ അടിയനങ്ങോട്ട്...."

പോകാനുള്ള അനുമതിക്കായി അദ്ദേഹം കേളപ്പനാരോട് ബഹുമാന ത്തോടെ ചോദിച്ചു. കേളപ്പനാർ വൈദ്യരെ പോകാൻ അനുവദിച്ചു. യാത്ര പറഞ്ഞുപോയ വൈദ്യൻ പെട്ടെന്നുതന്നെ തിരിച്ചുവന്നു. അയാളുടെ കൈയിൽ ചില പാത്രങ്ങളും വെള്ളവും ഉണ്ടായിരുന്നു.

"തമ്പുരാനേ, അടിയൻ ഇവിടെ കാപ്പിച്ചെടി കണ്ടു. കാപ്പിക്കുരു പൊടിച്ചുണ്ടാക്കുന്ന പാനീയം അതിവിശിഷ്ടമാണ്. ക്ഷീണമകറ്റി ഉണർ വ്വേകാൻ അത്യുത്തമമാണ് അത്. അടിയൻ അങ്ങേക്ക് കാപ്പി ഉണ്ടാക്കി ത്തരട്ടേ?"

കേളപ്പനാർ സന്തോഷത്തോടെ വൈദ്യരെ നോക്കി.

"അങ്ങനെയോ! ആയിക്കോട്ടെ.. ഞങ്ങൾ രണ്ടുപേർക്കും കാപ്പി തയ്യാറാക്കിക്കോളൂ."

വൈദ്യൻ കണ്ണപ്പൻ ചാരിയിരിക്കുന്ന മരത്തിന്റെ ചുവട്ടിലേക്ക് പോയി. കേളപ്പനാർ വൈദ്യനെ സൂക്ഷിച്ചുനോക്കി. അയാൾ കാപ്പിക്കുരു പൊടിച്ചെടുത്ത്, അതോടൊപ്പം കേളപ്പനാരുടെ ശ്രദ്ധയിൽപ്പെടാതെ, വിത റിയിട്ട ഇലകൾ ചേർത്ത് കാപ്പി തയ്യാറാക്കി. ഓട്ടുമൊന്തയിൽ രണ്ടു പേർക്കും കാപ്പി വിളമ്പി, അയാളും അതിൽനിന്ന് കുറച്ചെടുത്ത് കഴിച്ചു.

ഈ സമയം മായ കേളപ്പനാരുടെയടുത്ത് വന്ന് കാലിൽ തൊട്ടുരു മ്മിനിന്നു. കാപ്പി കുടിക്കുന്നതിൽനിന്ന് യുവരാജാവിനെ തടയാൻ ആഗ്ര ഹിച്ചതുപോലെയായിരുന്നു അതിന്റെ പ്രവൃത്തി. പക്ഷേ, കുതിരയുടെ ഈ ചേഷ്ടകളുടെ അർത്ഥമെന്തെന്ന് മനസ്സിലാവാതെ കേളപ്പനാർ മായ യുടെ കുഞ്ചിരോമങ്ങളിൽ അരുമയായി തലോടിക്കൊണ്ടിരുന്നു. ഇത്രയും

രുചികരമായ പാനീയം താൻ ഇതുവരെ കഴിച്ചിട്ടില്ലെന്ന് അദ്ദേഹം പറഞ്ഞപ്പോൾ കണ്ണപ്പന്റെയുള്ളിൽ ഗൂഢസ്മിതം വിരിഞ്ഞു. അതിന്റെ രുചിയും മണവും അദ്ദേഹത്തിന് അത്രയേറെ ഇഷ്ടപ്പെട്ടിരുന്നു. വൈദ്യർ മടങ്ങിയശേഷം ഇരുവരും അല്പനേരം വിശ്രമിച്ചു. തുടർന്ന് വീണ്ടും കുതിരപ്പുറത്ത് കയറി യാത്രതുടർന്നു. ഇതെല്ലാം തെല്ലകലെയുള്ള ഒരു മരത്തിന്റെ പിന്നിൽ മറഞ്ഞുനിന്ന് രണ്ടു കണ്ണുകൾ വീക്ഷിക്കുന്നതുമാത്രം ആരും അറിഞ്ഞില്ല.

പത്ത്

വൈദര്യടക്കമുള്ള മൂന്നുപേരുടേയും പ്രവൃത്തികളെല്ലാം മറഞ്ഞുനിന്ന് കണ്ട ആ കണ്ണുകൾ മറ്റാരുടേതുമായിരുന്നില്ല, അംബികയുടേതായിരുന്നു. കേളപ്പനാരും കണ്ണപ്പനും യാത്രയായശേഷം നാലുപാടും കണ്ണോടിച്ച് ആരുമില്ലെന്നുറപ്പാക്കി, അവൾ സാവകാശം അവിടേക്ക് വന്നു. വൈദ്യർ കാപ്പി തയ്യാറാക്കിക്കൊടുത്ത സ്ഥലവും പരിസരവും സൂക്ഷ്മമായി നിരീക്ഷിച്ചു. അവർ ഉപേക്ഷിച്ച ചില ഇലത്തുണ്ടുകൾ ഞെരടി മണത്തുനോക്കി. പക്ഷേ, ഏത് ചെടിയുടെ ഇലകളാണെന്ന് മനസ്സിലായില്ല. അസ്വാഭാവികമായ എന്തൊക്കെയോ കാര്യങ്ങൾ സംഭവിക്കുന്നുണ്ടെന്ന് അവൾക്ക് തോന്നി.

അംബിക എങ്ങനെയാണ് ഈ വനത്തിൽ എത്തിച്ചേർന്നത്? അവരെ പിന്തുടരാൻ പ്രേരിപ്പിച്ച ഘടകമെന്താണ്? അച്ഛന്റെയും സമൂഹത്തിന്റെയും നിയന്ത്രണങ്ങൾ ലംഘിക്കാൻ അവൾ തുനിഞ്ഞിറങ്ങിയത് എന്തിനാവാം..? ഇതിനെല്ലാം ഒരു ഉത്തരമേ ഉണ്ടായിരുന്നുള്ളൂ. സ്നേഹം.! യുവതികൾ പ്രണയത്തിലായാൽ, ഏതറ്റംവരെയും പോകും. പ്രണയിതാവിനുവേണ്ടി സ്വന്തം ജീവിതംതന്നെ ബലിയർപ്പിക്കാൻ തയ്യാറാവും. അതോടൊപ്പം അതിലുൾപ്പെട്ടിരിക്കുന്ന അപകടസാദ്ധ്യതകൾ തെല്ലും ഗൗനിക്കാതെ നിയമാനുസൃതമോ നിരോധിതമോ ആയ പ്രവൃത്തികൾ ചെയ്യാൻപോലും ആഴത്തിലുള്ള സ്നേഹം സ്ത്രീയെ പ്രേരിപ്പിക്കുന്നതിന് ലോകം സാക്ഷ്യം വഹിച്ചിട്ടുണ്ട്.

ദിവസങ്ങൾക്കുമുമ്പ് പുഴയിൽനിന്ന് കൊച്ചുതമ്പുരാൻ തന്നെ രക്ഷിച്ചതിനുശേഷം അംബിക എപ്പോഴും ചിന്തിച്ചിരുന്നത്, മരണക്കയത്തിൽ നിന്ന് താൻ എങ്ങനെ രക്ഷപ്പെട്ടു എന്നാണ്. പുഴയിലെ അപകടസാദ്ധ്യതകൾ ഗ്രാമവാസികളിൽനിന്ന് അവൾ വിശദമായറിഞ്ഞിരുന്നു. അന്നുമു

തൽ അവളുടെ ഹൃദയം അവൾപോലുമറിയാതെ യുവരാജാവിനു വേണ്ടി തുടിച്ചു. അദ്ദേഹത്തോട് തന്റെ നന്ദി അറിയിക്കാൻ അവൾ അദമ്യമായി ആഗ്രഹിച്ചു.

എന്നാൽ അക്കാലത്തെ സാമൂഹിക നിയന്ത്രണങ്ങൾ രാജകുമാരനെ കണ്ടുമുട്ടുന്നത് അവൾക്ക് അസാദ്ധ്യമാക്കി. എങ്കിലും തന്റെ ആഗ്രഹം സാധിച്ചുതരാൻ ചെറുതാഴം ഹനുമാൻസ്വാമിയോട് പ്രാർത്ഥിച്ചുകൊണ്ടേയിരുന്നു. ഒടുവിൽ ഒരു ദിവസം തന്റെ രക്ഷകനെ കാണാൻ അവസരമൊരുങ്ങി. അംബികയുടെ അച്ഛൻ പരമേശ്വരന് കൊട്ടാരത്തിൽ ഒരിക്കൽക്കൂടി പൂജ നടത്താനുള്ള ക്ഷണം മന്നനാരിൽനിന്ന് ലഭിച്ചു. ഇത്തവണ രാജകുടുംബത്തിന്റെ ക്ഷേമത്തിനായാണ് പൂജ. എമ്പ്രാന്തിരി പൂജയ്ക്ക് നേതൃത്വം നൽകണമെന്ന് മന്നനാർ പ്രത്യേകം നിർദ്ദേശിച്ചിരുന്നു. ചെറുതാഴം ഹനുമാരമ്പലത്തിന് സമീപം താമസിക്കുന്ന എല്ലാ എമ്പ്രാന്തിരിമാരും മൂത്തേടത്ത് അരമനയിലെത്തിച്ചേർന്നു.

മുമ്പത്തെപ്പോലെതന്നെ അംബികയെ ഏരുവേശ്ശിയിലേക്ക് കൊണ്ടുപോകാൻ എമ്പ്രാന്തിരിക്ക് തീരെ താല്പര്യമില്ലായിരുന്നു. അവളെ തനിച്ചാക്കാനോ മറ്റൊരു വീട്ടിൽ വിടാനോ അയാൾക്കാകുമായിരുന്നില്ല. ഏറെ മടിയോടെയെങ്കിലും പരമേശ്വരൻ വീണ്ടും അവളെ ഏരുവേശ്ശിയിലേക്ക് കൊണ്ടുപോയി. രാജകുടുംബത്തിന് വേണ്ടിയുള്ളതിനാൽ വിശേഷാൽ പൂജകൾക്കായി വിപുലമായ ഒരുക്കങ്ങൾ സജ്ജീകരിച്ചിരുന്നു. എമ്പ്രാന്തിരിയും മറ്റുള്ളവരും പൂജയ്ക്ക് തയ്യാറെടുക്കുമ്പോൾ പലതരം പുഷ്പങ്ങൾ ഉപയോഗിച്ച് മാലകൊരുക്കുകയായിരുന്നു, അംബിക. എന്നാൽ അവളുടെ മനസ്സ് നിറയെ കൊച്ചുതമ്പുരാനായിരുന്നു. അദ്ദേഹത്തെ നേരിൽ കാണാനും നന്ദി പറയാനും ഉള്ളം തുടിച്ചുകൊണ്ടേയിരുന്നു.

പ്രഭാതത്തിൽ അംബിക എമ്പ്രാന്തിരിയുടെ അടുക്കൽ വന്ന് ചോദിച്ചു.

"അച്ഛാ ഞാനൊന്നു പൂന്തോട്ടത്തിൽ പോയി വരട്ടേ?"

"എന്തിനാണ് അംബി....?"

"കുറച്ചുകൂടി തെച്ചിപ്പൂക്കൾ കിട്ടിയിരുന്നെങ്കിൽ..."

"അംബീ നീ പോയിട്ട് വേഗം വരണം."

എമ്പ്രാന്തിരി അവളോട് പറഞ്ഞു. ഉള്ളിലെ ഭയം പുറത്തു കാട്ടാതെ പൂന്തോട്ടം കൊട്ടാരത്തിന് വളരെ അടുത്താണല്ലോ എന്ന് സമാധാനിച്ച് അദ്ദേഹം അനുവാദം നൽകി. അംബിക സന്തോഷവതിയായി. പുലർകാലത്തെ ഇളംതെന്നൽ അവളെ തഴുകുമ്പോൾ പൂജയ്ക്കായി പലതരം പൂക്കളിറുത്തെടുത്തു. പൂക്കൾ ശേഖരിക്കുന്നതിനിടയിൽ ഒരു കറുത്ത കുതിര കൊട്ടാരത്തിൽനിന്ന് പുറപ്പെടുന്നത് അവൾ കണ്ടു. സൂക്ഷിച്ചുനോക്കിയപ്പോൾ കൊച്ചുതമ്പുരാനാണെന്ന് മനസ്സിലായി. തമ്പുരാനെ കാണാൻ അവസരം തന്നതിന് അവൾ ഹനുമാൻസ്വാമിയോട് നന്ദി പറഞ്ഞു. കൊച്ചുതമ്പുരാനോട് രണ്ടുവാക്ക് സംസാരിക്കണമെന്നുണ്ട്. പക്ഷേ.. എന്തു ചെയ്യാൻ? അദ്ദേഹം കുതിരപ്പുറത്ത് പോവുകയാണ്. മല

പ്പട്ടണത്തേക്കുള്ള പാതയിലൂടെയാണ് പോകുന്നതെന്നു മനസ്സിലാക്കിയ അംബികയും അങ്ങോട്ടു പോകാനുറച്ചു. എന്തുവന്നാലും ഇത്തവണ അദ്ദേഹത്തെ കാണാൻതന്നെ നിശ്ചയിച്ചു. പൂന്തോട്ടത്തിൽനിന്നുമിറങ്ങി അവൾ മലപ്പട്ടണത്തേക്കുള്ള റോഡിലൂടെ അതിവേഗം നടന്നു. അല്പദൂരം പിന്നിട്ടപ്പോൾ അകലെനിന്ന് മലപ്പട്ടണംഭാഗത്തേക്ക് പോകുന്ന ഒരു കുതിരവണ്ടി വരുന്നതുകണ്ടു. തന്നെക്കൂടി മലപ്പട്ടണത്തേക്ക് കൊണ്ടു പോകാമോ എന്നവൾ വണ്ടിക്കാരനോട് ആരാഞ്ഞു. അവൾക്കു കയറാനായി അയാൾ കുതിരയെ നിർത്തി. തനിക്ക് വളരെ അത്യാവശ്യമായി മലപ്പട്ടണത്ത് എത്തേണ്ടതിനാൽ വേഗത്തിൽപ്പോകാൻ വണ്ടിക്കാരനോട് അഭ്യർത്ഥിച്ചു.

ഇത്ര അത്യാവശ്യമെന്തെന്ന് അയാൾ ചോദിച്ചു. മലപ്പട്ടണത്തേക്കുപോയ തന്റെ അച്ഛനെ കാണാനാണെന്ന മറുപടി വണ്ടിക്കാരന് ഒട്ടും വിശ്വാസയോഗ്യമായി തോന്നിയില്ല. എന്നിരുന്നാലും അവളുടെ മട്ടും ഭാവവും കണ്ടപ്പോൾ എന്തോ അത്യാവശ്യകാര്യമാണെന്ന് അയാൾ ഊഹിച്ചുകാണും. പിന്നീട് കുതിരവണ്ടിക്കാരൻ മറുത്തൊന്നും ചോദിച്ചില്ല. അയാൾ പരമാവധി വേഗത്തിൽ കുതിരയെ ഓടിച്ചു. അംബിക വണ്ടിയിൽനിന്ന് പുറത്തേക്കുനോക്കി, ഇരുവശവുമുള്ള കാഴ്ചകൾ ശ്രദ്ധയോടെ നോക്കി. പാറക്കെട്ടുകളും കുത്തനെയുള്ള കയറ്റവും പുൽമേടുകളും താണ്ടി കുതിര പാഞ്ഞുകൊണ്ടേയിരുന്നു. മഞ്ഞവെയിൽ വിതറിയ മലനിരകൾക്കിടയിലൂടെ ഒരു വെള്ളിയരഞ്ഞാണംപോലെ ഒഴുകുന്ന പുഴ. തന്റെ ജീവൻ കവർന്നെടുക്കാൻ ശ്രമിച്ച പുഴയാണിത്. ഒരു ഞെട്ടലോടെ അവളോർത്തു.! പുറമേ ശാന്തത ഭാവിച്ച് ആഴങ്ങളിൽ ചതി ഒളിപ്പിച്ച് പുഴയൊഴുകിക്കൊണ്ടേയിരിക്കുന്നു..! അവൾ നിർന്നിമേഷയായി നോക്കിനിന്നു.

പെട്ടെന്ന്, വഴിയിൽനിന്ന് തെല്ലുമാറി ഒരു കറുത്ത കുതിര മേയുന്നതു കണ്ടു. തൊട്ടടുത്ത് മറ്റൊരു കുതിരയും. കറുത്ത കുതിര കൊച്ചുതമ്പുരാന്റേതാണെന്ന് അറിയാം. എന്നാൽ ചെമ്പൻനിറമുള്ള കുതിരയിൽ ആരായിരിക്കും വന്നത്? കുതിരവണ്ടി കുറച്ചകലെ നിർത്താൻ വണ്ടിക്കാരനോട് അവളാവശ്യപ്പെട്ടു. അയാൾ പ്രതിഫലമൊന്നും ചോദിച്ചില്ല. ഇന്നത്തെ കാലത്ത് എല്ലാം പണത്തിനുവേണ്ടിയാണ് ചെയ്യുന്നത്. മുൻകാലങ്ങളിൽ അങ്ങനെയായിരുന്നില്ല. ആളുകൾ അടിയന്തര സാഹചര്യങ്ങളിൽ പരസ്പരം സഹായിക്കും. എന്നാൽ ചെയ്ത സഹായത്തിന് ഒരിക്കലും പണം പ്രതീക്ഷിച്ചിരുന്നുമില്ല.

മലപ്പട്ടണത്തേക്കുള്ള വഴിയിൽനിന്നുമാറി കാടിനുള്ളിലെ പുൽപ്പരപ്പിൽ കണ്ണപ്പനും കൊച്ചുതമ്പുരാനും ഇരിക്കുന്നത് അംബിക കണ്ടു. രണ്ടു പേരും വളരെ ഗൗരവമായ എന്തോ ചർച്ചയിലാണ്. അതിൽ ശ്രദ്ധ കേന്ദ്രീകരിച്ചതുകൊണ്ടാവണം അവർ അംബികയെ ശ്രദ്ധിച്ചതേയില്ല. ആരുടെയും കണ്ണിൽപ്പെടാതെ അവരുടെ സമീപത്തുള്ള ഒരു മരത്തിന്റെ പിന്നിൽ മറഞ്ഞുനിന്നു. വൈദ്യർ കാപ്പിക്കുരു പൊടിച്ചശേഷം മറ്റെന്തോ

തിരയുകയാണ്. പെട്ടെന്ന് അയാളുടെ മുഖം തിളങ്ങുന്നതും കാപ്പിച്ചെടിയുടെ ചുവട്ടിൽനിന്ന് ഏതാനും ഇലകൾ കുനിഞ്ഞെടുക്കുന്നതും അവൾ ശ്രദ്ധിച്ചു. അയാൾ കാപ്പി തയ്യാറാക്കാൻ തുടങ്ങി. എന്തോ കുഴപ്പം സംഭവിക്കാൻ പോവുകയാണെന്ന് അവൾക്കുതോന്നി. ഏത് ചെടിയുടെ ഇലകളായിരിക്കുമത്? എന്താണതിന്റെ പ്രത്യേകത? എന്തിനാണ് കാപ്പിയോടൊപ്പം കലർത്തുന്നത്? അവൾ ചിന്താക്കുഴപ്പത്തിലായി.

ഏതായാലും കൊച്ചുതമ്പുരാനെ കാണാൻ സമയമായിട്ടില്ലെന്നും അവരുടെ ചെയ്തികൾ വീക്ഷിക്കുകയാണ് ഇപ്പോൾ ചെയ്യേണ്ടതെന്നും നിശ്ചയിച്ചു. അംബിക അവരുടെ ഓരോചലനവും പ്രവൃത്തിയും നിരീക്ഷിക്കുവാൻ തുടങ്ങി. യുവരാജാവിനെ അപായപ്പെടുത്താനുള്ള എന്തെങ്കിലും നീക്കമാണോ അയാൾ ചെയ്യുന്നതെന്ന് അവളുടെ മനസ്സിൽ സംശയമുടലെടുത്തു. അങ്ങനെയെങ്കിൽ എന്തുവില കൊടുത്തും അതു തടയണം. മരത്തിന്റെ പുറകിൽനിന്ന് അവൾ ഉറ്റുനോക്കിക്കൊണ്ടേയിരുന്നു. വൈദ്യർ പാത്രത്തിൽ വെള്ളമെടുത്ത് ഒരുക്കിവച്ച അടുപ്പിൽ തീ കത്തിച്ച്, ചൂടായപ്പോൾ കാപ്പിക്കുരുവും ഇലച്ചാറും കലർത്തി ഒഴിച്ചു. കുറച്ചുസമയത്തിനുശേഷം ആ പാനീയം പാത്രത്തിലൊഴിച്ച് കണ്ണപ്പനും കൊച്ചുതമ്പുരാനും കൊടുത്തു. കാപ്പി കഴിച്ച് അല്പനേരം കഴിഞ്ഞ് അവർ കുതിര നില്ക്കുന്നിടത്തേക്കുപോയി. അതോടെ വൈദ്യരും മടങ്ങി.

മൂവരും സ്ഥലംവിട്ടപ്പോൾ ആൽമരത്തിന്റെ പിന്നിൽനിന്ന് അവൾ പുറത്തേക്കു വന്നു. കാപ്പിക്കുരുവും ഇലകളും ശേഖരിച്ച് നേരൃതിന്റെ കോന്തലയിൽ പൊതിഞ്ഞ് കുറച്ചുനേരം ആലോചിച്ചു. ഇനി എന്താണ് ചെയ്യേണ്ടത്? കൊച്ചുതമ്പുരാനു നല്കിയ കാപ്പിയിൽ എന്താണ് കലർത്തിയതെന്ന് അറിയാൻ അവൾക്ക് ജിജ്ഞാസയുണ്ടായിരുന്നു. ഒരുപക്ഷേ, യുവരാജാവിന്റെ ആരോഗ്യം നശിപ്പിക്കുന്ന അപകടകരമായ എന്തെങ്കിലുമാവാമെന്ന് അംബിക ഊഹിച്ചു. പക്ഷേ, അത് എങ്ങനെ ഉറപ്പിക്കാൻ കഴിയും? ഇക്കാര്യത്തിൽ തന്നെ സഹായിക്കാൻ മാമൻശങ്കരേശ്വരന് കഴിയുമായിരിക്കും. ഇത് ആരോഗ്യത്തിന് അപകടകരമാണെങ്കിൽ, അക്കാര്യം അദ്ദേഹത്തെ ബോദ്ധ്യപ്പെടുത്തേണ്ടതുണ്ട്. മാത്രമല്ലാ ഇതു നൽകിയവർക്ക് തക്കതായ ശിക്ഷ വാങ്ങിക്കൊടുക്കുകയും വേണം. പക്ഷേ.. ഇക്കാര്യം സ്ഥിരീകരിക്കേണ്ടതുണ്ട്. ശങ്കരേശ്വരമാമ ചെറുതാഴത്താണുള്ളത്. ഒരു കുതിരവണ്ടിയുടെ സഹായമില്ലാതെ അവിടെയെത്താൻ കഴിയില്ല. അച്ഛനെ അവൾക്ക് ഭയമായിരുന്നു. മാമനെ കണ്ടു കാര്യം പറഞ്ഞാൽ ചിലപ്പോൾ അച്ഛന്റെ ദേഷ്യം കുറഞ്ഞേക്കാം. എന്തുവന്നാലും ഇപ്പോൾ ചെറുതാഴംവരെ പോകേണ്ടത് അത്യാവശ്യമാണ്.

പുൽമേട്ടിൽനിന്ന് മലപ്പട്ടണത്തേക്കുള്ള വഴിയിലൂടെ എങ്ങോട്ടെന്നില്ലാതെ അവൾ നടന്നു. ഒരു കുതിരവണ്ടി ഇതുവഴി വന്നിരുന്നെങ്കിലെന്ന് അവൾ ആശിച്ചു. എന്തെങ്കിലും ശബ്ദം കേൾക്കുമ്പോൾ പ്രതീക്ഷയോടെ തിരിഞ്ഞുനോക്കി, പിന്നെ നിരാശയോടെ വീണ്ടും മുന്നോട്ടുനടക്കും. ഏതാണ്ട് ഒരു നാഴിക കഴിഞ്ഞപ്പോൾ ഒരു കുതിരവണ്ടിയുടെ

കടകട ശബ്ദം കേട്ടു. അവൾ വണ്ടിയുടെ മുന്നിൽ കയറിനിന്ന് തന്നെക്കൂടി കൊണ്ടുപോകാമോ എന്ന് ചോദിച്ചു. ഭാഗ്യത്തിന് അത് ചെറുതാഴത്തേക്കു പോകുന്ന വണ്ടിയായിരുന്നു. കറുത്ത തുണികൊണ്ട് ദേഹമാസകലം മൂടിപ്പുതച്ച വണ്ടിക്കാരൻ കയറിക്കൊള്ളാൻ ആംഗ്യം കാണിച്ചു. നീണ്ടമൂക്കും കണ്ണുകളുമൊഴിച്ച് മുഖമൊട്ടാകെ അയാൾ തുണികൊണ്ട് മറച്ചിരുന്നു. ഈ കണ്ണുകൾ എവിടെയോ കണ്ടതുപോലെ അംബികയ്ക്ക് തോന്നി. പക്ഷേ, ഓർത്തെടുക്കാൻ സാധിക്കുന്നില്ല. ആരെങ്കിലുമാവട്ടേ.. ഈ ഘട്ടത്തിൽ യാത്രാസൗകര്യം ലഭിച്ചതുതന്നെ സുകൃതം. അയാളോട് കൂടുതൽ സംസാരിക്കാനും ചോദിക്കാനും ആഗ്രഹിച്ചില്ല. അവളുടെ മനസ്സുനിറയേ എത്രയും പെട്ടെന്ന് മാമനെ കാണണമെന്ന ചിന്തയായിരുന്നു.

ചെറുതാഴത്ത് എത്തിയപ്പോഴേക്കും സൂര്യൻ പടിഞ്ഞാറൻ ചക്രവാളത്തിൽ എരിഞ്ഞടങ്ങിയിരുന്നു. അങ്ങിങ്ങായി ചില വീടുകളിൽ വിളക്കുകൾ കത്തിത്തുടങ്ങിയിട്ടുണ്ട്.. അവൾ ഹനുമാരമ്പലത്തിനടുത്ത് ഇറങ്ങി. മാമനെ കാണാൻ അഗ്രഹാരത്തിലേക്ക് വേഗത്തിൽ നടന്നു. പൂമുഖത്തുതന്നെ ശങ്കരേശ്വരൻ കാത്തുനില്പുണ്ടായിരുന്നു.

“എന്തേ ഇത്രയും വൈകിയത് അംബീ..?”

അംബിക അത്ഭുതപ്പെട്ടു. താൻ ചെറുതാഴത്ത് ഇന്നുവരുമെന്ന് മാമനെങ്ങനെ അറിഞ്ഞു? അവളെന്തോ പറയാൻ തുടങ്ങുമ്പോഴേക്കും അദ്ദേഹം തടഞ്ഞു.

“സംസാരിക്കുന്നതിനുമുമ്പ് ഒരു പൂജ ചെയ്യാനുണ്ട്, കുളിച്ച് പുളിയിലക്കരമുണ്ട് ധരിച്ച് വേഗം ഒരുങ്ങി വാ...”

അംബിക അകത്തുചെന്നപ്പോൾ തന്റെ കളിക്കൂട്ടുകാരി ആർച്ചയും പ്രിയപ്പെട്ട അമ്മായിയും അവിടെയുണ്ടായിരുന്നു. അവർ ഒരുപാട് ചോദ്യങ്ങൾ തിരിച്ചും മറിച്ചും ചോദിച്ചു. ഒന്നും മിണ്ടാതെ അവൾ തലകുനിച്ച് നിന്നതേയുള്ളൂ.. കുളികഴിഞ്ഞ് മാമനോട് സംസാരിക്കാമെന്നായിരുന്നു അവൾ നിശ്ചയിച്ചത്.

പതിനൊന്ന്

നാടകം പുരോഗമിക്കുകയാണ്. ഒന്നാം രംഗം അവസാനിച്ച് യവനിക താഴ്ന്നപ്പോൾ സദസ്സിൽ വെളിച്ചം പരന്നു. അതുവരെ നാടകത്തിൽ മുഴുകി ഓരോ രംഗങ്ങളും വീർപ്പടക്കി കണ്ടിരുന്ന ആബാലവൃന്ദം ജനങ്ങളും ഒന്നിളകി. സദസ്സിനുപുറത്ത് ഉന്തുവണ്ടികളിൽ കട്ടൻകാപ്പിയും കപ്പലണ്ടിയും വില്ക്കുന്നവരുടെ ശബ്ദകോലാഹലം. കാണികൾക്കിടയിൽ അഭിനേതാക്കളുടെ മികവിനെക്കുറിച്ചുള്ള കുശുകുശുപ്പുകളുടെ മർമ്മരം. ഏതാനും നിമിഷങ്ങൾക്കകം വെളിച്ചമണഞ്ഞു, യവനിക വീണ്ടുമുയർന്നു.

വേദിയിൽ ഒരു പൂജാമുറി. കത്തിച്ചുവച്ച നിലവിളക്കിനു മുന്നിൽ മദ്ധ്യവയസ്കനായ ശങ്കരേശ്വരനും പ്രൗഢയായ ഒരു സ്ത്രീയും പതിനാറുവയസ്സുള്ള മറ്റൊരു പെൺകുട്ടിയും ചമ്രം പടിഞ്ഞിരിക്കുന്നുണ്ട്. സ്ത്രീ അദ്ദേഹത്തിന്റെ ഭാര്യയും യുവതി മകളുമാണ്. കുളികഴിഞ്ഞ് പുളിയിലക്കരമുണ്ടും നേര്യതുമുടുത്ത സുന്ദരിയായ മറ്റൊരു പെൺകുട്ടി, അംബിക കടന്നുവരുന്നു. പൂജാമുറിയിലെ ഹനുമാൻപ്രതിമയുടെ മുന്നിൽ അവൾ അല്പനേരം പ്രാർത്ഥനാനിരതയായിനില്ക്കുന്നു. തുടർന്ന് ഹനുമാൻസ്വാമിയെക്കുറിച്ച് മനോഹരമായ ഒരു ശ്ലോകം ചൊല്ലാൻ തുടങ്ങുന്നു.

ജയഹനുമാൻ ജ്ഞാനഗുണസാഗര
ജയകപീശാ ത്രിലോക വീരാതിവീരാ...

മൃദുവും ശ്രുതിമധുരവുമായ സ്വരമാധുരിയിൽ അവൾ പാടുമ്പോൾ ലയിച്ചിരിക്കുന്ന ശങ്കരേശ്വരനും ഭാര്യയും ആർച്ചയും.

ശ്ലോകം പൂർത്തിയാക്കി, ശങ്കരേശ്വരന്റെ പാദങ്ങളിൽ അംബിക നമസ്കരിക്കുന്നു. അവളെ അനുഗ്രഹിച്ചുകൊണ്ട് അദ്ദേഹം എല്ലാവരോടുമായി ചോദിച്ചു.

"ആർക്കെങ്കിലും ചെറുതാഴം ഹനുമാന്റെ ചരിത്രം പറയാമോ?"

നീണ്ട നിശ്ശബ്ദത. ശങ്കരേശ്വരൻ തുടർന്നു:

"എങ്കിൽ ഞാൻതന്നെ പറയാം. നമ്മുടെ ചെറുതാഴം ഹനുമാൻസ്വാമി മഹാശക്തനും എല്ലാവരിലും അനുഗ്രഹം ചൊരിയുന്ന ഭക്തവത്സലനുമാണ്. എല്ലാ രോഗങ്ങളിൽനിന്നും മുക്തിനേടാൻ സഹായിക്കുന്ന ഔഷധസസ്യങ്ങൾ നിറഞ്ഞ സഞ്ജീവനീപർവ്വതമാണ് സപ്തഗിരി എന്നറിയപ്പെടുന്ന ഏഴിൽമല. ഇന്ദ്രജിത്തിനാൽ കൊല്ലപ്പെട്ട ലക്ഷ്മണനെ ഉണർത്താൻ ഈ പർവ്വതത്തിന്റെ ഒരു ഭാഗമാണ് ഹനുമാൻ കൊണ്ടുപോയതത്രേ. ആദ്യകാലങ്ങളിൽ ഹനുമാരമ്പലം ഒരു ചെറിയ ക്ഷേത്രമായിരുന്നു. നമ്മുടെ രക്ഷകനായ ഉദയവർമ്മൻ കോലത്തിരി ആയിരം വർഷങ്ങൾക്കുമുമ്പാണ് ഇത് പണികഴിപ്പിച്ചത്. ഹനുമാൻസ്വാമിയുടെ അനുഗ്രഹത്താൽ നമ്മുടെ പൂർവ്വികർ സുരക്ഷിതരായി ഈ ദേശത്ത് ജീവിതം നയിച്ചു. ഏവരുടെയും ആഗ്രഹങ്ങൾ സ്വാമി നിറവേറ്റിക്കൊടുത്തു."

അൽപനേരം നിർത്തി അദ്ദേഹം തുടർന്നു.

"തിടമ്പുനൃത്തത്തിൽ ഈ വർഷം ദുർഗ്ഗാവിഗ്രഹം വഹിക്കണമെന്നാണ് എന്റെ ആഗ്രഹം. ഇന്ന് നമുക്ക് ഹനുമാൻസ്വാമിക്ക് അവൽ സമർപ്പിക്കണം, സ്വാമി നമ്മുടെ പ്രാർത്ഥന കേൾക്കുകതന്നെ ചെയ്യും."

സൗമ്യമായ സ്വരത്തിൽ ഭാര്യ പറഞ്ഞു.

"ഞാൻ അവൽ തയ്യാറാക്കി കൊണ്ടുവരാം."

"നമുക്ക് എല്ലാവർക്കും വൈകുന്നേരം അമ്പലത്തിൽ പോകണം. അംബിക പാടിയ ശ്ലോകത്തിന്റെ അർത്ഥമെന്തെന്ന് ആർക്കെങ്കിലും അറിയ്യോ?" ശങ്കരേശ്വരൻ തുടർന്നു.

"ഞാൻ പറയാം.." ആർച്ച മുന്നോട്ടുവന്ന് ശ്ലോകത്തിന്റെ അർത്ഥം പറയാൻ തുടങ്ങി.

"ആദ്യഖണ്ഡത്തിന്റെ അർത്ഥമിങ്ങനെയാണ്, ജ്ഞാനത്തിന്റെയും പുണ്യത്തിന്റെയും മഹാസമുദ്രമാണ് ഹനുമാൻ. അവൻ മൂന്നുലോകങ്ങളെയും അറിയുന്നു."

"ശ്ലോകത്തിന്റെ തുടർന്നുള്ള അർത്ഥവും പറഞ്ഞോളൂ." അദ്ദേഹം പ്രോത്സാഹിപ്പിച്ചു.

"അഞ്ജനയുടെയും വായുഭഗവാൻ പവനന്റെയും പുത്രനായ ഹനുമാൻ, മഹാശക്തനും ശ്രീരാമന്റെ ദൂതനുമാണ്. മൂന്നാംഖണ്ഡത്തിന്റെ അർത്ഥമിങ്ങനെ, ഹനുമാൻ ധീരനും മിന്നൽപോലെ ശരീരമുള്ളവനുമാണ്. നമ്മുടെ മനസ്സിലുള്ള ചീത്തചിന്തകൾ അവൻ നീക്കം ചെയ്യുകയും എപ്പോഴും നല്ലചിന്തകൾ നിറയ്ക്കുകയും ചെയ്യും" ആർച്ച പറഞ്ഞു നിർത്തി.

"ശ്ലോകത്തിലെ മറ്റ് ചരണങ്ങളുടേയും അർത്ഥം ഓർത്തുവെയ്ക്കുക."

ശങ്കരേശ്വന്‍ നിർദ്ദേശിച്ചു. അവിടെ വീണ്ടും നിശ്ശബ്ദത പരന്നു.

"ആർച്ചേ.. നീ വീടും മുറ്റവും വൃത്തിയാക്കൂ." മാമി ആവശ്യപ്പെട്ടു.

മാമിയും ആർച്ചയും രംഗം വിട്ടപ്പോൾ ശങ്കരേശ്വരൻ അംബികയോട്:

"അംബീ.. ഇനി എന്നോട് പറയ്.. എന്താണ് സംഭവിച്ചത്? പരമേശ്വരൻ അറിയ്യോ.. നീ ഇവിടെ വന്നത്?"

"ഇല്ല മാമാ. അച്ഛനറിയില്ല. പൂവിറുക്കാൻ പൂന്തോട്ടത്തിൽ പോയതേ അച്ഛനറിയൂ."

"പിന്നെ എന്തിനാണ് ഇങ്ങോട്ട് വന്നത്?"

"രാജകുമാരൻ കൊട്ടാരത്തിനുപുറത്തുപോകുന്നത് കണ്ട് അദ്ദേഹത്തെ ഞാൻ പിന്തുടർന്നു, അവർ ഈ ഇലകളുടെ നീര് കഴിക്കുന്നത് കണ്ടു."

"നീ എന്തിനാണ് യുവരാജകുമാരനെ അനുഗമിച്ചത്? ഇതെന്താണ്?"

അവൾ കാപ്പിക്കുരുവും ചെടിയുടെ ഇലകളും ശങ്കരേശ്വരനെ കാണിക്കുന്നു. ഇലകൾ കണ്ടപ്പോൾ ഒരു ഞെട്ടലോടെ അദ്ദേഹം അത് തിരിച്ചറിഞ്ഞു.

"ങ്ഹേ! ഇത് മദയന്തിയാണല്ലോ? (കഞ്ചാവ്) നിനക്ക് എങ്ങനെ കിട്ടി? വളരെ അപകടകരമായ ഇലകളാണ് ഇത്. നീ എന്താണ് പറയുന്നത്? ആരാണ് ഇത് കഴിച്ചത്? എങ്ങനെ കഴിച്ചു? പുകവലിക്കുകയായിരുന്നോ?"

"അവർ ചൂടുവെള്ളത്തിൽ ഈ ഇലകൾ പിഴിഞ്ഞ് കാപ്പിയിൽ കലർത്തി കഴിച്ചു." അംബിക പറഞ്ഞു.

"എന്ത്? കാപ്പിക്കുരുവിനൊപ്പം ഇതും കലർത്തിയോ? അത് വലിയ അപകടമാണല്ലോ? തുടർച്ചയായി കഴിച്ചാൽ ശരീരത്തെയും മനസ്സിനെയും ഇത് നശിപ്പിക്കും."

"സാധാരണയായി ഈ ചെടികൾ ആരും വളർത്താറില്ല.. നീ ഈ ചെടി കണ്ടോ?"

"ഇല്ല.. മാമാ.. ചെടി കണ്ടില്ല.. പാചകം ചെയ്ത സ്ഥലത്ത് അവർ ഉപേക്ഷിച്ച ഇലകളാണിത്."

"ഇത് വേറെയെവിടെനിന്നോ ആരെങ്കിലും കൊണ്ടുവന്നതാവും. ആരാണ് കഴിച്ചത്? ഒന്നുകൂടി പറയൂ."

"ഏരുവേശ്ശിക്കടുത്തുള്ള ഒരു വൈദ്യർ കാപ്പി തയ്യാറാക്കുമ്പോൾ ഇല പിഴിഞ്ഞ് അതിൽ കലർത്തി കൊച്ചുതമ്പുരാന് കൊടുത്തു. അദ്ദേഹവും ഒപ്പമുണ്ടായിരുന്ന കണ്ണപ്പനും പിന്നെ വൈദ്യരും കഴിക്കുന്നതാണ് ഞാൻ കണ്ടത്."

"അതിനുശേഷം എന്ത് സംഭവിച്ചു?"

"പിന്നെ ഒന്നുമുണ്ടായില്ല. യുവരാജാവും കണ്ണപ്പനും കുതിരപ്പുറത്തേറിപ്പോകുന്നതു കണ്ടു."

"എവിടേക്ക്?"

"അക്കാര്യം എനിക്കറിയില്ല മാമാ.. ഇവ വിഷമുള്ളതാണോയെന്ന് ഞാൻ സംശയിച്ചു. അതാണ് ഞാൻ ഉടൻതന്നെ ഇവിടേക്ക് കൊണ്ടുവന്നത്. അപകടമാണെങ്കിൽ കൊച്ചുതമ്പുരാനെ അറിയിക്കണം."

"അതു നമുക്ക് ആലോചിക്കാം. പക്ഷേ, അതിനുമുമ്പ് നീ ഇവിടെയെത്തിയ വിവരം നിന്റെ അച്ഛനെ അറിയിക്കുകയാണ് ആദ്യം ചെയ്യേ

ണ്ടത്. നിന്നെ കാണാത്തതിൽ അയാൾ എത്രമാത്രം വിഷമിച്ചിരിക്കും? നീ ചെയ്തത് തെറ്റാണ് അംബികേ. നിനക്ക് വേണ്ടുവോളം കാര്യപ്രാപ്തിയുണ്ടല്ലോ? വരുന്നതിനുമുമ്പ് പരമേശ്വരനോട് ഒരു വാക്ക് പറയാമായിരുന്നില്ലേ? ങ്ഹാ.. വിഷമിക്കേണ്ട.. ഞാൻ ഏരുവേശ്ശിയിലേക്ക് ആളെ അയക്കാം. അതിനുശേഷം എന്ത് ചെയ്യണമെന്ന് ആലോചിക്കാം. വൈകുന്നേരം ക്ഷേത്രത്തിലെ ഹനുമാൻപൂജ കഴിയട്ടെ. നീ വിശ്രമിക്കൂ. മുന്നോട്ടുപോകാനുള്ള വഴി സ്വാമിയാർ നമുക്ക് കാണിച്ചുതരും. അതുവരെ ക്ഷമയോടെ കാത്തിരിക്ക്.."

ശങ്കരേശ്വരൻ അകത്തേക്കുപോയി ഒരു താളിയോലയുമായി തിരികേ വന്ന് അംബികയ്ക്ക് കൊടുക്കുന്നു.

"അംബികേ.. ഇത് മുത്തപ്പന്റെ കഥയാണ്; വായിച്ചുനോക്കൂ.." പുഞ്ചിരിയോടെ അംബിക താളിയോലകൾ വാങ്ങവേ രംഗം ഇരുളുന്നു.

ഏതാനും നിമിഷങ്ങൾക്കകം വെളിച്ചം തെളിയുമ്പോഴേക്കും അംബിക രംഗത്തില്ല. പക്ഷേ.. പശ്ചാത്തലത്തിൽ മുത്തപ്പന്റെ കഥ വായിക്കുന്നതു കേൾക്കാം. വായനയ്ക്ക് അനുസരിച്ച് രംഗത്ത് മുത്തപ്പന്റെ ഐതിഹ്യകഥകൾ ചില നിശ്ചലദൃശ്യങ്ങളായി പ്രത്യക്ഷപ്പെടാൻ തുടങ്ങി. അയ്യങ്കരയില്ലം വാഴുന്നവരും ഭാര്യ പാടിക്കുറ്റിഅന്തർജ്ജനവും സന്താന ഭാഗ്യത്തിനായി ശിവഭഗവാനോട് പ്രാർത്ഥിക്കുന്നതും, തിരുവഞ്ചിറയിലെ തിരുനെറ്റിക്കല്ലിൽ കിടക്കുന്ന കുഞ്ഞിനെ കണ്ടെത്തുന്ന അന്തർജ്ജനവുമായിരുന്നു ആദ്യമായി വന്ന രണ്ട് നിശ്ചലദൃശ്യങ്ങൾ. കൈലാസനാഥന്റെ വരദാനമെന്നു കരുതി കൈനീട്ടി കുഞ്ഞിനെ വാരിയെടുക്കുന്ന അന്തർജ്ജനത്തിന്റെയും വാഴുന്നവരുടെയും കുഞ്ഞ് വളർന്നുതുടങ്ങുന്നതുമായ വിവിധ ദൃശ്യങ്ങൾക്കുശേഷം താഴെത്തട്ടിലുള്ളവരും ദരിദ്രരുമായി കൂട്ടുകൂടുന്ന കൗമാരക്കാരൻ, വേട്ടയാടിയും മത്സ്യമാംസാദികൾ തിന്നും ബ്രാഹ്മണർക്ക് അനുവദനീയമല്ലാത്ത പ്രവൃത്തികൾ ചെയ്യുന്നതും ശാസിക്കുന്ന മാതാവ്, ഒടുവിൽ സഹികെട്ട് ശിക്ഷിക്കാൻ മുതിരുമ്പോൾ കാലഭൈരവരൂപത്തിലുള്ള തന്റെ വിശ്വരൂപം കാട്ടിക്കൊടുക്കുകയും അവതാരലക്ഷ്യം വെളിപ്പെടുത്തുകയും ചെയ്ത് വീടുവിട്ടിറങ്ങുന്ന ദിവ്യബാലൻ..തുടങ്ങിയ ദൃശ്യങ്ങളാൽ ആളുകളെ വിസ്മയിപ്പിച്ചു.

കുന്നത്തൂർപാടിയിലുള്ള ചന്തൻ എന്ന കള്ളുചെത്തുകാരന്റെ പനയിൽനിന്ന് കള്ളു മോഷ്ടിക്കുന്ന ദൃശ്യമായിരുന്നു പിന്നീട്. ശിലപോലെയായ ചന്തൻ മുത്തപ്പനുനേരെ അമ്പ് തൊടുക്കാനോങ്ങിനില്ക്കുന്നതും ഭർത്താവിനുവേണ്ടി കരഞ്ഞപേക്ഷിക്കുന്ന ഭാര്യയുടെ ദൃശ്യവും അതിമനോഹരമായിരുന്നു. ശിലയായി മാറിയ ചന്തന് മുത്തപ്പന്റെ അനുഗ്രഹത്താൽ ശാപമോക്ഷം ലഭിക്കുന്നതും ചന്തനും ഭാര്യയും മുത്തപ്പന് നിവേദ്യം സമർപ്പിക്കുമ്പോൾ കൂടെ വന്നുചേരുന്ന ഗ്രാമവാസികളുടെ ഛായാചിത്രവുമവതരിപ്പിച്ച് പശ്ചാത്തലത്തിലുള്ള മുത്തപ്പചരിത്രം കഥ വായന പൂർണ്ണമാവുന്നു.

നിശ്ചലദൃശ്യങ്ങൾ അവസാനിച്ച് വേദിയിൽ പഴയതുപോലെ

വെളിച്ചം തെളിഞ്ഞപ്പോൾ ആദ്യരംഗത്തിൽ കണ്ട ബുദ്ധിജീവിയായ ചരിത്രകാരൻ എഴുതിക്കൊണ്ടിരിക്കുന്ന രംഗം തെളിയുന്നു. ഇതേസമയത്ത് ഉച്ചത്തിൽ ചിരിച്ചുകൊണ്ട് സൂത്രധാരൻ കടന്നുവരുന്നു.

ചരിത്രകാരനോട്: "കൊള്ളാം.. കാലത്തിനനുസരിച്ച് ചരിത്രം രേഖപ്പെടുത്താൻ മിടുക്കനാണെന്ന് താങ്കൾ തെളിയിച്ചിരിക്കുന്നു."

"ചരിത്രം.. കാലദേശവ്യത്യാസമില്ലാതെ എഴുതാവുന്നതാണ്. പുച്ഛിക്കരുത്.."

"ദൃശ്യമനോഹരവും ഭാവനാസമ്പന്നവും ഭക്തിസാന്ദ്രവുമായ നിശ്ചലചിത്രങ്ങൾ ഏതൊരു മനസ്സിനെയും ഭക്തിസാന്ദ്രമാക്കുന്ന രചന... അല്ലാ ഒരു സംശയം ചോദിച്ചോട്ടേ..?"

"തീർച്ചയായും.. ചരിത്രകാരന്മാർ ഒരിക്കലും അസ്സഹിഷ്ണുക്കളല്ലാ.."

"നന്ദി.. നിങ്ങൾതന്നെ എഴുതിയതുപ്രകാരം കന്നടദേശത്തുനിന്നും മറാത്തയിൽനിന്നും പരശുരാമൻ കൊണ്ടുവന്ന ബ്രാഹ്മണരെ തീരദേശങ്ങളിലും ഇടനാടുകളിലുമാണ് അധിവസിപ്പിച്ചത്.. ശരിയല്ലേ?"

"സംശയമെന്ത്..?"

"അങ്ങനെയെങ്കിൽ പെരിഞ്ചെല്ലൂരിനും കുറുമാത്തൂരിനുമിപ്പുറം ഏരുവേശ്ശിയിലോ സഹ്യപർവ്വതത്തിന്റെ താഴ്വരകളിൽ മറ്റെവിടെയെങ്കിലുമോ ബ്രാഹ്മണരെ അധിവസിപ്പിച്ചിട്ടുണ്ടോ..?"

"സൂത്രധാരാ.. ഈ ചോദ്യത്തിൽ നിങ്ങൾ ഒളിപ്പിച്ച സൂത്രമെന്താണ്?"

"നിസ്സാരം.. അന്ന് ഏരുവേശ്ശിപോലുള്ള ഒരു കാനനദേശത്ത്, പ്രത്യേകിച്ച് അവർണ്ണനായ ഒരു തീയരാജാവിന്റെ അധീനതയിലുള്ള നാട്ടിൽ ഉപജീവനത്തിന് പൂജാദികർമ്മങ്ങൾക്ക് ഒരു ക്ഷേത്രംപോലുമില്ലാതെ ഏകരായി ഒരു വൃദ്ധബ്രാഹ്മണദമ്പതികൾ താമസിച്ചിരുന്നു എന്നതിന് ഒരു യുക്തിയില്ലല്ലോ?"

"താങ്കൾ പറഞ്ഞുവരുന്നതെന്താണ്..?"

"ബ്രാഹ്മണാധിനിവേശത്തിനുശേഷം അവർ നിർദ്ദേശിക്കുന്ന, അല്ലെങ്കിൽ അവരുടെ ചൊല്പടിക്കുനില്ക്കുന്നവരെ മാത്രമേ രാജാവായി വാഴിച്ചിരുന്നുള്ളൂ. തുളുഭൻപെരുമാൾ മുതൽ കുലശേഖരപ്പെരുമാൾവരെയുള്ള രാജാക്കന്മാരെ വടക്കൻദേശങ്ങളിൽനിന്ന് കെട്ടിയിറക്കി കേരളാധീശന്മാരായി വാഴിച്ചതായി രേഖപ്പെടുത്തിയത് നിങ്ങളടക്കമുള്ള ചരിത്രകാരന്മാർ വാനോളം പുകഴ്ത്തുന്ന കേരളോൽപത്തിയിലുണ്ടല്ലോ..?"

"തീർച്ചയായും. അതിന് ഇക്കാര്യവുമായി എന്ത് ബന്ധം?"

"അക്കാലത്ത് ഒരു അവർണ്ണരാജാവിന്റെ കീഴാളനായി കഴിയാൻ ബ്രാഹ്മണർക്ക് കഴിയില്ലെന്നത് ഇതിൽനിന്ന് വ്യക്തമല്ലേ? കോലത്തിരിനാട്ടിലെ പെരിഞ്ചെല്ലൂർ, ചൊവ്വര തുടങ്ങിയ ബ്രാഹ്മണഗ്രാമങ്ങളിൽനിന്ന് മാത്രമല്ല കടത്തനാട്ടിൽനിന്നും എന്തിനേറെ പൂഴിനാട്ടിൽനിന്നുപോലും ഭ്രഷ്ട് മൂലം പുറത്താക്കപ്പെടുന്ന ബ്രാഹ്മണയുവതികളെ സ്വീകരിച്ച് അവരെ പുനരധിവസിപ്പിക്കുകയും മാന്യമായ ജീവിതം നല്കുകയും ചെയ്യുന്ന അഞ്ചരമനക്കൽ വാഴുന്ന മന്നനാരുടെ പൂർവ്വികനായിരിക്കില്ലേ യഥാർ

ത്ഥത്തിൽ അയ്യങ്കരവാഴുന്നവർ എന്ന് വിവക്ഷിക്കുന്നത് എന്നാണ് എന്റെ സംശയം..?"

"ഉദയനൻ മന്നനാർ പാണീഗ്രഹണം ചെയ്ത സവർണ്ണസ്ത്രീയിലുണ്ടായതാണ് മുത്തപ്പൻ എന്നാണോ സൂത്രധാരൻ അർത്ഥമാക്കുന്നത്..?"

"അങ്ങനെയും ചിന്തിച്ചുകൂടേ എന്നൊരു സംശയമുണ്ട്. ആദ്യത്തെ മന്നത്തി അവർ ക്ഷത്രിയസ്ത്രീയോ ബ്രാഹ്മണസ്ത്രീയോ ആരുമാവട്ടേ.. അവർക്കുണ്ടായ പുത്രനാണ് പില്ക്കാലത്ത് മുത്തപ്പനെന്നറിയപ്പെട്ടത് എന്നു കരുതുന്ന ചിലരെങ്കിലുമുണ്ട്..!"

"അങ്ങനെയെങ്കിൽ മുത്തപ്പനെന്തുകൊണ്ട് രാജാവായില്ല..?"

"മരുമക്കത്തായ സമ്പ്രദായമാണല്ലോ അക്കാലത്ത് നിലവിലുള്ളത്. ഇതുകൂടി കേൾക്കുക.. സവർണ്ണനല്ലാത്ത, എന്നാൽ ഒരുപാട് ജനങ്ങളാരാധിക്കുന്ന ഒരാളുടെ പിതൃത്വമേറ്റെടുക്കാൻ ബ്രാഹ്മണർ പടച്ചുണ്ടാക്കുന്ന കഥകളിൽ പതിവായി കാണുന്ന ചില പ്രത്യേകതകൾ ചരിത്രകാരൻ ശ്രദ്ധിച്ചിട്ടുണ്ടോ? മിക്കവാറും ആ വ്യക്തിയുടെ സൂതികാഗൃഹം കാടോ പുഴക്കരയോ ആയിരിക്കും. പോരാത്തതിന് വിഷ്ണുവിനോ ശിവനോ പിതൃത്വം കല്പിച്ച് ഉപകഥകളും രചിച്ച് പ്രചരിപ്പിക്കും."

"ഇന്ന് അറിയപ്പെടുന്ന ഐതിഹ്യങ്ങളെല്ലാം തെറ്റാണെന്ന വ്യാഖ്യാനത്തിൽ ഞാൻ ശക്തമായി പ്രതിഷേധിക്കുന്നു."

സൂത്രധാരൻ ചിരിച്ചുകൊണ്ട് കാണികളോട് ചോദിക്കുന്നു:

"ഞാൻ ചില സംശയങ്ങളുന്നയിച്ചതാണ്. ചിന്തിക്കുന്നവർക്ക് ദൃഷ്ടാന്തമുണ്ട്. ഭാവനാസമ്പന്നനായ ചരിത്രകാരനെഴുതിയ കഥയുടെ തുടർന്നുള്ള ഭാഗങ്ങൾ കാണാനും കേൾക്കാനും നിങ്ങളോടൊപ്പം ഇവിടെ ഞാനുമുണ്ടേ.. എങ്കിലും നിങ്ങളോട് സംവദിക്കാൻ ഇനിയും ഞാൻ വരും.."

യവനിക താഴുന്നു.. ഇടവേള കഴിഞ്ഞ് അടുത്ത രംഗം തുടങ്ങുകയായി.

പന്ത്രണ്ട്

മുത്തപ്പന്റെ ചരിത്രം വായിക്കുന്നതിനിടെ ആർച്ചയും മാമിയും വന്നു. അതീവശ്രദ്ധയോടെ താളിയോലകൾ വായിക്കുന്ന അംബികയെ കണ്ട്, ശല്യപ്പെടുത്താതെ അവർ തിരിച്ചുപോയി. ക്ഷേത്രദർശനം കഴിഞ്ഞശേഷം കൂടുതൽ കാര്യങ്ങൾ അംബികയോട് ചോദിക്കാമെന്ന് ആർച്ച നിശ്ചയിച്ചു.

സൂര്യാസ്തമയമാവുമ്പോഴേക്കും അംബിക മുത്തപ്പചരിതം വായിച്ചുതീർത്തു. മനസ്സിന് വളരെയേറെ ഉണർവ്വ് കൈവന്നതായി അവൾക്കു തോന്നി. അടിച്ചമർത്തപ്പെട്ട ഒരു ജനതയുടെ രക്ഷകനായ മുത്തപ്പനെപ്പോലെ തനിക്കും ഒരു ഭർത്താവ് ഉണ്ടായെങ്കിൽ എന്ന് അവൾ അദമ്യമായി ആഗ്രഹിച്ചു. വൈകുന്നേരമായപ്പോൾ എല്ലാവരും ഹനുമാരമ്പലത്തിൽ പോയി. ഇത്രയും തിരക്ക് പ്രതീക്ഷിച്ചിരുന്നില്ല. തിരക്കിൽനിന്നകന്ന് മതിൽക്കെട്ടിടത്തിനരികെ തെല്ലുനേരം മാറിനിന്നപ്പോഴാണ് ആൽമരച്ചുവട്ടിൽ ഏകനായിരിക്കുന്ന ഒരു വൃദ്ധസന്ന്യാസി അംബികയുടെ ശ്രദ്ധയിൽപ്പെട്ടത്. എവിടെയോ കണ്ടുമറന്ന മുഖം.. സൂക്ഷിച്ചുനോക്കി. ആരായിരിക്കും..?

വൃദ്ധസന്ന്യാസിയെത്തന്നെ ഉറ്റുനോക്കവേ കൈത്തണ്ടയിൽ നുള്ളി ആർച്ച അമ്പലത്തിലേക്ക് പോകാനോർമ്മിപ്പിച്ചു. പൂജയിൽ ചെറുതാഴത്തെ ആബാലവൃദ്ധം ജനങ്ങളും പങ്കെടുത്തു. ഓരോരുത്തരും അവരവരുടെ ആഗ്രഹങ്ങൾ നിറവേറ്റാൻ ഹനുമാനോട് പ്രാർത്ഥിച്ചു.

കൊച്ചുതമ്പുരാനോട് സൗഹൃദം നടിച്ച് കൂടെ നടക്കുന്ന കണ്ണപ്പന്റെ ദുരുദ്ദേശ്യം നടക്കാതെ പോകണേ എന്നായിരുന്നു അംബികയുടെ പ്രാർത്ഥന. കേളപ്പനാരുടെ നിർദ്ദേശപ്രകാരം, അപകടത്തിൽപ്പെട്ട തന്റെ അച്ഛനെ അവൻ കണ്ടെത്തിയതു നല്ല കാര്യമാണെങ്കിലും അവന്റെ കണ്ണു

കളിൽ ഒരു കുടിലത കാണാൻകഴിയുന്നുണ്ട്. അവനുമായുള്ള സൗഹൃദം യുവരാജാവിന് നല്ലതല്ല. അവന് തമ്പുരാനോടുള്ള ശത്രുതയുടെ കാരണമെന്താണെന്ന് എത്ര ചിന്തിച്ചിട്ടും മനസ്സിലാക്കാൻ കഴിയുന്നുമില്ല. തെല്ലുനേരമാലോചിച്ചപ്പോൾ അംബികയ്ക്ക് ജാള്യം തോന്നി. ഛേയ്.. താനെന്താണിങ്ങനെ? കേളപ്പനാർക്ക് എന്തെങ്കിലും സംഭവിച്ചാൽ തനിക്കെന്താണ്? അദ്ദേഹത്തോട് പ്രണയമാണോ? അറിയില്ല.. പക്ഷേ.. എന്തോ ഒരു ആകർഷണവലയം തന്നെ പൊതിയുന്നുണ്ട്.

ശങ്കരേശ്വരൻ അമ്പലത്തിലെ പൂജയുടെ തിരക്കിലാണ്. നേരത്തെ ആൽമരത്തിന്റെ ചുവട്ടിൽ കണ്ട വൃദ്ധസന്ന്യാസി പെട്ടെന്ന് അവിടെ പ്രത്യക്ഷപ്പെട്ടു. ഹനുമാന്റെ മുമ്പിൽ ഏറെനേരം പ്രാർത്ഥിച്ചശേഷം അമ്പലത്തിലെ മണ്ഡപത്തിൽ ധ്യാനത്തിലെന്നവണ്ണം കണ്ണടച്ചിരുന്ന സന്ന്യാസിയിൽ ഏവരുടെയും ശ്രദ്ധകേന്ദ്രീകരിച്ചു. പെട്ടെന്ന് ഒരു സ്ത്രീ അദ്ദേഹത്തിന്റെ മുന്നിലെത്തി തൊഴുതുനിന്നു. കരഞ്ഞുകൊണ്ട് അവർ ചോദിച്ചു.

"സ്വാമീ അടിയന്റെ കാണാതെപോയ മകൻ തിരിച്ചുവരുമോ?"

സന്ന്യാസി പതിയെ കണ്ണുകൾ തുറന്നു.

"സങ്കടപ്പെടേണ്ട. അടുത്ത പൗർണ്ണമിക്ക് മുമ്പ് അവൻ വരും."

ഏറെ സമാധാനത്തോടെയാണ് ആ സ്ത്രീ യാത്രയായത്. അതോടെ മറ്റു ചിലരും തങ്ങളുടെ സങ്കടങ്ങൾ സന്ന്യാസിയുടെ മുന്നിൽ നിരത്തി. അവർക്കെല്ലാം അദ്ദേഹം തൃപ്തികരമാംവണ്ണം മറുപടിയും പരിഹാരങ്ങളും നിർദ്ദേശിച്ചുകൊണ്ടേയിരുന്നു. ഇതെല്ലാം വീക്ഷിച്ചുകൊണ്ടിരുന്ന അംബിക ആളൊഴിഞ്ഞെന്നുകണ്ട് സാവകാശം അദ്ദേഹത്തിന്റെ അടുക്കൽ ചെന്നു തൊഴുതു.

മറ്റുള്ളവർ കേൾക്കാതിരിക്കാൻ വളരെ ശ്രദ്ധയോടെ, സൗമ്യമായി അവൾ ചോദിച്ചു.

"സ്വാമീ.. കൊച്ചുതമ്പുരാനെ ചീത്തസൗഹൃദത്തിൽനിന്ന് രക്ഷിക്കാനാകുമോ?"

സന്ന്യാസി കണ്ണുതുറന്ന് നോക്കി. ഒരു പെൺകുട്ടി രാജകുമാരനെക്കുറിച്ച് ചോദിച്ചതിൽ അദ്ദേഹം അതിശയിച്ചു. എല്ലാവരും തങ്ങളെക്കുറിച്ചോ തങ്ങളുടെ ബന്ധുക്കളെക്കുറിച്ചോ വേവലാതിപ്പെടുന്നു. എന്നാൽ ഇവൾ രാജകുമാരനെക്കുറിച്ചും അദ്ദേഹത്തിന്റെ നന്മയെ കരുതിയും ഉൽക്കണ്ഠപ്പെടുന്നു..! സന്ന്യാസി തന്റെ താടിരോമങ്ങളിൽ വിരലുഴിഞ്ഞുകൊണ്ട് ഗാഢമായ ചിന്തയിലാണ്ടു. ഭാവിയിൽ എന്ത് സംഭവിക്കുമെന്ന് സന്ന്യാസിക്ക് കാണാൻ കഴിഞ്ഞുവോ..? അദ്ദേഹത്തിന്റെ മുഖം മ്ലാനതയാർന്നു. കണ്ണുകളിൽ ദുഃഖം നിഴലിച്ചു. ഇത് വിധിയാണ്. രാജകുമാരന്റെ മാത്രമല്ല രാജവംശത്തിലെ മൂന്നുതലമുറകളുടെ വിധി. അതിൽ മറ്റൊരു വംശത്തിന്റെ തലമുറകളുടെ പ്രതികാരവാഞ്ഛയുമുണ്ട്. ഇതിനകം രാജകുമാരനെ അവർ ഒരുക്കിയ കുരുക്കിൽനിന്ന് രക്ഷിക്കാൻ ആർക്കും.. എന്തിനേറെ മുത്തപ്പനുപോലും കഴിയില്ല. അദ്ദേഹം ഒന്നുകൂടി ധ്യാനനിരതനായി. അവർ മാത്രമല്ലാ.. ശത്രുപക്ഷത്ത് അദൃശ്യരായി വേറെയും

ചിലരെ കാണുന്നുണ്ട്. കൊച്ചുതമ്പുരാന് എന്തുചെയ്യാൻ പറ്റും? അവളുടെ ചോദ്യത്തിന് എന്ത് ഉത്തരം പറയും? അവളെ നിരാശയാക്കാൻ പാടില്ല.. അദ്ദേഹം പതിയെ പറഞ്ഞു.

“കുഞ്ഞേ.. വിഷമിക്കരുത്.. മോശപ്പെട്ട സൗഹൃദം ഇല്ലാതാകും. പക്ഷേ, തമ്പുരാന്റെ വിധി മാറ്റാനാവില്ല. അദ്ദേഹത്തിനുവേണ്ടി, കാലം കാത്തുവച്ച പ്രതികാരത്തിൽനിന്ന് രക്ഷപ്പെടാൻ പ്രാർത്ഥിക്കൂ.”

“പ്രതികാരമോ? ആരുടെ പ്രതികാരം?” അംബിക ആകാംക്ഷയോടെ ചോദിച്ചു.

അംബികയുടെ ഉദ്വേഗം നിറഞ്ഞ സംശയം അദ്ദേഹം കേട്ടില്ലെന്നു നടിച്ചു. സങ്കടമറിയിക്കാനും ഉപദേശം സ്വീകരിക്കാനുമായി അപ്പോഴേക്കും വമ്പിച്ച ജനാവലി തിക്കിത്തിരക്കി പുറത്ത് കാത്തുനില്പുണ്ടായിരുന്നു. അതുകൊണ്ടുതന്നെ കൂടുതൽ അന്വേഷിക്കാൻ അവൾക്ക് കഴിഞ്ഞില്ല. മങ്ങിയമുഖവും, സജലങ്ങളായ മിഴികളുമായി എന്തുചെയ്യണമെന്നറിയാതെ പരവശയായ അംബിക തരിച്ചുനിന്നു. എന്തുവിലകൊടുത്തും കൊച്ചുതമ്പുരാനെ രക്ഷിക്കാൻ താൻ ശ്രമിക്കും, തന്റെ ജീവൻ കൊടുത്തിട്ടെങ്കിലും.. അവൾ നിശ്ചയിച്ചു.

“ഹേ! ഹനുമാൻസ്വാമീ, തമ്പുരാനെയും ഈ രാജ്യത്തെയും രക്ഷിക്കാൻ ശക്തിയും ധൈര്യവും നൽകി അനുഗ്രഹിക്കേണമേ.” അവൾ മനമുരുകി പ്രാർത്ഥിച്ചു.

വളരെയേറെ തിരക്കിലായിരുന്നു അന്ന് ശങ്കരേശ്വരൻ. അംബിക കൊണ്ടുവന്ന ഇലകൾ അദ്ദേഹം വിവിധദ്രാവകങ്ങളിലിട്ട് വിശദമായി പരിശോധിച്ചു. മാമനോട് അതേക്കുറിച്ച് അന്വേഷിക്കാനുള്ള മന:സാന്നിദ്ധ്യത്തിലായിരുന്നില്ല അവൾ. പക്ഷേ, കുറച്ചുകഴിഞ്ഞപ്പോൾ ശങ്കരേശ്വരൻതന്നെ അകത്തേക്കു വന്നു.

“അംബീ..നീ ഇവിടെ സുരക്ഷിതയാണെന്ന് ഏരുവേശ്ശിയിലുള്ള നിന്റെ അച്ഛനെ ഞാൻ അറിയിച്ചിട്ടുണ്ട്.”

അംബിക നന്ദിയോടെ മാമനെ നോക്കി. അവളുടെ കണ്ണുകൾ നിറഞ്ഞുതുളുമ്പി.

“മോളേ.. നീ ഇന്ന് കൊണ്ടുവന്നത് മദയന്തി ചെടിയുടെ ഇലയും കാപ്പിക്കുരുവുമാണ്. കാപ്പിക്കുരു കുഴപ്പമൊന്നും ഉണ്ടാക്കില്ല, പക്ഷേ, മദയന്തിയില അപകടകരമായ ഫലങ്ങൾ ഉണ്ടാക്കും. അത് കഴിച്ചാൽ ആളുകളുടെ മനസ്സിനെയും ശരീരത്തെയും ദോഷകരമായി ബാധിക്കും.” അപ്പോൾ മദയന്തി കൊച്ചുതമ്പുരാനിൽ അപകടമുണ്ടാക്കുമെന്ന് അംബിക ഭയന്നു. ശങ്കരേശ്വരൻ തുടർന്നു,

“ഇത് മനുഷ്യന്റെ ശാരീരികചലനങ്ങളെ സാവധാനം കുറയ്ക്കുകയും ചിന്താശേഷിയെ ഗുരുതരമായി ബാധിക്കുകയും ചെയ്യും. തുടക്കത്തിൽ മനസ്സിന് വിശ്രമം നൽകുമെങ്കിലും ആളുകളെ വീണ്ടും വീണ്ടും കഴിക്കാൻ പ്രേരിപ്പിക്കും. പിന്നെപ്പിന്നെ ചെടികളുടെ ഇലകൾകൊണ്ട് പുകവലിക്കാൻ തുടങ്ങും. ഇത് ദീർഘനാൾ കഴിക്കുകയാണെങ്കിൽ ഹൃദ

യമിടിപ്പ് വർദ്ധിക്കുന്നതിനും വിശപ്പ് കൂടുന്നതിനും അസാധാരണമായ മാനസിക പ്രശ്നങ്ങൾക്കും കാരണമായേക്കാം."

"എനിക്ക് ഒന്നും മനസ്സിലാകുന്നില്ല മാമാ."

"അംബികാ, ചുരുക്കിപ്പറഞ്ഞാൽ സ്ഥിരമായി ഉപയോഗിക്കുന്നയാൾക്ക് ഓർമ്മക്കുറവ്, ശ്രദ്ധക്കുറവ് എന്നിവയ്ക്ക് ഇത് കാരണമാകും. ഉപയോഗിക്കുന്ന വ്യക്തിയുടെ മനഃസന്തുലിതാവസ്ഥ നഷ്ടപ്പെടുകയും ഹൃദയത്തെ സാരമായി ബാധിക്കുകയും ചെയ്യും. ഹൃദയമിടിപ്പ് വർദ്ധിച്ച് ഉൽക്കണ്ഠയും പരിഭ്രാന്തിയും സൃഷ്ടിക്കും. അയാൾക്ക് ഗുരുതരമായ ഉറക്കപ്രശ്നങ്ങൾവരെ ഉണ്ടായേക്കാം. മറ്റൊരുതരത്തിൽ പറഞ്ഞാൽ മാനസികനില തെറ്റി ഒരു ഭ്രാന്തന്റെ പെരുമാറ്റങ്ങൾ കാണിക്കും."

അംബിക ഞെട്ടിപ്പോയി. അദ്ദേഹത്തിന് സ്വയം നിയന്ത്രിക്കാൻ കഴിയുന്നില്ലെങ്കിൽ, എങ്ങനെ രാജ്യത്തെ നയിക്കും? തുടർച്ചയായ ഉപയോഗം മൂലമുണ്ടാകുന്ന മറ്റ് ദൂഷ്യങ്ങളെപ്പറ്റി അവൾ മാമനോട് ചോദിച്ചു.

"അംബികാ, ഇത് ഉപയോഗിക്കുന്നവർക്ക് അതിനോട് ആസക്തിയുണ്ടാവുകയും വീണ്ടുംവീണ്ടും കഴിക്കാൻ തോന്നുകയും ചെയ്യും. തുടർച്ചയായ ചുമ, ഒറ്റയ്ക്കിരിക്കാൻ ആഗ്രഹിക്കുക, മറ്റുള്ളവരുമായി ഇടപഴകാതിരിക്കുക ഇതൊക്കെയാണ് മറ്റ് ദൂഷ്യഫലങ്ങൾ."

"മാമാ, നമുക്ക് എന്ത് ചെയ്യാൻ കഴിയും?"

"അംബീ, രാജകുമാരനെ സമീപിക്കാനോ മദയന്തിയുടെ ദൂഷ്യങ്ങളെക്കുറിച്ച് അദ്ദേഹത്തെ ഉപദേശിക്കാനോ എനിക്കോ നിനക്കോ പ്രയാസമാണ്."

"അദ്ദേഹം ആദ്യമായിട്ടായിരിക്കും ഇത് കഴിച്ചതെന്ന് ഞാൻ കരുതുന്നു. കാപ്പിയിൽ കലർത്തി നല്കാൻ ചിലപ്പോൾ നേരത്തെ അവർ നിശ്ചയിച്ചതാവും. യുവരാജാവിന് സംശയം തോന്നാതെ നടപ്പിലാക്കാൻ അവർ ആസൂത്രണം ചെയ്തിട്ടുമുണ്ടാവും. നിന്നെപ്പോലെ ഒരു പെൺകുട്ടിക്ക് അദ്ദേഹത്തെ സമീപിക്കാനോ ഇക്കാര്യം സംസാരിക്കാനോ ഒരിക്കലും കഴിയില്ല. അതിനുള്ള വഴിയൊന്നും കാണുന്നുമില്ല. അല്ലാതെ തന്നെ എന്തെങ്കിലും പരിഹാരമുണ്ടാക്കാൻ കഴിയുമോ എന്ന് ഞാൻ ആലോചിക്കട്ടേ.. ഇത് നിന്റെമാത്രം കടമയല്ല; രാജാവിനെ സംരക്ഷിക്കേണ്ടത് ഓരോ പൗരന്റെയും കടമയാണ്. ഒരു ബ്രാഹ്മണനെന്നനിലയിൽ സത്യം അറിയിക്കേണ്ടത് എന്റെയും കടമയാണ്."

ക്ഷീണിതയായി അംബിക കിടക്കയിൽ വീണു. കൊച്ചുതമ്പുരാനോട് അവൾക്ക് തോന്നിയ സ്നേഹംമൂലം കൂട്ടുകാരിയായ ആർച്ചയോട് സ്നേഹപൂർവ്വം ഇടപെഴകാൻപോലും അവൾക്ക് കഴിഞ്ഞില്ല. അവളുടെ മനസ്സ് കലുഷിതമായിരുന്നു.

ഉറക്കംവരാതെ കിടക്കവേ അവളുടെ മനസ്സിൽ മുത്തപ്പന്റെ കഥ മിന്നിമാഞ്ഞു. മുത്തപ്പൻ എങ്ങനെയാണ് ജനങ്ങളെ രക്ഷിച്ചത്? പാടിക്കുറ്റി ക്ഷേത്രദർശനം എത്രയുംവേഗം നടത്തണമെന്ന് അവൾ തീരുമാനിച്ചു. അവിടെച്ചെന്ന് ദേവിയോട് കൊച്ചുതമ്പുരാനെ ദുശ്ശീലത്തിൽനിന്നും

ചീത്തസൗഹൃദത്തിൽനിന്നും രക്ഷിക്കണേ എന്ന് പ്രാർത്ഥിക്കണം. തീർച്ചയായും തന്റെ പ്രാർത്ഥന ദേവി സാധിച്ചുതരുമെന്ന് അവൾ വിശ്വസിച്ചു.

അമ്പലത്തിൽവച്ച് കണ്ട സന്ന്യാസിയെ അവളോർത്തു. അദ്ദേഹം പറഞ്ഞതിന്റെ അർത്ഥമെന്താണ്? തലമുറകളുടെ പ്രതികാരത്തിൽനിന്ന് കൊച്ചുതമ്പുരാനെ രക്ഷിക്കാൻ ബുദ്ധിമുട്ടാണെന്നോ? ഏത് തലമുറ? പ്രതികാരം ചെയ്യുന്നവർ ആരാണ്? കൂടുതൽ ചോദിക്കാൻ തനിക്ക് സമയമില്ലായിരുന്നു. അഥവാ ചോദിച്ചാലും അദ്ദേഹം ഉത്തരം നൽകില്ലായിരിക്കാം. സത്യം കണ്ടെത്തിയേപറ്റൂ. അവൾ അച്ഛനെ ഓർത്തു. അദ്ദേഹം തന്നെ കാണാതെ വിഷമിച്ചിരിക്കുന്നുണ്ടാവും. താനിവിടെ സുരക്ഷിതയായിരിക്കുന്നു എന്നറിയുമ്പോൾ ആശങ്കകൾ നീങ്ങിയേക്കും. നീണ്ടയാത്രയും മറ്റും ക്ഷീണിതയാക്കിയിരുന്നു. വൈകാതെ അവൾ ഗാഢനിദ്രയിലായി.

രാവിലെ ഉണർന്ന അംബികയ്ക്ക് കടുത്ത തലവേദന അനുഭവപ്പെട്ടു. ആർച്ച, വീടിന്റെ പുറകുവശത്തായിരുന്നു. അവൾ മാമന്റെ കിടപ്പുമുറിയിലേക്ക് നടന്നു. ശങ്കരേശ്വരൻ അവിടെയുണ്ടായിരുന്നില്ല. തലേന്ന് അവൾ കൊണ്ടുവന്ന ഇലകളും കണ്ടില്ല. വീടാകെ തിരഞ്ഞെങ്കിലും മാമനെ കണ്ടില്ല. എവിടെ പോയി? അംബിക പരിഭ്രമിച്ചു. അവൾക്ക് തലകറങ്ങുന്നതു പോലെ തോന്നി. പതിയെ ബോധമറ്റ് താഴേക്ക് പതിച്ചു.

പതിമൂന്ന്

അല്പസമയം കഴിഞ്ഞ് ബോധം വീണ്ടെടുത്തപ്പോൾ വീണ്ടും ആശങ്കയോടെ തമ്പുരാനെക്കുറിച്ച് ചിന്തിച്ചു. നാല്ക്കവലയിൽ ദിക്കറിയാതെ പകച്ചുപോയ പഥികയെപ്പോലെ അവളുഴറി. വീണ്ടും ഹനുമാൻ മന്ത്രങ്ങൾ ഉരുവിട്ടുകൊണ്ടേയിരുന്നു.

ശ്രീ ഗുരുചരണ സരോജ രജ നിജമന മുകുരസുധാരി,
വരണൌ രഘുവര: വിമലയശജോ ദായക ഫലചാരി.
ബുദ്ധിഹീന തനുജാനികൈ സുമിരൌ പവനകുമാര:
ബലബുദ്ധി വിദ്യാദേഹുമോഹി ഹരഹു കലേശവികാർ.

വിധിയാംവണ്ണം മന്ത്രമുരുവിട്ടശേഷം കുറച്ചുനേരം അവൾ ധ്യാനനിരതയായി. സ്വാമിയുടെ അനുഗ്രഹം തനിക്ക് ലഭിച്ചതായി അവൾ ആശ്വസിച്ചു. ഇപ്പോൾത്തന്നെ അമ്പലത്തിലേക്ക് പോയാലോ എന്ന തോന്നലുണ്ടായി. ചിലപ്പോൾ മാമൻ അവിടെയുണ്ടായേക്കും. ആർച്ചയോട് സൂചിപ്പിച്ച് വീട്ടിൽനിന്നിറങ്ങി. അമ്പലത്തിൽ എത്തിയപ്പോൾ പുരുഷാരം തിങ്ങിനിറഞ്ഞിരുന്നു.

ഉത്സവം തുടങ്ങി. കൽവിളക്കുകളിൽ തിരിതെളിഞ്ഞു. ചെണ്ടയുടെ ദ്രുതതാളത്തിൽ ചിലർ സർവ്വതും മറന്ന് ലയിച്ചിരിക്കുന്നു. വെളുത്ത മുണ്ടും പൂണൂലും ധരിച്ച കരുത്തരായ പുരുഷന്മാർ പുഷ്പങ്ങളാൽ അലങ്കരിച്ച ശ്രീരാമൻ, സീത, ശിവൻ, ദുർഗ്ഗ എന്നിവരുടെ വിഗ്രഹങ്ങൾ വഹിച്ചു. തിടമ്പ് നൃത്തത്തിനിടയിൽ ശങ്കരേശ്വരനെ അവൾ കണ്ടു. ദുർഗ്ഗാവിഗ്രഹം തലയിൽ വഹിച്ചത് മാമനാണ്. ഈ സുപ്രധാന ഉത്സവം തനിക്ക് എങ്ങനെ മറക്കാൻ കഴിയും? ശിവന്റെ വിഗ്രഹം എല്ലാവർഷവും വഹിച്ചിരുന്നത് അച്ഛനായിരുന്നു. എന്നാൽ ഇപ്രാവശ്യം മറ്റാരെങ്കിലുമായിരിക്കും. അച്ഛനിപ്പോൾ ഏരുവേശ്ശിയിലാണല്ലോ. മാമനെക്കണ്ട്

അവൾ ഏറെ സന്തോഷിച്ചു. പൊടുന്നനെ തന്ത്രിയുടെ ഉച്ചത്തിലുള്ള സംസാരംകേട്ട് എല്ലാവരുടെയും ശ്രദ്ധ അങ്ങോട്ട് പതിഞ്ഞു.

"നിങ്ങൾ രണ്ടുപേരെയും അമ്പലത്തിനുള്ളിൽ കയറാൻ ഞാൻ സമ്മതിക്കില്ല..!" തന്ത്രിയുടെ ഒച്ച ഉയർന്നു.

ക്ഷേത്രത്തിനുള്ളിൽ പ്രവേശിപ്പിക്കാതെ രണ്ടുയുവാക്കളെ തടഞ്ഞു വച്ചിരിക്കുന്നു. ഇതിനുമുമ്പ് ഇത്തരമൊരു സംഭവത്തിന് അംബിക സാക്ഷ്യം വഹിച്ചിട്ടില്ല. അവരെ എന്തിനാണ് തടയുന്നത്? ആരാണവർ? അംബിക അവരുടെ അടുത്തേക്ക് ചെന്നു. അവൾ ഞെട്ടിപ്പോയി. യുവ രാജാവും കണ്ണപ്പനുമായിരുന്നു അത്. അവരുടെ കണ്ണുകൾ ചെമന്നിരിക്കുന്നു. കേളപ്പനാർക്ക് നിവർന്ന് നില്ക്കാൻപോലും കഴിയുമായിരുന്നില്ല. കൂടാതെ അനുചിതമായ പെരുമാറ്റവും.

"ഞങ്ങളെ തടയാൻ നിങ്ങൾക്ക് ആരാണ് അധികാരം തന്നത്? ഞങ്ങളെ എന്തിനാണ് തടയുന്നത്?" കണ്ണപ്പൻ കുഴഞ്ഞ സ്വരത്തിൽ ചോദിച്ചു.

"ഇവിടത്തെ തന്ത്രിയാണ് ഞാൻ. കാരണം നിങ്ങളെ ബോദ്ധ്യപ്പെടുത്തേണ്ടതില്ല. ഈ ക്ഷേത്രം എന്റെ നിയന്ത്രണത്തിലാണ്. മനഃസ്സാക്ഷിക്ക് തോന്നുന്ന ഏത് തീരുമാനമെടുക്കാനും എനിക്ക് അധികാരമുണ്ട്. രണ്ടു പേരെയും അമ്പലത്തിനുള്ളിൽ പ്രവേശിപ്പിക്കാൻ ഞാൻ ഒരിക്കലും സമ്മതിക്കില്ല."

"അതിന്റെ കാരണം?"

കണ്ണപ്പൻ വീണ്ടും ശബ്ദമുയർത്തി.

"അത് എന്റെ വിവേചനാധികാരമാണെന്ന് ഞാൻ നേരത്തേ പറഞ്ഞിട്ടുണ്ട്. നിന്നോട് അധികമൊന്നും പറയാനില്ല."

"ഇദ്ദേഹം ആരാണെന്ന് നിനക്ക് അറിയ്യോ?" കണ്ണപ്പൻ വീണ്ടും അലറി.

"അദ്ദേഹം ആരെങ്കിലുമാവട്ടെ. അതിൽ എനിക്കെന്തു കാര്യം? ക്ഷേത്രത്തിനുള്ളിൽ പ്രവേശിപ്പിക്കാനുള്ള അവസ്ഥയിലല്ല നിങ്ങളിപ്പോൾ. ഞാനെന്തിന് നിങ്ങളോട് ഇതെല്ലാം വിശദീകരിക്കണം? ഇയാളെയും നിങ്ങളെയും ഈ നിലയിൽ ക്ഷേത്രത്തിൽ പ്രവേശിപ്പിക്കില്ല."

"അവൻ രാജകുമാരനാണെങ്കിൽപ്പോലും?" കണ്ണപ്പൻ വെല്ലുവിളിയുയർത്തി.

"രാജകുമാരനല്ലാ.. രാജാവാണെങ്കിലും ഈ നിലയിൽ അമ്പലത്തിനുള്ളിൽ പ്രവേശിപ്പിക്കില്ല.."

"ഏത് അവസ്ഥ?"

"നിങ്ങൾ ശരിക്കുമെന്താണ് ചെയ്തതെന്ന് നിങ്ങൾക്കറിയാം, ഞാൻ വീണ്ടും വിശദീകരിക്കേണ്ടതില്ല" തന്ത്രി കോപംപൂണ്ട് വീണ്ടും അലറി.

കണ്ണപ്പന് കൂടുതലൊന്നും സംസാരിക്കാൻ കഴിഞ്ഞില്ല. വൈദ്യർ നല്കിയ കാപ്പിയുടെ ലഹരിയിൽ നാവുകുഴഞ്ഞ് അവന്റെ ബുദ്ധി മന്ദീഭവിച്ചിരുന്നു. കേളപ്പനാരുടെ സ്ഥിതി അതിനേക്കാൾ മോശമായിരുന്നു.

തലകുമ്പിട്ട് സംസാരിക്കാൻപോലും കഴിഞ്ഞിരുന്നില്ല. ക്ഷേത്രദർശനത്തിന് എത്തിയവരെല്ലാം ഈ രംഗം കണ്ടു. രാജകുടുംബത്തോടും രാജകുമാരനോടും ജനങ്ങൾക്ക് വളരെ ബഹുമാനമാണ്. എന്നാൽ കണ്ണപ്പന്റെ പെരുമാറ്റവും തന്റെ സ്ഥാനം മറന്നുള്ള യുവരാജകുമാരന്റെ പ്രകൃതവും അവരിൽ വെറുപ്പുളവാക്കി.

കേളപ്പനാരുടെ സാധാരണരീതിയിലുള്ള പെരുമാറ്റമായിരുന്നില്ല അത്. മദയന്തി കാപ്പി അദ്ദേഹത്തിന്റെ ബുദ്ധിയെ നശിപ്പിച്ചിരിക്കുന്നുവെന്ന് അംബികയ്ക്ക് മനസ്സിലായി. കണ്ണപ്പന്റെ ഉദ്ദേശ്യമെന്തെന്ന് അവൾക്ക് മനസ്സിലായില്ല. കേളപ്പനാർ ഒന്നും മിണ്ടുന്നില്ല. കണ്ണപ്പനാവട്ടേ തമ്പുരാനുവേണ്ടി അലറിവിളിച്ചു. അപ്പോൾ അവന്റെ യഥാർത്ഥ ഉദ്ദേശ്യമെന്താണ്? ജനങ്ങൾക്കിടയിൽ രാജകുമാരന്റെ സൽപ്പേരും പ്രതിച്ഛായയും നശിപ്പിക്കുക എന്നതാണോ? കേളപ്പനാർ കഴിച്ചത്രത്തോളം കാപ്പി കഴിച്ചിരുന്നെങ്കിൽ കണ്ണപ്പന് സ്വബോധത്തോടെ തന്ത്രിയോട് എങ്ങനെ വഴക്കുകൂടാൻ കഴിഞ്ഞു.? നേരെചൊവ്വേ മിണ്ടാൻപോലും കഴിയാതെ രാജകുമാരനെപ്പോലെ അവശനായിരുന്നില്ല അവൻ. എന്നാൽ ക്ഷേത്രത്തിൽ കയറാൻ തന്ത്രിയോട് കയർത്തു. ഒരുപക്ഷേ, അവൻ കുറഞ്ഞ അളവിലാവും കാപ്പി കഴിച്ചത്. അല്ലെങ്കിൽ മറ്റെന്തെങ്കിലും മറുമരുന്ന് കഴിച്ചിരിക്കാം.. കണ്ണപ്പന്റെ യഥാർത്ഥ ഉദ്ദേശ്യം എന്തായിരുന്നുവെന്ന് ഇപ്പോൾ അവൾക്ക് വ്യക്തമായി. രാജകുമാരനെ മറ്റുള്ളവരുടെ മുന്നിൽ അപഹാസ്യനാക്കുക. ഒരു മനുഷ്യനെ കൊല്ലുന്നതിനേക്കാൾ നികൃഷ്ടമാണത്. ഇത് തടഞ്ഞേ പറ്റൂ.. അവൾ തീരുമാനിച്ചു.

കുറച്ചുസമയത്തിനുശേഷം കേളപ്പനാരും കണ്ണപ്പനും അമ്പലത്തിനു പുറത്തേക്കിറങ്ങി. അവർ ചെറുതാഴത്തെ വീഥികളിലൂടെ നടന്നു. സാധാരണഗതിയിൽ യുവരാജാവാണ് മുന്നിൽ നടക്കേണ്ടത്. എന്നാൽ ഇവിടെ അദ്ദേഹം കണ്ണപ്പന്റെ പിന്നിൽ പതുക്കെ നടക്കുകയാണ്. അസാധാരണമായ ഈ വഴിയോരക്കാഴ്ച അമ്പരപ്പോടെയാണ് ചെറുതാഴത്തെ ജനങ്ങൾ വീക്ഷിച്ചത്. കേളപ്പനാർ നാണക്കേട് വരുത്തിവച്ചിരിക്കുകയാണെന്ന് അംബികയ്ക്ക് തോന്നി. കണ്ണപ്പന്റെ ഗൂഢലക്ഷ്യം എന്താണെന്ന് തിരിച്ചറിയാൻ അദ്ദേഹത്തിന് കഴിയുന്നില്ല.

രാജകുമാരൻ ഒട്ടേറെ ഗുണങ്ങളുള്ള നല്ല വ്യക്തിയായിരുന്നു. തന്റെ ജീവൻ രക്ഷിച്ചത് അദ്ദേഹമാണ്. എന്തുവിലകൊടുത്തും അദ്ദേഹമുൾപ്പെട്ടുപോയ കുടുക്കിൽനിന്ന് ഒഴിവാക്കേണ്ടത് തന്റെ കടമയാണെന്ന് അവൾ ഉറച്ചുവിശ്വസിച്ചു. അതുകൊണ്ട് അവരെ പിന്തുടരേണ്ടിയിരിക്കുന്നു. സമയം ഒത്തുവന്നാൽ കണ്ണപ്പന്റെ ദുരുദ്ദേശ്യങ്ങൾ തുറന്നുകാട്ടണം. ഇത്തരം സാഹചര്യങ്ങളിൽ ധൈര്യമാണാവശ്യം. അവൾ ഹനുമാനെ പ്രാർത്ഥിച്ചു, മനസ്സിൽ ചാലിസ ഉരുവിട്ടു.

"ബുദ്ധിഹീന തനു ജാനികേ, സുമിരൌ പവന കുമാര ബല ബുദ്ധി വിദ്യ ദേഹു മോഹീ ഹരഹു കലേശ വികാർ"

അവരെ പിന്തുടരാൻ അസാധാരണമായ ഒരു ധൈര്യം കൈവന്ന

തായി അവൾക്കു തോന്നി.

കേളപ്പനാർ ഒന്നും മനസ്സിലാക്കാൻ പറ്റാത്ത അവസ്ഥയിലായിരുന്നു. നടക്കാൻപോലും പ്രയാസം. പക്ഷേ, കണ്ണപ്പന് സ്ഥിരതയോടെ നടക്കാനും തമ്പുരാൻ വീഴാതെ താങ്ങാനും കഴിയുന്നുണ്ട്. അംബിക അവരറിയാതെ പിന്തുടർന്നു.

അവർ വീഥിയിലൂടെ വടക്കുഭാഗത്തേക്ക് നീങ്ങി. അവിടെ മൂത്തേടത്തരമനവക ഒരു രാജഗൃഹമുണ്ടായിരുന്നു. അവർ അതിനകത്തേക്ക് കയറി. അവരെ നിരീക്ഷിച്ചുകൊണ്ട്. അടുത്തനീക്കമെന്തെന്ന് അറിയാൻ അവൾ പുറത്തു മറഞ്ഞുനിന്നു. കുതിരകൾ പുറത്ത് നിൽപ്പുണ്ട്. കണ്ണപ്പനറിയാതെ രാജകുമാരനെ കാണാൻ അവസരത്തിനായി കാത്തുനിന്നു.

പെട്ടെന്ന് രാജഗൃഹത്തിൽനിന്നിറങ്ങിവന്ന കണ്ണപ്പൻ കുതിരപ്പുറത്തേറി എങ്ങോട്ടോ ഓടിച്ചുപോയി. അംബിക വീടിനുള്ളിലേക്ക് കയറി. അകത്ത് ആരെങ്കിലുമുണ്ടോയെന്ന് ശ്രദ്ധിച്ചു. സാധാരണഗതിയിൽ രാജകീയഭവനങ്ങളിൽ കാവല്ക്കാർ ഉണ്ടാകേണ്ടതാണ്. കണ്ണപ്പൻ അവരോട് രാജഗൃഹത്തിൽനിന്ന് പുറത്തുപോകാൻ നിർദ്ദേശിച്ചിരിക്കുമോയെന്ന് അവൾക്ക് സംശയം തോന്നി. കുട്ടിക്കാലത്ത് അവിടെ ഒരു വൃദ്ധയെ കണ്ടിട്ടുണ്ട്. അല്പനേരത്തെ പരിശോധനയിൽ അവൾ അവരെ കണ്ടെത്തി. അംബികയെ കണ്ട് പരിഭ്രാന്തയായ വൃദ്ധ അവിടെ നിൽക്കുന്നത് അപകടമാണെന്നും ഉടൻ സ്ഥലംവിടണമെന്നും ആവശ്യപ്പെട്ടു. അത് ഗൗനിക്കാതെ അവർ രണ്ടുപേരും എപ്പോൾ, എങ്ങനെ അവിടെയെത്തിയെന്ന് ചോദിച്ചു.

“കഴിഞ്ഞ ദിവസമാണ് ഒട്ടും വയ്യാത്ത അവസ്ഥയിൽ അവർ വന്നത്. വന്നയുടനെ കിടപ്പുമുറിയിൽ കയറിക്കിടന്നു. ഞാൻ വെച്ചുവിളമ്പിയ ഭക്ഷണങ്ങളൊന്നുംതന്നെ കഴിച്ചില്ലെന്നുമാത്രമല്ല കണ്ണപ്പൻ, എന്നെ ചവിട്ടുകയും ഇവിടെ ജോലിചെയ്യുന്ന എല്ലാ സേവകരോടും ഉടൻ സ്ഥലം വിടാൻ ആജ്ഞാപിക്കുകയും ചെയ്തു. എന്നോടും പോകാൻ നിർബ്ബന്ധിച്ചു. എന്തുചെയ്യും..? രാജകുമാരന്റെയും സുഹൃത്തിന്റെയും ആജ്ഞ എനിക്ക് അനുസരിക്കേണ്ടിവന്നു. എന്നാൽ പുറത്തിറങ്ങി അവർ എന്താണ് ചെയ്യുന്നതെന്ന് മറഞ്ഞുനിന്ന് നോക്കി. കണ്ണപ്പൻ എന്തോ പാനീയം തയ്യാറാക്കി, രണ്ടുപേരും കഴിക്കുന്നതും യുവരാജാവ് കട്ടിലിലേക്ക് വീഴുന്നതും കണ്ടു.” വൃദ്ധ സവിസ്തരം പറഞ്ഞുനിർത്തി.

പെൺകുട്ടികൾ തുണയില്ലാതെ പുറത്തിറങ്ങി നടക്കരുതെന്നും ഉടനെ സ്ഥലം വിടണമെന്നും ഇല്ലെങ്കിൽ അവൾക്ക് ദോഷകരമായിരിക്കുമെന്നും അവർ അംബികയെ വീണ്ടും ഓർമ്മിപ്പിച്ചു. എന്നാൽ രാജകുമാരനെ കാണണമെന്ന ഉറച്ച തീരുമാനത്തിലായിരുന്നു അംബിക. ഏത് അപകടവും നേരിടാൻ തയ്യാറായിരുന്നു. കണ്ണപ്പനോ അല്ലെങ്കിൽ മറ്റാരെങ്കിലുമോ വന്നാൽ തന്നെ അറിയിക്കണമെന്ന് വൃദ്ധയോട് ചട്ടംകെട്ടി. മടിയോടെയെങ്കിലും അവർ സമ്മതിച്ചപ്പോൾ അവൾ രാജഗൃഹത്തിന്റെയുള്ളിലേക്ക് കയറി കേളപ്പനാർ കിടക്കുന്ന മുറിയിലേക്ക് കടന്നു.

വളരെ വിശാലമായ മുറി. ഏറെ ചിത്രപ്പണികളോടു കൂടിയ മനോഹരമായ ഒരു കട്ടിലിൽ കേളപ്പനാർ ഉറങ്ങുന്നു. മുറിക്കുള്ളിൽ സുഗന്ധമുള്ള കാറ്റിനൊപ്പം സുഖകരമായ വെളിച്ചവും ഉണ്ടായിരുന്നു. അംബിക ധൈര്യത്തോടെ കട്ടിലിനടുത്ത് ചെന്നു. ഒറ്റനോട്ടത്തിൽത്തന്നെ അവളുടെ ഹൃദയം തകർന്നു. പുഴയിൽനിന്ന് തന്നെ രക്ഷിച്ച മഹാധൈര്യശാലിയിതാ.. ലഹരിക്ക് അടിമയായി അവശനിലയിൽ..! അദ്ദേഹത്തിന്റെ ഗംഭീരമാർന്ന പെരുമാറ്റവും അന്തസ്സും എവിടെപ്പോയി..? കട്ടിലിനുസമീപം ഒഴിഞ്ഞ ഓട്ടുപാത്രം.. അതിൽനിന്ന് മനംപിരട്ടുന്ന ദുർഗ്ഗന്ധം അനുഭവപ്പെട്ടു. എങ്ങനെയാണ് ഈ ഉണങ്ങിയ ഇലകൾ മനുഷ്യസ്വഭാവം മാറ്റിമറിക്കുന്നത്? ഭയക്കേണ്ടത് ചെടികളെയല്ലാ അതിനേക്കാൾ അപകടകാരികളായ മനുഷ്യരെയാണെന്ന് അവൾ സ്വയം തിരുത്തി. വിഷമുള്ള സസ്യമായാലും ഉപയോഗിക്കാതെ ആരെയും ഉപദ്രവിക്കുകയില്ല. എന്നാൽ മനുഷ്യരോ? അവരാണ് ഏറ്റവും വന്യതയാർന്ന മൃഗങ്ങൾ. മനസ്സിൽ ചില ഉദ്ദേശ്യങ്ങൾ മറച്ചുവെച്ച് കണ്ണപ്പനെപ്പോലെ പെരുമാറും. ഇത്തരക്കാരെ തിരിച്ചറിയാൻ ഏറെ ബുദ്ധിമുട്ടാണ്. അങ്ങനെയുള്ളവരെ മനസ്സിലാക്കാൻ ആറാമിന്ദ്രിയമുണ്ടായാലും അത് എല്ലായ്പ്പോഴും പ്രവർത്തിക്കണമെന്നില്ല.

യുവരാജാവിനെ ഇക്കാര്യങ്ങളെല്ലാം അറിയിക്കേണ്ടത് തന്റെ കടമയാണ്. പക്ഷേ, ഇതെല്ലാം കുമാരനെ എങ്ങനെ ബോദ്ധ്യപ്പെടുത്തുമെന്നതാണ് പ്രശ്നം. അംബിക കേളപ്പനാരുടെയടുക്കൽച്ചെന്ന് പതിയെ തലയിൽ തലോടി. വീർത്തുതടിച്ച കണ്ണുകൾ ആയാസപ്പെട്ട് തുറന്നുനോക്കിയ കേളപ്പനാർ മുമ്പിൽ അംബികയെക്കണ്ട് വിശ്വാസം വരാതെ വീണ്ടും കണ്ണുകൾ ചിമ്മിത്തുറന്നു. സ്വപ്നമോ അതോ മായയോ? അദ്ദേഹം മയക്കം വിട്ട് എഴുന്നേറ്റിരുന്നു.

"കൊച്ചുതമ്പുരാനേ, അങ്ങ് എന്നെ ഓർക്കുന്നോ? അവിടുന്നാണ് എന്നെ മരണത്തിൽനിന്ന് രക്ഷിച്ചത്."

കേളപ്പനാർ കണ്ണിമയ്ക്കാതെ അവളെ നോക്കിക്കൊണ്ടേയിരുന്നു. ആരെയാണോ താൻ കാണാനാഗ്രഹിച്ചത് അവളിതാ.. തന്റെ മുന്നിൽ നില്ക്കുന്നു. താൻ ഇങ്ങോട്ട് പുറപ്പെട്ടപ്പോൾ അവൾ ഏരുവേശ്ശിയിലെ കൊട്ടാരത്തിലായിരുന്നു. ഇതെന്തത്ഭുതം? ഇക്കാലത്തെ സ്വസാമൂഹികവ്യവസ്ഥയെ മറികടക്കാൻ ഒരു പെൺകുട്ടിക്ക് ഒരിക്കലും കഴിയില്ലെന്നിരിക്കെ ഇവൾ എങ്ങനെ ഇവിടെയെത്തി?

ക്ഷേത്രത്തിനുള്ളിൽ പ്രവേശിപ്പിക്കാതെ തന്നെ തടഞ്ഞുവച്ച കാര്യം അയാൾക്ക് കഷ്ടിച്ച് ഓർമ്മവന്നു. തലയ്ക്ക് വല്ലാത്ത കനം തോന്നുന്നു. കണ്ണപ്പൻ തയ്യാറാക്കിയ കാപ്പി കിട്ടിയേതീരൂ.

അദ്ദേഹത്തിന്റെ വിമ്മിട്ടം മനസ്സിലാക്കി അവൾ കാപ്പി ഉണ്ടാക്കിക്കൊടുത്തു. അതു കഴിച്ചിട്ടും തലവേദനയ്ക്ക് ഒരു കുറവുമില്ല.

"രാജകുമാരാ, എനിക്ക് അങ്ങയോട് ചില കാര്യങ്ങൾ ഉണർത്തിക്കാനുണ്ട്."

"അംബിക പറഞ്ഞോളൂ. കേൾക്കട്ടെ..!" സൗമ്യമായ ശബ്ദത്തിൽ അയാൾ സമ്മതംമൂളി.

"അങ്ങയുമായി സൗഹൃദം കൂടിയിരിക്കുന്ന കണ്ണപ്പന്റെ പല പ്രവൃത്തികളും സംശയകരമാണ്. അതുകൊണ്ട് അയാളുടെ പൂർവ്വികരെക്കുറിച്ച് ഗൗരവമായി അന്വേഷണം നടത്തണം. എന്തൊക്കെയോ ദുരുദ്ദേശ്യങ്ങളുണ്ട് അയാൾക്ക്. അങ്ങയെ ഉപദേശിക്കാനൊന്നും ഈ പൊട്ടിപ്പെണ്ണിന് അർഹതയില്ല. തെറ്റിദ്ധരിക്കില്ലെങ്കിൽ അങ്ങ് ശ്രദ്ധിച്ച് കേട്ടാലും.. അയാൾ ഇവിടെ വന്നിരിക്കുന്നത് അങ്ങയെ മാത്രമല്ല, ഈ രാജ്യത്തെ മുഴുവൻ നശിപ്പിക്കാനാണ് എന്ന് ഞാൻ സംശയിക്കുന്നു. തമ്പുരാനേ, അങ്ങ് കരുതലോടെയിരിക്കുക.."

പാതിബോധത്തോടെ കേളപ്പനാർ ചിന്തിച്ചു. അംബിക പറഞ്ഞത് സത്യമായിരിക്കാം. നാളിതുവരെയായി അവന്റെ പൂർവ്വികരെ കണ്ടെത്താൻ തനിക്ക് കഴിഞ്ഞിട്ടില്ല. ഇവൻ ആരാണ്? ഇവിടെയെങ്ങനെ എത്തിപ്പെട്ടു? അവന്റെ യഥാർത്ഥ ഉദ്ദേശ്യമെന്താണ്? മുത്തപ്പനുമാത്രമേ അറിയൂ. എന്നാൽ ഈ പെൺകുട്ടിക്ക് ചിലതെല്ലാം മനസ്സിലായി. ഇവൾ, കണ്ണപ്പൻ തന്നെ കരുവാക്കുകയാണെന്ന് കരുതി രക്ഷിക്കാൻ ശ്രമിക്കുന്നു.

കണ്ണപ്പൻ തനിച്ചാണ് തന്നെ കുടുക്കാൻ ശ്രമിക്കുന്നതെന്നാണ് രാജകുമാരൻ കരുതിയത്. യഥാർത്ഥത്തിൽ അവൻ ഒരു മഞ്ഞുമലയുടെ അറ്റം മാത്രമാണെന്ന് അദ്ദേഹത്തിനറിയില്ല. മലയുടെ ഭൂരിഭാഗവും കടലിനുള്ളിൽ മുങ്ങിക്കിടക്കുകയാണ്. ഏതായാലും കുടുങ്ങി. ഇനിയെങ്കിലും ഭാവിയിൽ കരുതിയിരിക്കാമെന്ന് അദ്ദേഹം അംബികയ്ക്ക് വാക്കു കൊടുത്തു. പക്ഷേ, അപ്പോഴും കണ്ണപ്പൻ കൊടുക്കാറുള്ള കാപ്പിക്കു വേണ്ടി അയാൾ അതിയായി ആഗ്രഹിച്ചുകൊണ്ടിരുന്നു.

ഇതിനിടയിൽ രാജഗൃഹത്തിന് പുറത്ത് കുതിരക്കുളമ്പടി കേട്ടു. കണ്ണപ്പൻ തിരികേ വരുന്നതാവുമെന്ന് അംബിക ഊഹിച്ചു. തനിക്ക് പോകേണ്ട സമയമായിരിക്കുന്നു. അവന്റെ ദുരുദ്ദേശ്യങ്ങൾ കേളപ്പനാരെ ബോദ്ധ്യപ്പെടുത്താൻ കഴിഞ്ഞോ എന്ന് തിട്ടമില്ല. കേളപ്പനാരുടെ മാനസികാവസ്ഥയാകട്ടെ അതിനൊട്ടും പര്യാപ്തമായിരുന്നില്ലതാനും. ദൈവത്തിന് മാത്രമേ അദ്ദേഹത്തെ സഹായിക്കാൻ കഴിയൂ. എന്നിരുന്നാലും രാജകുമാരനോടും ഈ പുണ്യഭൂമിയോടുമുള്ള കടമ താൻ നിർവ്വഹിച്ചു.

കുതിരക്കുളമ്പടിശബ്ദം കേട്ടതോടെ ആരോ രാജഗൃഹത്തിനടുത്ത് എത്തിച്ചേർന്നതായി അവൾ ഊഹിച്ചു. ഉടൻതന്നെ കിടപ്പുമുറിവിട്ട് അടുക്കളയിലൂടെ പുറത്തിറങ്ങി. അവളെ കണ്ടതോടെ വൃദ്ധയും തിടുക്കത്തിൽ പുറത്തിറങ്ങി.

പതിനാല്

അംബിക വളരെ പരിഭ്രമത്തിലായിരുന്നു. രാജകുമാരന് എന്തോ സംഭവിച്ചതായി അവൾക്ക് തോന്നി. മറ്റുള്ളവർ എന്താണ് പറഞ്ഞതെന്ന് മനസ്സിലാക്കാൻപോലും അദ്ദേഹത്തിന് കഴിയില്ലെന്ന് തോന്നുന്നു. കണ്ണപ്പനെക്കുറിച്ച് താൻ പറഞ്ഞതൊക്കെ മനസ്സിലായോ എന്നും ഉറപ്പില്ലായിരുന്നു. കണ്ണപ്പൻ വീണ്ടും രാജഗൃഹത്തിലേക്ക് എത്തിച്ചേർന്നതായി അവൾക്ക് തോന്നി. വൃദ്ധയോടൊപ്പം ഉടൻതന്നെ അവിടെനിന്ന് പുറത്തിറങ്ങി ശങ്കരേശ്വരന്റെ വീട്ടിലേക്ക് നടന്നു. തിടമ്പ് നൃത്തം കഴിഞ്ഞ് മാമൻ വീട്ടിലേക്കുമടങ്ങിയിട്ടുണ്ടാകും. അദ്ദേഹം എത്തുന്നതിനുമുമ്പ് തിരികെയെത്തണം. ആർച്ച കാത്തിരിക്കുന്നുണ്ടാകും. അവൾ വളരെ വേഗത്തിൽ നടക്കുകയായിരുന്നു.

"അംബികേ.." അലർച്ചകേട്ട് അവൾ ഞെട്ടിപ്പോയി. മാമൻ മുന്നിൽ നില്ക്കുന്നു.! അദ്ദേഹം വല്ലാത്ത ദേഷ്യത്തിലാണെന്ന് കണ്ണുകൾ വിളിച്ചോതി. ദേഷ്യത്തോടെ അദ്ദേഹം ചോദിച്ചു..

"നീ എവിടെപ്പോയതാ..?"

കോപിഷ്ഠനായി അവളെ ചോദ്യംചെയ്തു. അംബിക പേടിച്ചുപോയി. അവൾ ശബ്ദം താഴ്ത്തി പറഞ്ഞു

"ഞാൻ മാമനെ തിരക്കിവന്നതാണ്."

"ഞാൻ ഇവിടെയുണ്ടെന്ന് നിന്നോടാരാണ് ചൊല്ലിയത്?" ശങ്കരേശ്വരന്റെ ശബ്ദം നാടാകെ മുഴങ്ങിയിട്ടുണ്ടാകും.

"എന്നോടാരും പറഞ്ഞതല്ല മാമാ.. ഞാൻ ഊഹിച്ചതാണ്."

"അംബികേ.. എന്നോട് കള്ളം പറയരുത്. സത്യം പറഞ്ഞാൽ കഴിയുന്നതാണെങ്കിൽ ഞാൻ നിന്നെ സഹായിക്കും. എന്താണ് സംഭവിച്ചത്? നീ എവിടെയായിരുന്നു.?"

"ഞാൻ കള്ളം പറഞ്ഞതല്ല. മാമനെ വീട്ടിൽ കാണാത്തതിനാൽ അമ്പലത്തിൽ അന്വേഷിച്ചുപോയിരുന്നു."

"തിടമ്പ് നൃത്തത്തിന് പോകുമെന്ന് ഞാൻ ഇന്നലെ പറഞ്ഞതല്ലേ?"

"ആർച്ചയോട് ചോദിച്ചപ്പോൾ അവൾ ഒന്നും പറഞ്ഞില്ല. പേടികൊണ്ടാണ് ഞാൻ മാമനെത്തേടി അമ്പലത്തിലേക്ക് വന്നത്."

"ഇതൊക്കെ ആർച്ച എങ്ങനെയറിയും? അമ്മായിക്ക് അറിയാമായിരുന്നല്ലോ? നീ അവളോട് ചോദിച്ചോ?"

"ഇല്ല മാമാ.. ഞാൻ മാമനെ അന്വേഷിക്കുന്ന നേരത്ത് അമ്മായി കുളിക്കുകയായിരുന്നു. അതുകൊണ്ടാണ് ചോദിക്കാതിരുന്നത്."

"പിന്നെ?"

"ഞാൻ അമ്പലത്തിൽ വന്നപ്പോൾ മാമൻ ദുർഗ്ഗാദേവിയുടെ തിടമ്പ് ശിരസ്സിലേറ്റി നൃത്തം ചെയ്യുന്നത് കണ്ടു."

"ശരിയാണ്. ഞാനും നിന്നെ കണ്ടിരുന്നു. അതിനുശേഷമോ?"

"രാജകുമാരനെയും സുഹൃത്തിനേയും അമ്പലത്തിൽ കയറ്റാതെ ക്ഷേത്രത്തിലെ തന്ത്രി തടയുന്നത് കണ്ടു."

"അതേ.. ഞാനും കണ്ടിരുന്നു."

"പിന്നെ എന്തുകൊണ്ടാണ് അങ്ങ് അതിൽ ഇടപെടാത്തത്?"

"അവർ ലഹരിക്കടിമയായി മോശമായ അവസ്ഥയിലായിരുന്നു. അങ്ങനെയുള്ള ഒരാൾ, അത് നമ്മുടെ രാജാവായാൽപ്പോലും ക്ഷേത്രത്തിൽ പ്രവേശിപ്പിക്കില്ല. ഇനി ഞാൻ ഇടപെട്ടാലും മദ്യപിച്ചവരെ ഒരിക്കലും ക്ഷേത്രത്തിനകത്ത് പ്രവേശിപ്പിക്കില്ല. അവർ ചെയ്തത് തെറ്റാണ്. അതേക്കുറിച്ച് ചർച്ചചെയ്യാൻ എനിക്ക് ഒട്ടും താൽപ്പര്യമില്ല. നീ എവിടെയാണ് പോയതെന്ന് പറയൂ."

"എനിക്ക് ഒന്നും ഒളിച്ചുവെക്കാനില്ല, ഞാൻ രാജകുമാരന്റെ പിന്നാലെ പോയി."

"അവർ എവിടേക്കാണ് പോയത്?"

"രാജഗൃഹത്തിലേക്ക്"

"നീ അവരെ കണ്ടോ?"

"ഞാൻ രാജകുമാരനെ കണ്ടു, സംസാരിച്ചു."

"നീ അദ്ദേഹത്തോട് എന്തു പറഞ്ഞു..?"

"കണ്ണപ്പനെ വിശ്വസിക്കരുതെന്നും അവൻ യുവരാജാവിനെ കെണിയിൽപ്പെടുത്താൻ നോക്കുകയാണെന്നും പറഞ്ഞു. പക്ഷേ, ഞാൻ പറഞ്ഞത് അദ്ദേഹം മനസ്സിലാക്കിയോ എന്ന് എനിക്ക് ഉറപ്പില്ല"

"കേട്ടപ്പോൾ അദ്ദേഹം എന്തു പറഞ്ഞു?"

"എന്തെങ്കിലും പറയുന്നതിനുമുമ്പേ ഒരു കുതിരക്കുളമ്പടിശബ്ദം കേട്ടു. മിക്കവാറും അത് കണ്ണപ്പനാവാൻ സാദ്ധ്യതയുണ്ടെന്ന് തോന്നിയതിനാൽ ഞാൻ സ്ഥലംവിട്ടു."

സാധാരണഗതിയിൽ അന്തർജ്ജനങ്ങൾക്ക് പുറത്തുള്ളവരോട് സംസാരിക്കുന്ന ശീലമില്ല. എന്നാൽ ധീരയായ ഈ പെൺകുട്ടി രാജകു

മാരനെ കാണുകയും കൂട്ടുകാരന്റെ കെണിയെക്കുറിച്ച് പറയുകയും ചെയ്തിരിക്കുന്നു. ഇങ്ങനെയൊക്കെ ചെയ്യാൻ ഇവളെ പ്രേരിപ്പിക്കുന്നത് എന്താണ്? ശങ്കരേശ്വരൻ അല്പനേരം ആലോചിച്ചു. അംബികയ്ക്ക് രാജകുമാരനോട് പ്രണയമായിരിക്കുമോ എന്നൊരു സംശയം അയാൾക്കുണ്ടായി. അയാൾ അംബികയോട് ചോദിച്ചു.

"അംബീ.. രാജകുമാരനുവേണ്ടി എന്തിനാണ് നീ ഇത്രയേറെ ബുദ്ധിമുട്ടുന്നത്. ആചാരം ലംഘിച്ച് ഏരുവേശ്ശിയിൽനിന്ന് ഇവിടേക്ക് വന്നത്, അദ്ദേഹത്തെ ദുശ്ശീലങ്ങളിൽനിന്നും ചീത്തകൂട്ടുകെട്ടിൽനിന്നും രക്ഷിക്കാൻ നീ ആഗ്രഹിക്കുന്നത്, രാജഗൃഹത്തിൽച്ചെന്ന് സുഹൃത്തിന്റെ ചതിയെക്കുറിച്ച് പറയുന്നത്.. അസാധാരണമായ പ്രവൃത്തികളാണ് നീ ചെയ്തുകൊണ്ടിരിക്കുന്നത്. എന്താ നിന്റെ ഉദ്ദേശ്യം? കേവലം മനുഷ്യത്വത്തിനപ്പുറം മറ്റെന്തോ ആണെന്ന് എനിക്ക് തോന്നി.. നീ എന്നോടെങ്കിലും സത്യം തുറന്നുപറയണം."

അവൾ സ്തംഭിച്ചുപോയി. മാമൻ എങ്ങനെ തന്റെ മനസ്സ് വായിച്ചറിഞ്ഞു? എന്താണ് സംഭവിച്ചത് എന്നതിനപ്പുറം എന്തെങ്കിലും പറയാൻ ഇതല്ല ശരിയായ സമയം. എന്നാൽ മനുഷ്യരാശിയിലിതുവരെ സ്നേഹത്തിന്റെ ശക്തി കണക്കാക്കാൻ ആർക്കും കഴിഞ്ഞിട്ടില്ല.

അവൾ സൗമ്യമായി പറഞ്ഞു.

"ഒന്നുമില്ല മാമാ. പുഴയിൽ വീണ ഞാൻ മരണത്തെ മുഖാമുഖം കണ്ടപ്പോൾ അദ്ദേഹം രക്ഷിച്ചു. പകരം അതുപോലെയല്ലെങ്കിലും മറ്റൊരു അപകടത്തിൽപ്പെട്ട അദ്ദേഹത്തെ രക്ഷിക്കേണ്ടത് എന്റെ കടമയല്ലേ? അതിൽ കൂടുതലൊന്നുമില്ല."

"അങ്ങനെയെങ്കിൽ പ്രശ്നങ്ങളൊന്നുമില്ല. പക്ഷേ.. അതിനുമപ്പുറം എന്തെങ്കിലും ഉണ്ടെങ്കിൽ അത് വളരെ ഗുരുതരമായി കാണേണ്ടിവരും."

അംബികയിൽനിന്ന് മറുപടിയൊന്നുമുണ്ടായില്ല.

"ഇനി നീ എന്താണ് ചെയ്യാൻ പോകുന്നത്?"

"മാമൻ പറഞ്ഞോളൂ. ആ നിർദ്ദേശങ്ങൾ അനുസരിച്ച് പ്രവർത്തിച്ചോളാം."

അതിനിടയിൽ അവർക്കു അടുത്തേക്ക് വന്നുകൊണ്ടിരിക്കുന്ന കുതിരയുടെ ശബ്ദം കേട്ടു. ശങ്കരേശ്വരൻ അവളോട് ആജ്ഞാപിച്ചു.

"നീ എങ്ങോട്ടെങ്കിലും മറഞ്ഞിരിക്ക്. അത് ചിലപ്പോൾ കണ്ണപ്പനായിരിക്കും. അവൻ നമ്മളെ കാണാനിടയാവരുത്. അത് നമുക്ക് അനാവശ്യമായ കുഴപ്പങ്ങൾ ഉണ്ടാക്കും."

രണ്ടുപേരും പെട്ടെന്നുതന്നെ വഴിയോരത്തെ വലിയൊരു മരത്തിന് പിന്നിൽ മറഞ്ഞിരുന്നു. ശങ്കരേശ്വരൻ ഊഹിച്ചത് ശരിയായിരുന്നു. വന്നത് കണ്ണപ്പൻതന്നെ. അതിവേഗത്തിൽ രാജഗൃഹം ലക്ഷ്യമാക്കി അവൻ കുതിച്ചു. എന്തിനാണ് അയാൾ കുറുക്കുവഴിയിലൂടെ പോയതെന്ന് ശങ്കരേശ്വരൻ ചിന്തിച്ചു? എന്തെങ്കിലും അത്യാവശ്യമുണ്ടായോ? അവൻ പോയി, കുറച്ചുകഴിഞ്ഞശേഷം രാജഭവനത്തിൽനിന്നു രണ്ടു കുതിരകൾ

തിരികെവരുന്നതു കണ്ടു. ഒളിയിടത്തിൽനിന്നുകൊണ്ട് തന്നെ അവർ സൂക്ഷിച്ചുനോക്കി. കുതിരപ്പുറത്തേറി വരുന്ന ഒരാൾ ഏരുവേശ്ശികൊട്ടാരത്തിലെ സേവകനാണ്. ശങ്കരേശ്വരന് അയാളെ നേരത്തേയറിയാം. മറ്റൊരു കുതിരയിൽ കേളപ്പനാരായിരുന്നു. അദ്ദേഹം പാതിമയക്കത്തിലാണെന്നു തോന്നിച്ചു. സേവകന്റെ മുഖത്ത് വല്ലാത്ത തിടുക്കം ദൃശ്യമാണ്. അവർ എവിടേക്കാവും പോകുന്നത്? ഏതായാലും രാജകുമാരൻ സുരക്ഷിതമായ കൈകളിലാണെന്ന് ശങ്കരേശ്വരനുറപ്പായി. പിന്നീട് കണ്ണപ്പൻ വരുന്നുണ്ടോ എന്ന് അവർ കാത്തിരുന്നു. ഏതാനും സമയം കഴിഞ്ഞപ്പോൾ അവർ പ്രതീക്ഷിച്ചതുപോലെ കണ്ണപ്പനും മടങ്ങി. പക്ഷേ, അവൻ ഏരുവേശ്ശിയിലേക്കുള്ള വഴിയിലൂടെയല്ല, മറിച്ച് കൊടുംകാട്ടിലേക്ക് പോകുന്ന ദിശയിലേക്ക് തിരിയുന്നതാണ് കണ്ടത്. അപകടകാരിയായ ഈ ചെറുക്കൻ എങ്ങോട്ടാണ് പോകുന്നതെന്ന് അവർക്ക് മനസ്സിലായില്ല. അവനെ പിന്തുടർന്നാലോ എന്ന് ചിന്തിച്ചു. പക്ഷേ, കുതിരയില്ലാതെ എങ്ങനെ സാദ്ധ്യമാവും.? ഒരു കുതിരയെ ലഭിക്കാൻ എന്താണ് വഴി? ശങ്കരേശ്വരൻ ആലോചിച്ചു. പെട്ടെന്ന് ഒരു വെള്ളക്കുതിര അവരുടെ അടുക്കലെത്തിനിന്നു. അതിൽനിന്ന് ഒരു ചെറുപ്പക്കാരൻ ഇറങ്ങി. അത് ശങ്കരേശ്വരന്റെ മകൻ ഉണ്ണികൃഷ്ണനായിരുന്നു. മകനെക്കണ്ട ശങ്കരേശ്വരന് അത്യധികം സന്തോഷമായി.

ഉണ്ണിക്കൃഷ്ണൻ കണ്ണൂരിൽ ആയുർവേദം പഠിക്കുകയാണ്. അതിന് കഠിനവും നിരന്തരമായ പരിശീലനവും ആവശ്യമാണ്. മൂന്നുമാസക്കാലമായി അയാൾ കണ്ണൂരിലാണ്. വീട്ടിലേക്കുവരാൻ കഴിഞ്ഞ ദിവസമാണ് ഗുരുകുലത്തിൽനിന്ന് അനുവാദം ലഭിച്ചത്. വീട്ടിൽ വന്നപ്പോൾ അംബിക വന്നിട്ടുണ്ടെന്നും ശങ്കരേശ്വരനെ കാണാൻ ക്ഷേത്രത്തിൽ പോയെന്നും ആർച്ച പറഞ്ഞതനുസരിച്ച് ചെന്നപ്പോൾ അവിടെക്കണ്ടില്ല. അങ്ങനെ തിരഞ്ഞ് വന്നതാണ്.

ശങ്കരേശ്വരൻ ഉണ്ണിക്കൃഷ്ണനോടൊപ്പം അംബികയെ വീട്ടിലേക്ക് പറഞ്ഞുവിട്ടു. ശേഷം വെള്ളക്കുതിരപ്പുറത്തു കയറി കണ്ണപ്പനെ പിന്തുടർന്ന് കൊടുംകാട്ടിലേക്ക് തിരിച്ചു. അംബികയുടെ മനസ്സ് മുഴുവൻ കേളപ്പനാരെക്കുറിച്ചുള്ള ചിന്തയായിരുന്നു. അദ്ദേഹം ഇപ്പോഴും അപകടത്തിലാണെന്ന് അവൾക്കുതോന്നി.

വീട്ടിലെത്തുംമുന്നേ മറ്റൊരുകുതിരയെ കൊണ്ടുവരാൻ ഉണ്ണിക്കൃഷ്ണനോട് അവൾ ആവശ്യപ്പെട്ടു. അവൻ അമ്പരന്നു.

“നിനക്ക് കുതിരസവാരി അറിയുമോ?”

“അതൊക്കെ പിന്നെപ്പറയാം. വേഗം ഒരു കുതിരയെ കൊണ്ടുവരൂ. എനിക്ക് മാമന്റെ പിന്നാലെ പോയേ പറ്റൂ. വേണമെങ്കിൽ നീയും വന്നോളൂ. പക്ഷേ.. എനിക്ക് പ്രത്യേകം ഒരു കുതിര വേണം” അവൾ തറപ്പിച്ചു പറഞ്ഞു.

അംബിക പറഞ്ഞതിൽ കാര്യമുണ്ടെന്ന് ഉണ്ണിക്കൃഷ്ണന് തോന്നി. അച്ഛനെ ഒറ്റയ്ക്ക് കാടിനുള്ളിൽ വിട്ടത് ശരിയായില്ല. അദ്ദേഹത്തിന്റെ

പിന്നാലെ ചെല്ലേണ്ടതും അപകടമുണ്ടായാൽ സഹായിക്കേണ്ടതും തന്റെ കടമയാണ്. ഇപ്പോൾ വീട്ടിലേക്ക് മടങ്ങേണ്ടെന്ന് ഇരുവരും തീരുമാനിച്ചു. കുതിരകളെ വാടകയ്ക്ക് കൊടുക്കുന്ന ഒരു കുതിരക്കച്ചവടക്കാരന്റെ അടുത്തേക്ക് പോയി അവർ രണ്ടു കുതിരകളെ എടുത്തു. രാജഗൃഹത്തിലേക്കുള്ള വഴിയിലേക്കാണ് അവർ പോയത്. അതിനിടെ ഉണ്ണിയിൽനിന്ന് കുതിരസവാരിയുടെ അടിസ്ഥാനതത്ത്വങ്ങൾ അംബിക മനസ്സിലാക്കി. സാവധാനത്തിൽ കുതിരപ്പുറത്തുകയറി ഓടിക്കാൻ കഴിയുമെന്ന ആത്മവിശ്വാസത്തോടെ മുന്നോട്ടുനീങ്ങി.

ശങ്കരേശ്വരൻ പോയവഴിയേ കുതിരയെ നടത്താൻ ഉണ്ണി പറഞ്ഞു. കുറച്ചുനേരം അവനെ പിന്തുടർന്ന അംബിക പെട്ടെന്ന് മൂത്തേടത്ത് അരമനഭാഗത്തേക്കുള്ള വഴിയിലൂടെ കുതിരയെ ഓടിച്ചു. മുന്നിൽ പോയ്ക്കൊണ്ടിരുന്ന ഉണ്ണിക്കൃഷ്ണൻ തന്നെ അംബിക പിന്തുടരുന്നുണ്ടെന്ന് കരുതി. ഏറെസമയത്തിനുശേഷം അവൻ തിരിഞ്ഞുനോക്കിയപ്പോൾ അംബിക തന്റെ പിന്നിലില്ലെന്നുകണ്ട് അയാൾ കുതിരയെ വന്നവഴിയേ തിരിച്ചുവിട്ട് അവളെ തിരഞ്ഞു. പക്ഷേ, കണ്ടെത്താനായില്ല. അംബികയെ തിരയണോ അതോ അച്ഛനെ തിരയണോ? ഉണ്ണിക്കൃഷ്ണൻ കടുത്ത ആശയക്കുഴപ്പത്തിലായി. ഒടുവിൽ ആദ്യം അച്ഛനെ അന്വേഷിച്ചുകണ്ടെത്താൻ തീരുമാനത്തിലെത്തി നിബിഡവനത്തിലേക്ക് കുതിരയെ പായിച്ചു.

പതിനഞ്ച്

കുതിരസവാരി ചെയ്യാൻ കഴിവുണ്ടെങ്കിലും ആയോധനകലയിലോ മറ്റ് സ്വയംപ്രതിരോധ മാർഗ്ഗങ്ങളിലോ ഉണ്ണിക്കൃഷ്ണൻ വിദഗ്ദ്ധനായിരുന്നില്ല. കൊടുംകാട്ടിലേക്ക് പോകാൻ കൃത്യമായ പാതകളൊന്നുമുണ്ടായിരുന്നില്ല. എന്നാൽ മുമ്പ് കുതിരകൾ പോയിരുന്ന കാല്പാടുകൾ തിരിച്ചറിയാൻ അയാൾക്ക് കഴിഞ്ഞു. അടയാളങ്ങൾ ശ്രദ്ധാപൂർവ്വം വീക്ഷിക്കുകയും അതേപാതയിലൂടെ യാത്രതുടരുകയും ചെയ്താൽ അച്ഛനെ എത്രയും വേഗം കണ്ടെത്താൻ കഴിയുമെന്ന് പ്രതീക്ഷയുണ്ടായിരുന്നു.

അച്ഛനെ കണ്ടെത്തുകയെന്ന ഒറ്റച്ചിന്തയിൽ മുഴുകിയതിനാൽ കാടിന്റെ മനോഹാരിതയൊന്നും അയാളെ തെല്ലും ആകർഷിച്ചില്ല. കാടിനുള്ളിലേക്ക് പ്രവേശിക്കുന്തോറും ചൂട് കുറഞ്ഞ് അന്തരീക്ഷം തണുത്തുതുടങ്ങി. ഉയരം കൂടിയ മരങ്ങളുടെ പച്ചമേലാപ്പ് ഉച്ചവെയിലിനെ തടയുന്നുണ്ടെങ്കിലും ശിഖരങ്ങൾക്കിടയിലൂടെ ചിലയിടങ്ങളിൽ അരിച്ചിറങ്ങി ഉണ്ണിക്കൃഷ്ണനെ ക്ഷീണിതനാക്കുന്നുമുണ്ട്. പക്ഷികളുടെ മനോഹരമായ ഗാനാലാപനങ്ങളൊന്നും അയാൾ ശ്രദ്ധിച്ചതേയില്ല. കൂർത്ത പാറക്കെട്ടുകളും വഴിനീളേ കടപുഴകിവീണ മരങ്ങളും നിലംപറ്റെ പടർന്ന മരച്ചില്ലകളും വേഗത്തിലുള്ള യാത്രയെ തടസ്സപ്പെടുത്തി. ചിലയിടങ്ങളിൽ ചെളിവെള്ളം കെട്ടിക്കിടക്കുന്നുണ്ട്. ചവുട്ടിയരയ്ക്കപ്പെട്ട ചില്ലകൾ കുതിരകളുടെ യാത്രാപഥത്തെ അടയാളപ്പെടുത്തി. അതോടെ ശരിയായ ദിശയിലൂടെയാണ് യാത്ര ചെയ്യുന്നതെന്ന് അയാൾക്കുറപ്പായി.

ഇതുവരെ കണ്ടിട്ടില്ലാത്ത വിവിധയിനം പക്ഷികൾ, അണ്ണാൻ, ചെറുതും വലുതുമായ മുയലുകൾ തുടങ്ങിയവയൊക്കെ തലങ്ങും വിലങ്ങും പായുന്നുണ്ട്. പക്ഷികളുടെ പാട്ടുകൾ, അണ്ണാറക്കണ്ണന്റെ ചിൽ ചിൽ ശബ്ദങ്ങൾ, ഇലച്ചാർത്തുകൾക്കിടയിലൂടെ കാറ്റിന്റെ ചൂളംവിളി..

പക്ഷേ, ഇതൊന്നും ആസ്വദിക്കാനുള്ള മന:സ്ഥിതിയായിരുന്നില്ല ഉണ്ണി ക്കൃഷ്ണന്. കാട്ടുപൂക്കളുടെ ഗന്ധം മാത്രമല്ല, നനഞ്ഞ മണ്ണിന്റെ മണവും അഴുകിയ ചെടികളുടേയും മൃഗങ്ങളുടെയും ദുർഗ്ഗന്ധവും കാറ്റിനൊപ്പം ഒഴുകിപ്പരക്കുന്നുണ്ട്.

ഇടതൂർന്ന കാട് പിന്നിട്ട് ഒറ്റപ്പെട്ട മരങ്ങളുള്ള വെളിമ്പ്രദേശത്ത് എത്തിച്ചേർന്നപ്പോഴാണ് അയാൾ ആ കാഴ്ച കണ്ടത്. അതാ.. മരത്തിന്റെ ചുവട്ടിൽ തന്റെ വെള്ളക്കുതിര..! കുതിരയെ നിർത്തി ശ്രദ്ധാപൂർവ്വം പ്രദേശമാകെ നിരീക്ഷിച്ചു. ആരെങ്കിലുമുണ്ടോ? എവിടെനിന്നോ ഒരു ഞരക്കം കേട്ടതായിതോന്നിയോ? മണ്ണിലും കരിയിലകളിലും അവിടവിടെ ഇറ്റു വീണ രക്തത്തുള്ളികൾ. ആരെയോ വലിച്ചിഴച്ച പാടുകൾ. അപകടം മണത്തു. ജാഗ്രതയോടെ ചോരയിറ്റുവീണ വഴിയേ നടന്നു. ഇല്ലിപ്പടർപ്പു കൾക്കിടയിൽ പഴന്തുണിക്കെട്ടുപോലെ ആരോ ഒരാൾ.!

ബോധമില്ലാതെ കിടക്കുന്ന ആ മനുഷ്യൻ ശങ്കരേശ്വരനായിരുന്നു. ഉണ്ണിക്കൃഷ്ണന്റെ ഉടലാകെ വിറയൽ ബാധിച്ചു. ഏതാണ്ട് മരിച്ചതു പോലെ കിടക്കുകയാണ് അച്ഛൻ. ദയനീയമായിരുന്നു ആ കാഴ്ച. കഠിനമായി മർദ്ദനമേറ്റ അയാളുടെ വായിലൂടെ രക്തം ഒലിച്ചിറങ്ങുന്നതു കൂടാതെ വയറ്റിൽ ഒരു കത്തി കുത്തിയിറക്കിയിട്ടുമുണ്ട്. ഏത് ദുഷ്ടനാണ് ഇങ്ങനെയെല്ലാം ചെയ്തത്? അച്ഛന് അടിയന്തരമായി വൈദ്യസഹായം കിട്ടിയേപറ്റൂ. കാട്ടിൽവച്ച് ചികിത്സിക്കുന്നത് ബുദ്ധിമുട്ടാണെങ്കിലും അടിയന്തരചികിത്സ നല്കാതിരിക്കുന്നത് അപകടകരമാണ്. മനസ്സാന്നിദ്ധ്യം വീണ്ടെടുത്ത് അയാൾ കാടിന്റെ ഉൾഭാഗത്ത് കയറി പരതി. ഔഷധഗുണ മുള്ള ഏതാനും ചെടികൾ ലഭിച്ചു. ആവശ്യമുള്ള ഇലകൾ പറിച്ചെടുത്ത് കൈവെള്ളയിലിട്ട് തിരുമ്മി. ഉടലിൽ ആഴ്ന്നിറങ്ങിയ കത്തി വലിച്ചൂരി മുറിവിൽ മരുന്ന് പുരട്ടി. ക്രമേണ രക്തമൊഴുകുന്നത് നിലച്ചു. പക്ഷേ, ശ്വാസമെടുക്കാൻ വല്ലാതെ ബുദ്ധിമുട്ടുന്നുണ്ട്.

തനിക്കുനേരെയും ആക്രമണമുണ്ടാവുമോ എന്ന് അയാൾ ഭയന്നു. ഉൾക്കാട്ടിൽ അജ്ഞാതരായ അക്രമികൾ മറഞ്ഞിരിക്കുന്നുണ്ടോ? അയാൾ ചുറ്റുപാടും നിരീക്ഷിച്ച് ചെവിയോർത്തു. ഇല്ല.. ആരുമില്ല.. ചിലപ്പോൾ അച്ഛൻ മരിച്ചെന്നുകരുതി അക്രമികൾ സ്ഥലംവിട്ടിരിക്കും. ഒരുവിധം അദ്ദേഹത്തെ തോളിലെടുത്ത് കുതിരപ്പുറത്ത് കയറ്റി അയാൾ ശരവേഗത്തിൽ കുതിച്ചു.

വഴികളെക്കുറിച്ച് അയാൾക്ക് ഏകദേശം ധാരണയുണ്ടായതിനാൽ തിരിച്ചുപോകാൻ ഏറെ ബുദ്ധിമുട്ടുമുണ്ടായില്ല. സമയത്തിന്റെ വിലയെന്തെന്ന് അയാൾ ആദ്യമായി തിരിച്ചറിഞ്ഞു. ചികിത്സയ്ക്ക് ആവശ്യമായ മരുന്നുകൾ ചെറുതാഴത്ത് ലഭ്യമാണെന്ന് ഉണ്ണിക്കറിയാം. വൈകിയാൽ ഗുരുതരമായ മുറിവ് കാരണം പിതാവിന്റെ ജീവൻ നഷ്ടപ്പെടാനിടയുണ്ട്. അയാൾ കുതിരയെ പരമാവധി വേഗതയിൽ ഓടിച്ചു.

പടിഞ്ഞാറ് ചെങ്കനൽ കെട്ടടങ്ങിയപ്പോൾ ചെറുതാഴത്ത് എത്തി. ദീപാലങ്കാരങ്ങൾ നിറഞ്ഞുകത്തുന്ന ഹനുമാരമ്പലം. ആരോടും സഹാ

യമഭ്യർത്ഥിക്കാനൊന്നും സമയമില്ല. ഉണ്ണിക്കൃഷ്ണൻ വേഗത്തിൽ ഇല്ല ത്തെത്തി അച്ഛനെ കട്ടിലിൽ കിടത്തി, അദ്ദേഹത്തെ നന്നായി പരിശോ ധിച്ചു. വളരെ സാവധാനത്തിലാണ് ഹൃദയം മിടിക്കുന്നത്. അത്യാവശ്യ മായി കുറച്ചുകൂടി മരുന്ന് വേണ്ടതുണ്ട്. അച്ഛന്റെ അവസ്ഥ കണ്ട് ആർച്ച ഉച്ചത്തിൽ നിലവിളിച്ചു. ഉണ്ണികൃഷ്ണന്റെ രൂക്ഷനോട്ടത്തിൽ അവൾ എങ്ങ ലടിച്ചും മൂക്കു ചീറ്റിയും കണ്ണീരൊഴുക്കി. അമ്മയാവട്ടെ ഒരക്ഷരം മിണ്ടാ തെയും ഇമചിമ്മാതെയും ജീവച്ഛവംപോലെ അച്ഛനെ ഉറ്റുനോക്കി ക്കൊണ്ടേയിരുന്നു.

"അച്ഛന് കുത്തേറ്റിട്ടുണ്ട്; ആഴത്തിലുള്ള മുറിവുകളാണ്. എത്രയും പെട്ടെന്ന് കുറച്ച് മരുന്നുകൾകൂടി ആവശ്യമുണ്ട്. ഈ വിവരം ഇപ്പോൾ ആരോടും പറയരുത്. ഞങ്ങളെ ആരുംതന്നെ കണ്ടിട്ടില്ലെന്ന് തോന്നുന്നു. അഥവാ ആരെങ്കിലും ചോദിച്ചാലും സത്യം പറയരുത്. പനിയാണെന്നേ പറയാവൂ. ഞാൻ ഉടനേവരാം. ഹനുമാൻസ്വാമി അച്ഛനെ രക്ഷിക്കട്ടേ.."

അവർക്ക് കർശനമായ നിർദ്ദേശങ്ങൾ നല്കി അങ്ങാടിമരുന്നുകൾ വില്ക്കുന്ന പീടികയിലെത്തി. ആയുർവേദവിദ്യാർത്ഥി ആയതിനാൽ മരുന്നുകൾ തിരിച്ചറിയാൻ ബുദ്ധിമുട്ടിയില്ല, ശുദ്ധജലംകൊണ്ട് മുറിവ് വൃത്തിയാക്കി മരുന്നുപുരട്ടി കെട്ടി. മറ്റുചില മരുന്നുകൾ കുറേശ്ശെയായി വായിൽ ഒഴിച്ചുകൊടുത്തു. അല്പസമയം കഴിഞ്ഞപ്പോൾ ശങ്കരേശ്വരൻ പതിയെ കണ്ണുതുറന്ന് മൂന്നുപേരുടെ മുഖത്തും മാറിമാറിനോക്കി, പിന്നെ ഉറക്കത്തിലേക്ക് വീണു. അതുകണ്ട് എല്ലാവരും ആശ്വാസത്തിന്റെ ദീർ ഘനിശ്വാസം വിട്ടു.

ദിവസം മുഴുവൻ നീണ്ട മയക്കംകഴിഞ്ഞ് ശങ്കരേശ്വരൻ ഉണർന്ന പ്പോൾ കണ്ടത് മകനെയായിരുന്നു. പൂർണ്ണചന്ദ്രനെപ്പോലെ ആ മുഖം പ്രകാശിച്ചു. കട്ടിലിനുസമീപം ആർച്ചയും ഭാര്യയും കണ്ണിമയ്ക്കാതെ നോക്കിനിൽക്കുന്നതും അദ്ദേഹം കണ്ടു. താൻ എങ്ങനെയാണ് വീട്ടിലെ ത്തിയതെന്ന് അയാൾ ചോദിച്ചു.

"അച്ഛാ.. വീട്ടിലേക്ക് മടങ്ങുമ്പോൾ അംബിക വല്ലാതെ അസ്വസ്ഥ യായിരുന്നു. അച്ഛൻ ആരെയോ പിന്തുടർന്നെന്ന് പറഞ്ഞു. അത് അപകട കരമായ യാത്രയാണെന്ന് അംബിക സംശയിച്ചു. അതുകൊണ്ട് ഞങ്ങൾ കുതിരകളെ വാടകയ്ക്കെടുത്ത് അച്ഛന്റെ പിന്നാലെവന്നു. അവളെ കുതിരസവാരിയുടെ അടിസ്ഥാനകാര്യങ്ങൾ പഠിപ്പിക്കുകയും ചെയ്തു."

"എന്നിട്ട് അംബിക എവിടെ..?"

"അറിയില്ല.. കാട്ടിലേക്ക് വന്നപ്പോൾ അവൾ എന്റെ പിന്നാലെയു ണ്ടായിരുന്നു. അല്പദൂരം പിന്നിട്ടപ്പോൾ കാണാതായി. അവളെ തിരഞ്ഞെ ങ്കിലും കണ്ടെത്താൻ കഴിഞ്ഞില്ല. അച്ഛനെ കണ്ടെത്തുകയാണ് പ്രധാ നമെന്ന് എനിക്ക് തോന്നി."

"എത്രയും പെട്ടെന്ന് അംബികയെ കണ്ടെത്തണം. ഉണ്ണീ.. നീ കരു തുന്നതുപോലെയല്ല കാര്യങ്ങളുടെ കിടപ്പ്. അവൾ വലിയ അപകടത്തി ലാണ്."

"എന്ത് അപകടം? ഞാൻ എന്താണച്ഛാ ചെയ്യേണ്ടത്?"

"നീ ഉടനെ അരമനയിലേക്ക് പോകണം. ഒരുപക്ഷേ, അവളവിടെ യുണ്ടായിരിക്കാം. ഇല്ലെങ്കിൽ എനിക്ക് സംഭവിച്ചത് അവൾക്കും സംഭവി ച്ചേക്കും. ഉണ്ണീ.. എനിക്കിപ്പോൾ വലിയ കുഴപ്പമില്ല, അംബികയെ രക്ഷി ക്കേണ്ടത് അത്യാവശ്യമാണ്, ഒട്ടും സമയം കളയരുത്. നീ നിർദ്ദേശിച്ച മരുന്നുകളെല്ലാം ഞാൻ കഴിച്ചോളാം. പരമേശ്വരനോട് നമ്മൾ ഉത്തരം പറയേണ്ടിവരും. അതുകൊണ്ട് സാഹചര്യങ്ങളുടെ ഗൗരവം മനസ്സിലാക്കി ഉടൻ പോകുക."

"അച്ഛാ, എന്താ പറ്റിയതെന്ന് പറയൂ?"

"ഞാനും അംബികയും ഒരു വിഷവലയിൽ അകപ്പെട്ടു. കൊച്ചുത മ്പുരാനെ രക്ഷിക്കുക എന്നതായിരുന്നു ലക്ഷ്യം. പക്ഷേ, അത് ഇത്രയ ധികം അപകടമുണ്ടാക്കുമെന്ന് കരുതിയില്ല. മോനേ.. പോയി അംബികയെ രക്ഷിക്കൂ."

"അച്ഛനെ ആരാണ് കുത്തിയത്?"

"യുവരാജാവിന്റെ അടുത്ത സുഹൃത്തായ കണ്ണപ്പൻ..!"

"അവന് രാജാവിനോടല്ലേ ശത്രുത..? പിന്നെ എന്തിനാണ് അച്ഛനെ..?"

"മന്നനാർരാജ്യത്തിലെ പ്രശ്നങ്ങളുടെ മൂലകാരണം കണ്ടെത്താൻ ഞാൻ ശ്രമിച്ചു."

"അച്ഛാ..എനിക്ക് ഒന്നും മനസ്സിലാവുന്നില്ല, രാജ്യത്തിന് എന്താണ് പ്രശ്നം?"

"വിശദമായി പിന്നീട് പറയാം. എന്നാലും ചിലത് സൂചിപ്പിക്കാം. യുവ രാജാവിനോട് സൗഹൃദം കൂടുകയും അദ്ദേഹത്തിന്റെ അഭ്യുദയകാംക്ഷി യാണെന്ന് തെറ്റിദ്ധരിപ്പിച്ച് കുടിലത കാണിക്കുകയാണ് അവൻ. സത്യത്തിൽ ഇതിന്റെ പിന്നിൽ ചെറുശ്ശേരിതിലകനാണ്. അയാളുടെ നിർ ദ്ദേശപ്രകാരമാണ് കണ്ണപ്പൻ പ്രവർത്തിക്കുന്നത്."

"ആരാണ് ചെറുശ്ശേരി തിലകൻ?" ഉണ്ണിക്കൃഷ്ണന് ആകാംക്ഷയേറി.

"ചെറുശ്ശേരി തിലകവർമ്മ ഒരു വൃദ്ധനാണ്. ഏരുവേശ്ശിരാജ്യത്തിലെ രാജവംശത്തെ മുച്ചൂടും നശിപ്പിക്കാൻ ഒടുങ്ങാത്ത പകയുമായി തലമുറ കളായി പ്രതികാരം ചെയ്യാൻ ഒരുങ്ങിനില്ക്കുന്ന ഒരു വംശത്തിന്റെ ഒടു വിലത്തെ കണ്ണിയാണ് അയാൾ. കണ്ണപ്പൻ അയാളുടെ ചെറുമകനും. യുവ രാജാവിനെ ജനങ്ങളുടെമുന്നിൽ അപകീർത്തിപ്പെടുത്തുക, സമയമൊത്തു വന്നാൽ വധിക്കുക..!അതുവഴി മന്നനാർ വംശത്തെ ഇല്ലാതാക്കി തങ്ങൾക്ക് അവകാശപ്പെട്ടതാണെന്ന് അവർ കരുതുന്ന ഏരുവേശ്ശിരാ ജ്യത്തെ കാൽക്കീഴിലാക്കുക.. ഇതാണ് അവരുടെ ആത്യന്തികലക്ഷ്യം..!"

ഉണ്ണിക്കൃഷ്ണന് ഒന്നും മനസ്സിലായില്ല. അച്ഛനെക്കുറിച്ച് മാത്രമാ യിരുന്നു അയാൾക്ക് ആകുലത.

"പക്ഷേ.. അച്ഛനെ ആക്രമിച്ചതുകൊണ്ട് അവർക്ക് എന്ത് നേട്ടമാ ണുള്ളത്..?"

"ഞാൻ കണ്ണപ്പനെ പിന്തുടർന്ന് എത്തിയത് ചെറുശ്ശേരിയിലാണ്.

അവൻ മുത്തച്ഛനോട് സംസാരിക്കുന്നത് മറഞ്ഞുനിന്ന് ഞാൻ കേട്ടു. ഈ കാര്യങ്ങൾ സുരതിമന്നനാരെ അറിയിക്കണമെന്ന് നിശ്ചയിച്ച് കൊട്ടാരത്തിലേക്ക് പുറപ്പെട്ട എന്റെ പിന്നാലെ കണ്ണപ്പൻ വന്നു. വളരെ ശക്തനായിരുന്നു അവൻ. എനിക്ക് ഒന്നും ചെയ്യാൻ കഴിഞ്ഞില്ല. താഴെവീണ എന്റെ വയറ്റിൽ കഠാരകൊണ്ട് കുത്തി. മരിച്ചെന്ന് കരുതിയാവണം, അവൻ എന്നെ പൊന്തക്കാട്ടിലേക്ക് തള്ളിയിട്ടു.."

"എന്നിട്ട് അവൻ എങ്ങോട്ടാണ് പോയത്?"

"എനിക്ക് അറിയില്ല, അവൻ ധിറുതിപിടിച്ച് കുതിരപ്പുറത്തേറി എങ്ങോട്ടോ കുതിച്ചു. അയാൾക്ക് ഇതിനേക്കാൾ പ്രധാനപ്പെട്ട മറ്റെന്തോ കാര്യങ്ങളുണ്ടാവണം. ഇല്ലെങ്കിൽ എന്നെ തീർത്തേനെ..!" ഒരു നിമിഷത്തിനുശേഷം ശങ്കരേശ്വരൻ തുടർന്നു.

അംബികയെ ഞാൻ വഴിയിൽവച്ച് കണ്ടിരുന്നു. രാജാവിനെതിരേ അവർ ആസൂത്രണം ചെയ്യുന്ന ഗൂഢാലോചനയെക്കുറിച്ച് അവളോട് പറഞ്ഞു. കണ്ണപ്പൻ, തിലകന്റെ ചെറുമകനാണെന്നും മന്നനാർവംശത്തെ നശിപ്പിക്കുകയാണ് അവരുടെ ലക്ഷ്യമെന്നും ഇവ രാജാവിനെയോ കേളപ്പനാരെയോ അറിയിക്കണമെന്നും അവളോട് ഞാൻ ആവശ്യപ്പെട്ടിരുന്നു."

"പിന്നെയെങ്ങനെ അവൾ ഇവിടെയെത്തി? ഇപ്പോൾ എവിടെയായിരിക്കും?"

"അതെനിക്ക് അറിയില്ല. ഇതിനിടയിൽ ഒരു സന്ന്യാസിയും അതുവഴി വന്നു. തമ്പുരാനെ ഇക്കാര്യം അറിയിക്കാൻ അദ്ദേഹത്തോടും അപേക്ഷിച്ചിരുന്നു."

"അംബിക ഏരുവേശ്ശിയിലെത്തിയോ? അതോ കണ്ണപ്പൻ അപായപ്പെടുത്തിയോ? നമുക്കറിയില്ല. നീ കൊട്ടാരത്തിൽപ്പോയി അംബികയ്ക്ക് എന്താണ് സംഭവിച്ചതെന്ന് അന്വേഷിക്കുക. അവൾ ഏരുവേശ്ശിയിൽ എത്തിയില്ലെങ്കിൽ അതും തമ്പുരാനെ അറിയിക്കുക. ഇക്കാര്യത്തിൽ ഇനിയും വൈകിക്കൂടാ.."

സത്യത്തിൽ ഉണ്ണിക്ക് കാര്യമായൊന്നും മനസ്സിലായില്ല. തിലകന്റെ പ്രതികാരവും അച്ഛനെ ആക്രമിച്ചതിന്റെ കാരണങ്ങളും ഏതോ കെട്ടുകഥപോലെ അവന് തോന്നി. അച്ഛൻ അവരുടെ രഹസ്യങ്ങൾ രാജാവിനോട് വെളിപ്പെടുത്തിയേക്കുമോ എന്ന ഭയം കണ്ണപ്പന് ഉണ്ടായിരുന്നിരിക്കാം. കൂടുതൽ ചോദിക്കാൻ ഉണ്ണിക്കൃഷ്ണന് കഴിഞ്ഞില്ല. അച്ഛനെ പുതപ്പിച്ച് അയാൾ പുറത്തിറങ്ങി. ഏരുവേശ്ശിയിൽച്ചെന്ന് അംബികയെ കണ്ടുപിടിക്കേണ്ടത് അത്യാവശ്യമാണ്. അവളെ കണ്ടെത്താൻ കഴിഞ്ഞാൽ, പ്രശ്നങ്ങൾ തീരും. അല്ലാത്തപക്ഷം വേണ്ടിവരുന്ന നടപടികളെക്കുറിച്ച് ചിന്തിച്ച് കുതിരപ്പുറത്തേറി പരമാവധി വേഗതയിൽ ഏരുവേശ്ശിയിലേക്ക് പുറപ്പെട്ടു.

പതിനാറ്

കൂടെയുണ്ടായിരുന്ന അനുചരന്മാരിൽ ഒരാളാണ് ആ ദൃശ്യം സുരതിമന്നനാർക്ക് കാണിച്ചുകൊടുത്തത്. ആൽത്തറയിൽ ജടാധാരിയായ ഒരാൾ അനന്തതയിലേക്ക് കണ്ണുനട്ട് ഏകനായി ഇരിക്കുകയാണ്. മന്നനാർക്ക് ആശ്ചര്യം തോന്നി. പണ്ടുകാലത്ത് ത്രികാലജ്ഞാനികളായ ഋഷിമാർ കായ്കനികൾ ഭക്ഷിച്ച് തപസ്സനുഷ്ഠിക്കാറുള്ളതായി കേട്ടിട്ടുണ്ട്. അവർ ഉപയോഗിച്ചുപേക്ഷിച്ച ഗുഹാമുഖങ്ങൾ കാട്ടിൽ പലയിടങ്ങളിലും ഇപ്പോഴുമുണ്ടെന്ന് നാട്ടുകാരിൽ ചിലർ സാക്ഷ്യപ്പെടുത്തിയിട്ടുമുണ്ട്. പക്ഷേ, ഇക്കാലത്തും? ഇനി ഒരുപക്ഷേ, സിദ്ധന്റെ വേഷംകെട്ടി ആളുകളെ പറ്റിക്കാൻ ഇറങ്ങിത്തിരിച്ച എതെങ്കിലും കപടവേഷധാരിയാവുമോ?

മണിക്കടവിലും പ്രാന്തപ്രദേശങ്ങളിലുമുള്ള ഗോത്രജനതയുടെ ക്ഷേമകാര്യങ്ങൾ അന്വേഷിച്ച് മടങ്ങിവരികയായിരുന്നു മന്നനാർ. ആൽത്തറയുടെ മുന്നിൽ കുതിരയെ നിർത്തി അദ്ദേഹം സന്ന്യാസിയുടെ മുന്നിലെത്തി. പാദപതനംകേട്ട് കണ്ണു തുറന്ന സന്ന്യാസി ആപാദചൂഡം മന്നനാരെ ഉഴിഞ്ഞു.

“അങ്ങാരാണ്? വന്യമൃഗങ്ങളുടെ വിഹാരകേന്ദ്രമായ ഈ വനത്തിൽ ഒറ്റയ്ക്ക് അങ്ങ് എന്തിനാണ് കഴിയുന്നത്?” സുരതിമന്നനാർ ആരാഞ്ഞു.

“മന്നനാരേ.. നാം ആരായാലെന്ത്? വേണമെങ്കിൽ പരദേശിയായ ഒരു തീർത്ഥാടകനാണെന്ന് കരുതിക്കോളൂ.. ഉത്തരഭാരതത്തിലെ ഒട്ടുമിക്ക തീർത്ഥാടനകേന്ദ്രങ്ങളും ഹിമാലയവും നാം സന്ദർശിച്ചു. അപ്പോഴാണ് ഒരു സത്യം മനസ്സിലാക്കിയത്. സർവ്വവ്യാപിയാണ് ഈശ്വരൻ. ആ നിലയ്ക്ക് കാട്ടിലായാലും കൊട്ടാരത്തിലായാലും എന്താണ് വ്യത്യാസം? നാം ഏകാന്തതയിൽ അഭിരമിക്കാൻ ഇഷ്ടപ്പെടുന്നു മന്നനാരേ.. കാമക്രോധലോഭമോഹങ്ങൾ നശ്വരമല്ലേ?”

ഒരുപാട് ലോകം കണ്ട സന്ന്യാസിവര്യനോട് സുരതിമന്നനാർക്ക് മതിപ്പുതോന്നി.

“അങ്ങേയ്ക്ക് ഞാനെന്തെങ്കിലും സഹായം ചെയ്യേണ്ടതുണ്ടോ?”

“ആവശ്യമില്ല..” പിന്നെ സുരതിമന്നനാരെ ചുഴിഞ്ഞുനോക്കി ഒന്ന മർത്തിമൂളി. തന്റെ താടിയുഴിഞ്ഞ് അകലേക്ക് നോക്കി അദ്ദേഹം പറഞ്ഞു.

“നിന്നെയോർത്ത് വ്യസനം തോന്നുന്നു മന്നനാരേ..!”

“എന്ത്.. നമുക്ക് എന്താണ് സംഭവിക്കാൻ പോകുന്നത്?” മന്നനാർ പരിഭ്രാന്തനായി.

“നിങ്ങളുടെയും ഈ നാടിന്റെയും ഭാവി ഇരുളടഞ്ഞിരിക്കുന്നല്ലോ യെന്നോർത്ത് നാം ദുഃഖിക്കുന്നു!”

“അങ്ങെന്താണ് പറയുന്നത്?” മന്നനാർ ഞെട്ടിപ്പോയി.

“വിദൂരശത്രുക്കൾ നിങ്ങളെ വിഴുങ്ങാൻ തക്കം പാർത്തിരിക്കുന്നത് കാണുന്നു..”

“എന്നുവച്ചാൽ..?”

“വ്യവഹാരത്തിൽ പരാജിതനായി അല്ലേ?”

സാമന്തന്മാർക്കെതിരെ പയ്യന്നൂർ തുക്കിടി മജിസ്ട്രേട്ട് കോടതിയിൽ നല്കിയ വ്യവഹാരം തള്ളിപ്പോയെന്നത് ശരിയാണ്. പക്ഷേ, തലശ്ശേരി കോടതിയിൽ പുനഃപരിശോധന ഹർജി നല്കിയിട്ടുണ്ട്. ഇതെല്ലാം ഇദ്ദേഹം എങ്ങനെയറിഞ്ഞു?

“രാജ്യം കടുത്ത പ്രതിസന്ധിയിലേക്ക് നീങ്ങുന്നതായി നാമറിയുന്നു. ശത്രുക്കളുടെ എണ്ണം പെരുകിക്കൊണ്ടിരിക്കുന്നു. മന്നനാർരാജവംശ ത്തിന്റെ അന്ത്യയാമം തുടങ്ങിയിരിക്കുന്നു.”

“തടയിടാൻ പ്രതിവിധിയൊന്നും അങ്ങ് കാണുന്നില്ലേ?”

സിദ്ധൻ മന്നനാരെ നോക്കി. ചോരവാർന്ന് വിളറിയമുഖം. അയാൾക്ക് ഉള്ളിൽ ചിരി വന്നു. ഏതാനും സമയം കണ്ണടച്ച് മന്ത്രം ജപിക്കാൻതുടങ്ങി. പിന്നെ കണ്ണുതുറന്ന് മന്നനാരുടെ മിഴികളിൽ തറപ്പിച്ചുനോക്കി.

“വഴിയുണ്ട്.. പക്ഷേ.. പിൻഗാമി വഴിപിഴച്ചുപോയല്ലോ?”

“നമ്മുടെ മരുമകനോ?”

“അപ്പോൾ താങ്കൾ ഒന്നുമറിയുന്നില്ലേ? കഷ്ടം..!”

മന്നനാർ കുഴങ്ങി. ചില കൂട്ടുകെട്ടുകളിൽ കേളപ്പൻ പെട്ടുപോകു ന്നുണ്ടെന്നും അതത്ര നല്ല ബന്ധമല്ലെന്നും അരമനയിൽ കിംവദന്തി പര ക്കുന്നത് ശ്രദ്ധയിൽപ്പെട്ടിരുന്നു. പക്ഷേ, ഇദ്ദേഹം എങ്ങനെ അറിഞ്ഞു, സംശയമില്ല സിദ്ധൻതന്നെ.

“പറയൂ.. നാമെന്താണ് ചെയ്യേണ്ടത്?”

“യക്ഷികളും അവരുടെ കിങ്കരന്മാരും ലഹരിയും പ്രലോഭനങ്ങളും നല്കി അയാളെ വിടാതെ പിന്തുടരുന്നത് നാം കാണുന്നു. അതുകൊണ്ട് എത്രയും വേഗം ഒരു പെൺകുട്ടിയെ കണ്ടെത്തി അയാളെ വിവാഹം കഴിപ്പിക്കൂ.. അത് ഒരുപക്ഷേ, വൈദേശികശക്തികളുടെ കടന്നുകയറ്റം ചെറുക്കാനും നാടിന്റെ പതനം ഒരു പരിധിവരെയെങ്കിലും തരണം

ചെയ്യാനും കഴിഞ്ഞേക്കും."

"തീർച്ചയായും.. അങ്ങനെ ചെയ്യുന്നതാണ്. അങ്ങയുടെ മുന്നിൽ നമ്മെ എത്തിച്ചത് മുത്തപ്പനും പാടിക്കുറ്റിയമ്മയുമാണ്..!"

മന്നനാർ സന്ന്യാസിശ്രേഷ്ഠന്റെ കാല്ക്കൽ വീണ് നമസ്കരിച്ചു.

"ഭാരതാമൃതസർവ്വസ്വം എന്ന് കേട്ടിട്ടില്ലേ? ഗംഗാജലം പാനം ചെയ്യുന്നവൻ മോക്ഷം പ്രാപിക്കുന്നു. ഗംഗ, ഭഗവാന്റെ പാദപങ്കജനിർഗ്ഗതമാണ്. ഭഗവാന്റെ പാദവും മുഖവും തമ്മിൽ തീർച്ചയായും യാതൊരു വ്യത്യാസവുമില്ല. ഈ ജലം അല്പം പാനം ചെയ്യൂ.. സങ്കടങ്ങൾക്കെല്ലാം അറുതിവരും."

മൂടിക്കെട്ടിയ ഒരു ഓട്ടുമൊന്തയിൽനിന്ന് സന്ന്യാസി മന്നനാരുടെ കൈകളിലേക്ക് ഗംഗാജലം ഒഴിച്ചുകൊടുത്തു. അദ്ദേഹം അതു മുഴുവൻ കഴിച്ചശേഷം വീണ്ടും സന്ന്യാസിയുടെ കാൽ തൊട്ടു വണങ്ങി കുതിരപ്പുറത്തേറി യാത്രയാവുകയും ചെയ്തു. സന്ന്യാസിയുടെ ചുണ്ടിൽ ഒരു ഗൂഢസ്മിതം വിരിഞ്ഞു.

അരമനയിൽ തിരിച്ചെത്തിയ മന്നനാർക്ക് വല്ലാത്ത തളർച്ചതോന്നി. പെട്ടെന്ന് അദ്ദേഹം കുഴഞ്ഞുവീണു.

****

രാജഗൃഹത്തിൽ വന്നത് കണ്ണപ്പനാണെന്ന് കരുതിയാണ് അംബികയും വൃദ്ധയും പുറത്തേക്ക് പോയത്. എന്നാൽ അത് തെറ്റായിരുന്നു. വന്നയാൾ കൊട്ടാരത്തിലെ സേവകനായിരുന്നു. അടിയന്തരമായ ഒരു സന്ദേശവുമായാണ് അയാളെത്തിയത്. സുരതിമന്നനാർക്ക് അപ്രതീക്ഷിതമായി ഗുരുതരമായ രോഗം പിടിപെട്ട് കിടപ്പിലായെന്നും എത്രയും പെട്ടെന്ന് രാജകുമാരൻ ഏരുവേശ്ശിയിൽ എത്തിച്ചേരണമെന്നുമായിരുന്നു സന്ദേശം. രാജാവിന്റെ അവസ്ഥ ഗുരുതരമാണ്. അദ്ദേഹത്തിന് ഗൗരവമേറിയ ചില വിഷയങ്ങൾ കേളപ്പനാരോട് പറയാനുണ്ട്. യുവരാജാവിനോടല്ലാതെ മറ്റൊരാളോടും ഇക്കാര്യങ്ങൾ പങ്കുവെക്കാൻ അദ്ദേഹം ആഗ്രഹിക്കുന്നില്ലതാനും.

ദൂതൻ രാജഗൃഹത്തിൽ വന്ന് കേളപ്പനാരെ കാണുമ്പോൾ അറയിലെ മെത്തയിൽ ഉന്മാദാവസ്ഥയിൽ അലസമായി കിടക്കുകയായിരുന്നു അദ്ദേഹം. അയാൾ അറയ്ക്കുള്ളിൽ കയറി യുവരാജാവിനെ തൊട്ടുണർത്തി. പെട്ടെന്ന് ഉണർന്ന മനോവിഭ്രാന്തിയിൽ തന്റെ മുന്നിൽ നിൽക്കുന്നത് അംബികയാണെന്ന് അദ്ദേഹം ധരിച്ചുവശായി. എന്നിരുന്നാലും അല്പനിമിഷങ്ങൾക്കകം അംബികയല്ല, മൂത്തേടത്ത് അരമനയിലെ ദൂതനാണെന്ന് തിരിച്ചറിയാൻ കഴിഞ്ഞതോടെ കോപിഷ്ഠനായി അദ്ദേഹം ചാടിയെഴുന്നേറ്റ് അലറി.

"നാം ഗാഢനിദ്രയിലായിരിക്കുമ്പോൾ അറയിലേക്കുവരാൻ നിന്നോട് ആരാണ് പറഞ്ഞത്?"

"കൊച്ചുതമ്പുരാൻ എന്നോട് പൊറുക്കണം. വളരെ പ്രധാനപ്പെട്ട

സന്ദേശം അങ്ങയെ ഉണർത്തിക്കാൻ കൊട്ടാരത്തിൽനിന്ന് നിർദ്ദേശമുള്ള തിനാലാണ് എനിക്ക് അറയിലേക്ക് വരേണ്ടിവന്നത്. എന്നോട് ക്ഷമിക്കൂ." ദൂതൻ ഭയത്തോടെ പറഞ്ഞു.

കേളപ്പനാർ പെട്ടെന്ന് ജാഗരൂകനായി. കഠിനമായ തലവേദന ഉണ്ടെ ങ്കിലും വളരെ പ്രാധാന്യമുള്ള എന്തോ പ്രശ്നങ്ങളുണ്ടെന്ന് മനസ്സിലാക്കി ദൂതനോട് കാര്യം പറയാൻ ആവശ്യപ്പെട്ടു.

കേളപ്പനാരോട് ബഹുമാനത്തോടെ ദൂതൻ പറയാൻ തുടങ്ങി.

"ഇന്നലെ രാത്രി വളരെ വൈകിയായിരുന്നു തമ്പുരാൻ കൊട്ടാര ത്തിൽ തിരിച്ചെത്തിയത്. വല്ലാത്ത മനോവിഷമത്തിലായിരുന്നു തിരുമനസ്സ്. അസ്വസ്ഥതയുണ്ടാക്കാൻ സാദ്ധ്യതയുള്ള ആരെയെങ്കിലും ഒരുപക്ഷേ, കണ്ടുമുട്ടിയിരിക്കാം. രാജാവിന്റെ മുഖം വല്ലാതെ വിളറിയിരുന്നു. ആരോടും സംസാരിക്കാതെ കിടപ്പുമുറിയിൽച്ചെന്ന് എന്നെ വിളിപ്പിച്ചു. യുവരാജാവിനെ, എവിടെയായാലും കണ്ടെത്തി ഉടനെ കൊട്ടാരത്തിലേക്ക് കൂട്ടിക്കൊണ്ടുവരണമെന്ന് നിർദ്ദേശിച്ചു. ചില രഹസ്യവിവരങ്ങൾ അങ്ങയോട് മാത്രം പറയാൻ രാജാവ് ആഗ്രഹിക്കുന്നു. അതുകൊണ്ട് തമ്പുരാനേ, ഉടൻ മടങ്ങിപ്പോവുക.."

ദൂതൻ പറഞ്ഞുനിർത്തി. കേളപ്പനാർ കുഴങ്ങി. രാത്രിയിൽ അമ്മാ വനെ കണ്ടുമുട്ടുകയും അദ്ദേഹത്തിന്റെ മനസ്സിനെ അസ്വസ്ഥതപ്പെടുത്തു കയും ചെയ്തതാരാണ്? ഇത്ര അത്യാവശ്യമായി വിളിപ്പിക്കാൻമാത്രം ഗുരു തരമായ പ്രശ്നങ്ങൾ എന്തായിരിക്കും? രാജാവിന്റെ ആരോഗ്യനില മോശമായിരിക്കുമെന്ന് കേളപ്പനാർക്ക് സംശയംതോന്നി. അതേക്കുറിച്ച് അദ്ദേഹം ആരാഞ്ഞു.

"തമ്പുരാനേ.. ശാരീരിക പ്രശ്നങ്ങളൊന്നും എന്നാട് പറഞ്ഞിട്ടില്ല. എന്നാൽ പ്രഭുവിന് തുടർച്ചയായ ചുമയുണ്ടായിരുന്നു."

അയാൾ വിക്കിവിക്കിപ്പറഞ്ഞു. കാരണം ഇക്കാര്യങ്ങൾ പറയരുതെന്ന് അയാൾക്ക് പ്രത്യേകം നിർദ്ദേശമുണ്ടായിരുന്നു.

സുരതിമന്നനാർക്ക് ഹൃദയസംബന്ധമായ അസുഖങ്ങൾ മുമ്പൊന്നു മുണ്ടായിട്ടില്ലെന്ന് അദ്ദേഹമോർത്തു. നേരാംവണ്ണം നിൽക്കാൻ കഴിയാത്ത നിലയിലായിരുന്നു കേളപ്പനാർ. ആടിക്കുഴയുന്നുണ്ടെങ്കിലും ഒരുവിധം പിടിച്ചുനില്ക്കുകയാണ്. രാജഭവനത്തിൽനിന്ന് പുറത്തേക്ക് വന്നപ്പോൾ കേളപ്പനാർ അയാളുടെ പേര് ചോദിച്ചു.

അവൻ വളരെ ബഹുമാനത്തോടെ പറഞ്ഞു,

"എല്ലാവരും എന്നെ 'മിടുക്കൻ' എന്നാണ് വിളിച്ചിക്കുന്നത്. തമ്പു രാനേ, ഈ വിവരം കണ്ണപ്പനെ അറിയിക്കണമെന്നും എനിക്ക് നിർദ്ദേ ശമുണ്ട്. അയാളെവിടെ..?"

അയാളുടെ വിളിപ്പേര് കേട്ട് കേളപ്പനാർ പുഞ്ചിരിച്ചു. അതിനുശേഷം ചുറ്റുംനോക്കി.

"കണ്ണപ്പൻ ഇവിടെയെവിടെയോ ഉണ്ട്. അവനെ അന്വേഷിക്കൂ"

"കൊച്ചുതമ്പുരാനേ, ഞാൻ അറിയിച്ച സന്ദേശത്തിന്റെ പ്രാധാന്യം

കണക്കിലെടുത്ത് അങ്ങ് ആദ്യം പോകുക.. കണ്ണപ്പനെ ഞാൻ കൂട്ടിക്കൊണ്ടുവരുന്നതാണ്. അങ്ങ് അതിനായി കാത്തിരിക്കേണ്ടതില്ല."

കേളപ്പനാർ വെളിയിൽവന്ന് 'മായ'യുടെ പുറത്തുകയറി. കുതിരപ്പുറത്തേറുമ്പോൾ സാധാരണയായി അതിന്റെ തലയിൽ മൃദുവായി അദ്ദേഹം തൊടാറുണ്ടായിരുന്നു. പക്ഷേ, കടുത്തസമ്മർദ്ദവും കഠിനമായ തലവേദനയും കാരണം ഇത്തവണ മറന്നു. എങ്കിലും കുതിര യജമാനന്റെ അവസ്ഥ മനസ്സിലാക്കി നിർദ്ദേശങ്ങൾക്കനുസരിച്ച് ദിശകൾ ഓർത്തുവച്ച് ഏരുവേശ്ശിയിലേക്ക് അതിവേഗം കുതിച്ചു. കേളപ്പനാർക്ക് പക്ഷേ, കുതിരപ്പുറത്ത് ശരിയായരീതിയിൽ സവാരിചെയ്യാൻ കഴിഞ്ഞിരുന്നില്ല. കുത്തനെയുള്ള ഒരു കുന്നിൻമുകളിലേക്ക് മായ കയറിയപ്പോൾ അദ്ദേഹം താഴേക്ക് വീണു. ഭാഗ്യത്തിന് അത് ആഴത്തിലുള്ള ഒരു കിടങ്ങായിരുന്നില്ല.

അപകടകരമായ സാഹചര്യം കണ്ട കുതിര തന്റെ യജമാനൻ വിഷമത്തിലാണെന്ന് മനസ്സിലാക്കി. അവൾ ഉടനെ ബുദ്ധിപൂർവ്വം അദ്ദേഹത്തിന്റെ അടുത്തുചെന്ന് കിടന്നു. അതുകണ്ട കേളപ്പനാർ ആയാസപ്പെട്ട് കുതിരയുടെ പിന്നിലൂടെ പതുക്കെയിഴഞ്ഞ് കയറി കമിഴ്ന്ന് കിടന്നു. അദ്ദേഹത്തിന്റെ അവസ്ഥയുമായി പൊരുത്തപ്പെട്ട് മെല്ലെ എഴുന്നേറ്റ കുതിര കരുതലോടെ ഏരുവേശ്ശിയിലേക്കുള്ള വഴിയുടെ ദിശ നോക്കി യാത്രതുടർന്നു. പാതിബോധമില്ലാതെ തിരിച്ചെത്തിയ രാജകുമാരനെ കണ്ടപ്പോൾ പടയാളികൾ അടിയന്തരശുശ്രൂഷ നല്കുകയും കൊട്ടാരത്തിനുള്ളിലേക്ക് കൊണ്ടുപോയി ദ്രുതഗതിയിൽ വൈദ്യനെ വിളിപ്പിക്കുകയും ചെയ്തു.

ഇതിനിടയിൽ കൊട്ടാരത്തിൽനിന്ന് മായ പതുക്കെ പുറത്തേക്ക് വന്നു, ആരും അത് ശ്രദ്ധിച്ചിരുന്നില്ല. അതിന് നല്ല ക്ഷീണമുണ്ട്. വിശ്രമിക്കണമെന്ന് തോന്നിക്കാണും. കൊട്ടാരത്തിന്റെ ആളൊഴിഞ്ഞ മതിൽക്കെട്ടിനടുത്തെത്തി, പൊടുന്നനെ നിലത്തുവീണു. പാതിബോധത്തിൽ അടുത്തേക്കുവന്ന ഒരു വൃദ്ധനെ, അതിന് കാണാൻ കഴിഞ്ഞു.

"വൃത്തികെട്ട ജന്തു.. നീ ആ വിഡ്ഢിയെ രക്ഷിച്ചു.. അല്ലേ?"

ശബ്ദം താഴ്ത്തി, എന്നാൽ മൂർച്ചയേറിയ വാക്കുകളാൽ ഭർത്സിച്ചുകൊണ്ട് അയാൾ അരയിലൊളിപ്പിച്ച കത്തി വലിച്ചെടുത്ത് അതിന്റെ കഴുത്തിൽ ആഞ്ഞുവെട്ടി. ആ സാധുമൃഗം എഴുന്നേൽക്കാൻ ശ്രമിച്ചെങ്കിലും പരാജയപ്പെട്ടു. വൃദ്ധന്റെ ചെമന്നുതുടുത്ത കണ്ണുകളിൽ വൈരാഗ്യത്തിന്റെ തീപ്പൊരി ചിതറി. ഭ്രാന്തുപിടിച്ചതുപോലെ അയാൾ മൂർച്ചയുള്ള കത്തി വീണ്ടും വീണ്ടും അതിന്റെ കഴുത്തിൽ കുത്തിയിറക്കി. അധികം വൈകാതെ ആ സാധുജീവി ചത്തുവീണു.

കൊട്ടാരംവൈദ്യൻ സുരതിമന്നനാരുടെ കൈപിടിച്ച് പരിശോധിക്കുന്നതിനിടയിൽ കേളപ്പനാരെ ശ്രദ്ധിച്ചു. എന്തോ പന്തികേട് തോന്നിയ വൈദ്യൻ ഉടൻതന്നെ തന്റെ താമസസ്ഥലത്തേക്ക് തിരിച്ചുപോയി. ഒരു ഓട്ടുമൊന്തയിൽ ചുവന്നനിറമുള്ള പാനീയവുമായാണ് മടങ്ങിവന്നത്. അത് കേളപ്പനാർക്ക് നല്കി, കഴിക്കാനാവശ്യപ്പെട്ടു. മറുത്തൊന്നും

പറയാതെ കഴിക്കുമ്പോഴും ഒരു വിഡ്ഢിയുടെ കൗതുകത്തോടെ അയാൾ മാതുലനെ നോക്കിനില്ക്കുകയായിരുന്നു. വൈദ്യൻ രാജാവിനോട് കട്ടിലിൽ കിടക്കാൻ ആവശ്യപ്പെട്ടു. അദ്ദേഹം വൈദ്യരുടെ നിർദ്ദേശം അനുസരിച്ചശേഷം തനിക്ക് രാജകുമാരനോടുമാത്രം അടിയന്തരമായ ചില കാര്യങ്ങൾ സംസാരിക്കാനുണ്ടെന്നും അതിനാൽ മറ്റുള്ളവർ പുറത്തുനില്ക്കണമെന്നും അഭ്യർത്ഥിച്ചു. അറയിൽ രണ്ടുപേരും തനിച്ചായപ്പോൾ അദ്ദേഹം കേളപ്പനാരെ അടുത്തേക്കു വിളിച്ചു. തുടർന്ന് സാവകാശം പറഞ്ഞുതുടങ്ങി.

"കേളപ്പാ, ശ്രദ്ധിച്ചുകേൾക്കുക. എന്റെ ജീവിതം ഇവിടെ അവസാനിക്കാറായി എന്ന് ഞാൻ കരുതുന്നു. ഏറിയാൽ ഒന്നോ രണ്ടോ ദിവസം.. അതിൽക്കൂടുതൽ ജീവിച്ചിരിക്കയില്ലെന്നും ഏതുസമയത്തും ഈ ലോകം വിട്ടുപോയേക്കാമെന്നും ഞാനറിയുന്നു. യമധർമ്മൻ അയച്ച കാലദൂതനെ എനിക്ക് കാണാൻ കഴിയുന്നുണ്ട്. അവർ കാത്തുനില്ക്കുകയാണ്; ഞാൻ അവരേയും. നിന്നെ വളരെ നല്ലരീതിയിൽ വളർത്തിയും മികച്ചവിദ്യാഭ്യാസം നല്കിയും എന്റെ കടമകൾ നിർവ്വഹിച്ചിട്ടുണ്ടെന്ന് ഞാൻ വിശ്വസിക്കുന്നു."

അദ്ദേഹം തൊണ്ടയിടറി അല്പം ചുമച്ചു. കുറച്ച് സമയത്തിനുശേഷം തുടർന്നു.

"എന്റെ മരണശേഷം ഈ രാജ്യം നീ ഭരിക്കണം. അതോടൊപ്പം ചില വസ്തുതകൾ നിന്നെ അറിയിക്കാനുള്ള ഉത്തരവാദിത്വവുമുണ്ട്. നമ്മുടെ പൂർവ്വികർ അറുപത്തിനാല് ഗ്രാമങ്ങളും വളരെയേറെ കാര്യക്ഷമതയോടെയാണ് ഭരിച്ചതെന്ന് നിനക്ക് അറിയാമല്ലോ? നമ്മുടെ ഭരണനിയന്ത്രണത്തിലുള്ള എല്ലാ ഗ്രാമങ്ങളും രാജവംശസ്ഥാപകനായ ഉദയനൻ മന്നനാരും എന്റെ മുൻഗാമിയായ ഉണ്ണമ്മൻമന്നനാരും അവരവരുടെ ഭരണകാലത്ത് വളരെയേറെ വികസിപ്പിച്ച് ബുദ്ധിപൂർവ്വം ഭരിക്കുകയും ചെയ്തിട്ടുണ്ട്. ഈ ഏരുവേശ്ശി രാജ്യത്തിൽ താമസിക്കുന്ന പ്രജകളുടെ ക്ഷേമത്തിനായി എനിക്കാവുംവിധത്തിൽ നല്ല കാര്യങ്ങൾ ചെയ്തിട്ടുണ്ടെന്നത് നിനക്കും അറിവുള്ളതല്ലേ? പക്ഷേ, ഇത് നമ്മുടെ സ്വകാര്യസ്വത്തല്ലെന്ന കാര്യം നീ മറക്കരുത്. ഇത് നമ്മുടെ പൂർവ്വികരുടെ രാജ്യമല്ല. തന്നോട് പ്രണയത്തിലായ രാജകുമാരിയെ വിവാഹം കഴിക്കാനുള്ള സമ്മാനമായി ഉദയനൻമന്നനാർക്ക് ലഭിച്ചതാണ്. അല്ലാതെ യുദ്ധം ചെയ്ത് കീഴടക്കിയ ഭൂമിയല്ലെന്ന് നീ മനസ്സിലാക്കണം."

കേളപ്പനാർ മാതുലനോട് പറഞ്ഞു.

"ഇക്കാര്യങ്ങളൊക്കെ എനിക്ക് നേരത്തെ അറിയാവുന്നതാണ്. അങ്ങേയ്ക്ക് തീരേ സുഖമില്ലാത്തതല്ലേ? അമ്മാവൻ ഇപ്പോൾ വിശ്രമിക്കൂ.."

വൈദ്യരുടെ മരുന്നിന്റെ ശക്തിയിൽ കേളപ്പനാരുടെ തലവേദനയും വിഭ്രാന്തിയും പൂർണ്ണമായും വിട്ടുമാറി സാധാരണനിലയിലായി. എന്താണ് തനിക്ക് സംഭവിച്ചത്? താൻ എന്തുകൊണ്ടാണ് മയക്കത്തിലായത്? പ്രത്യേ

കരുചിയുള്ള കാപ്പികഴിച്ചത് കേളപ്പനാർ ഓർത്തെടുത്തു. ഇപ്പോൾ ഇതൊന്നും ചിന്തിക്കാനുള്ള സമയമല്ലെന്ന് അയാൾക്ക് വീണ്ടുവിചാരം വന്നു. അമ്മാവന്റെ ആരോഗ്യനില വഷളായിരിക്കുകയാണ്. അദ്ദേഹത്തെ ശുശ്രൂഷിക്കേണ്ടത് തന്റെ കടമയാണ്. അയാളുടെ മുഖഭാവം ശ്രദ്ധിച്ചിരുന്ന മന്നനാർക്ക് ആശ്വാസം തോന്നി. സന്ന്യാസി പറഞ്ഞത് സത്യമായിരുന്നെന്ന് ഇപ്പോൾ ബോദ്ധ്യമായി. എങ്കിലും കേളപ്പൻ ഇപ്പോൾ മന:ശക്തി വീണ്ടെടുത്തിരിക്കുന്നു. പതുക്കെ കേളപ്പനാരോട് വീണ്ടും പറയാൻ തുടങ്ങി.

"കുമാരാ.. ഈ രാജ്യം അങ്ങേയറ്റം ശപിക്കപ്പെട്ടതാണെന്നും ഇവിടം ഭരിക്കാൻ നമുക്ക് അർഹതയില്ലെന്നും നീ അറിയുക.. അതുകൊണ്ട് നിന്റെ കാലത്ത് ഈ നാടിന്റെ ഭരണം യഥാർത്ഥ അവകാശികൾക്ക് തിരിച്ചുനല്കണം."

"പ്രഭോ.. അങ്ങേയ്ക്ക് എന്തുപറ്റീ? അങ്ങ് എന്താണ് ഇങ്ങനെ പറയുന്നത്? പിന്നെ, രാജ്യഭരണത്തിനായി ദുരമൂത്ത് നടക്കുന്ന ഒരു വ്യക്തിയല്ല ഞാനെന്ന് അങ്ങറിയുക. അങ്ങയുടെ ഏതുനിർദ്ദേശവും എന്നിൽ പ്രാണൻ അവശേഷിക്കുന്നുണ്ടെങ്കിൽ നടപ്പിലാക്കും." കടുത്ത ആശയക്കുഴപ്പത്തിലകപ്പെട്ട കേളപ്പനാർ തറപ്പിച്ചു പറഞ്ഞു.

"നിന്റെ ഉറച്ചവാക്കുകളിൽ ഞാൻ വളരെ സംപ്രീതനാണ് കേളപ്പാ..! കഴിഞ്ഞ മൂന്ന് തലമുറകളായി ഞങ്ങൾ ഈ നാട് ഭരിച്ചു, ഇത് ഒരിക്കലും ഞങ്ങളുടേതല്ലെങ്കിലും. ഇക്കഴിഞ്ഞ രണ്ടുവർഷക്കാലം ഞാൻ ഇതിനെക്കുറിച്ച് വളരെ ഗൗരവതരമായി ചിന്തിക്കുകയായിരുന്നു. ഈ ഭൂമി ആർക്കും വിട്ടുകൊടുക്കാൻ ആഗ്രഹിച്ചിരുന്നില്ല, അതേസമയം നമ്മുടെ തലമുറ തുടരാനും ഞാൻ ഇഷ്ടപ്പെടുന്നില്ല. ഇന്നലെ എനിക്ക് വനമേഖലയിൽ പോകേണ്ടതായി വന്നു. അവിടെവച്ച് മുമ്പൊരിക്കലും കണ്ടിട്ടില്ലാത്ത ഒരാളെ കണ്ടുമുട്ടി."

"ആരാണയാൾ?"

"അദ്ദേഹം സ്വയം ഒരു അവധൂതനാണെന്ന് പരിചയപ്പെടുത്തുകയും ഈ നാടിന്റെ ഭാവിയെക്കരുതി നൂതനമായ മാർഗ്ഗങ്ങൾ നിർദ്ദേശിക്കുകയും ചെയ്തു. ശരിക്കും അത് പ്രായോഗികമാണെന്ന് ഞാൻ വിശ്വസിക്കുന്നു."

"അങ്ങേയ്ക്ക് എന്ത് ഉപദേശമാണ് അദ്ദേഹം തന്നത്?"

"ആ മഹാപുരുഷന്റെ ആശയങ്ങൾ നടപ്പിലാക്കണമെങ്കിൽ എനിക്ക് നിന്റെ സഹകരണം അത്യാവശ്യമാണ്."

കേളപ്പനാർ കുഴങ്ങി. തന്നിൽനിന്ന് ഏത് തരത്തിലുള്ള സഹകരണമാണ് മാതുലൻ പ്രതീക്ഷിക്കുന്നത്? മന്നനാർ തുടർന്നു.

"എന്റെ കുഞ്ഞേ.. നീ എന്റെ നിർദ്ദേശങ്ങൾ അനുസരിക്കുമെന്ന് പ്രതീക്ഷിക്കുന്നു. ഇത് ഒരു മരുമകനോട് അമ്മാവൻ നല്കുന്ന നിർദ്ദേശം മാത്രമല്ല, ഒരു രാജകുമാരനുള്ള രാജാവിന്റെ ആജ്ഞകൂടിയാണെന്ന് നീ മനസ്സിലാക്കുക. ഏരുവേശ്ശിയുടെ സുരക്ഷ ഇനിമുതൽ നിന്റെ കൈകളിലാണ്. ഈ ലോകത്ത് നടന്നുകൊണ്ടിരിക്കുന്ന സംഭവവികാസങ്ങളെ

ക്കുറിച്ച് നീയും കേട്ടുകാണും. ഭാരതഖണ്ഡം മുഴുവനും ഏതോ വിദൂര നാട്ടിൽനിന്ന് വന്നവർ പതിയെ വിഴുങ്ങാൻ തുടങ്ങിയിരിക്കുന്നു. അവർ ഏരുവേശ്ശിരാജ്യവും സ്വന്തമാക്കാനുള്ള അവസരത്തിനായി കാത്തിരിക്കുകയാണ്. ഇവിടെയുള്ളവർ തമ്മിൽ തർക്കിച്ചാൽ എല്ലാം നഷ്ടപ്പെടും. മഹാരാജ്യം മുഴുവൻ പെരുമ്പാമ്പിന്റെ വായിലേക്കെന്നപോലെ പോകും. അതിൽനിന്ന് രക്ഷപ്പെടുക വളരെ പ്രയാസകരമാണെന്നാണ് എന്റെ കാഴ്ചപ്പാട്. എന്നിരുന്നാലും, ഇത് തടയാൻ നമുക്ക് പരിശ്രമിക്കേണ്ടതുണ്ട്. കുഞ്ഞേ..നിനക്ക് എന്റെ ആജ്ഞ അനുസരിക്കാൻ കഴിയുമോ?"

"ഒരു മരുമകനെന്ന നിലയിൽ മാത്രമല്ല, ഈ രാജ്യത്തിന്റെ രാജകുമാരനെന്ന നിലയിലും ഞാൻ അങ്ങയെ അനുസരിക്കും. പറയൂ.."

"ഈ രാജ്യത്തിന്റെ നേട്ടത്തിനും അതിന്റെ നിലനിൽപ്പിനും ശാപത്തിൽനിന്നുള്ള രക്ഷയ്ക്കും എന്റെ കുട്ടാ.. ഞാൻ നിന്നോട് പറയാൻ പോകുന്നത് നീ ചെയ്യണം."

കേളപ്പനാർ പിന്നെയും കുഴങ്ങി. എന്തുകൊണ്ടാണ് അദ്ദേഹം ഇത്രയധികം നിർബ്ബന്ധം ചെലുത്തുന്നത്? എനിക്ക് എങ്ങനെയാണ് അമ്മാവന്റെ ആജ്ഞകൾ നിരസിക്കാൻ കഴിയുക..?

"അങ്ങെന്തിനാണ് ഇത്രമാത്രം ആശങ്കപ്പെടുന്നത്? തീർച്ചയായും ഞാൻ അങ്ങയുടെ നിർദ്ദേശം ആജ്ഞകളായി കണക്കിലെടുത്ത് നടപ്പിലാക്കും. മടിക്കേണ്ടാ.. രാജ്യം വിട്ടുപോകാൻ അങ്ങ് എന്നോട് കല്പിക്കൂ.. ഞാൻ തയ്യാറാണ്. ഇതിൽപ്പരം എന്തുറപ്പാണ് ഞാൻ നല്കേണ്ടത്?"

സുരതിമന്നനാർക്ക് ആത്മവിശ്വാസം വന്നു.

"എന്റെ പ്രിയപ്പെട്ട കുഞ്ഞേ.. നിന്റെ മനസ്സിൽ എന്താണെന്ന് എനിക്കറിയില്ല. പക്ഷേ, എനിക്ക് പറയാനോ നിർബ്ബന്ധിക്കാനോ മറ്റ് മാർഗ്ഗമൊന്നുമില്ല. ഞാൻ നിന്നോട് ആവശ്യപ്പെടുന്നത് ഈ രാജ്യത്തിന്റെ സുരക്ഷയ്ക്കുവേണ്ടിയാണ്."

"തമ്പുരാനേ, അങ്ങ് എന്താണ് പിന്നെയും വലിച്ചുനീട്ടുന്നത്?" കേളപ്പനാർ അസഹ്യത പ്രകടിപ്പിച്ചു.

"അതേ.. നീ എന്റെ മരുമകനാണെന്ന് തെളിയിച്ചു. പക്ഷേ, ഒരു അമ്മാവനെന്ന നിലയിൽ ഞാൻ നിന്നോടാവശ്യപ്പെടുന്നത് അത്ര നല്ല കാര്യമല്ല. എന്നാൽ ഒരു രാജാവെന്നനിലയിൽ ഈ രാജ്യത്തിന്റെ ക്ഷേമത്തിനായി എനിക്ക് നടത്തിയേ പറ്റൂ. നീ വിവാഹം കഴിക്കണം എന്നതാണ് എന്റെ അഭ്യർത്ഥന. ഒരു പെൺകുട്ടിയുണ്ട്, നീ മുമ്പ് കണ്ടിട്ടില്ല. ഞാൻ നിർദ്ദേശിക്കുന്ന ആ പെൺകുട്ടിയെ വിവാഹം കഴിച്ചാൽ രാജ്യം സുരക്ഷിതമായിരിക്കും, വിദേശികളെന്ന പെരുമ്പാമ്പിൽനിന്ന് രക്ഷപ്പെടുകയും ചെയ്യും."

"തമ്പുരാനേ, ഇത് അങ്ങയുടെ നിർദ്ദേശമാണെങ്കിൽ, ഞാൻ തീർച്ചയായും അനുസരിക്കും. പക്ഷേ, എനിക്കും ചില ആഗ്രഹങ്ങളും സ്വപ്നങ്ങളുമുണ്ട്."

സുരതിമന്നനാർ ഞെട്ടിപ്പോയി.

"നീ ഇത്രയും മുതിർന്നെന്ന് ഞാനറിഞ്ഞില്ല. അതെന്റെ തെറ്റ്. ആട്ടെ..

മറ്റാരെയെങ്കിലും വിവാഹം കഴിക്കാൻ നീ ആഗ്രഹിക്കുന്നുവോ? അങ്ങനെയെന്തെങ്കിലും മനസ്സിലുണ്ടെങ്കിൽ എന്തുകൊണ്ട് നീ എന്നെ അറിയിച്ചില്ലാ? ഈ കല്യാണം നടത്താമെന്ന് ഞാൻ അവർക്ക് കൊടുത്ത വാക്ക് പാലിക്കാതിരിക്കാൻ എനിക്ക് എങ്ങനെ കഴിയും? ഈ വിവാഹം നടന്നില്ലെങ്കിൽ ഏരുവേശ്ശിരാജ്യം മുച്ചൂടും മുടിയും."

മന്നനാർ സംസാരിക്കാനാവാതെ കിതച്ചു. ക്രമാതീതമായി ഹൃദയമിടിപ്പ് ഉയർന്ന് ശരീരം കോച്ചിവലിച്ചു. അതുകണ്ട് കേളപ്പനാർ ഭയന്നുപോയി. അംബികയെക്കുറിച്ച് സൂചിപ്പിച്ചാൽ തന്റെ പ്രിയപ്പെട്ട മാതുലന്റെ പ്രാണൻ നഷ്ടപ്പെടാനിടയുണ്ട്. ആ സാഹചര്യം നേരിടാൻ വയ്യ. അദ്ദേഹം നിർദ്ദേശിച്ച പെൺകുട്ടിയെ വിവാഹം കഴിക്കാൻ സമ്മതിച്ചാൽ, തന്റെ പ്രിയപ്പെട്ട അംബികയെ മറക്കണം. അവളെ എങ്ങനെ മറക്കും? അത് അസാദ്ധ്യമാണ്, പക്ഷേ, ഒരു കാര്യമോർത്ത് കേളപ്പനാർ ആശ്വസിച്ചു. താൻ അവളോട് ഇഷ്ടമാണെന്ന് ഒരിക്കൽപോലും സൂചന നല്കുകയോ വിവാഹം കഴിക്കാമെന്ന വാക്ക് കൊടുക്കുകയോ ചെയ്തിട്ടില്ല. ഉള്ളിലായിരുന്നു ഇഷ്ടം. അംബികയ്ക്ക് അങ്ങനെയൊരാഗ്രഹമുണ്ടായിരുന്നോ എന്ന് തനിക്കറിയുകയുമില്ല. അവൾക്ക് അങ്ങനെയൊരു ചിന്തയില്ലെങ്കിൽ തന്റെ മനസ്സിൽനിന്ന് അവളെ പറിച്ചെറിയാൻ വിഷമമില്ല. രാജഗൃഹത്തിൽ അംബിക തന്നെ കാണാൻവന്നത് കേളപ്പനോർത്തു. അത് സത്യമോ സ്വപ്നമോയെന്ന് ഇപ്പോഴുമറിയില്ല. സുരതിമന്നനാരുടെ ഹൃദയമിടിപ്പ് അപ്പോഴും സാധാരണനിലയിലായിരുന്നില്ല. അയാൾ മാതുലന്റെ കൈപിടിച്ച് പറഞ്ഞുതുടങ്ങി.

"തമ്പുരാനേ, രാജ്യതാൽപ്പര്യം മുൻനിർത്തി അങ്ങ് നിശ്ചയിച്ച പെൺകുട്ടിയെ വിവാഹം കഴിക്കാൻ ഞാൻ ഒരുക്കമാണ്. അങ്ങേക്ക് ഉപദേശം നല്കിയ അവധൂതൻ, അയാൾ ആരാണെന്ന് എനിക്കറിയില്ല. ഞാൻ ഒരു പെൺകുട്ടിയെ വിവാഹം കഴിച്ചതുകൊണ്ട് മാത്രം ഭാരതഖണ്ഡത്തിലെ ആചാരങ്ങളോ അനുഷ്ഠാനങ്ങളോ എന്തെന്നറിയാത്ത വിദേശികളുടെ ആക്രമണത്തിൽനിന്ന് നമ്മുടെ രാജ്യം എങ്ങനെ രക്ഷപ്പെടുമെന്നും എനിക്കറിയില്ല. എങ്കിലും അങ്ങ് നിശ്ചയിച്ച പെൺകുട്ടിയെ ഞാൻ വിവാഹം കഴിക്കാൻ തയ്യാറാണ്. അതുവഴി ഏരുവേശ്ശിരാജ്യം രക്ഷപ്പെടുമെങ്കിൽ അങ്ങ് നിശ്ചയിച്ചോളൂ.. ഞാൻ എന്റെ ആഗ്രഹങ്ങൾ ഈ നിമിഷം ഉപേക്ഷിക്കുകയാണ്."

കേളപ്പനാരുടെ സൗമ്യവും ദൃഢവുമായ തീരുമാനം കേട്ടപ്പോൾ മന്നനാരുടെ മുഖം സന്തോഷംകൊണ്ട് വികസിച്ചു.

"കുഞ്ഞേ, ബുദ്ധിപരമായ തീരുമാനമാണ് നീ കൈക്കൊണ്ടത്. ഞാൻ വളരെയേറെ സന്തോഷവാനാണ്. ഇതോടൊപ്പം മറ്റൊരു ഗൗരവമേറിയ കാര്യംകൂടി പറയാനുണ്ട്. ഞാൻ ഉദ്ദേശിക്കുന്നതെന്തെന്ന് വച്ചാൽ മൂർഖൻ പതിയിരുന്ന പാതാളക്കുഴിയിൽനിന്ന് നിന്നെ രക്ഷിച്ച കണ്ണപ്പൻ.. അയാൾ സത്യത്തിൽ അപകടകാരിയായ...."

അദ്ദേഹത്തിന്റെ വാക്കുകൾ മുറിഞ്ഞു. ഹൃദയചലനം ദ്രുതഗതിയി

ലായി.. പിന്നെ കണ്ണുകൾ പതിയെ അടഞ്ഞ് നിശ്ചലമായി. പൊടുന്നനെ ജനലിനരികിൽ കണ്ണപ്പന്റെ മുഖം കണ്ടു. അടുത്തനിമിഷം അപ്രത്യക്ഷമായി. അതുകഴിഞ്ഞപ്പോൾ അംബികയുടെ മുഖവും പ്രത്യക്ഷപ്പെട്ട് മറഞ്ഞു. താൻ ഏതോ മായികലോകത്താണോ? ഭ്രാന്തമായ കാഴ്ചകൾ കാണുന്നുവോ? അവരെങ്ങനെ ഇവിടെ വന്നു. അയാൾക്ക് കൂടുതൽ ചിന്തിക്കാനോ അന്വേഷിക്കാനോ സമയമില്ലായിരുന്നു. കണ്ണപ്പനെക്കുറിച്ച് മാതുലൻ തന്നോട് പറയാൻ എന്തായിരിക്കും ആഗ്രഹിച്ചത്? ഒന്നും മനസ്സിലാവുന്നില്ല. അയാളുടെ കണ്ണുകൾ നിറഞ്ഞു. ഉടനടി വൈദ്യനെ വിളിച്ചുവരുത്തി. അതുകൊണ്ട് പ്രയോജനമൊന്നുമുണ്ടായില്ല. സുരതിമന്നനാർ ഇഹലോകവാസം വെടിഞ്ഞു.

ഏകനായി ദിക്കറിയാതെ നടുക്കടലിലെ തോണിയിലകപ്പെട്ടതുപോലെ കേളപ്പനാർ പകച്ചുനിന്നു. കടുത്ത ശൂന്യതയനുഭവപ്പെട്ടു അയാൾക്ക്. അനുഭവപരിചയമില്ലാത്ത താൻ ഇനി എന്തുചെയ്യുമെന്ന് അന്ധാളിച്ചു. മന്നനാർ രാജവംശത്തിലെ സമർത്ഥനായ ഭരണാധികാരി മഹത്തായ ഏരുവേശ്ശിനാട് തന്റെ പിൻഗാമിയെ ഏൽപ്പിച്ചുകൊണ്ട് ജോലി പൂർണ്ണമായും പൂർത്തിയാക്കി പിൻവാങ്ങിയിരിക്കുന്നു.

ഇനിയൊരു യാഗമാണ്. മന്നനാർരാജവംശം രാജ്യത്തിനുവേണ്ടി നടത്തുന്ന യാഗം. കേളപ്പനാരുടെ പൂർവ്വികരുടെ ത്യാഗങ്ങൾ മൂലമാണ് മന്നനാർരാജ്യം നിലനില്ക്കുന്നത്. നട്ടുവളർത്തുന്ന മരത്തിന്റെ ശാഖകളിൽ ചിലത് വെട്ടിമുറിച്ചാലും വെള്ളവും വളവും ആവശ്യത്തിന് ലഭിച്ചാൽ വളർച്ചയുണ്ടാവും. മന്നനാർരാജ്യത്തിനും ദാഹിക്കുന്നുണ്ട്, കേളപ്പനാരുടെ യാഗജലത്തിനായി അത് കാത്തിരിക്കുകയാണ്. അതിനായി കേളപ്പനാരുടെയും അംബികയുടെയും സ്വപ്നങ്ങൾ യാഗഭൂമിയിൽ ഹോമിച്ച് അത് രാജ്യത്തിന് വളമാകണം. അതിലൂടെ രാജ്യം സൂര്യതേജസ്സോടെ ഉയിർത്തുവരുന്നത് കാണാൻ കഴിയണം.

പതിനേഴ്

അംബിക ഏരുവേശ്ശിയിലെത്തുമ്പോൾ സന്ധ്യയായിരുന്നു. ഫാൽഗുനമാസമായിട്ടും ആകാശം കറുത്തിരുണ്ട് എപ്പോൾ വേണമെങ്കിലും മഴപെയ്യാമെന്ന നിലയിലാണ്. കാട്ടിനുള്ളിൽ തനിച്ചായപ്പോൾ ശരിയായ രീതിയിൽ കുതിരയെ കൈകാര്യം ചെയ്യാൻ കഴിയാത്തതായിരുന്നു അവൾ നേരിട്ട ആദ്യ കടമ്പ. എന്നിരുന്നാലും കുറച്ചുദൂരം പിന്നിട്ടപ്പോഴേക്കും ഏറക്കുറെ അവൾക്കതിന് കഴിഞ്ഞു. ഏരുവേശ്ശിയിലേക്കുള്ള പാതയിലൂടെ യാത്ര ചെയ്യുമ്പോഴേക്കും കുതിര ഏതാണ്ട് അവളുടെ വരുതിയിലായി. മുമ്പ് മികച്ച ശിക്ഷണം ലഭിച്ചതിനാലാവാം കുതിരയ്ക്ക് അവളുടെ പരിചയക്കുറവ് തിരിച്ചറിയാൻ കഴിഞ്ഞിട്ടുണ്ടാവാം. കുതിരയെ പൂന്തോട്ടത്തിനപ്പുറം മേയാൻവിട്ട് താൻ സുരക്ഷിതയായി എത്തിച്ചേർന്ന വിവരം അച്ഛനെയറിക്കാമെന്ന് ചിന്തിച്ചെങ്കിലും ശങ്കരേശ്വരനേല്പിച്ച ഉത്തരവാദിത്വത്തിന്റെ ഗൗരവമോർത്ത് നേരെ അരമനയിലേക്ക് പോയി.

ദീപാലംകൃതമായ രാജകൊട്ടാരം. പക്ഷേ, സുരതിമന്നനാരുടെ കിടപ്പുമുറിയിൽമാത്രം വെളിച്ചം അന്യമായിരുന്നു. പള്ളിയറയിൽ, പുറത്തുള്ളവർക്ക് പ്രവേശനം നല്കാറില്ല. എന്നിട്ടും തടയാൻ ആരുമില്ലാത്തതിനാൽ ഇടനാഴിയിലൂടെ അംബിക അറയിലേക്ക് നടന്നു. അടച്ചിട്ട വാതില്ക്കലെത്തിയപ്പോൾ രാജകുമാരന്റെയും രാജാവിന്റെയും സംഭാഷണം കേട്ട് അവൾ അറച്ചുനിന്നു. രാജകുമാരന്റെ വിവാഹത്തെക്കുറിച്ചാണ് പരാമർശിക്കുന്നത്.

യുവരാജാവിനോട് തനിക്ക് തോന്നിയ വികാരമെന്താണ്? പ്രണയമോ അതോ ആദരവോ? അറിയില്ല. ഏതായാലും അദ്ദേഹത്തിന്മേൽ തനിക്ക് കരുതലുണ്ടായിരുന്നു. മരണവുമായി മുഖാമുഖംകണ്ടപ്പോൾ സമയോചിതമായി ഇടപെട്ട്, തന്നെ ജീവിതത്തിലേക്ക് വലിച്ചടുപ്പിച്ചത് അദ്ദേഹമാണ്.

ഇതുവരെ രാജകുമാരനോട് തന്റെ ഇഷ്ടം വെളിപ്പെടുത്തിയിട്ടില്ല. എങ്കിലും അദ്ദേഹം തന്നെവിട്ട് പോകില്ലെന്നാണ് വിശ്വാസം.

പൊടുന്നനെ വാനിൽ ഇടിമുഴക്കംകേട്ടു. മഴയുടെ മുന്നോടിയായി മിന്നൽപ്പിണരുകൾ ചിതറിത്തെറിക്കുന്നത് ജനാലയിലൂടെ കാണാം. രാജ്യ നന്മയ്ക്കായി വിവാഹം ചെയ്യാൻ ആവശ്യപ്പെടുകയാണ് രാജാവ്. അംബിക ശ്വാസമടക്കിനിന്നു, ഇല്ല.. തന്നെക്കുറിച്ച് രാജകുമാരൻ ഒന്നും പറയുന്നില്ല. വാതിൽപ്പഴുതിലൂടെ അവൾ അകത്തേക്കു നോക്കി. മേഘാ വൃതമായ വാനംപോലെ അദ്ദേഹത്തിന്റെ മുഖം വല്ലാതെ ഇരുണ്ടി രിക്കുന്നു. ആ മുഖത്തെ കാളിമ മങ്ങിയവെട്ടത്തിലും വ്യക്തമായി അവൾക്ക് കാണാനാവുന്നുണ്ട്. എന്നിട്ടും.. തന്നെക്കുറിച്ച് ഒരുവാക്കു പോലും അദ്ദേഹം മിണ്ടിയില്ല. ആ നിലയ്ക്ക് യുവരാജാവ് ഒരിക്കലും തന്നെ പാണീഗ്രഹണം ചെയ്യാനിടയില്ലെന്നുറപ്പായി. ആകാശത്ത് ജ്വലി ക്കുന്ന മിന്നലിലൊന്ന് അംബികയുടെ ഇടനെഞ്ചിലൂടെ കടന്നുപോയി. അതിന്റെ ജ്വാലയിൽ അവൾ നെയ്ത സ്വപ്നങ്ങൾ ഈയാംപാറ്റകളായി കരിഞ്ഞുവീണു. കരയാൻപോലുമാവാതെ മനസ്സാകെ കലങ്ങിനില്ക്കവെ പൊടുന്നനെ രാജാവിന്റെ ശരീരമാകെ വെട്ടിവിറയ്ക്കുന്നത് കണ്ടു. പിന്നെ ഒരു ദീർഘനിശ്വാസത്തിൽ അദ്ദേഹം നിശ്ചലനായി.

ഇന്നത്തെ ദിവസം തന്റെ ജീവിതത്തിലെ ഇരുളടഞ്ഞ അദ്ധ്യായമാ ണെന്ന് അവൾക്കു തോന്നി. പ്രണയം തിരസ്ക്കരിക്കപ്പെട്ടതും കണ്ണപ്പനെ ക്കുറിച്ച് മന്നനാരെയറിയിക്കാൻ മാമൻ ഏല്പിച്ച ദൗത്യം നിർവ്വഹി ക്കുന്നതിൽ പരാജയപ്പെട്ടതും അംബികയെ തളർത്തി. മഹാരാജാവ് കണ്ണ പ്പനെക്കുറിച്ച് എന്തോ പറയാൻ ശ്രമിച്ചിരുന്നു. അതെന്താണെന്ന് തനിക്ക റിയില്ല. രണ്ടുപേരിലാരെയെങ്കിലും അറിയിക്കാനായിരുന്നു മാമൻ നിർദ്ദേശിച്ചത്. കേളപ്പനാരെ അറിയിക്കാനുള്ള സന്ദർഭമല്ല, ഇപ്പോൾ. വ്രണിതഹൃദയയായി അംബിക പിന്തിരിയവേ ജനലരികിൽ കണ്ണപ്പന്റെ മുഖം..! അവൻ എപ്പോൾ വന്നു? നേരത്തേ ഇവിടെ ഉണ്ടായിരുന്നോ? തന്റെ സാന്നിദ്ധ്യം അവനറിഞ്ഞുവോ? ചിന്താഭാരത്തോടെ അവൾ പിൻ വാങ്ങി.

എമ്പ്രാന്തിരിക്ക് പ്രത്യേകമായി അനുവദിച്ച മുറിയിൽചെന്ന് അവൾ അച്ഛനെ കണ്ടു. പരമേശ്വരന് ഒരേസമയം ആശ്വാസവും സന്തോഷവു മായി. പക്ഷേ, അംബികയുടെ മനസ്സാകെ കലുഷിതമായിരുന്നു. ആരോടും സംസാരിക്കാൻ കഴിയാതെ അംബികയുടെ ഉള്ളം വിതുമ്പി. നാമ്പെടുത്ത ആഗ്രഹങ്ങൾ വാടിക്കൊഴിഞ്ഞിരിക്കുന്നു. മറ്റാരുമറിയാതെ അല്പനേരം കരയണമെന്ന് തോന്നി. മന്നനാരുടെ വിയോഗം ഇതിനകം കാട്ടുതീ പോലെ പടർന്നിരിക്കും. ഇവിടേക്ക് ജനങ്ങളൊന്നാകെ ഒഴുകിവരും. പുതിയ മന്നനാരെ കണ്ടെത്തേണ്ടതുണ്ട്. പക്ഷേ, ഒന്നിലും ഇടപെടാൻ അവൾ ആഗ്രഹിച്ചില്ല. അവളെ സംബന്ധിച്ചിടത്തോളം ജഡമായ ഒരു ആത്മാവും ജീവനുള്ള ശരീരവുമാണ് ബാക്കിയുള്ളത്. അഭിലാഷങ്ങളി ല്ലാത്ത, സ്വപ്നങ്ങളില്ലാത്ത ഹൃദയംപേറി നടക്കുന്ന വെറും ജഡം. വലിയ

കൊട്ടാരമാണെങ്കിലും തനിച്ചിരിക്കാൻ ഒരിടമില്ലായിരുന്നു. അവൾ മറയിലേക്കുപോയി അകത്തുനിന്ന് പൂട്ടി. അവളൊരു തുള്ളിയായി, പിന്നെ മഴയായി.. മഴയിൽ നനഞ്ഞ്, അതിൽ കുളിച്ചലിഞ്ഞു. അവളുടെ മനസ്സ് കണ്ടറിഞ്ഞതുപോലെ പെട്ടെന്ന് ആർത്തലച്ച് മഴ പെയ്തുതുടങ്ങി. പിന്നെയെപ്പൊഴോ നേർത്തടങ്ങിയപ്പോൾ അവളുടെ മനസ്സും തെളിഞ്ഞു. മറയിൽനിന്ന് പുറത്തിറങ്ങി ഹനുമാൻപ്രതിമയുടെ മുമ്പിലിരുന്ന് മെല്ലെ ചാലിസ ചൊല്ലി.

നസയേ രോഗ ഹരേ സബ് പീരാ, ജപത് നിരന്തർ ഹനുമത് ബീരാ..

അവളുടെ മനോവിഷമങ്ങൾ പതുക്കെ അകന്നുതുടങ്ങി. അപ്പോൾ ഒരു സത്യം ബോദ്ധ്യമായി. മറ്റുള്ളവരുടെ ആഗ്രഹങ്ങൾ നിറവേറ്റേണ്ടയാളാണ് രാജാവ്. എന്നാൽ രാജാവിന്റെ ആഗ്രഹങ്ങൾ പൂർണ്ണമായും നടപ്പിലാക്കാൻ കഴിയുമോ? ഇല്ല... എല്ലാം ഉള്ളിലൊതുക്കി കഴിയേണ്ടിവരും. സ്വന്തം ഇഷ്ടങ്ങളും അഭിലാഷങ്ങളും നാടിന്റെ നന്മയ്ക്കുവേണ്ടി ഉപേക്ഷിക്കേണ്ടിവരും. ഇക്കാര്യത്തിൽ കേളപ്പനാർക്കും ഒഴിഞ്ഞുമാറാനാവില്ല.

ഏരുവേശ്ശിയിലെ പ്രജയെന്നനിലയിൽ, ഈ നാടിന്റെ പുരോഗതിക്കായി അദ്ദേഹത്തെ സഹായിക്കണം. ഹനുമാൻ ശ്രീരാമനെ സേവിച്ചതുപോലെ യുവരാജാവിനെ സേവിക്കാൻ തനിക്ക് ശക്തിയും ഊർജ്ജവും ലഭിക്കണം. കുഞ്ഞികേളപ്പനാർക്ക് ഒരു സ്ത്രീഹനുമാനാകാൻ തനിക്ക് കഴിയണം. അതിന് വിവാഹം കഴിക്കേണ്ടയാവശ്യമില്ല. തനിക്ക് അദ്ദേഹത്തെ ശാരീരികമായി വിവാഹം കഴിക്കേണ്ടതില്ല, പക്ഷേ, മാനസികമായി വിവാഹം കഴിക്കുന്നതിന് ഒരു തടസ്സവുമില്ല. ശരീരത്തിന്റെ അനുമതിയും ആവശ്യമില്ല. ഞാൻ ആരെയും കല്യാണം കഴിക്കില്ലെന്ന് അച്ഛനോടു പറയാൻ ധൈര്യമുണ്ടാവണം. അതിനുള്ള ധൈര്യം ഹനുമാൻസ്വാമി നൽകണം.

രാം രസയൻ തുംഹ്രേ പാസ സദാരഹോ രഘുപതി കേ ദാസാ

ഹനുമാൻ അവളുടെ പ്രാർത്ഥന കേട്ടുവോ? കേട്ടിരുന്നെങ്കിൽ ചിരിച്ചുകാണും!

സുരതിമന്നനാർ തീപ്പെട്ടവിവരം രാജ്യം മുഴുവൻ കാട്ടുതീപോലെ പടർന്നു. അറുപത്തിനാലു ഗ്രാമങ്ങളിലെ ജനങ്ങളും ഏരുവേശ്ശികൊട്ടാരത്തിലെത്തിച്ചേർന്നു. രാജാവിന്റെ മൃതദേഹം കൊട്ടാരത്തിന് പുറത്ത് കിടത്തവേ, ഒരു മഹാവൃക്ഷം അതിന്റെ ശിഖരങ്ങൾക്കൊപ്പം കടപുഴകിവീണതുപോലെ ഏവർക്കും തോന്നിച്ചു. വിശിഷ്ടവ്യക്തികളെല്ലാവരും എത്തിച്ചേർന്നു. രാജാവിനെയും കഴിഞ്ഞ കുറേവർഷങ്ങളായി ഏരുവേശ്ശിനാടിന് അദ്ദേഹം നൽകിയ സംഭാവനകളെയും പ്രശംസിക്കുകയും അദ്ദേഹത്തിന്റെ മുൻഗാമികളുടെ ഭരണപരിഷ്കാരങ്ങൾ അറുപത്തിനാലു ഗ്രാമങ്ങളുടെയും സർവ്വതോമുഖമായ വികസനത്തിന് ഊന്നൽനല്കിയതും ഏവരും ഓർമ്മിച്ചു. സാമ്പത്തികമുൾപ്പെടെയുള്ള വിഭവങ്ങളെ കൈകാര്യം ചെയ്യാനുള്ള അദ്ദേഹത്തിന്റെ കഴിവും വാഴ്ത്തപ്പെട്ടു. അപ്രതീക്ഷിതമായ

വിയോഗം ഏരുവേശ്ശിയെ ബാധിക്കുമെന്നും അതിനാൽ രാജകുമാരൻ ഉടൻതന്നെ ചുമതല ഏറ്റെടുക്കണമെന്നും എല്ലാവരും അംഗീകരിച്ചു. എമ്പ്രാന്തിരിയുൾപ്പെടെ എല്ലാ പൂജാരിമാരും രാജാവിന്റെ ക്ഷേമത്തിനായി പൂജനടത്തി. എന്നാൽ കേളപ്പനാർ വളരെയേറെ അസ്വസ്ഥനായിരുന്നു. പൂജകഴിഞ്ഞ് പുരോഹിതർ ചെറുതാഴത്തേക്ക് മടങ്ങാൻ തീരുമാനിച്ചപ്പോൾ കേളപ്പനാർ ഇടപെട്ട് കിരീടധാരണംവരെ ഏരുവേശ്ശിയിൽ തുടരാൻ അഭ്യർത്ഥിച്ചു.

ഈ നിർണ്ണായകഘട്ടത്തിൽ കണ്ണപ്പന്റെ അസാന്നിദ്ധ്യം അദ്ദേഹത്തെ അത്ഭുതപ്പെടുത്തി. അന്വേഷിച്ചെങ്കിലും അവൻ എങ്ങോട്ടുപോയെന്ന് ആർക്കും നിശ്ചയമില്ലായിരുന്നു. ഒരുപക്ഷേ, ഏരുവേശ്ശിയിലുണ്ടായ സംഭവങ്ങൾ ചെറുശ്ശേരിതിലകനെ അറിയിക്കാൻ പോയതാകാമെന്നാണ് അംബികയ്ക്ക് തോന്നിയത്.

ദിനരാത്രങ്ങൾ പിന്നേയും കടന്നുപോയി. കേളപ്പനാരുടെ സ്ഥാനാരോഹണത്തിന് അനുയോജ്യമായ ദിവസം നാട്ടുമുഖ്യരുമായി നടന്ന വിശദമായ ചർച്ചകൾക്കുശേഷം തീരുമാനമായി. ഇതിനിടെ ശങ്കരേശ്വരന്റെ ആരോഗ്യനില മെച്ചപ്പെട്ടിരുന്നു. അദ്ദേഹം ഏരുവേശ്ശിയിലെത്തി അംബികയോടൊപ്പം കേളപ്പനാരെ കാണാൻ അനുവാദം ചോദിച്ചു. അരിയിട്ടുവാഴ്ചയ്ക്കുമുമ്പ് രാജകുമാരനെ കാണണമെന്നായിരുന്നു അദ്ദേഹത്തിന്റെ നിലപാട്.

കേളപ്പനാരുടെ സ്വകാര്യമുറിയിൽവച്ച് കാണാനായിരുന്നു നിർദ്ദേശം. അംബികയും ശങ്കരേശ്വരനും അകത്തുകടന്നപ്പോൾ സേവകരോട് പുറത്തിറങ്ങാനാവശ്യപ്പെട്ടു. ജനലുകളും വാതിലുകളുമെല്ലാം അടച്ചു. അവർക്ക് രുചികരമായ സംഭാരം നല്കി. തനിക്കെതിരേ മുന്നിൽ ആസനസ്ഥരായ ഇരുവരോടുമായി കേളപ്പനാർ ചോദിച്ചു.

"പറയൂ.. എന്തുകൊണ്ടാണ് നിങ്ങൾ എന്നെ കാണണമെന്നാഗ്രഹിച്ചത്? എന്താണ് പറയാനുള്ളത്?"

ശങ്കരേശ്വരൻ പറഞ്ഞു.

"തമ്പുരാൻ അനുവദിച്ചാൽ അംബിക തുടങ്ങും, പിന്നെ ഞാൻ തുടരും.."

ഒരു പുഞ്ചിരിയോടെ കേളപ്പനാർ അവളെ സംസാരിക്കാൻ അനുവദിച്ചു.

"തമ്പുരാനേ, പുഴയിൽനിന്ന് എന്റെ ജീവൻ രക്ഷിച്ചതിന് നന്ദിപറയാൻ ഏറെനാളായി ഞാൻ കാത്തിരിക്കുകയായിരുന്നു. അതിന് ഇന്ന് അവസരം ലഭിച്ചിരിക്കുകയാണ്. ഈ ജന്മത്തിലും ഇനിയുള്ള ജന്മങ്ങളിലും അങ്ങയോടുള്ള നന്ദിയും കടപ്പാടും ഞാൻ അറിയിക്കുകയാണ്.. അടുത്തിടെ ഞാൻ പൂത്തറയിലുള്ളപ്പോൾ അരമനയിൽനിന്ന് അങ്ങ് പുറത്തേക്ക് വരുന്നതു കണ്ടു. പക്ഷേ, ഞാൻ അരികിലെത്തുമ്പോഴേക്കും അങ്ങ് കുതിരപ്പുറത്തേറി യാത്രയായിരുന്നു. ഞാൻ അങ്ങയുടെ പിറകേ വന്നു. മലപ്പട്ടണത്തിനടുത്തുവച്ച് അങ്ങും കണ്ണപ്പനും വൈദ്യർ തയ്യാറാ

ക്കിയ കാപ്പി കഴിക്കുന്നതുകണ്ടു. സംശയംതോന്നി അവരുപേക്ഷിച്ച ഇലകൾ പെറുക്കിയെടുത്ത് ചെറുതാഴത്തു ചെന്ന് മാമനെ ഏൽപ്പിച്ചു. പരിശോധനയിൽ അത് മദയന്തി ചെടിയുടെ ഇലയാണെന്ന് മനസ്സിലായി. അതിനെക്കുറിച്ച് മുന്നറിയിപ്പ് നല്കണമെന്ന് ഞങ്ങൾ നിശ്ചയിച്ചു. അങ്ങ് കണ്ണപ്പനോടൊപ്പം ഹനുമാരമ്പലത്തിൽ വന്നത് മദയന്തിയുടെ ലഹരിയിലായിരുന്നു. അതുകൊണ്ടുതന്നെ അമ്പലത്തിൽ കയറാൻ തന്ത്രികൾ അനുവദിച്ചില്ല. പക്ഷേ.. അങ്ങയെ പൊതുജനങ്ങൾക്ക് മുന്നിൽ അപഹാസ്യനാക്കാൻ കണ്ണപ്പൻ വളരെയേറെ ശ്രമിക്കുന്നതായി തോന്നി. അവനെക്കുറിച്ച് മുന്നറിയിപ്പ് നല്കുന്നതിന് രണ്ടുപേരെയും ഞാൻ അനുഗമിച്ചു. രാജഗൃഹത്തിൽവച്ച് കണ്ണപ്പൻ ഇല്ലാത്തനേരത്ത് ഇക്കാര്യം അങ്ങയെ അറിയിക്കുകയുമുണ്ടായി. പക്ഷേ, നിർഭാഗ്യകരമെന്നുപറയട്ടെ.. അപ്പോഴും എന്റെ വാക്കുകൾ മനസ്സിലാക്കാൻ പറ്റുന്ന അവസ്ഥയിലായിരുന്നില്ല, അങ്ങ്.!"

ഏറെനാളായി പറയാനാഗ്രഹിച്ച കാര്യങ്ങൾ ഒറ്റശ്വാസത്തിൽ പറഞ്ഞതിന്റെ ആശ്വാസത്തിൽ അവൾ ഒന്നു കിതച്ചു.

മങ്ങിയ ഓർമ്മയിൽ അന്ന് കണ്ടതൊക്കെ ഭാവനയല്ല യാഥാർത്ഥ്യമാണെന്ന് ഇപ്പോൾ കേളപ്പനാർക്ക് മനസ്സിലായി. ആ കാപ്പിയുടെ ദോഷഫലം എന്തായിരുന്നു? യഥാർത്ഥ്യവും ഭാവനയും തിരിച്ചറിയാൻ കഴിയാത്തവിധം മനസ്സിനെ മായികലോകത്ത് എത്തിക്കാൻ കേവലം ഉണങ്ങിയ ഇലകൾക്ക് കഴിയുമോ? ഇവൾ പറയുന്നതിൽ എത്രമാത്രം സത്യമുണ്ടെന്ന് കേളപ്പനാർക്ക് സ്ഥിരീകരിക്കാൻ കഴിഞ്ഞില്ല. അംബിക തുടർന്നു.

"തമ്പുരാനേ, ഏതു സമയത്തും കണ്ണപ്പൻ തിരിച്ചെത്തിയേക്കാമെന്ന ഭയത്തിലാണ് ഞാൻ രാജഗൃഹത്തിൽനിന്ന് ഇറങ്ങിയത്. വഴിയിൽവച്ച് മാമനെ കണ്ടപ്പോൾ നടന്ന സംഭവങ്ങൾ വിശദീകരിച്ചു. ഇതിനിടയിൽ കണ്ണപ്പൻ മടങ്ങിവരുന്നതും താമസിയാതെ അതിവേഗത്തിൽ കൊടുംകാട്ടിലേക്കുള്ള വഴിയിലൂടെ കുതിച്ചുപായുന്നതും കണ്ടു. ഉടൻതന്നെ മാമൻ കുതിരപ്പുറത്ത് അവനെ പിന്തുടർന്നു."

പറഞ്ഞുനിർത്തി അംബിക ശങ്കരേശ്വരന്റെ മുഖത്തുനോക്കി.

"യുവരാജാവേ.. ഇനി ഞാൻ പറയാം.. വളരെയേറെ ബുദ്ധിമുട്ടിയാണ് കൊടുംകാട്ടിൽ കണ്ണപ്പനെ അനുഗമിച്ചത്. എന്നിട്ടും ഞാൻ പിന്തിരിഞ്ഞില്ല. അവൻ പോയത് ഒരു വൃദ്ധനെ കാണാനായിരുന്നു."

"നിങ്ങളെന്താണ് പറയുന്നത്? എന്റെ സുഹൃത്ത് കാട്ടിൽവച്ച് ഒരു വൃദ്ധനെ കണ്ടുവെന്ന് പറഞ്ഞ് എന്നെ ഭയപ്പെടുത്തുകയാണോ?"

"തമ്പുരാനേ, അതത്ര നിസ്സാരമായിക്കാണരുത്. മന്നനാർവംശത്തെ മുച്ചൂടും നശിപ്പിക്കാൻ പ്രയത്നിച്ചുകൊണ്ടിരിക്കുന്ന ഒരു തലമുറയുടെ പ്രതിനിധിയാണ് ആ വൃദ്ധൻ. അതിനുവേണ്ടി എന്ത് ക്രൂരതയും ചെയ്യാൻ മടിയില്ലാത്തയാളാണ്."

കേളപ്പനാർ ചിരിച്ചു: "ഒരു പടുവൃദ്ധന് ഞങ്ങൾക്കെതിരെ എന്ത് ചെയ്യാൻ കഴിയും? മതിയായ സംരക്ഷണം നല്കാൻ കഴിവുള്ള, പരിശീ

ലനം സിദ്ധിച്ച എത്രയോ പടയാളികളുണ്ട് ഇവിടെ. അരമനയിൽ പ്രവേശിക്കാൻപോലും അയാൾക്ക് കഴിയില്ല."

"തമ്പുരാനേ, അദ്ദേഹത്തിന് ശാരീരികമായി ഒന്നും ചെയ്യാൻ കഴിഞ്ഞേക്കില്ല, പക്ഷേ, തന്റെ പദ്ധതികൾ നടപ്പിലാക്കാൻതക്ക ശേഷിയുള്ളവരെ നിയോഗിക്കാനുള്ള സാദ്ധ്യത തള്ളിക്കളയാനാവില്ലല്ലോ?"

"നിങ്ങൾ പറയൂ, വൃദ്ധന് മന്നനാർമാരോട് പ്രതികാരം ചെയ്യാൻ ഹേതുവെന്താണ്? എന്നെ വധിക്കാൻ ചാവേറുകളെ അയക്കേണ്ട ആവശ്യകതയെന്താണ്?"

"അങ്ങുന്നേ, എനിക്ക് അതിന്റെ പിന്നിലുള്ള പൂർവ്വകാലകഥകൾ മുഴുവൻ അറിയില്ല."

"അറിയാവുന്ന കാര്യങ്ങൾ പറയൂ."

"അങ്ങ് ഉദയനൻ മന്നനാരുടെ കഥകൾ കേട്ടിരിക്കുമെന്ന് കരുതുന്നു.."

"നിങ്ങൾ പറഞ്ഞോളൂ.."

"കോലത്തിരിനാട്ടിലെ ചെറുശ്ശേരിയിലാണ് തൊണ്ടൻതിലകൻ ജനിച്ചത്. ആ നാടിന്റെ ഭരണാവകാശം അയാളുടെ പൂർവ്വികർക്ക് നൽകിയത് കോലസ്വരൂപമാണ്" തെല്ലിട നിർത്തി അയാൾ തുടർന്നു.

"ഇന്നത്തേതിനേക്കാൾ കർശനമായ സാമൂഹികനിയന്ത്രണങ്ങളുണ്ടായിരുന്ന അക്കാലത്ത് പെൺകുട്ടികൾക്ക് വീടിന് പുറത്തിറങ്ങാൻ അനുവാദമില്ലായിരുന്നു. എന്നിട്ടും രാജവംശത്തിൽനിന്നല്ലാത്ത ഒരാളുമായി, എന്നുവച്ചാൽ ആദ്യത്തെ മന്നനാരുമായി കോലസ്വരൂപത്തിലെ രാജകുമാരി പ്രണയത്തിലായി. സ്വാഭാവികമായും അവരുടെ പ്രണയത്തെ രാജകുടുംബം എതിർത്തു. പെൺകുട്ടിയെ വേൾക്കാനാഗ്രഹിച്ച, അതുവഴി രാജ്യഭരണം കയ്യാളാനാഗ്രഹിച്ച തിലകവർമ്മയുടെ പൂർവ്വികന് തീർച്ചയായും അതിഷ്ടപ്പെട്ടില്ല. രാജകുമാരി തന്റെ പ്രണയത്തിൽ ഉറച്ചുനിന്നതിനാൽ അവളുടെ പ്രണയിതാവിന് വിവാഹം ചെയ്തുകൊടുക്കുകയല്ലാതെ രാജാവിന് മറ്റ് വഴിയില്ലെന്നായി. ഏരുവേശ്ശിയും ചുറ്റുമുള്ള അറുപത്തിനാല് ഗ്രാമങ്ങളും അവർക്ക് അനുവദിച്ചുനല്കി. തുടക്കത്തിൽ ഭാഗികമായ അധികാരമാണ് നൽകിയത്. പക്ഷേ, അദ്ദേഹത്തിന്റെ ഭരണനൈപുണ്യംമൂലം നിരവധിപരിഷ്കാരങ്ങൾ കൊണ്ടുവരികയും ഈ പ്രദേശങ്ങളെയും സമൂഹത്തെയും ഉന്നതിയിലെത്തിച്ചതിന്റെ അടിസ്ഥാനത്തിലും അവർക്ക് അനുവദിച്ച ഗ്രാമങ്ങൾ ഭരിക്കാൻ രാജാവെന്ന നിലയിൽ അദ്ദേഹത്തിന് പൂർണ്ണ അധികാരം നല്കി കോലത്തിരി ഉത്തരവിട്ടു. ഇതോടെ തിലകന്റെ മൂത്തകാരണവർ വളരെയധികം അസ്വസ്ഥനായി. തന്റെ മുറപ്പെണ്ണിനെ കവർന്നെടുത്തതുകൂടാതെ രാജ്യഭരണവും നഷ്ടപ്പെടാനിടവരുത്തിയ മന്നനാരെ വധിക്കാൻ പലവിധത്തിലുള്ള ശ്രമങ്ങളും അയാൾ നടത്തി. പക്ഷേ, ബുദ്ധിമാനും സമർത്ഥനുമായ മന്നനാരുടെ മുന്നിൽ അവന്റെ എല്ലാവിധ ശ്രമങ്ങളും പരാജയപ്പെട്ടു. അതേസമയം ഭാര്യയുടെ ബന്ധുവായതിനാൽ മന്നനാർ അയാളെ കൊല്ലാതെ

വിടുകയും ചെയ്തു. ഇതുമുതലെടുത്ത് കുത്സിതപ്രവൃത്തികൾ തുടർന്നെങ്കിലും താമസിയാതെ ആ മനുഷ്യൻ മരിച്ചുപോയി. എന്നാൽ തന്റെ പിൻഗാമികളുടെ മനസ്സിൽ പ്രതികാരവാഞ്ഛ ജ്വലിപ്പിച്ചുകൊണ്ടാണ് അയാൾ കളംവിട്ടത്. ഇപ്പോഴും തങ്ങളുടെ വാസസ്ഥലം കാട്ടിലേക്ക് മാറ്റിക്കൊണ്ട് അക്കൂട്ടർ പ്രതിപ്രവർത്തനങ്ങൾ തുടർന്നുകൊണ്ടേയിരിക്കുന്നു."

ശങ്കരേശ്വരൻ കുറച്ചുനേരം മൗനംപൂണ്ടു. തിലകൻ എന്ന എൺപത് വയസ്സുള്ള ഒരു വൃദ്ധൻ രാജ്യത്തിനെതിരെ യുദ്ധം ചെയ്യുന്നത് കേളപ്പനാർക്ക് രസകരമായി തോന്നി. ശങ്കരേശ്വരനോട് തുടരാൻ ആവശ്യപ്പെട്ടു.

"ഇതിനിടയിൽ അവൻ വിവാഹിതനായി പുത്രന്മാരുണ്ടായി, മക്കളും വിവാഹിതരായി, കൊച്ചുമകനുണ്ടായി.. കണ്ണപ്പൻ അവന്റെ കൊച്ചുമക്കളിൽ ഒരാളാണ്. അങ്ങയെ കൊല്ലാൻ മാത്രമല്ല വംശംതന്നെ നശിപ്പിക്കാനാണ് അവനെ കൊട്ടാരത്തിലേക്ക് അയച്ചതെന്ന് ഞാൻ വിശ്വസിക്കുന്നു."

"അവനെങ്ങനെ എന്നെ കൊല്ലാൻ കഴിയും? ഞങ്ങൾ നല്ല സുഹൃത്തുക്കളാണ്. കൊല്ലാൻ ഉദ്ദേശ്യമുണ്ടായിരുന്നെങ്കിൽ മരണക്കുഴിയിൽനിന്നും മൂർഖനിൽനിന്നും എന്നെ രക്ഷിക്കുമായിരുന്നോ?"

"സത്യം തമ്പുരാനേ, അവൻ നിങ്ങളെ രക്ഷിച്ചു എന്നതിൽ സംശയമില്ല, എന്നാൽ എന്തുകൊണ്ടാണ് അവൻ അങ്ങനെ ചെയ്തത്? ഇതേക്കുറിച്ച് എപ്പോഴെങ്കിലും അങ്ങ് ചിന്തിച്ചിട്ടുണ്ടോ?"

കേളപ്പനാർ കുഴങ്ങി.

"അവൻ ഏരുവേശ്ശിയിലെ ഒരു നല്ല പൗരനായിരിക്കാം."

"അല്ല തമ്പുരാനേ, അങ്ങയുടെ സൗഹൃദം പിടിച്ചുപറ്റാനായി അവൻ സഹായിച്ചു. നിങ്ങൾക്ക് അവനെക്കുറിച്ചോ അല്ലെങ്കിൽ അവന്റെ ബന്ധങ്ങളെക്കുറിച്ചോ എന്തെങ്കിലും വിവരം ലഭിച്ചിട്ടുണ്ടോ?"

"ഞാൻ ആത്മാർത്ഥമായി അന്വേഷിച്ചു.. ശ്രമിച്ചു.. പക്ഷേ, പരാജയപ്പെട്ടു. ആർക്കും അവന്റെ പൂർവ്വികരെ കണ്ടെത്താനായില്ല. പക്ഷേ, അവൻ എന്നോട് ആത്മാർത്ഥത പുലർത്തി."

കേളപ്പനാർ പിന്നെയും ന്യായീകരണം കണ്ടെത്തി.

"ക്ഷമിക്കണം.. കണ്ണപ്പൻ അങ്ങയുടെ മുന്നിൽ നന്നായി അഭിനയിച്ചു. അവന്റെ ഉദ്ദേശ്യങ്ങൾ വ്യത്യസ്തമായിരുന്നു. മദയന്തി, മദ്യപാനം തുടങ്ങിയ ദുശ്ശീലം സമ്മാനിച്ച് പൊതുജനങ്ങൾക്ക് മുന്നിൽ തമ്പുരാന്റെ സൽപ്പേര് നശിപ്പിക്കുക! അങ്ങനെ നിങ്ങളെ നശിപ്പിക്കാനാണ് ചെറുശ്ശേരി തിലകൻ നിർദ്ദേശിച്ചത്. അതവൻ നടപ്പിലാക്കി."

"നല്ലൊരു ഗുരുവിനെ കണ്ടെത്തി എന്നെ കളരി പരിശീലിപ്പിക്കാൻ സഹായിച്ചിരുന്നു.." കേളപ്പനാർ പറഞ്ഞു

"തമ്പുരാനേ, അങ്ങയെ ഭാഗികമായി മാത്രമേ കളരി പഠിപ്പിച്ചിരുന്നുള്ളൂ.. കളരിയുടെയും മർമ്മത്തിന്റെയും പ്രധാനസവിശേഷതകൾ പഠിപ്പിച്ചിട്ടില്ല. അസുഖത്തിന്റെ നാളുകളിൽ കണ്ണപ്പൻ അത് പഠിച്ചു, അങ്ങേക്ക് ഈ പരിശീലനം നല്കുന്നതിൽ നിന്ന് അവൻ ആശാനെ തടഞ്ഞു. അങ്ങയുടെ വംശത്തെ ഇല്ലാതാക്കാൻ അടുത്ത നടപടികൾ എന്താണെന്ന

റിയാൻ കൂടുതൽ നിർദ്ദേശങ്ങൾക്കായി അവൻ ചെറുശ്ശേരിയിൽ പോയതും ഞാനറിഞ്ഞു."

"ഇതെല്ലാം താങ്കൾക്കെങ്ങനെ അറിയാം?"

"തിലകനോട് ഇക്കാര്യങ്ങൾ കണ്ണപ്പൻ ആവശ്യപ്പെടുന്നത് ഞാൻ കേട്ടതാണ്. പക്ഷേ.. എന്റെ സാന്നിദ്ധ്യം അവർക്ക് മനസ്സിലായി. അതോടെ സംസാരം നിർത്തി."

കേളപ്പനാർ ശങ്കരേശ്വരനോട് ചോദിച്ചു.

"വൃദ്ധന്റേത് രാജ്യദ്രോഹക്കുറ്റമാണെന്ന് താങ്കൾ ഉറച്ചുവിശ്വസിക്കുന്നുണ്ടോ?"

"തീർച്ചയായും.. തമ്പുരാനേ. അദ്ദേഹത്തിന്റെ പ്രവൃത്തികളെ ഞാൻ ഗൗരവതരമായി സംശയിക്കുന്നു. അയാൾക്കെതിരെ വിശദമായ അന്വേഷണം നടത്തണമെന്ന് ഞാൻ അഭ്യർത്ഥിക്കുന്നു. വേണമെങ്കിൽ സാക്ഷി പറയാൻ ഞാൻ തയ്യാറാണ്."

"എന്റെ അമ്മാവൻ സുരതിമന്നനാരുടെ മരണത്തിന്റെ ഉത്തരവാദിയും അവരാണെന്ന് താങ്കൾ കരുതുന്നുവോ?"

"അവരാണ് മഹാരാജാവിനെ കൊന്നതെന്ന് ഞാൻ ആരോപിക്കുന്നില്ല. പക്ഷേ, എനിക്ക് സംശയമുണ്ട്. ഇത്രയും ആരോഗ്യമുള്ള ഒരാൾ എങ്ങനെ പെട്ടെന്ന് ഹൃദയാഘാതംമൂലം മരിക്കും? ഇത്തരം ലക്ഷണങ്ങൾ ഇതിനുമുമ്പ് ഉണ്ടായിരുന്നില്ലെന്നാണ് ഞാനറിഞ്ഞത്. ഞാൻ കാണുമ്പോൾ അവൻ തിലകനോടൊപ്പം ഗൗരവമേറിയ ചർച്ചയിലായിരുന്നു. അവർ സംസാരിച്ചത് എനിക്ക് കേൾക്കാനായില്ല. തിലകൻ കണ്ണപ്പന് എന്തോ ചില പൊടികൾ നൽകി, നിർദ്ദേശങ്ങളും. അതിനുശേഷം അവൻ സ്ഥലം വിട്ടു. പെട്ടെന്ന് ഒരു വൃദ്ധ കുടിലിൽനിന്ന് ഇറങ്ങി അവനെ തടയാൻ ശ്രമിച്ചു, പക്ഷേ, അവളുടെ ശ്രമം പാഴായി."

"അവൾ ആരായിരുന്നു?"

"അറിയില്ല.. ഒരുപക്ഷേ, അവൾ തിലകന്റെ മകളായിരിക്കാം.. എനിക്ക് മനസ്സിലായില്ല, എന്തുകൊണ്ടാണ് ആ സ്ത്രീ അവനെ തടഞ്ഞതെന്ന്...!"

"താങ്കൾ പറയൂ.. എന്റെ അമ്മാവന് എന്ത് സംഭവിച്ചിരിക്കാം."

"കണ്ണപ്പനെ ഞാൻ ഏറെദൂരം പിന്തുടർന്നു. തന്നെയാരോ പിന്തുടരുന്നുണ്ടെന്ന സംശയംകൊണ്ടാവണം അവൻ പലവട്ടം തിരിഞ്ഞുനോക്കിയിരുന്നു. പൊടുന്നനെ അവൻ കുതിരയെ പിന്നോട്ടെടുത്ത് എന്റെ നേരെ പാഞ്ഞടുത്തു. ഓർക്കാപ്പുറത്തുള്ള ആക്രമണത്തിൽ എനിക്കൊന്നും ചെയ്യാൻ കഴിഞ്ഞില്ല. എന്നെ പിടികൂടി കഠാരകൊണ്ട് കുത്തി, പിന്നെ പൊന്തക്കാട്ടിൽ തള്ളിയിട്ട് വേഗത്തിൽ സ്ഥലംവിട്ടു. ഒരുപക്ഷേ, ഇതിനേക്കാൾ അടിയന്തരമായ മറ്റെന്തെങ്കിലും ജോലി ചെയ്യേണ്ടതുണ്ടാവാം, ഇല്ലെങ്കിൽ അവൻ എന്റെ മരണം ഉറപ്പുവരുത്തുമായിരുന്നു."

"പിന്നെ എന്ത് സംഭവിച്ചു?"

"എന്നെ അത്ഭുതപ്പെടുത്തിക്കൊണ്ട് ഇവൾ.. അംബിക കുതിരപ്പുറത്ത് അവിടെ വന്നു. ഏരുവേശ്ശിയിൽപോയി കണ്ണപ്പന്റെ ദുരുദ്ദേശ്യങ്ങ

ളെക്കുറിച്ച് രാജാവിനും അങ്ങേക്കും മുന്നറിയിപ്പ് നൽകണമെന്ന് ഞാൻ ആവശ്യപ്പെട്ടു. പക്ഷേ, ഇവൾ കൊട്ടാരത്തിൽ എത്തിയപ്പോൾ എല്ലാം കഴിഞ്ഞു. രാജാവിനെ നേരിൽക്കണ്ട് ഉണർത്തിക്കാൻ സാധിച്ചില്ല. അങ്ങാണെങ്കിൽ കഠിനമായ ദുഃഖത്തിലും. ഇതിനിടയിൽ ഒരു സന്ന്യാസി വന്നുചേർന്നു. തമ്പുരാനെ അറിയിക്കാൻ അദ്ദേഹത്തോടും അഭ്യർത്ഥിച്ചു. അറിയിച്ചോ ഇല്ലയോ എന്ന് എനിക്കറിയില്ല. എന്തുചെയ്യാൻ.. നമുക്ക് നമ്മുടെ മഹാനായ രാജാവിനെ നഷ്ടപ്പെട്ടു. മരണത്തിന് കാരണമായേക്കാവുന്ന പൊടി കണ്ണപ്പൻ ഏതുവഴിയെങ്കിലും രാജാവിന് നല്കിയിരിക്കാമെന്ന് ഞാൻ ബലമായി സംശയിക്കുന്നു."

"എന്തെങ്കിലും തെളിവുണ്ടോ?"

"തെളിവൊന്നും എന്റെ കൈയിലില്ല. പക്ഷേ, എനിക്ക് സംശയമുണ്ട്. തൊണ്ടൻതിലകൻ കണ്ണപ്പനെ പൊടി ഏല്പിക്കുന്നത് ഞാൻ കണ്ടു. ഹൃദയാഘാതം ഉണ്ടാക്കാൻ ഒരുപാട് സാദ്ധ്യതയുള്ളതാണ് ഈ പൊടി."

"രാജാവ് പൊടി ഉപയോഗിച്ചിരിക്കുമെന്ന നിഗമനത്തിൽ എങ്ങനെയാണ് നിങ്ങൾ എത്തിച്ചേർന്നത്?"

"തമ്പുരാനേ, ഇതിനൊന്നും എന്റെ കൈയിൽ തെളിവില്ല. സംശയമേ ഉള്ളൂ."

"സംശയങ്ങളുടെ പേരിൽ മാത്രം ഒരാളെ ശിക്ഷിക്കാൻ കഴിയുമോ? ചിലപ്പോൾ അത് സത്യമല്ലെങ്കിൽ..?"

"യുവരാജാവേ.. തിലകനും കണ്ണപ്പനും മന്നനാർക്കെതിരേ പ്രതികാര നടപടികൾ ഇനിയും തുടർന്നേക്കാം.."

"അത് നിങ്ങളുടെ ആരോപണം മാത്രമാണ്. അന്വേഷണം നടത്തി കുറ്റം തെളിയാതെ ശിക്ഷിക്കാൻ നിർവ്വാഹമില്ല.."

"തമ്പുരാനേ, അത് തന്നെയാണ് എന്റേയും അപേക്ഷ."

"തീർച്ചയായും.. ഇതിനെക്കുറിച്ച് വിശദമായ അന്വേഷണമുണ്ടാകും. എനിക്ക് ഇതുവരെ മനസ്സിലാക്കാൻ പറ്റാതിരുന്ന ഒരുപാട് വിഷയങ്ങളെക്കുറിച്ച് വ്യക്തത ലഭിക്കാൻ നിങ്ങളുമായുള്ള കൂടിക്കാഴ്ച സഹായിച്ചു. ഇതെല്ലാം എന്നെ അറിയിക്കാൻ വന്നതിൽ സന്തോഷം. മാതുലൻ മരണസമയത്ത് കണ്ണപ്പനെക്കുറിച്ച് എന്തോ സൂചിപ്പിക്കാൻ ആഗ്രഹിച്ചിരുന്നതായി തോന്നിയിട്ടുണ്ട്. പക്ഷേ..അതിനുമുമ്പ്, മുത്തപ്പൻ അദ്ദേഹത്തെ കൂട്ടിക്കൊണ്ടുപോയി. ഇതൊന്നും നമ്മുടെ വരുതിയിലല്ലല്ലോ? ഞാൻ ഒന്ന് വിശദമായി അന്വേഷിക്കട്ടെ. പിന്നെ മറ്റൊരു കാര്യം.. അടുത്ത വെള്ളിയാഴ്ച എന്റെ വിവാഹമാണ്.. രണ്ടുപേരെയും ഞാൻ ക്ഷണിക്കുന്നു. എനിക്ക് നിങ്ങളുടെ അനുഗ്രഹം വേണം. അംബികാ.. നീയും എന്റെ വിവാഹത്തിന് ഉണ്ടായിരിക്കണം."

അംബികയുടെ ഹൃദയം ഒരുനിമിഷം നിലച്ചു. ഹനുമാൻ ചാലിസയിൽനിന്ന് ലഭിച്ച ഊർജ്ജം അവൾ ഓർത്തു. ശ്രീരാമദേവന് ഹനുമാൻ എങ്ങനെയായിരുന്നുവോ അതുപോലെയായിരിക്കും താനും. ഏതൊരു പ്രണയമോ മനുഷ്യസ്നേഹമോ അതിന് പിന്നിലേ സ്ഥാനമുള്ളൂ..

പരിസരത്ത് തങ്ങളെക്കൂടാതെ മറ്റാരോ ഉണ്ടെന്ന് ശങ്കരേശ്വരൻ സംശയിച്ചു. അത് കണ്ണപ്പനാണോ? വിഷം വമിക്കുന്ന രണ്ടു കണ്ണുകൾ ജനലഴികളിലൂടെ അവരെ ഉറ്റുനോക്കുന്നുണ്ടായിരുന്നു. അടച്ചിട്ട ജനൽപ്പാളിയുടെ ഒരുവശം ആരാണ് തുറന്നത്? ശങ്കരേശ്വരൻ ജനാലയ്ക്കരികിലെത്തി. അയാൾക്ക് പക്ഷേ, അവിടെ ആരെയും കണ്ടെത്താൻ കഴിഞ്ഞില്ല.

ശങ്കരേശ്വരനും അംബികയും തങ്ങളുടെ സംശയങ്ങൾ തമ്പുരാനെ അറിയിച്ചതിന്റെ സംതൃപ്തിയോടെ അവിടുന്ന് പിൻവാങ്ങി. മന്നനാർക്കെതിരെയുള്ള ചെറുശ്ശേരിതിലകന്റെ കുത്സിതവൃത്തികൾ തടയാൻ കേളപ്പനാർക്ക് സാദ്ധ്യമാവുമെന്ന് അവർ ഉറച്ചു വിശ്വസിച്ചു. പക്ഷേ.. അത് സാദ്ധ്യമാവുമോ? തലമുറകളുടെ പ്രതികാരത്തിന്റെ ദൂഷ്യഫലങ്ങൾ തടയാൻ ആർക്ക് കഴിയും?

പതിനെട്ട്

കാലചക്രം ആർക്കുവേണ്ടിയും കാത്തുനില്ക്കുന്നില്ല. ആരു വന്നാലും പോയാലും അതു തിരിഞ്ഞുകൊണ്ടേയിരിക്കും. സുരതിരാജാവിന്റെ വിയോഗത്തിനുശേഷം ദിവസങ്ങൾ എത്രപെട്ടെന്നാണ് കൊഴിഞ്ഞു വീണത്. രാജാവില്ലാത്ത രാജ്യം ഉടയോനില്ലാത്ത കുതിരയുടെ യാത്ര പോലെയായിരിക്കുമെന്നാണ് എല്ലാവരും പറയുന്നത്. എന്നാൽ അരിയിട്ടുവാഴ്ചയ്ക്ക് അടുത്തമാസത്തിൽ മാത്രമേ ശുഭദിനമുള്ളൂ എന്ന് പുരോഹിതർ പറഞ്ഞു. എല്ലാവരും ശുഭദിനത്തിനായി കാത്തിരുന്നു. തന്റെ പ്രിയപ്പെട്ട മാതുലന്റെ പെട്ടെന്നുള്ള വിയോഗത്തിൽ വളരെയേറെ ദുഃഖിതനായിരുന്ന കേളപ്പനാർ അധികമാരോടും സംസാരിക്കാതെ ഏകാന്തതയിൽ ഇരിക്കുകയോ *മഹാഭാരത*ത്തിലും *രാമായണ*ത്തിലും മുഴുകി സമയം ചെലവഴിക്കുകയോ ചെയ്തു.

അതേസമയം, ചടങ്ങിനുമുമ്പ് നിർബ്ബന്ധമായും രാജകുമാരൻ വിവാഹം കഴിക്കണമെന്നും അതാണ് ആചാരമെന്നും എമ്പ്രാന്തിരികളിലെ മുഖ്യപുരോഹിതൻ അറിയിച്ചു. പുരോഹിതന്റെ ഉപദേശപ്രകാരം വിവാഹത്തിന് കൊട്ടാരമൊരുങ്ങി. ലളിതമായ ചടങ്ങുകൾ മതിയെന്ന് കേളപ്പനാർ നിഷ്കർഷിച്ചു. മാതുലന്റെ ആഗ്രഹപ്രകാരം വിവാഹത്തിന് വാക്ക് നൽകിയെങ്കിലും അംബികയെ മറക്കുക കേളപ്പനാർക്ക് അത്ര എളുപ്പമായിരുന്നില്ല. കൊടുത്ത വാക്ക് പാലിക്കാതിരിക്കാൻ കഴിയുകയുമില്ല. എമ്പ്രാന്തിരിമാർ വിവാഹത്തിനും അരിയിട്ടുവാഴ്ചയ്ക്കും തീയതി നിശ്ചയിച്ചു. രണ്ടിനുമിടയിൽ ഒരാഴ്ചമാത്രമേ ഉണ്ടായിരുന്നുള്ളൂ.

കേളപ്പനാർ നിർദ്ദേശിച്ചതുപോലെ, അത് ശരിക്കും ലളിതമായ വിവാഹമായിരുന്നു. മൂത്തേടത്തരമനയുമായി അടുത്ത ബന്ധമുള്ള വളരെ കുറച്ചുപേർ മാത്രമേ വിവാഹത്തിൽ പങ്കെടുത്തിരുന്നുള്ളൂ. താൻ പുടവ

കൊടുക്കുന്ന പെൺകുട്ടിയെ വിവാഹസമയത്താണ് കേളപ്പനാർ ആദ്യ മായി കാണുന്നത്. അവൾ ശരിക്കും സുന്ദരിയായിരുന്നു.

ആദ്യരാത്രി.. ദീപാലംകൃതമായ കൊട്ടാരം.. സുഗന്ധപൂരിതമായ പൂക്കളാൽ അലങ്കരിച്ച പള്ളിയറയിൽ വിശേഷപ്പെട്ട പട്ടുമെത്തയ്ക്ക രികിൽ നമ്രവദനയായി നവവധു നിന്നു. അധികം സംസാരിക്കാത്ത, എന്നാൽ തുറന്നമനസ്സുള്ള പെൺകുട്ടിയാണെന്ന് അവർ ഒറ്റയ്ക്കായ പ്പോൾ കേളപ്പനാർക്ക് മനസ്സിലായി. അദ്ദേഹത്തെ ദൈവതുല്യനായി കണ ക്കാക്കി, നല്കുന്ന ഏത് നിർദ്ദേശവും അനുസരിക്കാൻ തയ്യാറായി അവളും. കേളപ്പനാർ അവളോട് എല്ലാം തുറന്നുപറയാൻ ആഗ്രഹിച്ചു. അംബികയോടുള്ള തന്റെ ഇഷ്ടവും, രാജ്യനന്മയ്ക്കായി മാതുലന്റെ നിർദ്ദേശം അനുസരിക്കേണ്ടിവന്നതും അദ്ദേഹം ആദ്യമായി മറ്റൊരാളോട് വെളിപ്പെടുത്തി. പക്ഷേ, തന്റെ ഉള്ളിലെ പ്രണയം പെൺകുട്ടിയുൾപ്പെടെ ആരോടും പറഞ്ഞിരുന്നില്ലെന്നും ഭാര്യയോട് സൂചിപ്പിച്ചു. കേളപ്പനാർ ഒന്നും മറച്ചുവെച്ചില്ല; പറയുന്നതെല്ലാം വളരെ ശ്രദ്ധാപൂർവ്വം അവൾ കേട്ടു നിന്നു. പിന്നെ പതിയെ ഒരാഗ്രഹം പ്രകടിപ്പിച്ചു.

“അങ്ങേക്ക് പ്രണയം തോന്നണമെങ്കിൽ ആ പെൺകുട്ടി അതീവ സുന്ദരിയും ബുദ്ധിമതിയുമായിരിക്കുമെന്ന് ഞാൻ കരുതുന്നു. അങ്ങനെ യുള്ള ഒരാളെ, എനിക്ക് കാണണമെന്നുണ്ട്. അനുവദിക്കുമോ?”

കേളപ്പനാർ ചിരിച്ചുകൊണ്ട് സമ്മതിച്ചു. പിറ്റേന്ന് അവർ ചെറുതാ ഴത്ത് ചെന്നു. അംബികയുടെ സാഹസികത കേട്ട് അവൾ ആശ്ചര്യപ്പെ ടുകയും സന്തോഷിക്കുകയും കേളപ്പനാരോടുള്ള അവളുടെ വിശ്വാസവും ആരാധനയും മനസ്സിലാക്കുകയും ചെയ്തു. വളരെപ്പെട്ടെന്ന് അവർ സുഹൃത്തുക്കളായി. കൊട്ടാരത്തിൽ വന്ന് തന്നോടൊപ്പം താമസിക്കാൻ അവളഭ്യർത്ഥിച്ചു. ആദ്യം കുറച്ച് മടി തോന്നിയെങ്കിലും ഒടുവിൽ അംബിക സമ്മതിച്ചു. പരമേശ്വരന് മകളുടെ തീരുമാനം അംഗീകരിക്കുകയല്ലാതെ മറ്റു വഴിയില്ലായിരുന്നു. പക്ഷേ, അംബികയോടൊപ്പം അരമനയിൽ കഴി യാൻ അയാൾക്ക് ഇഷ്ടമായിരുന്നില്ല. ദിവസങ്ങൾക്കുള്ളിൽ കൊട്ടാര ത്തിലെ ധനകാര്യച്ചുമതല കേളപ്പനാർ അംബികയെ ഏല്പിച്ചു.

ഇതിനിടെ ചടങ്ങിന് വിപുലമായ ഒരുക്കങ്ങൾ നടക്കുന്നുണ്ടായി രുന്നു. കൊട്ടാരം നവീകരിച്ച് പുതുമോടിയിലാക്കി. പരമേശ്വരനും ചെറു താഴത്തുനിന്നുള്ള മറ്റ് എമ്പ്രാന്തിരിമാരും കൊട്ടാരത്തിലെത്തി പൂജകൾ ക്കായി ഒരുങ്ങി. സഹായത്തിന് അംബികയും ഒപ്പമുണ്ട്. ഇക്കാലയളവിൽ അവളുടെ ഏകാഗ്രത മുഴുവനും രണ്ട് ദൈവങ്ങളിലായിരുന്നു, ഹനുമാൻ സ്വാമിയും കേളപ്പനാരും.. രാജകുടുംബത്തിന്റെ ക്ഷേമത്തിനായി ഹനു മാൻസ്വാമിയോട് അവൾ പ്രാർത്ഥിച്ചുകൊണ്ടേയിരുന്നു.

ഒടുവിൽ കാത്തിരുന്ന ശുഭദിനമെത്തി. കേളപ്പനാർ അതിരാവിലെ എഴുന്നേറ്റ് നീരാട്ടിനായി ഏരുവേശ്ശിപുഴയിൽ ചെന്നു. അദ്ദേഹത്തിന് കൊട്ടാരത്തിലേക്ക് മടങ്ങാൻ സുവർണ്ണരഥമൊരുക്കിയിരുന്നു. രഥം വലി ക്കാൻ വൃത്തിയും വെടിപ്പുമുള്ള, അഞ്ച് വെള്ളക്കുതിരകളെ തയ്യാറാക്കി.

കേളപ്പനാർ രഥത്തിൽ കയറി. പുഴയിൽ കുളിച്ചശേഷം അംബികയും മറ്റ് രാജകീയസ്ത്രീകളുമായിരുന്നു രഥത്തിന്റെ തൊട്ടുപിന്നിൽ. രാജ്ഞിയും കേളപ്പനാരുടെ വളർത്തമ്മ അവന്തികയും സുരതിമന്നനാരുടെ മച്ച്യാർ പാർവ്വതി അന്തർജ്ജനവും അതിലുൾപ്പെടും. അരമനയിലെ എല്ലാ ഉദ്യോഗസ്ഥരും ഇരുന്നൂറ് നായർപ്പടയാളികളും അവരുടെ തലവന്മാരും സുവർണ്ണരഥത്തെ അനുഗമിച്ചു. രഥം നീങ്ങുന്ന വഴികളിൽ കൊട്ടാരം സേവകർ സുഗന്ധപുഷ്പങ്ങൾ വിതറി. വസന്തകാലമായതിനാൽ പ്രകൃതിയാകെ പൂത്തുലഞ്ഞ് സുഗന്ധം പരത്തി. ഏഴിമലയിൽനിന്നു വരുത്തിയ ആനകളും ഘോഷയാത്രയിൽ ഉണ്ടായിരുന്നു. ഏരുവേശ്ശിയിലെ ഓരോ വീട്ടിലും രാജകീയപതാക ഉയർന്നു.

കൊട്ടാരത്തിലെത്തിയ കേളപ്പനാർ സുരതിമന്നനാരുടെ ഛായാചിത്രത്തിനുമുന്നിൽ അഞ്ജലീബദ്ധനായി ഏറെനേരം നിന്നു. രാജ്ഞിയോടൊപ്പം അറയിലെത്തി തന്റെ വളർത്തമ്മയുടെ അനുഗ്രഹം ഇരുവരും ഏറ്റുവാങ്ങി. ഇന്നത്തെ കേരളത്തിലെ നാല്പത്തിനാല് നദികളിൽനിന്ന് ശേഖരിച്ച വെള്ളവും സമുദ്രജലവും കൂട്ടിക്കലർത്തി തയ്യാറാക്കി. പുണ്യജലം കലർത്താൻ അംബികയും മുന്നിലുണ്ടായിരുന്നു. പൂജ കഴിഞ്ഞ് മുൻനിർദ്ദേശപ്രകാരം ചെറുതാഴം ഹനുമാരമ്പലം തന്ത്രിയും പരമേശ്വരനും മറ്റ് വൈദികരോടൊപ്പം എത്തിച്ചേർന്നപ്പോൾ തന്ത്രിയെ കണ്ട് ഏവരും എഴുന്നേറ്റുനിന്ന് ആദരവ് പ്രകടിപ്പിച്ചു. ചടങ്ങിനുള്ള സമയം അദ്ദേഹം നേരത്തെതന്നെ എല്ലാവരേയും അറിയിച്ചതാണ്. ആഘോഷത്തിൽ പങ്കെടുക്കാൻ വിവിധ ദേശങ്ങളിലെ പൗരപ്രമുഖരും ഏരുവേശ്ശിയിലെത്തിയിരുന്നു.

സ്ഥാനാരോഹണച്ചടങ്ങിനായി പ്രത്യേകസിംഹാസനം ഒരുക്കിയിരുന്നു. സ്വർണ്ണവും മരതകവുംകൊണ്ട് നിർമ്മിച്ച അതിന്റെ കാലുകളിൽ വജ്രങ്ങൾ പതിപ്പിച്ചിരുന്നു. ചെന്നപട്ടണത്തിൽനിന്ന് പ്രത്യേകം കൊണ്ടുവന്ന പട്ട് വിരിച്ച് കേളപ്പനാരും രാജ്ഞിയും സിംഹാസനത്തിൽ ഇരുന്നു.

അവരവർക്കനുവദിച്ച ഇരിപ്പിടങ്ങളിൽ എല്ലാവരും ആസനസ്ഥരായി. എമ്പ്രാന്തിരി വേദമന്ത്രങ്ങൾ ആലപിക്കാൻ തുടങ്ങി. മറ്റൊരാൾ ഉച്ചത്തിൽ വെളുത്ത ശംഖ് ഊതി.. സംഗീതോപകരണങ്ങളുടെ മുഴക്കങ്ങളാൽ അന്തരീക്ഷമാകെ മുഖരിതമായി. ഒട്ടേറെ പണ്ഡിതന്മാരും സന്ന്യാസിമാരും സന്നിഹിതരായ മണ്ഡപത്തിന്റെ ഒഴിഞ്ഞഭാഗത്ത് നിന്ന് വീക്ഷിക്കുകയായിരുന്ന അംബികയുടെ കണ്ണുകളിൽനിന്ന് സന്തോഷാശ്രുക്കൾ പൊഴിഞ്ഞു. അവൾ ദൈവതുല്യനായി കാണുന്ന കേളപ്പനാർ മന്നനാരാവുകയാണ്. അവൾക്ക് അനല്പമായ സന്തോഷം തോന്നി. ഏരുവേശ്ശി രാജ്യത്ത് ഒരു പുതുയുഗം പിറക്കട്ടേയെന്ന് അവൾ ആശിച്ചു.

ഒരേസമയം അനേകം കണ്ഠങ്ങളിൽനിന്ന് വേദമന്ത്രങ്ങൾ ഉരുവിട്ടു. അതേസമയംതന്നെ വാദ്യോപകരണങ്ങൾ ഉച്ചത്തിൽ മുഴങ്ങാൻ തുടങ്ങി. ആ മുഹൂർത്തത്തിൽ ശ്രീകോവിൽ തുറക്കപ്പെട്ടു. കുലദേവതയെ സാക്ഷിയാക്കി നിറഞ്ഞുകത്തുന്ന ഏഴുനിലവിളക്കിന്റെ മുന്നിൽ മന്ത്രോച്ചാരണം

നടത്തിക്കൊണ്ട് തന്ത്രി കേളപ്പനാരെയും ചീരുവിനെയും അരിയും പൂവുമെറിഞ്ഞ് അനുഗ്രഹിച്ചു. തുടർന്ന് തന്ത്രിയുടെ നിർദ്ദേശപ്രകാരം നാട്ടുമുഖ്യരും പൗരപ്രമുഖരും അതുപോലെ അരിയും പൂവുമെറിഞ്ഞു. ഇതോടെ കേളപ്പനാർ അഞ്ചരമനവാഴും മന്നനാരായി. ഏരുവേശ്ശിരാജ്യത്തിലെ അറുപത്തിനാലു ഗ്രാമങ്ങളുടെയും അധിപനായിത്തീർന്നു.

ചടങ്ങിനുശേഷം, കേളപ്പൻ മന്നനാർ ചീരുമന്നത്തിക്ക് മനോഹരമായ ഒരു വജ്രമാല നൽകി. അതു സ്വീകരിച്ച മന്നത്തി അപ്പോൾത്തന്നെ അംബികയെ വിളിച്ചുവരുത്തി നൽകുകയാണുണ്ടായത്.. മാല ലഭിച്ചതിൽ വളരെയേറെ സന്തുഷ്ടയായിരുന്നു, അംബിക. അതിനുശേഷം, കേളപ്പനാർ ഹനുമാരമ്പലത്തിലെ തന്ത്രി, എമ്പ്രാന്തിരി, മന്നനാരെ അഭിനന്ദിക്കാൻ വരിയിൽനിന്ന പണ്ഡിതന്മാർ, സൈനികർ തുടങ്ങിയവർക്ക് സമ്മാനങ്ങൾ നൽകി. അടുത്തത് വിവിധദേശങ്ങളിൽ താന്താങ്ങളുടെ കുലത്തൊഴിലിൽ മികവ് കാണിച്ചവർക്ക് സ്ഥാനികബഹുമതി കല്പിക്കുന്ന ചടങ്ങാണ്. ചിറക്കൽ കോവിലകത്തെ ഗണികന് മൂത്താനിശ്ശേരി എന്ന സ്ഥാനപ്പേരുള്ളതിന് സമാനമായി മൂത്തേടത്തരമനയിലെ ഗണികന്മാരെ ഇളയാനിശ്ശേരി എന്നാണ് വിളിക്കുന്നത്. ഗണികന്മാരിൽ മികവ് കാണിക്കുന്നയാളെ 'നേമക്കണി' എന്നും മലയൻപണിക്കരിലെ പ്രധാനിയെ 'വാക്ക' എന്നും കൃഷിപ്പണി കുലത്തൊഴിൽ ചെയ്യുന്ന പുലയവിഭാഗം മുഖ്യന് 'പൊള്ള' എന്നും ആചാരപ്പേര് നല്കി ആദരിക്കാറുണ്ട്. ഇത്തവണ കാവുമ്പായി നെൽപ്പാടങ്ങളിൽ കാർഷികവൃത്തിയിൽ മികവ് കാണിച്ച പുലയകോട്ടത്തിനടുത്തുള്ള പുന്നത്തിരിയൻ മൊട്ടൻ എന്നയാൾക്കായിരുന്നു ആചാരബഹുമതി നല്കാൻ നിശ്ചയിച്ചത്. ഗണികരിൽ മൂത്തേടത്തരമനയിലെ ഇളയാനിശ്ശേരിയായ ദാറൂട്ടിഗുരുക്കൾക്കും. മൊട്ടനെ 'കാവുമ്പായി പൊള്ള' എന്നും ഗുരുക്കളെ 'ദാറൂട്ടിനേമക്കണി' എന്നും മൂന്നു പ്രാവശ്യം ചൊല്ലിവിളിച്ച് ആചാരപ്പേര് കല്പിച്ച് മന്നനാർ പട്ടുംവളയും നല്കുമ്പോൾ ആർപ്പുവിളിച്ച് ജനങ്ങൾ കരഘോഷം മുഴക്കി.

എല്ലാവരോടും നന്ദി പറഞ്ഞ കേളപ്പനാർ തന്റെ മുൻഗാമിയായ സുരതിമന്നനാരുടെ ആഗ്രഹങ്ങൾ നിറവേറ്റുമെന്ന് വാഗ്ദാനം ചെയ്തു. പുതിയ നാണയങ്ങൾ പരമാവധി വേഗത്തിൽ അവതരിപ്പിക്കാമെന്ന് ഉറപ്പു നല്കി. അതിനുവേണ്ടി ചെന്നപട്ടണത്തിൽച്ചെന്ന് ആവശ്യമുള്ള സാധനസാമഗ്രികളും സ്വർണ്ണവും എത്തിക്കുമെന്നും പ്രഖ്യാപിച്ചു.

വേദിയിൽ സംസാരിച്ചുകൊണ്ടിരിക്കേ പെട്ടെന്ന് ആൾക്കൂട്ടത്തിന്നിടയിൽ കണ്ണപ്പന്റെയും വൃദ്ധന്റെയും മുഖം ഒരുമാത്ര മന്നനാർ കണ്ടു. രണ്ടുപേരുടെയും കണ്ണുകൾ ചെമന്ന് തുടുത്തിരുന്നു. പക്ഷേ, അടുത്ത നിമിഷം അവർ അപ്രത്യക്ഷരായി. എങ്ങോട്ടുപോയി? രണ്ടുപേരെയും ഉടൻ പിടികൂടാൻ സൈനികമേധാവിക്ക് ഉത്തരവ് നല്കി. ഒരു കുതിരവേഗത്തിൽ ഏഴിമലയിലേക്ക് പോകുന്നതുകണ്ട് അവരെ പിന്തുടരാൻ മേധാവി അഞ്ച് പടയാളികളെ അയച്ചു.

കണ്ണപ്പനെക്കുറിച്ചുള്ള മുഴുവൻ സത്യവും അറിയണം. മനസ്സിൽ

ദുഷ്ടത ഒളിപ്പിച്ചുവച്ച് പ്രവർത്തിക്കാനും സൗഹൃദം നടിച്ച് ഒരാളെ നശിപ്പിക്കാനും ഒരാൾക്ക് എങ്ങനെ കഴിയുന്നു? അവനെതിരേ ശങ്കരേശ്വരൻ ഉന്നയിച്ച ആരോപണങ്ങൾ മന്നനാർ ഓർമ്മിച്ചു. മദയന്തി പോലുള്ള ലഹരിമരുന്നുകൾക്ക് തന്നെ അടിമപ്പെടുത്താൻ ശ്രമിച്ചു.. കളരിപരിശീലനത്തിന്റെ പ്രധാനവശങ്ങൾ പഠിപ്പിക്കുന്നതിൽനിന്ന് സമർത്ഥമായി തടഞ്ഞു.. മദ്യലഹരിയിലായിരുന്നപ്പോൾ അവൻ ജനങ്ങൾക്കുമുന്നിൽ തന്നെ അവഹേളിതനാക്കി.. തന്റെ പ്രതിച്ഛായ അപകീർത്തിപ്പെടുത്താൻ വേണ്ട വാക്കുകൾ പ്രയോഗിച്ചു.. മന്നനാർവംശത്തിനെതിരെയും ഏരുവേശ്ശിരാജ്യത്തിനെതിരേയും യുദ്ധം ചെയ്യുന്ന ചെറുശ്ശേരിതിലകന്റെ നിർദ്ദേശമനുസരിച്ച് പ്രവർത്തിച്ചു.. മാതുലനെ കൊല്ലാൻ സഹായിച്ചിരുന്നോ?..

ഇതെല്ലാം അന്വേഷിക്കേണ്ടതുണ്ട്. അതിന് രണ്ടുപേരെയും പിടിച്ചുകൊണ്ടുവരേണ്ടത് അത്യാവശ്യമാണ്.

പത്തൊൻപത്

അരീക്കൽമലയുടെ കാട്ടിലൂടെ അവരെ പിന്തുടരുമ്പോൾ തങ്ങളെ മറ്റാരും ശ്രദ്ധിക്കുന്നില്ലെന്ന് അംബികയും അച്യുതനും ഉറപ്പാക്കിയിരുന്നു,. മിടുക്കൻ എന്ന വിളിപ്പേരുള്ള അച്യുതൻ എന്ന പടയാളിയെ കൊട്ടാരത്തിൽവച്ച് നേരത്തേ അവൾ പരിചയപ്പെട്ടിരുന്നു. അന്ന് ചെറുതാഴം രാജഗൃഹത്തിൽ രാജാവിന്റെ ദൂതുമായി വന്നയാളെപ്പറ്റി പലരും പ്രശംസിക്കുന്നത് അവൾ കേട്ടിട്ടുണ്ട്. രാജവംശത്തോട് തികഞ്ഞ കൂറുള്ള അച്യുതൻ രാജാവിന്റെ വിശ്വസ്തനായില്ലെങ്കിലേ അത്ഭുതമുള്ളൂ. വിളിപ്പേര് അന്വർത്ഥമാക്കുംവിധം ബഹുമിടുക്കനാണവൻ. ഏതു സാഹചര്യവും നേരിടാൻ ധൈര്യവും ചങ്കുറപ്പുമുണ്ട്. കണ്ണപ്പനും തിലകനും അരമനയിൽനിന്ന് പോകുന്നത് അംബിക ശ്രദ്ധിച്ചിരുന്നു. അവരുടെ കേന്ദ്രമേതെന്നറിയണമെങ്കിൽ അവരെ പിന്തുടരേണ്ടതുണ്ട്. പടയാളികൾക്ക് അവരെ കണ്ടെത്താനായില്ലെങ്കിൽ പിന്നീടെങ്കിലും അവരെ പിടികൂടാൻ അത് സഹായകമാകും. കൂടെ സമർത്ഥനായ ഒരു സൈനികന്റെ പിന്തുണയും അത്യാവശ്യമാണ്. അതിനാലാണ് അച്യുതനെ അവൾ കൂടെക്കൂട്ടിയത്.

ചുരുങ്ങിയനാളുകൾകൊണ്ട് കുതിരസവാരി നടത്താനും ഫലപ്രദമായി നിയന്ത്രിക്കാനും ഇതിനകം അംബിക സ്വായത്തമാക്കിയിട്ടുണ്ട്. മൂത്തേടത്തരമനയുടെ കിഴക്കേനടയുടെ ഭാഗത്തേക്കാണ് അവർ പോയിരിക്കുന്നത്. അധികമാരും കടന്നുചെല്ലാത്ത വൈതൽമല ലക്ഷ്യമാക്കിയാണ് അവരുടെ യാത്രയെന്ന് തോന്നുന്നു. ആ വഴിക്കുതന്നെ രണ്ടുപേരും പുറപ്പെട്ടു. ശരിയായ രീതിയിൽ വഴികൾ രൂപപ്പെടാത്തതിനാൽ ദുഷ്കരമായ, ലക്കും ലഗാനുമില്ലാത്ത യാത്രയാണ്. പലയിടങ്ങളിലും നടപ്പാതപോലും ഉണ്ടായിരുന്നില്ല. കുറച്ച് ദൂരം പിന്നിട്ടപ്പോൾ ഒരു ആൽമരത്തിന്റെ

ചുവട്ടിൽ കുതിരയെ നിർത്തി ഒരു ഉയർന്ന പാറക്കെട്ടിൽ കയറി കാട് മുഴുവൻ അവർ സൂക്ഷ്മമായി വീക്ഷിച്ചു. കാട്ടിനുള്ളിൽ അങ്ങിങ്ങായി തെരച്ചിൽ നടത്തുന്ന നായർപ്പടയാളികളെ തിരിച്ചറിയാൻ കഴിയുന്നുണ്ട്. അവർ കണ്ണപ്പനെ അന്വേഷിച്ച് ഉൾക്കാട്ടിലേക്ക് പോവുകയാണ്. കാട്ടിനുള്ളിലെ ഓരോ അനക്കവും അംബിക ശ്രദ്ധിച്ചു. പകൽ സമയമായതിനാൽ പടയാളികൾ പോകുന്ന എതിർദിശയിൽ ചില്ലിക്കൊമ്പുകൾ ഒടിയുന്ന ശബ്ദങ്ങൾ കേൾക്കാനായി. ആ നിലയ്ക്ക് ഇപ്പോൾ സൈനികർ പോകുന്നവഴിയേ പോയാൽ കണ്ണപ്പനേയും തിലകനേയും അവർക്ക് കണ്ടെത്താൻ കഴിയില്ലെന്ന് തീർച്ചയാണ്.

കണ്ണപ്പനെയും വൃദ്ധനെയും പിടികൂടുന്നത് വളരെ ബുദ്ധിമുട്ടായിരിക്കാം. ഭാവിയിലും അവർ അവരുടെ ഉദ്ദേശ്യങ്ങളുമായി മുന്നോട്ട് പോയേക്കാം. മാമനും താനും കണ്ണപ്പന്റെ രാജ്യദ്രോഹപ്രവർത്തനങ്ങളെക്കുറിച്ച് വിശദമായി പറഞ്ഞെങ്കിലും കേളപ്പനാരുടെ ഭാഗത്തുനിന്നും ഇപ്പോഴാണ് നടപടിയുണ്ടാവുന്നത്. അരിയിട്ടുവാഴ്ചയ്ക്കുശേഷം തുടർനടപടികളെടുക്കാമെന്നാവും അദ്ദേഹം നിശ്ചയിച്ചിട്ടുണ്ടാവുക. ശങ്കരേശ്വര മാമൻ ഭയക്കുന്നതുപോലെ സാഹചര്യങ്ങൾ അതിവേഗം മാറിക്കൊണ്ടിരിക്കുകയാണ്.

രാജ്യത്തിനെതിരെ പോരാടുക എന്നത് അവരുടെ പദ്ധതിയാണ്. എന്തുവിലകൊടുത്തും അത് തകർക്കേണ്ടതായിട്ടുണ്ട്. അവർ വിജയിച്ചാൽ അത് കേളപ്പനാരെ മാത്രമല്ല, രാജ്യത്തെ അറുപത്തിനാല് ഗ്രാമങ്ങളിലെ ജനങ്ങളേയും ബാധിക്കും. ഈ ഘട്ടത്തിൽ രാജ്യം സംരക്ഷിക്കാനുള്ള തന്റെ പങ്ക് നിർണ്ണായകമാണെന്ന് അവൾ ഉറച്ചുവിശ്വസിച്ചു. കരുതലോടെ പ്രവർത്തിക്കേണ്ടതുണ്ട്. അവരുടെ തുടർപ്രവർത്തനങ്ങളെക്കുറിച്ചും ഏതുവിധത്തിലാണ് നീക്കങ്ങളെന്നും മനസ്സിലാക്കേണ്ടതുണ്ട്. അത് സാധിച്ചാൽ മന്നനാരെയും ഏരുവേശ്ശിരാജ്യത്തെയും രക്ഷിക്കാൻ സഹായകമാകും. പാറക്കെട്ടിന്റെ മുകളിൽനിന്നിറങ്ങി കുതിരപ്പുറത്തേറി, അവർ കണ്ണപ്പനും വൃദ്ധനും പോയേക്കാവുന്ന ദിശയിലേക്ക് പതിയെ നീങ്ങി.

കാനനസൗന്ദര്യം ഹഠാദാകർഷിച്ചെങ്കിലും അവളുടെ മനസ്സ് കണ്ണപ്പന്റെയും വൃദ്ധന്റെയും പ്രവർത്തനങ്ങളെക്കുറിച്ച് മുഴുകിയിരുന്നതിനാൽ അതൊന്നും ആസ്വദിക്കാൻ കഴിഞ്ഞില്ല. അതേസമയം അച്യുതനാവട്ടെ തന്റെ സുരക്ഷയുടെ ഉത്തരവാദിത്വം സ്വയമേറ്റെടുത്ത് കരുതലോടെ ചുറ്റും വീക്ഷിച്ച് അവളുടെ പിന്നിൽ ഓരോ ചുവടും വെക്കുകയാണ്. പടുകൂറ്റൻ മരങ്ങളും പലവിധ വൃക്ഷലതാദികളാലും സമ്പന്നമായ കാടിനുള്ളിൽ മദ്ധ്യാഹ്നം കഴിഞ്ഞിട്ടും വെളിച്ചം തീരെ കുറവായിരുന്നു. ഉയരം കൂടിയ മരങ്ങളിൽനിന്ന് പഴങ്ങളുടെ മധുരഗന്ധം ഊറിവരുന്നുണ്ട്. ചില വൃക്ഷങ്ങളുടെ വേരുകൾ പെരുമ്പാമ്പിനെപ്പോലെ തോന്നിച്ചു. വളരെ പുരാതനമായ ഈ വനപ്രദേശം നൂറ്റാണ്ടുകൾക്കുമുമ്പ് വൈതൽകോൻ എന്ന രാജാവ് ഭരിച്ചതാണെന്നും കോട്ടയുടെ അവശിഷ്ടങ്ങൾ ഇപ്പോഴും

ചിലയിടങ്ങളിൽ കാണാറുണ്ടെന്നും ഒരിക്കൽ കേളപ്പനാർ പറഞ്ഞിരുന്നത് അവളോർത്തു. സംയോജിതവും പ്രകൃതിദത്തവുമായ ഗന്ധം അവളെ വല്ലാതെ അസ്വസ്ഥയാക്കി. പാറക്കെട്ടിന്റെ മുകളിൽനിന്ന് നോക്കവേ കണ്ണപ്പനും വൃദ്ധനും വൈതൽമലയിലേക്കുതന്നെയാണ് യാത്രചെയ്യുന്നതെന്ന് അവൾക്കുറപ്പായി. കുതിരപ്പുറത്ത് കയറ്റത്തിലൂടെ മുന്നോട്ടുപോകുന്നത് ബുദ്ധിമുട്ടാണെന്ന് മുൻകാലത്തെ അനുഭവത്തിലൂടെ അവൾക്കറിയാം. കുതിരയെ ഉപേക്ഷിച്ച് അവരുടെ പിന്നാലെ നടക്കാൻ അച്യുതനോട് ആവശ്യപ്പെട്ടു. കുറച്ചുദൂരം കൂടി മുന്നോട്ടുപോയി. പക്ഷികളും വിവിധ ജീവജാലങ്ങളും പുറപ്പെടുവിക്കുന്ന താളാത്മകമായ ശബ്ദങ്ങളൊന്നും അവർ ശ്രദ്ധിച്ചതേയില്ല. അസ്തമയത്തിനുമുമ്പ് അവരുടെ അരികിലെത്തണമെന്ന് അവൾ മിടുക്കനോട് പറഞ്ഞു.

പോയ്ക്കൊണ്ടിരിക്കുന്ന ദിക്കിലെ ചലനങ്ങളും ശബ്ദങ്ങളും ശ്രദ്ധിച്ചപ്പോൾ അവർ മലയിറങ്ങുകയാണെന്ന് ഊഹിച്ചു. അവരുമായുള്ള തങ്ങളുടെ അകലം കുറഞ്ഞുവന്നു. ഇപ്പോൾ സൂര്യൻ പൂർണ്ണമായും അസ്തമിച്ചു. വനമേഖല മുഴുവൻ ഇരുട്ടിലായി. പെട്ടെന്ന് കാട്ടിൽ ഒരിടത്ത് മങ്ങിയ വെട്ടം കണ്ടു. ഒരുപക്ഷേ, അവർ അവിടെയെത്തിയിട്ടുണ്ടാവാം. അഥവാ ഇല്ലെങ്കിൽ രാത്രി അപകടകാരികളായ മൃഗങ്ങളുടെ ആക്രമണത്തിൽനിന്ന് സംരക്ഷണം ലഭിക്കാൻ തങ്ങൾക്ക് സുരക്ഷിതമായ സ്ഥലം വേണം.

വെളിച്ചം കണ്ട സ്ഥലത്ത് എത്തിയപ്പോൾ ഒന്നല്ലാ.. വേറെയും കുടിലുകളുണ്ടെന്ന് മനസ്സിലായി. അതിലൊന്നിന്റെ ഉള്ളിൽനിന്ന് ആരോ പുറത്തുവന്നപ്പോൾ രണ്ടുപേരും ഒരു മരത്തിന്റെ പിന്നിലേക്ക് മാറിനിന്നു. അതൊരു പ്രായം ചെന്ന സ്ത്രീയായിരുന്നു. അവൾ കണ്ണപ്പനെ അത്താഴത്തിന് വിളിക്കുകയാണ്.

“കണ്ണപ്പാ, ഊണ് കഴിക്കാൻ വാ.”

മറ്റൊരു കുടിലിൽനിന്ന് കണ്ണപ്പനും വൃദ്ധനും പുറത്തിറങ്ങി. അംബിക സൂക്ഷിച്ചുനോക്കി. ഇതാണോ ചെറുശ്ശേരിതിലകൻ? ശങ്കരേശ്വരമാമൻ പറഞ്ഞത് അവളോർത്തു. ഇയാളാണോ മന്നനാർവംശത്തിനെതിരെ യുദ്ധം ചെയ്യുന്ന മനുഷ്യൻ? മെലിഞ്ഞ ദേഹം, കുഴിഞ്ഞ കണ്ണുകൾ, നീണ്ടമുഖം. വൃദ്ധൻ ശാഠ്യക്കാരനും മനക്കരുത്തുള്ളവനുമാണെന്ന് അംബികയ്ക്ക് തോന്നി.

കണ്ണപ്പനും തിലകനും മരപ്പലകമേലിരുന്ന് ഭക്ഷണം കഴിക്കാൻ തുടങ്ങി. അപ്പോൾ കണ്ണപ്പൻ പറഞ്ഞു.

“എന്തിനാ ഇന്ന് മൂത്തേടത്തരമനയിൽ പോകാൻ നിർബ്ബന്ധിച്ചത്? നേരത്തെതന്നെ കേളപ്പനാർക്ക് എന്നെ സംശയമുള്ളതാണ്. ചെറുതാഴം ശങ്കരേശ്വരൻ നമ്മെക്കുറിച്ച് പറഞ്ഞിട്ടുണ്ടാവും. നിങ്ങൾ അനാവശ്യമായി പ്രശ്നങ്ങൾ ക്ഷണിച്ചുവരുത്തുകയാണ്..!”

“അല്ല.. കണ്ണപ്പാ” തിലകൻ പറഞ്ഞു.

“അവിടെ നമ്മുടെ മുഖം കാണിക്കേണ്ടത് അത്യാവശ്യമാണ്. അവൻ മന്നനാരാവുന്നതിൽ എല്ലാവരും സന്തുഷ്ടരല്ലെന്ന് മനസ്സിലാക്കണം.”

"അതു സത്യമായിരിക്കാം.. പക്ഷേ, ഇത്രയും അപകടസാദ്ധ്യതയുള്ള ഒരു പ്രവൃത്തി വേണ്ടിയിരുന്നില്ലെന്ന് എനിക്ക് തോന്നി അപ്പൂപ്പാ," കണ്ണപ്പൻ പറഞ്ഞു.

"കണ്ണപ്പാ നമ്മുടെ ജോലിയും ദൗത്യവും അവലോകനം ചെയ്യാനുള്ള സമയമായി."

"പറയൂ അപ്പൂപ്പാ.."

"നമ്മളെന്തിനാണ് മന്നനാരോട് പ്രതികാരം ചെയ്യുന്നതെന്ന് നിനക്കറിയാമല്ലോ. കണ്ണപ്പാ എന്റെ മൂത്തമ്മാവന്റെ പ്രണയഭാജനത്തെയാണ് അവർ തട്ടിയെടുത്തത്. പിന്നെ ഈ രാജ്യവും അപഹരിച്ചു."

"അദ്ദേഹത്തിന്റെ വല്യച്ഛന്മാർ അതിന് അനുവാദം നല്കി. അതേ.. ഏകദേശം നൂറ്റമ്പത് വർഷങ്ങൾക്കുമുമ്പ് അദ്ദേഹത്തിന്റെ കൗമാരപ്രായത്തിൽ തന്റെ മുറപ്പെണ്ണ് നമ്മുടെ കുലത്തിലോ ജാതിയിലോപെടാത്ത ഒരു വിഡ്ഢിയെ പ്രണയിക്കുകയും അവനെ വിവാഹം കഴിക്കാൻ അവളുടെ പിതാവായ രാജാവിനെ നിർബ്ബന്ധിക്കുകയും ചെയ്തു."

"എല്ലാ പ്രശ്നങ്ങൾക്കും മൂലകാരണം അതായിരുന്നു. ഏരുവേശ്ശിയുൾപ്പെടെ അറുപത്തിനാല് ഗ്രാമങ്ങൾ അവനു ലഭിച്ചു, അവൻ നന്നായി ഭരിച്ചിരുന്നു എന്നതിൽ തർക്കമില്ല. അവൾക്കും ഭർത്താവിനും ഗ്രാമങ്ങൾ നൽകിയിരുന്നില്ലെങ്കിൽ നമ്മുടെ സമ്പ്രദായമനുസരിച്ച് ഇന്ന് ഞാൻ ഏരുവേശ്ശിയിലെ രാജാവാകുമായിരുന്നു, എനിക്കുശേഷം നീയും. അവൾ നിമിത്തം നമ്മുടെ സ്വത്തുക്കളും അവകാശവും അഭിമാനവും ബലികഴിക്കപ്പെട്ടു."

വൃദ്ധ ഇടയ്ക്ക് പറഞ്ഞു "എന്റെ മോനേ, നീ ഇതൊന്നും കാര്യമായി എടുക്കേണ്ടാ.. നമുക്ക് വകഞ്ഞ ചോറാണെങ്കിൽ നമുക്ക് കിട്ടും. ഇല്ലെങ്കിൽ അതിന് നമുക്ക് അർഹതയില്ലെന്ന് കരുതണം."

തിലകൻ അവളോട് പറഞ്ഞു: "സമുത്ര, ഇന്ന് എന്താണ് സംഭവിച്ചതെന്ന് നിനക്കറിയില്ല."

"ആർക്കാണ് അറിയാത്തത്? കേളപ്പനാർ ഇന്ന് ഏരുവേശ്ശിനാടിന്റെ രാജാവായി."

"നിനക്കിത് വെറും വാർത്തയാണ്. പക്ഷേ, എന്നെ സംബന്ധിച്ച് ഇന്ന് കറുത്തദിനമാണ്. ഇതുവരെയുള്ള എന്റെ പ്രവർത്തനങ്ങളുടെ പരാജയവും. എന്റെ അമ്മാവന്റെ ആഗ്രഹം നിറവേറ്റാൻ എനിക്കായില്ല. അവരുടെ ആഗ്രഹങ്ങൾ നടപ്പിലാക്കാൻ കഴിയാതെയാണ് ഞാൻ ജീവിക്കുന്നത്." വൃദ്ധൻ വിലപിച്ചു..

"താഴ്ന്നജാതിയിൽ ജനിച്ച ഒരാൾക്ക് രാജകുമാരിയെ കല്യാണം കഴിച്ചുകൊടുത്തത് സാരമില്ല. പക്ഷേ, അയാൾക്ക് രാജ്യം അർഹതപ്പെട്ടതല്ലെന്ന് ഇപ്പോൾ പറയുന്നു. അങ്ങനെയല്ലല്ലോ നേരത്തേ പറഞ്ഞത്?" ആ സ്ത്രീ ചോദിച്ചു.

"സമുത്ര, എന്റെ അമ്മാവന്റെ ഉള്ളിലിരിപ്പ് നിനക്ക് മനസ്സിലായിട്ടില്ല, എന്നാൽ എനിക്ക് മനസ്സിലാക്കാൻ കഴിയും. അതേ, അവളുടെ ആഗ്രഹം

സാധിപ്പിക്കാൻ അമ്മാവൻ സമ്മതം മൂളി. അവളുടെ മരണത്തോടെ ആ കഥ അവസാനിക്കുമെന്നും രാജപദവി നമുക്ക് തിരിച്ചുവരുമെന്നും കരുതി. ആ വിഡ്ഢിയെ ഒരിക്കലും അംഗീകരിച്ചിരുന്നുമില്ല. പക്ഷേ, അയാളെ സ്വീകരിക്കുകയല്ലാതെ മറ്റൊരുവഴിയുമില്ലായിരുന്നു. ഇന്ന് കണ്ണപ്പന് കിട്ടേണ്ടിയിരുന്നത് കേളപ്പൻ അനുഭവിക്കുന്നു."

മരത്തിന്റെ പിന്നിൽനിന്ന് നോക്കുമ്പോൾ ഓട്ടുവിളക്കിന്റെ ചെമന്ന വെട്ടത്തിൽ അയാളുടെ മുഖം കണ്ട അംബിക ഭയന്നുപോയി. കൂർത്ത മുഖത്തെ ചോരക്കണ്ണുകൾ വൈരാഗ്യംകൊണ്ട് മുമ്പത്തേതിനേക്കാൾ ചെമന്നിരുന്നു.

"അതെല്ലാം കഴിഞ്ഞില്ലേ? വീണ്ടും അനാവശ്യമായി ചിന്തിച്ച് നിങ്ങളുടെ മനസ്സോ ദുഷിച്ചു.. എന്തിനാ എന്റെ മകന്റെ മനസ്സുകൂടി ദുഷിപ്പിക്കുന്നത്?"

അവർ തമ്മിലുള്ള ബന്ധം അംബികയ്ക്ക് ഇപ്പോഴാണ് മനസ്സിലാക്കാൻ കഴിഞ്ഞത്. ആ സ്ത്രീ തിലകന്റെ മകളും കണ്ണപ്പന്റെ അമ്മയുമാണ്. പക്ഷേ, എന്തുകൊണ്ടാണ് അവർ കേളപ്പനാർക്കെതിരേയുള്ള ഗൂഢപദ്ധതികളെ എതിർക്കുന്നതെന്ന് അവൾക്ക് മനസ്സിലായില്ല.

ഇരുപത്

ഇരുട്ടിൽ കാട്ടുമരത്തിന്റെ പിന്നിൽനിന്ന് അംബികയും അച്യുതനും അവരുടെ സംഭാഷണം മുഴുവനും ശ്വാസംവിടാതെ കേട്ടുകൊണ്ടിരുന്നു. ഇടയ്ക്ക് ആകാശത്തേക്ക് അവൾ മിഴിയുയർത്തിനോക്കി. നിലാവുദിക്കാൻ ഇനിയും സമയമുണ്ട്. അങ്ങിങ്ങായി ചില നക്ഷത്രങ്ങൾ മിന്നുന്നുണ്ട്. പക്ഷേ, വൻമരങ്ങളുടെ വേരുകൾക്കിടയിൽ പതിയിരിക്കുന്ന ഇരുളകറ്റാൻ അതൊന്നും പര്യാപ്തമായിരുന്നില്ല. കുടിലിലെ ഓട്ടുവിളക്കിൽനിന്നുള്ള മങ്ങിയവെട്ടത്തിൽ അവരെ കാണാനും സംസാരിക്കുന്നത് കേൾക്കാനും കഴിയുന്നുണ്ട്. മൂർച്ചയുള്ള വാക്കുകളുമായി തിലകൻ തുടർന്നു.

"സമുത്രാ.. നീ മിണ്ടാതിരിക്ക്.." തിലകൻ അവളുടെനേരെ തിരിഞ്ഞ് ദേഷ്യത്തോടെ പറഞ്ഞു.

"പെണ്ണേ നീ അകത്ത് പോ.. ഞങ്ങൾക്ക് ഭക്ഷണം വെച്ചുവിളമ്പി ത്തരുന്നതുമാത്രമാണ് നിന്റെ കടമ. അതിനപ്പുറം ഞങ്ങളുടെ കാര്യങ്ങളിൽ നീ ഇടപെടേണ്ടാ. കേളപ്പനാർക്ക് കുട്ടികളുണ്ടാവുന്നത് എന്ത് വില കൊടുത്തും തടഞ്ഞേ പറ്റൂ.. സമുത്രാ.. നീ ഉറങ്ങാൻ പോയ്ക്കൊള്ളൂ.. ഞങ്ങൾ സംസാരിക്കുന്നത് ശ്രദ്ധിക്കരുത്. ഉം..വേഗം സ്ഥലം വിട്ടോ.."

അവൾ എഴുന്നേറ്റു.

"സ്ത്രീശാപമേൽക്കരുത് എന്ന് വീണ്ടും ഞാൻ ഓർമ്മിപ്പിക്കുന്നു. ഇതിൽകൂടുതൽ എന്താണ് പറയേണ്ടത്..?"

"ഇനി നീ ഒരക്ഷരം മിണ്ടരുത്. സ്ഥലംവിട്ട് പോയ്ക്കോണം.."

തിലകൻ അവളോട് ആക്രോശിച്ചു. കൂടുതലൊന്നും പറയാൻ നില്ക്കാതെ ആ സ്ത്രീ അകത്തുപോയി. എന്തുകൊണ്ടാണ് ഇവർ മന്നനാർ വംശത്തിന് എതിരായതെന്ന് അംബികയ്ക്ക് മനസ്സിലായി. അക്കാലത്തെ മരുമക്കത്തായസമ്പ്രദായപ്രകാരം രാജാധികാരത്തിനുള്ള അർഹത തനി

ക്കാണെന്ന് ഇയാൾ വിശ്വസിക്കുന്നു. ആ സ്ത്രീ പോയതിനുശേഷം പുറത്തുനിന്ന് കതകടച്ച തിലകൻ മരപ്പലകമേൽ വീണ്ടും വന്നിരുന്ന് കണ്ണപ്പനെ അടുത്തേക്ക് വിളിച്ചു.

"കണ്ണപ്പാ, പൂർണ്ണമായും നമ്മൾ പരാജയപ്പെട്ടില്ലെങ്കിലും നടത്തിയ പല ശ്രമങ്ങളിലും വേണ്ടത്ര വിജയിക്കാൻ കഴിഞ്ഞിട്ടില്ല. അതേക്കുറിച്ച് പുന:പരിശോധനനടത്തേണ്ടതുണ്ട്. പഴുതടച്ച് കുറ്റമറ്റ രീതിയിലായിരിക്കണം ഇനി നമ്മൾ നടപ്പിലാക്കേണ്ട പദ്ധതികൾ."

കണ്ണപ്പൻ ശ്രദ്ധയോടെ കേട്ടു, തിലകൻ തുടർന്നു.

"നമ്മുടെ പദ്ധതിയെക്കുറിച്ച് ഒരു പുനർവിചിന്തനം ചെയ്തുനോക്കാം. എന്തുകൊണ്ട് പരാജയപ്പെട്ടു? എങ്ങനെയായിരുന്നു ചെയ്യേണ്ടിയിരുന്നത്? ഞാൻ ആലോചിക്കട്ടെ.."

"അപ്പൂപ്പാ, കേളപ്പനാർ എവിടെപ്പോയാലും അനുഗമിക്കണമെന്ന് നിങ്ങൾ എന്നോട് നിർദ്ദേശിച്ചു. ഞാനാരാണെന്ന് വെളിപ്പെടുത്താതെ അവന്റെ സൗഹൃദം നേടിയെടുക്കാൻ എനിക്ക് കഴിഞ്ഞു. അവൻ മരണക്കുഴിയിൽ വീണപ്പോൾ സഹായിച്ചതുകൊണ്ടാണ് അതിന് സാധിച്ചത്. മാത്രമല്ലാ അദ്ദേഹത്തിന് കളരിപരിശീലനം നൽകാനുള്ള ഏർപ്പാട് ചെയ്തുകൊടുത്തു. എന്നാൽ പാചകക്കാരന്റെ സഹായത്തോടെ ഭക്ഷണത്തിൽ മയക്കുപൊടി ചേർത്ത് മർമ്മവിദ്യയിൽ പരിശീലനം കൊടുക്കാതിരിക്കാൻ നമുക്ക് കഴിഞ്ഞു."

"ഈ ഘട്ടംവരെ ശരിയായരീതിയിലാണ് കാര്യങ്ങൾ മുന്നോട്ടുപോയത്. അതിനുശേഷം എന്താണ് സംഭവിച്ചത് എന്നുകൂടി പറയൂ?"

"അതേ.. ഞാൻ മദയന്തിയുടെ ഇലയും കാപ്പിപ്പൊടിയും ഇടകലർത്തി ഇടയ്ക്കിടെ അയാളെ കഴിപ്പിക്കുകയും അവന്റെ പേര് അപകീർത്തിപ്പെടുത്താൻ ശ്രമിക്കുകയും ചെയ്തു."

"കണ്ണപ്പാ നീ അതും നന്നായി ചെയ്തു. പക്ഷേ, നിനക്ക് ഞാൻ മറ്റൊരു നിർദ്ദേശം തന്നിരുന്നു."

"എന്തായിരുന്നു അത്?"

"ചീത്ത സ്ത്രീകളുമായി കേളപ്പന് സംസർഗ്ഗമുണ്ടാക്കാൻ അവസരമൊരുക്കണമെന്ന് ഞാൻ ഓലയെഴുതി അയച്ചിരുന്നില്ലേ?"

"ഇല്ല.. ആ നിർദ്ദേശം എനിക്ക് കിട്ടിയില്ല. എപ്പോഴാ അയച്ചത്?"

"നീ ചെറുതാഴം രാജഗൃഹത്തിലുള്ളപ്പോൾ."

"അപ്പൂപ്പാ, ഞാൻ അവിടെയെത്തുമ്പോൾ വല്ലാത്ത സമ്മർദ്ദത്തിലായിരുന്നു. ഓല ഞാൻ ശ്രദ്ധിച്ചില്ല."

"എന്തുകൊണ്ട്..?"

"ഞാനറിയാതെ കേളപ്പനാർ അവിടെനിന്ന് പോയിരുന്നു. പിന്നീടാണ് അറിഞ്ഞത് രാജാവ് അസുഖബാധിതനായതിനാൽ അദ്ദേഹം ഏരുവേശ്ശിയിലേക്ക് പോയെന്ന്. എനിക്ക് പ്രത്യേകിച്ച് മറ്റ് നിർദ്ദേശങ്ങളൊന്നുമില്ലാത്തതിനാൽ ഞാൻ നമ്മുടെ സ്ഥലത്തേക്ക് മടങ്ങി."

"നിന്റെ ചെറിയ അശ്രദ്ധ ദൗത്യത്തിന്റെ പൂർണ്ണപരാജയത്തിന്

കാരണമായി."

"അതെങ്ങനെ..?"

"ശങ്കരേശ്വരൻ നിന്നെ പിന്തുടർന്നിരുന്നു. അദ്ദേഹം നമ്മുടെ പദ്ധതികളെക്കുറിച്ച് കുറച്ചൊക്കെ മനസ്സിലാക്കി മന്നനാരെ അറിയിച്ചിരിക്കാം."

"നിങ്ങൾ നിർദ്ദേശിച്ചതുപോലെ മന്നനാർക്ക് വിഷംനല്കാൻ ഒരു സന്ന്യാസിയെ ഞാൻ ഏർപ്പാട് ചെയ്തു."

"അതേ.. സന്ന്യാസി ആ കൃത്യം ഭംഗിയായി നിർവ്വഹിച്ചു. സുരതിയുടെ കഥ കഴിഞ്ഞു. അവൻ നരകത്തിൽപോയി. പക്ഷേ, ശങ്കരേശ്വരൻ നമ്മളെക്കുറിച്ച് കേളപ്പനാരെ അറിയിച്ചിരിക്കാം."

"സത്യമായിരിക്കാം. അവൻ എന്നെക്കുറിച്ച് അറിയിച്ചിട്ടുണ്ടാകാം, അല്ലെങ്കിൽ അവന്റെ മനസ്സിൽ സംശയം വളർത്തിയിരിക്കാം. നിങ്ങളുടെ നിർദ്ദേശപ്രകാരം പിന്നീട് ഞാൻ അയാളെ കാണാൻ പോയില്ല. എന്നെ പിടിക്കാൻ ഉത്തരവിട്ടിട്ടുണ്ടാവാം. പക്ഷേ.. എന്തുകൊണ്ട് അവൻ പിടിച്ചില്ലാ..?"

കണ്ണപ്പൻ തന്റെ ജീവൻ രക്ഷിച്ചതിനാൽ, അവനെ ഉടനടി ശിക്ഷിക്കേണ്ടെന്ന് കേളപ്പനാർ നിശ്ചയിച്ചിട്ടുണ്ടാകുമെന്ന് തിലകൻ കണക്കുകൂട്ടി. പക്ഷേ, അംബികയുടെ ഇടപെടലുകൾ കാരണം തങ്ങളുടെ ലക്ഷ്യങ്ങൾ പരാജയപ്പെടുന്നത് ശ്രദ്ധിക്കാതെപോയി.

"കണ്ണപ്പാ, നമ്മൾ എമ്പ്രാന്തിരിപെണ്ണിനെ വിലകുറച്ച് കണ്ടു. ഒരു കൊച്ചുപെൺകുട്ടി നമ്മുടെ വഴിയിൽ വിലങ്ങുതടിയായി നിന്ന് എല്ലാം നശിപ്പിച്ചു. അത് നിന്റെ പിഴവാണ്. ആ പെൺകുട്ടിയെക്കുറിച്ച് കൂടുതലൊന്നും നീ പറഞ്ഞില്ലല്ലോ? അവൾ എപ്പോഴാണ് ഇതിൽ ഇടപെട്ടതെന്ന് പറയൂ?"

കണ്ണപ്പൻ അല്പനേരം ആലോചിച്ച് പറഞ്ഞു.

"അവളുടെ അച്ഛൻ പരമേശ്വരനെമ്പ്രാന്തിരി ചെറുതാഴം ഹനുമാരമ്പലത്തിലെ പൂജാരികളിലൊരാളാണ്. കൊട്ടാരത്തിൽ പൂജ നടത്താൻ മന്നനാർ എമ്പ്രാന്തിരിയെ വിളിപ്പിച്ചിരുന്നു. വഴിയിൽവച്ച് കുതിരവണ്ടി അപകടത്തിൽപ്പെട്ട് അവൾ പുഴയിൽ വീണപ്പോൾ കേളപ്പനാർ അവളെ രക്ഷിച്ചു. അവളെ കുടിലിൽ കൊണ്ടുവന്നത് നിങ്ങളോട് ഞാൻ പറഞ്ഞിരുന്നത് ഓർക്കുന്നോ? അവൻ അവളുമായി പ്രണയത്തിലാകുമെന്ന് കരുതിയെങ്കിലും രണ്ടുപേരെയും ഒരുമിച്ച് ഞാൻ കണ്ടിട്ടില്ല. അവർ പരസ്പരം സംസാരിച്ചിട്ടില്ലാത്തതിനാൽ ഞാൻ അത് വേണ്ടത്ര ഗൗനിച്ചതുമില്ല, അതുകൊണ്ട് അക്കാര്യം അപ്പൂപ്പനെ അറിയിച്ചുമില്ല. ഒരുപക്ഷേ, അവൾ നമ്മളെ പിന്തുടർന്നിരിക്കാമെന്നും മദയന്തിയുടെ പാനീയം നൽകുന്നത് മനസ്സിലാക്കി ശങ്കരേശ്വരനെ അറിയിച്ചിരിക്കാമെന്നും ഇപ്പോൾ ഞാൻ സംശയിക്കുന്നു."

"ശങ്കരേശ്വരൻ...?"

"അവളുടെ ബന്ധുവും ആയുർവ്വേദവിദഗ്ദ്ധനുമാണ്. മുമ്പൊരിക്കൽ അവൻ എന്റെ പിന്നാലെ വന്നിരുന്നു. ഇത് മനസ്സിലാക്കി അവനെ

കാട്ടിൽവച്ച് ഞാൻ ആക്രമിച്ചു. അവൻ മരിച്ചെന്നാണ് ഞാൻ കരുതിയത്, പക്ഷേ, എനിക്കു തെറ്റി. ആയുർവ്വേദവിദഗ്ദ്ധൻ എന്ന നിലയിൽ അവന് രക്ഷപ്പെടാൻ കഴിഞ്ഞു. ഒരുപക്ഷേ, കേളപ്പനാരെ എല്ലാ കാര്യങ്ങളും അറിയിച്ചിട്ടുണ്ടാവും."

തിലകൻ വീണ്ടും ഗൗരവത്തോടെ ചിന്തിച്ചു. കുറച്ചുനേരം തമ്മിൽ ഒന്നും സംസാരിച്ചില്ല. അംബിക സംസാരം മുഴുവൻ ശ്രദ്ധിച്ചു, അവരുടെ ഭാവിനടപടികൾ എന്തെന്നറിയാൻ രണ്ടുപേരും ആഗ്രഹിച്ചു. കുറച്ചു സമയം കഴിഞ്ഞ് അവർ വീണ്ടും തുടങ്ങി.

"കണ്ണപ്പാ, എമ്പ്രാന്തിരിപെണ്ണിന്റെയും അവളുടെ അമ്മാവന്റെയും ഇടപെടൽ കാരണം നമ്മുടെ പദ്ധതികൾ പാഴായി. അവന്റെ പേരെന്താണെന്നാ പറഞ്ഞത്?"

"ശങ്കരേശ്വരൻ"

"ങ്ഹാ.. ഇവർ രണ്ടുപേരും കേളപ്പനാർക്ക് കാവൽനിൽക്കുകയാണ്. നമ്മുടെ ദൗത്യം വിജയിപ്പിക്കണമെങ്കിൽ ഇവർ രണ്ടുപേരും ഇല്ലാതാവണം. ശങ്കരേശ്വരനെക്കുറിച്ച് ഒട്ടും വേവലാതിയില്ല. എന്നാൽ അംബിക.. ഞാൻ അവളെ ഇതുവരെ കണ്ടിട്ടില്ല. പക്ഷേ, നീ പറഞ്ഞുകേട്ടിടത്തോളം അവൾക്ക് കൂർമ്മബുദ്ധിയാണ്. എപ്പോൾ, എവിടെവച്ച് കണ്ടാലും മടിക്കേണ്ടാ.. തട്ടിക്കളഞ്ഞേക്ക്..! പെണ്ണെന്നനിലയിലുള്ള ഒരു ദയയും അവൾ അർഹിക്കുന്നില്ല. നിനക്ക് ഏത് ആയുധവും പ്രയോഗിക്കാം. അഥവാ ആയുധമില്ലെങ്കിൽ നിന്റെ കൈകൊണ്ട്, പഠിച്ച മർമ്മവിദ്യപ്രകാരം അവളെ തീർത്തേക്ക്.. അടുത്തത് ശങ്കരേശ്വരൻ. അവനെ അപായപ്പെടുത്തരുത്. ജീവനോടെ പിടിച്ചുകെട്ടിക്കൊണ്ടുവരണം. അവനെ എനിക്ക് ഇവിടെ കിട്ടണം.. കുറച്ചുകാലംകൂടി എനിക്ക് ജീവിക്കണമെന്നുണ്ട്. ഒരു ആയുർവേദവിദഗ്ദ്ധനെന്നനിലയിൽ എന്റെ ആരോഗ്യം മെച്ചപ്പെടുത്തുന്നതിനുള്ള അറിവുകൾ അവനറിയാം. അതെനിക്ക് ഉപയോഗപ്പെടുത്തണം. അംബികയെ കൊന്ന് ശങ്കരേശ്വരനെ ഉടൻ ഇവിടെ കൊണ്ടുവരിക. അടുത്ത പൗർണ്ണമിദിനത്തിന് മുമ്പ് ഈ രണ്ട് പദ്ധതികളും പൂർത്തിയാക്കാൻ ഞാൻ ആഗ്രഹിക്കുന്നു. ഇവരെ ഒഴിവാക്കാതെ മന്നനാർക്കെതിരേ എന്തെങ്കിലും നടപ്പിലാക്കുക വളരെ ബുദ്ധിമുട്ടാണ്."

"അംബികയെ വധിക്കാനും ശങ്കരേശ്വരനെ പിടിച്ചുകൊണ്ടുവരാനും എനിക്ക് കഴിഞ്ഞെന്നിരിക്കട്ടേ.. അപ്പൂപ്പൻ ആവശ്യപ്പെടുന്ന രഹസ്യങ്ങൾ അയാൾ വെളിപ്പെടുത്തുമെന്ന് തോന്നുന്നുണ്ടോ? അതൊന്നും ഒരിക്കലും നടക്കില്ലെന്നാണ് എനിക്ക് തോന്നുന്നത്."

"കണ്ണപ്പാ, നീ വെറും കുട്ടിയാണ്. വിവരങ്ങൾ ചോർത്താനുള്ള വഴി എങ്ങനെയാണെന്ന് എനിക്കറിയാം. നിനക്ക് ശങ്കരേശ്വരന്റെ കുടുംബത്തെക്കുറിച്ച് വല്ലതും അറിയ്യോ?"

"ഞാൻ അന്വേഷിച്ചിരുന്നു. അയാൾക്ക് കണ്ണൂരിൽ ആയുർവ്വേദ വൈദ്യശാലയിൽ പഠിക്കുന്ന ഒരു മകനും അംബികയുടെ പ്രായമുള്ള മകളും ഭാര്യയുമാണുള്ളത്. അവർ നിഷ്കളങ്കയായ സ്ത്രീയാണെന്ന്

തോന്നുന്നു."

"അസംബന്ധം പറയാതെ കണ്ണപ്പാ.. നിന്റെ അമ്മയുൾപ്പെടെ ഒരു സ്ത്രീയും നിഷ്കളങ്കയാണെന്ന് കരുതരുത്. അവർ എപ്പോൾ വേണമെങ്കിലും കുഴപ്പങ്ങൾ സൃഷ്ടിച്ചേക്കാം. അതിന് ഉദാഹരണമാണ് അംബിക. കൗമാരപ്രായക്കാരിയായ ഒരു ബ്രാഹ്മണപെൺകുട്ടി, രാജകുമാരനെ പിന്തുടരാനും കുതിരപ്പുറത്തുകയറാനും പ്രാപ്തയായെന്ന് ഇക്കാലത്ത് ആരെങ്കിലും വിശ്വസിക്കുമോ? പുരുഷന്മാരേക്കാൾ അപകടകാരികളാണ് സ്ത്രീകൾ..നിന്റെ വാക്കുകളിൽനിന്ന് കേട്ടറിഞ്ഞതാണ് അവളെ. തീർത്തുകളയൂ.. അല്ലാത്തപക്ഷം, നൂറുവർഷമെടുത്താൽപ്പോലും നമ്മുടെ ദൗത്യം നേടുകയില്ല."

"അപ്പൂപ്പാ, അങ്ങ് പറഞ്ഞതുപോലെ ഞാൻ ചെയ്യാം."

"ശരി.. നീ പോയി വിശ്രമിച്ചോളൂ.." പെട്ടെന്ന് മൂക്ക് വിടർത്തി ശ്വാസമെടുത്ത് വൃദ്ധൻ പറഞ്ഞു.

"എനിക്ക് എന്തോ ഒരു പ്രത്യേകതരം ഗന്ധം അനുഭവപ്പെടുന്നു. തികച്ചും പുതുമയുള്ള മണം ലഭിക്കുന്നുണ്ട്. നിനക്കങ്ങനെ തോന്നുന്നുണ്ടോ?"

"ഇല്ല അപ്പൂപ്പാ.."

"ഒരുപക്ഷേ, ഏതെങ്കിലും പുതിയ മൃഗമോ ജീവിയോ ഇവിടെ വന്നിരിക്കാം, അതിനെ ഇവിടെനിന്ന് ഓടിക്കണം. കൊല്ലാൻ പറ്റിയാൽ ഭക്ഷണത്തിന് ഉപയോഗിക്കാം. ഒരു കത്തി കൊണ്ടുവരൂ, എന്നിട്ട് പോയി ഉറങ്ങിക്കോ..രാവിലെത്തന്നെ പോയ്ക്കൊള്ളൂ. ആയുസ്സ് വർദ്ധിപ്പിക്കാൻ ശ്വാസോച്ഛ്വാസമുൾപ്പെടെയുള്ള പരിശീലനം എനിക്ക് ചെയ്യേണ്ടതുണ്ട്."

കണ്ണപ്പൻ വീടിനുള്ളിൽനിന്ന് നീളമുള്ളതും മൂർച്ചയേറിയതുമായ കത്തി അയാൾക്ക് കൊണ്ടുവന്ന് കൊടുത്തു. പിന്നെ ഉറങ്ങാൻ പോയി. തിലകൻ കത്തിയുമായി ചുറ്റുപാടും പരതാൻതുടങ്ങി. മങ്ങിയവെളിച്ചത്തിൽ അവൻ ഓരോസ്ഥലവും സൂക്ഷ്മമായി വീക്ഷിച്ചു.

ഇരുപത്തി ഒന്ന്

തിലകൻ കത്തിയുമായി എഴുന്നേറ്റതോടെ ഏതുസാഹചര്യവും നേരിടാൻ അച്യുതൻ തയ്യാറായി. അവന്റെ കരുത്തുറ്റകൈയിൽ ഉറയൂരിയ വാൾപ്പിടി ഞെരിഞ്ഞമർന്നു. നക്ഷത്രത്തിളക്കത്തിൽ വാളിന്റെ വായ്ത്തല മിന്നിത്തിളങ്ങി. അംബികയ്ക്ക് തന്റെ അപകടകരമായ നില മനസ്സിലായി. എപ്പോൾ വേണമെങ്കിലും പിശാചിന്റെ പിടിയിൽപ്പെട്ടേക്കാം. അങ്ങനെ വന്നാൽ തീർച്ചയായും അയാൾ തന്നെ കൊല്ലുമെന്നുറപ്പ്. അംബികയുടെ ആശങ്ക തിരിച്ചറിഞ്ഞ അച്യുതൻ അവളെ തന്റെ പിന്നിലേക്കു തള്ളിമാറ്റി. തന്റെ തലയിൽച്ചൂടിയ മുല്ലപ്പൂവാണ് വില്ലനെന്ന് തിരിച്ചറിഞ്ഞ്,പെട്ടെന്ന് അവൾ അതെടുത്ത് ദൂരേക്ക് വലിച്ചെറിഞ്ഞു.

“വെളിച്ചം കുറവാണെങ്കിലും ഇവിടെനിന്ന് മാറുകയല്ലാതെ മറ്റൊരുവഴിയുമില്ല.” അവൾ അച്യുതനോട് അടക്കം പറഞ്ഞു.

അവർ ഒച്ചയുണ്ടാക്കാതെ പിൻവലിഞ്ഞു. തിലകന് എന്തോ പന്തികേട് തോന്നി. തങ്ങളുടെ ചർച്ചകൾ ആരെങ്കിലും കേട്ടിട്ടുണ്ടാകുമെന്ന സംശയം ഉടലെടുത്തു. അങ്ങനെയെങ്കിൽ അവനെ കണ്ടെത്തി കൊന്നേ പറ്റൂ. അയാളുടെ കണ്ണുകൾ വീടിനു ചുറ്റുമുള്ള വനപ്രദേശത്ത് വട്ടംചുറ്റി. പക്ഷേ, അസ്വാഭാവികമായി ഒന്നും കണ്ടെത്താൻ കഴിഞ്ഞില്ല. അപ്പോഴും അയാൾക്ക് അപരിചിതമായ ഏതോ ഗന്ധമനുഭവപ്പെടുന്നുണ്ട്. എന്തെങ്കിലും ശബ്ദം കേൾക്കുന്നുണ്ടോ എന്ന് ചെവിയോർത്തു. എവിടെയോ ചില്ലിക്കൊമ്പുകൾ ഒടിയുന്നു. വളരെവേഗത്തിൽ ആരോ പോകുന്നതായി തോന്നി. അയാൾ ശബ്ദം കേട്ടിടത്തേക്ക് ലക്ഷ്യമാക്കി നടന്നു.

അപകടകരമായ കാട്.. കുറ്റാക്കൂരിരുട്ട്. കുറച്ചുദൂരം പിന്നിട്ടപ്പോൾ എവിടെനിന്നും അനക്കമൊന്നും കേൾക്കാനില്ല. ഒരുപക്ഷേ, ഏതെങ്കിലും മൃഗങ്ങളായിരിക്കാം. അങ്ങനെയെങ്കിൽ ആക്രമിക്കാനിടയുണ്ട്. അയാൾ

ചിന്താക്കുഴപ്പത്തിലായി. ഒടുവിൽ എന്തുംവരട്ടെന്ന് കരുതി മുന്നോട്ടുതന്നെ നടന്നു.

അംബികയും അച്യുതനും ശ്രദ്ധയോടെ, എന്നാൽ കഴിയാവുന്ന വേഗത്തിൽ മല കയറി. മുന്നിൽ നടക്കുകയായിരുന്ന പടയാളി ഒരുമാത്ര നിന്നു. മൂക്കുവിടർത്തി ചുറ്റിലും നോക്കി അയാൾ അംബികയുടെ കാതിൽ മന്ത്രിച്ചു.

“അടുത്തെവിടെയോ ഒരു മൃഗത്തിന്റെ ചൂര്.. സിംഹമാണെന്നു തോന്നുന്നു.”

അവൾ ഞെട്ടിപ്പോയി. ചെകുത്താനും കടലിനുമിടയിൽ എന്നപോലെയായല്ലോ? ഒരുവശത്ത് തിലകനെന്ന അസുരൻ. മറുഭാഗത്ത് കടിച്ചുകീറാനോങ്ങിനില്ക്കുന്ന സിംഹം. ആക്രമണസജ്ജനായി അച്യുതൻ ചെവി വട്ടംപിടിച്ചു. എവിടെയെങ്കിലും ഒളിച്ചിരുന്ന് അപകടമൊഴിഞ്ഞ ശേഷം ഈ വനത്തിൽനിന്ന് മാറുന്നതാണ് നല്ലതെന്ന് അവൾക്ക് തോന്നി.

പക്ഷേ, എവിടെ ഒളിക്കാൻ? കുറേനേരം കഴിഞ്ഞിട്ടും സിംഹത്തിന്റെയോ തിലകന്റെയോ സാന്നിദ്ധ്യമില്ലാത്തതിനാൽ അവർ വീണ്ടും നടക്കാൻ തുടങ്ങി. ചിലപ്പോൾ വൃദ്ധന് തങ്ങളെ കണ്ടെത്താൻ കഴിയാതിരിക്കയും സിംഹം മറ്റേതെങ്കിലും ഇരയെ കണ്ടെത്തുകയും ചെയ്തിരിക്കാം. ആശ്വാസത്തോടെ നീങ്ങവേ അച്യുതനാണ് അത് കണ്ടത്. ഒരു ഗുഹ..! മുഖവാതിൽ ഇടുങ്ങിയതെങ്കിലും ഉള്ളിലെ വിശാലമായ സൗകര്യം കണ്ടപ്പോൾ രാത്രി അവിടെ കഴിഞ്ഞ് അതിരാവിലെ പോയാലോ എന്ന് അവൾ സഹയാത്രികനോട് ചോദിച്ചു. അച്യുതൻ അതിനെന്തെങ്കിലും മറുപടി പറയുംമുമ്പേ, കാടാകെ കുലുങ്ങുമാറ് അതിഭയങ്കരമായ സിംഹഗർജ്ജനം മുഴങ്ങി. അതോടൊപ്പം ഒരു പുരുഷന്റെ ഇടറിയശബ്ദവും. അത് തിലകനാണല്ലോ? അയാൾ ആക്രമിക്കപ്പെട്ടോ? എങ്കിലെത്ര നന്നായേനേ..! അങ്ങനെയെങ്കിൽ സിംഹം ഒരുപക്ഷേ, ഈ ഗുഹയിലേക്ക് വന്നേക്കാം. അതുകൊണ്ട് ഇവിടം സുരക്ഷിതമല്ല. അവർ വീണ്ടും നടക്കാൻ തീരുമാനിച്ചു.

രാത്രി മുഴുവൻ കാട്ടിലൂടെ നടന്നു. ഇരുട്ടിൽ ദിശയറിയാതെ അവർ ഏറെവലഞ്ഞു. ചിലപ്പോഴൊക്കെ പുറപ്പെട്ടിടത്തേക്കുതന്നെ വീണ്ടും തിരിച്ചെത്തി. അലഞ്ഞുക്ഷീണിച്ച നേരത്താണ് നേരിയതെങ്കിലും നിലാവുദിച്ചത്. നഷ്ടപ്പെട്ട ഉത്സാഹം തിരിച്ചുകിട്ടി. അവർ ഏരുവേശ്ശികൊട്ടാരം ലക്ഷ്യമാക്കി നടന്നു.

കടുത്ത മനോവിഷമത്തിലായിരുന്നു കേളപ്പൻമന്നനാർ. പട്ടാഭിഷേകത്തിന്റെ സമയത്ത് കണ്ണപ്പനെയും വൃദ്ധനെയും കണ്ട അദ്ദേഹം അവരെ ഉടൻ പിടികൂടാൻ പടനായകനോട് കല്പിച്ചിരുന്നെങ്കിലും ഇതുവരെ അവർ തിരിച്ചെത്തിയില്ല. ഇതിനിടെ അംബികയും അപ്രത്യക്ഷയായി. കണ്ണപ്പൻ തട്ടിക്കൊണ്ടുപോയിരിക്കുമോ എന്ന് സംശയിച്ച് അവളെ തിരയാൻ മറ്റു ചില പടയാളികളോട് കല്പിച്ചു. എന്നാൽ അവരും തിരിച്ചെത്തിയിട്ടില്ല. പരമേശ്വരനും ശങ്കരേശ്വരനും ചെറുതാഴത്തുനിന്ന് വന്ന

മറ്റുള്ള എമ്പ്രാന്തിരിമാരും അംബികയുടെ തിരോധാനത്തിൽ അസ്വസ്ഥരും കടുത്ത ദുഃഖത്തിലുമായിരുന്നു. പരമേശ്വരന്റെ സ്ഥിതി കൂടുതൽ പരിതാപകരമായിരുന്നു. ഒരേയൊരു മകൾ. അവൾക്ക് താനും തനിക്ക് അവളും മാത്രമാണുള്ളത്. സാധാരണ അന്തർജ്ജനങ്ങളെപ്പോലെയല്ല അവൾ പെരുമാറുന്നത്. ഇവളെന്തേ ഇങ്ങനെ..? അവളുടെ ഭാവിയെക്കുറിച്ച് അദ്ദേഹം വല്ലാതെ ആശങ്കപ്പെട്ടു.

പൊടുന്നനെ അംബികയും അച്യുതനും പ്രത്യക്ഷപ്പെട്ടപ്പോൾ കൊട്ടാരത്തിലേവരും സന്തോഷിച്ചു. അച്ഛനെ വിഷമിപ്പിച്ചതിൽ കാലിൽ തൊട്ട് മാപ്പുപറഞ്ഞു. പരമേശ്വരൻ അവളുടെ മൂർദ്ധാവിൽ വാത്സല്യപൂർവ്വം തലോടി. അതിനുശേഷം മന്നത്തിയെ കണ്ട് അടിയന്തരമായ ചില കാര്യങ്ങൾ രാജാവിനോട് ഉണർത്തിക്കാനുണ്ടെന്ന് അറിയിച്ചു. ചീരു മന്നത്തി ഉടനെ അതിനുള്ള ഏർപ്പാടുകൾ ചെയ്തു.

മുറിയിൽ കേളപ്പനാരും ചീരുവും മാത്രം.

"അംബീ.. എന്താണ് സംഭവിച്ചതെന്ന് എന്നോട് പറയൂ?"

അദ്ദേഹം അവളുടെ പേര് വിളിച്ചതിൽ അംബിക സന്തോഷവതിയായിരുന്നു.

"തമ്പുരാനേ, വിശദമായി പറയാനുണ്ട്. എന്നാലും, അങ്ങയുടെ സമയപരിമിതി പരിഗണിച്ച് ചുരുക്കമായി പറയാം."

"അരിയിട്ടുവാഴ്ചയുടെ സമയത്ത് ഒരു വൃദ്ധനെയും കണ്ണപ്പനെയും മിന്നായംപോലെ ഞാൻ കണ്ടിരുന്നു. പെട്ടെന്ന് അവർ സ്ഥലംവിട്ടു. അപ്പോൾത്തന്നെ അവരെ പിന്തുടരാൻ തീരുമാനിച്ചു. സഹായത്തിന് മിടുക്കനെയും കൂടെക്കൂട്ടി. അവർ വൈതൽമലയിലെ കൊടുംകാട്ടിലേക്കാണ് പോയത്. പിന്നാലെ ഞങ്ങളും. കുതിരപ്പുറത്തും പിന്നെ നടന്നും അവർ പോകുന്നിടത്തെല്ലാം ഞങ്ങളുമുണ്ടായിരുന്നു. വൈതൽമലയുടെ താഴ്വാരത്ത് ഏതാനും വീടുകളിലൊന്നിൽ അവരെത്തിച്ചേർന്നു."

"അംബിക, ആ വൃദ്ധൻ ആരാണെന്ന് പറയൂ?"

"മന്നനാർവംശത്തെ നശിപ്പിക്കാൻ ഒരുങ്ങിനില്ക്കുന്ന അയാൾ അങ്ങയുടെ അകന്ന ബന്ധത്തിൽപ്പെട്ടയാളാണ്."

"വ്യക്തമായി പറയൂ.. അയാൾ ഞാനുമായി എങ്ങനെ ബന്ധപ്പെട്ടിരിക്കുന്നു..?"

"പറയാം തമ്പുരാനേ. അയാൾ ആദ്യത്തെ മക്കച്ചിയാരുടെ മച്ചുനന്റെ പിൻഗാമിയാണ്."

"ഓഹോ.. അയാളുടെ ഇപ്പോഴത്തെ ആവശ്യമെന്താണ്?"

"ഈ നാട്ടിലെ രാജാവാകാനുള്ള അയാളുടെ തലമുറയുടെ അവസരം നിങ്ങൾ തട്ടിയെടുത്തു. രാജാധികാരം അയാൾക്ക് തിരിച്ചുകിട്ടണം."

"അതെങ്ങനെ? നമ്മുടെ സംസ്കാരമാണ് മരുമക്കത്തായം. സഹോദരിയുടെ മകന് മാത്രമേ രാജാവാകാൻ അവകാശമുള്ളൂ. ആദ്യത്തെ മന്നനാർ ഏതുമാർഗ്ഗത്തിലൂടെ രാജാവായാലും അദ്ദേഹത്തിന് രാജത്വം അവകാശപ്പെടാൻ കഴിയില്ല എന്നത് സത്യമാണ്. പക്ഷേ, രാജകുമാരിയെ

വിവാഹം കഴിച്ച എന്റെ മുതുമുത്തച്ഛനെ അവർ രാജാവായി അംഗീകരിച്ചതല്ലേ? ആ നിലയ്ക്ക് അവർ അന്നത്തെ രാജ്ഞിയുടെ മച്ചുനന്മാർ മാത്രമാണ്. പിന്നെന്തിനാണ് അനാവശ്യമായി നമ്മോട് പ്രതികാരം ചെയ്യുന്നത്? ഇതെല്ലാം ഇത്രയും പ്രായമുള്ള അയാൾക്ക് അറിവുള്ളതല്ലേ?"

"സത്യം തമ്പുരാനേ, അവർ സംസാരിച്ചത് ഞാൻ കേട്ടു. പിന്നെ മറ്റൊരു വിവരംകൂടി. ഒരു സന്ന്യാസിമുഖേന വിഷം കൊടുത്താണ് അങ്ങയുടെ മാതുലനെ വധിച്ചത്."

"എന്റെ മുത്തപ്പാ, എത്ര വലിയ തെറ്റാണ് അവർ ചെയ്തത്!"

"അങ്ങ് മദ്യപിച്ച് പൊതുസമൂഹത്തിൽ ചീത്തപ്പേരുണ്ടാക്കാൻ അവർ പദ്ധതിയിട്ടു. അങ്ങയെ നശിപ്പിക്കാൻ അവർ ഓരോ ചുവടും ആസൂത്രണം ചെയ്യുകയായിരുന്നു."

"എന്താ? വ്യക്തമായി പറയൂ."

"അന്ന് ശങ്കരേശ്വരമാമ പറഞ്ഞത് മുഴുവൻ സത്യമാണ്. കണ്ണപ്പനെക്കുറിച്ചും അങ്ങയെ ലഹരിക്കടിമപ്പെടുത്താൻ പദ്ധതിയിട്ടതും.. അങ്ങനെ എല്ലാകാര്യങ്ങളും പറയുന്നത് ഞാൻ കേട്ടു. ആ വീട്ടിലുണ്ടായിരുന്ന ഒരു സ്ത്രീ, അതായത് കണ്ണപ്പന്റെ അമ്മ ഇതിനെല്ലാം എതിരായിരുന്നു. എന്നാൽ അവരുടെ വാക്കുകൾ അവർക്ക് സ്വീകാര്യമല്ല."

"ഇതെല്ലാം നിനക്ക് എങ്ങനെ അറിയാം?"

"ഞങ്ങൾ ഇതെല്ലാം ഒളിഞ്ഞിരുന്ന് കേട്ടു."

ശങ്കരേശ്വരൻ നേരത്തേ പറഞ്ഞതെല്ലാം കേളപ്പനാർ ഓർത്തു.

"അംബീ.. ഇനി എന്താണവരുടെ പരിപാടി എന്ന് പറയൂ."

"എന്നെയും ശങ്കരേശ്വരമാമനെയും അദ്ദേഹത്തിന്റെ കുടുംബമൊന്നാകെയും ഉന്മൂലനം ചെയ്യാനാണ് പദ്ധതി."

"അതെന്തിന്..?"

"ഞങ്ങൾ അവർക്ക് തടസ്സം സൃഷ്ടിക്കുന്നു. ഞങ്ങളുടെ ഇടപെടൽ മൂലം അവർക്ക് ദൗത്യം നേടാൻ കഴിയുന്നില്ല."

"എന്ത് ദൗത്യം?"

"മന്നനാർവംശത്തിന്റെ അന്ത്യം...!"

സംശയലേശമെന്യേ കാര്യങ്ങളുടെ കിടപ്പ് കേളപ്പനാർക്ക് പിടികിട്ടി. അംബികയ്ക്കും ശങ്കരേശ്വരന്റെ കുടുംബത്തിനും സർവ്വസുരക്ഷയുമൊരുക്കണം. അതോടൊപ്പം അവരെ സുരക്ഷിതമായ സ്ഥലത്തേക്ക് മാറ്റണം. എവിടേക്കാണ് പോയതെന്ന് ആരും അറിയരുത്. ഒരിക്കലും ഇവരുടെ കണ്ണിൽപ്പെടാത്ത ഒരിടത്തായിരിക്കണം. എത്രയും പെട്ടെന്ന് തീരുമാനമെടുക്കണം. ഏതാണ് ഏറ്റവും സുരക്ഷിതമായ സ്ഥലം? അദ്ദേഹം ആലോചിച്ചു.

തെങ്കാശി, അതൊരു നല്ല സ്ഥലമാണെന്ന് തോന്നി. ഏഴിൽമലയിൽ നിന്ന് ദൂരെയും എളുപ്പത്തിലെത്തിച്ചേരാൻ ബുദ്ധിമുട്ടുമുള്ള ദേശം. പാണ്ഡ്യരാജാവായ തേപാണ്ടിയാണ് ഇപ്പോൾ ഭരിക്കുന്നത്. അവിടേക്ക് അയയ്ക്കുന്നതാണ് നല്ലതെന്ന് അദ്ദേഹത്തിന് തോന്നി.

“ഇത്തരം വിവരങ്ങൾ കൊണ്ടുവന്നതിന് ഞാനും എന്റെ രാജ്യവും അംബീ.. നിങ്ങളോട് കടപ്പെട്ടിരിക്കുന്നു. ഇതിനുവേണ്ടി നിങ്ങൾ എത്ര മാത്രം അപകടസാദ്ധ്യതകളും ബുദ്ധിമുട്ടുകളും നേരിട്ടിട്ടുണ്ടാകുമെന്ന് എനിക്ക് ഊഹിക്കാൻ കഴിയും. ഈ സ്ഥിതിയിൽ ചില അടിയന്തരനട പടികൾ സ്വീകരിക്കേണ്ടതുണ്ട്. പ്രാഥമികമായി ശങ്കരേശ്വരനും കുടും ബത്തിനും പിന്നെ നിങ്ങൾക്കും സംരക്ഷണം നല്കുക എന്നതാണ് പ്രധാനം.”

രാജാവ് തെല്ലിടനിർത്തി അംബികയുടെ മുഖത്തേക്കു നോക്കി. അംബിക വളരെ ശ്രദ്ധയോടെ അദ്ദേഹത്തിന്റെ വാക്കുകൾ കേട്ടു.

“തമ്പുരാനേ, അങ്ങ് എന്റെ രാജാവാണ്. തീർച്ചയായും കല്പന അനുസരിക്കും.”

രാജ്ഞി മിണ്ടിയില്ല. അംബികയുടെ സാഹസികപ്രവൃത്തികൾ കേട്ട് അവൾ അമ്പരന്നു നില്ക്കയാണ്.

“എന്റെ ആജ്ഞകൾ അനുസരിക്കാൻ കഴിയുമോ അംബികയ്ക്ക്..?”

“തീർച്ചയായും.. ഉത്തരവനുസരിക്കുന്നതിൽ വീഴ്ചവന്നാൽ ഞാൻ ശിക്ഷാർഹയാണ്.”

“അംബിക, നീയും നിന്റെ അച്ഛനും ശങ്കരേശ്വരനും കുടുംബവും തെങ്കാശിയിലേക്ക് പോകുക. നിങ്ങൾക്ക് അവിടെ ഞങ്ങളുടെ രാജഭവന ത്തിൽ താമസിക്കാം.”

“ഈ നിർണ്ണായക സാഹചര്യങ്ങളിൽ ഞാൻ എങ്ങനെ പോകും?”

“അതുകൊണ്ടാണ് ഞാൻ ഉത്തരവിട്ടത്. എന്റെ രാജ്യത്തെ ഉത്തമ പൗരന്മാരായ നിങ്ങളുടെ ജീവിതം നഷ്ടപ്പെടുത്താൻ ഞാൻ ആഗ്രഹിക്കു ന്നില്ല.”

“അങ്ങനെയെങ്കിൽ ഏഴിൽമലയിലേക്ക് പോകാം. അവിടെ രാജഗൃഹ മുണ്ടല്ലോ? മതിയായസുരക്ഷയും നൽകാനാവും..”

അതൊരു നല്ല നിർദ്ദേശമാണെന്നുകണ്ട് കേളപ്പനാർ സമ്മതിച്ചു.

പിന്നെ അംബികയ്ക്ക് ഒന്നും പറയാനില്ലായിരുന്നു. അടഞ്ഞ പല്ല ക്കുകളിൽ സൈനികരുടെ ഉചിതമായ സംരക്ഷണത്തോടെ അവർ മറ്റു ള്ളവരറിയാതെ ഏരുവേശ്ശി കൊട്ടാരം വിട്ടു. അംബികയുടെ മനസ്സിൽ അപ്പോഴും കേളപ്പനാരും ഏരുവേശ്ശിരാജ്യവും മാത്രമായിരുന്നു.

ഇരുപത്തി രണ്ട്

ഇരുട്ടിനെ വെളിച്ചമാക്കുന്ന തിലകന് കാട്ടിലൂടെ രാത്രിസഞ്ചാരം നിസ്സാരമാണ്. തന്റെ വാസസ്ഥലത്തിനടുത്തുവന്ന് രഹസ്യം ചോർത്താൻ വന്നതാരായാലും അയാൾ ജീവനോടെ തിരിച്ചുപോകില്ലെന്ന് അയാൾ നിശ്ചയിച്ചു. തിരച്ചിലിനിടയിൽ യാദൃച്ഛികമായാണ് വാടിയ മുല്ലപ്പൂമാല അയാളുടെ ശ്രദ്ധയിൽപ്പെട്ടത്. നാളിതുവരെ വൈതൽമലയിൽ കണ്ടിട്ടില്ലാത്ത മുല്ലപ്പൂക്കൾ എങ്ങനെ ഇവിടെയെത്തി..? അപ്പോൾ വന്നത് ഒരു സത്രീയായിരിക്കാം! അയാൾക്ക് തന്നെക്കുറിച്ച് ലജ്ജ തോന്നി. തന്റെ കുടിലിനടുത്ത് ഒരു സ്ത്രീ വന്ന് തങ്ങൾ സംസാരിക്കുന്നത് കേൾക്കുകയും ഭാവിപദ്ധതികൾ മനസ്സിലാക്കുകയും ചെയ്തിരിക്കുന്നു. ഇതിൽപ്പരം പരാജയം മറ്റെന്തുണ്ട്? എന്താണവളുടെ ഉദ്ദേശ്യം? ഇവിടെനിന്ന് എങ്ങനെ രക്ഷപ്പെട്ടു? വീടിന്റെ പരിസരവും ചുറ്റുമുള്ള കാടാകെയും അയാൾ അരിച്ചുപെറുക്കി. പെട്ടെന്നാണ് അയാൾ തൊട്ടുമുന്നിൽ വജ്രം പോലെ എന്തോ തിളങ്ങുന്നത് കണ്ടത്. അതൊരു സിംഹത്തിന്റെ കണ്ണുകളാണെന്ന് തിരിച്ചറിയുമ്പോഴേക്കും അത് അയാളുടെ നേർക്ക് ചാടിക്കഴിഞ്ഞു. പക്ഷേ, ഭാഗ്യത്തിന് അയാൾ ഒരു കുന്നിന്റെ മുകളിലായിരുന്നു. സിംഹം ദേഹത്ത് വീഴുന്ന നിമിഷാർദ്ധത്തിനുള്ളിൽ അയാൾ താഴ്വരയിലേക്ക് ചാടി. ചാട്ടം പിഴച്ച മൃഗം താഴേക്ക് തെന്നിവീണു. അത് എഴുന്നേൽക്കുന്നതിന് മുമ്പേ ഇരുട്ടിലൂടെ താഴേക്കുരുണ്ട് കുടിലിലേക്കോടി. സത്യത്തിൽ അയാൾ അത്ഭുതകരമായി രക്ഷപ്പെടുകയായിരുന്നു. ഇതോടെ ചാരസ്ത്രീയെക്കുറിച്ചുള്ള അന്വേഷണവും മതിയാക്കി. കുടിലിൽ തിരിച്ചെത്തിയപ്പോഴേക്കും എല്ലാവരും നല്ല ഉറക്കമാണ്. ആരെയും ശല്യപ്പെടുത്താതെ, തുടർനടപടികളെക്കുറിച്ച് ചിന്തിച്ച് ഉറങ്ങാൻ കിടന്നു.

ഉണർന്നപ്പോൾ തന്നെ കാത്തിരിക്കുന്ന കണ്ണപ്പനെയാണു തിലകൻ

കാണുന്നത്.

"രാത്രിയിൽ എന്താണ് സംഭവിച്ചത്?" കണ്ണപ്പൻ അന്വേഷിച്ചു.

"കണ്ണപ്പാ, ചാരവൃത്തി ചെയ്യുന്ന ഏതോ ഒരു പെണ്ണ് ഇവിടെ വന്നിരുന്നു."

"എന്താ പറഞ്ഞത്? പെണ്ണോ? ആർക്കാണ് ഇത്രയും ധൈര്യമുള്ളത്..?" കണ്ണപ്പൻ അമ്പരന്നു.

"അതേ കുഞ്ഞേ.. ഏതോ ചാരവവനിത നമ്മുടെ കേന്ദ്രത്തിലെത്തിയിരുന്നു. അവൾ ഒരുപക്ഷേ, നമ്മുടെ സംഭാഷണങ്ങൾ മുഴുവനും കേട്ടിട്ടുണ്ടാവണം."

"അതൊരു സ്ത്രീയാണെന്ന് അപ്പൂപ്പന് എങ്ങനെ മനസ്സിലായി? നിങ്ങൾ അവളെ കണ്ടോ?"

"ഇതാ.. നോക്ക്..!" അയാൾ വാടിയ മുല്ലപ്പൂമാല ഉയർത്തിക്കാണിച്ചു.

"ഇത് എവിടെനിന്നാണ് കിട്ടിയത് ?" അയാൾ ദൂരേക്ക് വിരൽചൂണ്ടി.

"ഒരു ഗന്ധമനുഭവപ്പെടുന്നുണ്ടെന്ന് ഞാൻ ഇന്നലെ രാത്രി പറഞ്ഞതോർക്കുന്നോ? അവളത് കേട്ടിട്ടുണ്ടാവും. അപ്പോൾ ഈ മുല്ലപ്പൂക്കൾ വലിച്ചെറിഞ്ഞിട്ടുണ്ടാവാം."

"എന്തുകൊണ്ട് ആ സ്ത്രീയെ പിടിക്കാൻ കഴിഞ്ഞില്ല?"

"ഞാൻ അവളെത്തേടിയിറങ്ങിയതാണ്. പക്ഷേ, അതിനിടയിൽ ഒരു സിംഹം എന്റെ നേർക്ക് വന്നു. മാത്രമല്ല ഇന്നലെ ഒട്ടും നിലാവുണ്ടായിരുന്നില്ല. കണ്ണപ്പാ.. നമ്മൾ സൂക്ഷിക്കണം. ഈ സ്ഥലം മാറുന്നതാണ് നല്ലതെന്ന് തോന്നുന്നു."

"എവിടെ പോകാൻ?"

"ആലോചിക്കട്ടെ.. എന്നിട്ട് പറയാം. സ്ഥലം മാറുന്നതിനുമുമ്പ് നമുക്ക് അടിയന്തരമായ ചില കാര്യങ്ങൾ ചെയ്യേണ്ടതുണ്ട്."

"അപ്പൂപ്പാ പറഞ്ഞോളൂ.. ഞാൻ എന്തിനും തയ്യാർ."

"അംബിക ഇപ്പോൾ ഏരുവേശ്ശിയിലുണ്ടോ എന്ന് ഉറപ്പുവരുത്തണം. കഴിഞ്ഞ രണ്ട് ദിവസം അവൾ എവിടെയായിരുന്നെന്നും അന്വേഷിക്കണം."

"നിങ്ങൾ അംബികയെ സംശയിക്കുന്നോ?"

"തീർച്ചയായും..അവൾ ഇന്നലെ നമ്മളെ പിന്തുടർന്നിരിക്കാമെന്ന് ഞാൻ കരുതുന്നു. നമ്മൾ സംസാരിച്ചതെല്ലാം കേട്ടിരിക്കും."

"കേളപ്പന് നമ്മെക്കുറിച്ച് സംശയങ്ങളേ ഉണ്ടായിരുന്നുള്ളൂ. എല്ലാ വിശദാംശങ്ങളും അവൾ അവനോട് പറഞ്ഞെങ്കിൽ..?"

"ഞാൻ നേരത്തെ പറഞ്ഞത് നിനക്ക് ഓർമ്മയുണ്ടല്ലോ?"

"അംബികയെ കൊല്ലുന്ന കാര്യമല്ലേ?"

"ഉം.. ശങ്കരേശ്വരനെക്കുറിച്ച് ഞാൻ മുമ്പ് പറഞ്ഞത് മാറ്റിപ്പറയുന്നു. അവനെയും തീർത്തേക്ക്.."

"അപ്പൂപ്പാ, തീർച്ചയായും ഞാനത് ചെയ്യാം. ഏരുവേശ്ശിയിൽപോയി അംബികയെ അന്വേഷിക്കുകയും ചെയ്യാം.."

"അതുവേണ്ടാ..നീ നേരിട്ട് അവിടെ പോകരുത്. മലപ്പട്ടണത്ത് പോയി നിന്നെ കളരി പഠിപ്പിച്ച ഗുരുവിനോട് ഒന്ന് സംസാരിക്ക്."

"എന്തിനാ അദ്ദേഹത്തിനോട് ചോദിക്കുന്നത്?"

"ഏരുവേശ്ശിയിലെ സംഭവവികാസങ്ങൾ അവനറിയാതിരിക്കില്ല. കൊട്ടാരത്തിലെ എല്ലാ വിവരങ്ങളും അന്വേഷിച്ചറിയാൻ ഞാൻ അവന് നിർദ്ദേശം നൽകിയിരുന്നു. അവനുമായി ബന്ധപ്പെട്ട് വിവരങ്ങൾ അറിയുകയാണ് നീ ആദ്യം ചെയ്യേണ്ടത്. അപകടകാരിയായ ആ തെണ്ടി എവിടെയാണെന്നുറപ്പിക്കുക. അതിനുശേഷം പ്രവർത്തിക്കുക."

"എങ്കിൽ ഞാൻ തുടങ്ങട്ടെ?"

"നീ ഒരു നല്ല വാർത്തയുമായി തിരികെവരുന്ന മുഹൂർത്തത്തിനായി ഞാൻ കാത്തിരിക്കും. ഒരു കാര്യം ശ്രദ്ധിക്കണം. നമ്മൾ വന്ന വഴിയിലൂടെ നീ പോകരുത്. ഈ സ്ഥലത്തേക്ക് മടങ്ങരുത്. എവിടേക്കാണ് വരേണ്ടതെന്ന് ഞാൻ അറിയിക്കും. എന്തുതന്നെയായാലും സൂക്ഷിക്കുക."

കണ്ണപ്പൻ തിലകന്റെ കാൽതൊട്ട് വന്ദിച്ചു. അയാൾ അവനെ അനുഗ്രഹിക്കുകയും മൂർച്ചയേറിയ ഒരു കത്തി നല്കുകയും ചെയ്തു. കത്തി എളിയിൽത്തിരുകി കണ്ണപ്പൻ വനത്തിനുള്ളിലേക്ക് ഊളിയിട്ടു.

* * * * * * * * *

മൂന്നു പല്ലക്കുകൾ അതിവേഗത്തിൽ കാട്ടിലൂടെ പോവുകയാണ്. അവയുടെ മുന്നിലും പിന്നിലുമായി കുതിരപ്പുറത്ത് അഞ്ചുവീതം പടയാളികൾ. അംബികയും ആർച്ചയും ഒരു പല്ലക്കിലും അമ്മയും ഉണ്ണിക്കൃഷ്ണനും മറ്റൊന്നിലും പരമേശ്വരനും ശങ്കരേശ്വരനും മൂന്നാമത്തെ പല്ലക്കിലും. പ്രധാനപാത ഒഴിവാക്കി കാനനപാതയിലൂടെയാണ് യാത്ര. കാടിനുമപ്പുറം ചെങ്കുത്തായ മലമുകളിൽ ഏലത്തോട്ടവും കുരുമുളകുവള്ളികൾ പടർന്ന അംബരചുംബികളായ വൻമരങ്ങളും പല്ലക്കിന്റെ ജനാലയിലൂടെ അംബിക കണ്ടു. രാജാവിന്റെ ആജ്ഞ അനുസരിക്കുകയല്ലാതെ മറ്റൊരു മാർഗ്ഗവുമുണ്ടായിരുന്നില്ല. തീർത്തും മടുപ്പുളവാക്കുന്ന വളരെ ദൈർഘ്യമേറിയ യാത്രയാണ്. ഇടതൂർന്ന കാട്ടിലൂടെ സഞ്ചരിച്ചുവേണം അവർക്ക് ഏഴിൽമലയിലെത്തേണ്ടത്.

അംബികയുടെ അനാവശ്യമായ എടുത്തുചാട്ടമാണ് ഏവരെയും കുഴപ്പത്തിലാക്കിയത് എന്നോർത്ത് എമ്പ്രാന്തിരിക്ക് കടുത്ത മനോവിഷമമായി. അവൾക്ക് അനുയോജ്യനായ ഒരാളെ കണ്ടെത്തുന്നതിൽ താൻ പരാജയപ്പെട്ടുവെന്ന് അയാൾ പരിതപിച്ചു. അത് മറ്റുള്ളവർക്കും ബുദ്ധിമുട്ടുകൾ സൃഷ്ടിച്ചു.

"ശങ്കരേശ്വരാ, അംബികയെ ഉടൻതന്നെ വിവാഹം കഴിപ്പിക്കണം."

"അതേ.. അവൾക്കൊരു നല്ല ചെക്കനെ കണ്ടെത്തേണ്ടത് നമ്മുടെ കടമയാണ്."

"ഇപ്പോൾ നമ്മളെല്ലാവരും നേരിടുന്ന ഈ ബുദ്ധിമുട്ടുകൾക്കെല്ലാം

കാരണക്കാരി അവളാണെന്ന് ഞാൻ കരുതുന്നു. വളരെ സന്തോഷ ത്തോടെ ചെറുതാഴത്ത് പൂജചെയ്തുകഴിയേണ്ട നമ്മളാണ് ഇപ്പോൾ..!"

"ഇയാൾ എന്തിനാണ് അങ്ങനെയൊക്കെ ചിന്തിക്കുന്നത്? ഏരുവേശ്ശി രാജ്യത്തെ സേവിക്കുകയായിരുന്നില്ലേ അവൾ?"

"ആയിരിക്കാം.. ഈ കൈകളിൽ കിടന്ന് വളർന്ന എന്റെ പൊന്നു മോൾ എപ്പോഴാണ് രാജ്യത്തെക്കുറിച്ച് പ്രവർത്തിക്കാനും ചിന്തിക്കാ നുമായതെന്ന് എനിക്കറിയില്ല ശങ്കരാ.. എന്റെ പാർവ്വതി ഈ ലോകംവിട്ടു പോകുമ്പോൾ വെറും പൊടിക്കുഞ്ഞായിരുന്നില്ലേ അവൾ? പിന്നെയെ പ്പോഴാണ് അവൾ മുതിർന്നത്? അവളെ അനുയോജ്യനായ ഒരാളെ ഏൽപ്പി ക്കാനായാൽ എന്റെ ഉത്തരവാദിത്വം അവസാനിക്കുമെന്ന് ഞാൻ കരു തുന്നു. ഞാനീപ്പറഞ്ഞതിൽ തെറ്റുണ്ടോ.. നീ പറയ്?"

"ശരിയാണ്, നമുക്ക് നോക്കാം. കൂട്ടത്തിൽ ആർച്ചയ്ക്കും ഒരാളെ കണ്ടെത്തേണ്ടേ.?"

"അയ്യോ.. ഞാനെന്തേ അതോർത്തില്ലാ? തീർച്ചയായും വേണം. ശങ്കരാ.. നീ എന്നെ തെറ്റിദ്ധരിക്കല്ലേ. അംബികയെ ഓർത്ത് ഞാൻ വല്ലാതെ വിഷമിച്ചു. ഞാനൊരു സ്വാർത്ഥനല്ല. അവളും എനിക്ക് മകളല്ലേ? ശങ്കരാ.. രണ്ടുപേരുടേയും വിവാഹം നമുക്ക് ഒരുമിച്ച് നടത്തണം. ഉണ്ണിക്കൃഷ്ണൻ നമ്മുടെ പിന്നിലുണ്ടല്ലോ അല്ലേ?"

"ഉണ്ട്.. നോക്കൂ.. ദേ.. അവൻ ആ കാണുന്ന കുതിരവണ്ടിയിലുണ്ട്."

ഏരുവേശ്ശിയിൽനിന്ന് പെരിഞ്ചല്ലൂരിലും തുടർന്ന് വലഭപട്ടണത്തും അവിടെനിന്ന് ചെറുതാഴത്തും അവരെത്തിച്ചേർന്നു. തുടർന്നങ്ങോട്ട് കയറ്റിറക്കങ്ങളേറെയുള്ള കൊടും വനപ്രദേശമാണ്. പല്ലക്ക് വാഹകർ രാവിലെ മുതലുള്ള യാത്രമൂലം ക്ഷീണിച്ചിരിക്കുന്നു. തലയ്ക്കുമുകളിൽ കത്തിജ്ജ്വലിക്കുന്ന സൂര്യൻ. കുറച്ചുനേരം മരച്ചുവട്ടിൽ വിശ്രമിച്ചു. വൈകുന്നേരം വീണ്ടും അവർ യാത്രതുടങ്ങി. വിദേശികൾ ഭാരതഖണ്ഡ ത്തെ ഗ്രസിച്ചതുപോലെ വനപ്രദേശമാകെ ഇരുട്ട് സർവ്വാധിപത്യം സ്ഥാ പിച്ചു. സഞ്ചാരം ദുഷ്കരമായി. യാത്ര താൽക്കാലികമായി നിർത്താൻ പടയാളികളുടെ തലവന്റെ നിർദ്ദേശം വന്നു.

കൂടാരമടിച്ചതോടെ എല്ലാവരും വിശ്രമിക്കാൻ പോയി. പടയാളികൾ പുറത്ത് കാവൽ നിന്നു. പാതിരാത്രിയിൽ താളാത്മകമായ കുളമ്പടി ശബ്ദം കേട്ട ഉണ്ണിക്കൃഷ്ണൻ ഞെട്ടിയുണർന്ന് പുറത്തുവന്നു. തങ്ങളുടെയടു ത്തേക്ക് ആരോ വരുന്നുണ്ടെന്ന് അവന് മനസ്സിലായി. ശബ്ദംകേട്ട് അംബി കയും വെളിയിൽവന്നു. ഈ പെണ്ണിന് ഉറക്കവുമില്ലേന്ന് ചിന്തിച്ച് പരിഭ്രാ ന്തനായ ഉണ്ണിക്കൃഷ്ണൻ അവളോട് അകത്തേക്ക് പോകാനാവശ്യപ്പെട്ടു. അനുസരിച്ചുവെങ്കിലും അകത്തുപോയി കൂടാരത്തിന്റെ ചെറിയ വിടവി ലൂടെ അംബിക പുറത്തേക്ക് നോക്കി.

ഏത് സാഹചര്യവും നേരിടാൻ തയ്യാറായി നില്ക്കുന്ന പടയാളികളെ അവൾ കണ്ടു. അതീവജാഗ്രതയിലാണ് അവരെല്ലാം. കുളമ്പടിശബ്ദം അടു ത്തുകൊണ്ടേയിരുന്നു.

കൂടാരത്തിനരികിലെത്തി, തുണികൊണ്ട് മുഖംമറച്ച ഒരു യുവാവ് കുതിരപ്പുറത്തുനിന്ന് ഇറങ്ങി. പടയാളികൾ നിമിഷങ്ങൾക്കുള്ളിൽ അയാൾക്കുചുറ്റും വളഞ്ഞ് ആക്രമിക്കാനൊരുങ്ങി. യുവാവ് പെട്ടെന്ന് തന്റെ മുഖത്തെ തുണി നീക്കി. പന്തത്തിന്റെ ജ്വാലയിൽ ചെറുപ്പക്കാരനെ കണ്ട എല്ലാവരും ആശ്ചര്യപ്പെട്ടു. വാളുകൾ നിലത്തിട്ട് ഉണ്ണികൃഷ്ണ നുൾപ്പെടെ ഏവരും അയാളെ വണങ്ങി. അംബികയുടെ മുഖം വല്ലാതെ തിളങ്ങി. അവൾ വെളിയിൽ വന്നു.

കേളപ്പൻമന്നനാരായിരുന്നു ആ യുവാവ്. കൂടാരത്തിലെ എല്ലാവരും ഉണർന്നു. അവർ മന്നനാരെ കണ്ട് അത്ഭുതപ്പെട്ടു. അദ്ദേഹത്തെ സ്വാഗതം ചെയ്തു.

"നിങ്ങൾ സുരക്ഷിതരാണെന്ന് ഉറപ്പാക്കാനാണ് വന്നത്. നിങ്ങളെ യെല്ലാം കണ്ടതിൽ എനിക്ക് അതിയായ സന്തോഷമുണ്ട്. ഏരുവേശ്ശിയിൽ നിന്ന് ഇവിടേക്കുള്ള യാത്രയിൽ നിങ്ങൾക്ക് ഒട്ടേറെ ബുദ്ധിമുട്ടുകൾ ഉണ്ടാ യിട്ടുണ്ടെന്ന് എനിക്കറിയാം. എല്ലാവരുടെയും സുരക്ഷയെക്കരുതി എനിക്ക് ഇങ്ങനെ ഒരു തീരുമാനം എടുക്കേണ്ടിവന്നതിൽ ക്ഷമാപണം. ഒരിക്കലേ സന്ദർശിച്ചിട്ടുള്ളുവെങ്കിലും ഏഴിൽമല നല്ല സ്ഥലമാണെന്ന് മാതുലൻ പറഞ്ഞുകേട്ടിട്ടുണ്ട്. മടങ്ങിവരാൻ നിങ്ങൾക്ക് നിർദ്ദേശം ലഭി ക്കുന്നതുവരെ നിങ്ങൾ അവിടെയുണ്ടായിരിക്കും. ഏത് അപകടത്തിൽ നിന്നും നിങ്ങളെ സംരക്ഷിക്കാൻ കഴിവുള്ളവരും വിദഗ്ദ്ധപരിശീലനം നേടിയവരുമാണ് ഈ പത്ത് സൈനികരും."

അദ്ദേഹം അംബികയുടെനേരെ തിരിഞ്ഞു.

"അംബിക, നിങ്ങൾതന്ന വിവരങ്ങൾ ഉപകാരപ്രദമായിരുന്നു. മൂത്തേ ടത്തുമനയുടെ യഥാർത്ഥ ശത്രുക്കളെ യഥാസമയം കണ്ടെത്താൻ അത് സഹായകമായി. ഞാൻ അവർക്കെതിരെ നടപടിയെടുക്കാൻ പോകുക യാണ്. കണ്ണപ്പനെയും തിലകനെയും വിലങ്ങുവെക്കാനുള്ള ഒരുക്കങ്ങൾ തുടങ്ങി. കൊട്ടാരത്തിൽ തിരിച്ചെത്തുമ്പോഴേക്കും അവർ പിടിക്കപ്പെട്ടി രിക്കും. അതിനുശേഷം വിവരങ്ങൾ അറിയിക്കും. ശങ്കരേശ്വരൻ, ആവ ശ്യമെങ്കിൽ താങ്കൾ അവർക്കെതിരെ സാക്ഷി പറയേണ്ടിവരും. അംബിക, നീയും. ഇതാരാണ്?"

കേളപ്പനാർ ഉണ്ണികൃഷ്ണന്റെ നേരെ തിരിഞ്ഞു ചോദിച്ചു.

"അവൻ എന്റെ മകനാണ്." ശങ്കരേശ്വരൻ മറുപടി പറഞ്ഞു.

"ഇവൻ എന്താണ് ചെയ്യുന്നത്?"

"കണ്ണൂരിൽ ആയുർവ്വേദം പഠിക്കുന്നു. ഇപ്പോൾ കുറച്ചു അവധി കിട്ടി."

"കൊട്ടാരത്തിൽ അപ്പോത്തിക്കിരിയായി ചേരുന്നോ?"

"തമ്പുരാനേ, അങ്ങയുടെ ഇഷ്ടംപോലെ." അവൻ വളരെ സന്തോ ഷത്തോടെ പറഞ്ഞു.

"നീ പഠനം പൂർത്തിയാക്കി അറിയിക്കുക. വേണ്ട നടപടികൾ ഞാൻ ചെയ്തുതരാം."

"എമ്പ്രാന്തിരീ.. സുഖമാണോ? താങ്കളുടെ മകൾ കൊട്ടാരത്തിനു വേണ്ടി മികച്ച സേവനമാണ് ചെയ്തത്."

"തമ്പുരാനേ, അവൾക്കു യോഗ്യനായ ഒരു പുരുഷനെ കണ്ടെത്താൻ കഴിയാത്തതിൽ ഞാൻ വളരെയധികം വിഷമിക്കുന്നു."

"വിഷമിക്കേണ്ട, ഞാനും സഹായിക്കാം. എല്ലാവരും ശ്രദ്ധിക്കുക. നിങ്ങൾ അടുത്ത ദിവസംതന്നെ ഏഴിൽമലയിലെത്തും."

അദ്ദേഹം പട്ടാളക്കാരുടെനേരെ തിരിഞ്ഞു.

"ഈ രാജകീയ അതിഥികളെ നിങ്ങൾ പൂർണ്ണമായി സംരക്ഷിക്കണം. നിങ്ങളിൽ ആരെങ്കിലും അതിൽ ചെറിയ വീഴ്ചവരുത്തിയാൽപ്പോലും ഞാൻ ഗൗരവമായി കാണും. ഏഴിൽമലയിലെ രാജഭവനത്തിൽ എത്തിയശേഷം നിങ്ങളിലൊരാൾ മടങ്ങിവന്ന് അവരുടെ സുരക്ഷയെക്കുറിച്ച് എന്നെ അറിയിക്കുക. എനിക്ക് തിരികെ പോകണം. ഞാൻ നിങ്ങളോട് യാത്ര പറയുകയാണ്."

കേളപ്പനാർ കുതിരപ്പുറത്ത് പടിഞ്ഞാറോട്ട് തിരിച്ചുപോയി. തങ്ങളുടെ സുരക്ഷയും തന്റെയും കുടുംബത്തിന്റെയും സംരക്ഷണത്തിനായി സ്വീകരിച്ച വിവിധ സന്നാഹങ്ങളുമുറപ്പാക്കാൻ അദ്ദേഹം പ്രത്യേകശ്രദ്ധ പതിപ്പിച്ചതിൽ അംബിക വളരെ സന്തോഷിച്ചു. അവർ തങ്ങളുടെ കൂടാരത്തിലേക്ക് മടങ്ങി, രാത്രി നന്നായി ഉറങ്ങി. പിറ്റേന്ന് രാവിലെ യാത്ര തുടർന്നു.

ഇരുപത്തി മൂന്ന്

പിറ്റേന്ന് വിജയകരമായി മർമ്മവിദ്യ വീണ്ടും പരിശീലിച്ചതിനു ശേഷം സന്തോഷത്തോടെ ആശാൻ കണ്ണപ്പനോട് പറഞ്ഞു:

"ഇനി നീ യാത്രയാവുക.. വിജയത്തോടെ തിരിച്ചുവരൂ.. എന്റെ അനുഗ്രഹം നിനക്ക് എപ്പോഴും ഉണ്ടാവും."

"ആശാനേ.. ഞാൻ എങ്ങോട്ടാണ് പോകേണ്ടതെന്ന് പറയ്..?"

"ഓഹ്.. ഞാനത് മറന്നു. നിന്റെ അപ്പൂപ്പൻ പറഞ്ഞതനുസരിച്ച് കൊട്ടാരത്തിലെ വിശേഷങ്ങൾ ഞാൻ അന്വേഷിച്ചിരുന്നു. എനിക്കറിയാൻ കഴിഞ്ഞത് അംബികയും പിന്നെ ശങ്കരേശ്വരനും കുടുംബത്തോടെ ഏഴിൽ മലയിലേക്ക് പോയി എന്നാണ്."

"ഏഴിൽമലയിലോ..? അതെന്തിന്?"

"അവർക്ക് നിന്നെ പേടിയായിരിക്കാം."

"ഹ ഹ" കണ്ണപ്പൻ ചിരിച്ചു.

"അങ്ങനെയെങ്കിൽ ഏറെ സന്തോഷമായി. എനിക്ക് ഏറെയിഷ്ടമുള്ള വിനോദമാണ് നായാട്ട്. ഭയന്നോടുന്ന ഇരയുടെ കണ്ണുകളിലെ ഭീതി എന്നെ ഉത്തേജിപ്പിക്കും. വീണ്ടുംവീണ്ടും ഇരയെ ഓടിക്കണം. അവർ ഓടുന്നു, ഞാൻ പിന്തുടരുന്നു. ഒടുവിൽ ഇരയുടെ നെഞ്ചുനോക്കി..."

"കണ്ണപ്പാ നീ ശ്രദ്ധാലുവായിരിക്കുമെന്ന് ഞാൻ പ്രതീക്ഷിക്കുന്നു. ശങ്കരേശ്വരൻ വളരെ അപകടകാരിയാണെന്നറിഞ്ഞു. അംബിക ഒരു സിംഹികയെപ്പോലെയാണ്. അത്യന്തം അപകടകാരിയായ പെൺകുട്ടി, ശ്രദ്ധിക്കുക..!"

"അതെ ഗുരുജീ.. ഞാൻ വളരെ സൂക്ഷിച്ച് പ്രവർത്തിച്ചോളാം."

അംബികയും കുടുംബവും പോയ അതേ വഴിയിലൂടെയാണ് കണ്ണപ്പനും സഞ്ചരിച്ചത്. പ്രധാനപാതകളിൽ കൂടുതൽ സുരക്ഷാപരി

ശോധനകൾ ഉണ്ടായേക്കാമെന്നും അങ്ങനെവന്നാൽ പിടിയിലകപ്പെടാനുള്ള സാദ്ധ്യതയുണ്ടെന്നും അവൻ കണക്കുകൂട്ടി. പദ്ധതി പൂർത്തിയാക്കുന്നതിനുമുമ്പ് ഒരു കാരണവശാലും പിടിക്കപ്പെടാൻ പാടില്ല. വലഭപട്ടണം കടന്നപ്പോൾ, ഒരു മനുഷ്യൻ അവനെ ശ്രദ്ധിക്കുകയും കണ്ണപ്പനാണെന്ന് തിരിച്ചറിയുകയും ചെയ്തു. ഒരുകാലത്ത് കേളപ്പനാരുടെ അടുത്ത സുഹൃത്തായ കണ്ണപ്പൻ കുറച്ച് കാലമായി രാജാവിനൊപ്പം കാണാറില്ലെന്നത് അയാളോർത്തു. അവന്റെ മുഖം കണ്ടപ്പോൾ എന്തോ ഒരു വ്യത്യാസം തോന്നി. മുഖം വല്ലാതെ ഇരുണ്ടിരിക്കുന്നു, പ്രതികാരഭാവം കാണാമായിരുന്നു. അദ്ദേഹം അവനെ തടഞ്ഞില്ല. കണ്ണപ്പൻ പോയതിനുശേഷം രാജാവിനെ ഇക്കാര്യം അറിയിക്കാൻ ഏരുവേശ്ശിയിലേക്ക് പുറപ്പെട്ടു. എഴിൽമല ഭാഗത്തേക്ക് പോകുന്നവരുടെ സംശയാസ്പദമായ നീക്കത്തെക്കുറിച്ച് രാജാവിനെ അറിയിക്കാനുള്ള നിർദ്ദേശം അയാൾക്ക് നേരത്തെ ലഭിച്ചിരുന്നു. അയാൾ ഏരുവേശ്ശി ലക്ഷ്യമാക്കി വളരെ വേഗത്തിൽ കുതിരപ്പുറത്തു യാത്രയായി.

ഏഴിൽമലയിലെ രാജഗൃഹം. രാത്രി ശങ്കരേശ്വരന് ഒട്ടും ഉറക്കം വന്നില്ല. അയാളുടെ മനസ്സാകെ കലുഷിതമായിരുന്നു. പരമേശ്വരൻ നല്ല ഉറക്കത്തിലാണ്. അംബികയും മക്കളായ ആർച്ചയും ഉണ്ണിക്കൃഷ്ണനും ഗാഢനിദ്രയിലാണ്ടിരുന്നു. അയാൾ ഓരോന്നാലോചിച്ച് തിരിഞ്ഞും മറിഞ്ഞും കിടന്നു. പെട്ടെന്ന് രാജഗൃഹത്തിന് നേർക്ക് ഒരു കുതിരയുടെ കുളമ്പടിശബ്ദം വരുന്നതായി അയാൾക്കു തോന്നി. ഒരുപക്ഷേ, തന്റെ തോന്നലായിരിക്കുമോ? ഒന്നുകൂടി കാതോർത്തു. അല്ല.. ഇപ്പോൾ ശബ്ദം കുറേക്കൂടി അടുത്തിരിക്കുന്നു. ചാടിപ്പിടഞ്ഞെഴുന്നേറ്റ് അയാൾ ഉണ്ണിയെ വിളിച്ചുണർത്തി, കത്തിയെടുത്ത് ഒരുങ്ങിനില്ക്കാൻ ആവശ്യപ്പെട്ടു. അദ്ദേഹം അവനോട് പറഞ്ഞു.

"ആരോ നമ്മളെ ആക്രമിക്കാൻ സാദ്ധ്യതയുണ്ടെന്ന് എന്റെ മനസ്സ് പറയുന്നു."

ഉണ്ണിക്ക് മനസ്സിലായില്ല. അദ്ദേഹം തുടർന്നു.

"മറ്റുള്ളവരെ ഉണർത്തരുത്. ഇത് നമ്മൾമാത്രം കൈകാര്യം ചെയ്യേണ്ടതാണ്. ഞാൻ ഭയപ്പെടുന്നതുപോലെ സംഭവിച്ചില്ലെങ്കിൽ നന്നായി. അതല്ലായെങ്കിൽ സൂക്ഷിക്കണം."

ഉണ്ണിക്ക് കാര്യം മനസ്സിലായി. അവരുടെ രാജഗൃഹത്തിനുനേരെ വരുന്ന കുളമ്പടി ശബ്ദം അവനും വ്യക്തമായിക്കേട്ടു. തങ്ങളെ ആരെങ്കിലും ആക്രമിച്ചാൽ പ്രത്യാക്രമണം നടത്തുകതന്നെ. ഉണ്ണി എന്തിനും തയ്യാറായിനിന്നു. എന്നാൽ രാജഗൃഹവും കടന്ന് ശബ്ദം അകന്നകന്ന് പോയപ്പോൾ ശങ്കരേശ്വരൻ ആശ്വസിച്ചു. അപ്പോൾ അത് വേറെയാരോ ആണ്. അദ്ദേഹം ഉണ്ണിയെനോക്കി ചിരിച്ചു. രണ്ടുപേരും വീണ്ടും ഉറങ്ങാൻ കിടന്നു. പൊടുന്നനെ നായ കുരയ്ക്കുന്ന ശബ്ദം കേൾക്കാൻ കഴിഞ്ഞു. ഉടൻതന്നെ അതും നിലച്ചു. ശങ്കരേശ്വരന് വീണ്ടും അസ്വസ്ഥതതോന്നി. അയാൾ എഴുന്നേറ്റ് കട്ടിലിൽ ഇരുന്നു. ഇന്നെന്താണിങ്ങനെ? അയാൾ

ആലോചിച്ചു. പരമേശ്വരൻ ഉറക്കം വിട്ടുണർന്നപ്പോൾ ശങ്കരേശ്വരനെ കണ്ടു.

"എന്താ പറ്റിയത്?"

"ഒന്നുമില്ല നീ വിശ്രമിക്ക്."

"പുറത്ത് ആരെങ്കിലും വന്നിട്ടുണ്ടോ? നായ കുരയ്ക്കുന്ന ശബ്ദം കേട്ടു."

"പരമേശ്വരാ..വിഷമിക്കേണ്ട. എല്ലാം നല്ലതിന്. പുറത്ത് വേണ്ടത്ര ഭടന്മാരുണ്ട്. ആർക്കും അകത്തേക്ക് വരാൻ കഴിയില്ല."

"ശങ്കരേശ്വരാ, എനിക്കൊരു ഉപകാരം ചെയ്യാമോ?"

"പറയൂ."

"നമ്മൾ ബന്ധുക്കൾ മാത്രമല്ല, കുട്ടിക്കാലം മുതൽ നല്ല സ്നേഹിതന്മാരുമാണ്. ഞാൻ മരിച്ചാൽ അംബികയെ വളർത്താൻ നിങ്ങൾക്ക് കഴിയുമോ?"

"നീയെന്താ ഇങ്ങനെ സംസാരിക്കുന്നത്? നീ മരിക്കില്ല. നമ്മളെല്ലാം കുറേക്കാലംകൂടി ജീവിക്കും. എന്ത് വിലകൊടുത്തും ഹനുമാൻസ്വാമി നമ്മളെ കൈവിടില്ല."

"അല്ല ശങ്കരാ.. അംബിക കേളപ്പനാരെ കാണുന്നതുവരെ എല്ലാം ശുഭമായിരുന്നു. പക്ഷേ, ഇപ്പോൾ എല്ലാം മാറി..!"

"നിങ്ങളെന്തിനാണ് വിഷമിക്കുന്നത്? കേളപ്പനാർ വിവാഹിതനായില്ലേ? അയാൾക്ക് നല്ല ഒരു ഭാര്യയുണ്ട്. അയാൾ നമ്മുടെ കുട്ടിയെ ശ്രദ്ധിക്കില്ല."

"ഇല്ല, അത് അത്ര എളുപ്പമല്ല ശങ്കരാ.. അന്തർജ്ജനസ്ത്രീകൾ അന്യപുരുഷന്മാരെ നോക്കാറില്ലല്ലോ? പക്ഷേ, എന്നിട്ടും ഇവൾ അങ്ങനെയായിരുന്നോ? ഏതെങ്കിലും ഒരു സ്ത്രീ ആരെങ്കിലുമായി ഇഷ്ടത്തിലായാൽ, ഇനി അയാൾ വിവാഹിതനായാൽപ്പോലും വിട്ടുപോകാൻ കൂട്ടാക്കില്ല.."

"പരമേശ്വരൻ, കേളപ്പനാരുടെ ഭാര്യയെ അനാവശ്യമായി വിഷമിപ്പിക്കുകയാണ്. ചീരുമന്നത്തി അംബികയുടെ അടുത്ത സുഹൃത്താണ്. മാത്രമല്ല കൊട്ടാരത്തിൽ അംബികയ്ക്ക് നല്ല ഉത്തരവാദിത്വമുള്ള ജോലിയുമുണ്ട്. പിന്നെ നീ എന്തിനാണ് വിഷമിക്കുന്നത്?"

"എനിക്ക് സംശയം തോന്നി. നമ്മൾ ഏരുവേശ്ശി വിട്ടപ്പോൾ അംബികയുടെ കൈയിൽ ഒരു വജ്രമാലയുണ്ടായിരുന്നു."

"അയ്യോ ആ മാല. അത് ചീരുമന്നത്തിക്ക് രാജാവ് വിവാഹസമ്മാനമായി നൽകിയതാണ്. അവളത് അംബികയ്ക്ക് നൽകി."

"അതേ.. അതുതന്നെ കാര്യം."

"മന്നത്തി നല്കിയ സമ്മാനത്തെച്ചൊല്ലി നീ എന്തിനാ വിഷമിക്കുന്നത്..?"

"ഇന്നലെ അവൾ മാല ധരിച്ചിരിക്കുന്നത് ഞാൻ കണ്ടു. അത് ചെറിയ പ്രശ്നമായി. ഇത് കേളപ്പനാരുടെ സമ്മാനമാണെന്ന് അവൾ കരുതുന്നു.

കേളപ്പനാരിൽനിന്ന് അവളുടെ മനസ്സ് പുറത്തുവന്നിട്ടില്ല, അത് അത്യന്തം അപകടകരമാണ്."

ശങ്കരേശ്വരൻ ആശയക്കുഴപ്പത്തിലായി. എന്നിരുന്നാലും, അയാൾ പറഞ്ഞു.

"പരമേശ്വരാ ഇത് ഞാൻ നോക്കിക്കോളാം. നമ്മുടെ ചോര മറ്റൊരിടത്തേക്ക് പോകാൻ ഞാൻ സമ്മതിക്കില്ല. എമ്പ്രാന്തിരിമാരുടെയിടയിൽ നിന്ന് യോഗ്യനായ ഒരു യുവാവിനെ കണ്ടുപിടിച്ച് അവളുടെ കല്യാണം നമുക്ക് നടത്താം."

"അതിന് അവൾ സമ്മതിക്കണം." ഹതാശനായ ആ പിതാവ് വിലപിച്ചു.

"എല്ലാ നന്മകൾക്കുംവേണ്ടി നമുക്ക് ഹനുമാനോട് പ്രാർത്ഥിക്കാം."

പെട്ടെന്ന് രാജഗൃഹത്തിനു വെളിയിൽനിന്ന് ആരുടെയോ ആർത്തനാദം കേട്ടു. തുടർന്ന് കൂട്ടബഹളങ്ങളും. പുറത്തുനിന്ന് വല്ലാത്ത ദുർഗ്ഗന്ധം വമിക്കുന്നുണ്ട്. പന്തത്തിന്റെ ചുവന്ന വെട്ടത്തിൽ ആരൊക്കെയോ പരസ്പരം ഏറ്റുമുട്ടുന്നത് അവ്യക്തമായി ശങ്കരേശ്വരൻ കണ്ടു. പൊടുന്നനെ വാതിൽ തുറക്കപ്പെട്ടു. ഒളിച്ചുപിടിച്ച കഠാരയുമായി കൊടുങ്കാറ്റുപോലെ കണ്ണപ്പൻ അകത്തു കയറി ഉറങ്ങിക്കിടക്കുന്ന തന്റെ ഇരയെ പരതാൻതുടങ്ങി. തങ്ങളുടെ പദ്ധതികൾ പലതും നിറവേറ്റുന്നതിൽനിന്ന് തടഞ്ഞ കുഴപ്പക്കാരിയായ അംബികയെ ഒടുവിൽ അവൻ കണ്ടെത്തി. കഴുത്തിൽ നേർത്ത പ്രകാശം പ്രതിഫലിപ്പിക്കുന്ന തിളങ്ങുന്ന വജ്രമാല ധരിച്ച് അതീവസുന്ദരിയായി ഇതാ..തന്റെ പ്രതിയോഗി ഉറങ്ങുന്നു. അവളുടെ സുന്ദരമായ ശരീരത്തിൽ തന്റെ കഠാരയുടെ മൂർച്ച പരീക്ഷിക്കാൻ അവൻ ഒരുങ്ങി. എഴുന്നേൽക്കാനോ നിലവിളിക്കാനോ ഒരു അവസരം പോലും നല്കാതെ അവളെ തീർക്കാൻ കണ്ണപ്പന്റെ പേശികൾ പിടഞ്ഞു, കണ്ണുകൾ ഇടുങ്ങി, ഹൃദയമിടിപ്പ് അനിയന്ത്രിതമായി. അവൻ തന്റെ കഠാരയുയർത്തുന്നത് മിന്നായംപോലെ കണ്ട പരമേശ്വരൻ നിമിഷാർദ്ധത്തിനുള്ളിൽ അംബികയുടെമേൽ ചാടി കമിഴ്ന്നുവീണു. എന്താണ് സംഭവിക്കുന്നതെന്നറിയാതെ അംബിക കണ്ണുതുറന്നു. ഒരു നിലവിളി തൊണ്ടയിൽ കുരുങ്ങി പിടഞ്ഞൊടുങ്ങി. അവളുടെ നെഞ്ചിനുപകരം എമ്പ്രാന്തിരിയുടെ മുതുകിൽ കഠാരയിറങ്ങി. കിടക്കമുഴുവൻ ചോരയിൽ കുതിർന്നു.

ബഹളംകേട്ട് ഞെട്ടിയുണർന്നെഴുന്നേറ്റ ഉണ്ണിക്കൃഷ്ണൻ പ്രത്യാക്രമണത്തിനായി കണ്ണപ്പനുനേരെ കത്തി വീശി. പക്ഷേ, കണ്ണപ്പനെപ്പോലെ മികച്ചൊരു അഭ്യാസിയെ നേരിടാനുള്ള ശേഷിയൊന്നും അയാൾക്കുണ്ടായിരുന്നില്ല. എന്തുവില കൊടുത്തും അംബികയെ കൊല്ലുകയെന്നതാണ് കണ്ണപ്പന്റെ ഉദ്ദേശ്യം. അതിന് ഏതറ്റംവരെ പോകാനും അവൻ ഒരുക്കമാണ്. തന്റെ ഇരയെ വധിക്കാനുള്ള ആദ്യശ്രമം പരാജയപ്പെട്ടതിന്റെ കലിപ്പിൽ എമ്പ്രാന്തിരിയെ തള്ളിത്താഴെയിട്ട് വീണ്ടും അവൻ കത്തിയുയർത്തി. അപ്പോഴേക്കും കാവൽനിന്ന പടയാളികൾ അകത്തേക്ക് ഇരച്ചുകയറിവന്ന്

പിടികൂടാൻ ശ്രമിച്ചു. പക്ഷേ, തികഞ്ഞ അഭ്യാസിയായ കണ്ണപ്പനെ കീഴ്പ്പെടുത്താൻ അവരും ബുദ്ധിമുട്ടി. തന്റെ ആയുധമുപയോഗിച്ച് എല്ലാവരെയും അവൻ പലതവണ ആക്രമിച്ചു. ഇതിനിടയിൽ കുളമ്പടിശബ്ദം വീണ്ടും കേട്ടതോടെ ശങ്കരേശ്വരനും മറ്റുള്ളവരും ആശങ്കാകുലരായി. പക്ഷേ, ഇപ്പോൾ വന്നത് കേളപ്പനാരായിരുന്നു. ഈ സമയത്ത് അദ്ദേഹമെത്തിച്ചേരുമെന്ന് ആരും പ്രതീക്ഷിച്ചിരുന്നില്ല. കേളപ്പനാർ അവന്റെ തലയുടെ പിന്നിൽ കനത്ത പ്രഹരമേല്പിച്ചു. തിരിഞ്ഞുനോക്കിയ കണ്ണപ്പൻ കേളപ്പനാരെ കണ്ട് ഞെട്ടിപ്പോയി. അവൻ മർമ്മവിദ്യ പ്രയോഗിക്കാനൊരുങ്ങി. അതു മനസ്സിലാക്കിയ ശങ്കരേശ്വരൻ അവന്റെ കഴുത്തിൽ ശക്തമായ മറ്റൊരു പ്രഹരം നല്കി. അബോധാവസ്ഥയിലായ കണ്ണപ്പനെ ഭടന്മാരും ഉണ്ണിയും ചേർന്ന് ഒരു തൂണിൽ കെട്ടിയിട്ടു. അപ്പോഴേക്കും കൂടുതൽ ഭടന്മാർ എത്തിച്ചേർന്നിരുന്നു.

കണ്ണപ്പനെ വിലങ്ങുവച്ച് സാധാരണയായി സിംഹങ്ങളെ കൊണ്ടുപോകാറുള്ള ഒരു കൂട്ടിലടച്ച് ഏരുവേശ്ശിയിലേക്ക് കൊണ്ടുപോയി. എമ്പ്രാന്തിരിയുടെ നില വളരെ ഗുരുതരമായിരുന്നു. അംബികയും മറ്റ് സ്ത്രീകളും ഞെട്ടിത്തരിച്ചുനിന്നു. എന്താണ് സംഭവിച്ചതെന്ന് മനസ്സിലാക്കാൻ അവർ കുറച്ച് സമയമെടുത്തു. അംബിക ആകെ തകർന്നുപോയി. തന്റെ ജീവൻ സംരക്ഷിക്കാൻ ശ്രമിച്ച് മരണത്തെ മുഖാമുഖം കാണുന്ന പിതാവിനെ ചേർത്തുപിടിച്ച് അവൾ അലറിക്കരഞ്ഞു. കേളപ്പനാർ ഉടൻതന്നെ എമ്പ്രാന്തിരിയുടെ ചികിത്സയ്ക്കുള്ള സജ്ജീകരണങ്ങൾ ഏർപ്പാടുചെയ്തു. പക്ഷേ എന്തുചെയ്യാൻ? മകളുടെ സംരക്ഷണം ശങ്കരേശ്വരന് കൈമാറിയതിന്റെ ചാരിതാർത്ഥ്യത്തിൽ അദ്ദേഹം ഈ ലോകം വിട്ടുപോയി.

ഇരുപത്തി നാല്

ഏഴിൽമലയിൽനിന്നുള്ള ഘോഷയാത്ര തികച്ചും വ്യത്യസ്തമായിരുന്നു. ഇതിനുമുമ്പ് ഇത്തരമൊരു ഘോഷയാത്രയ്ക്ക് ജനങ്ങൾ സാക്ഷ്യം വഹിച്ചിട്ടില്ല. കണ്ണപ്പനെ വിലങ്ങ് വച്ച് സിംഹക്കൂട്ടിലാക്കി. പടയാളികൾ അതിനെ പിന്തുടർന്ന് സുരക്ഷയൊരുക്കി. അവർ അതിവേഗം ഏരുവേശ്ശിയിലേക്ക് പോയി. പടയാളികളാൽ സംരക്ഷിതരായ അംബികയും ആർച്ചയും ഒരു പല്ലക്കിലും കുതിരപ്പുറത്ത് യാത്ര ചെയ്യാനുള്ള മാനസികാവസ്ഥയിൽ അല്ലാത്തതിനാൽ ശങ്കരേശ്വരനും ഭാര്യയും മറ്റൊരു പല്ലക്കിലുമായാണ് യാത്രചെയ്തത്. ഉണ്ണി കുതിരപ്പുറത്ത് പടയാളികളോടൊപ്പവും. എല്ലാവർക്കുംമുമ്പേ മന്നനാർ വളരെ വേഗത്തിൽ ഏരുവേശ്ശിയിലേക്ക് കുതിച്ചു. അടിയന്തരമായ ജോലികൾ അദ്ദേഹത്തിന് ചെയ്ത് തീർക്കാനുണ്ടായിരുന്നു. ഏരുവേശ്ശിയിലെ രാജസേവകയെ ആക്രമിച്ചതിനും അവളുടെ പിതാവിനെ കൊലചെയ്തതിനും ശക്തമായ തെളിവുകൾ ഇപ്പോൾ ലഭിച്ചിരിക്കുകയാണ്. കണ്ണപ്പനെ ശിക്ഷിക്കാൻ ഇത്രയും മതി. എത്രയുംപെട്ടെന്ന് നിയമനടപടികൾ സ്വീകരിക്കേണ്ടതുണ്ട്.

തിലകനെ കീഴടക്കുന്ന കാര്യത്തിലാണ് ആശങ്ക. ഒരു തവണ വൈതൽമലയിലേക്ക് ഒരു സംഘം പടയാളികളെ അയച്ചതാണ്. പക്ഷേ, അയാൾ ഒളിച്ചുതാമസിച്ച കുടിലുൾപ്പെടെ കാടാകെ തിരഞ്ഞിട്ടും കണ്ടെത്താൻ കഴിയാതെ വെറുംകൈയോടെ മടങ്ങേണ്ടിവന്നു. എങ്ങോട്ടാവും അയാൾ പോയിരിക്കുക? പിടിക്കപ്പെട്ടില്ലെങ്കിൽ തിലകൻ കുഴപ്പങ്ങൾ സൃഷ്ടിച്ചുകൊണ്ടേയിരിക്കും.

പട്ടാളക്കാർക്കൊപ്പം കണ്ണപ്പനെ പൂട്ടിയ സിംഹക്കൂട് വലഭപട്ടണത്തെത്തിയതേയുള്ളൂ. ഓർക്കാപ്പുറത്തായിരുന്നു ആക്രമണം. അഞ്ചുപത്താളുകൾ ആയുധങ്ങളുമായി വന്ന് പടയാളികളെ ആക്രമിച്ചു. ശക്തമായി തിരിച്ചടിച്ചപ്പോൾ നില്ക്കക്കള്ളിയില്ലാതെ അക്രമികൾ ഓടിരക്ഷപ്പെട്ടു.

എന്നാൽ ഭടന്മാരിലൊരാൾക്ക് സാരമായി പരിക്കേറ്റു. ഇതിനിടെ ശങ്കരേശ്വരന്റെ സംഘവും അവിടെയെത്തിച്ചേർന്നു. പല്ലക്കുകൾ നിർത്തി അടുത്തുവന്ന് കാര്യം തിരക്കി. ആക്രമണത്തെക്കുറിച്ചും പരിക്കേറ്റ പട്ടാളക്കാരന് വൈദ്യസഹായം അത്യാവശ്യമാണെന്നും അവർ പറഞ്ഞു. ശങ്കരേശ്വരനും ഉണ്ണിയും പടയാളിയുടെ മുറിവ് പരിശോധിച്ച് ചികിത്സ വേണമെന്ന് ഉറപ്പുവരുത്തി. ശങ്കരേശ്വരന്റെ നിർദ്ദേശമനുസരിച്ച് മരുന്നിനായി ഉണ്ണി ചെറുതാഴത്തേക്ക് തിരിച്ചുപോയി.

അല്പനേരം കഴിഞ്ഞപ്പോൾ മറ്റൊരുസംഘം പാഞ്ഞെത്തി പടയാളികളുമായി ഏറ്റുമുട്ടി. ഭടന്മാരും വിട്ടുകൊടുത്തില്ല. കണ്ണപ്പനെ എന്തു വിലകൊടുത്തും രക്ഷപ്പെടുത്തുക എന്നതായിരുന്നു അവരുടെ ഉദ്ദേശ്യമെന്ന് പടയാളികൾക്ക് മനസ്സിലായി. ഇപ്പോൾ അവരുടെ ഉത്തരവാദിത്വം വർദ്ധിച്ചു. അംബികയേയും കൂടെയുള്ളവരേയും സംരക്ഷിക്കുകയും വേണം, അതോടൊപ്പം കണ്ണപ്പനെ വിട്ടുകൊടുക്കാതിരിക്കുകയും വേണം. അതിനാൽ ഭടന്മാർ കരുതലോടെ പ്രതിരോധിക്കുകയായിരുന്നു. അതൊരു ചെറിയ യുദ്ധംപോലെയായിരുന്നു. പക്ഷേ, ഇത്തവണ വന്നവർ മുമ്പ് വന്നവരേക്കാൾ കരുത്തരായിരുന്നു. അവരുടെ മുമ്പിൽ ഭടന്മാർ പരാജയപ്പെട്ടു. അവർ കണ്ണപ്പനെ പൂട്ടിയിട്ട സിംഹക്കൂട് തുറക്കാൻ ശ്രമിച്ചു. പക്ഷേ, അതത്ര എളുപ്പമായിരുന്നില്ല. അതിന്റെ കോപം മുഴുക്കെത്തീർത്തത് ശങ്കരേശ്വരനോടായിരുന്നു. അക്രമികളിൽ ഒരാൾ അദ്ദേഹത്തെ കുത്തിപ്പരിക്കേല്പിച്ചു. ആർച്ചയും അംബികയും അദ്ദേഹത്തിന്റെയടുക്കൽ ഓടിയെത്തി. അപ്പൊഴേക്കും ആരോ ഒരാൾ അവരെ തള്ളിത്താഴെയിട്ടു. അതിനിടയിൽ ഏതാനും കുതിരകളുടെ ശബ്ദം കേട്ടു. തങ്ങളെ നേരിടാൻ മന്നനാർ അയച്ച ഭടന്മാരാണെന്നു കരുതി അവർ ശങ്കരേശ്വരനെ വലിച്ചിഴച്ച് കുതിരപ്പുറത്ത് കയറ്റി കുതിച്ചുപാഞ്ഞു.

കൂട്ടിലുണ്ടായിരുന്ന കണ്ണപ്പൻ ഏതാണ്ട് അബോധാവസ്ഥയിലായിരുന്നു. ഏതാനും നാഴികകൾക്കുശേഷം ഉണ്ണികൃഷ്ണൻ ഔഷധച്ചെടികളുമായി തിരിച്ചുവന്നു. സംഭവിച്ചതെല്ലാമറിഞ്ഞപ്പോൾ അവനാകെ തളർന്നു. എവിടേക്കായിരിക്കും അവർ അച്ഛനെ കൊണ്ടുപോയിരിക്കുക? ഒറ്റയ്ക്ക് പോയാൽ കണ്ടെത്താൻ കഴിയില്ലെന്നുറപ്പ്. മാത്രമല്ല അമ്മയുൾപ്പെടെയുള്ള സ്ത്രീജനങ്ങളെ സംരക്ഷിക്കേണ്ടതുമുണ്ട്. മന്നനാരെ വിവരങ്ങൾ അറിയിക്കുകയല്ലാതെ മറ്റുവഴികളില്ല.

അവൻ ഔഷധച്ചെടികൾ സൈനികർക്ക് നൽകി. ചെടിയുടെ ഇലകളരച്ച് പരിക്കേറ്റ ഭടന്റെ മുറിവിൽ പുരട്ടാൻ നിർദ്ദേശിച്ചു. നിർദ്ദേശിച്ച പ്രകാരം മരുന്നുപുരട്ടിയപ്പോൾ അയാൾക്ക് താൽക്കാലികാശ്വാസമായി. അംബികയോടും ആർച്ചയോടും പല്ലക്കിലേക്ക് മടങ്ങാനും എത്രയും പെട്ടെന്ന് അവിടെനിന്ന് നീങ്ങാൻ പടയാളികളോടും പല്ലക്ക് വാഹകരോടും നിർദ്ദേശിച്ചു. ശങ്കരേശ്വരനില്ലാതെ ഘോഷയാത്ര ഏരുവേശ്ശിയിലേക്ക് പോയി.

ഉണ്ണി ആകെ സങ്കടപ്പെട്ടു. തന്റെ പ്രിയപ്പെട്ട അച്ഛനെ തട്ടിക്കൊണ്ടുപോയിരിക്കുന്നു. ഒന്നും ചെയ്യാൻ കഴിഞ്ഞില്ല. അദ്ദേഹത്തെ അവർ എന്തു

ചെയ്യും..? വധിക്കാനിടയില്ല.. കാരണം അവരുടെ ആവശ്യം കണ്ണപ്പന്റെ മോചനമാണ്. സിംഹക്കൂട് പൊളിക്കാൻ ശ്രമിച്ചതിൽനിന്ന് അക്കാര്യം വ്യക്തമാണ്. അതിനുകഴിയാതെ വന്നതോടെ അച്ഛനെ തട്ടിക്കൊണ്ടുപോയത് ഒരു വിലപേശൽ തന്ത്രത്തിന്റെ ഭാഗമായിരിക്കുമെന്ന് ഉണ്ണി സമാധാനിച്ചു.

മൂത്തേടത്തരമനയിലെത്തിയപാടേ ഉണ്ണിക്കൃഷ്ണൻ കേളപ്പനാർ രാജാവിനെ കണ്ട് സംഭവിച്ചതെല്ലാമറിയിച്ചു. അദ്ദേഹത്തിന് കോപമിരട്ടിച്ചു. എന്തുകൊണ്ടാണ് അവർ ഇങ്ങനെയെല്ലാം ചെയ്യുന്നത്? ശങ്കരേശ്വരനെ കണ്ടെത്തി കൊട്ടാരത്തിലെത്തിക്കാൻ നാനാഭാഗത്തേക്കും പടയാളികളെ വിട്ടു. കണ്ണപ്പനെ കാരാഗൃഹത്തിലടയ്ക്കാനും ഉത്തരവിട്ടു. എമ്പ്രാന്തിരിയുടെ ദാരുണമായ മരണത്തിൽ തന്റെ ദുഃഖമറിയിക്കാൻ അംബികയെ കാണണം; അതോടൊപ്പം നടന്ന സംഭവവികാസങ്ങൾ അറിയുകയും വേണം. തുടർനടപടികളെടുക്കാൻ അവളുടെ ഉപദേശം ആവശ്യമായിരുന്നു. ചീരുമന്നത്തിയോടൊപ്പം കേളപ്പനാർ അംബിക താമസിക്കുന്നിടത്തേക്ക് പോയി.

“അംബീ.. എമ്പ്രാന്തിരിയുടെ ദാരുണമായ മരണത്തിൽ ഞങ്ങൾക്ക് നിസ്സീമമായ ദുഃഖമുണ്ട്. ഒരു മഹാനായ മനുഷ്യൻ.. നല്ല പണ്ഡിതൻ.. ഞാൻ പരാജയപ്പെട്ടു..വളരെ ഖേദിക്കുന്നു പ്രിയേ..”

അംബികയുടെ കൺതടങ്ങളിൽ കണ്ണുനീർ ഉരുണ്ടുവീണു. ആ സമയം പൂക്കളിറുക്കാൻ ആർച്ച പൂന്തോട്ടത്തിലേക്ക് പുറപ്പെട്ടു.

“അംബികേ, പറയൂ എന്താണ് സംഭവിച്ചത്?” കേളപ്പനാർ അവളോട് ചോദിച്ചു.

“തമ്പുരാനേ, എല്ലാക്കാര്യങ്ങളും അങ്ങയോട് ഉണ്ണി പറഞ്ഞിട്ടില്ലേ..?”

“ശരിതന്നെ.. എങ്കിലും എനിക്കത് ഒന്നുകൂടി ഉറപ്പിക്കണം”

ചീരുമന്നത്തി അംബികയുടെ നെറുകയിൽ തലോടിനിന്നു. അവരുടെ കൈകളിൽ മുഖംചേർത്ത് അല്പനേരം ആശ്വസിച്ച് അംബിക പറഞ്ഞുതുടങ്ങി.

“ഏഴിൽമലയിൽനിന്ന് തിരികെവരുമ്പോൾ.. അതേ.. വലഭപട്ടണത്തെത്തിയപ്പോഴാണ് ഒരു സംഘം ആളുകൾ ഞങ്ങളെ ആക്രമിച്ച് ശങ്കരേശ്വരമാമനെ തട്ടിക്കൊണ്ടുപോയത്. എന്താണ് സംഭവിച്ചതെന്ന് എനിക്കറിയില്ല.”

“അദ്ദേഹത്തെ തിരികെക്കൊണ്ടുവരാൻ ഞാൻ എല്ലാ ഏർപ്പാടുകളും ചെയ്തിട്ടുണ്ട്. വൈതൽമലയിലും മറ്റ് പ്രദേശങ്ങളിലും ഞങ്ങളുടെ സൈനികരെ അയച്ചിട്ടുണ്ട്.”

“അങ്ങോട്ടല്ലാതെ മറ്റെവിടെയെങ്കിലും അദ്ദേഹത്തെ കൊണ്ടുപോവാനിടയില്ലേ?”

“അതിന് സാദ്ധ്യതയില്ല. എനിക്കറിയാം.. അവർ അവിടേക്കുമാത്രമേ കൊണ്ടുപോകൂ. വിഷമിക്കേണ്ടാ, ശങ്കരേശ്വരനെ ഞങ്ങൾ അക്രമികളുടെ പിടിയിൽനിന്ന് രക്ഷിക്കും. പിന്നെ മറ്റൊരുകാര്യം ഓർമ്മിപ്പിക്കുന്നു..

ഭക്ഷണം കഴിക്കാതിരിക്കരുത് അംബീ.. ഞങ്ങൾ വീണ്ടും വരും."

കേളപ്പനാർ രാജാവും ചീരുമന്നത്തിയും തിരിച്ചുപോയി. കൊട്ടാരത്തിലേക്ക് കടക്കാനൊരുങ്ങവേ പെട്ടെന്ന് കേളപ്പനാരുടെമുമ്പിൽ ഒരു അമ്പ് വന്നു മണ്ണിൽ തറച്ചുനിന്നു. തനിക്കുനേരെ അസ്ത്രം തൊടുക്കാൻ ആർക്കാണ് ഇത്ര ധൈര്യം..? അദ്ദേഹം തിരിഞ്ഞുനോക്കി. പടിഞ്ഞാറു ഭാഗത്തുനിന്നാണ് അസ്ത്രം വന്നത്. ആ പ്രദേശത്ത് ഏരുവേശ്ശിപ്പുഴയും മുത്തപ്പക്ഷേത്രവുമാണുള്ളത്. ഉടൻതന്നെ പട്ടാളക്കാർ അദ്ദേഹത്തിന്റെ അടുത്തേക്ക് ഓടിയെത്തി. അതിനിടയിൽ കേളപ്പനാർ അമ്പെടുത്തു. അതിലൊരു താളിയോല കെട്ടിവെച്ചിരുന്നു.

"ശങ്കരേശ്വരനെ ജീവനോടെ വേണമെങ്കിൽ കണ്ണപ്പനെ വിട്ടയക്കൂ. എത്രയും പെട്ടെന്ന് തീരുമാനിക്കുക.

ചെറുശ്ശേരി തിലകൻ."

കേളപ്പനാർ ആശയക്കുഴപ്പത്തിലായി. ഒരു ബ്രാഹ്മണനെ വധിച്ച കൊലയാളിയെ മോചിപ്പിക്കുക അസാദ്ധ്യം. അന്വേഷിച്ച് വിചാരണ ചെയ്ത് തീരുമാനിക്കേണ്ടതായ വിഷയമാണത്. ശങ്കരേശ്വരന്റെ ജീവൻ രക്ഷിക്കാനാണെങ്കിൽപ്പോലും കൊലയാളിയെ എങ്ങനെ മോചിപ്പിക്കും? ഇനി കണ്ണപ്പനെ മോചിപ്പിച്ചാൽപോലും ശങ്കരേശ്വരനെ വിട്ടുതരുമെന്ന് എന്താണ് ഉറപ്പ്..? തിലകൻ വീണ്ടുംവീണ്ടും തെറ്റുകൾ ചെയ്യുകയാണ്. അദ്ദേഹം സേവകനെ വിളിച്ച് ഇപ്രകാരം എഴുതാൻ ആവശ്യപ്പെട്ടു.

"ഒരു തെറ്റും ചെയ്യാത്ത സാധുബ്രാഹ്മണനെ വധിച്ച കുറ്റത്തിന് കണ്ണപ്പൻ അന്വേഷണം നേരിടേണ്ടിയിരിക്കുന്നു. ശങ്കരേശ്വരനെ തട്ടിക്കൊണ്ടുപോയതിന് നീയും അന്വേഷണം നേരിടണം. ഒരു നിഷ്പക്ഷവ്യക്തിയുടെ നേതൃത്വത്തിൽ നടത്തുന്ന അന്വേഷണത്തിൽ കുറ്റം കണ്ടെത്താത്തിടത്തോളം ഏരുവേശ്ശിരാജ്യം ഒരിക്കലും ആരെയും ശിക്ഷിക്കില്ല. നിങ്ങൾക്ക് ധൈര്യമുണ്ടെങ്കിൽ, നേരിട്ട് വന്ന് അന്വേഷണത്തിൽ പങ്കെടുക്കുക.

കേളപ്പനാർ രാജാവ്."

അദ്ദേഹം ഒരു വില്ലെടുത്തുകൊണ്ടുവന്നു. താൻ തൊടുക്കുന്ന അസ്ത്രമെടുക്കാൻ വരുന്നയാളെ പിടിക്കാൻ പുഴയോരത്തും മുത്തപ്പക്ഷേത്രത്തിലുമായി പടയാളികളെ അയച്ചു. അവർ അവിടെയെത്തിയെന്ന് ഉറപ്പാക്കിയശേഷം ആ ദിശ ലക്ഷ്യംവച്ച് കുറിമാനം കെട്ടിവച്ച് അമ്പു തൊടുത്തു. ഏറെ ആലോചനയ്ക്കുശേഷം കക്ഷിയെ നേരിട്ട് കാണാൻ തീരുമാനിച്ചു. ഒരു സാധാരണ പടയാളിയുടെ വേഷം ധരിച്ച് ഇറങ്ങുമ്പോൾ പൂന്തോട്ടത്തിൽനിന്ന് ആർച്ച തിരിച്ചുവരുന്നത് കേളപ്പനാർ കണ്ടു. ഈ സമയംവരെ ഇവൾ എന്താണ് ചെയ്യുന്നതെന്ന് അദ്ദേഹം അത്ഭുതം കൂറി. പൂക്കൾ ശേഖരിക്കാൻ ഇത്രയധികം സമയമെന്തിനാണ്? തന്റെ അച്ഛനെ തട്ടിക്കൊണ്ടുപോയതിന്റെ ദുഃഖമൊന്നും ആ മുഖത്ത് കാണുന്നില്ലല്ലോ എന്നും അദ്ദേഹം സംശയിച്ചു. ഇവളെ കൂടുതൽ ശ്രദ്ധിക്കേണ്ടിയിരിക്കുന്നു. അതൊക്കെ പിന്നീടാലോചിക്കാമെന്ന് നിശ്ചയിച്ച് രാജാവ് തിടുക്കത്തിലിറങ്ങി.

ഇരുപത്തി അഞ്ച്

ഏരുവേശ്ശിപ്പുഴയിലെ തിരുവൻകടവിനു താഴെ മുത്തപ്പൻക്ഷേത്രം. മുത്തപ്പനെന്ന പിഞ്ചുബാലനെ പാടിക്കുറ്റിയമ്മയ്ക്ക് ലഭിച്ചത് ഈ കടവിലെ തിരുനെറ്റിക്കല്ലിൽ വച്ചാണത്രേ. പുഴയോരത്തെ കാട്ടുമരങ്ങൾ കൊഴിച്ചിട്ട വിവിധയിനം പൂക്കൾ തിടമ്പേറി കരകവിഞ്ഞൊഴുകുന്ന ഏരുവേശ്ശിപ്പുഴ മന്നനാർപ്പാടിയുടെ തൊട്ടുതാഴെയാണ്. മന്നനാർരാജാക്കന്മാർ തേച്ചുകുളിക്കാൻ ഉപയോഗിക്കുന്നതും തിരുനെറ്റിക്കല്ലാണ്. കാണാൻ ചെറുതാണെങ്കിലും ആഴമേറെയുണ്ട് പുഴയ്ക്ക്. അബദ്ധവശാൽ ആരെങ്കിലും വീണാൽ, മികച്ച നീന്തൽക്കാരനല്ലെങ്കിൽ തീർച്ചയായും അപകടത്തിൽപ്പെട്ടുപോകും. ക്ഷേത്രമുറ്റം കുരുത്തോലകളാൽ അലങ്കരിച്ചിരുന്നു. സന്ധ്യാപൂജയ്ക്കായി മടയനും കൂടെ ഏതാനും ഭക്തജനങ്ങളും കൂടിനില്പുണ്ട്.

കേളപ്പനാർ അമ്പലത്തിലെത്തിയപ്പോൾ വേഷംമാറിയ ഭടന്മാർ അസ്ത്രമെടുക്കാൻ വരുന്നയാളെ കണ്ടെത്താൻ സൂക്ഷ്മമായി അന്വേഷിക്കുകയായിരുന്നു. ക്ഷേത്രത്തിൽ പക്ഷേ, സന്ധ്യാപൂജയ്ക്കായി വന്നവരും മടയനുമൊഴികെ മറ്റ് സന്ദർശകരാരുമില്ല. താൻ തൊടുത്ത അമ്പ് പുഴക്കരയിൽ തറച്ചുനില്ക്കുന്നുണ്ട്. സാധാരണവേഷത്തിൽ ചില ഭടന്മാർ അവിടവിടെയായി ഒളിച്ചിരിക്കുന്നുമുണ്ടായിരുന്നു.

നേരമിരുട്ടിത്തുടങ്ങി. അസ്തമയസൂര്യന്റെ ചുവപ്പും മഞ്ഞയും ഇടകലർന്ന നേർത്ത വെളിച്ചവും മാഞ്ഞു. ക്ഷേത്രമതിലിന്മേൽ കൊളുത്തിവച്ച മൺചെരാതുകളുടെ പ്രതിബിംബം പുഴയുടെ ഒഴുക്കിൽ വർണ്ണവിസ്മയം തീർക്കുന്നുണ്ട്. ഇതുവരെയും ഓലയെടുക്കാൻ ഒരാളും വന്നില്ലെന്നു കണ്ട് കേളപ്പനാർ മടങ്ങിപ്പോകാൻ നിശ്ചയിച്ചു.

പെട്ടെന്ന് നദീജലം ഇളകിയാടി. ഇരുളിൽ ഒന്നും കാണാൻ

വയ്യെങ്കിലും പെട്ടെന്ന് ആരോ വെള്ളത്തിൽനിന്ന് പൊങ്ങിയുയർന്നതായി കേളപ്പനാർക്ക് തോന്നി. അടുത്ത നിമിഷം, ഒറ്റക്കുതിയിൽ കരയിലെത്തി അമ്പെടുത്ത് ആ മനുഷ്യൻ വെള്ളത്തിലേക്ക് ഊളിയിട്ടു. കണ്ണടച്ചു തുറക്കുംമുമ്പ് എല്ലാം കഴിഞ്ഞു. പടയാളികൾ കുതിച്ചെത്തുമ്പോഴേക്കും അയാൾ ബഹുദൂരം നീന്തിക്കടന്നിരുന്നു. പുഴയിലേക്ക് ചാടിയാൽത്തന്നെ അയാളെ പിടിക്കാൻ കഴിയാത്തവണ്ണം പടയാളികൾ നിസ്സഹായരായിരുന്നു. കൊട്ടാരത്തിലേക്ക് മടങ്ങിവന്ന കേളപ്പനാർ താൻ നേരിട്ട പരാജയത്തിൽ ലജ്ജിച്ചു.

"വന്നത് ആണോ പെണ്ണോ? ഇരുട്ടിൽ ഒന്നും വ്യക്തമായിരുന്നില്ല. ഒരുപക്ഷേ, ചെറുശ്ശേരി തിലകനായിരിക്കുമോ? ഏയ്.. സാദ്ധ്യതയില്ല. ഈ പ്രായത്തിലും ഇത്ര ചുറുചുറുക്കോടെ അപകടകരമായ ഈ പ്രവൃത്തി ചെയ്യാൻ തിലകന് കഴിയുമെന്ന് തോന്നുന്നില്ല. പിന്നെ ആരാവാം..? കണ്ടുപിടിക്കേണ്ടിയിരിക്കുന്നു. പക്ഷേ.. എന്തൊരു ധൈര്യം.! കേളപ്പനാർ അത്ഭുതപ്പെട്ടു.

കൊട്ടാരത്തിൽ തിരിച്ചെത്തിയപ്പോൾ നനഞ്ഞവസ്ത്രം ധരിച്ച് ആർച്ച വരുന്നത് കണ്ടു. ഇവളെന്താണ് ഈ ത്രിസന്ധ്യയിൽ? ഒരുപക്ഷേ, ആർച്ച..? ഏയ്.. അതിനുള്ള ധൈര്യം അവൾക്കുണ്ടോ? ഛേ.. താനെന്താണിങ്ങനെ? ഇപ്പോൾ എല്ലാവരെയും സംശയമാണ്..! അല്ലെങ്കിലും അച്ഛനെ തട്ടിക്കൊണ്ടുപോയ ഒരാൾക്കുവേണ്ടി ഇങ്ങനെ ചെയ്യാൻ ആർച്ചയ്ക്കെന്നല്ലാ ഏതെങ്കിലുമൊരാൾക്ക് കഴിയുമോ? മാത്രമല്ലാ ഏരുവേശ്ശിപ്പുഴയുടെ ദ്രുതഗതിയിലുള്ള ഒഴുക്ക് താങ്ങാൻപോലും അവൾക്ക് ശക്തിയില്ല. പക്ഷേ എന്തിനാണ് ഇരുട്ടുവീണ ഈ സന്ദർഭത്തിൽ നനഞ്ഞത്? ഇതിൽ അവൾ ഉൾപ്പെട്ടിട്ടില്ലെന്ന് തറപ്പിച്ച് വിശ്വസിക്കാൻ കഴിയുന്നുമില്ല. കലങ്ങിയ മനസ്സോടെ കേളപ്പനാർ കൊട്ടാരത്തിലേക്ക് കടന്നു. അടുത്തദിവസം, എമ്പ്രാന്തിരിയെ കൊലപ്പെടുത്തിയതിന് കണ്ണപ്പനെ വിചാരണ ചെയ്യുന്നതാണെന്ന് പ്രഖ്യാപിച്ചു.

പിറ്റേന്ന് മതിയായ സുരക്ഷയോടെ കണ്ണപ്പനെ മണ്ഡപത്തിൽ കൊണ്ടുവന്നു. മന്നനാർ തന്റെ സിംഹാസനത്തിൽ ഇരുന്നു. കാലങ്ങൾക്കുമുമ്പ് തന്റെ ജീവൻ രക്ഷിച്ച കണ്ണപ്പന്റെ മുഖത്തേക്ക് ഒരുനിമിഷം അദ്ദേഹം സൂക്ഷിച്ചുനോക്കി. അതൊന്നും ഓർത്തെടുക്കേണ്ട സമയമല്ല ഇതെന്നും അവൻ ചെയ്ത കൊടുംപാതകത്തിന് നിഷ്പക്ഷവിചാരണ നടത്തി തക്കതായ ശിക്ഷ നല്കേണ്ടതാണെന്നും അദ്ദേഹം സ്വയം മനസ്സിനെ പാകപ്പെടുത്തി.

കണ്ണപ്പനെതിരേ കൊട്ടാരത്തിനുവേണ്ടി വാദിക്കാൻ ഒരു പണ്ഡിതൻ പ്രത്യക്ഷപ്പെട്ടു. പരമേശ്വരനെമ്പ്രാന്തിരിയെ കണ്ണപ്പൻ കൊലപ്പെടുത്തിയത് എങ്ങനെയെന്നും കൊലപാതകം നടന്ന സ്ഥലവും അദ്ദേഹം ഹ്രസ്വമായി വിവരിച്ചു. ഏഴിൽമലയിലെ രാജഗൃഹത്തിലെത്തിയ അംബികയെ കൊലപ്പെടുത്തണമെന്ന ഉദ്ദേശ്യത്തിൽ ആയുധങ്ങളുമായി അതിക്രമിച്ച് കടക്കുകയും അവളെ രക്ഷിക്കാൻ ശ്രമിച്ച പിതാവ് പരമേശ്വരനെ കത്തിയു

പയോഗിച്ച് കുത്തിക്കൊലപ്പെടുത്തുകയും ചെയ്തു. ഒരു സാധുബ്രാഹ്മണനെ നിഷ്ഠുരമായി കൊലപ്പെടുത്തിയതിനും കൊട്ടാരത്തിലെ ഉന്നതസ്ഥാനം വഹിക്കുന്ന സേവകയെ വധിക്കാൻ ശ്രമിച്ചതിനും കണ്ണപ്പന് വധശിക്ഷ നല്കണമെന്നും അദ്ദേഹം വാദിച്ചു. കണ്ണപ്പനുവേണ്ടി വാദിക്കാൻ ആരുംതന്നെ ഇല്ലാത്ത സാഹചര്യത്തിൽ അതൊരു നിഷ്പക്ഷമായ വിചാരണയാവില്ലെന്ന് കേളപ്പനാർക്ക് തോന്നി. അതുകൊണ്ട് പ്രതിക്കുവേണ്ടി സഭയിൽ സന്നിഹിതരായ ആരെങ്കിലും തയ്യാറാകണമെന്ന് അദ്ദേഹം അഭ്യർത്ഥിച്ചു. അതുകേട്ട ഉടൻതന്നെ ഒരു വൃദ്ധൻ വാദമുന്നയിക്കാനായി എഴുന്നേറ്റു.

കേളപ്പനാർ വൃദ്ധനോട് പറഞ്ഞു.

“സ്വയം പരിചയപ്പെടുത്തൂ.”

“തമ്പുരാനേ, ഞാൻ ഏരുവേശ്ശിയിലെ ഒരു പൗരനാണ്. കണ്ണപ്പനുവേണ്ടി വാദിക്കാൻ എന്നെ അനുവദിച്ചാലും.”

“പ്രതിയുമായി താങ്കൾക്ക് ബന്ധമുണ്ടോ? നിങ്ങൾക്ക് ഇതേക്കുറിച്ച് എന്തറിയാം?”

“എനിക്ക് കണ്ണപ്പനുമായി ബന്ധമൊന്നുമില്ല, എന്നാൽ എന്റെ കക്ഷി കണ്ണപ്പനുവേണ്ടി ചില കാര്യങ്ങൾ ബോധിപ്പിക്കാനുണ്ട്. വളച്ചൊടിച്ച ന്യായങ്ങൾക്കുമേലെ തെറ്റായ വിധി പ്രസ്താവിച്ച് രാജ്യത്തിന്റെ യശ്ശസ്സിന് മങ്ങലേല്ക്കാതിരിക്കാൻ ശ്രമിക്കേണ്ടത് ഒരു പൗരനെന്നനിലയിൽ എന്റെ കടമയാണെന്ന് കരുതുന്നു.”

“ശരി... പറയൂ..!”

“ഏരുവേശ്ശിരാജ്യം കണ്ണപ്പന്റെ പ്രവൃത്തിയെ അഭിനന്ദിച്ച ഒരു ദിവസമുണ്ടായിരുന്നു. അന്നത്തെ രാജകുമാരനെ അതായത് ഇന്നത്തെ മന്നനാരുടെ ജീവൻ രക്ഷിച്ചതിന് കൊട്ടാരവും ഏരുവേശ്ശിയിലെ പ്രജകളും അഭിനന്ദിക്കുകയും ഉപഹാരം നല്കി ആദരിക്കുകയും ചെയ്തത് ഈ സഭയിലെ മുഴുവനാളുകൾക്കും അറിയാവുന്നതാണ്.”

“ആ സംഭവവും ആദരവും പ്രതി ചെയ്ത കുറ്റകൃത്യത്തെ സാധൂകരിക്കുന്നതാണ് എന്നാണോ ബഹുമാന്യനായ പണ്ഡിതൻ അവകാശപ്പെടുന്നത്..?”

ഏരുവേശ്ശികൊട്ടാരത്തെ പ്രതിനിധീകരിച്ച് വാദിച്ചയാൾ പരിഹസിച്ചു.

“ഉണ്ടെന്ന് ഞാൻ പറയുന്നില്ല. പക്ഷേ, രാജ്യം മുഴുവൻ ആദരിച്ച ഒരാൾക്കെതിരേ ഇന്ന് കൊലപാതകക്കുറ്റം ചുമത്തിയിരിക്കുന്നു. അഭിനന്ദനമേറ്റുവാങ്ങിയയാൾ കേവലം ഒരു മാസത്തിനുള്ളിൽ പ്രതിയാവുന്നു. ഒരു ജീവൻ രക്ഷിച്ചയാൾ മറ്റൊരാളുടെ ജീവനെടുത്തു എന്ന കുറ്റം ചുമത്തപ്പെടുന്നു. ഇത് വിരോധാഭാസമല്ലേ..?”

“ഇവ രണ്ടും കൂട്ടിക്കലർത്തേണ്ടതില്ല. തികച്ചും വ്യത്യസ്തങ്ങളായ സംഭവങ്ങളെ കൂട്ടിക്കലർത്തി ന്യായീകരിക്കുകയാണ് ഇദ്ദേഹം ചെയ്യുന്നത്. കൊലപാതകത്തിന് ശക്തമായ തെളിവുകളും സാക്ഷികളുമുണ്ട്. അതിനെക്കുറിച്ച് നിങ്ങൾക്ക് എന്ത് പറയാൻ കഴിയും?”

"ആരോപണത്തെക്കുറിച്ച് എനിക്ക് ചിലത് പറയാനുണ്ട്. കണ്ണപ്പനെ തിരെയുള്ള കുറ്റം നിങ്ങൾക്ക് ഒന്നുകൂടി ആവർത്തിക്കാമോ?"

"പരമേശ്വരനെമ്പ്രാന്തിരിയെ കഠാരയുപയോഗിച്ച് കുത്തിക്കൊലപ്പെടുത്തി."

"ആയുധം ഹാജരാക്കിയിട്ടുണ്ടോ?"

വൃദ്ധൻ സഭമുമ്പാകെ കഠാര കാണിച്ചു. കഠാരയിൽ ഉണങ്ങിപ്പിടിച്ച രക്തക്കറ കാണാമായിരുന്നു.

"അയാളുടെ പ്രവൃത്തിയുടെ പ്രേരണ എന്തായിരുന്നുവെന്ന് പറയാമോ?"

കൊട്ടാരത്തിന് വേണ്ടി ഹാജരായയാൾക്ക് ഒന്നും പറയാനുണ്ടായിരുന്നില്ല.

"ഇവർ തമ്മിൽ മുൻ വൈരാഗ്യമോ മറ്റോ ഉണ്ടായിരുന്നോ..? ഇതിനുമുമ്പ് തമ്മിൽ കാണുകയോ വഴക്കുകൂടുകയോ മറ്റോ ചെയ്തിരുന്നോ? ഉണ്ടെങ്കിൽ അതിനുള്ള തെളിവുകൾ ഹാജരാക്കണം.."

"ഇല്ല. അത്തരം തെളിവുകളൊന്നും എന്റെ പക്കൽ ഇല്ല."

"പിന്നെന്തിനാണ് അദ്ദേഹത്തെ കണ്ണപ്പൻ വധിച്ചത്? ഒരു കൊലപാതകത്തിനുപിന്നിൽ എന്തെങ്കിലും കാരണമുണ്ടാകണം."

"പ്രതി എമ്പ്രാന്തിരിയെ വധിക്കുന്നത് നേരിൽ കണ്ടതിന് സാക്ഷികളുണ്ട്."

"പ്രതിയെന്ന് പറയരുത്. കുറ്റാരോപിതൻ മാത്രമാണ് ഇപ്പോൾ. ആരാണ് സാക്ഷികൾ?"

"നമ്മുടെ തമ്പുരാൻപോലും കൊലപാതകം കണ്ടു."

ഈ സമയം കേളപ്പനാർ ഇടപെട്ടു.

"ഇല്ല.. എമ്പ്രാന്തിരിയെ കൊലപ്പെടുത്തുന്ന സമയത്ത് ഞാൻ അവിടെ ഉണ്ടായിരുന്നില്ല. പിന്നീടാണ് എത്തിച്ചേർന്നത്."

"ഇനി അഥവാ തമ്പുരാൻ കൊലപാതകം കാണാനിടയായാൽപ്പോലും അദ്ദേഹത്തെ സാക്ഷിയായി പരിഗണിക്കാൻ കഴിയില്ല. കാരണം വിധികർത്താവ് സാക്ഷിയാവുന്നത് നീതിക്കും ന്യായത്തിനും വിരുദ്ധമാണ്. മറ്റു സാക്ഷികൾ ആരൊക്കെയാണ്?"

"ശങ്കരേശ്വരൻ.."

"ഹാജരാക്കൂ.. എനിക്ക് അദ്ദേഹത്തെ വിസ്തരിക്കേണ്ടതുണ്ട്."

"അയാളെ ആരോ തട്ടിക്കൊണ്ടുപോയി."

"ലജ്ജാകരം.. ഒരു കൊലപാതകം നേരിൽക്കണ്ട പ്രധാനസാക്ഷിയെ കാണാതായിട്ടും കണ്ടെത്താൻ കഴിയാത്തത് കൊട്ടാരത്തിന് നാണക്കേടാണ്!"

"അന്വേഷണം നടക്കുന്നുണ്ട്, വ്യവഹാരവുമായി ഇതിന് പ്രസക്തിയില്ല."

"എങ്കിൽ മറ്റ് സാക്ഷികളെ കൊണ്ടുവരിക. ധാരാളം സാക്ഷികളുണ്ടെന്നാണല്ലോ താങ്കളുടെ അവകാശവാദം...!"

"അംബിക.."

"അവളെ വിളിക്കൂ, അവൾ എവിടെയാണ്?"

"അവൾ ഏരുവേശ്ശികൊട്ടാരത്തിലെ ഉന്നതസ്ഥാനം വഹിക്കുന്ന രാജസേവകയാണ്."

അംബികയെ വിളിച്ചുവരുത്തി. കണ്ണപ്പൻ പാതിരാത്രി രാജഗൃഹത്തിൽ അതിക്രമിച്ച് കടക്കുകയും ശയിക്കുകയായിരുന്ന തന്നെ കഠാര കൊണ്ട് വധിക്കാൻ ശ്രമിച്ചെന്നും ഇതിനിടയിൽ ഇടയ്ക്കുകയറിനിന്ന അച്ഛൻ സംരക്ഷിക്കാൻ ശ്രമിച്ചപ്പോൾ കണ്ണപ്പന്റെ കുത്തേറ്റ് മരിച്ചു വീണെന്നും അവൾ വ്യക്തമായി പറഞ്ഞു.

"അത് എപ്പോൾ സംഭവിച്ചു?"

"പത്ത് ദിവസംമുമ്പ് ഏഴിൽമലയിൽവച്ച്."

"എന്താണ് നിങ്ങളെ ആക്രമിക്കാൻ കാരണം?"

"അവനും അവന്റെ മുത്തച്ഛനും ഏരുവേശ്ശി രാജ്യത്തിനെതിരെ ഒളിയുദ്ധം ചെയ്യുന്നത് മനസ്സിലാക്കിയ ഞാൻ അത് തമ്പുരാനെ അറിയിച്ചതിന്റെ വൈരാഗ്യത്തിൽ."

"അവൻ നിന്നെ കൊന്നില്ല..!"

"അവൻ എന്നെ കൊല്ലാൻ ശ്രമിച്ചു."

"ശരിതന്നെ.. എന്നാലും അവൻ നിങ്ങളെ കൊന്നില്ല. അംബിക നിനക്ക് പോകാം. വേറെ സാക്ഷികളുണ്ടോ?"

"ആർച്ച.."

"അവൾ ആരാണ്? വിളിക്കൂ"

"അവൾ ശങ്കരേശ്വരന്റെ മകളാണ്."

ആർച്ചയെ വിളിച്ചുവരുത്തി. താനന്ന് നല്ല ഉറക്കത്തിലായതിനാൽ കൊലപാതകം കണ്ടിട്ടില്ലെന്ന് അവർ മൊഴി കൊടുത്തു. ശത്രുപക്ഷത്തു ചേർന്ന് മൊഴിനല്കിയ ആർച്ചയുടെ പ്രവൃത്തി എല്ലാവരേയും ആശ്ചര്യപ്പെടുത്തി.

"ഒരു സാക്ഷികൂടി.. ഉണ്ണിക്ക്യഷ്ണൻ.."

"വിളിക്കൂ.... ആരാണയാൾ?"

"അവൻ ശങ്കരേശ്വരന്റെ മകനാണ്."

പക്ഷേ, ഉണ്ണി സഭയിൽ ഹാജരായില്ല. കണ്ണപ്പനുവേണ്ടി വാദിച്ചയാൾ സഭയുടെ മുമ്പാകെവന്ന് തന്റെ വാദം സംഗ്രഹിക്കാൻ ആഗ്രഹിക്കുന്നുവെന്ന് പറഞ്ഞു:

"ഒരാൾ മാത്രമാണ് കൊലപാതകത്തിന് ദൃക്സാക്ഷിയുള്ളത്, അത് അംബികയാണ്. ഏഴിൽമലയിലെ രാജഗൃഹത്തിൽവച്ച് അർദ്ധരാത്രി കഠാരയുമായിവന്ന കണ്ണപ്പൻ തന്നെ കൊല്ലാൻ ശ്രമിച്ചു എന്നാണ് അവളുടെ മൊഴി. ആ സമയത്ത് അവളുടെ പിതാവ് പരമേശ്വരനെമ്പ്രാന്തിരി കണ്ണപ്പനിൽനിന്ന് അവളെ സംരക്ഷിക്കാൻ ശ്രമിക്കവേ കഠാര കഴുത്തിൽ തുളച്ചുകയറി കൊല്ലപ്പെട്ടു. ഇവിടെ കുറ്റകൃത്യത്തെ രണ്ട് ഭാഗങ്ങളായി വിശകലനം ചെയ്യേണ്ടതുണ്ട്. ഒന്നാമത്തേത് കണ്ണപ്പന്റെ ഉദ്ദേശ്യം അംബികയെ

കൊല്ലുക എന്നതായിരുന്നു. ഏരുവേശ്ശിക്കെതിരായി യുദ്ധം ചെയ്തതിന് തെളിവുകളൊന്നുമില്ല. മാത്രമല്ല അന്നത്തെ രാജകുമാരന്റെ ജീവൻ രക്ഷിക്കുകയും അവന്റെ സാഹസികമായ പ്രവൃത്തിയെ കൊട്ടാരവും സഭയും അഭിനന്ദിച്ചതുമാണ്. ഈ ചുരുങ്ങിയകാലംകൊണ്ട് നിലപാട് മാറാൻ തക്കതായ കാരണങ്ങളൊന്നുമില്ലെന്ന് ഇതിൽനിന്ന് മനസ്സിലാക്കാം. അംബികയെ കൊല്ലാൻ ഉദ്ദേശ്യമുണ്ടായിരിക്കാം. എന്നാൽ തെളിവുകളൊന്നുമില്ല. അതിനാൽ അതും അംഗീകരിക്കാൻ കഴിയില്ല. മാത്രമല്ല എന്റെ കക്ഷി അംബികയെ കൊന്നിട്ടില്ല. അച്ഛനെയാണ് വധിച്ചത്. അയാളെ വധിക്കാൻ തക്കതായ കാരണങ്ങൾ കണ്ണപ്പനെതിരെ ചുമത്താൻ കഴിഞ്ഞിട്ടുമില്ല. അതുകൊണ്ട് പരമേശ്വരനെമ്പ്രാന്തിരിയെ കൊലപ്പെടുത്തിയതിന് കണ്ണപ്പനെ ശിക്ഷിക്കാനാവില്ല. മതിയായ സാക്ഷികളില്ലാതെ ഏതൊരു വ്യക്തിയെയും ശിക്ഷിക്കുന്നത് ഏരുവേശ്ശിരാജ്യത്തിന്റെ സൽപ്പേരിനെ ബാധിക്കും. അതിനാൽ കണ്ണപ്പനെ ഉടൻ മോചിപ്പിക്കണമെന്ന് ഞാൻ അഭ്യർത്ഥിക്കുന്നു."

ഏരുവേശ്ശികൊട്ടാരത്തെ പ്രതിനിധീകരിച്ച് സംസാരിച്ച വൃദ്ധപണ്ഡിതൻ ഇപ്രകാരം തന്റെ കണ്ടെത്തലുകൾ സംഗ്രഹിച്ചു:

"തമ്പുരാനേ, എന്റെ വാദങ്ങൾ കേൾക്കൂ. പ്രേരണ, കർമ്മം തുടങ്ങിയ വൈദേശിക സങ്കൽപ്പങ്ങൾകൊണ്ട് ഇദ്ദേഹം സഭയെ തെറ്റിദ്ധരിപ്പിക്കുകയാണ്. ഈ നാട്ടിലെ നിയമവും ആചാരവും അനുസരിച്ചാണ് കുറ്റവിചാരണ നടത്തേണ്ടതും ശിക്ഷ നടപ്പിലാക്കേണ്ടതും. പരമേശ്വരനെന്ന ഒരു സാധുബ്രാഹ്മണനെ നിഷ്ഠുരമായിവധിച്ചത് സംശയാതീതമായി തെളിയിക്കപ്പെട്ടതാണ്. വൈരാഗ്യമോ പ്രേരണയോ ഇല്ലെന്ന് ഒരു തർക്കത്തിനുവേണ്ടി സമ്മതിച്ചാൽത്തന്നെ അംബികയ്ക്കെതിരേയുള്ള വധശ്രമവും അതിന്റെ കാരണങ്ങളും അവൾ വളരെ വ്യക്തമായി പറഞ്ഞിട്ടുണ്ട്. അതിനാൽ ഈ രാജ്യത്തിലെ നിയമങ്ങൾക്കനുസൃതമായി കണ്ണപ്പനെ ശിക്ഷിക്കണം. അവനെ ഇരുമ്പ് കൂടിന്റെ പിന്നിൽ കെട്ടിയിട്ട് മരണംവരെ ആൽമരത്തിൽ തൂക്കിയിടുകതന്നെ വേണം. രാജ്യത്തിനെതിരെ യുദ്ധം ചെയ്യുന്ന ഏതൊരാൾക്കും പാഠമാവാൻ ഈ ശിക്ഷ അവനു നൽകണമെന്ന് അപേക്ഷിക്കുന്നു.

ഇരുപക്ഷവും ഉന്നയിച്ച വാദങ്ങൾ കേട്ട് മന്നനാർ കുഴങ്ങി. രാജ്യത്തിനെതിരെ കണ്ണപ്പൻ യുദ്ധംചെയ്തു എന്നത് സംശയാതീതമായി തെളിയിക്കപ്പെട്ടില്ല. ബോധപൂർവ്വമല്ലെങ്കിലും അവൻ എമ്പ്രാന്തിരിയെ വധിച്ചു എന്നത് സത്യം. എന്നാൽ അംബികയെ കൊല്ലുക എന്ന ഉദ്ദേശ്യം അയാൾക്കുണ്ടായിരുന്നു. കുറ്റം തെളിയിക്കാതെ ഏതൊരു വ്യക്തിയെയും ശിക്ഷിക്കുന്നത് രാജ്യത്തിന്റെ യശസ്സിനെ ബാധിക്കും. അതിനാൽ വധശിക്ഷ നൽകേണ്ടതില്ലെന്ന് തീരുമാനിച്ചു. എന്നാൽ കൊട്ടാരത്തിലെ രാജകീയ ജീവനക്കാരിയെ കൊലചെയ്യാൻ അവൻ ശ്രമിച്ചുവെന്ന് തെളിയിക്കപ്പെട്ടു. അതിന് ശിക്ഷിക്കപ്പെടണം.

അദ്ദേഹം ആലോചിച്ച് ഉത്തരവിട്ടു.

“രണ്ട് വാദങ്ങളും വിശദമായി പരിഗണിച്ചു. പരമേശ്വരനെ കൊല്ലണമെന്ന പദ്ധതിയോ ഉദ്ദേശ്യമോ കണ്ണപ്പനുണ്ടായിരുന്നില്ലെന്ന് സംശയാതീതമായി തെളിഞ്ഞു. എന്നാൽ ഏരുവേശ്ശിരാജ്യത്തിലെ ഒരു രാജകീയ ജീവനക്കാരിയെ വധിക്കാൻ ശ്രമിച്ചതിന് തെളിവുകളുണ്ട്. സംശയാതീതമായി തെളിയിക്കപ്പെടാത്ത കുറ്റത്തിന് ശിക്ഷ നല്കാൻ കഴിയില്ല. എന്നാലും അംബികയെ വധിക്കാൻ ശ്രമിച്ച കുറ്റത്തിന്, മരണംവരെ അദ്ദേഹം കാരാഗൃഹത്തിൽ തുടരും. മറ്റ് കാര്യങ്ങൾ ചർച്ച ചെയ്യാൻ സഭ നാളത്തേക്ക് മാറ്റിവയ്ക്കാൻ ഞാൻ നിർദ്ദേശിക്കുന്നു.”

അദ്ദേഹം സിംഹാസനത്തിൽനിന്ന് എഴുന്നേറ്റ് അരമനയുടെയുള്ളിലേക്ക് പോയി. എല്ലാവരും സഭ വിട്ടുപോയി. അംബിക ഉണ്ണിയെക്കുറിച്ച് ചിന്തിക്കുകയായിരുന്നു. എങ്ങോട്ടാവും അവൻ പോയിരിക്കുക..? സംശയം തോന്നി അവന്റെ താമസസ്ഥലത്ത് ചെന്നുനോക്കി. ഉണ്ണി അവിടെയുമില്ലായിരുന്നു. പക്ഷേ, വിധി കേട്ടപ്പോൾ ആർച്ചയുടെ മുഖം തെളിഞ്ഞു. കണ്ണപ്പനെ കാരാഗൃഹത്തിലേക്ക് തിരിച്ചയച്ചു. കണ്ണപ്പനുവേണ്ടി വാദിച്ച പണ്ഡിതനെ സഭയിൽനിന്ന് ഇറങ്ങിയശേഷം ആരും കണ്ടില്ല.

ഇരുപത്തി ആറ്

നിലവിലുള്ള ഭരണക്രമങ്ങളെക്കുറിച്ച് പഠിച്ച് സംക്ഷിപ്തവിവരം തയ്യാറാക്കുവാൻ മന്നനാർ അംബികയോട് ആവശ്യപ്പെട്ടു. ഏരുവേശ്ശിയുടെ സമഗ്രപുരോഗതിക്കായി പരിഷ്കാരങ്ങൾ കൊണ്ടുവരേണ്ടതുണ്ടെങ്കിൽ അത്തരം കാര്യങ്ങൾ തന്റെ ശ്രദ്ധയിൽപ്പെടുത്തണമെന്നും നിർദ്ദേശിച്ചു. പക്ഷേ, അതത്ര എളുപ്പമായിരുന്നില്ലെന്ന് ഏതാനും ദിവസങ്ങൾക്കകംതന്നെ അവൾക്ക് ബോദ്ധ്യപ്പെട്ടു. ഏരുവേശ്ശിയിലെ നിലവിലുള്ള സംവിധാനത്തെക്കുറിച്ച് അവൾ വിശദമായി വിശകലനം ചെയ്തു. ആലോചിച്ചപ്പോൾ ധർമ്മശാസ്ത്രത്തെ അടിസ്ഥാനമാക്കി അവ സ്ഥിരീകരിക്കണമെന്ന് അവൾ ആഗ്രഹിച്ചു.. അതിനാൽ അവൾ 'മനുധർമ്മം' മനസ്സിരുത്തി വായിക്കുകയും ഒരു രാജാവ് എന്തൊക്കെ കാര്യങ്ങളാണ് തന്റെ രാജ്യത്തിന്റെയും പ്രജകളുടെയും ക്ഷേമത്തിനായി പ്രവർത്തിക്കേണ്ടതെന്ന് മനസ്സിലാക്കുകയും ചെയ്തു.

ഒരു സായാഹ്നത്തിൽ ചീരുമന്നത്തിയും മന്നനാരും പൂന്തോട്ടത്തിലിരിക്കവെ അംബിക അവരുടെ അടുത്തേക്ക് ചെന്നു.

"പറയൂ അംബികേ.."

"തമ്പുരാനേ, നല്ല ഒരു രാജാവ് പ്രജകളോട് എങ്ങനെ പെരുമാറണമെന്ന് വിശദമായി മനുധർമ്മത്തിൽ പറയുന്നുണ്ട്. എനിക്ക് അവയെക്കുറിച്ച് ഉണർത്തിക്കണമെന്നുണ്ട്. മനു നിർദ്ദേശിച്ച കാര്യങ്ങൾ അങ്ങ് സ്വീകരിക്കുമെന്നും കരുതുന്നു."

"പറയൂ.. ഞാനെന്തൊക്കെയാണ് ചെയ്യേണ്ടിയിരുന്നത്?"

"ഒരു മികച്ച രാജാവ് രാജ-ഋഷിയായിരിക്കണം. അദ്ദേഹം ഏതെങ്കിലും ഇന്ദ്രിയങ്ങളുടെ പ്രലോഭനങ്ങളിൽ വീഴരുത്."

കേളപ്പൻമന്നനാർ അമ്പരന്നു.

"അംബികാ, ഇത് പ്രാവർത്തികമാക്കാൻ എനിക്ക് കഴിയുമോ?"

അവൾ ചിരിച്ചു.

"ഉത്തമനായ ഒരു രാജാവിനെക്കുറിച്ചാണ് മനു ഇങ്ങനെ പറഞ്ഞത്. അങ്ങേക്ക് അതിനായി ചില ശ്രമങ്ങൾ നടത്താം. തീർച്ചയായും അത് നല്ല ഫലങ്ങളിലേക്ക് നയിക്കുമെന്നുറപ്പാണ്."

"കൂടുതൽ പറയൂ."

"വ്യാജവും മുഖസ്തുതിയും മൊഴിയുന്ന ഉപദേശകരെ രാജാവ് ഒഴിവാക്കണം. എന്നിട്ട് സമൂഹത്തെയും ജനങ്ങളുടെ ക്ഷേമത്തെയും പ്രോത്സാഹിപ്പിക്കുന്നതിൽ താല്പര്യമുള്ള, നിപുണരായ മുതിർന്ന പൗരന്മാരുടെ ഉപദേശങ്ങൾ സ്വീകരിക്കണം."

"ഇത് മികച്ച നിർദ്ദേശങ്ങൾതന്നെയാണ് അംബികാ, ഇവയൊക്കെ എന്നെ സംബന്ധിച്ച് സാധിക്കുന്നതുതന്നെ. ഉം.. ബാക്കികൂടി പറയൂ.."

"പൗരന്മാരെ സ്വയം ശാക്തീകരിക്കാനും അഹിംസ പാലിക്കാനും സഹായിക്കുകയും ലളിതമായ ജീവിതം നയിച്ച് ദോഷകരമായ ആളുകളെ ഒഴിവാക്കുന്നയാളുമായിരിക്കും ഒരു നല്ല രാജാവ്."

"ഇതൊക്കെ എനിക്ക് എളുപ്പത്തിൽ പിന്തുടരാൻ കഴിയും. കാരണം യഥാർത്ഥത്തിൽ ഞാൻ നിന്നെയാണ് മാതൃകയാക്കുന്നത് അംബികേ.."

"തമ്പുരാനേ, എനിക്കറിയാം. പറയട്ടെ?"

"പറയൂ.."

"രാജാവ് മറ്റുള്ളവരുടെ ഭാര്യയിൽനിന്ന് അകന്നുനിൽക്കണം, മറ്റുള്ളവരുടെ സ്വത്ത് കൈക്കലാക്കരുത്.."

കേളപ്പനാർ ചിരിച്ചു.

"അംബികാ, നിനക്കറിയാമല്ലോ മന്നത്തി അല്ലാതെ മറ്റൊരു സ്ത്രീയെക്കുറിച്ചും ഞാൻ ഇതുവരെ ചിന്തിക്കുകയോ തൊടുകയോ ചെയ്തില്ല. ഈ കൈകൾകൊണ്ട് ഇതേവരെ നിന്നെപ്പോലും സ്പർശിച്ചിട്ടില്ലല്ലോ?"

അംബികയും ചീരുമന്നത്തിയും ചിരിച്ചു.

"സത്യം തമ്പുരാനേ, ഞാൻ ബാക്കികൂടി പറയട്ടെ?"

"പറയൂ അംബിക.."

"രാജാവിന്റെ ശത്രുക്കൾ ആരാണെന്ന് അങ്ങേക്കറിയാമോ?"

"പറയൂ.. എനിക്കാരോടും ശത്രുതയില്ല. ഞാനിതുവരെ ശത്രുക്കളെ സൃഷ്ടിച്ചിട്ടില്ല. ചെറുശ്ശേരിതിലകനോടുപോലും എനിക്ക് വൈരാഗ്യമില്ല."

അംബിക അദ്ദേഹത്തോടു പറഞ്ഞു.

"ശത്രുക്കൾ പുറത്തുനിന്നുള്ളവരല്ല; അകത്താണുള്ളത്. അസൂയ, കോപം, അത്യാഗ്രഹം, പൊങ്ങച്ചം, അഹങ്കാരം, വിഡ്ഢിത്തം എന്നിങ്ങനെ ആറുപേരാണ് അവർ."

കേളപ്പനാർ വളരെ ആത്മാർത്ഥമായി ചിന്തിച്ചു.

"എനിക്ക് മനസ്സിലാകുന്നുണ്ട്. ഇവയെല്ലാം എന്നിൽനിന്ന് നീക്കം ചെയ്യണം. പക്ഷേ, ഈ ശത്രുക്കളെ എങ്ങനെയില്ലാതാക്കും?"

"തമ്പുരാനേ, യോഗയിലൂടെ സാദ്ധ്യമാണ്; അങ്ങേക്ക് യോഗ

പരിശീലിക്കാം, അത് ശത്രുക്കളെ അകറ്റാൻ സഹായിക്കും."

"അതേ.. പ്രിയേ, ഞാൻ നാളെമുതൽ യോഗാപരിശീലനം ആരംഭിക്കും."

മന്നനാരെ യോഗപരിശീലിപ്പിക്കാൻ ഒരു യോഗഗുരുക്കളെ അംബിക ഏർപ്പാടാക്കി. യോഗപരിശീലനം തുടങ്ങിയതോടെ ദിവസം കഴിയും തോറും ശാരീരികമായും മാനസികമായും അദ്ദേഹം കരുത്തനായി. ഏരുവേശ്ശിരാജ്യത്തിന്റെ സമർത്ഥനായ ഭരണാധികാരിയായി മാറുകയായിരുന്നു കേളപ്പനാർ. രാജ്യഭരണത്തെക്കുറിച്ച് വിശദമായ പഠനം നടത്തിയ അംബിക അവ സാവധാനം നടപ്പിലാക്കാൻ ശ്രമിക്കുകയും ചെയ്തു. അവളുടെ ഉപദേശപ്രകാരം നാട്ടിലെ മുതിർന്ന ആളുകളുടെ ഒരു കൂട്ടായ്മ രൂപീകരിക്കുകയും വിവിധതീരുമാനങ്ങൾ നടപ്പിലാക്കുന്നതിനായി ഉപദേശങ്ങൾ സ്വീകരിക്കുകയും ചെയ്തു.

ശാസ്ത്രം, സാമൂഹ്യശാസ്ത്രം തുടങ്ങിയ വിവിധ മേഖലകളിൽ പ്രാവീണ്യമുള്ളവരെ ഉൾപ്പെടുത്തി കൂട്ടായ്മയുണ്ടാക്കുവാൻ വ്യക്തികളെ തെരഞ്ഞെടുക്കുന്നതിൽ അംബിക വളരെ ശ്രദ്ധാലുവായിരുന്നു. എഴുത്തുകാർ ജനങ്ങളുടെ വികാരങ്ങൾ എളുപ്പത്തിൽ മനസ്സിലാക്കുന്നുവെന്നും ആകർഷകമായി സംസാരിക്കാൻ കഴിവുള്ളവരാണെന്നും അവൾ ചിന്തിച്ചു. എല്ലാ മാസവും അവസാന ഞായറാഴ്ച കവികളുടെ യോഗം വിളിക്കാനുള്ള ഏർപ്പാടും അവൾ ചെയ്തു.

സൈനികരുൾപ്പെടെയുള്ള ഉദ്യോഗസ്ഥരെ തെരഞ്ഞെടുക്കുന്നതിന് പ്രത്യേക സമിതി രൂപീകരിച്ച് ബന്ധപ്പെട്ട മേഖലയെക്കുറിച്ച് അവരുടെ സൈദ്ധാന്തിക പരിജ്ഞാനവും വൈദഗ്ദ്ധ്യവും അടിസ്ഥാനമാക്കുക മാത്രമല്ല; സത്യസന്ധത, കഴിവുകൾ, മുൻഅനുഭവങ്ങൾ എന്നിവയും പരിഗണിച്ചാണ് തെരഞ്ഞെടുപ്പ് നടത്തിയത്. ഈ പരിഷ്കാരങ്ങളിലൂടെ മൊത്തത്തിൽ ധീരന്മാരും ആരോടും ശത്രുതാപരമായി പെരുമാറാത്തവരും ധർമ്മബോധവുമുള്ളവരുമായ ജീവനക്കാരെ അരമനയിൽ നിയമിക്കാൻ കഴിഞ്ഞു. ഈ ഗുണങ്ങളില്ലാത്തവരാരെങ്കിലുമുണ്ടെങ്കിൽ അവരെ ശ്രദ്ധാപൂർവ്വം നിരീക്ഷിക്കുകയും പോരായ്മകൾ ബോദ്ധ്യപ്പെടുത്തി മികച്ച കാര്യശേഷി വളർത്തിയെടുക്കുകയും ചെയ്തു. കേളപ്പനാരുടെ ഭരണകാലത്ത് കൊട്ടാരത്തിലെ മിക്കവാറും ജീവനക്കാരും കാര്യക്ഷമതയും അർപ്പണബോധത്തോടെ ഏത് പ്രവൃത്തി ചെയ്യാനും കഴിവുള്ളവരായി മാറ്റിയെടുക്കാൻ ഈ പരിഷ്കാരങ്ങൾ ഗുണകരമായി.

അംബിക നടത്തിയ പരിഷ്കാരങ്ങളെല്ലാം മന്നനാർ പൂർണ്ണമായി അംഗീകരിക്കുകയും നടപ്പിലാക്കുകയും ചെയ്തു. നിലവിലുള്ള കൊട്ടാരത്തിലെ ഉദ്യോഗസ്ഥരുടെ സത്യസന്ധത പരിശോധിക്കുന്നതിനുള്ള സംവിധാനം ഏർപ്പെടുത്താനും അംബിക നിർദ്ദേശിച്ചു. സത്യസന്ധതയില്ലാത്തവരെ ജോലിയിൽനിന്ന് പുറത്താക്കി. ഏതാനും മുതിർന്ന ചില ജീവനക്കാരെ പിരിച്ചുവിടുന്ന നിലയിലേക്ക് കാര്യങ്ങളെത്തി. മന്നനാരെ ഉപദേശിക്കാൻ വേദതത്ത്വങ്ങളിലൊക്കെ പ്രാവീണ്യമുള്ള ഒരു പുരോഹിതനെ

ആത്മീയഗുരുവായി നിയമിക്കാനുള്ള അംബികയുടെ നിർദ്ദേശം പക്ഷേ, മന്നനാർ നിരാകരിച്ചു. കാരണം തന്റെ കാര്യത്തിൽ അംബികയുടെ ശ്രദ്ധയും ഉപദേശങ്ങളും എപ്പോഴുമുള്ളതുകൊണ്ട് അങ്ങനെയൊരു നിയമനം ആവശ്യമില്ലെന്നായിരുന്നു മന്നനാരുടെ നിലപാട്. ഇത്തരത്തിലുള്ള ഭരണപരിഷ്കാരങ്ങളിലൂടെ ഏരുവേശ്ശി അഭിവൃദ്ധിയിലേക്ക് കുതിച്ചു. ഇതോടെ അംബിക പലരുടെയും ശത്രുവായി.

പയ്യന്നൂരിലെ സുബ്രഹ്മണ്യക്ഷേത്രത്തിൽപ്പോയി പ്രാർത്ഥിക്കണമെന്ന ആഗ്രഹം അംബിക പ്രകടിപ്പിച്ചതിനാൽ കേളപ്പനാർ ചീരുമന്നത്തിക്കും അംബികയോടുമൊപ്പം ഒരു ശുഭവെള്ളിയാഴ്ച പയ്യന്നൂരിലേക്ക് പുറപ്പെട്ടു. പരശുരാമൻ പണികഴിപ്പിച്ച ക്ഷേത്രമാണ് പയ്യന്നൂർ സുബ്രഹ്മണ്യസ്വാമി ക്ഷേത്രം. രാജ്യത്തിന്റെ വികസനത്തിന് നേർവഴി കാണിക്കണമെന്നായിരുന്നു അംബികയ്ക്ക് സുബ്രഹ്മണ്യസ്വാമിയോട് പ്രാർത്ഥിക്കാനുള്ളത്. ആത്മാർത്ഥമായി ദർശനം നടത്തുന്ന ഭക്തരുടെ പ്രാർത്ഥന സ്വാമി നിറവേറ്റുമെന്നാണ് വിശ്വാസം. തന്റെ പ്രാർത്ഥന സ്വാമി സഫലമാക്കുമെന്ന് അംബിക വിശ്വസിച്ചു. അതിനുശേഷമാണ് ചീരുമന്നത്തി ഗർഭിണിയായത്. താനൊരു അച്ഛനാവാൻ പോകുന്നതിൽ മന്നനാർ അത്യധികം സന്തോഷവാനായിരുന്നു. കാലം കഴിയവേ മന്നത്തി ഒരു പെൺകുഞ്ഞിനെ പ്രസവിച്ചു. സുബ്രഹ്മണ്യസ്വാമിയുടെ അനുഗ്രഹത്താൽ ലഭിച്ചതിനാൽ ചോറൂണ് അവിടെത്തന്നെയാകാമെന്ന് നിശ്ചയിച്ചു. കുഞ്ഞിന് ശ്രീപാർവ്വതി എന്ന് നാമകരണം ചെയ്തു.

ഏരുവേശ്ശിരാജ്യത്തിന് സുശക്തമായ സൈന്യവും കഴിവുറ്റമന്ത്രിമാരും ശക്തമായ കോട്ടയുമുണ്ടെന്ന് അവൾ ഉറപ്പുവരുത്തി. താൻ ചെയ്യുന്ന കാര്യങ്ങൾ രാജ്യസമ്പത്ത് മെച്ചപ്പെടുത്തുന്നതിന് പര്യാപ്തമാണോ എന്ന് ഇടയ്ക്കിടെ അംബിക അവലോകനം ചെയ്യുന്നുണ്ടായിരുന്നു. തെറ്റുചെയ്യുന്നവരെ സധൈര്യം നിയന്ത്രിക്കാൻ നിരന്തരമായ പരിശീലനം കേളപ്പനാരെ സഹായിച്ചു. ഏതൊരു പൗരനും തങ്ങളുടെ സങ്കടങ്ങൾ ബോധിപ്പിക്കാൻ ഏതുസമയത്തും മന്നനാരെ സമീപിക്കാനുള്ള ഏർപ്പാടുകൾ ഒരുക്കി. പറയാനുള്ളത് സൗമ്യമായി കേൾക്കുകയും പറഞ്ഞത് പാലിക്കുകയും എന്തുവിലകൊടുത്തും നടപ്പിലാക്കുകയും ചെയ്തു. ശത്രുപക്ഷത്തുള്ളവർക്കുപോലും മതിപ്പുളവാക്കുന്ന ഇത്തരം നടപടികൾ രാജ്യത്തെ പുരോഗതിയിലേക്ക് നയിക്കുന്നതിനിടയാക്കി. ഇങ്ങനെയുള്ള സദ്ഭരണത്തിന്റെ ഫലമായി ഖജനാവിൽ വരുമാനം നിറഞ്ഞുകൊണ്ടേയിരുന്നു. വന്നുപോയ ഓരോ അണയ്ക്കും കൃത്യമായ കണക്ക് അംബിക സൂക്ഷിച്ചു. കേളപ്പനാരുടെ ഭരണമികവിനെ ഏവരും പ്രശംസിച്ചു.

ഭരണപരിഷ്കാരങ്ങൾക്കുശേഷം, നികുതിസമ്പ്രദായവും നീതിന്യായ വ്യവസ്ഥയുംകൂടി വിശകലനം ചെയ്യാൻ കേളപ്പനാർ അവളോട് ആവശ്യപ്പെട്ടു. സമ്പത്തിനനുസരിച്ച് നികുതിനിരക്ക് ഏകീകരിക്കാനും പിരിച്ചെടുക്കുന്ന നികുതിപ്പണം ജനങ്ങളുടെ പ്രയോജനത്തിനും കൃഷിയെ

സഹായിക്കുന്നതിനും വ്യാപാര-വ്യവസായ മേഖലയെ പ്രോത്സാഹിപ്പിക്കുന്നതിനും ക്ഷേമപ്രവർത്തനങ്ങൾക്കുമായി വിനിയോഗിക്കണമെന്നായിരുന്നു അംബിക നിർദ്ദേശിച്ചത്. നീതിന്യായവ്യവസ്ഥയുടെ നവീകരണം അംബികയെ സംബന്ധിച്ച് വെല്ലുവിളിയായിരുന്നു. അർഹതയുള്ള ദരിദ്രരായ ആളുകൾക്ക് വേഗത്തിലും ചെലവുകുറഞ്ഞതുമായ നീതിയാണ് അവൾ ലക്ഷ്യമിട്ടത്. സിവിൽ, ക്രിമിനൽ കേസുകളിലെ അന്തിമ തീരുമാനം മന്നനാർ നേരിട്ട് നിർവ്വഹിക്കണം. ചില പ്രത്യേകകുറ്റങ്ങളിൽ നിയമങ്ങൾക്കുപകരമായി ധർമ്മശാസ്ത്രം അടിസ്ഥാനമാക്കി തീരുമാനമെടുക്കാനും അപൂർവങ്ങളായ കുറ്റകൃത്യങ്ങൾക്കു മാത്രമേ ശാരീരിക ശിക്ഷ നല്കാൻപാടുള്ളൂ എന്നും അവൾ നിർദ്ദേശിച്ചു.

മേൽപ്പറഞ്ഞ പരിഷ്കാരങ്ങൾ രാജ്യത്ത് ഗുണദോഷസമ്മിശ്രഫലങ്ങളുണ്ടാക്കി. പടത്തലവന്മാരിലൊരാളായ ഇടുമ്പൻ നായനാരെ അഴിമതി നടത്തിയതിന് ജോലിയിൽനിന്ന് പിരിച്ചയച്ചു. സത്യത്തിൽ ഏരുവേശ്ശിയുടെ സൈനികരഹസ്യങ്ങൾ നന്നായി അറിയാമായിരുന്ന ഇടുമ്പനെ പുറത്താക്കുന്നത് സുരക്ഷാപ്രശ്നങ്ങളിൽ ഭീഷണിയാവുമെന്ന് മന്നനാർക്കറിയാം. പക്ഷേ, മറ്റൊരുവഴിയുമില്ലായിരുന്നു.

ഇടുമ്പൻ കൊട്ടാരത്തിൽനിന്നിറങ്ങുമ്പോൾ വരവേൽക്കാൻ രണ്ടു സംഘങ്ങൾ പുറത്ത് നിൽക്കുന്നുണ്ടായിരുന്നു. ഏരുവേശ്ശിയുടെ അധികാരം കൈയടക്കാൻ ശ്രമിക്കുന്ന കരക്കാട്ടിടത്തിന്റെ ആളുകളും ചെറുശ്ശേരിതിലകന്റെ സംഘവും. കരക്കാട്ടിടത്തിന്റെ ചാർച്ചയിൽപ്പെട്ടയാളാണ് ഇടുമ്പൻ. കുത്സിതവൃത്തിയിൽ അഗ്രഗണ്യനായ തിലകൻ ഇക്കാര്യം മുൻകൂട്ടിയറിഞ്ഞ് ഇടുമ്പനെ വൈതൽമലയിലേക്ക് കൂട്ടിക്കൊണ്ടുപോയി. അവിടെയെത്തിച്ച ഇടുമ്പനോട് മൂന്നുദിവസം വിശ്രമിക്കാൻ തിലകൻ ആവശ്യപ്പെട്ടു. നാലാംദിവസം തിലകൻ വന്നു. എന്താണ് സംഭവിച്ചതെന്നാരാഞ്ഞു. ഇടുമ്പൻ സംഭവം വിവരിച്ചു.

“ഇടുമ്പൻ, നിങ്ങൾ ബേജാറാകേണ്ടതില്ല. ഇയാൾ എനിക്കുപറ്റിയ ആൾതന്നെ. ജോലിയിൽനിന്ന് നീക്കംചെയ്തതല്ലാതെ കേളപ്പൻ ശിക്ഷയൊന്നും നൽകിയില്ലല്ലോ. നിങ്ങൾക്ക് താൽപ്പര്യമുണ്ടെങ്കിൽ ഞങ്ങളോടൊപ്പം ചേരുകയോ അല്ലെങ്കിൽ സ്ഥലംവിടുകയോ ചെയ്യാം.”

ഇടുമ്പൻ അമ്പരന്നു.

“നിങ്ങളെന്താണ് ചെയ്യുന്നതെന്ന് എനിക്കറിയില്ലല്ലോ. അതറിഞ്ഞാലല്ലേ തീരുമാനിക്കാൻ കഴിയൂ.. ആട്ടേ.. നിങ്ങൾക്കുവേണ്ടി ഞാനെന്താണ് ചെയ്തുതരേണ്ടത്?”

ചെറുശ്ശേരിതിലകൻ പൊട്ടിച്ചിരിച്ചു.

“ഏരുവേശ്ശിയുടെ സൈനികമേധാവികളിൽ പ്രധാനിയായ താങ്കൾക്ക് ഞാനാരാണെന്ന് അറിയില്ലല്ലേ? ഇടുമ്പാ.. ഞങ്ങൾക്ക് ഒരൊറ്റ ലക്ഷ്യമേയുള്ളൂ.. മന്നനാർവംശത്തിന്റെ നാശം..! അതിന് നിങ്ങളുടെ സഹായം കൂടി ഞങ്ങൾക്ക് വേണം. താൽപ്പര്യമുണ്ടെങ്കിൽ ഞങ്ങളോടൊപ്പം ചേരാനുള്ള സന്നദ്ധത അറിയിക്കൂ. നിങ്ങളെ ഒരു സുപ്രധാനമായ ചുമതല

ഏൽപ്പിക്കാനുണ്ട്.!"

മന്നനാരോടുള്ള പക പുകഞ്ഞുകത്തുന്ന ഇടുമ്പന് തിലകന്റെ നിർദ്ദേശം സന്തോഷം പകരുന്നതായിരുന്നു. തന്നെ ഏൽപ്പിക്കുന്ന ദൗത്യത്തിൽ പരാജയപ്പെട്ടാൽ പതിനാറു വയസ്സുള്ള തന്റെ മകന്റെയും അവന്റെ അമ്മയുടെയും സംരക്ഷണം തിലകൻ ഏറ്റെടുക്കണമെന്ന നിബന്ധന അയാൾ മുന്നോട്ടുവച്ചു.

അത് പൂർണ്ണമായും സമ്മതിച്ച തിലകൻ മന്നനാരുടെ കൊട്ടാരത്തിലെ ഖജനാവ് കൊള്ളയടിക്കാൻ ആജ്ഞാപിച്ചു. ഇടുമ്പൻ ഞെട്ടിപ്പോയി.

"ഏരുവേശ്ശിയിലെ നിലവറ കൊള്ളയടിച്ചിട്ട് എന്ത് പ്രയോജനം?" അയാൾ തിരിച്ചു ചോദിച്ചു.

"നായനാരേ.. ഏരുവേശ്ശിരാജ്യമിപ്പോൾ സാമ്പത്തികമായി ശക്തമായ നിലയിലാണ്. അതിന്റെ വളർച്ച ഇങ്ങനെ തുടർന്നാൽ എന്റെ ആഗ്രഹ പൂർത്തീകരണം ഒരിക്കലും നടക്കില്ല.."

"ഈ ദൗത്യത്തിൽ ഞാൻ വിജയിച്ചുവന്നാൽ എനിക്കെന്ത് തരും?"

"ഞാൻ നിങ്ങളെ എന്റെ സാമ്രാജ്യത്തിൽ മന്ത്രിയാക്കും."

തിലകൻ ചിരിച്ചു: "അഥവാ പരാജയപ്പെട്ടാൽ....?"

"ഏരുവേശ്ശിരാജ്യത്തിലെ പടയാളികളാൽ കൊല്ലപ്പെട്ടില്ലെങ്കിൽ ഇയാളെ ഞാൻ തന്നെ കൊല്ലും."

"ഏരുവേശ്ശിയിലെ പട്ടാളക്കാർ ഒരിക്കലും എന്നെ കൊല്ലുകയില്ല."

"നിങ്ങൾ പരാജയപ്പെട്ടാൽ അത് എനിക്ക് ചെയ്യേണ്ടിവരും. ഇയാൾക്ക് വിജയിക്കാൻ കഴിയും. ഒന്നു ശ്രമിച്ചുനോക്കൂ. വിജയം നിന്റെയും മുത്തപ്പന്റെയും കൈകളിലാണ്. വിഷമിക്കാതിരിക്കൂ."

എന്തുചെയ്യണമെന്നറിയാതെ ഇടുമ്പൻ ആലോചനയിലാണ്ടു.

ഇരുപത്തി ഏഴ്

എല്ലാമാസവും അവസാന ഞായറാഴ്ചയാണ് സാഹിത്യസദസ്സ്. മൂത്തേടത്തരമനയിലെ വിദ്വൽസഭയിൽ നടത്താറുണ്ടായിരുന്ന ഈ പരിപാടിയിൽ വിവിധ ദേശങ്ങളിലെ പണ്ഡിതരും എഴുത്തുകാരും പങ്കെടുക്കാറുണ്ടായിരുന്നു. പാർശ്വവൽക്കരിക്കപ്പെട്ട ജനവിഭാഗങ്ങളുടെ ദുരിതങ്ങൾ ഭരണാധികാരികളെ ഓർമ്മിപ്പിക്കുന്ന കലാസൃഷ്ടികൾ വായിക്കപ്പെടുകയും ചർച്ചചെയ്യുകയും അതുവഴി ഭരണത്തിന്റെ പോരായ്മകളും പുരോഗതിയും മനസ്സിലാക്കാനുള്ള ഈ പരിപാടി അദ്ദേഹത്തെ ഏറെ സഹായിച്ചിട്ടുണ്ട്. തുലാമാസത്തിൽ നടന്ന സമ്മേളനത്തിൽ, അടുത്ത മാസം പുതിയ കവിതകൾ കൊണ്ടുവരാൻ കേളപ്പനാർ കവികളോട് ആവശ്യപ്പെട്ടിരുന്നു. മികച്ച സൃഷ്ടികൾക്ക് സ്വർണ്ണനാണയങ്ങൾ പാരിതോഷികം നൽകുമെന്ന് വാഗ്ദാനം ചെയ്യുകയും ചെയ്തു.

വൃശ്ചികമാസസമ്മേളനത്തിൽ കോലത്തുനാട്, കടത്തനാട് എന്നിവിടങ്ങളിൽനിന്ന് മാത്രമല്ല കൊച്ചി, തിരുവിതാംകൂർ തുടങ്ങിയ രാജ്യങ്ങളിലെ പണ്ഡിതരായ നിരവധി എഴുത്തുകാരും പങ്കെടുത്തു. ഓരോരുത്തരായി തങ്ങളുടെ പേരും നാടും പറഞ്ഞ് മന്നനാരെ സ്വയംപരിചയപ്പെടുത്തി. പക്ഷേ, കേവലം ഒരാൾപോലും ഏരുവേശ്ശിയിൽനിന്ന് സന്നിഹിതനായില്ലല്ലോ എന്ന യാഥാർത്ഥ്യം കേളപ്പനാരെ ഇരുത്തി ചിന്തിപ്പിച്ചു. അദ്ദേഹം അത് മറച്ചുവെച്ചുമില്ല. തന്റെ അടുത്തിരിക്കുന്ന അംബികയോട് ഇക്കാര്യം സൂചിപ്പിച്ചു. ഒരുനിമിഷം മൗനംപൂണ്ട അംബിക ഏരുവേശ്ശിയിലെ ജനങ്ങളുടെ നിരക്ഷരതയെ സംബന്ധിച്ചും എല്ലാവർക്കും അക്ഷരജ്ഞാനം ലഭിക്കുന്നതിനായി ഒരു കുടിപ്പള്ളിക്കൂടം തുടങ്ങേണ്ടതിന്റെ ആവശ്യകതയെക്കുറിച്ചും പറഞ്ഞു. അറിവാണ് മുഖ്യമെന്നും അത് ആർജ്ജിക്കാൻ കഴിഞ്ഞാൽ ഏരുവേശ്ശിരാജ്യം അസൂയാർഹമായ പുരോഗതി പ്രാപിക്കുമെന്നും മന്നനാരെ ഓർമ്മിപ്പിച്ചു. മഹത്തായ ഒരു നിർദ്ദേശമാണ്

അംബിക നല്കിയതെന്നും ഇതിനുവേണ്ട പദ്ധതികൾ എത്രയുംവേഗം തയ്യാറാക്കാനും മന്നനാർ അവളോട് ആവശ്യപ്പെട്ടു.

കൃത്യസമയത്തുതന്നെ മഹാകവികളുടെ സംഘമെത്തിയിരുന്നു. അവരുടെ കാവ്യങ്ങൾ കേൾക്കാൻ ഉത്സാഹത്തോടെ കേളപ്പനാർക്കും അംബികയ്ക്കും പുറമേ മന്നത്തിയും കുടുംബാംഗങ്ങളും സഭയിൽ എത്തിയിരുന്നു. മന്നനാരെ കണ്ടതോടെ ചില കവികൾ പ്രശംസാവചനങ്ങൾ ഉച്ചത്തിൽ ചൊല്ലി.

"മന്നനാരും മന്നത്തിയും നീണാൾ വാഴട്ടെ! സപ്തലോകവും ഭരിക്കാൻ മുത്തപ്പൻ ഇവർക്ക് ദീർഘായുസ്സ് നൽകട്ടെ! ഏരുവേശ്ശിയുടെ ഐശ്വര്യമായ മന്നനാർ നീണാൾ വാഴട്ടെ! കേളപ്പമന്നനാർ നീണാൾ വാഴട്ടെ!"

കേളപ്പനാർക്ക് അവരുടെ ഇത്തരം പ്രശംസ ഒട്ടും ഇഷ്ടമായില്ല. എങ്കിലും അനിഷ്ടം പുറത്തുകാട്ടാതെ അദ്ദേഹം കവികളെ സ്വാഗതം ചെയ്തു.

ഒരു കവി വേദിയിൽ വന്ന് പറഞ്ഞു: "മന്നനാർ നീണാൾ വാഴട്ടെ! കവിതാമത്സരം സംഘടിപ്പിച്ചതിന് ഇവിടെ സന്നിഹിതരായ എല്ലാവരുടേയും പേരിൽ അങ്ങേക്ക് നന്ദി പറയുന്നു. മികച്ച കവിതകളുമായാണ് ഞങ്ങൾ വന്നിരിക്കുന്നത്. കവിതകൾ കേട്ട് ഞങ്ങളെ പ്രോത്സാഹിപ്പിക്കണമെന്ന് എല്ലാവരോടും ഞാൻ അഭ്യർത്ഥിക്കുന്നു. അവതരിപ്പിക്കപ്പെടുന്ന കവിതയെക്കുറിച്ച് നിങ്ങൾക്കുള്ള അഭിപ്രായവ്യത്യാസങ്ങൾ മാന്യമായി അറിയിക്കാം. തിരുത്താൻ ഞങ്ങൾ തയ്യാറാണ്. പക്ഷേ അന്തിമ തീരുമാനം മന്നനാരിൽ മാത്രമായിരിക്കും. മത്സരം തുടങ്ങാനുള്ള സമ്മതത്തിനായി ഞങ്ങൾ കാത്തിരിക്കുകയാണ്."

മന്നത്തിയും അംബികയും കവിതകൾ കേൾക്കാൻ ആകാംക്ഷയോടെ ഇരുന്നു. എല്ലാവരെയും കാണാൻ കഴിഞ്ഞതിൽ വളരെയേറെ സന്തോഷമുണ്ടെന്നും മികച്ച കവിതകൾ കേൾക്കാൻ തങ്ങളേവരും കാത്തിരിക്കുകയാണെന്നും മത്സരം തുടങ്ങുന്നതിനുമുമ്പ് മന്നനാർ പറഞ്ഞു. എല്ലാവരോടും ഇരിക്കാൻ ആവശ്യപ്പെട്ടു. ഒരു കവി എഴുന്നേറ്റു. തന്റെ കവിത അവതരിപ്പിക്കാനുള്ള അനുമതിക്കായി മന്നനാരോട് അഭ്യർത്ഥിച്ചു. അനുവാദം ലഭിച്ചതോടെ അദ്ദേഹം കവിതചൊല്ലാൻ തുടങ്ങി. അതിനുശേഷം ഓരോരുത്തരായി തങ്ങളുടെ സൃഷ്ടികൾ അവതരിപ്പിച്ചു. മികച്ച രചനയേതെന്ന് നിശ്ചയിക്കാൻ കഴിയാത്തവണ്ണം ഒന്നിനൊന്ന് മികച്ചതായിരുന്നു അവയോരോന്നും. ഒടുവിൽ, കവിത അവതരിപ്പിച്ച ഏവർക്കും ഉപഹാരങ്ങളും സ്വർണ്ണനാണയങ്ങളും വിതരണം ചെയ്തു.

"അടുത്തമാസം കവിസമ്മേളനം ഉണ്ടായിരിക്കുന്നതല്ലെന്ന് എല്ലാവരെയും ഓർമ്മിപ്പിക്കുന്നു. ധനുമാസം മുഴുവനും നാം പുല്ലത്തരങ്ങിലായിരിക്കും. അവിടെ ശ്രീമുത്തപ്പസന്നിധിയിൽ ഉത്സവത്തിന് കൊടിയേറുകയാണ്. വ്രതാനുഷ്ഠാനങ്ങളോടെ നാമവിടെ ഉണ്ടായിരിക്കണം."

കേളപ്പൻമന്നനാർ അറിയിച്ചതോടെ കവി സമ്മേളനം അവസാനിച്ചു. എല്ലാവരും പിരിഞ്ഞു.

വൃശ്ചികത്തിന്റെ കുളിരും കാറ്റും ഒട്ടും ചോരാതെ ധനുമാസവും വന്നണഞ്ഞു. പശ്ചിമഘട്ടമലനിരകളിലെ ഉടുമ്പമലയുടെ ഏറ്റവുമുയർന്ന കൊടുമുടിയാണ് പിന്നീട് കുന്നത്തൂർപ്പാടി എന്നറിയപ്പെടുന്ന പുല്ലത്തരങ്ങ്. ശൈവചൈതന്യം നിറഞ്ഞ മുത്തപ്പന്റെ കൈലാസമാണ് പുല്ലത്തരങ്ങ് എന്നാണ് സങ്കൽപ്പം. ധനുമാസം രണ്ടിന് വൈകുന്നേരമാകുമ്പോഴേക്കും മന്നനാരും ചീരുമന്നത്തിയും അംബികയും മറ്റ് രാജകുടുംബാംഗങ്ങളും പരിവാരങ്ങളോടെ പുല്ലത്തരങ്ങിൽ എത്തിച്ചേർന്നു. താഴെ പൊടിക്കളത്ത് നൂറ്റാണ്ടുകൾ പഴക്കമുള്ള രാജഗൃഹത്തിലാണ് ഉത്സവ വേളകളിൽ മന്നനാർമാർ താമസിച്ചുവരുന്നത്. അവിടെ മന്നനാരും മന്നത്തിയും അംബികയും വിശ്രമിച്ചു. ഒരു മാസക്കാലം നീളുന്ന ഉത്സവം ആരംഭിക്കുകയാണ്. അതിനുള്ള ഒരുക്കങ്ങളെല്ലാം തയ്യാറായിക്കഴിഞ്ഞു.

ഏഴു ദിവസങ്ങൾക്കുമുന്നേ പാടിയിൽ ഒരുക്കങ്ങൾ തുടങ്ങിയിരുന്നു. വനത്തിൽ അടിക്കാടുകൾ വെട്ടി ചെത്തിക്കോരി വെടിപ്പാക്കി. പ്രകൃതിദത്തമായ ഗുഹയുടെ ചുറ്റും കാട്ടുകമ്പുകളും പനയോലയും ഈറ്റയുമുപയോഗിച്ച് താൽക്കാലികമായി മടപ്പുരയെന്ന ശ്രീകോവിൽ നിർമ്മിച്ചു. മടപ്പുരയുടെ പടിഞ്ഞാറുഭാഗത്ത് ഒരു വലിയപാറയും കല്ലുകൊണ്ടുള്ള പീഠവുമുണ്ട്. അടുത്തുതന്നെ മണ്ണുകൊണ്ട് മറ്റൊരു പീഠവുമൊരുക്കി.

മടപ്പുരയിൽ പൂജാദികർമ്മങ്ങൾക്കായി ജലമെടുക്കുന്നത് വടക്കുവശത്തുള്ള തിരുവൻകടവ് എന്ന നീരുറവയിൽനിന്നാണ്. നാടുവാഴിയായ മന്നനാർക്ക് കങ്കാണിയറ, കോലധാരികളായ അഞ്ഞൂറ്റാന്മാർക്ക് അണിയറ, ചന്തന്റേയും കോമരത്തിന്റെയും സ്ഥാനികപ്പന്തലുകൾ എന്നിവ ഓലയും ഈറ്റയുംകൊണ്ട് പണികഴിപ്പിച്ചിട്ടുണ്ട്. കങ്കാണിയറയിലൊരുക്കിയ ഇരിപ്പിടങ്ങൾ മന്നനാർക്കും മന്നത്തിക്കുമുള്ളതാണ്. ഇവിടെ പീഠമിട്ടിരിക്കാൻ മുത്തപ്പനുപുറമേ മന്നനാർക്കുമാത്രമാണ് അവകാശം. മറ്റു നാട്ടുരാജ്യങ്ങളിൽനിന്ന് രാജാക്കന്മാരോ നാടുവാഴികളോ വന്നിട്ടുണ്ടെങ്കിൽ അവർ കാട്ടിലകൾ വിരിച്ച് നിലത്തിരിക്കണം, അതാണ് ആചാരം.

കോലത്തിരിക്കും മേലെയായിരുന്നു മന്നനാരുടെ സ്ഥാനം. ചുഴലി, നെരിയോട്ട് സ്വരൂപങ്ങളിലെ നമ്പ്യാർമാരെ പേരെടുത്തുവിളിക്കാനുള്ള അധികാരം മന്നനാർമാർക്ക് ഉണ്ടായിരുന്നു. അധികാരവും ആഢ്യതയും പ്രസിദ്ധിയുമുള്ള ഈ നമ്പ്യാർതറവാട്ടുകാരെ പേരെടുത്തുവിളിക്കാനുള്ള അധികാരത്തിലൂടെ മന്നനാരുടെ പെരുമയും ശ്രേഷ്ഠതയുമാണ് വെളിപ്പെടുന്നത്. മേൽപ്പറഞ്ഞ നമ്പ്യാന്മാർ, മന്നനാരെ കാണാൻ വരികയാണെങ്കിൽ അവരവർക്കു ലഭിച്ച വീരച്ചങ്ങലയോ പാരിതോഷികങ്ങളോ മറ്റെന്തെങ്കിലും പദവികൾ സൂചിപ്പിക്കുന്ന ചിഹ്നങ്ങളോ ധരിച്ച് അരമനയിൽ പ്രവേശിക്കുന്നതിന് വിലക്കുണ്ടായിരുന്നു. അവയൊക്കെ മന്നനാർപടിക്കു പുറത്തുവെച്ചതിനുശേഷമേ അരമനയിൽ കടക്കുവാൻ

അനുവാദമുണ്ടായിരുന്നുള്ളൂ.

നേരം അന്തിയോടടുത്തു. പകൽച്ചൂടിന് ശമനംവന്നു. താഴെ പൊടിക്കളമുറ്റത്ത് ആലിലകളുടെ മർമ്മരം. ധനുമാസക്കുളിര് ആവോളമുള്ളിലൊതുക്കി തെക്കൻകാറ്റ് കടന്നുപോയി. തന്ത്രികളുടെ വിശേഷാൽപ്പൂജകൾക്കുശേഷം പാടിയിൽ പ്രവേശനം. ഇനി പുല്ലത്തരങ്ങിലേക്കുള്ള യാത്രയാണ്. കുത്തനെയുള്ള കയറ്റം ചീരുവിനെ ആയാസപ്പെടുത്തുന്നുണ്ട്. ഏതാനും ദൂരം പിന്നിട്ടപ്പോൾ തെല്ലിടനിന്ന് നടുനിവർത്തി. രണ്ടാമതും ഗർഭിണിയാണ് അവൾ. പാടിയിലെത്തിയപ്പോഴേക്കും മന്നത്തി മാത്രമല്ല അംബികയും നന്നേ ക്ഷീണിച്ചിരുന്നു. അടിയന്തരക്കാർക്ക് മന്നനാർ കൈനീട്ടം നൽകി. ശാന്തിക്കാരൻനമ്പൂതിരി പള്ളിവാളുമായി മുന്നിൽ നടന്നു. അഞ്ചില്ലം അടിയാന്മാർ കളയിക്കപ്പാട്ടോടെ ഇരുവശത്തും ചൂട്ടുകത്തിച്ചുപിടിച്ചു. തിരുവാഭരണപ്പെട്ടിയും ഭണ്ഡാരങ്ങളും എഴുന്നള്ളിച്ചുള്ള യാത്രതുടങ്ങി. മന്നനാരും മന്നത്തിയും പരിവാരസമേതം തന്ത്രിയെ ആനയിച്ചു. ചെണ്ടമേളങ്ങളുടെ ആസുരതാളം കാട്ടിൽ പ്രകമ്പനംകൊണ്ടു. കാതടപ്പിക്കുന്ന കതിനാവെടികൾ മുഴങ്ങി. പെരുമ്പാമ്പിനെ അനുസ്മരിപ്പിക്കുന്ന കാട്ടുമരങ്ങളുടെ വേരുകൾ ചുറ്റിപ്പിണഞ്ഞ, ഉരുളൻപാറകൾ നിറഞ്ഞ കാട്ടുവഴിയിലൂടെ കുത്തനെയുള്ള കയറ്റം താണ്ടി സംഘം നടന്നുനീങ്ങി.

ശാന്തിക്കാരനിൽനിന്ന് മന്ദക്കുറുപ്പ്, രൈരുക്കുറുപ്പ് എന്നീ സ്ഥാനപ്പേരുകളുള്ള തീയസമുദായത്തിൽപ്പെട്ട രണ്ടുപേർ പള്ളിവാളേറ്റുവാങ്ങി. ഭക്ത്യാദരപൂർവ്വം അത് മടപ്പുരയ്ക്കകത്തുവച്ചു. ചന്തനും കോമരവും അതിനുശേഷം ആചാരപൂർവ്വം മടപ്പുരയ്ക്കുള്ളിൽ പൈങ്കുറ്റിയർപ്പിച്ചു. ചെണ്ടവാദ്യം മുഴങ്ങിക്കൊണ്ടേയിരുന്നു. വാദ്യഘോഷങ്ങൾക്കും മേലെ ഇടയ്ക്കിടെ കതിനാവെടികൾ കാതടപ്പിക്കുന്നുണ്ട്. ഗ്രാമവാസിയായ കൊല്ലൻ കൈയിലൊരു കുത്തുവിളക്കുമായി വന്നു. മന്നനാരെയും മന്നത്തിയേയും താണുവണങ്ങിയശേഷം അത് കങ്കാണിയറയുടെ തൂണിൽ തറച്ചു. കങ്കാണിയറയിൽ വിളക്കുതെളിഞ്ഞു. അതോടെ ഒരു മാസം നീണ്ടുനിൽക്കുന്ന ഉത്സവത്തിന് സമാരംഭംകുറിച്ചു.

കേളപ്പനാരും ചീരുവും കങ്കാണിയറയിൽ പ്രവേശിച്ച് ഇരിപ്പിടങ്ങളിൽ ഉപവിഷ്ടരായി. കാട്ടിലവിരിച്ച് വെറും മണ്ണിൽ അംബികയും മറ്റ് രാജസ്ത്രീകളുമിരുന്നു. ചടങ്ങുകൾ ഓരോന്നായി തുടങ്ങാറായിരിക്കുന്നു. അഞ്ഞൂറ്റാൻ വിഭാഗത്തിലുള്ളവർക്കാണ് മുത്തപ്പന്റെ കോലം ധരിക്കാനുള്ള അവകാശം. ഉത്സവംതുടങ്ങുന്ന ആദ്യദിനം മുത്തപ്പന്റെ നാലു ഭാവങ്ങളും കെട്ടിയാടും.

ശൈശവഭാവത്തോടുകൂടിയ പുതിയ മുത്തപ്പനാണ് ആദ്യം. ഈ കോലത്തിന് താടിയും മീശയുമുണ്ടാവില്ല. നിവേദ്യമായി അവിലും തേങ്ങയും മുതിർച്ചത്. മദ്യവും പൈങ്കുറ്റിയും നിവേദിക്കാൻ പാടില്ല. മാതാപിതാക്കളോടൊപ്പം കളിച്ചുനടക്കുന്ന രീതിയിലുള്ള തോറ്റവും വരവിളിയും. ശേഷം അതേ കോലധാരിതന്നെയാണ് മറ്റ് മൂന്ന് ഭാവങ്ങളും

കെട്ടിയാടേണ്ടത്. അടുത്തത് പുറംകാലമുത്തപ്പൻ. കൗമാരകാലമെന്ന് സങ്കല്പം. നായാട്ടുഭാവത്തിലുള്ള തോറ്റം. ആയുധമായി അമ്പും വില്ലും ധരിച്ചുകൊണ്ടുള്ള മുത്തപ്പന് മദ്യവും പൈങ്കുറ്റിയും ഈ ഭാവത്തിലും നിവേദിക്കാൻ പാടില്ല. അടുത്തഭാവത്തിൽ വരുന്നത് യൗവനയുക്തനായ മുത്തപ്പനാണ്. നാടുവാഴിശ്ശൻദൈവം എന്ന പേരിൽ. താടിയും മീശ യുമുണ്ട്. അഞ്ചരമനയായ മന്നനാർപാടിയിൽനിന്ന് (മൂത്തേടത്ത് അരമന) ദിഗ്വിജയത്തിനായി പുറപ്പെടുംമുമ്പുള്ള ഭാവത്തിലാണ് മുത്തപ്പനിപ്പോൾ. ദേശം ചവുട്ടിമാടൽ എന്ന് തോറ്റംപാട്ട്. പ്രജാക്ഷേമത്തിനായി നാടു വാഴാൻ തുടങ്ങുന്ന കാലം വിവരിക്കുന്നതാണ് നാടുവാഴിശ്ശൻ ദൈവ ത്തിന്റെ തോറ്റം. ഈ മൂന്ന് ഭാവത്തിനുശേഷമാണ് ഉത്സവകാലം മുഴുവൻ നിത്യേന കെട്ടിയാടുന്ന രൂപമായ തിരുവപ്പന ഇറങ്ങിയത്. ഈ പ്രൗഢമായ രൂപത്തിൽ കറുത്തതൂക്കുതാടി, മീശ, പൊയ്ക്കണ്ണ് എന്നിവ ധരിക്കണം. തിരുവപ്പനയ്ക്ക് ചക്രവർത്തിപദവിയാണ് കൽപ്പിക്കുന്നത്. പുല്ലത്ത രങ്ങിലെ ഏറ്റവും പ്രധാനപ്പെട്ട അടിയന്തരമാണ് തിരുവപ്പന. പള്ളിവേട്ട യ്ക്ക് ശേഷം തിരുവപ്പന കങ്കാണിയറയുടെ മുന്നിലെത്തി മന്നനാരുടെ അനുവാദം ചോദിച്ചു. ശേഷം ഭക്തർക്ക് ദർശനം നൽകാനായി മൺ പീഠത്തിലിരുന്നു.

ഇതെല്ലാം പുതിയൊരനുഭവമായിരുന്നു, അംബികയ്ക്ക്. ശങ്കരേശ്വ രമാമൻ തന്ന മുത്തപ്പചരിതം വായിച്ചിരുന്നുവെങ്കിലും പുല്ലത്തരങ്ങിൽ ആദ്യമായാണ് വരുന്നത്. എല്ലാ ദിവസവും പുലരുവോളം അവരെല്ലാം കങ്കാണിയറയിലിരുന്ന് ചടങ്ങിൽ ആദ്യന്തം പങ്കെടുത്തു. മന്നനാർക്കൊപ്പം മന്നത്തിയും അംബികയും ഉത്സവനാളുകളിൽ വ്രതമെടുത്തു. തിന ക്കഞ്ഞിമാത്രം കഴിച്ചു. മകരം രണ്ടുവരെ നീളുന്ന വ്രതം. എല്ലാ ദിവസവും വൈകുന്നേരം മുത്തപ്പന്റെ വെള്ളാട്ടമുണ്ട്. അർദ്ധരാത്രിയാകുമ്പോൾ തിരു വപ്പന ഒരുങ്ങും. മാതാവിനെ കാണണമെന്ന് മുത്തപ്പൻ ആവശ്യപ്പെടു മ്പോഴൊക്കെ മൂലംപെറ്റഭഗവതി കെട്ടിയാടും. മുളയും നാരുമുപയോഗിച്ച് ഗോപുരാകൃതിയിൽ നിർമ്മിക്കുന്ന തിരുമുടിയണിഞ്ഞാണ് ഭഗവതി ഇറങ്ങുന്നത്. തിരുമുടിക്ക് അലങ്കാരമായി മലവാഴയുടെ ഇല മാത്രമേ ഉണ്ടാവുകയുള്ളൂ. മൂലംപെറ്റഭഗവതിയുടെ കോലധാരികൾ വണ്ണാൻ സമുദായക്കാരാണ്.

പുല്ലത്തരങ്ങിലുള്ളപ്പോഴും കൊട്ടാരത്തിലെ ഭരണപരമായകാര്യ ങ്ങളെല്ലാം കേളപ്പനാർ നിർവ്വഹിക്കുന്നുണ്ടായിരുന്നു. അവിടെ നടക്കുന്ന കാര്യങ്ങളൊക്കെ സേവകന്മാരെ നിയോഗിച്ച് അപ്പപ്പോൾ ആരായുകയും വേണ്ടനിർദ്ദേശങ്ങൾ നല്കുകയുംചെയ്തു. ഉത്സവത്തിമിർപ്പിനിടയിൽ ദിന രാത്രങ്ങൾ കടന്നുപോയത് അവരറിഞ്ഞതേയില്ല. ധനുമാസം കൊഴിഞ്ഞു. മകരമാസത്തിലെ മരംകോച്ചുന്ന തണുപ്പിൽ ഉടുമ്പമലയാകെ കോടമഞ്ഞ് പുതച്ചു. ഉത്സവം സമാപിച്ചു. അടിയന്തരക്കാർക്കും മറ്റുള്ളവർക്കും അർഹമായ കോപ്പുകളൊക്കെ നല്കി കേളപ്പനാർ പരിവാരങ്ങളോടൊപ്പം ഏരുവേശ്ശിയിലേക്ക് മടങ്ങി. അപ്പോഴേക്കും അടുത്ത ഉത്സവത്തിന് വീണ്ടും വരുമെന്ന് അംബിക മനസ്സിലുറപ്പിച്ചിരുന്നു.

ഇരുപത്തി എട്ട്

ഭരണകേന്ദ്രമായ മൂത്തേടത്തരമനയുൾപ്പെടെ അഞ്ച് അരമനകളാണ് മന്നനാർമാർക്ക് ഉള്ളത്. കൂരാരിഅരമന, മുണ്ടായഅരമന, ഇളയിടത്ത് അരമന, പുതിയേടത്ത് അരമന എന്നിവയാണ് മറ്റുള്ളവ. അരമനകളുൾപ്പെടുന്ന ഈ പ്രദേശങ്ങൾക്കുപുറമെ നിരവധി ഏക്കർ കൃഷിസ്ഥലങ്ങളുമുണ്ട്. കോട്ടമുള്ളപറമ്പ്, അരമനപ്പറമ്പ്, മുണ്ടായ അരമനപ്പറമ്പ്, മുണ്ടായതുണ്ടി, അടുക്കളക്കുന്നുപറമ്പ്, പുനക്കണ്ടിപ്പറമ്പ്, വള്ളിയമ്പ്രമലപ്പറമ്പ്, പുഴയരുവത്ത്പറമ്പ്, പടിക്കുതാഴെകരി, അരമനക്കണ്ടിപ്പറമ്പ്, മുണ്ടായ പറമ്പ് പുതിയെടുത്ത് പറമ്പ്, മലയന്റെ പറമ്പ്, കരുവെള്ളരികിഴക്കേക്കരപ്പറമ്പ് തുടങ്ങിയ സ്ഥലങ്ങളാണ് അവ. ഇവിടങ്ങളിലെല്ലാം ഭക്ഷ്യോൽപ്പന്നങ്ങളും നാണ്യവിളകളും സമൃദ്ധമായി കൃഷി ചെയ്തു. കുരുമുളക്, ഏലം, മഞ്ഞൾ, ഇഞ്ചി തുടങ്ങിയവയുടെ വിളഭൂമിയായിരുന്നു ഇവിടം.

കൊട്ടാരത്തിലെ ആവശ്യങ്ങൾക്ക് വേണ്ടത്ര അരിയും ഭക്ഷ്യോൽപ്പന്നങ്ങളും ഇവിടങ്ങളിൽ ഉല്പാദിപ്പിക്കുന്നതിനാൽ പില്ക്കാലത്ത് കരക്കാട്ടിടം ചെയ്തപോലെ കർഷകരുടെ വിളകൾ ബലമായി കവർന്നെടുക്കുകയോ എന്തിനുമേതിനും നികുതി ചുമത്തി കർഷകരെ മുഴുപ്പട്ടിണിയിലാക്കുന്ന ഏർപ്പാടുകളോ ഉണ്ടായിരുന്നില്ല. ഭൂമി കൈവശമുള്ള കർഷകരിൽനിന്ന് കേവലമായ ഭൂനികുതിയും പുനംകൃഷി നടത്തുന്ന കൃഷിക്കാരോട് കരാർപ്രകാരമുള്ള പാട്ടവും മാത്രമേ പിരിച്ചിരുന്നുള്ളൂ. ഇവ കൂടാതെ മന്നനാർരാജവംശത്തിന് ഇരുപത്തിമൂന്നു മലകളുണ്ടായിരുന്നതായി മലബാറിലെ ബ്രിട്ടീഷ് സെറ്റിൽമെന്റ് ഓഫീസറായ സി എ ഇന്നസ്, 1905 മാർച്ച് മുപ്പതിന് പ്രസിദ്ധപ്പെടുത്തിയ മലയാംജില്ല, ചിറക്കൽ താലൂക്ക്, എൺപത്തിമൂന്നാംനമ്പർ ഏരുവേശ്ശിദേശത്തിന്റെ സർവ്വേ സെറ്റിൽമെന്റ് രജിസ്റ്ററിൽ വളരെ വിശദമായി പ്രതിപാദിച്ചിട്ടുണ്ട്.

ആയതുപ്രകാരം അരീക്കൽമല, കരിങ്കണ്യാമല, ചെറമ്പാത്തൻമല, മുണ്ടൻവിലങ്ങുമല, വഞ്ചിയറമല, ആടാംപറ്റമല, ഒറ്റപ്പുനംമല, വെള്ളോട്ടം പാറമല, കുറുമ്പത്ത് പാറമല, കള്ളങ്കച്ചേരിമല, എളമ്പനംമല, വിലങ്ങമല, അരിയിടുംകളമല, കിളിയാട്ടുപാറമല, കുനായൻപുഴമല, വലിയഎളമ്പാലമല, തൊണ്ടൻകല്ലുമല, കൊടകൻകൊറണ്ടിമല, പൈതൽമല, വള്ളിയമ്പ്രമല, കിഴക്കേക്കാട്, മൊട്ടമല, കൊട്ടൻപിലാവുമല, തരന്നെൻ മാവുമല, പുല്ലളത്ത് രണ്ട് ക്ഷേത്രക്കാടുകൾ തുടങ്ങി സഹ്യപർവ്വതത്തിന്റെ കിഴക്കേക്കർണ്ണാടക അതിർത്തിവരെ വ്യാപിച്ചുകിടക്കുന്ന ഈ ഭൂവിഭാഗങ്ങളുടെമാത്രം വിസ്തൃതി 3230 എക്കറാണ്. മലമ്പ്രദേശങ്ങൾ ഭൂരിഭാഗവും കർഷകർക്ക് പുനംകൃഷി നടത്താനും മറ്റും വിട്ടുകൊടുക്കുകയായിരുന്നു മന്നനാർ.

സവർണ്ണനെന്നോ അവർണ്ണനെന്നോ വ്യത്യാസമില്ലാതെ എല്ലാവർക്കും കുലത്തൊഴിലും കൃഷിയും ചെയ്ത് അഭിമാനത്തോടെ ജീവിക്കാനും പാർശ്വവൽക്കരിക്കപ്പെട്ടവർ, അധഃസ്ഥിതവിഭാഗങ്ങൾ തുടങ്ങിയവർക്ക് സംരക്ഷണം നല്കുന്നതിനും മന്നനാർമാർ ശ്രദ്ധ ചെലുത്തി. കരിമ്പാലർ, നമ്പ്യാർ, ശാലിയർ, തീയർ, മറ്റ് ഗോത്രവിഭാഗങ്ങൾ തുടങ്ങിയവർ ഓരോരോ അടരുകളായി ഏകോദരസഹോദരന്മാരായാണ് നാടിന്റെ വിവിധമേഖലകളിൽ ജീവസന്ധാരണം നടത്തിയിരുന്നത്. കോലത്തുനാട്, പൂഴിനാട്, കടത്തനാട് തുടങ്ങിയ രാജ്യങ്ങളിലെ ബ്രാഹ്മണഗ്രാമങ്ങളിൽ നിന്ന് സ്മാർത്തവിചാരം നടത്തി ഭ്രഷ്ട് കല്പിച്ച് പുറത്താക്കപ്പെടുന്ന അന്തർജ്ജനങ്ങളും മറ്റിതര സവർണ്ണസമുദായങ്ങളിലെ സ്ത്രീജനങ്ങളും അഭയം തേടിയെത്തുന്നത് മന്നനാർ ഭരിക്കുന്ന ഏരുവേശ്ശിയിലാണ്. അങ്ങനെ വരുന്നവരെ അധിവസിപ്പിക്കാൻ അവിടെ പ്രത്യേകസ്ഥലങ്ങൾ ഒരുക്കിയിരുന്നു.

ഭ്രഷ്ട് കല്പിക്കപ്പെട്ട് ജീവിതത്തിന്റെ പുറമ്പോക്കുകളിൽ വലിച്ചെറിയപ്പെടുന്ന മേല്പറഞ്ഞ അന്തർജ്ജനങ്ങൾ ആദ്യമെത്തിച്ചേരുന്നത് ഇളയിടത്ത് അരമനയിലാണ്. അവിടെവച്ച് മത്സ്യമാംസാദികൾ ഭക്ഷിക്കുന്നതോടെ ബ്രാഹ്മണ്യത്തിൽനിന്ന് പുറത്തുവരുന്നു. പിന്നീട് യോഗ്യനായ ഒരു തീയയുവാവുമായി വിവാഹം കഴിപ്പിച്ച് വൈതൽമലയുടെ താഴ്വാരത്ത് പുനരധിവസിപ്പിക്കും. നിരവധി നൂറ്റാണ്ടുകൾ നീണ്ടുനിന്ന ഈ പ്രക്രിയകളുടെ ഫലമായി കുടിയാടികൾ അഥവാ കുടിയാടിച്ചികൾ എന്ന സമുദായം ഉദയംകൊള്ളാനിടയായി. ആ നാടിന് കുടിയാന്മല എന്ന പേരുംവന്നു.

ഭ്രഷ്ട് കല്പിച്ച് പുറത്താക്കപ്പെട്ട സ്ത്രീകൾ പൂമുഖംവഴി അരമനയുടെയുള്ളിലേക്ക് പ്രവേശിച്ചാൽ മന്നനാർക്ക് ഇഷ്ടമാണെങ്കിൽ അവളെ ഭാര്യയാക്കാമെന്നും അല്ലാതെ പിന്നിലൂടെയാണ് വന്നതെങ്കിൽ സഹോദരിയായി പരിഗണിക്കാമെന്നുമാണ് ആചാരം. ഇത്തരത്തിൽ ഭാര്യയാവുന്ന സ്ത്രീ, മക്കച്ച്യാർ അല്ലെങ്കിൽ മച്ച്യാർ എന്ന് അറിയപ്പെടും. ഈ ആചാരങ്ങൾ നമ്പൂതിരിമാരുടെ കുടിവയ്പ് സമ്പ്രദായം അനുസ്മരിപ്പിക്കുന്നു.

ബ്രാഹ്മണരിലും താഴ്ന്നസമുദായത്തിലുള്ള സ്ത്രീകളാണെങ്കിൽ സഹ്യ പർവ്വതത്തിന്റെ താഴ്വരയിലെ കുതിരമലദേശത്താണ് അധിവസിപ്പിച്ചിരുന്നത്.

ബ്രാഹ്മണസ്ത്രീകൾ വിധവകളായാൽ അക്കാലത്ത് പുനർവിവാഹം നിഷിദ്ധമാണ്. ഇല്ലത്തിന്റെ അകത്തളങ്ങളിൽ കരിപുരണ്ടജീവിതങ്ങളായി അടിമകളായി കഴിയാൻ വിധിക്കപ്പെട്ട ഈ പാവങ്ങൾ മറ്റുള്ളവരെ സംബന്ധിച്ച് ബാദ്ധ്യതയാവുന്നു. ഇവരെ അവിഹിതബന്ധം ആരോപിക്കുകയും സ്മാർത്തവിചാരം നടത്തി ഭ്രഷ്ട് കല്പിച്ച് പുറത്താക്കുകയും ചെയ്യുന്നു. ഇത്തരത്തിൽ അരികുവൽക്കരിക്കപ്പെട്ട സ്ത്രീകളെ ഇരുകൈയുംനീട്ടി സ്വീകരിച്ച് വിവാഹം കഴിപ്പിച്ച് സമൂഹത്തിൽ മാന്യമായസ്ഥാനം നല്കി അധിവസിപ്പിക്കുകയാണ് മന്നനാർമാർ ചെയ്യുന്നത്.

കേളപ്പൻമന്നനാർക്കു അറുപത്തിനാല് ഗ്രാമങ്ങളിലെ ഭരണാധികാരത്തിനുപുറമേ ഒട്ടേറെ കൃഷിയിടങ്ങളുള്ളതായും അവിടെ ഏലം, കുരുമുളക് എന്നീ നാണ്യവിളകളും സുഗന്ധവ്യഞ്ജനങ്ങളായ മഞ്ഞൾ, ഇഞ്ചി മുതലായവയും കൃഷിചെയ്തിരുന്നുവെന്ന് സൂചിപ്പിച്ചുവല്ലോ? ശിരവ്പട്ടണത്തിലെ 'നെയ്താര'നദീമാർഗ്ഗേണ കുടകിലേക്കും അല്ലെങ്കിൽ കണ്ണൂരിലെത്തിച്ച് അവിടന്ന് കടൽമാർഗ്ഗേണ മുസിരിസ്സിലെത്തിച്ചുമാണ് ആദ്യകാലങ്ങളിൽ ചരക്കുകൾ വില്പന നടത്തിയിരുന്നത്. പിന്നീട് വൈദേശികരുടെ കടന്നുകയറ്റം നാണ്യവിളകളുടെ വില വർദ്ധിക്കാനിടയാക്കി. അതോടെ കണ്ണൂരിൽ വിപണനകേന്ദ്രങ്ങൾ ആരംഭിച്ചു. ഇംഗ്ലീഷുകാർക്കു പുറമേ ഫ്രഞ്ചുകാരും ഡച്ചുകാരും അറബികളും മത്സരിച്ച് ചരക്കുകൾ വാങ്ങാൻ തുടങ്ങി. ചെലവുകുറച്ച് വരുമാനം വർദ്ധിപ്പിക്കാൻ ഇത് ഇടയാക്കുകയും മന്നനാർ വാഴുന്ന ഏരുവേശ്ശി സമ്പന്നമാവുകവും ചെയ്തു.

ഏരുവേശ്ശി പാവരുനാട് എന്ന് മുത്തപ്പന്റെ തോറ്റത്തിൽ പറയുന്നതുപോലെതന്നെ ഏറിയകൂറും പാവപ്പെട്ട ജനങ്ങളാണ് ഇവിടെ അധിവസിച്ചിരുന്നത്. ആരാധന നടത്താൻ ഓരോരോ സമുദായങ്ങൾക്കും ക്ഷേത്രങ്ങളും തെയ്യക്കാവുകളുമുണ്ടായിരുന്നു. ഇവിടങ്ങളിലൊക്കെ മന്നനാർമാർക്ക് പ്രത്യേക സ്ഥാനങ്ങളും കല്പിച്ചിട്ടുണ്ട്. അവ മന്നനാർപ്പടി എന്നാണ് അറിയപ്പെട്ടിരുന്നത്. എന്നാൽ ഏരുവേശ്ശിയിൽ സ്ഥിതി ചെയ്യുന്ന, കാഞ്ഞിരങ്ങാട് ശിവക്ഷേത്രത്തിൽമാത്രം അത്തരത്തിൽ ബഹുമാനസൂചകമായ ഇരിപ്പിടമോ സ്ഥാനങ്ങളോ ഉണ്ടായിരുന്നില്ല. ഉത്തരകേരളത്തിൽത്തന്നെ അറിയപ്പെടുന്ന ഈ ക്ഷേത്രം പെരിഞ്ചെല്ലൂർ ബ്രാഹ്മണരുടെ നേരിട്ടുള്ള മേൽക്കോയ്മയാലായിരുന്നു. ഏരുവേശ്ശി എന്ന പേരിന് നിദാനമായി പഴമക്കാർ ചൂണ്ടിക്കാണിക്കുന്നത് ഈ ക്ഷേത്രത്തിന്റെ പേരിലാണ്. എരു എന്ന വാക്കിന് പൂർവ്വദ്രാവിഡഭാഷയിൽ ഉദയം എന്ന അർത്ഥമാണുള്ളത്. ഉദയം ശിവനെ സൂചിപ്പിക്കുന്നു. ശിവഭഗവാൻ വസിക്കുന്ന നാട് 'എരുവസ്സി.' വാമൊഴിയിൽ അത് ഏരുവേശ്ശി എന്ന് വിവക്ഷിക്കാം.

സുരതിമന്നനാരുടെ ഭരണകാലംവരെ നാണയവിനിമയവ്യവസ്ഥ

യുണ്ടായിരുന്നില്ല. കൊടുക്കുന്ന ചരക്കുകൾക്കുപകരമായി ആവശ്യമുള്ള സാധനങ്ങളും സ്വർണ്ണങ്ങളും കൈമാറ്റം ചെയ്യപ്പെടുന്ന ബാർട്ടർ സമ്പ്രദായമാണ് തുടർന്നുപോന്നത്. എന്നാൽ വൈദേശികാധിപത്യം വന്നതോടെ ഇടപാടുകൾക്ക് കുറച്ചൊക്കെ ബ്രിട്ടീഷ്നാണയം ഉപയോഗിക്കാൻ തുടങ്ങി. നിരക്ഷരരായ പാവപ്പെട്ട ജനതയ്ക്ക് വിദേശനാണയം വിനിമയം ചെയ്യാനുള്ള ശേഷിയോ അറിവോ ഉണ്ടായിരുന്നില്ല. സുരതിമന്നനാർ വാഗ്ദാനം ചെയ്തതുപോലെ സ്വന്തമായി നാണയമടിച്ചിറക്കേണ്ടതിന്റെ ആവശ്യകതയെക്കുറിച്ച് ഈ സാഹചര്യം കേളപ്പനാരെ ഓർമ്മപ്പെടുത്തി.

തനിക്ക് കഴിഞ്ഞില്ലെങ്കിലും മരുമകന്റെ ഭരണകാലത്ത് നാണയമടിച്ചിറക്കുമെന്ന് മാതുലൻ ജനങ്ങൾക്ക് നല്കിയ വാക്ക് പാലിക്കുന്നതിനുള്ള അവസരമായെന്ന് അദ്ദേഹം നിശ്ചയിച്ചു. പിന്നീട് നടപടികൾ ദ്രുതഗതിയിലായിരുന്നു. ചെന്നപട്ടണത്തുനിന്ന് ആവശ്യമുള്ള സാധനസാമഗ്രികളെത്തിച്ചു. മൂത്തേടത്തരമനയുടെ പടിഞ്ഞാറുഭാഗത്ത് പ്രത്യേക കെട്ടിടമൊരുക്കി. സുശക്തമായ കാവലേർപ്പെടുത്തി, കമ്മട്ടംപ്രവൃത്തിയിൽ പ്രാവീണ്യമുള്ള പണിക്കാരെ കൊണ്ടുവന്നു. വെള്ളിയിലും ഇരുമ്പിലുമുള്ള നാണയം രൂപകല്പന ചെയ്തത് അംബികയായിരുന്നു. വളരെ ചുരുങ്ങിയ നാളുകൾക്കുള്ളിൽ നാണയമടിച്ചിറക്കി.

അന്ന്, പുതിയനാണയം പുറത്തിറക്കുന്ന ദിവസം ഏരുവേശ്ശിയിൽ ഉത്സവംപോലെ ആഘോഷിക്കപ്പെട്ടു. തിരുവിതാംകൂർ, കൊച്ചി തുടങ്ങിയ തെക്കൻ രാജ്യങ്ങളിലെയോ മലയാംജില്ലയിലെ മറ്റ് രാജ്യങ്ങളിലെയോ ഒരു ഭരണാധികാരിയും ചെയ്യാൻ മുതിരാത്ത ചരിത്രപരമായ കാൽവെയ്പായിരുന്നു അത്. അതിന്റെ ഖ്യാതി മലയാളനാട്ടിലെങ്ങും പരന്നു. കൊടുക്കുന്ന ഉല്പന്നങ്ങൾക്ക് പകരം ആവശ്യത്തിനും അനാവശ്യത്തിനും വീട്ടുപാത്രങ്ങളോ അല്ലെങ്കിൽ സാധനങ്ങളോ സ്വർണ്ണമോ വാങ്ങുകയെന്ന കർഷകരുടെ ഗതികേടിന് അറുതിവന്നിരിക്കുന്നതായി എല്ലാവരും സന്തോഷിച്ചു.

ഒരുദിവസം മന്നനാരുടെ കാര്യാലയത്തിൽ അംബിക മുഖം കാണിക്കാനെത്തി.

“പറയൂ.. അംബികേ.. പുതിയ പദ്ധതികൾ എന്തെങ്കിലുമുണ്ടോ?”

“തിരുമേനീ.. നമ്മുടെ നാട്ടിലെ ജനങ്ങളുടെ നിരക്ഷരതയ്ക്ക് പരിഹാരം കാണാനുള്ള മാർഗ്ഗങ്ങൾ ആലോചിക്കണമെന്ന് അങ്ങ് മുമ്പ് നടന്ന കവിസമ്മേളനത്തിൽവച്ച് ആവശ്യപ്പെട്ടിരുന്നതോർക്കുന്നോ?”

“ശരിയാണ്.. അന്ന് ഞാൻ പറഞ്ഞിരുന്നു. എന്നിട്ടെന്തായി?”

“പറയാം.. അങ്ങയുടെ ആസ്ഥാനഗണികൻ ദാറൂട്ടിനേമക്കണിയുടെ ഇളയമകൻ രാമൻ മാതമംഗലത്തിനടുത്ത് കൈതപ്രംനാട്ടിൽ അമ്മ വീട്ടിലാണ് താമസിക്കുന്നത്. അവിടെ കാട്ടിയാട്ടിൽ രാമൻഗുരുക്കൾ എന്ന എഴുത്തശ്ശൻ കുടിപ്പള്ളിക്കൂടം നടത്തുന്നുണ്ടത്രേ. ആളെവിട്ട് അന്വേഷിച്ചപ്പോൾ അദ്ദേഹം ഒരു മികച്ച എഴുത്തശ്ശനാണെന്ന് അറിയാൻ കഴിഞ്ഞു. അങ്ങ് അനുവദിച്ചാൽ നമുക്ക് താമസിയാതെ അയാളെ വരുത്തി ഇവിടെ

ഏരുവേശ്ശിയിൽ കുടിപ്പള്ളിക്കൂടം തുടങ്ങാൻ കഴിയും."

"നാം അനുവദിച്ചിരിക്കുന്നു അംബികേ.. രാമൻഗുരുക്കളെ കൂട്ടിക്കൊണ്ടുവരാൻ നേമക്കണിക്ക് വിവരമറിയിക്കൂ.."

ഏതാനും ദിവസങ്ങൾ കഴിഞ്ഞപ്പോൾ ദാറൂട്ടിനേമക്കണി ഒരു മദ്ധ്യവയസ്കനോടൊപ്പം മൂത്തേടത്തരമനയിൽ മന്നനാരെ മുഖം കാണിക്കാനെത്തിച്ചേർന്നു. അദ്ദേഹം രണ്ടു പേരോടുമായി പറഞ്ഞു.

"നോക്കൂ.. നിങ്ങളെ വിളിച്ചുവരുത്തിയത് ഒരു സുപ്രധാനമായ കാര്യം പറയാനാണ്. നമ്മുടെ രാജ്യത്ത് എഴുതാനും വായിക്കാനും അറിവുള്ളവർ വിരളമാണ്. സന്ധ്യാനാമവും ദേവീസ്ത്രോത്രവും കേട്ടുപഠിച്ചതല്ലാതെ ഓലക്കെട്ടുകൾ തുറന്നുനോക്കാൻപോലും അറിയാത്തവരാണ് ജനങ്ങളേറെയും. വേദം കേൾക്കുന്ന ശൂദ്രന്റെ ചെവിയിൽ ഈയമുരുക്കിയൊഴിക്കണമെന്നത് വൈദികബ്രാഹ്മണർ കല്പിച്ചുണ്ടാക്കിയ നിയമമാണ്. കാലം മാറിപ്പോയി. രാജ്യമാകെ വിദേശികൾ കൈയടക്കി. അവരുടെ ഭാഷ നാടാകെ പഠിക്കാൻ തുടങ്ങി. അപ്പോഴും സ്വന്തം ഭാഷ എഴുതാനും വായിക്കാനും അറിയാതെ നമ്മുടെ പാവം ജനങ്ങൾ..!"

മന്നനാർ തെല്ലിട നിർത്തി. നേമക്കണിയും രാമൻഗുരുക്കളും അദ്ദേഹം പറയുന്നത് സാകൂതം കേട്ടു. മന്നനാർ എത്രമാത്രം ഉൾക്കാഴ്ചയോടെയാണ് ഈ വിഷയത്തെ സമീപിക്കുന്നതെന്ന് രാമൻഗുരുക്കൾ ആലോചിച്ചു. യാഥാർത്ഥ്യബോധമുള്ള ഒരു ഭരണാധികാരിയാണ് കേളപ്പനാരെന്ന് ഈ വാക്കുകൾ തെളിയിക്കുന്നതായി അയാൾക്ക് ബോദ്ധ്യപ്പെട്ടു. മന്നനാർ വീണ്ടും തുടർന്നു.

"അതുകൊണ്ട് ഈ രാജ്യത്തെ ജനങ്ങളുടെ നിരക്ഷരതയ്ക്ക് പരിഹാരം കാണാനുള്ള ചുമതല നാം രാമനെ ഏല്പിക്കുകയാണ്. ഒരു കുടിപ്പള്ളിക്കൂടം നടത്തുന്നതിനുള്ള എല്ലാ പ്രവർത്തനങ്ങൾക്കും നാം അനുവാദംനല്കുന്നു. രാമന് ആവശ്യമായ സഹായങ്ങൾ നേമക്കണി ചെയ്തുകൊടുക്കണം. അതിനുവേണ്ട സ്ഥലവും സൗകര്യങ്ങളും നാം ഏർപ്പാടാക്കിയിട്ടുണ്ട്. മറ്റെന്തെങ്കിലും സഹായമാവശ്യമുണ്ടെന്ന് തോന്നുന്നെങ്കിൽ അംബികയോട് ഉണർത്തിച്ചാൽ മതി."

സന്തോഷത്തോടെയാണ് നേമക്കണിയും ഗുരുക്കളും അരമനയിൽ നിന്ന് മടങ്ങിയത്. ചെങ്കുന്നത്തുവയലിൽ തെരുവിലുള്ള ഗണപതിക്കോവിലിന് പടിഞ്ഞാറുഭാഗത്ത് മന്നനാർ അനുവദിച്ച ഭൂമിയിൽ മുളയും പനയോലയുംകൊണ്ട് നിർമ്മിച്ച ഓലപ്പുരയിൽ കുടിപ്പള്ളിക്കൂടമൊരുങ്ങി. വിദ്യാരംഭത്തിന് നല്ലദിവസം നിശ്ചയിച്ചു. ആളുകൾ അത്യുത്സാഹത്തോടെ അവിടേക്ക് ഒഴുകി. അങ്ങനെ ഏരുവേശ്ശിയിലെ ആദ്യത്തെ കുടിപ്പള്ളിക്കൂടം തുറന്നു.

ഇരുപത്തി ഒൻപത്

പുല്ലത്തരങ്ങിലെ ഉത്സവം കഴിഞ്ഞതിന്റെ പിറ്റേന്ന് മന്നനാരും ചീരുവും അംബികയും കൊട്ടാരത്തിൽ തിരിച്ചെത്തി. ഇടുമ്പനെ പിരിച്ചു വിടുമ്പോൾത്തന്നെ അംബികയ്ക്ക് ചില സംശയങ്ങളുണ്ടായിരുന്നു. സ്വതവേ ധനത്തിനോട് ആർത്തിയുള്ള ഇടുമ്പൻ നായനാർക്ക് ജോലി യോടോ തന്റെ പദവിയോടോ തെല്ലും ആത്മാർത്ഥതയുണ്ടായിരുന്നില്ല. ജോലി പോയതിലുള്ള അഭിമാനക്ഷതവും സാമ്പത്തികനഷ്ടവും ഒരു പക്ഷേ, അയാളിൽ വൈരാഗ്യബുദ്ധി ജനിപ്പിച്ചേക്കാം. അങ്ങനെവന്നാൽ ഒരുപക്ഷേ, അയാൾ എന്തെങ്കിലും കുത്സിതവൃത്തികൾക്ക് മുതിരാനിട യുണ്ട്. സ്വമേധയാ അല്ലെങ്കിൽ ആരുടെയെങ്കിലും ചട്ടുകമായി പ്രവർത്തി ക്കാനുള്ള സാദ്ധ്യതയും തള്ളിക്കളയാനാവില്ലെന്ന് അംബിക കണക്കു കൂട്ടി. കാരണം എത്ര കിട്ടിയാലും മതിവരാത്ത, ആർത്തിപൂണ്ട മനുഷ്യ നാണ് ഇടുമ്പൻ. ഏരുവേശ്ശിയുടെ ഒട്ടേറെ രഹസ്യങ്ങൾ അയാൾക്കറിയാം. മന്നനാർക്കെതിരേ അപകടകരമായ പ്രവർത്തനങ്ങളിൽ ഏർപ്പെടാനുള്ള സാദ്ധ്യത വളരെയേറെയാണ്. രാജ്യദ്രോഹത്തിന് തൂക്കിലേറ്റുകയോ ഏറ്റവും കുറഞ്ഞത് കാരാഗൃഹത്തിലടക്കുകയോ ചെയ്യുന്നതിന് പകരം പിരിച്ചുവിടുകമാത്രമാണ് ചെയ്തത്. മുറിവേറ്റസിംഹത്തെപ്പോലെ അയാൾ പതിയിരിക്കുന്നുണ്ടാവും. കുറച്ചുകാലത്തേക്ക് രഹസ്യമായി ഇടുമ്പന്റെ നീക്കങ്ങൾ നിരീക്ഷിക്കണമെന്ന ആവശ്യം അംബിക കേളപ്പനാരെ ബോദ്ധ്യപ്പെടുത്തി. ഇക്കാര്യം അംഗീകരിച്ച മന്നനാർ ഒന്നുരണ്ട് ഭടന്മാരെ അതിനായി നിയോഗിച്ചു.

ഇതിനിടയിൽ ചീരുമന്നത്തി രണ്ടാമതും പ്രസവിച്ചു. ഇത്തവണ ആൺകുഞ്ഞാണ് പിറന്നത്. അവന് കരുണാകരൻ എന്ന് പേരിട്ടു. ശ്രീപാർവ്വതിക്ക് അപ്പോഴേക്കും അഞ്ചു വയസ്സായിരുന്നു. വിദ്യാഭ്യാ

സത്തിന് സൗകര്യപ്രദമായതിനാൽ അവളെപ്പോഴും പൊന്ന്യത്തെ അമ്മ വീട്ടിലാണ് കഴിഞ്ഞത്. രാജ്യകാര്യങ്ങളിൽ മുഴുകിയിരിക്കുമ്പോഴും കുഞ്ഞിനെ താലോലിക്കാൻ മന്നനാർ മറന്നില്ല. പരിചാരികമാരുടെ ലാള നയിൽ അവൻ വളർന്നു.

ഒരു ദിവസം മന്നനാർ അംബികയോട് പറഞ്ഞു.

"അംബികേ.. നിങ്ങളെ കൊട്ടാരത്തിലെ നിലവറയിലേക്ക് കൊണ്ടു പോകണമെന്ന് കരുതുന്നു. ഞാനും മാതുലനുമൊഴികെ മറ്റാരും നിലവറ സന്ദർശിച്ചിട്ടില്ല. അതിന്റെ സുരക്ഷ പരിശോധിച്ചുറപ്പിക്കുന്നതിനും പോരാ യ്മകൾ വിലയിരുത്തുന്നതിനും അംബികയുടെ സാന്നിദ്ധ്യം ആവശ്യ മാണ്. ന്യൂനതകളുണ്ടെങ്കിൽ അത് കൂടുതൽ ശക്തിപ്പെടുത്തണം. നമുക്ക് പോകാം?"

മന്നനാർക്ക് തന്നോടുള്ള വിശ്വാസത്തിൽ അവൾക്ക് സന്തോഷമായി. സത്യത്തിൽ അവൾ ഇതിനുമുമ്പ് നിലവറ കണ്ടിരുന്നില്ല. കേളപ്പനാർ ഒരു വലിയ താക്കോലെടുത്ത് തന്റെ കിടപ്പുമുറിയിലേക്ക് കൊണ്ടുപോയി. അംബിക അന്തംവിട്ടു. നിലവറയിലേക്കുള്ള വഴി രാജാവിന്റെ പള്ളിയറ യിലൂടെയോ? മന്നനാരും മന്നത്തിയുമൊഴികെ ഇവിടെ മറ്റാർക്കും പ്രവേശിക്കാൻ കഴിയില്ല! അതിനിടയിൽ, കേളപ്പനാർ അറയുടെ ഒരു മൂലയിലെ വലിയ ഒരു ഗണപതിപ്രതിമയുടെ അടുത്ത് ചെന്ന് അതിന്റെ കാല്ക്കലുള്ള സ്വർണ്ണം പൂശിയ എലിയുടെ രൂപത്തിൽ താക്കോലിട്ട് തിരിച്ചു. എന്നിട്ട് ഗണപതിപ്രതിമ രണ്ടുവട്ടം വലത്തോട്ടുതിരിച്ചു. പ്രതിമ ഊരിവന്നപ്പോൾ താഴേക്ക് ഒരു കൽപ്പടവ് തെളിഞ്ഞുകണ്ടു. അംബി കയോട് തന്നെ അനുഗമിക്കാൻ ആവശ്യപ്പെട്ടു. ഇരുവരും താഴേക്കിറങ്ങി. കേളപ്പനാർ അകത്തേക്ക് കയറി. പിന്നാലെ ഭയത്തോടെ അംബികയും.

കുറച്ചുനടന്നപ്പോൾ വിസ്താരമേറിയ ഒരു മുറിയിൽ അവരെത്തി ച്ചേർന്നു. അവിടെ നേരത്തേ കണ്ടതുപോലെ വീണ്ടും മറ്റൊരു സ്വർണ്ണ എലി ഉണ്ടായിരുന്നു. കേളപ്പനാർ അതും രണ്ടുവട്ടം തിരിച്ചു. അതോടെ മുകളിലെ വഴിയടഞ്ഞു. അവർ പതുക്കെ ഹാളിലേക്ക് നടന്നു. മുറിയുടെ അറ്റത്ത് അടഞ്ഞുകിടക്കുന്ന ഒരു വാതിൽ കണ്ടു. മറ്റൊരു താക്കോലെ ടുത്ത് ആ വാതിലും തുറന്നു. ഇരുവരും അകത്തേക്ക് കയറി. ഒരുവശത്തെ ദ്വാരത്തിൽനിന്ന് നേർത്ത സൂര്യപ്രകാശമിറ്റുവീഴുന്നുണ്ട്. മദ്ധ്യഭാഗത്ത് ചുമരിനോടുചേർന്ന് വീണമീട്ടുന്ന ഒരു സരസ്വതിപ്രതിമ. അതിന്റെയടു ക്കലെത്തി കേളപ്പനാർ വീണയിൽ തൊട്ടു, പിന്നെ പ്രതിമ ഇടത്തോട്ട് രണ്ടുവട്ടം തിരിച്ചു.

പ്രതിമ അരികിലേക്ക് തെന്നിമാറി. താഴേക്ക് മറ്റൊരുവഴി പ്രത്യക്ഷ പ്പെട്ടു. അതിലൂടെ അവർ ഉള്ളിലേക്കിറങ്ങി. കുറ്റാക്കൂരിരുട്ട്.. അവിടെയുള്ള മുത്തപ്പന്റെ പ്രതിമയ്ക്ക് സമീപം കേളപ്പനാർ ഒരു വിളക്ക് കത്തിച്ചു. അംബിക ചുറ്റുംനോക്കി. മുറി സാമാന്യം വലുപ്പമുണ്ട്. ചുറ്റിലും മതിലു കളില്ലെന്നും നാലുവശവും കരിങ്കൽപ്പാറകളാണെന്നും അവൾക്കു മന സ്സിലായി. തലയ്ക്കു മുകളിൽ അരയടി ഉയരം മാത്രമേയുള്ളൂ. ഹാളിൽ

നിന്ന് ഇറങ്ങുന്ന പടികളല്ലാതെ വാതിലുകളും ജനലുകളും ഉണ്ടായിരുന്നില്ല.

വജ്രങ്ങളും മാണിക്യങ്ങളും പതിഞ്ഞ ആഭരണങ്ങളുടെ കൂമ്പാരം അവളുടെ കണ്ണുകളെ മഞ്ഞളിപ്പിച്ചു. അതിനടുത്തായി ഒരു സ്വർണ്ണപ്പാത്രമുണ്ടായിരുന്നു. വളരെ വലിയ ആ പാത്രത്തിൽ മുത്തുമാലകളും വലിയ മുത്തുകളും കണ്ടു. അംബിക ചുറ്റും കണ്ണോടിച്ചു. അതുപോലുള്ള ഒട്ടനവധി സ്വർണ്ണപ്പാത്രങ്ങൾ മണ്ഡപത്തിൽ കണ്ടു. അവയിൽ നിറയെ മാലകളും വളകളും രത്നക്കല്ലുകളുമുണ്ടായിരുന്നു. മറ്റൊരു സ്വർണ്ണപ്പാത്രത്തിൽ മാണിക്യം, മരതകം, പവിഴം, നീലക്കല്ല് എന്നിവയും പ്രത്യേക സ്വർണ്ണക്കലങ്ങളിൽ സൂക്ഷിച്ചു.

"അംബികേ ഇങ്ങോട്ട് വാ.."

കേളപ്പനാർ മറ്റൊരിടത്തേക്ക് അവളുടെ ശ്രദ്ധയാകർഷിച്ചു. അവൾ അങ്ങോട്ടു ചെന്നു. ആ വശത്ത് ധാരാളം സ്വർണ്ണപ്പാത്രങ്ങൾ നിരനിരയായി അടുക്കിവച്ചിരിക്കുന്നതു കണ്ടു. അവയിൽ നിറയെ സ്വർണ്ണനാണയങ്ങൾ.! കണ്ടും കൈയിലെടുത്തുനോക്കിയും അവൾ അത്ഭുതാതിരേകത്തോടെ നിന്നു. മറ്റൊരുസ്ഥലത്ത് അനേകം സ്വർണ്ണക്കട്ടികൾ അട്ടിയിട്ടിരിക്കുന്നു.

"അംബികാ, നന്നായി നിരീക്ഷിക്കൂ. എല്ലാം കണ്ടു കഴിഞ്ഞതായി തോന്നുന്നു. നമുക്ക് തിരിച്ചുപോകാം."

അവർ നിലവറ അടച്ചിട്ട് ഹാളിനുപുറത്ത് വന്നു. തിരികെ കിടപ്പുമുറിയിലേക്ക്..

"അംബീ.. പറയൂ.. നിലവറയുടെ സുരക്ഷ പര്യാപ്തമായിരുന്നോ? അതോ ഇനിയും മെച്ചപ്പെടുത്തേണ്ടതുണ്ടോ?"

"തമ്പുരാനേ. ഇതിൽക്കൂടുതൽ സുരക്ഷ ആവശ്യമുണ്ടെന്ന് എനിക്ക് തോന്നുന്നില്ല. അത്രമാത്രം സുശക്തമായ സംവിധാനങ്ങൾ ഒരുക്കിയിട്ടുണ്ട്. എന്നിരുന്നാലും, എനിക്ക് ഒരു നിർദ്ദേശമുണ്ടായിരുന്നു."

"പറയൂ.. അംബിക."

"നമ്മൾ ഒരു സൈനികോദ്യോഗസ്ഥനെ പിരിച്ചുവിട്ടതാണ്. മൂത്തേടത്തരമനയുടെ രഹസ്യങ്ങളെല്ലാം അയാൾക്കറിയാം."

"ഇല്ല അംബികേ.. ഒരിക്കലും അയാൾക്ക് ഈ സ്ഥലം അറിയാൻ സാധ്യതയില്ല. എന്റെ പള്ളിയറയിൽ കയറാതെ ആർക്കും മണ്ഡപത്തിനുള്ളിൽ കയറാൻ കഴിയില്ല."

"അത് സത്യമായിരിക്കാം. എന്നാലും ഏരുവേശ്ശിയിലെ ഖജനാവ് കൊള്ളയടിക്കാൻ അയാളോ അല്ലെങ്കിൽ അയാളെ മുൻനിർത്തി മറ്റാരെങ്കിലുമോ ശ്രമം നടത്തിയാൽ..? സുശക്തമായ ഒരു ഭരണം തകർക്കാനുള്ള ഏറ്റവും എളുപ്പവഴി ആ രാജ്യത്തിന്റെ സാമ്പത്തികമായ അടിത്തറ തകർക്കുക എന്നതുതന്നെയാണ്..! അതുകൊണ്ട് നമുക്ക് ഒരു കൃത്രിമനിലവറ സൃഷ്ടിക്കുന്നതിനെക്കുറിച്ച് ചിന്തിക്കണം."

"കൃത്രിമ നിലവറയോ? എന്താണത്?"

"ഇപ്പോൾ ഏരുവേശ്ശിക്കെതിരേ ശത്രുക്കൾ ഒന്നല്ലാ നിരവധി

യുണ്ടെന്ന് നാം മറക്കരുത്. ഒരുവശത്ത് ചെറുശ്ശേരിതിലകനും കൂട്ടരും. കോലത്തിരിയുടെ സാമന്തപ്രഭുക്കന്മാർ മറ്റൊരുഭാഗത്ത്. നികുതി പിരിക്കാനുള്ള അവകാശത്തിനായി തലശ്ശേരി മജിസ്ട്രേട്ട് കോടതിയിൽ വ്യവഹാരം നടക്കുന്നത് അങ്ങ് മറന്നുവോ? കോലത്തിരി കടുത്ത സാമ്പത്തികപ്രതിസന്ധിയിലാണെന്നും സാമന്തന്മാർക്ക് ഭീമമായതോതിൽ കപ്പം ചുമത്തിയെന്നും കേട്ടിട്ടുണ്ട്. അവരെല്ലാം ലക്ഷ്യംവെക്കുന്നത് ഏരുവേശ്ശിയുടെ ഖജനാവ് മാത്രമായിരിക്കും. കൊള്ളയടിക്കാൻ ലക്ഷ്യമിട്ട് വരുന്നവരെ കബളിപ്പിക്കാനും തമ്മിൽ തല്ലിക്കാനും നമുക്ക് കഴിയണം. അതിനുള്ള എളുപ്പവഴി കൃത്രിമമായി ഒരു നിലവറ സൃഷ്ടിക്കുക എന്നതാണ്. കൊള്ളയടിക്കാൻ വരുന്നവർ കൊള്ളയടിച്ചുപോകട്ടെ.. നമ്മുടെ ഖജനാവ് രക്ഷപ്പെടും. പറ്റുമെങ്കിൽ നമുക്ക് അവരെ പിടികൂടാം. പിടിക്കാൻ പറ്റിയാൽ കഠിനമായ ശിക്ഷ നല്കണം. ഇനി പിടികൂടാൻ കഴിഞ്ഞില്ലെങ്കിലും കുഴപ്പമില്ല, ഖജനാവ് കൊള്ളയടിക്കാൻ ഉത്തരവിട്ടയാളിൽനിന്ന് അയാൾക്കുള്ള ശിക്ഷ ലഭിക്കും."

"കൃത്രിമ നിലവറ.. അതെങ്ങനെയാണ് സൃഷ്ടിക്കുക?"

"സ്വർണ്ണംപോലെ വിറ്റഴിയുന്ന, ഭ്രമിപ്പിക്കുന്ന മുക്കുപണ്ടങ്ങൾ യഥേഷ്ടം ലഭ്യമാണല്ലോ? മുത്തുകൾ, മാണിക്യം, മരതകം തുടങ്ങിയ അത്തരം കൃത്രിമമായ ആഭരണങ്ങൾ വൻതോതിൽ വാങ്ങി ഭണ്ഡാരത്തിൽ നിക്ഷേപിക്കണം. മുത്തപ്പൻക്ഷേത്രത്തിന് സമീപം പുതുതായി നിലവറ നിർമ്മിക്കണം. തുടർന്ന് ഏതൊരുനിലവറയ്ക്കുമെന്നപോലെ സുശക്തമായ കാവലേർപ്പെടുത്തണം. നിലവിലുള്ള നിലവറയുൾപ്പെടുന്ന കെട്ടിടം ജീർണ്ണാവസ്ഥയിലായതിനാൽ സുരക്ഷ കണക്കിലെടുത്ത് പുതുതായി നിർമ്മിച്ച കെട്ടിടത്തിലേക്ക് നിലവറ മാറ്റിയിരിക്കുന്നതായി രഹസ്യമായി നമ്മൾ പ്രചരിപ്പിക്കുന്നു. സ്വാഭാവികമായും കൊള്ളക്കാർ അവിടെ എത്താതിരിക്കില്ല. പറ്റുമെങ്കിൽ പിടിക്കാം, അല്ലാത്തപക്ഷം മുക്കുപണ്ടങ്ങളുമായി രക്ഷപ്പെട്ടേക്കാം. പിന്നെ തമ്മിൽത്തമ്മിൽ അവരെന്തുവേണേലും ചെയ്തോട്ടെ.."

ഇതുകേട്ട കേളപ്പനാർ അമ്പരന്നുപോയി. ഈ കുഞ്ഞുതലയിൽനിന്നാണോ ഇത്തരം വലിയ പദ്ധതികൾ രൂപം കൊള്ളുന്നതെന്ന് വിസ്മയിച്ച് അവളെത്തന്നെ നോക്കിനിന്നു. അംബിക നിർദ്ദേശിച്ചതുപോലെ മുത്തപ്പൻ ക്ഷേത്രത്തിന്റെ എതിർവശത്ത് ഏരുവേശ്ശിപ്പുഴക്കരയിൽനിന്ന് സുമാർ മുന്നൂറ് വാരയകലെ നിലവറ പണിയാൻ അടിയന്തരനടപടികൾ സ്വീകരിച്ചു. പിന്നെ ദ്രുതഗതിയിലായിരുന്നു പ്രവൃത്തികൾ. ശരിയായ സ്വർണ്ണാഭരണങ്ങളെ വെല്ലുന്ന മുക്കുപണ്ടങ്ങൾ ചെന്നപട്ടണത്തിൽനിന്ന് വേണ്ടുവോളം കൊണ്ടുവന്നു. ഒടുവിൽ നിലവറ നിർമ്മാണം പൂർത്തിയായപ്പോൾ അതൊക്കെ അവിടെ നിക്ഷേപിക്കുകയും ഭടന്മാരെ നിയോഗിച്ച് സുശക്തമായ കാവലേർപ്പെടുത്തുകയും ചെയ്തു. പുതിയ നിലവറ പണിതതും സ്വർണ്ണവും മറ്റും മാറ്റിയതും കാതോടുകാതോരം നാടാകെ പരന്നു. ഇതെല്ലാം സത്യമാണെന്ന് തെറ്റിദ്ധരിച്ച ഇടുമ്പൻ ഇതിനേക്കാൾ മികച്ച

അവസരം വേറെയില്ലെന്ന് തിലകനെ അറിയിച്ചു. എന്നാൽ കൂർമ്മബുദ്ധിയുള്ള തിലകൻ ഇത് പൂർണ്ണമായും വിശ്വാസത്തിലെടുത്തില്ല. അതിലെന്തോ കള്ളക്കളിയുണ്ടെന്ന് ഇടുമ്പനോട് സംശയം പ്രകടിപ്പിച്ചുവെങ്കിലും രഹസ്യവിവരം നൽകിയ ചാരന്മാരെ അവിശ്വസിക്കേണ്ടകാര്യമില്ലെന്ന് ഇടുമ്പൻ തറപ്പിച്ചുപറഞ്ഞപ്പോൾ അർദ്ധമനസ്സോടെ സമ്മതിച്ചു.

വിശദമായ പദ്ധതി തയ്യാറാക്കി, എപ്പോൾ, എങ്ങനെയെന്നതൊക്കെ തിലകനുമായി ചർച്ച നടത്തി, തോക്കുപയോഗിക്കാൻ മിടുക്കന്മാരും അതോടൊപ്പം വിശ്വസ്തരായ മൂന്നുപേരെ തേടിപ്പിടിച്ച് തന്നോടൊപ്പം കൂട്ടി. ഒടുവിൽ പദ്ധതി നടപ്പിലാക്കാൻ യോജിച്ച ദിവസം അയാൾ തെരഞ്ഞെടുത്തു. അതൊരു അമാവാസിദിനമായിരുന്നു. ഇടുമ്പനും കൂട്ടരും മുത്തപ്പൻക്ഷേത്രത്തിന്റെ തെക്കുവശത്ത് നിലയുറപ്പിച്ച് പുഴയ്ക്കക്കരെയുള്ള പുതിയ നിലവറക്കെട്ടിടം സൂക്ഷ്മമായി നിരീക്ഷിച്ചു. ചുറ്റും തീപ്പന്തങ്ങളും ചെരാതുകളും കത്തിച്ചുവച്ചിരിക്കുന്നു. പന്തങ്ങളിൽ ഇടയ്ക്കിടെ എണ്ണയൊഴിക്കുന്ന സൈനികർ. വാളും കുന്തവുമാണ് അവരുടെ ആയുധമെന്ന് ഇടുമ്പൻ മനസ്സിലാക്കി. ഏറിയാൽ നാലോ അഞ്ചോപേരേയുള്ളു. ഇവരെ നേരിടാൻ നിഷ്പ്രയാസം തങ്ങൾക്ക് കഴിയുമെന്ന് അയാൾ കണക്കുകൂട്ടി. ഇപ്പോൾ അവർ ജാഗരൂകരാണ്. നമുക്ക് കുറച്ചുകൂടി സമയം കാത്തിരിക്കേണ്ടതുണ്ട്, അയാൾ അനുയായികളോട് മന്ത്രിച്ചു.

അർദ്ധരാത്രിയായി. ആക്രമിക്കാനുള്ള സമയമായെന്ന് ഇടുമ്പൻ കൂട്ടാളികളോട് പറഞ്ഞു. പെട്ടെന്ന് പുഴമുറിച്ച് അവർ അക്കരെ കടന്നു. പിന്നെ സാവകാശം ഇരുളിൽ പുഴവഞ്ഞികൾക്കിടയിലൂടെ നൂണ്ടിറങ്ങിയും ഇഴഞ്ഞും നിലവറയുടെ പിന്നാമ്പുറത്ത് എത്തിച്ചേർന്നു. കോട്ടുവായിടുന്ന കാവൽക്കാരുടെ കണ്ണുകളിൽ ഉറക്കം കൂടുകൂട്ടുന്നുണ്ടായിരുന്നു. ഏതാനും നിമിഷങ്ങൾക്കകം പൊടുന്നനെ ഇരച്ചുകയറിയ ഇടുമ്പനും കൂട്ടാളികളും നിറതോക്കുകളുമായി മിന്നലാക്രമണം നടത്തി. ഒറ്ററൗണ്ടിൽ അനേകം വെടിയുതിർക്കുന്ന തോക്കിന് മുന്നിൽ ഭയന്നുവിറച്ച കാവൽക്കാരിൽ ചിലർ പേടിച്ചരണ്ട് കീഴടങ്ങി. ഒന്നുരണ്ടുപേർ പ്രാണരക്ഷാർത്ഥം ഓടിപ്പോയി. ഖജനാവ് കുത്തിത്തുറക്കാൻ അവർക്ക് വിഷമമൊന്നുമുണ്ടായില്ല. സ്വർണ്ണാഭരണങ്ങളെല്ലാം അപഹരിച്ച് ഇടുമ്പനും കൂട്ടരും ആഹ്ലാദത്തോടെ വൈതൽമലയിലേക്ക് മടങ്ങി.

ഒറ്റനോട്ടത്തിൽത്തന്നെ ആഭരണങ്ങളെല്ലാം മുക്കുപണ്ടങ്ങളാണെന്നു മനസ്സിലാക്കിയ തിലകൻ കോപംപൂണ്ട് ജ്വലിച്ചു. ഇടുമ്പൻ നാണക്കേടും ഭയവുംമൂലം തലകുനിച്ചു. തൊട്ടടുത്തദിവസം വൈതൽമലയിലെ കാട്ടുമരത്തിൽ തൂങ്ങിമരിച്ചനിലയിൽ ഇടുമ്പന്റെ മൃതദേഹം കണ്ടെത്തി. പക്ഷേ, ഇടുമ്പന് നല്കിയ വാഗ്ദാനം തിലകൻ മറന്നിരുന്നില്ല. അയാളുടെ പതിനാറുവയസ്സുള്ള മകനെയും ഭാര്യയെയും സംരക്ഷിക്കുകയും അവർക്ക് ധനധാന്യങ്ങൾ നല്കുകയും ചെയ്തുകൊണ്ട് ചേർത്തുപിടിക്കുകയും തന്റെ വാക്ക് പാലിക്കുകയും ചെയ്തു.

മുപ്പത്

മന്നനാർ തികച്ചും അസ്വസ്ഥനായിരുന്നു. ശങ്കരേശ്വരനെ കണ്ടെത്തുന്ന കാര്യത്തിൽ താൻ തികഞ്ഞ പരാജയമാണെന്ന് സ്വയം കുറ്റപ്പെടുത്തി. ഏരുവേശ്ശികൊട്ടാരത്തിലെ തന്റെ മികച്ച അന്വേഷണോദ്യോഗസ്ഥരെ അയച്ചിട്ടുപോലും തിലകന്റെമുന്നിൽ താൻ തോറ്റുപോയി. അദ്ദേഹം ജീവിച്ചിരിപ്പുണ്ടോ എന്നുപോലും അറിയാൻ കഴിയാത്തതിൽ ലജ്ജ തോന്നി. എന്നാൽ സ്വപിതാവിന്റെ തിരോധാനത്തെക്കുറിച്ച് വേവലാതിയില്ലാത്ത ആർച്ചയുടെ നിസ്സംഗത അദ്ദേഹത്തെ വല്ലാതെ അത്ഭുതപ്പെടുത്തി. വിചാരണസമയത്ത് ഹാജരാവാതിരുന്ന ഉണ്ണികൃഷ്ണനും അതേക്കുറിച്ച് ആശങ്കയുള്ളതായി കാണുന്നില്ല. ഇരുവരും അപ്പോഴും കൊട്ടാരത്തിൽത്തന്നെയാണ് താമസം. ശങ്കരേശ്വരനെക്കുറിച്ച് അവർ രണ്ടുപേർക്കും എന്തെങ്കിലും സൂചനകൾ ലഭിച്ചിരിക്കുമോ എന്ന് അദ്ദേഹം സംശയിച്ചു.

ഏതാനും ദിവസങ്ങളായി അംബിക ജോലിത്തിരക്കിലായിരുന്നു. അറുപത്തിനാലു ഗ്രാമമുഖ്യർ സമർപ്പിച്ച കണക്കുകൾ ഏകീകരിക്കുകയും അണ, പൈ വ്യത്യാസമില്ലാതെ കൊട്ടാരത്തിലേക്ക് കണ്ടുകെട്ടാനുള്ള കുടിശ്ശിക കൃത്യമായി കണക്കാക്കുകയും ചെയ്തു. ഒരു ദിവസം കാര്യാലയത്തിൽ മറ്റാരുമില്ലാതിരുന്നപ്പോൾ ശങ്കരേശ്വരന്റെ തിരോധാനം സംബന്ധിച്ച് ആർച്ചയും ഉണ്ണിയും പുലർത്തുന്ന നിസ്സംഗതയെക്കുറിച്ച് കേളപ്പനാർ അംബികയുടെ മുന്നിൽ മനസ്സുതുറന്നു.

"തമ്പുരാനേ, അങ്ങ് ഊഹിച്ചത് സത്യമാണ്. എനിക്കും ഇക്കാര്യത്തിൽ നേരത്തേതന്നെ സംശയമുണ്ടായിരുന്നു. ശങ്കരേശ്വരൻ എനിക്ക് മാമൻ മാത്രമല്ല, ഗുരുവും കൂടിയാണ്. അദ്ദേഹത്തെയോർത്ത് ഞാൻ വല്ലാതെ വിഷമിച്ചിരുന്നു. അതേക്കുറിച്ച് മുമ്പൊരിക്കൽ ഞാൻ അങ്ങ

യോട് പറഞ്ഞതാണെന്ന് തോന്നുന്നു."

"അംബീ.. നീ എന്നിൽനിന്നും എന്തെങ്കിലും മറച്ചുവെക്കുന്നുണ്ടോ?"

"അങ്ങേക്ക് അങ്ങനെ തോന്നിയോ? അങ്ങയെ ആശയക്കുഴപ്പത്തിലാക്കാൻ ഞാൻ ആഗ്രഹിക്കുന്നില്ല."

"അംബികയ്ക്ക് എന്നോട് എന്തുംപറയാം. പക്ഷേ എനിക്ക് ആർച്ചയെ സംശയമുണ്ട്."

"എനിക്കും അങ്ങനെതോന്നി."

"പറയ്.. നിനക്ക് എന്താണ് തോന്നിയത്?"

"അവൾക്ക് കണ്ണപ്പനോട് പ്രണയമുണ്ടെന്ന് തോന്നുന്നു!"

"അത്ഭുതം തന്നെ.. ഇത് സത്യമാണോ? അതെങ്ങനെ സംഭവിച്ചു?"

"എന്റെയൊരു സംശയംമാത്രം."

"വിശദമായി പറയൂ.."

"മുമ്പൊരിക്കൽ ഹനുമാരമ്പലത്തിൽവച്ച് കണ്ണപ്പൻ അവളെ കണ്ടിരുന്നു. പ്രഥമദൃഷ്ട്യാ പ്രണയം എന്നൊക്കെ പുരാണകഥകളിൽ കേട്ടിട്ടില്ലേ? അങ്ങനെ സംഭവിച്ചതാകാം."

"അതെപ്പോൾ? അവർ തമ്മിൽ നേരത്തെ കണ്ടിരുന്നോ? ആട്ടെ.. ഇതെല്ലാം നിനക്ക് എങ്ങനെയറിയാം?"

"അന്ന് കണ്ണപ്പൻ അവളുടെ പേര് ചോദിച്ചു. അതിനെത്തുടർന്ന് അങ്ങ് അവനെ മർദ്ദിച്ചു. ഒരാളുടെ പേര് ചോദിച്ചതിന് ക്രൂരമായി തല്ലിയത് കടുത്തശിക്ഷയായി അവൾക്ക് തോന്നിയെന്ന് എന്നോടു പറഞ്ഞിരുന്നു."

"അത് കണ്ണപ്പനായിരുന്നോ?" കേളപ്പനാർ ആ സംഭവം ഓർത്തെടുത്തു.

"ശരിയാണ്.. അന്ന് ഹനുമാരമ്പലത്തിലെ സുരക്ഷാചുമതല എനിക്കായിരുന്നുവെന്നത് ഞാനോർക്കുന്നു. അവിവാഹിതയായ ഒരു പെൺകുട്ടിയുടെ പേര് ചോദിക്കുക മാത്രമല്ല ആ യുവാവ് അസാധാരണമായി പെരുമാറുകയും ചെയ്തു. ആ സമയം നീ അവിടെ ഉണ്ടായിരുന്നോ?"

"ഇല്ല.. തമ്പുരാനേ, അതൊന്നും എനിക്കറിയില്ല. എന്നാൽ ഇക്കാര്യം പിന്നീടൊരിക്കൽ വലിയ മനോവിഷമത്തോടെ ആർച്ച എന്നോട് പറയുകയുണ്ടായി."

"അതുകൊണ്ട് അവൾ അവനുമായി പ്രണയത്തിലായിരുന്നുവെന്ന് എങ്ങനെ പറയും?"

"രണ്ടോ മൂന്നോ തവണ ആർച്ച എന്നോട് ഈ സംഭവം പറഞ്ഞിരുന്നു. ഇനി കണ്ടാൽ അവനോട് ക്ഷമാപണം നടത്തണമെന്നും പറഞ്ഞു."

"മാപ്പ് പറയുകയോ? അതെന്തിന്..?"

"താൻ നിമിത്തമാണ് കണ്ണപ്പന് മർദ്ദനമേറ്റതെന്ന് ആർച്ച വിശ്വസിച്ചു. അപ്പോൾത്തന്നെ അവളുടെ പേര് പറഞ്ഞിരുന്നെങ്കിൽ ഈ ദുരന്തം സംഭവിക്കില്ലായിരുന്നു."

"അംബികാ.. നിങ്ങളും പറയുന്നു അതൊരു ദുരന്തമായിരുന്നുവെന്ന്..!"

"തമ്പുരാനേ, സത്യത്തിൽ അതൊരു വലിയ ശിക്ഷയായി എനിക്കും തോന്നി. ഒരുപക്ഷേ, കണ്ണപ്പന് അങ്ങയോടും ഏരുവേശ്ശിരാജ്യത്തോടും പ്രതികാരം ചെയ്യണമെന്ന ചിന്തയുടെ വിത്തുപാകിയത് ഈ സംഭവമാകാം.."

"നമുക്കെതിരേ ഒളിയുദ്ധം ചെയ്യുന്ന ചെറുശ്ശേരിതിലകന്റെ ചെറുമകനാണ് കണ്ണപ്പനെന്ന് അംബികേ.. നീ തന്നെയല്ലേ പറഞ്ഞത്?"

"അങ്ങ് ഒന്നുകൂടി ചിന്തിക്കൂ.. ഇക്കാലത്തെ ചെറുപ്പക്കാരാരെങ്കിലും പ്രായമുള്ളവർ പറയുന്നത് അതേപടി പ്രവർത്തിക്കാൻ ഇഷ്ടപ്പെടുന്നുണ്ടോ? ഇല്ല.. ഇനിയത് സ്വന്തം മുത്തച്ഛനാണെങ്കിൽപ്പോലും. തന്റേതായ കാരണമില്ലാതെ ഒരാളും മറ്റൊരാളുടെ താളത്തിനൊത്ത് തുള്ളുമെന്ന് കരുതാൻ വയ്യ..!"

"അതേ.. നീ പറഞ്ഞത് സത്യമായിരിക്കാം; അവന്റേതായ കാരണങ്ങളുണ്ടായിരിക്കും. അത് ആർച്ചയോടുള്ള പ്രണയംമൂലമായിരിക്കുമോ? അതോ ഞാൻ അവനെ തല്ലിയതുകൊണ്ടോ? അവന് എന്നോട് കടുത്ത വൈരാഗ്യമുണ്ടാവുമോ?"

"നമുക്ക് അങ്ങനെയും ചിന്തിക്കാമെന്നേ പറയാൻ പറ്റൂ. രോഗി ഇച്ഛിച്ചതും വൈദ്യൻ കല്പിച്ചതും ഒന്നായിത്തീർന്നു. പിന്നെ.. മാമനെക്കുറിച്ചുള്ള ആർച്ചയുടെയും ഉണ്ണിയുടെയും നിസ്സംഗത.. എനിക്ക് തോന്നുന്നത് അക്കാര്യം സംബന്ധിച്ച് ആർച്ചയ്ക്ക് എന്തെങ്കിലും വിവരം ലഭിച്ചിട്ടുണ്ടാകുമെന്നാണ്. അങ്ങനെയെങ്കിൽ തീർച്ചയായും ആർച്ച ഉണ്ണിയോട് പറയാതിരിക്കില്ല. മറ്റാരോടും ഒന്നും പറയാത്തത് അതുകൊണ്ടാവും."

"കണ്ണപ്പൻ നിന്നെ കൊല്ലാൻ ശ്രമിച്ചില്ലേ? അവൻ കാരണമല്ലേ അംബികേ നിന്റെ അച്ഛൻ മരിച്ചത്?"

"കണ്ണപ്പന് ആർച്ചയോടുള്ള പ്രണയമാണ് ഇതിനെല്ലാം മൂലകാരണം. എന്ത് ചെയ്യാൻ? എന്റെ അച്ഛന് ആയുസ്സ് കുറവായിരുന്നു. അദ്ദേഹം മരിച്ചുപോയെന്ന് തമ്പുരാൻ കരുതിയോ?"

"നീ എന്താണ് പറഞ്ഞുവരുന്നത്?"

"തിരുമനസ്സേ.. എന്റെ അച്ഛൻ മരിച്ചിട്ടില്ല; ഇപ്പോഴും എന്നോടൊപ്പമുണ്ട്, എന്റെ ഹൃദയത്തിൽ.. അദ്ദേഹം ഒരിക്കലും എന്നെ വിട്ടുപോകില്ല."

"അംബികാ, അങ്ങനെ സ്വീകരിക്കാൻ നീ പക്വതയാർജ്ജിച്ചിരിക്കുന്നു. ഉന്നതമായ മനസ്സുള്ളവർക്കേ അതിന് കഴിയൂ.."

"തമ്പുരാനേ, ഞാനിവിടെ നില്ക്കുന്നത് എന്തിനാണെന്ന് അങ്ങേക്കറിയുമോ?"

"പറയൂ...നാം കരുതുന്നത് അംബിക ഏരുവേശ്ശികൊട്ടാരത്തിലെ ഉന്നതസ്ഥാനം അലങ്കരിക്കുന്ന വ്യക്തിയാണെന്നാണ്."

"യഥാർത്ഥകാരണം അതൊന്നുമല്ല പ്രഭോ. അങ്ങയിൽനിന്ന് ഒന്നും മറച്ചുവെയ്ക്കാൻ ആഗ്രഹിക്കുന്നില്ല. എന്റെ ജീവൻ രക്ഷിച്ച രാജകുമാരനെ ഞാൻ എത്രമാത്രം സ്നേഹിച്ചിരുന്നുവെന്ന് എപ്പോഴെങ്കിലും മന

സ്സിലാക്കിയിട്ടുണ്ടോ? തമ്പുരാന്റെ വിവാഹം കഴിഞ്ഞശേഷവും അതിൽ മാറ്റമില്ല. എന്റെ സ്നേഹത്തെ അങ്ങയോടുള്ള വിശ്വസ്തതയായി ഞാൻ മാറ്റിയെടുത്തു. അങ്ങ് ആജ്ഞാപിച്ചാലും ഞാൻ ഇവിടം വിട്ടുപോവില്ല. കാരണം ഇവിടെയിരിക്കാൻ എന്നോട് കല്പിച്ചത് ഹനുമാൻസ്വാമിയാണ്. അങ്ങയെയും ചീരുമന്നത്തിയെയും സഹായിക്കാൻ സ്വാമികൾ എന്നോട് നിർദ്ദേശിച്ചു.

തന്നിൽ അംബികയ്ക്ക് എത്രമാത്രം വിശ്വാസമുണ്ടെന്നറിഞ്ഞ് കേള പ്പനാർ അമ്പരന്നു.

“അംബികാ, ഞാൻ നിന്നോട് ഏതെങ്കിലും ചെറുപ്പക്കാരനെ വിവാഹം കഴിക്കാൻ ആവശ്യപ്പെട്ടാൽ അനുസരിക്കില്ലേ..?”

“അതിനുപകരം എന്നെ കൊല്ലുന്നതാണ് നല്ലത്. എന്റെ മനസ്സിൽ അങ്ങാണ് ദൈവം. പിന്നെങ്ങനെയാണ് മറ്റൊരാളെ വിവാഹം കഴിക്കുക? ശാരീരികബന്ധത്തിലൂടെ മാത്രമേ പ്രണയസാക്ഷാൽക്കാരം പൂർണ്ണമാവൂ എന്നുണ്ടോ? അങ്ങ് ആവശ്യപ്പെടുകയാണെങ്കിൽ മരിക്കാൻപോലും ഞാൻ തയ്യാറാണ്. പക്ഷേ, ഒന്നറിയുക.. നിങ്ങളുടെ കുടുംബത്തിൽ ഞാനൊരിക്കലും ശല്യമാവില്ല. അങ്ങയുടെ ഭാര്യയെ എന്റെ സഹോ ദരിയെപ്പോലെ ശുശ്രൂഷിക്കും, നിങ്ങളുടെ മക്കളെ എന്റെ മക്കളായിക്കണ്ട് വളർത്തും. ഇത്രയൊക്കെ പറഞ്ഞിട്ടും മനസ്സിലായില്ലെങ്കിൽ ഞാൻ ഒരു പ്രഹേളിക ആണെന്ന് കരുതിക്കോളൂ. എന്റെ മരണംവരെ തമ്പുരാനെയും ഏരുവേശ്ശിരാജ്യത്തെയും സേവിക്കാനാണ് എന്റെ നിയോഗമെന്ന് ഞാൻ വിശ്വസിക്കുന്നു.”

കണ്ണീർ പൊടിഞ്ഞ മിഴിക്കോണുകൾ അംബിക കാണാതിരിക്കാൻ കേളപ്പനാർ തലവെട്ടിച്ച് അകലേക്ക് നോക്കിനിന്നു. ഒരു രാജാവെന്നനില യിൽ തന്റെ വികാരങ്ങൾ മറ്റുള്ളവരറിയരുത്. ഇനി ഒരുപക്ഷേ, എന്തെ ങ്കിലും ഉരിയാടിയാൽ പതറിപ്പോകും. അദ്ദേഹം പണിപ്പെട്ട് വികാരമടക്കി. തലകുനിച്ച് തന്റെ കാര്യാലയത്തിലേക്ക് പോയി. ഇതുകണ്ട അംബികയും സങ്കടപ്പെട്ടു. എന്നാൽ തന്റെ വികാരങ്ങൾ മറ്റുള്ളവരിൽനിന്ന് മറച്ചുവെ ക്കാൻ അവൾക്ക് എളുപ്പത്തിൽ കഴിയാറുണ്ട്. അതേസമയം അവരുടെ സംഭാഷണം മുഴുവൻ തൊട്ടപ്പുറത്തുനിന്ന് ചീരുമന്നത്തി കേൾക്കുന്നുണ്ടാ യിരുന്നു.

എന്തൊരു പ്രൗഢമായ വ്യക്തിത്വമാണ് അംബികയുടേതെന്ന് മന്നത്തി ചിന്തിച്ചു. സ്വന്തം പിതാവിനെ നഷ്ടപ്പെട്ടതും തന്റെ പ്രണയനഷ്ട വുമെല്ലാം സമചിത്തതയോടെ നേരിട്ടു. അതൊന്നും അവളെ ബാധിച്ചില്ല. അവൾ എല്ലാദിവസവും ഹനുമാൻചാലിസ ചൊല്ലി. മന്നനാരോട് അവൾ ക്കുണ്ടായ ഇഷ്ടത്തെ വിശ്വസ്തതയാക്കി മാറ്റി. മഹത്തായ ഏരുവേശ്ശി രാജ്യത്തെ നിസ്വാർത്ഥമായി സേവിക്കാൻ അവൾ ആഗ്രഹിക്കുന്നു. എനിക്ക് ഈ ജീവിതം, ഈ പദവി, എല്ലാം തന്നത് അവളാണ്. ഞാനെ ങ്ങനെ അവളെ വെറുക്കും? ഒരു സാഹചര്യത്തിലും എനിക്ക് ഇവളെ ഉപേക്ഷിക്കാൻ കഴിയില്ല. എന്നാൽ ആർച്ച? അവളെക്കുറിച്ച് ഒരു പുന

രാലോചന നടത്തേണ്ടിയിരിക്കുന്നു. ഇല്ലെങ്കിൽ അത് ഏരുവേശ്ശിരാജ്യത്തിന്റെ ഭാവിക്ക് ദോഷം ചെയ്തേക്കും.

വൈകുന്നേരം കേളപ്പനാർക്ക് പൂന്തറയിൽ പോകണമെന്നുതോന്നി. ചീരുമന്നത്തിയും ഒപ്പംകൂടി. അപ്രതീക്ഷിതമായി അവിടേക്ക് കളരിഗുരുക്കൾ എത്തിച്ചേർന്നു.

"ഗുരുജി, സുഖമാണോ?"

"തമ്പുരാനേ സുഖമാണ്. അങ്ങയോടുമാത്രം എനിക്ക് ചില കാര്യങ്ങൾ പറയാനുണ്ട്." ചീരുമന്നത്തിയെ ശ്രദ്ധിച്ചുകൊണ്ട് ഗുരുജി പറഞ്ഞു. പറയേണ്ടതിനാൽ രാജ്ഞി തിരിച്ചുപോകുമെന്ന് അദ്ദേഹം പ്രതീക്ഷിച്ചു.

"ഇവൾ എന്റെ പ്രിയപ്പെട്ട ഭാര്യ ചീരുവാണ്. ഇവളിൽനിന്ന് ഒന്നും മറച്ചുവയ്ക്കാൻ ഞാൻ ആഗ്രഹിക്കുന്നില്ല. താങ്കൾക്ക് എന്താണ് അറിയിക്കാനുള്ളതെന്ന് പറയൂ."

"തമ്പുരാനേ, ശങ്കരേശ്വരൻ മരിച്ചോ അതോ ജീവിച്ചിരിപ്പുണ്ടോ?"

"ആരു പറഞ്ഞു അദ്ദേഹം മരിച്ചുവെന്ന്, അക്രമികൾ തട്ടിക്കൊണ്ടുപോയി. പക്ഷേ, ഞങ്ങൾക്ക് അയാളെ കണ്ടുപിടിക്കാൻ കഴിഞ്ഞില്ല."

"അദ്ദേഹം തിലകന്റെ തടങ്കലിലാണുള്ളത്."

"അതെങ്ങനെ നിങ്ങൾക്കറിയാം..?"

"നിങ്ങൾ തിലകന്റെ ചെറുമകൻ കണ്ണപ്പനെ തടവിലാക്കി; പകരം നിങ്ങളിൽനിന്ന് ശങ്കരേശ്വരനെ അയാൾ തട്ടിയെടുത്തു."

"ഞാൻ ശങ്കരേശ്വരന്റെ പൗത്രനല്ല."

"എന്നാൽ ശങ്കരേശ്വരന്റെ മകനും മകളും നിങ്ങളുടെ തടങ്കലിലാണല്ലോ..!"

"തടങ്കലിലോ..? അവർക്ക് ഏതുസമയത്തും കൊട്ടാരംവിട്ട് പോകണമെന്ന് തോന്നിയാൽ അതിനുള്ള സ്വാതന്ത്ര്യമുണ്ട്."

"അങ്ങയോട് അക്കാര്യം പറയാൻ അവർ ഭയപ്പെടുന്നു."

"അവർ പോകാൻ ആഗ്രഹിക്കുന്നിടത്തേക്ക് അയക്കാൻ ഞാൻ തയ്യാറാണ്."

"ചെറുതാഴത്തേക്ക് പോകണമെന്ന് അവർ ആഗ്രഹിച്ചാൽ..?"

"സംശയമെന്ത്..? അവർ തീരുമാനിച്ചാൽ പോയ്ക്കോട്ടെ.. അവർ ഇവിടെത്തന്നെ താമസിക്കണമെന്ന് എനിക്ക് നിർബ്ബന്ധമില്ല. ആട്ടെ... ഇതൊക്കെ എന്നോട് പറയാൻ നിങ്ങളാരാണ്?"

"തമ്പുരാനേ, ഞാൻ താങ്കളുടെ നല്ലൊരു അഭ്യുദയകാംക്ഷിയാണ്. ചെറുശ്ശേരി തിലകനുമായി ബന്ധങ്ങളുള്ള വ്യക്തികളെ സംരക്ഷിച്ചാൽ അങ്ങ് ദു:ഖിക്കേണ്ടിവരും. അതേ.. അവരെ നിങ്ങൾ നിരീക്ഷിക്കുക. അവർ അരമനയിൽനിന്ന് തിലകന് ഇടയ്ക്കിടെ വിവരങ്ങൾ അയക്കുന്നുണ്ട്."

"എന്താ? എന്തിനാ അവർ അങ്ങനെ ചെയ്യുന്നത്?"

"അരമനയെക്കുറിച്ച് അവർ ഇടയ്ക്കിടെ വിവരം അയച്ചില്ലെങ്കിൽ ശങ്കരേശ്വരൻ വധിക്കപ്പെടും."

"ആരാണ് ഭീഷണിപ്പെടുത്തുന്നത്?"

"ചെറുശ്ശേരി തിലകൻ."

"അവനിപ്പോൾ എവിടെയാണ്?"

"ഹ ഹ.. അതു കൊള്ളാം.. തമ്പുരാനെ.. അങ്ങയുടെ പടയാളികൾ രാപ്പകലെന്യേ അന്വേഷിച്ചിട്ടും കണ്ടെത്താൻ കഴിയാത്ത കാര്യം എനിക്കെങ്ങനെ അറിയാനാണ്..? ഒരുപാട് കഷ്ടപ്പെട്ട് കിട്ടിയ ഈ വിവരം അങ്ങയെ അറിയിക്കാൻ വന്ന ഞാനാണ് വിഡ്ഢി. ഈ കുട്ടികളെ ചെറുതാഴത്ത് അയക്കൂ. എന്നിട്ട് തുടർന്നും അവരെ നിരീക്ഷിക്കാനുള്ള ഏർപ്പാടുകൾ ചെയ്യണമെന്നാണ് എന്റെ അപേക്ഷ."

കേളപ്പനാർ ആശയക്കുഴപ്പത്തിലായി. ഈ പറഞ്ഞത് ശരിയാണെങ്കിൽ അവരെ കൊട്ടാരത്തിൽ പാർപ്പിക്കരുത്, ഉടൻതന്നെ ചെറുതാഴത്തേക്ക് തിരിച്ചയക്കണം.

"തമ്പുരാനേ, എനിക്ക് ഒരു ജീവിതരഹസ്യം കൂടി പറയാനുണ്ട്."

"എന്നെ കളരി പഠിപ്പിച്ച നല്ല ഗുരുവാണ് താങ്കൾ. എനിക്ക് നന്മ വരുന്ന കാര്യങ്ങളേ പറയൂ എന്ന് ഞാൻ വിശ്വസിക്കുന്നു."

"കളരിയിൽ അങ്ങേക്ക് സ്വായത്തമാക്കാൻ സാധിക്കാതിരുന്ന ചില വിദ്യകൾ പഠിപ്പിച്ചുതരാൻ ഞാൻ ആഗ്രഹിക്കുന്നു. അതുവഴി ആയുസ്സ് വർദ്ധിപ്പിക്കാനും കുറേക്കാലത്തേക്കെങ്കിലും മരണത്തെ തടഞ്ഞുനിർത്തുന്നതിനും കഴിയും."

"അത്ഭുതം..!അതെങ്ങനെ സാധിക്കും?"

"അങ്ങ് എന്റെകൂടെ ഒറ്റയ്ക്ക് വന്നാൽ ഞാൻ പഠിപ്പിച്ചുതരാം."

"നമുക്ക് എപ്പോഴാണ് പോകേണ്ടത്?"

"അർദ്ധരാത്രിയിൽ തമ്പുരാൻ ഇവിടെ വരണം.. ഞാൻ കാത്തുനില്ക്കാം.."

ചെറുശ്ശേരി തിലകന്റെ മറ്റൊരു തന്ത്രത്തിൽ കുടുങ്ങിയത് മനസ്സിലാക്കാതെ മന്നനാർ സമ്മതംമൂളി. പാതിരാത്രിയിൽ കേളപ്പനാർ ഉറക്കമുണർന്നു. സുഖനിദ്രയിലാണ് ചീരു. അവളെ ശല്യപ്പെടുത്താതെ അദ്ദേഹം പുറത്തിറങ്ങി. അക്ഷമനായി പൂത്തറയിൽ ഗുരു തന്നെ കാത്തിരിക്കുന്നത് അദ്ദേഹം കണ്ടു. പൂത്തറ അവസാനിക്കുന്നിടത്ത് കാട് പിടിച്ച, ഉപയോഗശൂന്യമായ മണ്ഡപം. കാടുകൾ വകഞ്ഞുമാറ്റി മണ്ഡപത്തിന്റെ വാതിൽതുറന്ന് ഗുരുജി അകത്തുകയറി. പിന്നാലെ മന്നനാരും. അകത്തുനിന്ന് ഗുരുജി വാതിൽപൂട്ടി. കേളപ്പനാർ അമ്പരന്നു. മണ്ഡപത്തിൽനിന്ന് പുറത്തേക്കുപോകാൻ ഒരു വഴിയുണ്ടെന്ന് അദ്ദേഹത്തിനറിയില്ലായിരുന്നു. മാതുലനും ഇതേക്കുറിച്ച് പറഞ്ഞിട്ടില്ല. പടവുകളിറങ്ങിയ ഗുരുവിന് പിന്നാലെ കേളപ്പനാരും സാവകാശം നടന്നു.

നികുതികുടിശ്ശികയുടെ കണക്കുകൾ ക്രോഡീകരിച്ച് അംബിക കാര്യാലയത്തിൽനിന്ന് പുറത്തിറങ്ങി. അകലെയെവിടെയോ കാലൻകോഴി കൂവി. നേരം പാതിരാത്രി കഴിഞ്ഞതായി അവൾക്കു മനസ്സിലായി. പൊടുന്നനെ പൂത്തറയുടെയറ്റത്ത് ധൃതിയിൽ രണ്ടുപേരുടെ നിഴലനക്കം അവളുടെ ശ്രദ്ധയിൽപെട്ടു. അതിലൊന്ന് കേളപ്പനാരാണെന്ന് അവൾ

ക്കുറപ്പായിരുന്നു. പക്ഷേ, അപരൻ ആരാണ്? അംബിക അവരെ അനുഗമിച്ചു. തങ്ങൾ മുമ്പൊരിക്കലും ശ്രദ്ധിക്കാത്ത ഒരു മണ്ഡപത്തിനുള്ളിലേക്ക് പോകുകയാണ് അവർ. മണ്ഡപത്തിന്റെ വാതിൽ അവൾ തുറക്കാൻ ശ്രമിച്ചു. പക്ഷേ, അകത്തുനിന്ന് പൂട്ടിയിരിക്കയാണ്. അവൾ വിഷണ്ണയായി ഏതാനും നിമിഷം നിന്നശേഷം തിരിച്ചുപോയി.

മന്നനാരും ഗുരുജിയും മണ്ഡപത്തിൽനിന്ന് യാത്രതിരിച്ച് ഭൂഗർഭപാതയിലൂടെ ഏതാനും ദൂരം പിന്നിട്ടപ്പോൾ മറ്റൊരു മണ്ഡപത്തിൽ എത്തിച്ചേർന്നു. അവിടെ ഒന്നുരണ്ടാളുകൾ അവരെ കാത്തിരിക്കുന്നു. അതിലൊരാൾ രണ്ടുപേർക്കും കുടിക്കാൻ പാനീയം നല്കി. കേളപ്പനാരോട് അത് കഴിച്ചോളൂ എന്ന് ഗുരുജി ആംഗ്യംകാണിച്ചു. യഥാർത്ഥത്തിൽ മധുരമുള്ള പഴച്ചാറിൽ കൂടിയ അളവിൽ മദ്യം ചേർത്ത പാനീയമായിരുന്നു അത്.

“ഗുരോ, നമ്മളിപ്പോൾ എവിടെയാണ്?” കേളപ്പനാരുടെ നാവ് കുഴഞ്ഞു.

“നമ്മൾ സ്വർഗ്ഗതുല്യമായ സ്ഥലത്താണ്. ഏരുവേശ്ശിനദിയുടെ താഴെ..”

“എന്താ.. ഏരുവേശ്ശിനദി നമ്മുടെ തലയ്ക്ക് മുകളിലൂടെ പോകുകയാണോ?”

“അതിലും ഉയരത്തിലാണ് തമ്പുരാനേ.. വിഷമിക്കേണ്ടാ.. നമ്മൾ പുഴയിൽ വീഴില്ല.”

കേളപ്പനാർക്ക് മത്തുപിടിച്ചെന്ന് ഗുരുജിക്ക് മനസ്സിലായി. അയാൾക്ക് ചിലതൊക്കെ ഇനിയും ചെയ്തു തീർക്കാനുണ്ടായിരുന്നു. മറ്റുള്ളവരോട് പുറത്തിറങ്ങാനാവശ്യപ്പെട്ടു. അവർ സ്ഥലംവിട്ടതോടെ കേളപ്പനാരുടെ തലയുടെ പിന്നിൽ ഒരു പ്രത്യേകസ്ഥാനത്ത് വിരലമർത്തി. മന്നനാരെ വധിക്കരുതെന്നും ദീർഘകാലം ബോധമില്ലാത്തനിലയിലേക്ക് മാറ്റിത്തീർക്കണമെന്നുമാണ് തിലകന്റെ നിർദ്ദേശം. അങ്ങനെയായാൽ രാജാവിനെ അപകീർത്തിപ്പെടുത്താനും രാജ്യത്തിൽ അരാജകത്വം വളരാനുമിടയാവും. അർദ്ധബോധവും പാതിജീവനുമായി കേളപ്പനാർ കണ്ണുതുറന്നു. അപ്പോൾ ഗുരുജി മന്നനാരുടെ നെറ്റിയിലെ ഞരമ്പിൽ പരമാവധി അമർത്തി. അതോടെ അദ്ദേഹത്തിന്റെ ജോലി പൂർത്തിയായി. ഇതൊന്നുമറിയാതെ കേളപ്പനാർ വീണ്ടും ഗാഢനിദ്രയിലാണ്ടു.

മുപ്പത്തി ഒന്ന്

കാണാനും കേൾക്കാനും കഴിയുന്നുണ്ട്. പക്ഷേ, ചലനമില്ല, സംസാരശേഷിയുമില്ല. കൊട്ടാരത്തിലെ പട്ടുമെത്തയിൽ അയാൾ ജീവച്ഛവമായി കിടന്നു. ചിന്തിക്കാനുള്ള ശേഷി ബാക്കിയായത് ഭാഗ്യമായി. താൻ എങ്ങനെ ഇവിടെയെത്തി? നടന്നതെല്ലാം സ്വപ്നമായിരുന്നോ? ആരാണ് തന്നെ തിരികെക്കൊണ്ടുവന്നത്? ചീരുവും അംബികയും മറ്റ് സ്ത്രീജനങ്ങളും കരഞ്ഞുകൊണ്ട് ചുറ്റും കൂടിയിരിക്കുന്നു. എന്തെങ്കിലുമൊക്കെ പറയണമെന്നുണ്ട്, പക്ഷേ, നാവനങ്ങുന്നില്ല. ഗുരുജിയുടെ നിർദ്ദേശപ്രകാരം അവർ നല്കിയ പാനീയം കുടിച്ചത് ഓർമ്മയുണ്ട്. വിശ്വസിച്ച് കൂട്ടിക്കൊണ്ടുപോയയാൾ ചതിച്ചിരിക്കുന്നു. മാതാ,പിതാ, ഗുരു.. ഇവർ ദൈവമാണെന്ന് കുഞ്ഞുന്നാളിൽ മാതുലൻ പഠിപ്പിച്ചുതന്നിട്ടുണ്ട്. ദൈവത്തെപ്പോലെ കണക്കാക്കി കൂടെപ്പോയ ശിഷ്യനെ ജീവച്ഛവമാക്കി മാറ്റിത്തീർത്തത് ഏത് നീതിശാസ്ത്രപ്രകാരമാണ്? പഠിപ്പിച്ച കളരിമുറകൾ ഒരിക്കലും ഗുരുവിനുനേരെ പ്രയോഗിക്കരുതെന്ന് പ്രതിജ്ഞയെടുപ്പിച്ച ഗുരുതന്നെ ശിഷ്യനുനേരെ പ്രയോഗിക്കുന്ന വിരോധാഭാസം. അദ്ദേഹം ഉത്തമനായ ഒരു ഗുരുവല്ലെന്ന് തീർച്ച. ശത്രുപക്ഷത്തിന്റെ ചാരനാണയാൾ.. കേളപ്പനാർ പറ്റിപ്പോയ അബദ്ധമോർത്ത് സ്വയം പരിതപിച്ചു.

ഒരു മയക്കം കഴിഞ്ഞുണർന്നപ്പോൾ അദ്ദേഹത്തിന്റെ ചിന്താശേഷിക്കും ഉലച്ചിൽ വന്നുതുടങ്ങി. ഓർമ്മകളിലെ ചിത്രങ്ങൾക്ക് ക്ലാവുപിടിച്ച മാതിരി മങ്ങലേൽക്കുന്നു. പുഴയിലെ ഓളത്തുടിപ്പിലെന്നപോലെ ചീരുവിന്റെയും അംബികയുടെയും മുഖം ഇളകിയാടി വികൃതമാവുന്നതായി തോന്നി. പുഴയിലൊരു ചുഴി രൂപംകൊള്ളുന്നു. അതിനുള്ളിലേക്ക് പുന്തറയിൽനിന്നുള്ള പടവുകൾ നീണ്ടുപോവുകയാണ്. അവിടെയൊരു ഭീമാകാരനായ രാക്ഷസൻ. വാ പിളർന്ന് അത് അദ്ദേഹത്തെ വിഴുങ്ങാനാഞ്ഞു.

പൊടുന്നനെ അദ്ദേഹം അലറിവിളിച്ചു. പക്ഷേ, നിലവിളി തൊ യിൽ കുരുങ്ങി. പിന്നെ ബോധരഹിതനായി.

രാജാവില്ലാത്ത പ്രജകളായി ഏരുവേശ്ശി മാറിയിരിക്കുന്നുവെന്ന് അംബികയ്ക്കു തോന്നി. ഇതിൽനിന്ന് മുക്തനാവാൻ അദ്ദേഹത്തിനു കഴിയുമോ? തീർച്ചയില്ല. ഒരിക്കൽ മരണക്കുഴിയിൽ വീണപ്പോൾ കണ്ണപ്പനാണ് രക്ഷിച്ചത്. ഇപ്പോൾ മറ്റാർക്കും സഹായിക്കാൻ കഴിയാത്തവിധം വേറൊരുതരത്തിലുള്ള മരണക്കുഴിയിൽ വീണിരിക്കുന്നു. ഇന്നോളം സവർണ്ണരാജാക്കന്മാർമാത്രം ഭരിച്ച ഭാരതഖണ്ഡത്തിലെ ഒരുനാട്ടുരാജ്യം നൂറ്റാ ുകളോളം നാടുവാണ ഒരേയൊരു തീയരാജവംശമെന്ന് ചരിത്രത്തിലറിയപ്പെടേ മന്നനാർവംശം അസ്തമിക്കുകയാണോ? രാജ്യത്തെ രക്ഷിക്കാൻ എന്തെങ്കിലും സാദ്ധ്യതയുേ ാ? അംബിക ആലോചിച്ചു. ചെറുതാഴത്തെ ഹനുമാരമ്പലത്തിലെ മണ്ഡപത്തിൽവച്ച് സന്ന്യാസി പറഞ്ഞത് അവൾക്കോർമ്മവന്നു. ഇത് ശാപമാണ്, പ്രതികാരമാണ്.. തലമുറകളുടെ പ്രതികാരം. അത് തടയാൻ ആർക്കും കഴിയില്ല. മന്നനാർവംശത്തിന്റെയും ഏരുവേശ്ശിയുടെയും വിധിയാണത്രേ!

അന്ന് കേളപ്പനാർ മണ്ഡപത്തിലൂടെ പോയ ഉടൻതന്നെ അംബിക ചീരുമന്നത്തിയെ വിവരമറിയിച്ചു. പടയാളികളോടൊപ്പം പൂത്തറയിലേക്ക് ചെന്ന് മണ്ഡപത്തിലെ പൂട്ടിയിട്ട വാതിലുകൾ ബലമായി തുറന്നു. കൊട്ടാരത്തിനുവെളിയിലേക്ക് പോകാൻ ഇങ്ങനെയൊരു ഭൂഗർഭപാതയുണ്ടെന്ന് ഭടന്മാർക്കുപോലും അറിവുണ്ടായിരുന്നില്ല. അവർ ഭൂഗർഭവഴിയിലൂടെ നടന്ന് ഒടുവിൽ കൽമണ്ഡപത്തിലെത്തിച്ചേർന്നു. അവിടെ ഏകനായി അബോധാവസ്ഥയിൽ വെറും മണ്ണിൽ കിടക്കുകയായിരുന്നു കേളപ്പനാർ. അംബികയ്ക്ക് കരച്ചിൽ അടക്കാനായില്ല. ഗുരുവിന്റെ വഞ്ചനയ്ക്ക് ഇരയാവുന്നത് തടയാൻ തനിക്ക് കഴിഞ്ഞില്ലല്ലോ എന്നവൾ പരിതപിച്ചു. എന്തുചെയ്യും? പലപ്പോഴായി അദ്ദേഹം ചെന്നുചാടുന്ന കുരുക്കിൽനിന്ന് പിന്മാറ്റാൻ അവൾ ശ്രമിച്ചിട്ടുണ്ട്. എന്നാൽ ഇത്തവണ വിഫലമായി. പട്ടാളക്കാർ അദ്ദേഹത്തെ ഒരു കൊച്ചുകുട്ടിയെപ്പോലെ വാരിയെടുത്ത് കൊട്ടാരത്തിലേക്ക് തിരികെ കൊണ്ടുപോയി.

അംബികയുടെ ഹൃദയം തകർന്നു. തിരികെവന്നപ്പോൾ കൊട്ടാരത്തിൽ ആർച്ചയേയും ഉണ്ണിക്കൃഷ്ണനേയും കാണാനില്ല. തന്നെ തനിച്ചാക്കി അവർ എങ്ങോട്ടായിരിക്കും പോയിട്ടുണ്ടാവുക? ചെറുതാഴത്തേക്ക് തിരിച്ചുപോയോ? അവൾ കുറേനേരം കരഞ്ഞു. പെട്ടെന്നുതന്നെ മനസ്സാന്നിദ്ധ്യം വീണ്ടെടുത്ത് ആർച്ചയും ഉണ്ണികൃഷ്ണനും അവരുടെ വീടുകളിലുണ്ടോയെന്ന് ഉറപ്പാക്കാൻ ചെറുതാഴത്തേക്ക് പടയാളികളെ അയച്ചു.

വൈകുന്നേരം പട്ടാളക്കാർ നിരാശയോടെ തിരിച്ചെത്തി. അവിടെയും അവരുണ്ടായിരുന്നില്ല. കേളപ്പനാരെ ഈ നിലയിലാക്കിയതിനുപിന്നിൽ ആരാണെന്ന് കണ്ടെത്തണം. അതിന് ഒരിക്കൽക്കൂടി കേളപ്പനാർ ബോധരഹിതനായി കാണപ്പെട്ട സ്ഥലത്തേക്ക് പോകേണ്ടതുണ്ട്. ഇത്തവണ അംബിക ഒറ്റയ്ക്കാണ് പോയത്. വാതിൽ തുറന്ന് അകത്തുകയറി.

മുകളിൽനിന്ന് വെളിച്ചം അരിച്ചിറങ്ങുന്നുണ്ടായിരുന്നു. ഭൂഗർഭപാതയിലെ ഓരോതരിയും സൂക്ഷ്മമായി നിരീക്ഷിച്ചെങ്കിലും അസാധാരണമായി ഒന്നും അവൾക്ക് കണ്ടെത്താനായില്ല. പതുക്കെ മുന്നോട്ടുതന്നെ നടന്നു. കേളപ്പനാരുടെ കൂടെയുണ്ടായിരുന്ന ആൾ ഏതു വഴിയിലൂടെയാവും പുറത്തേക്ക് പോയിരിക്കുക? ഇതിനുള്ളിൽ വേറെ വല്ല ഗുഹാമാർഗ്ഗങ്ങൾ ഉണ്ടായിരിക്കുമോ? അയാളെക്കൂടാതെ മറ്റ് ആളുകൾ ഉണ്ടാവാൻ സാദ്ധ്യതയില്ലേ? ഉണ്ടെങ്കിൽ അവരെങ്ങനെ ഇവിടേക്ക് എത്തിച്ചേർന്നു? സംശയങ്ങൾ ഒരുപാട് ഉണ്ടായിരുന്നു.

മുന്നോട്ടുപോകുന്തോറും അവൾക്ക് തണുപ്പ് അനുഭവപ്പെടാൻ തുടങ്ങി. മുകളിൽനിന്ന് വെള്ളമൊഴുകുന്ന നേർത്തശബ്ദം കേട്ടു. അവൾ സൂക്ഷ്മമായിനോക്കി. താനിപ്പോൾ ഏരുവേശ്ശിനദിയുടെ താഴെയാണെന്ന് അവൾ ഊഹിച്ചു. മണ്ഡപം കഴിഞ്ഞ് പിന്നെയും വഴി നീണ്ടുകിടക്കുകയാണ്. അവസാനം ഇത് എവിടെയെത്തിച്ചേരുമെന്നറിയാൻ അവൾക്ക് ആകാംക്ഷയേറിവന്നു. കൂടുതൽ ആളുകളുണ്ടായിരുന്നെങ്കിൽ ഈ വഴിയായിരിക്കും രക്ഷപ്പെട്ടിട്ടുണ്ടാവുകയെന്ന് ഉറപ്പാണ്. അടുത്ത ചുവടുവെച്ച നിമിഷം. തലയുടെ പിന്നിൽ ശക്തമായ പ്രഹരമേറ്റ് ഇടിവെട്ടേറ്റപോലെ അവൾ തരിച്ചുപോയി.. പട്ടാളക്കാരുടെ സഹായമില്ലാതെ തനിയേവന്നത് തികഞ്ഞ വിഡ്ഢിത്തമായിപ്പോയെന്ന് ബോദ്ധ്യപ്പെട്ട ആ നിമിഷം തന്റെ ശിരസ്സ് കഷണങ്ങളായി ചിതറിപ്പോയതുപോലെ അവൾക്ക് അനുഭവപ്പെട്ടു. ഉള്ളിലെവിടെയോ ഒരു അഗ്നിപർവ്വതം പൊട്ടിത്തെറിച്ചു. അതിന്റെ ചുടുപ്രവാഹത്തിൽ അവളൊഴുകി, പതിയെ ബോധരഹിതയായി നിലം പതിച്ചു.

കേളപ്പനാരുടെ അവസ്ഥയെക്കുറിച്ച് സംസാരിക്കാനാണ് ചീരു അംബികയുടെ വാസസ്ഥലത്ത് ചെന്നത്. പക്ഷേ, അവളവിടെയും ഉണ്ടായിരുന്നില്ല. കാര്യാലയത്തിലുണ്ടാവുമെന്ന് കരുതി ചെന്നപ്പോൾ അവിടെയും കണ്ടില്ല. ആരോടും ഒന്നുംപറയാതെ ഇവൾ എങ്ങോട്ടുപോയെന്ന് മന്നത്തി അന്തംവിട്ടു. കേളപ്പനാർക്ക് എന്താണ് സംഭവിച്ചതെന്ന് തിരിച്ചറിയാൻ ഇനിയും കഴിഞ്ഞിട്ടില്ല. ഏതുവിധേനയും അത് കണ്ടെത്താൻ ശ്രമിച്ചുകൊണ്ടിരിക്കുന്ന അംബികയും അപ്രത്യക്ഷമായിരിക്കുന്നു. അദ്ദേഹത്തിന് ഒട്ടേറെ ക്ഷതങ്ങളേറ്റിട്ടുണ്ടെന്ന് വൈദ്യർ പറഞ്ഞിരുന്നു. കൃത്യമായ സമയങ്ങളിൽ മരുന്നുകൾ നൽകാൻ നിർദ്ദേശിച്ചതല്ലാതെ ക്ഷതമേറ്റത് എന്തുകൊണ്ട്, എങ്ങനെ തുടങ്ങിയ കാര്യങ്ങൾ അനുമാനിക്കാൻ വൈദ്യന് കഴിഞ്ഞിട്ടില്ല.

മന്നത്തിയും ഭടന്മാരുംചേർന്ന് കൊട്ടാരവും ചുറ്റുപാടുകളും വിശദമായി പരിശോധിച്ചു. എവിടെയും അംബികയെ കാണാനായില്ല. പറയാതെ പോവില്ലെന്നറിയാമെങ്കിലും, ചെറുതാഴത്തെങ്ങാനും പോയിരിക്കുമോ എന്ന സംശയത്തിൽ ഏതാനും ഭടന്മാരെ അങ്ങോട്ടേക്കയച്ചു. നിരാശയോടെ അവർ മടങ്ങിവന്നു. എന്തുചെയ്യുമെന്നറിയാതെ രാത്രിമുഴുവൻ ഉറക്കമില്ലാതെ മന്നത്തി തല പുകഞ്ഞാലോചിച്ചു. ഈ ഘട്ടത്തിൽ

ആകെയൊരാശ്രയം അംബികയായിരുന്നു. രാജാവിനുപുറമേ അവൾക്കുമെന്തെങ്കിലും സംഭവിച്ചാൽ..? പൊടുന്നനെ അവർക്ക് മണ്ഡപത്തിലൂടെ പോകുന്ന ഭൂഗർഭപാതയും കേളപ്പനാരെ കണ്ടെത്തിയ സ്ഥലവും ഓർമ്മവന്നു. ഒരുപക്ഷേ..അവൾ അവിടെയെങ്ങാനും? അപ്പോൾത്തന്നെ ഏതാനും ഭടന്മാരെയുംകൂട്ടി ചീരുമന്നത്തി പൂത്തറയിലേക്കുപോയി. മണ്ഡപത്തിൽ തുറന്നുകിടക്കുന്ന വാതിൽ കണ്ടപ്പോഴേ ചീരുവിന്റെ നെഞ്ചിടിപ്പ് കൂടി.

അവർ ഉള്ളിലേക്കിറങ്ങി കേളപ്പനാരെ കണ്ടെത്തിയ സ്ഥലത്തെത്തി. എന്നാൽ അംബിക അവിടെയുമുണ്ടായിരുന്നില്ല. വീണ്ടും മുന്നോട്ടേക്ക്. ഏതാനും ദൂരം പിന്നിട്ടപ്പോൾ അതാ.. പഞ്ഞിക്കെട്ടുപോലെ ഒരു രൂപം. താൻ ഭയപ്പെട്ടത് സംഭവിച്ചിരിക്കുന്നു. മണ്ണിൽ ബോധമറ്റ് കിടക്കുന്ന അംബികയെ കണ്ട് ചീരു തകർന്നുപോയി. ധ്ധടുതിയിൽ കൊട്ടാരത്തിലെത്തിച്ച് വൈദ്യനെ വരുത്തി. ഹൃദയമിടിപ്പുണ്ടെങ്കിലും അവൾ ഏതാണ്ട് മരണസമാനയാണെന്നും ഇനി ഒരുപക്ഷേ, സാധാരണ ജീവിതം നയിക്കാൻ കഴിഞ്ഞേക്കില്ലെന്നും വൈദ്യർ സംശയം പറഞ്ഞു. ചുറ്റും നടക്കുന്നതെല്ലാം അവൾക്ക് മനസ്സിലായേക്കാം, പക്ഷേ, പ്രതികരിക്കാനുള്ള ശേഷിയുണ്ടാവില്ലത്രേ.

സങ്കടം സഹിക്കാനാവാതെ ചീരുമന്നത്തി ചോദിച്ചു.

"ഇങ്ങനെ എത്രകാലം?"

കൊട്ടാരം വൈദ്യൻ മുകളിലേക്ക് വിരൽചൂണ്ടി.

"മുകളിലുള്ളയാൾക്കുമാത്രമേ ഇതിൽനിന്ന് അവളെയുണർത്താൻ കഴിയൂ.. ഒരുപക്ഷേ, മാസങ്ങൾ, അല്ലെങ്കിൽ വർഷങ്ങൾ.. ചിലപ്പോൾ മരണംവരെയും ഇങ്ങനെയായിരിക്കാം. ഇക്കാര്യത്തിൽ എന്തെങ്കിലും പറയാനോ പ്രവചിക്കാനോ ഞാൻ അശക്തനാണ്. പക്ഷേ, അവൾ ജീവിച്ചിരിക്കുന്നു എന്നത് അത്ഭുതംതന്നെ. ദ്രുതഗതിയിൽ ചലിക്കുന്ന ഈ കണ്ണുകൾ നോക്കൂ.. അവൾ എല്ലാം കേൾക്കുന്നുണ്ട്, എല്ലാവരെയും കാണുന്നുമുണ്ട്. ഹൃദയം നന്നായി പ്രവർത്തിക്കുന്നുണ്ട്. അസാധാരണമായ എന്തെങ്കിലും മാറ്റങ്ങളുണ്ടാവുകയോ അല്ലെങ്കിൽ കണ്ണുകൾ ശാശ്വതമായി അടയുകയും ഹൃദയം നിലയ്ക്കുകയും ചെയ്താലോ എന്നോട് പറയൂ.."

വൈദ്യരുടെ അന്തിമവിധി കേട്ട് മന്നത്തി വിറങ്ങലിച്ചുനിന്നു. നിസ്സഹായയായി അംബികയെത്തന്നെ ഉറ്റുനോക്കിനില്ക്കേ ഏരുവേശ്ശിരാജ്യത്തിന്റെ നെടുംതൂണുകൾ രണ്ടും പൊടുന്നനെ നിലംപതിച്ചെന്ന് ചീരുമന്നത്തി ഒരുൾക്കിടിലത്തോടെ അറിഞ്ഞു. പൊടുന്നനെ അനാഥമായിപ്പോയ രാജ്യം ഇതിൽനിന്ന് എങ്ങനെ കരകയറും? തന്റെ ഭർത്താവിനെയും അംബികയെയും ഏരുവേശ്ശിരാജ്യത്തെയും രക്ഷിക്കാൻ മുത്തപ്പനോടും കുലദേവതയായ പാടിക്കുറ്റിയമ്മയോടും ഹൃദയംനൊന്ത് പ്രാർത്ഥിക്കുകയല്ലാതെ പൊന്ന്യം എന്ന കുഗ്രാമത്തിൽനിന്ന് വന്ന ഒട്ടും ലോകപരിചയമില്ലാത്ത ആ പാവം സ്ത്രീ മറ്റെന്തുചെയ്യാൻ?...

മുപ്പത്തി രണ്ട്

ചരിത്രത്തിലില്ലാത്തവിധം ഏരുവേശ്ശിനാട് പ്രതിസന്ധിയിലകപ്പെട്ടിരിക്കുകയാണ്. മോന്തായം വളഞ്ഞാൽ അറുപത്തിനാലും എന്ന ചൊല്ലുപോലെയായി രാജ്യത്തിന്റെ അവസ്ഥ. ശരിയാംവണ്ണം പ്രവർത്തിക്കാൻ കഴിയാതെ കുഞ്ഞിക്കേളപ്പൻമന്നനാർ നിത്യരോഗിയെപ്പോലെ കിടന്നും ഇരുന്നും ദിവസങ്ങൾ കഴിച്ചുകൂട്ടി. കൊട്ടാരംവൈദ്യർ തന്റെ കഴിവിനനുസരിച്ച് മികച്ച ചികിത്സ നല്കിയതിന്റെ ഫലമായി കേളപ്പനാർക്ക് ബോധാവസ്ഥ തിരിച്ചുകിട്ടി. എന്നാൽ ഗുരുവിന്റെ മർമ്മപ്രയോഗത്തിൽ ക്ഷതമേറ്റ നാഡീവ്യൂഹങ്ങൾ പ്രവർത്തിക്കാതെ മന്ദീഭവിച്ചതുപോലെയായി. മന്നനാരുടെ സാമാന്യബുദ്ധിയും യോഗയും കളരിയുംകൊ ് സ്വായത്തമാക്കിയ മന:ശക്തിയും നഷ്ടമായി. പകരം ഏതൊരു മനുഷ്യനിലുമുള്ള മൃഗീയ വാസനകൾ പതിയെ പുറത്തുവരാൻ തുടങ്ങി.

നാടിനെയോ പ്രജകളെയോ നിയന്ത്രിക്കാൻ ശ്രമിക്കാതെ അലസജീവിതം നയിക്കാൻ തുടങ്ങി. സത്യത്തിൽ അദ്ദേഹത്തിന്റെ അസുഖകാരണമെന്തെന്ന് വൈദ്യനുൾപ്പെടെ ആർക്കും മനസ്സിലായില്ല. നിരന്തരം അധമവൃത്തികളിലേർപ്പെട്ടുതുടങ്ങി. മദ്യപാനം, സ്ത്രീകളോട് മാന്യമല്ലാത്തനിലയിലുള്ള പെരുമാറ്റം തുടങ്ങിയ പ്രവൃത്തികൾ ക ് മടുത്ത ചീരുമന്നത്തി ഭരണകാര്യങ്ങളിൽ ശ്രദ്ധകേന്ദ്രീകരിക്കാൻ അദ്ദേഹത്തോട് അഭ്യർത്ഥിച്ചു.

നിശിതമായ ഭാഷയിലാണ് അദ്ദേഹം പ്രതികരിച്ചത്.

“ഏതോ കുഗ്രാമത്തിൽനിന്ന് വന്ന നിനക്ക് ഭരണകാര്യങ്ങളെക്കുറിച്ച് എന്തറിയാം? എന്നെ നിയന്ത്രിക്കാൻ ആരും വരേ ാ..”

മന്നത്തി സങ്കടപ്പെട്ട് കരയാൻ തുടങ്ങി. കേളപ്പനാർ ഉച്ചത്തിൽ അവളോട് പറഞ്ഞു

"വായടയ്ക്ക്.. എന്റെ മുന്നിൽവന്ന് കരയരുത്. ശരിയേത് തെറ്റേത് എന്ന് തിരിച്ചറിയാനുള്ള കഴിവ് എനിക്കുണ്ട്. അതുകൊണ്ട് മേലിൽ എന്റെ പ്രവർത്തനങ്ങളിൽ ഇടപെടരുത്."

ചീരുമന്നത്തിയുടെ മുഖം മേഘാവൃതമായി. ആദ്യമായാണ് കേളപ്പനാർ ഇത്തരത്തിൽ അവളോട് കയർത്തുസംസാരിക്കുന്നത്. കണ്ണീരൊഴുക്കി ഒന്നും പറയാതെ ഇറങ്ങി. അംബിക സുബോധത്തിലായിരുന്നെങ്കിൽ ഇങ്ങനെയൊന്നും പെരുമാറുമായിരുന്നില്ല. നേർവഴിക്ക് നയിക്കാനും ഉപദേശിക്കാനും അവൾ നല്ലനിലയിൽ ഇടപെടുമായിരുന്നു. ആർക്കും അദ്ദേഹത്തെ ഉപദേശിക്കാൻ ധൈര്യം വന്നില്ല. ആരെങ്കിലുമൊക്കെ പറയാൻ ശ്രമിച്ചാൽപോലും കേൾക്കാൻ മനസ്സുമില്ല. എന്തുചെയ്യും? ഏരുവേശ്ശിയെ രക്ഷിക്കാൻ മുത്തപ്പന് മാത്രമേ കഴിയൂ. ഇതിനുശേഷം അവൾ അദ്ദേഹത്തിന്റെ പ്രവർത്തനത്തിൽ ഇടപെട്ടില്ല.

നാടിന്റെ പ്രതിശീർഷവരുമാനം കുത്തനെ താഴേക്ക് പോയി. ഏരുവേശ്ശിയുൾപ്പെടെ അറുപത്തിനാല് ഗ്രാമങ്ങളിലും യാതൊരു വികസനങ്ങളും നടക്കാതെയായി. രാജ്യം ഗ്രഹണകാലഘട്ടത്തിലാണെന്ന് മന്നത്തി ആശങ്കപ്പെട്ടു. ഒന്നും ചെയ്യാനാവാതെ നിസ്സഹായയായ ചീരു ആശ്വാസത്തിനായി അംബിക കിടക്കുന്ന മുറിയിലേക്ക് ചെന്നു. ഇവിടെയിതാ മൂത്തേടത്തരമനയുടെ നെടുംതൂണുകളിലൊന്നായ അംബിക, രാജ്യദ്രോഹികളുടെ ആക്രമണത്തിനിരയായി ജീവിതത്തിനും മരണത്തിനുമിടയിലെ നൂൽപ്പാലത്തിൽ കിടക്കുന്നു. അവളുടെ കണ്ണുകൾ മാത്രം മിന്നിമറയുന്നുണ്ട്. നിശ്ശബ്ദയായി എല്ലാം കാണുന്നുണ്ടായിരിക്കാം. ഒന്നിനോടും പ്രതികരിക്കാനാവാതെ നിസ്സംഗയായി കിടക്കുകയാണ്. ചീരു നിർന്നിമേഷയായി അവളെ നോക്കിനിന്നു. മരുന്നും ശരിയായ ഭക്ഷണവും നല്കാൻ പരിചാരികമാരോട് നിർദ്ദേശിക്കുകയല്ലാതെ മറ്റൊന്നും ചെയ്യാനില്ലാതെ അവൾ തിരിച്ചുനടന്നു.

കാലം ആർക്കുവേണ്ടിയും കാത്തുനിന്നില്ല. പതിവുപോലെ പകലിരവുകളും സന്ധ്യയും അനുസ്യൂതം കടന്നുപോയി. പൂന്തറയിലെ ചെടികളും പുഴയോരത്തെ കാട്ടുമരങ്ങളും തളിർത്തും കൊഴിഞ്ഞും ഋതുഭേദങ്ങൾക്ക് സാക്ഷിയായി. മൂത്തേടത്തരമനയിലെ ഉള്ളറകളിൽമാത്രം കാലം മരവിച്ചുനിന്നു. അംബിക കിടപ്പിലായതിനുശേഷം രണ്ടുതവണ ഏരുവേശ്ശിപ്പുഴ വെള്ളപ്പൊക്കത്തിന് വിധേയയായി. തന്റെ രണ്ട് മക്കളെയും നന്നായി നോക്കിവളർത്താൻ ശ്രദ്ധിച്ച ചീരു അവർ മോശമായ പ്രവർത്തനങ്ങളിൽ വീഴാതെ സംരക്ഷിച്ചു. ചില ദിവസങ്ങളിൽ അവരെ പൊന്ന്യത്തെ തറവാട്ടിലേക്കയച്ചു.

ഓണമുൾപ്പെടെ എല്ലാ ആഘോഷങ്ങളും ഏരുവേശ്ശിയിലും വന്നുപോയി. കല്യാണം കഴിഞ്ഞകാലത്തെ ഓണാഘോഷം അവൾ ഓർത്തെടുത്തു. എത്ര രസകരമായിരുന്നു അന്നൊക്കെ! അതിനുശേഷം എത്ര ഓണം കടന്നുപോയെന്നു വെറുതെ കണക്കുകൂട്ടി. ഇരുപത്തിയഞ്ചോ മുപ്പതോ.. അവൾ കൈവിരലുകൾ മടക്കിയെണ്ണി. മുപ്പത്തിയഞ്ച്.. അതേ,

മുപ്പത്തിയഞ്ച് വർഷങ്ങൾ പിന്നിട്ടിരിക്കുന്നു. എന്തൊക്കെ മാറ്റങ്ങളാണ് ഇക്കാലയളവിലുണ്ടായത്? ഭാരതഖണ്ഡം വിദേശികൾ കൈയടക്കി ആധിപത്യമുറപ്പിച്ചു. തങ്ങളുടെ താൽപ്പര്യങ്ങൾക്കാണെങ്കിലും റെയിൽവേ ട്രാക്കുകൾ സ്ഥാപിക്കുകയും റോഡുകളും പാലങ്ങളും പണിത് യാത്രാ സൗകര്യങ്ങൾ വർദ്ധിപ്പിച്ചതായും കേട്ടിട്ടുണ്ട്. തിരുവിതാംകൂർ, കൊച്ചി എന്നിവിടങ്ങളിൽ മാത്രമല്ല, മലബാറിലെ നഗരങ്ങളിലും മോടികൂട്ടിയ റോഡുകൾ നിർമ്മിച്ചത്രേ. മോട്ടോർക്കാറുകൾ ഓടിത്തുടങ്ങി. എന്നാൽ ഏരുവേശ്ശിയിൽ ഇതൊക്കെ അന്യമായിരുന്നു. യാത്രയ്ക്ക് ഇപ്പോഴും ഇടവഴികളും കാളവണ്ടികളും കുതിരവണ്ടികളുമാണ്. വികസനമെല്ലാം ഏതാണ്ട് നിശ്ചലമായി.

പതിവുപോലെ ഒരു ദിവസം ചീരുമന്നത്തി അംബികയുടെ അറയിലെത്തിയപ്പോൾ അവളുടെ കിടപ്പിലും ചലനത്തിലും എന്തോ അസാധാരണത്വംതോന്നി. കട്ടിലിനടുത്ത് ചെന്ന് ഉറ്റുനോക്കി. അത്ഭുതം! അംബികയുടെ ചുണ്ടുകളിൽ ഒരു വിറയൽ മാതിരി. അവൾ എന്തൊക്കെയോ പറയാൻ ശ്രമിക്കുന്നുണ്ടായിരുന്നു. ചീരു തന്റെ ചെവി അംബികയുടെ ചുണ്ടോടുചേർത്തു. സംസാരിക്കാൻ വളരെയേറെ ബുദ്ധിമുട്ട് അനുഭവപ്പെടുന്നുണ്ടെങ്കിലും അസ്പഷ്ടമായ ചില വാക്കുകൾ പുറത്തേക്ക് വന്നത് ചീരുവിന് മനസ്സിലായി.

"ഞാൻ ഇപ്പോഴും ജീവനോടെയുണ്ടോ? തിരുമനസ്സിന് എങ്ങനെയുണ്ട്?"

മന്നത്തിയുടെ സങ്കടം കവിളിണകളിലൂടെ അണപൊട്ടിയൊഴുകി. ഏതാണ്ട് ഒന്നര വർഷത്തിലേറെയായി അംബിക അബോധാവസ്ഥയിലായിട്ട്. എന്നിട്ടും ബോധം തെളിഞ്ഞപ്പോൾ അവളാദ്യമായി അന്വേഷിക്കുന്നത് കേളപ്പനാരുടെ ആരോഗ്യസ്ഥിതിയെക്കുറിച്ചാണ്. അവൾ എത്രമാത്രം അദ്ദേഹത്തെ ആരാധിക്കുന്നു എന്ന് ചീരുവിന് മനസ്സിലാക്കാൻ കഴിഞ്ഞു. അവൾ ഒന്നും മറന്നിട്ടില്ല. ശരിക്കും ഇവൾ സുഖം പ്രാപിച്ചോ? ഏരുവേശ്ശിയുടെ സിരകളിൽ വീണ്ടും ചോരത്തുടിപ്പുകൾ ഒഴുകാൻ തുടങ്ങുമോ? എന്നെങ്കിലും ഒരു ദിവസം അംബിക കണ്ണ് തുറക്കുമെന്ന് വൈദ്യൻ അന്ന് അവളോട് പറഞ്ഞിരുന്നു. ഉടൻതന്നെ വൈദ്യനെ വിളിക്കാൻ ആളെ അയച്ചു.

പരിചാരിക പറഞ്ഞപ്പോൾ വിശ്വസിക്കാനാവാതെ ആദ്യം വൈദ്യർ ആശ്ചര്യപ്പെട്ടുനിന്നു. പെട്ടെന്നുതന്നെ അദ്ദേഹം അരമനയിൽ എത്തിച്ചേർന്നു. "ഇക്കാര്യം ശരിയാണെങ്കിൽ അതൊരു അത്ഭുതംതന്നെ" എന്നു പറഞ്ഞുകൊണ്ട് അവളുടെ അരികിലെത്തി, ബോദ്ധ്യപ്പെട്ടു. അവൾക്ക് എന്തൊക്കെയോ പറയണമെന്നുണ്ടെന്ന് ആ മുഖത്തുനിന്ന് അയാൾ വായിച്ചെടുത്തു. ത്രാണിയില്ലാത്ത ശരീരത്തിൽനിന്ന് ദുർബ്ബലമായ ശബ്ദം അസ്പഷ്ടമായി പുറത്തേക്ക് വന്നപ്പോൾ ഇത് നല്ല ലക്ഷണമാണെന്ന് വൈദ്യർക്ക് മനസ്സിലായി. ഉടനെ വാസസ്ഥലത്തേക്ക് മടങ്ങിയ അദ്ദേഹം ഔഷധക്കൂട്ടുകളുമായി തിരികെ വന്നു. കൊണ്ടുവന്ന പച്ചമരുന്ന് തുള്ളി

തുള്ളിയായി കൊടുത്തു. ഏതാനും സമയം കഴിഞ്ഞപ്പോൾ അംബിക വീണ്ടും മയക്കത്തിലാണ്ടു. വൈകുന്നേരം മന്നത്തി വന്നുനോക്കുമ്പോൾ അംബിക കട്ടിലിൽ എഴുന്നേറ്റിരിക്കുകയായിരുന്നു. ഇത് കണ്ട എല്ലാവർക്കും സന്തോഷമായി. ഇത് അംബികയുടെമാത്രം പുനർജ്ജന്മമല്ല, മറിച്ച് ഏരുവേശ്ശിനാടിന്റെതന്നെ ഉയർത്തെഴുന്നേൽപ്പാണെന്ന് ഏവരും കരുതി.

ഒരാഴ്ചയ്ക്കകം അംബിക ഒരുപാട് മെച്ചപ്പെട്ടു. നടക്കാനും തനിയെ ഭക്ഷണം കഴിക്കാനും കഴിഞ്ഞു. നാൾക്കുനാൾ ശാരീരികവും മാനസികവുമായ ഊർജ്ജം കൈവരിച്ചു. അവൾക്ക് ഒട്ടേറെ കാര്യങ്ങൾ അറിയാനുണ്ടായിരുന്നു. കേളപ്പനാരുടെ നിലവിലുള്ള അവസ്ഥയെക്കുറിച്ച്, ഏരുവേശ്ശിയുടെ വികസനങ്ങളെപ്പറ്റി, ശത്രുക്കളുടെ പ്രവർത്തനങ്ങൾ.. അങ്ങനെ എല്ലാ കാര്യങ്ങളും അവൾ അന്വേഷിച്ചു. അറിയാവുന്ന വിവരങ്ങൾ മന്നത്തി അവളോട് വിശദീകരിച്ചു. എന്നാൽ തന്റെ ഇപ്പോഴത്തെ നില ഒരു കാരണവശാലും കേളപ്പനാരെ അറിയിക്കരുതെന്ന് അംബിക ചീരുവിനോട് ആവശ്യപ്പെട്ടു. അത് അംഗീകരിച്ച ചീരു ഇക്കാര്യം പരിചാരികമാരോടും പറഞ്ഞ് ശട്ടംകെട്ടി. പറഞ്ഞാലും മനസ്സിലാക്കാൻ പറ്റുന്ന അവസ്ഥയിലായിരുന്നുമില്ല, അദ്ദേഹം. പെട്ടെന്ന് ഒരു പട്ടാളക്കാരൻ അവരുടെ അറയിലേക്ക് പാഞ്ഞെത്തി.

"തമ്പുരാട്ടീ, എന്നോടു പൊറുക്കണം. വളരെ പ്രധാനപ്പെട്ട വിവരം അറിയിക്കാൻവേണ്ടി എനിക്ക് ആചാരം തെറ്റിക്കേണ്ടിവന്നു. ഈ തെറ്റിന് എന്തുശിക്ഷയും ഏറ്റുവാങ്ങാൻ ഞാനൊരുക്കമാണ്. ഞാൻ പറയുന്നത് കേട്ടാലും.."

"പറയൂ..എന്താണ് സംഭവിച്ചത്?" കേളപ്പനാർക്ക് എന്തെങ്കിലും സംഭവിച്ചോ എന്ന് അവൾ ഭയപ്പെട്ടു.

"കണ്ണപ്പൻ..!"

"കണ്ണപ്പന് എന്തുപറ്റീ?"

"അവൻ കാരാഗൃഹത്തിൽനിന്ന് രക്ഷപ്പെട്ടു."

ചീരുമന്നത്തിയും അംബികയും നടുങ്ങി.

"എന്ത്? അതെങ്ങനെ സാധിച്ചു? കനത്ത സുരക്ഷയുള്ള ജയിലറയിൽനിന്ന് അവൻ മാത്രം എങ്ങനെ രക്ഷപ്പെടും?"

"അത് ശരിയാണ്, പക്ഷേ, അവൻ ഒരു തുരങ്കത്തിലൂടെ രക്ഷപ്പെട്ടു."

"തുരങ്കമോ? എനിക്ക് മനസ്സിലായില്ല." അംബിക കട്ടിലിൽനിന്ന് എഴുന്നേറ്റു.

"അംബികേ നീ ഇരിക്ക്. ഇവൻ മുഴുവൻ വിവരങ്ങളും പറയട്ടെ. അവൻ എങ്ങനെ രക്ഷപ്പെട്ടു?"

"അയാളെ പാർപ്പിച്ച തടവറയിൽനിന്ന് പുറത്തേക്ക് തുരങ്കമുണ്ടാക്കി.."

"മറ്റുള്ളവരറിയാതെ എങ്ങനെ ഒരു തുരങ്കം ഉണ്ടാക്കാൻ കഴിയും..?"

"തമ്പുരാട്ടീ, രാത്രിയുടെ മറവിലായിരിക്കണം തുരങ്കം നിർമ്മിച്ചത്.

അതിന്റെ അവസാനം ഏരുവേശ്ശിപ്പുഴയിലാണ് എത്തിച്ചേരുന്നത്. അങ്ങനെ നോക്കുമ്പോൾ പുഴയിലൂടെ അവൻ നീന്തിരക്ഷപ്പെട്ടിട്ടു ണ്ടാവാം.."

"നീ രാജാവിനോട് പറഞ്ഞോ?"

"തിരുമനസ്സിനോട് ഉണർത്തിച്ചു. ഇതൊന്നും ഉൾക്കൊള്ളാൻപറ്റുന്ന അവസ്ഥയിലല്ല അദ്ദേഹം. ഈ വാർത്ത അറിഞ്ഞപ്പോൾ 'ഇനിയും ലഹരി പാനീയങ്ങൾ കൊണ്ടുവാ' എന്ന് ആവശ്യപ്പെടുകയാണ് ചെയ്തത്."

രാജാവിന്റെ നിലവിലെ സ്ഥിതിയെന്തെന്ന് ഇതിൽനിന്ന് അംബിക യ്ക്ക് മനസ്സിലായി. മുമ്പായിരുന്നെങ്കിൽ നടപടിയെടുത്ത് കണ്ണപ്പനെ പിടി കൂടുമായിരുന്നു. കണ്ണപ്പനെ തേടിപ്പിടിച്ച് ജയിലിലടയ്ക്കാൻ അവളുടെ ഉള്ളം തിളച്ചു. പക്ഷേ, ആരോഗ്യസ്ഥിതി പൂർവ്വനിലയിലായിട്ടില്ല. ഏറെ വൈകാതെ നടക്കാനും യാത്രചെയ്യാനുമുള്ള ആരോഗ്യം വീണ്ടെടുക്കാൻ കഴിയുമെന്ന് വൈദ്യർ പറഞ്ഞത് അവളോർത്തു. മുമ്പ് താൻ നടത്തിയ സാഹസികപ്രവൃത്തികളും ഓർത്തെടുത്തു. തിലകൻ ഇപ്പോഴും ജീവി ച്ചിരിപ്പുണ്ടാവുമോ? അവളോർമ്മിച്ചുനോക്കി. പക്ഷേ, ഒന്നും തെളിയുന്നില്ല. അയാളുടെ മുഖമെങ്ങനെയാണ്? എങ്ങനെയായാലും അന്നയാൾക്ക് ഏകദേശം എൺപതിനടുത്ത് പ്രായമുണ്ടായിരുന്നു. ഒരുപക്ഷേ, ആഗ്ര ഹങ്ങൾ സഫലമാവാതെ മൺമറഞ്ഞിട്ടുണ്ടാവാം. ചെറുതാഴത്തോ വൈതൽമലയിലോ ആയിരിക്കും കണ്ണപ്പൻ പോയിട്ടുണ്ടാവുക. അവനെ കണ്ടെത്താൻ രണ്ടു പ്രദേശങ്ങളിലേക്കും ആളുകളെ അയയ്ക്കാൻ പട്ടാ ളക്കാരോട് ഉത്തരവിട്ടു. എവിടെയായാലും അവനെ പിടിച്ചുകൊണ്ടു വരണം. അപകടകാരിയാണ്,തികഞ്ഞ ജാഗ്രത പാലിക്കണമെന്നും അംബിക ആവശ്യപ്പെട്ടു. ആജ്ഞ ലഭിച്ചയുടൻതന്നെ സൈനികർ സ്ഥലംവിട്ടു.

അംബിക കടുത്ത ചിന്തയിലാണ്ടു. അവൾ ചീരുമന്നത്തിയോട് ചോദിച്ചു

"യഥാർത്ഥത്തിൽ എനിക്ക് എന്താണ് സംഭവിച്ചതെന്ന് ഒരിക്കൽക്കൂടി പറയാമോ? കഴിഞ്ഞകാലങ്ങളിൽ സംഭവിച്ചതൊന്നും തെളിഞ്ഞുവരു ന്നില്ല."

"അംബികാ, നിന്നെ കാണാതായപ്പോൾ ഞങ്ങൾ പലയിടത്തും അന്വേഷിച്ചു. പക്ഷേ, കണ്ടെത്താൻ കഴിഞ്ഞില്ല. ഒടുവിലാണ് ഉദ്യാനമണ്ഡ പത്തിൽ നീ പോയിരിക്കാമെന്ന് ഞങ്ങൾ ചിന്തിച്ചത്. അവിടെ പോകു മെന്ന് ഞാൻ സ്വപ്നേപി കരുതിയില്ല."

"എന്നിട്ട്..?"

"സൈനികർക്കൊപ്പം, അകത്തേക്ക് വന്നു. നമ്മൾ രാജാവിനെ കണ്ടെത്തിയതിനും അപ്പുറത്ത് ഒരു പഞ്ഞിക്കെട്ടുപോലെ.. നീ അബോ ധാവസ്ഥയിൽ കിടക്കുകയാണ്. ഞങ്ങൾ നിങ്ങളെ കൊട്ടാരത്തിലേക്ക് കൊണ്ടുവന്നു. നിങ്ങൾക്ക് എപ്പോൾ ബോധം വരുമെന്ന് പറയാനാവി ല്ലെന്നാണ് വൈദ്യർ പറഞ്ഞത്. നിങ്ങളുടെ കണ്ണുകളും ഹൃദയവും പ്രവർ

ത്തിക്കുന്നുണ്ടെന്നുമാത്രം. കഴിഞ്ഞ ഒന്നരവർഷമായി നിങ്ങളെ പരിപാലിച്ചു. എന്നെങ്കിലുമൊരു ദിവസം നിങ്ങൾ ഉണരുമെന്ന് പ്രതീക്ഷയോടെ ഞാൻ കാത്തിരുന്നു. നിങ്ങളുടെ ആരോഗ്യം വീണ്ടെടുക്കാൻ പാടിക്കുറ്റിയമ്മയോടും മുത്തപ്പനോടും പ്രാർത്ഥിക്കുകയല്ലാതെ എനിക്ക് മറ്റെന്തു ചെയ്യാൻ കഴിയും..?"

"പിറക്കാതെപോയ എന്റെ ഏടത്തിയാണ് നിങ്ങൾ. എനിക്കുവേണ്ടി ഒരുപാട് ബുദ്ധിമുട്ടിയിട്ടുണ്ടെന്നറിയാം.. ഈ കടം ഞാൻ അടുത്ത ജന്മത്തിൽ വീട്ടിക്കോളാം."

അംബിക വിതുമ്പി.. മന്നത്തി അവളുടെ നെറുകയിൽ തലോടിനിന്നു. അല്പനേരം പിന്നിട്ടപ്പോൾ അവൾ വീണ്ടും ചോദിച്ചു.

"ആട്ടെ തമ്പുരാന് എന്താണ് സംഭവിച്ചത്? എന്റെ ഓർമ്മകൾക്കുമേൽ കനത്ത ഭാരം വീണതുപോലെ. അതാണ് വീണ്ടും ചോദിക്കുന്നത്."

"ശരിക്കും അതൊരു ദുരന്തമായിരുന്നു. ഒരുനാൾ അദ്ദേഹത്തെ കാണാൻ ഒരാൾ വന്നിരുന്നു. രഹസ്യമായി ചില കാര്യങ്ങൾ സംസാരിക്കാനുണ്ടെന്നും പറഞ്ഞ് അയാൾ അദ്ദേഹത്തെ പൂന്തറമണ്ഡപത്തിലേക്ക് കൂട്ടിക്കൊണ്ടുപോയി. അതാരാണെന്ന് എനിക്ക് ഓർമ്മ കിട്ടുന്നില്ല. പിന്നീട് അവിടെ എന്താണ് സംഭവിച്ചതെന്ന് എനിക്കറിയില്ല."

"അതിനുശേഷം അയാളെങ്ങോട്ടുപോയി?"

"ഇല്ല.. പിന്നീട് അയാളെ ആരും കണ്ടില്ല. നമ്മുടെ രാജാവ് അഞ്ചാറു മാസക്കാലം നിന്നെപ്പോലെ അബോധത്തിലായിരുന്നു. കൊട്ടാരം വൈദ്യന്റെ ചികിത്സകൊണ്ടാണോ എന്നറിയില്ല ബോധം വീണ്ടുകിട്ടി. പക്ഷേ, അതിനുശേഷം രാജ്യകാര്യങ്ങളിൽ ഒട്ടും ശ്രദ്ധിക്കാതെയായി. ഏരുവേശ്ശിനാട്ടിൽ വികസനം വറ്റിവരണ്ടു. സദാസമയവും അദ്ദേഹം ലഹരിക്കടിമപ്പെട്ടു. അതോടെ രാജ്യത്തിന്റെ വരുമാനം കുത്തനെ താഴേക്ക് പോയി. എനിക്ക് ആരെയും നിയന്ത്രിക്കാൻ അറിയില്ലായിരുന്നു. അംബികേ, നിങ്ങൾ എന്തെങ്കിലും ചെയ്ത് നമ്മുടെ നാടിനെയും രാജാവിനെയും രക്ഷിക്കൂ.."

ഓർമ്മകളെ മൂടിക്കെട്ടിയ മാറാലകളെ തുടച്ചുനീക്കാൻ ചീരുവിന്റെ വിശദീകരണം അംബികയെ സഹായിച്ചു. തുടർന്നുള്ള നടപടികളെക്കുറിച്ച് അംബിക ഗാഢമായ ചിന്തയിലാണ്ടു.

മുപ്പത്തി മൂന്ന്

ഇരുട്ടിൽ അവന്റെ കണ്ണുകൾക്ക് കൂടുതൽ തിളക്കമുണ്ടായിരുന്നു. എത്ര വർഷമായി ഇരുളിന്റെ കമ്പളത്തിനുള്ളിൽ പുതച്ചുമൂടി കഴിയാൻ തുടങ്ങിയിട്ട്? ഓർത്തെടുക്കാൻ ശ്രമിച്ചു. ഇരുപതോ? അതോ മുപ്പതോ? അടിയളന്ന് നേരമറിയാൻ സൂര്യനുദിക്കാത്ത ഇരുണ്ടനാളുകളും പാതിരാപ്പക്ഷി കരയാതെ എത്രയോ ബ്രാഹ്മമുഹൂർത്തങ്ങളും കടന്നുപോയി. കണ്ണപ്പൻ നെടുവീർപ്പിട്ടു. കാലഗതികളിൽ ചോരത്തുടിപ്പേറ്റ് വിങ്ങിയ സിരകൾ തണുത്ത് മരവിച്ചിരിക്കുന്നു. ചോര.. അതേ.. ഏഴിൽമലയിലെ രാജഗൃഹത്തിൽവച്ച് ഒരു വൃദ്ധബ്രാഹ്മണന്റെ മുതുകിൽ കത്തി താഴ്ത്തിയപ്പോൾ തന്റെ മുഖത്തേക്ക് ചീറ്റിത്തെറിച്ച ചോര..തന്റെ ജീവിതത്തിലെ മുപ്പത് വർഷങ്ങളായിരുന്നു ആ ചോരയുടെ വില. അരോഗദൃഢഗാത്രനായ അന്നത്തെ കണ്ണപ്പൻ ഇപ്പോൾ മദ്ധ്യവയസ്സ് പിന്നിട്ടിരിക്കുന്നു.

താൻ ചെയ്ത കൊലയും തനിക്കെതിരെ നടന്ന അന്വേഷണവും ഓർത്തെടുക്കാൻ കഴിഞ്ഞു. തനിക്കുവേണ്ടി അന്ന് വാദിച്ചത് ആരാണെന്നറിയില്ലായിരുന്നു. അയാളുടെ ശക്തമായ വാദങ്ങൾ വധശിക്ഷയിൽനിന്ന് രക്ഷപ്പെടുത്തി. ഏരുവേശ്ശി രാജ്യത്തിൽ വധശിക്ഷയ്ക്ക് വിധിക്കപ്പെട്ടവരുടെ മരണം ക്രൂരമാണെന്നറിയാം. അങ്ങനെയൊരു ശിക്ഷ ലഭിച്ചിരുന്നെങ്കിൽ ഇരുമ്പുകൂട്ടിൽ പൂട്ടി, ഏറ്റവും ഉയരമുള്ള ഏതെങ്കിലും മരത്തിൽ തൂക്കിയിടും. ഒരാഴ്ചയ്ക്കുള്ളിൽ മരിക്കും, ശരീരം പക്ഷിമൃഗാദികൾക്ക് ഇരയാവും. അഥവാ ആരാനും രക്ഷിക്കാനെത്തിയാൽ അവനും ഇതേശിക്ഷതന്നെ നൽകുമായിരുന്നു. തന്നെ രക്ഷിക്കാൻ തന്റെ അപ്പൂപ്പന്റെ ആളുകൾക്കുപോലും ബുദ്ധിമുട്ടായിരിക്കും.

തടവറജീവിതം മരണതുല്യമാണ്. അവിടെ ജീവിക്കാൻ ആദ്യമാദ്യം പ്രയാസമായിരുന്നു. പിന്നെപ്പിന്നെ അത് സാധാരണമായി. കനത്ത സുര

ക്ഷയാണ് ഏർപ്പെടുത്തിയത്. രക്ഷപ്പെടുക അസാദ്ധ്യമായിരുന്നു. താൻ ചെല്ലുമ്പോൾ വളരെ കുറച്ചുപേർ മാത്രമേ ഉണ്ടായിരുന്നുള്ളൂ. കൊലപാതകം, രാജ്യദ്രോഹം തുടങ്ങിയ ഗുരുതരമായ കുറ്റങ്ങൾ ചുമത്തപ്പെട്ടവരാണ് ഏറെയും. അന്ന് പത്തോളം തടവുകാരുണ്ടായിരുന്നു. ഒരിക്കലും പരസ്പരം സംസാരിക്കാൻ അനുവാദവുമില്ലായിരുന്നു. എല്ലാവരുംതന്നെ ഏതാണ്ട് മദ്ധ്യവയസ്കരാണ്. ഈ കാലയളവിനുള്ളിൽ അവർ ഒന്നിനു പുറകെ ഒന്നായി മരിച്ചു. താൻ എത്തിയശേഷം വളരെ കുറച്ചുപേർ മാത്രമേ എത്തിയുള്ളൂ. തന്റെ മരണവും ഇവിടെത്തന്നെയെന്ന് ഉറപ്പിച്ച കാലത്താണ് രക്ഷപ്പെടണമെന്ന മോഹം ഉള്ളിൽ നാമ്പെടുത്തത്. പിന്നീടുള്ള കാലം മുഴുവൻ അതിനുള്ള മാർഗ്ഗങ്ങളെക്കുറിച്ച് ആലോചിക്കുകയായിരുന്നു. ഇതിനിടെ എത്രയോ ഋതുക്കളും ഉദയാസ്തമയങ്ങളും കൊഴിഞ്ഞിട്ടുപോയിട്ടുണ്ടാവും. വർഷങ്ങൾ കൊഴിയുന്നത് തിരിച്ചറിഞ്ഞതേയില്ല.

കാരാഗൃഹത്തിന്റെ ചുറ്റുപാടുകൾ മനസ്സിലാക്കുകയായിരുന്നു ആദ്യമായി ചെയ്തത്. മൂന്നുവശങ്ങളിൽ സൈനികർ കാവലുള്ളതായി മനസ്സിലാക്കി. അതിലൂടെ രക്ഷപ്പെടുകയെന്നത് പ്രായോഗികമായി അസാദ്ധ്യമായിരുന്നു. പടിഞ്ഞാറുഭാഗത്ത് ഏകദേശം മൂവായിരം അടിയകലെയാണ് ഏരുവേശ്ശിപ്പുഴ. എന്തെങ്കിലും സാദ്ധ്യത അതിലൂടെ മാത്രമാണ്. രക്ഷപ്പെടാനുള്ള മാർഗ്ഗത്തെക്കുറിച്ച് ഏറെ ചിന്തിച്ച് പദ്ധതി തയ്യാറാക്കി. ഒരു തുരങ്കം കുഴിക്കുക എന്നതായിരുന്നു ആശയം. അത് പക്ഷേ, തികച്ചും വെല്ലുവിളി നിറഞ്ഞതായിരുന്നു. ആരെങ്കിലുമറിഞ്ഞാൽ വധശിക്ഷ ഉറപ്പ്. പക്ഷേ, ഇതല്ലാതെ മറ്റൊരു വഴിയും മുന്നിലില്ലെന്ന് നിശ്ചയിച്ചു.

അറയിൽ ഒരു കുളിമുറിയുണ്ടായിരുന്നു. മറ്റുള്ളവർ ഉറങ്ങുമ്പോൾ ഒച്ചയില്ലാതെ കുഴിക്കാൻ തുടങ്ങി. തന്നെ പാർപ്പിച്ച അറയിൽനിന്ന് ചുറ്റുമതിലേക്ക് കുറഞ്ഞത് അഞ്ഞൂറ് അടിയെങ്കിലും ദൂരമുണ്ടെന്ന് കണക്കാക്കി. കുഴിച്ചാൽ, നീക്കം ചെയ്യുന്ന മണ്ണ് ആരെങ്കിലും കണ്ടാൽ കുഴപ്പമാവും. മറ്റുള്ളവരറിയാതെ അവ മറച്ചുവയ്ക്കണം. കുഴിയെടുക്കുന്നതിൽ ബുദ്ധിമുട്ടില്ലെങ്കിലും മറ്റുള്ളവരുടെ കണ്ണിൽപ്പെടാതെ മണ്ണ് മറച്ചുവയ്ക്കുന്നത് വിഷമകരമായിരുന്നു. അറയുടെ ജനലിലൂടെ പുറത്തേക്ക് വലിച്ചെറിഞ്ഞ് മണ്ണ് നീക്കം ചെയ്തു. ആരും ശ്രദ്ധിക്കാതിരിക്കാൻ പരമാവധി ശ്രദ്ധിച്ചു. എല്ലാം കാലതാമസത്തിലേക്ക് നയിക്കുന്നു. പക്ഷേ, ഒരിക്കലും പ്രതീക്ഷ കൈവിട്ടില്ല. സൈനികർ ഓരോദിവസവും മാറിക്കൊണ്ടിരുന്നു. അത് സൗകര്യമായി. ഒരേ കാവൽക്കാരെ വീണ്ടും കാണുന്നത് അത്ര സുഖകരമല്ല. മഴപെയ്യുന്ന നാളുകളിൽ വളരെ സജീവമായി. ഈ സമയം ശേഖരിച്ച മണ്ണ് ഒഴിവാക്കാൻ എളുപ്പമായിരുന്നു.

തുരങ്കത്തിന്റെ പണി തുടങ്ങിയിട്ട് രണ്ടു വർഷത്തോളമായിട്ടുണ്ടാവണം. ഒരുനാൾ മണ്ണെടുക്കുമ്പോൾ കുറ്റിക്കാടുകളുടെ വേരുകൾ കണ്ടെത്തി. അതോടെ തുരങ്കം ചുറ്റുമതിലിനടുത്തെത്തിയതായി ഊഹിച്ചു. ഇനി വേണ്ടത് ആരോഗ്യമാണ്. നന്നായി ഭക്ഷണം കഴിച്ച്

വ്യായാമം ചെയ്തു. പിന്നീട് അവസരത്തിനായി കാത്തിരിപ്പായിരുന്നു. അമാവാസിദിനമാണ് തെരഞ്ഞെടുത്തത്. അവിടെയുമിവിടെയുമായി ഏതാനും വിളക്കുകളൊഴിച്ചാൽ ആകെ ഇരുട്ട്. പിന്നെയെല്ലാം പെട്ടെന്നായിരുന്നു. തുരങ്കത്തിലൂടെ ഇഴഞ്ഞ് ചുറ്റുമതിലിനു പുറത്തേക്കുള്ള ബാക്കി മണ്ണും നീക്കം ചെയ്ത് ഒറ്റക്കുതിപ്പ്. കുറ്റിക്കാടിനിടയിലൂടെ പുഴയിലേക്ക് ഊളിയിട്ടു. ഏരുവേശ്ശിക്കും വൈതൽമലയ്ക്കും ഇടയിലുള്ള ഈ കാട്ടിൽ മുമ്പ് പലപ്പോഴും വന്നിരുന്നിട്ടുണ്ട്.

അപ്പൂപ്പൻ ജീവിച്ചിരിപ്പുണ്ടാവുമോ? സാദ്ധ്യത കുറവാണ്. അഥവാ ഉണ്ടെങ്കിൽത്തന്നെ ഒട്ടും വയ്യാതെ കിടപ്പിലായിരിക്കും. താൻ ഇനി എങ്ങോട്ടുപോകും? തടവറയിൽനിന്ന് രക്ഷപ്പെട്ട വിവരം ഇതിനോടകം മന്നനാർ അറിഞ്ഞിരിക്കും. വൈതൽമലയിലോ ചെറുതാഴത്തോ പോയാൽത്തന്നെ പിടികൂടാൻ സൈനികർ അവിടെയും എത്തിയേക്കും. മറ്റെവിടെയെങ്കിലും പോകുന്നതാണ് ബുദ്ധി. വിശാലമായ പാറക്കെട്ടിൽ മലർന്നുകിടന്ന് ആലോചിച്ചു. ഒടുവിൽ ഏഴിൽമലയാണ് ഒളിച്ചിരിക്കാൻ അനുയോജ്യമെന്ന് നിശ്ചയിച്ചു. പിന്നെ ഇരുട്ടിന്റെ മറപറ്റി നടക്കാൻ തുടങ്ങി.

ഏഴിൽമലയിൽ ഒളിച്ചിരുന്ന കണ്ണപ്പൻ നാട്ടുകാരിൽനിന്ന് ഒട്ടേറെ വിവരങ്ങൾ ശേഖരിച്ചു. പുതുവസ്ത്രം കിട്ടി, അപ്പൂപ്പനും കളരിഗുരുവിനും വിവരമയച്ച് കാത്തിരുന്നു. അപ്പോഴേക്കും കാരാഗ്രഹത്തിലകപ്പെട്ടിട്ട് മുപ്പത്തിയഞ്ച് വർഷം കഴിഞ്ഞുവെന്ന് ഗ്രാമവാസികളുടെ സംസാരത്തിൽനിന്ന് കണക്കുകൂട്ടി. വിവരമയച്ച് ഒരാഴ്ച പിന്നിട്ടു. പ്രതീക്ഷിച്ചതുപോലെ അപ്പൂപ്പന്റെയോ കളരിഗുരുവിന്റെയോ നിർദ്ദേശങ്ങളൊന്നും വന്നില്ല. രണ്ടുപേരും ജീവനോടെയില്ലെന്ന് തീർച്ചയായി.

എന്നാൽ തൊട്ടടുത്ത ദിവസം കണ്ണപ്പനെ ഞെട്ടിച്ചുകൊണ്ട് ഒരു യുവാവ് വന്നെത്തി. പരിസരവാസികളോട് തന്നെക്കുറിച്ച് അന്വേഷിക്കുകയാണ് അവൻ. ഒരു മാത്ര കണ്ണപ്പൻ ജാഗരൂകനായി. മന്നനാരുടെ സൈനികരിൽ ആരെങ്കിലുമാണോയെന്ന് സംശയിച്ചു. ആക്രമിക്കണോ അതോ സ്ഥലംവിടണോ എന്നതിലായിരുന്നു ആശയക്കുഴപ്പം. ജനാലയിലൂടെ നോക്കി. നിരായുധനായ ഒരു ചെറുപ്പക്കാരൻ. കൂടെ മറ്റാരുമില്ല. അയാൾ സധൈര്യം കയറിവന്ന് സ്വയം പരിചയപ്പെടുത്തി.

"ഞാൻ ചിരുകണ്ടൻ. നിങ്ങളുടെ കളരിഗുരു എന്റെ അച്ഛനാണ്."

കണ്ണപ്പന് ഒരേസമയം ആശ്വാസവും സന്തോഷവും തോന്നി. ഉൽക്കണ്ഠയോടെ ഗുരുവിനെക്കുറിച്ച് അന്വേഷിച്ചു.

"കണ്ണപ്പാ, നിങ്ങളെ കണ്ടതിൽ അതിയായ സന്തോഷമുണ്ട്. എല്ലാ വിവരങ്ങളും അച്ഛൻ പറഞ്ഞറിയാം. നിങ്ങളെയോർത്ത് എന്നും വല്ലാതെ സങ്കടപ്പെട്ടിരുന്നു, അദ്ദേഹം. ഏഴിൽമലയിൽവച്ച് പിടിക്കപ്പെട്ട നിങ്ങളെ സിംഹക്കൂട്ടിൽ പൂട്ടി കൊണ്ടുവരുമ്പോൾ വലഭപട്ടണത്തിൽവച്ച് രക്ഷപ്പെടുത്താൻ ശിഷ്യന്മാരെ അയച്ചിരുന്നതായി അച്ഛൻ പറഞ്ഞിരുന്നു. നിർഭാഗ്യമെന്നല്ലാതെ എന്തു പറയാൻ? അവർ തോറ്റുപോയി."

"ഗുരുജി ഇപ്പോഴും പൂർണ്ണാരോഗ്യവാനായി കഴിയുന്നുവെന്ന് അറി

ഞ്ഞതിൽ എനിക്ക് അതിയായ സന്തോഷമുണ്ട്.."

"സന്തോഷിക്കാൻ വരട്ടെ.. അച്ഛന് പ്രായം തൊണ്ണൂറ് കഴിഞ്ഞു. ഇപ്പോൾ കിടപ്പിലാണ്. ആരോഗ്യം ക്ഷയിച്ചു."

"ചിരുകണ്ടാ, നിനക്ക് ചെറുശ്ശേരി തിലകൻ എന്നയാളെ അറിയുമോ? എപ്പോഴെങ്കിലും അദ്ദേഹത്തെക്കുറിച്ച് ഗുരുജി പറഞ്ഞതായി ഓർക്കുന്നോ?"

"പറഞ്ഞിട്ടുണ്ട്. അദ്ദേഹം ജീവനോടെ ഇപ്പോഴുമുണ്ടെന്ന് നിങ്ങൾ കരുതുന്നോ?"

പ്രതീക്ഷിച്ചതുതന്നെ. അപ്പൂപ്പൻ തന്നെ വിട്ട് പോയിരിക്കുന്നു. ഒരു നിമിഷം സങ്കടം തോന്നിയെങ്കിലും മറിച്ചാണെങ്കിലല്ലേ അത്ഭുതപ്പെടേണ്ടത് എന്ന് ചിന്തിച്ചപ്പോൾ ആശ്വാസംകൊണ്ടു.

"എനിക്ക് ഗുരുവിനെ കാണണമെന്നുണ്ട്. അദ്ദേഹത്തിന് സംസാരിക്കാൻ ബുദ്ധിമുട്ടൊന്നുമില്ലല്ലോ?"

"അതു പറയാൻകൂടിയാണ് ഞാൻ വന്നത്. നിങ്ങൾ മലപ്പട്ടണത്തേക്ക് വരണമെന്നും ചിലതൊക്കെ സംസാരിക്കാനുണ്ടെന്നും അച്ഛൻ പറഞ്ഞു."

ഏഴിൽമലയിലെത്തിയശേഷം ഇനിയെന്തു ചെയ്യണമെന്ന അനിശ്ചിതത്വത്തിലായിരുന്നു താൻ. അതിനൊരറുതി വന്നിരിക്കുന്നു. മരിക്കുന്നതിനുമുമ്പ് തനിക്കുള്ള സന്ദേശം അപ്പൂപ്പൻ ഗുരുജിയെ അറിയിച്ചിട്ടുണ്ടാവും. സന്ധ്യയായതോടെ ചിരുകണ്ടനോടൊപ്പം പുറപ്പെട്ടു. കരുതലോടെയായിരുന്നു യാത്ര. വഴിയിലുടനീളം അവർ മൗനം പാലിച്ചു. കാടുകൾക്കുപോലും കാതുള്ള കാലമാണ്. സംസാരത്തിൽനിന്ന് താനാരാണെന്ന് ആർക്കെങ്കിലും മനസ്സിലായാൽ വീണ്ടും പിടിക്കപ്പെടുമെന്നുറപ്പാണ്. അങ്ങനെ സംഭവിച്ചാൽ വധശിക്ഷയാവും ലഭിക്കുക. ഇപ്പോൾത്തന്നെ തന്നെയന്വേഷിച്ച് ഭടന്മാർ പരക്കംപായുന്നുണ്ടാവും. നിഴലും നിലാവും ഇടകലർന്ന നാട്ടുപാത കറുപ്പും വെളുപ്പും നിറഞ്ഞ തന്റെ ജീവിതവഴികൾപോലെ തന്നെയെന്ന് കണ്ണപ്പന് തോന്നി. നിലാവ് പരന്ന പാതയിലെത്തുമ്പോൾ ചൂട്ടുകറ്റ കണ്ണടച്ചും ഇരുൾകനത്ത വഴിയിലെത്തുമ്പോൾമാത്രം ആഞ്ഞുവീശിയും അവർ യാത്രതുടർന്നു. ക്ഷീണമകറ്റിയും നടന്നും പുലർച്ചയോടെ അവർ മലപ്പട്ടണത്തെത്തി.

കട്ടിലിൽ ഒരുവശംചേർന്നു കിടക്കുന്ന, ദേഹമാകെ ചുക്കിച്ചുളിഞ്ഞ വൃദ്ധരൂപത്തെ കണ്ണപ്പൻ ഏറെനേരം നോക്കിനിന്നു. കളരിച്ചുവടുകളും മർമ്മവിദ്യാരഹസ്യവും തനിക്കോതിത്തന്ന മഹാഗുരു ഇതാ മരണം കാത്ത് കിടക്കുന്നു. വിളിച്ചുണർത്താൻ തോന്നിയില്ല, തനിയേ ഉണരട്ടെ. അവൻ അപ്പൂപ്പനെക്കുറിച്ചോർത്തു. ജീവിതലക്ഷ്യം നേടാനാവാതെ നിരാശനായി പടിയിറങ്ങിയ അദ്ദേഹത്തിന് തന്നെക്കുറിച്ച് ഒരുപാട് പ്രതീക്ഷയുണ്ടായിരുന്നു. പക്ഷേ, തന്റെ കണക്കുകൂട്ടൽ തെറ്റിപ്പോയി. അന്ന് അവിടെ, ഏഴിൽമലയിൽ കൃത്യസമയത്ത് കേളപ്പനാർ എത്തിച്ചേരുമെന്ന് സ്വപ്നേപി ചിന്തിച്ചില്ല. അതാണ് അംബികയെ വധിക്കുകയെന്ന ദൗത്യം പരാജയപ്പെടാൻ കാരണം.

കട്ടിലൊന്ന് ഞരങ്ങി. അദ്ദേഹം കണ്ണുതുറന്നു. കണ്ണപ്പനെ കണ്ട് ആ മുഖം വികസിച്ചു. അടുത്തുചെന്ന് ശോഷിച്ച വിരലുകൾ തലോടി.

"കണ്ണപ്പാ.." ചിലമ്പിച്ചശബ്ദം പുറത്തേക്കു തെറിച്ചുവീണു.

"എന്റെ നിർദ്ദേശങ്ങൾ പാലിക്കുന്നതിൽ നീ പരാജയപ്പെട്ടു. തടവറയിൽനിന്ന് എത്രയും വേഗം നീ പുറത്തുവരുമെന്ന് പ്രതീക്ഷിച്ചു, പക്ഷേ, ഒരുപാട് വൈകി."

"മുപ്പത്തിയഞ്ച് വർഷം..! ജീവിതത്തിന്റെ ഏറിയപങ്കും ഞാൻ പാഴാക്കിക്കളഞ്ഞു. ജീവിക്കുകയായിരുന്നില്ല, നരകമെന്തെന്ന് ഞാനറിഞ്ഞു."

"അതേ.. ഒരു നിമിഷത്തെ പിഴവിന് നിന്റെ ജീവിതത്തിന്റെ വിലയുണ്ടെന്ന് ഇപ്പോൾ മനസ്സിലായില്ലേ? ഇതുവരെ നമുക്ക് കാലം പാകമായിരുന്നില്ല. എന്നാൽ ഇപ്പോൾ കാലം അനുകൂലമായിരിക്കുന്നു."

"എങ്ങനെ?"

"കേളപ്പനാർ എന്റെ നിയന്ത്രണത്തിലാണ്."

"ആശാനേ എനിക്കൊട്ടും മനസ്സിലായില്ല."

"നിന്റെ അപ്പൂപ്പന്റെ ആവശ്യപ്രകാരം ഞാൻ അയാളുടെ നാഡീവ്യൂഹം തളർത്തിയിട്ടു. അതുകൊണ്ടുള്ള ദോഷഫലം അയാൾക്ക് കുറച്ചുകാലംമാത്രമേ ഉണ്ടാകൂ. എപ്പോൾ വേണമെങ്കിലും അതിൽനിന്ന് ആശ്വാസം ലഭിക്കും. എങ്കിലും തുടർന്നും യുക്തിപൂർവ്വം ചിന്തിക്കാനും പ്രവർത്തിക്കാനും അവന് കഴിയണമെന്നില്ല. ഇപ്പോൾ നീ വന്നല്ലോ? ഇതാണ് പറ്റിയ അവസരം. ഇത് നിന്റെ അപ്പൂപ്പന്റെ അവസാനത്തെ ആഗ്രഹമാണ്. ആ വിഷവൃക്ഷം നശിപ്പിക്കണം."

"അപ്പൂപ്പന്റെ ആഗ്രഹം ഞാൻ നടത്തും."

"കണ്ണപ്പാ എനിക്ക് നിന്നോടൊരു ചോദ്യം ചോദിക്കാനുണ്ട്."

"ആശാനെന്തും ചോദിക്കാം.."

"നിന്റെ കാമുകിയായ ആർച്ചയെ നിനക്ക് കാണണ്ടേ?"

"എന്ത്?"

"നിന്റെ ആർച്ച?"

"ആർച്ചയോ അതാരാണ്?"

"വർഷങ്ങൾക്കുമുമ്പ് അവൾ കാരണമാണ് നിന്നെ കേളപ്പൻ തല്ലിയത്..!"

"ഞാൻ അവളെ സ്നേഹിക്കുന്നുണ്ടെന്ന് നിങ്ങൾക്കെങ്ങനെ വിചാരിക്കാൻ കഴിയുന്നു..?"

"ഞാൻ അങ്ങനെ വിചാരിച്ചു.."

"എനിക്ക് ആരോടും.. കേളപ്പനാരുടെ മരണമൊഴിച്ച് മറ്റൊന്നിനോടും ഇഷ്ടമല്ല.."

"നിനക്ക് അവളെ കാണണമെങ്കിൽ ഞാൻ വിളിക്കാം."

"അവൾ ഇവിടെയുണ്ടോ?"

"ഉണ്ട്.."

"ഒരു വൃദ്ധയായിട്ടുണ്ടാവും.."

ആശാൻ ചിരിച്ചു: "നിന്നെപ്പോലെത്തന്നെ."

"അവളുടെ അച്ഛനെവിടെ? മരിച്ചോ?"

"അവനൊരു വിഡ്ഢിയാണ്. നിന്റെ അപ്പൂപ്പൻ ഒട്ടേറെ അവസരങ്ങൾ കൊടുത്തു. പക്ഷേ, എന്തുചെയ്യും? അയാൾ നമ്മളോടൊപ്പം ചേരാൻ വിസമ്മതിച്ചു. അവന്റെ മകൻ ഉണ്ണിക്കൃഷ്ണനും അയാളെ നിർബ്ബന്ധിച്ചു. ഒടുവിൽ സ്വന്തം മകനെക്കൊന്ന് അയാൾ ആത്മഹത്യ ചെയ്തു; അതോടെ ആർച്ച തനിച്ചായി. നിന്റെ അപ്പൂപ്പൻ അവളെ സംരക്ഷിച്ചു. അദ്ദേഹം മരിക്കുന്നതിനുമുമ്പ് എന്നെയേൽപ്പിച്ചു.അവൾ ഇപ്പോഴും നിന്നെ കാത്തിരിക്കുകയാണ്."

"എന്തിന്? ഞാൻ അവളോട് ഇതുവരെ സംസാരിച്ചിട്ടുപോലുമില്ല. എന്തിനാ അവൾ കാത്തിരിക്കുന്നത്?"

"കണ്ണപ്പാ, നിനക്ക് ഒരിക്കലും സ്ത്രീകളുടെ മനസ്സറിയില്ല. അവരുടെ മനസ്സിൽ ഒരാൾ കടന്നുവന്നാൽ അവർ അവനെ ഒരിക്കലും ഉപേക്ഷിക്കുന്നില്ല, അവനുവേണ്ടി തന്റെ ജീവിതം മുഴുവൻ സമർപ്പിക്കും. ആർച്ച നിനക്കുവേണ്ടി ജീവിതം ഉഴിഞ്ഞുവച്ചു."

"എന്തിന്..?"

"അവൾ നിന്നെ സ്നേഹിച്ചു."

"അതെപ്പോൾ?"

"നീ അവളുടെ പേര് ചോദിച്ചതുകൊണ്ടാണ് നിനക്ക് മർദ്ദനമേൽക്കേണ്ടിവന്നതെന്ന് അവൾ വിശ്വസിക്കുന്നു."

"ഇത് പരിഹാസ്യമാണ്; ഇനി ഞാനെന്താണ് ചെയ്യേണ്ടത്?"

"നിന്റെ മുമ്പിൽ രണ്ടുവഴികളാണുള്ളത്. ഒന്നുകിൽ ആർച്ചയെ നിനക്ക് ഭാര്യയായി സ്വീകരിക്കാം. അതല്ലെങ്കിൽ കേളപ്പന്റെ നാശത്തിനുള്ള ഉപകരണമായി അവളെ ഉപയോഗിക്കാം."

"ഒരു വൃദ്ധയ്ക്ക് എന്ത് ചെയ്യാൻ കഴിയും?"

"പുച്ഛിക്കേണ്ടാ.. അവൾക്ക് അത്ഭുതങ്ങൾ ചെയ്യാൻകഴിയും. നീ എന്നെങ്കിലും വന്നാൽ ചെയ്യാനുള്ള ഒരു പദ്ധതി നിന്റെ അപ്പൂപ്പൻ തയ്യാറാക്കിയിരുന്നു."

"പറയ് ആശാനേ.. കേൾക്കട്ടേ.."

"രാജകുടുംബത്തിന് ഭക്ഷണമൊരുക്കുന്ന ഒരു കുശിനിക്കാരിയായി അവളെ മൂത്തേടത്തരമനയിലേക്ക് അയക്കുക.."

"രാജകുടുംബമോ? അവർ വെറും തെണ്ടികൾ..!"

"അതിരിക്കട്ടെ. ഇപ്പോൾ സമയമായി."

"എന്തിനുവേണ്ടി?"

"ആ എമ്പ്രാന്തിരിപ്പെണ്ണിന് ഈയിടെയാണ് സ്വബോധം തിരിച്ചുകിട്ടിയതെന്നറിഞ്ഞു..!"

"ങ്ഹേ..അവളിനിയും ചത്തില്ലേ?"

"ജീവനുണ്ടെന്ന് മാത്രം. ചീരുമന്നത്തി അവളുടെ ആജ്ഞകൾ അനുസരിക്കുന്നു."

"ആശാനേ അപ്പൂപ്പന്റെ പദ്ധതിയെന്തെന്ന് ശരിയായി പറയൂ.."

"ആർച്ചയോട് ഏരുവേശ്ശികൊട്ടാരത്തിൽ വേലക്കാരിയായി

പോകാൻ പറയൂ. നീ പറഞ്ഞാലേ അവൾ കേൾക്കൂ.. ഇവിടെ കൊടും വിഷമിരിപ്പുണ്ട്. അതവൾക്ക് കൊടുക്കണം. കേളപ്പന്റെ ഭക്ഷണത്തിൽ വിഷം കലർത്തണം. കുശിനിക്കാരിയായി ചെന്നാൽ അതെളുപ്പമാണ്. ആ വിഷം കഴിക്കുന്നതാരായാലും മരിച്ചിരിക്കും. അത്രയ്ക്ക് കൊടുംവിഷമാണത്. ഞാൻ പറഞ്ഞാൽ ആർച്ച അനുസരിക്കില്ല. നിനക്ക് അവളെ കൊണ്ടുപോകാം, ഇത് നമ്മുടെ അവസാനശ്രമമാണ്, എനിക്ക് ഏതാനും നാളുകളേ ഇനി ബാക്കിയുള്ളൂ. എന്റെ മരണമടുത്തെത്തി യിരിക്കുന്നു. അതിനുമുമ്പ് ഒരു നല്ല വാർത്തയറിയണം."

"ഞാൻ എന്താണ് ചെയ്യേണ്ടത്?"

"ഇതിനകം പറഞ്ഞതൊന്നും ഓർമ്മയില്ലേ? ആദ്യം ആർച്ചയോട് കൊട്ടാരത്തിലേക്ക് പോകാൻ പറയൂ; ബാക്കികാര്യങ്ങൾ ഞാൻ പിന്നീട് പറയാം."

"അവളെ വിളിച്ചുകൊണ്ടുവരാൻ പറയ്.."

അൽപ്പസമയത്തിനകം മദ്ധ്യവയസ്കയായ ഒരു സ്ത്രീ വന്നു. കണ്ണ പ്പൻ അവളുടെ മുഖം ഓർത്തെടുത്തു. ആശാന്റെ നിർദ്ദേശമനുസരിച്ച്, അവൻ അവളോട് വളരെ ഹൃദ്യമായി സംസാരിച്ചു. താനിപ്പോഴും അവളെ പ്രണയിക്കുന്നുവെന്ന് ബോദ്ധ്യപ്പെടുത്തി. അവളോട് കൊട്ടാരത്തിലേക്ക് പോകാൻ അഭ്യർത്ഥിച്ചു.

"ഞാനെന്തിന് അവിടെ പോകണം, എനിക്ക് നിങ്ങളുടെകൂടെ കഴിഞ്ഞാൽ മതി." ആർച്ച അവനോട് ചോദിച്ചു.

"ആർച്ചേ, നീ പറഞ്ഞത് ശരിയാണ്. നമ്മൾ ഒന്നിച്ചുകഴിയേണ്ടവർ തന്നെയാണ്. പക്ഷേ, പദ്ധതി നടപ്പിലായശേഷം മാത്രം. അന്ന് നിന്നോ ടൊപ്പം ഞാൻ ചേരും. വൈകാതെ ഞാൻ ഏരുവേശ്ശിയുടെ രാജാവാകും, അന്ന് നീ എന്റെ മന്നത്തിയാണ്. അതുകൊണ്ട് ഇപ്പോൾ പറയുന്നത് ചെയ്യൂ.."

ആർച്ച പാതിമനസ്സോടെ സമ്മതം മൂളി. അംബികയ്ക്ക് അസുഖ മാണെന്ന് അറിഞ്ഞ നാൾമുതൽ കാണണമെന്ന് അവൾക്ക് ആഗ്രഹമു ണ്ടായിരുന്നു. എന്നാൽ ഭേദപ്പെട്ട വിവരം അറിഞ്ഞിരുന്നില്ല. അവസാനം അവൾ മൂത്തേടത്തരമനയിലേക്ക് പോയി. അവിടെ മറ്റൊരുപേരിൽ വേല ക്കാരിയായി കയറിപ്പറ്റാൻ ഒട്ടും ബുദ്ധിമുട്ടുണ്ടായില്ല. അതേസമയം ഗുരു വിന്റെ കുടിലിൽനിന്ന് പുറത്തിറങ്ങിയ കണ്ണപ്പനെയും കാത്ത് ചിലർ പുറത്ത് പാതയോരത്ത് കാത്തുനില്പുണ്ടായിരുന്നു. അവരെ കണ്ടപ്പോൾ കണ്ണപ്പൻ ഒന്നു പതറി. പക്ഷേ, അത് പുറത്തുകാണിക്കാതെ അവന്റെ കൈ അരയിലെ ആയുധത്തിൽ തൊട്ടു. അതുകണ്ട് വന്നവർ ചിരിച്ചു.

"ഞങ്ങൾ ശത്രുക്കളാണ്, പക്ഷേ, നിന്റെയല്ല, ശത്രുവിന്റെശത്രു മിത്രമാണെന്നല്ലേ..!"

അവർ തോളിൽ കൈയിട്ടു. ഒന്നും മനസ്സിലാവാതെ കണ്ണപ്പൻ അവ രോടൊപ്പം നടന്നു.

മുപ്പത്തി നാല്

നാടകം ഏതാണ്ട് പകുതിയിലേറെ പിന്നിട്ടു. വീർപ്പടക്കി കണ്ടിരുന്ന ആബാലവൃദ്ധം ജനങ്ങളും മഞ്ഞ് പൊഴിയുന്നതും രാവ് കനക്കുന്നതും അറിഞ്ഞതേയില്ല. അല്പസമയം ഇടവേളയാണെന്ന് അറിയിപ്പ് വന്നു. സ്ത്രീകൾ നാട്ടുവർത്തമാനത്തിലേക്ക് തിരിഞ്ഞു. നാടകത്തെ ഗൗരവത്തോടെകണ്ട ചിലർ അഭിനേതാക്കളുടെ മികവിനെക്കുറിച്ച് അത്ഭുതപ്പെടുകയും മികച്ച അഭിനയമാണ് ഓരോരുത്തരും കാഴ്ചവച്ചതെന്ന് അഭിപ്രായപ്പെടുകയും ചെയ്തു. ഇതുവരെ അറിയാൻ കഴിയാതെപോയ നാടിന്റെ ചരിത്രം കാണാൻ കഴിഞ്ഞതിലാണ് മറ്റു ചിലർ അഭിപ്രായം പങ്കിട്ടതെങ്കിൽ നാടകത്തിന്റെ അവതരണത്തിലെ പുതുമയാണ് വേറെ ചിലരെ ആകർഷിച്ചത്. നൂറ്റാണ്ടുകൾക്ക് മുമ്പ് ഭാരതത്തിൽ സഞ്ചാരിയായി വന്ന പോർച്ചുഗീസുകാരൻ ഡ്വർട്ടേ ബാർബോസ, മലബാർജില്ലയുടെ കലക്ടറായിരുന്ന വില്യം ലോഗൻ എന്നിവർ കഥാപാത്രങ്ങളായി വന്നത് ചിലരെ വിസ്മയിപ്പിച്ചു.

ഏതാനും സമയം കഴിഞ്ഞ് വീണ്ടും മണി മുഴങ്ങി. യവനിക ഉയർന്നപ്പോൾ വേദിയിൽ കരക്കാട്ടിടം പടിമാളികയുടെ പൂമുഖം ദൃശ്യമായി. അത് അതിമനോഹരമായിരുന്നു. പഴയകാലത്തിന്റെ ദൃശ്യാവിഷ്കാരം കണ്ട് ആളുകൾ വിസ്മയിച്ചു. മുൻ രംഗത്തിലെ രണ്ടു സഞ്ചാരികൾ കടന്നു വരുന്നു. അവർ തമ്മിലുള്ള സംഭാഷണം.

"ബാർബോസാ.. താങ്കൾ മരുമക്കത്തായം എന്ന സമ്പ്രദായത്തെക്കുറിച്ച് കേട്ടിട്ടില്ലേ?"

"ഉണ്ട് മി.ലോഗൻ. അതേക്കുറിച്ച് ഞാൻ എഴുതിയിട്ടുണ്ട്. എന്നെ അമ്പരപ്പിക്കുന്നത് മറ്റൊന്നാണ്. തറവാട്ടിൽ ജനിക്കുന്ന കുഞ്ഞുങ്ങളുടെ പിതാവ് ആരാണെന്നത് ഇവർ ഗൗനിക്കുന്നതേയില്ല. ഭാര്യയും ഭർത്താവും

ഒന്നിച്ച് താമസിക്കുന്നുമില്ല. കുഞ്ഞുങ്ങളെ ഉൽപ്പാദിപ്പിക്കാനുള്ള വെറും വിത്തുകാള മാത്രമാണ് പുരുഷൻ. സ്ത്രീകൾ ആരെ വേൾക്കണമെന്ന തടക്കം കുടുംബത്തിലെ തലമുതിർന്നയാളുടെ തീരുമാനങ്ങളേ ഇവിടെ നടപ്പിലാവൂ. ഈ നാട്ടിൽ ഒരു സ്ത്രീ എത്ര പുരുഷന്മാരെ സ്വീകരിക്കുന്നോ അത്രത്തോളം മഹത്ത്വം സ്ത്രീകൾക്ക് കല്പിക്കപ്പെടുന്നു."

"താങ്കളുടെ സഞ്ചാരത്തിൽനിന്ന് ഇത്തരം ആചാരങ്ങൾ മറ്റെവിടെയെങ്കിലും..?"

"ഇല്ല. ആഫ്രിക്കയിലെ ഗോത്രവർഗ്ഗങ്ങളിൽ രസകരമായ മറ്റൊരു ആചാരമുണ്ട്."

"എന്താണത്?"

"ഒരു ഭർത്തൃമതിക്ക് പരപുരുഷനുമായി ബന്ധമുണ്ടായെന്നിരിക്കട്ടെ. അന്നേദിവസം ഭർത്താവിന് ഉപ്പ് ചേർത്ത ഭക്ഷണം നല്കാൻപാടില്ലത്രേ. ഇനി ആ ബന്ധത്തിൽ കുഞ്ഞുങ്ങൾ ജനിച്ചാലോ? അയാൾ സ്വന്തം മകനെപ്പോലെ വളർത്തുകയും ചെയ്യും."

"വിചിത്രം തന്നെ..!"

രണ്ടുപേരും ചിരിക്കുന്നു. ബാർബോസ തുടർന്നു.

"നോക്കൂ.. നമ്മളിപ്പോൾ വന്നുചേർന്ന ഈ സാമന്തപ്രഭുവിന്റെ പൂർവ്വികനുൾപ്പെടെ ഈ നാട്ടിൽ ഭരണം നടത്തുന്ന രാജാക്കന്മാരിലാരെങ്കിലും ചരിത്രത്തിലിടം പിടിച്ചതായി കേട്ടിട്ടുണ്ടോ..?"

"നാൽപ്പതിനായിരത്തോളം ചതുരശ്രമൈൽ വിസ്തീർണ്ണമുള്ള മലയാളനാട്ടിൽ നാൽപ്പതിലേറെ രാജ്യങ്ങളും അത്രത്തോളം രാജാക്കന്മാരുമുണ്ട്. അവരുടെ കീഴിൽ അസംഖ്യം സാമന്തന്മാരും ഭരിക്കുന്നുണ്ട്. ഇവരിൽ ഒരാൾക്കുപോലും ചരിത്രത്തിൽ സ്ഥാനമുണ്ടായിരുന്നില്ല. സത്യത്തിൽ എങ്ങനെയായിരുന്നു ഇവരുടെ ഭരണം?"

"എന്റെ യാത്രയിൽനിന്ന് മനസ്സിലായത് പറയട്ടെ..?"

"ഉം.. പറയൂ.."

"ജാത്യാചാരങ്ങൾ പാലിക്കുന്നുണ്ടെന്ന് ഉറപ്പാക്കുക, ക്ഷേത്രങ്ങളിൽ ഉത്സവം നടത്തുക, ഏതെങ്കിലും ബ്രാഹ്മണകന്യക പിഴച്ചുപോയെന്ന് ഒരു വൃദ്ധബ്രാഹ്മണൻ പറഞ്ഞാൽ അവളെ സ്മാർത്തവിചാരം നടത്തി നാടുകടത്തുക, ബ്രാഹ്മണർക്കും പൂജാരികൾക്കും ആവശ്യമായതെല്ലാം ചെയ്തുകൊടുക്കുക, ഉന്നതജാതകളായ ദേവദാസികളുമായി രമിക്കുക, ആചാരം ലംഘിക്കുന്ന കീഴ്ജാതിക്കാരെ വധിക്കുക.. പോരേ..?"

"അതേ.. കുറുമ്പനാട്ട് രാജാവിനെക്കുറിച്ച് ഹാമിൽട്ടണോ മറ്റോ എഴുതിയത് ഞാൻ വായിച്ചിട്ടുണ്ട്. 1695 ൽ അദ്ദേഹം രാജാവിനെ സന്ദർശിച്ചപ്പോഴുണ്ടായ രസകരമായ അനുഭവമാണ്. വളരെ ശോച്യമായ നിലയിൽ മുളകൊണ്ട് നിർമ്മിച്ച ഒരുവീട്. ശുചിത്വമൊക്കെയുണ്ട്. രാജാവിന്റെയൊപ്പം നടന്നപ്പോൾ അദ്ദേഹത്തിന്റെ ശിരസ്സ് മേൽക്കൂരയിൽ തട്ടിപ്പോയി. അതോടെ മേൽക്കൂര അയിത്തപ്പെട്ടത്രേ. പക്ഷേ, നില്ക്കുന്ന മണ്ണിന് അയിത്തമില്ല. അതിനുശേഷം ആ വിഡ്ഢിയായ രാജാവ് മേൽക്കൂര പൊളിച്ചു കളഞ്ഞത്രേ."

"ചുരുക്കിപ്പറഞ്ഞാൽ വൈദിക ബ്രാഹ്മണർ ഇച്ഛിക്കുന്നത് നടപ്പിലാക്കുകയാണ് ഈ രാജാക്കന്മാർ ചെയ്യുന്നത്. ഇതിനിടയിൽ പാവം അരപ്പട്ടിണിയും മുഴുപ്പട്ടിണിയുമായി മുറുക്കിയുടുക്കാൻ മുണ്ടുപോലുമില്ലാതെ പ്രജകൾ..!"

"നാണ്യവിളകളുടെ കൃഷി ഹീനകൃത്യമായി കരുതുന്നവരാണ് സവർണ്ണർ. അവർക്ക് വേണ്ടത് നെൽക്കൃഷിമാത്രം. വ്യവസായമില്ല. താങ്കളുടെ രാജ്യമായ പോർച്ചുഗലിൽനിന്ന് മരച്ചീനി വന്നതുകൊണ്ട് ജനങ്ങൾ ജീവൻ നിലനിർത്തി."

"മി. ലോഗൻ.. ആരോ ഇങ്ങോട്ട് വരുന്നുണ്ട്. ഈ സാഹചര്യത്തിൽ എന്റെ സാന്നിദ്ധ്യം അനാവശ്യമാണ്. നിങ്ങൾ സംസാരിക്കൂ.."

ബാർബോസ പോകുന്നു. വേദിയിലിപ്പോൾ ലോഗൻ മാത്രമാണുള്ളത്.

കരക്കാട്ടിടം രയരപ്പൻനായനാരും കൂടെ രണ്ടു വാലിയക്കാരും വേദിയിൽ വരുന്നു. ഒരാളുടെ കൈയിൽ മുറുക്കാൻ ചെല്ലം. അപരന്റെ കൈയിലുള്ള വിശറികൊണ്ട് നായനാരെ വീശുന്നുണ്ട്. ലോഗനെ കണ്ട് മുഖത്ത് കൃത്രിമമായി ഭവ്യതവരുത്തി നായനാർ ലോഗനോട്..

"സായ്പ് എവിടെനിന്നാണാവോ?"

"ഞാൻ ഒരു സഞ്ചാരിയാണ്. മലബാറിലെ ഓരോ നാട്ടുരാജ്യത്തിന്റേയും സംസ്കാരം, ചരിത്രം, ഭരണം എന്നിവയെക്കുറിച്ച് ഒരു മാന്വൽ എഴുതാൻ ഇന്ത്യാഗവൺമെന്റ് നിർദ്ദേശിച്ചതനുസരിച്ചാണ് എന്റെ യാത്ര."

"അതു ഭേഷായി. അപ്പോ.. നമ്മെക്കുറിച്ചും എഴ്തണ്ണ്ടാവും..ല്ലേ?"

"എഴുതാതിരിക്കാൻ പറ്റ്വോ?"

"നമുക്ക് അതേക്കുറിച്ച് പിന്നീട് വിസ്തരിച്ച് സംസാരിക്കാം. ഇപ്പോ അട്യന്തരമായ ചില കാര്യങ്ങള്ണ്ട്. യാത്രചെയ്ത് ക്ഷീണിച്ച് വന്നതല്ലേ? അവ്ടെ പത്തായപ്പുരയിൽ വിശ്രമിക്കാം."

വിശറി വാങ്ങി വാല്യക്കാരനോട്..

"ഏയ് രാമാ..നീ ഇദ്ദേഹത്തിന് പത്തായപ്പുര കാണിച്ചുകൊട്ക്ക്."

അവർ പോകുന്നു.

വാല്യക്കാരന്റെ കൈയിലെ ചെല്ലമെടുത്ത് നായനാർ നന്നായി മുറുക്കുന്നു. പിന്നീട് വിശറിവീശിക്കൊണ്ട് അങ്ങോട്ടുമിങ്ങോട്ടും അസ്വസ്ഥനായി നടക്കുന്നു. ഇടയ്ക്കിടെ ആരെയോ പ്രതീക്ഷിക്കുന്നതുപോലെ നെറ്റിയിൽ കൈവച്ച് ദൂരേക്ക് നോക്കുന്നു.

"കുഞ്ഞമ്പൂ.. അവർ വര്ന്ന്ണ്ടോന്ന് നോക്ക്."

"റാൻ..."

വേദിയിലെ വിവിധഭാഗങ്ങളിൽ ചെന്ന് വാല്യക്കാരൻ ദൂരേക്ക് താണും ചരിഞ്ഞും നോക്കുന്നു.

"എശമനാ.. പുഞ്ചവയലിന്റെപ്പുറത്തെ കുന്നിൻമോളീന്ന് ആരുടെയൊക്കെയോ തലമൊട്ട് കാണ്ന്ന്ണ്ട്."

കുറേപ്പേരുടെ സംഭാഷണശകലങ്ങൾ ഒരു മൂളക്കമായി വേദിയി

ലേക്ക് അടുത്തടുത്ത് വരുന്നത് കേൾക്കാം. അല്പസമയത്തിനകം വെള്ളൂരിടത്തിന്റെ മറ്റൊരുതാവഴിയായ വെള്ളൂർതാഴത്തിടം, കരക്കാട്ടിടത്തിന്റെ ചെങ്ങളായി, പയ്യാവൂർ താവഴികൾ രയരോത്തിടത്തിന്റെ അമ്മണിക്കോലിടം, കുന്നുമ്മലിടം, കനകത്തിടം തുടങ്ങിയവയിലെ കാരണവന്മാരും മുണ്ടോൻ, മുതുകുറ്റി, പാപ്പിനിശ്ശേരി, എടവന എന്നീ നമ്പ്യാർമാരും പ്രധാന കാര്യസ്ഥന്മാരും വന്നുചേരുന്നു. വാല്യക്കാരിലൊരാൾ കിണ്ടിയും വെള്ളവും കൊണ്ടുവന്നപ്പോൾ മറ്റൊരാൾ വീരാളി പുൽപ്പായ വിരിച്ചു. എല്ലാവരും ശുചിയായി വിരിച്ച വീരാളി പുൽപ്പായയിലിരിക്കുന്നു. വാല്യക്കാരികൾ കൊണ്ടുവന്ന സംഭാരം കുടിച്ചശേഷം ചിലർ മുറുക്കുന്നു.

"കുംഭച്ചൂട് കഠിനം തന്നെ.."

അമ്മണിക്കോലിടംകാരണവരായ കേപ്പൂട്ടി നായനാർ കുന്നുമ്മലിടത്തിലെ ദാറൂട്ടിയോട് പറഞ്ഞു.

"അതേയതേ.. ഉച്ചയായിട്ടില്ല വേവാൻ തുടങ്ങിയിരിക്കുന്ന്." ദാറൂട്ടി നായനാർ മറുപടി പറഞ്ഞു.

ചാരുകസേരയിൽനിന്ന് ഒന്നിളകിയിരുന്ന രയരപ്പൻനായനാർ മുരടനക്കി. പിന്നെ പറയാൻ തുടങ്ങി.

"എല്ലാരും കേൾക്കാ.."

മറ്റുള്ളവർ ജാഗരൂകരായി.

"ആയിരത്തിലേറെ വർഷങ്ങളായി, നമ്മൾ ചുഴലിസ്വരൂപവും നേരിയോട്ടുസ്വരൂപവും കോലത്തിരിയുടെ സാമന്തന്മാരാണെന്ന് ങ്ങക്കറിയാല്ലോ? പെരുമാൾ അധികാരം വിട്ടൊഴിയുമ്പോ ഉദയവർമ്മനോടൊപ്പം നമുക്കും സ്വതന്ത്രാധികാരം കിട്ടിയതാണ്. പന്ത്രണ്ടുകാതം വിസ്തൃതിയുള്ള നാടും പന്ത്രണ്ടായിരം നായർപടയാളികളെയും നമുക്ക് അനുവദിച്ചതായും കാരണവന്മാർ പറഞ്ഞുകേട്ടിട്ട്ണ്ട്."

"അതേ ശരിയാണ്" എല്ലാവരും തലകുലുക്കി സമ്മതിച്ചു.

"ന്നിട്ട് ഇപ്പോഴോ..? നികുതിവരുമാനോം ആയുധബലോം വേണ്ടത്ര ഇല്ലാത്തോണ്ട് നാം ഇപ്പോഴും സാമന്തന്മാരായി കഴിയ്ന്ന്. സത്യത്തിൽ കോലത്തിരിയുടെ അതേ ചോരതന്നെയാണ് മ്മളിലുമുള്ളത്. ഇപ്പോ അയാളുടെ ഓലവന്നത് ഒരുപക്ഷേ, ങ്ങള് അറിഞ്ഞുകാണും. നികുതിയിനത്തിൽ പതിനാറായിരം ഉറുപ്പികയാത്രേ പിരിച്ച് കൊടുക്കേണ്ടത്!"

രയരപ്പൻനായനാർ ഓരോരുത്തരുടെയും മുഖത്ത് മാറിമാറിനോക്കി, തുടർന്നു.

"മുക്കാലേമുണ്ടാണിയും കാട്ടുമൃഗങ്ങളുടെ കേന്ദ്രമായ കാട്ടുപ്രദേശമാണ് മ്മടെ നാട്. ആരെ പിഴിഞ്ഞാണ് ഇത്രയും വലിയ തുക കൊടുക്കേണ്ടത്? കുരുമുളകും ഏലവും വിളയുന്ന ഏരുവേശ്ശിനാട് മന്നനാരുടെ കൈപ്പിടിയിലും. കോലത്തിരിയുടെയും കമ്പനിയുടെയും അനുമതി ലഭിച്ചെങ്കിലും ഏരുവേശ്ശി ഇതുവരേക്കും നമുക്ക് ലഭ്യമായിട്ടില്ല. പയ്യന്നൂർ തുക്കിടിമജിസ്ട്രേട്ട് കോടതി മന്നനാരുടെ വ്യവഹാരം തള്ളി. പക്ഷേ,

തലശ്ശേരികോടതിയിൽ ഇപ്പോഴും നടക്ക്ന്ന്. ഇതെല്ലാം ആലോചിക്കാനാണ് എല്ലാർക്കും തരക് അയച്ചത്."

ഈ സമയം വെള്ളൂർ താഴത്തിടത്തിലെ ഒതേനൻനായനാർ സംശയമുന്നയിച്ചു.

"നേരിയോട്ടുകാർക്കും ഇത്രന്ന്യാന്നോ കപ്പം നിശ്ചയിച്ചത്?"

"അല്ലാലോ.. ഇഷ്ടംപോലെ വരുമാനമുണ്ട് നേര്യോട്ടുകാർക്ക്. നിശ്ചയിച്ചതോ നമ്മുടെ നേർപകുതിയും."

നായനാർ തെല്ലിട നിറുത്തി അല്പസമയം കഴിഞ്ഞശേഷം വീണ്ടും തുടർന്നു.

"ഇത്രയും വലിയതുക എങ്ങനെ, ആരോട് പിരിച്ചുണ്ടാക്കണമെന്ന് ഒരു തിട്ടോമില്ല. ഈ അന്യായത്തിനെതിരെ നമ്മക്ക് എന്ത് ചെയ്യാനാവും ന്നാ ആലോചിക്കേണ്ടത്. ഉണ്ണമ്മൻകാരണോറെ കാലത്തും ഇങ്ങനെ തീട്ടൂരം വന്നിന്. ഓറ് എന്തു മറിമായാ കാട്ട്യേന്ന് നിക്കറീല്ല. മറ്റൊരു കാര്യോള്ളത് മന്നനാര്ടെ ഏരുവേശ്ശിയെപ്പറ്റിയാണ്. രാജ്യം നമ്മുടേത്, പക്ഷേ, അധികാരമില്ല; അതാ ഇന്നത്തെസ്ഥിതി. കുരുമൊളകും ഏലോം ഇഞ്ചീം ധാരാളംള്ള അവിടുത്തെ വരുമാനം കിട്ടിയാൽ കൊറച്ചൊക്കെ പിടിച്ചുനിക്കാൻ കഴിയും. ഇനി പറ.. ന്താ ങ്ങടെല്ലാരുടേം അഭിപ്രായം?"

കാരണവന്മാർ പരസ്പരം നോക്കി.

"ന്തെങ്കിലും ഇടങ്ങേറുണ്ടാവുമ്പോഴെല്ലാം നമ്മളെ വേണം; അല്ലാത്തപ്പോ അമ്പട ഞാനേന്ന് ഗർവ്വും.."

കനകത്തിടത്തിലെ ചിണ്ടൻനായനാർ കുന്നുമ്മലിടത്തിലെ ദാറൂട്ടിനായനാരോട് കുശുകുശുത്തു.

"എന്താ അവ്ടെ..? അതേയ്.. ങ്ങക്കിപ്പോ തോന്നുന്നുണ്ടാവും ഇതൊക്കെ എനിക്ക് മാത്രായി തിന്ന് കഴിയാനാണെന്ന്. പദവിം മറ്റൊക്കെത്തരണേല് ഇബ്ടെ വരുമാനം വേണ്ടേ.? മന്നനാരെ തുരത്താൻ വേണ്ടുന്ന മാർഗ്ഗം ആലോചിക്ക്.. ച്ചാൽ ങ്ങക്കും അയിന്റെ ഗുണോണ്ടാവും.."

കനകത്തിടം ആദ്യം നിന്നുപരുങ്ങി. പിന്നെ ഭവ്യതയോടെ പറയാൻ തുടങ്ങി.

"അയ്യോ..ഞാൻ അടീത്തമ്മോനെ കുറ്റം പറഞ്ഞതല്ലപ്പാ.. എടത്തിലെ കാര്യോക്കെ കഷ്ടത്തിലാന്ന്. കാര്യം പറയാന്ന് വച്ചാല് ഗതികേട് കൊണ്ട് പോയതാന്നെങ്കിലും ഇടുമ്പൻ നായനാർ ഇപ്പോ മന്നനാര്ടെ പടനായകനാത്രേ. എന്തിനേറെ പറേന്ന് പുള്ളിയാൻകുന്നിലെ അടിയാന്മാര് പോലും നമ്മള് പറഞ്ഞാല് കേക്കൂല്ല. അവർക്ക് മന്നനാർ പറേന്നതാ വേദവാക്യം. അതോണ്ട് മ്മക്ക് പിടിച്ച് നിക്കണേങ്കില് അയാളെ പൊറത്താക്കിയേ പറ്റൂ."

ദാറൂട്ടിനായനാർ എഴുന്നേറ്റു.

"ചിണ്ടൻ പറഞ്ഞേലും കാര്യോണ്ട്. മ്മളെ കൂട്ടത്തിൽ നിക്കേണ്ടവരല്ലേ ഇടവക്കുട്ടികുലത്തിലെ നായന്മാര്? ന്നിട്ടോ? അവരാ അയാൾടെ

പടയാളികള്. ഇടുമ്പന്റെ കാര്യം പറഞ്ഞല്ലോ? അത് ചിണ്ടന് തെറ്റിപ്പോയി. ആവശ്യം കഴിഞ്ഞപ്പോ കേളപ്പൻമന്നനാർ തനിസ്വഭാവം കാണിച്ചു. ജാത്യാലുള്ളത് തൂത്താൽ പോവ്വോ? ഇടുമ്പനെ അവിടുന്ന് പൊറത്താക്കീന്ന് പറേന്നകേട്ടു. ഇപ്പോ ജീവനോടെയുണ്ടോ ആവോ..! പിന്നെ നികുതീന്റെ കാര്യം.. എത്രയും പെട്ടെന്ന് കമ്പനിക്ക് പരാതികൊടുക്കണന്ന്യാ നല്ലത്. അവര് വരട്ടേ. നോക്ക്യാ ബോദ്ധ്യാവൂലോ?"

മുണ്ടോൻകോമപ്പൻനമ്പ്യാർ എഴുന്നേറ്റു.

"ന്തൊക്കെ പറഞ്ഞാലും മന്നനാരെപ്പറ്റി ആളുൾക്ക് നല്ലതേ പറയാനുള്ളൂ. കാരണം ഭ്രഷ്ട് കല്പിച്ചുപുറത്താക്കിയ നമ്പൂരിച്ചിയോ താണജാതിക്കാരിയോ.. അതാരുമാവട്ടെ അവർക്ക് കുടിയാന്മലേലും കുതിരമലേലും ജീവിക്കാൻ വേണ്ടത് ചെയ്യുന്ന്ണ്ട് അയാള്. കാണാൻ കൊള്ളാവുന്നതാണെങ്കില് മൂത്തേടത്തരമനയില് പാർപ്പിക്ക്യേം ചെയ്യും. നികുതീം കുറവ്, അല്ലലില്ലാത്ത ജീവിതോം മറ്റുള്ളവർക്ക് കിട്ടുന്ന്ണ്ട്. അപ്പോ നമ്മള് എടുത്ത്ചാടി ന്തെങ്കിലും ചെയ്താൽ വെളുക്കാൻ തേച്ചത് പാണ്ടായീന്ന് പറഞ്ഞ മാതിരിയാവും. അതോണ്ട് ഇത് സൂക്ഷിച്ച് എടപെടണം. ആദ്യം അയാൾടെ സൽപ്പേര് ഇല്ലാണ്ടാക്കണം. അയിന് എന്ത് മാർഗ്ഗോം സ്വീകരിക്കാം. സ്ത്രീലമ്പടൻ, താഴ്ന്നജാതി ഇതൊക്കെ ചാർത്തിക്കൊടുക്കണം. സ്ത്രീലമ്പടനെന്ന് പറഞ്ഞുപരത്തിയാൽ മാത്രംപോരാ, തെളിവുണ്ടാക്കണം. ഉയർന്ന ജാതിയിൽപ്പെട്ട നമ്മളെ ഹീനജാതിക്കാരൻ ഭരിക്കുന്നത് കുറച്ചിലാണെന്ന് ആളുൾക്ക് ബോദ്ധ്യപ്പെടണം."

തെല്ലിട നിർത്തി നമ്പ്യാർ എല്ലാവരെയും ഒരുമാത്ര നോക്കി. കരക്കാട്ടിടമുൾപ്പെടെ കാരണവന്മാർക്കെല്ലാം താൻ പറയുന്നത് രസിക്കുന്നുണ്ടെന്ന് മനസ്സിലായപ്പോൾ ഉത്സാഹത്തോടെ വീണ്ടും തുടർന്നു.

"മന്നനാർക്കെതിരേ ഏതോ ഒരു വിദ്വാൻ.. എന്തപ്പാ അയാടെ പേര്.. ങ്ഹാ.. തിലകൻ.! അയാളും കൂട്ടരും പടനയിക്കുന്നുണ്ട്ന്ന് മുമ്പേ കേട്ടിര്ന്ന്."

ഈ സമയം കരക്കാട്ടിടം ഇടപെട്ടു.

"തിലകൻ കേളപ്പൻമന്നനാര്ടെ നിലവറ കൊള്ളയടിക്കാൻ പോയീന്ന് കേട്ടല്ലോ?"

"ശര്യന്ന്യാ.. പക്ഷേ, അയാള് നേരിട്ട് പോയില്ല. മന്നനാർ പിരിച്ചുവിട്ട ഇടുമ്പൻനായനാരെ മുൻനിർത്തി കളിച്ച കളിയാ. കേളപ്പനാരാ മോൻ..? അയാള് പയറ്റിയ തന്ത്രത്തില് തിലകൻ തോറ്റുപോയി."

"തന്ത്രോ..? എന്താദ്..?"

"കേളപ്പൻ മുസിരിസ്സീന്നോ മറ്റോ കുറേ മുക്കുപണ്ടങ്ങൾ വരുത്തി. പഴയ നിലവറ ജീർണ്ണിച്ചതോണ്ട് പുതിയനിലവറ നിർമ്മിച്ച് സ്വർണ്ണഉരുപ്പടികളും മറ്റും അങ്ങോട്ടേക്ക് മാറ്റിയെന്ന് രഹസ്യായി പറഞ്ഞുപരത്തി. പാവം ഇടുമ്പൻ വിശ്വസിച്ചുപോയി. പക്ഷേ, ഇതൊന്നും കേളപ്പന്റെ പദ്ധതിയല്ലാന്നും അവ്ടെയുള്ള എമ്പ്രാന്തിരിപ്പെണ്ണിന്റെ ബുദ്ധിയാണെന്നും കേക്ക്ന്ന്ണ്ട്."

"ബുദ്ധീല് മാത്രല്ലാ.. ആള് കാണാനും ബഹു മിടുക്കിയാന്ന് കേട്ടിറ്റ്ണ്ട്.. കേളപ്പന്റെ ഒരു ഭാഗ്യേ..!"

വൃദ്ധനായ എടവനകമ്മാരൻനമ്പ്യാർ ചിരിച്ചപ്പോൾ ശൃംഗാരം തുളുമ്പി.

"വയസ്സായിട്ടും ശൃംഗാരംതന്നെ ഇപ്പോഴും!" ചിണ്ടൻ ദാറൂട്ടിയോട് കുശുകുശുത്തു.

"ങ്ഹാ.. എന്തായാലും അയാൾ അയാൾടെ വഴി നോക്കട്ടെ.. നമ്മക്ക് വേണേൽ മറ്റൊരു വഴീണ്ട്. വടകരേന്നോ പൊന്നാനീന്നോ വെള്ളേമ്മരെ കൊണ്ടന്ന് അയാൾടെ പണ്ടോം പണോം കവരാൻ ഏർപ്പാടാക്കാം. കത്തിമാത്രല്ലാ തോക്കും പ്രയോഗിക്കാൻ ബഹുകേമന്മാരാണവര്. സമ്പത്ത് ഇല്ലേൽ മന്നനാർക്ക് പിടിച്ചുനിക്കാൻ കഴിയില്ല."

നമ്പ്യാർ പറഞ്ഞുനിർത്തി. ഇടപ്രഭുക്കൾക്കെല്ലാം മുണ്ടോൻനമ്പ്യാരുടെ പദ്ധതി ഇഷ്ടമായി. കരക്കാട്ടിടംകാരണവർ പറയാൻ തുടങ്ങി.

"പൊന്നാനീന്നായാലും വടകരേന്നായാലും വെള്ളേമ്മാരെ കൊണ്ടരാൻ കോമൻതന്നെ ഏർപ്പാടാക്കണം. കോലത്തിരിയുടെ തീട്ടൂരത്തിനെതിരെ കമ്പനിക്കാരോട് പരാതി പറയാൻ അടുത്തദിവസംതന്നെ നാം ധർമ്മപട്ടണത്ത് പോകും. പിന്നെ.."

അർദ്ധോക്തിയിൽ വിരമിച്ച് രയരപ്പൻനായനാർ കാര്യസ്ഥന്മാരെ നോക്കി.

"നിങ്ങള് ചെയ്യേണ്ടുന്ന ചില കാര്യങ്ങളുണ്ട്. മൂത്തേടത്തരമനയിൽ ഭ്രഷ്ടായി വര്ന്ന പെണ്ണുങ്ങളെക്കൂടാതെ കോമൻ ഇപ്പോ വേറൊര്ത്തിയെക്കുറിച്ച് പറഞ്ഞില്ലേ? ഒരു എമ്പ്രാന്തിരിപ്പെണ്ണ്. അവളാണവ്ട്ത്തെ ബുദ്ധികേന്ദ്രം. അവളേം കേളപ്പനേം ചേർത്ത് പൊലയാട്ട് കഥകള് ഉണ്ടാക്കണം. അപ്പോ കുടുമ്മത്തില് കലഹോണ്ടാവും. മന്നത്തിയും മന്നനാരും തമ്മിൽ ശണ്ഠയുണ്ടാവും. ഇനി അഥവാ അതൊന്നും ഏശുന്നില്ലേൽ തറവാടികളായ ഏതേലും നമ്പ്യാർകുടുമ്മത്തിലെ കാണാൻ ചേലുള്ള പെണ്ണിനെ പെഴപ്പിക്കാൻപോയീന്ന് പറഞ്ഞ് കഥേണ്ടാക്ക്.. ആളോൾടെടേല് അയാടെ സൽപ്പേര് ഇല്ലാണ്ടായാൽ അരമനയിലും നാട്ടിലും അയാള് ഒറ്റപ്പെടും. മനസ്സ് തകർന്ന ഒരാളെ കീഴ്പ്പെടുത്താൻ എളുപ്പാ.."

കരക്കാട്ടിടത്തിന്റെ ഉപദേശം കേട്ടതോടെ കാര്യസ്ഥന്മാർ ഉഷാറായി. അക്കാര്യം ഞങ്ങളേറ്റു എന്ന മട്ടിൽ അവർ തലയാട്ടി സമ്മതിക്കുന്നു.

"അപ്പോ എല്ലാവർക്കും ഊണ് കഴിച്ചിട്ട് പിരിയാം.." കൂടിയാലോചന അവസാനിപ്പിച്ച് നായനാർ എല്ലാവരോടുമായി പറഞ്ഞു.

വേദിയിലെ പ്രകാശം മങ്ങുന്നു. അല്പനേരം കഴിഞ്ഞ് വീണ്ടും പ്രകാശിച്ചപ്പോൾ രംഗത്ത് ചരിത്രകാരൻ എഴുതിക്കൊണ്ടിരിക്കുന്നു. അവിടേക്ക് സൂത്രധാരൻ പ്രവേശിക്കുന്നു.

"കൊള്ളാം.. ചരിത്രകാരാ.. താങ്കൾ നേരായ വഴിക്കുതന്നെ എഴുതി. പക്ഷേ.."

"എന്താണ് പക്ഷേ..?"

"ഈ ചോദ്യം കാണികൾക്കുവേണ്ടിയാണ്. അതായത് ആയിരത്തിയഞ്ഞൂറിൽ ഭാരതത്തിൽവന്ന് പതിനാറുവർഷം ഇവിടെ ജീവിച്ച പോർട്ടുഗീസ് സഞ്ചാരിയാണല്ലോ ബാർബോസ. എന്നാൽ സർ വില്യംലോഗൻ മലബാർ കലക്ടറായത് മുന്നൂറ് വർഷങ്ങൾ പിന്നിട്ട് ആയിരത്തിഎണ്ണൂറിനുശേഷവും. ഇവർ ഒരുമിച്ച് സഞ്ചാരികളായി വന്നതിന്റെ സാംഗത്യമെന്താണ്?"

"സൂത്രധാരാ.. താങ്കൾ എല്ലാ കാര്യങ്ങളും കേവലം യുക്തിപരമായി ചിന്തിക്കരുത്. ഇത് ചരിത്രനാടകം മാത്രമല്ല, പരീക്ഷണ നാടകമാണെന്നും പറഞ്ഞിരുന്നില്ലേ?"

"ശരിയാണ്, ഞാനത് മറന്നു. കാണികളുടെ കൂടെ സഞ്ചാരികളുമുണ്ടെന്ന് മറക്കരുത്."

സൂത്രധാരൻ കാണികളോടായി..

"കേട്ടല്ലോ? മന്നനാർ രാജവംശത്തിന്റെ ഭരണത്തിലുള്ള ഏരുവേശ്ശി രാജ്യവും മറ്റ് രാജ്യങ്ങളും തമ്മിലുള്ള വ്യത്യാസങ്ങൾ എന്തൊക്കെയാണെന്ന് വിലയിരുത്താൻ ചരിത്രത്തിന്റെ പിന്നാമ്പുറങ്ങളിൽനിന്ന് ചിലരെ അവതരിപ്പിക്കേണ്ടിവരുമെന്നാണ് ചരിത്രകാരൻ പറയുന്നത്. നമുക്ക് കാണാം അടുത്ത രംഗത്തിൽ ഇനി ആരൊക്കെ വരുമെന്ന്.!"

രംഗം ഇരുളുന്നു.

മുപ്പത്തി അഞ്ച്

അന്ന്, മൂത്തേടത്തരമനയിൽ പതിവിലേറെ തിരക്കായിരുന്നു. വിവിധയാവശ്യങ്ങൾക്ക് നാടിന്റെ നാനാഭാഗത്തുനിന്ന് വന്നുചേർന്ന നാട്ടുമുഖ്യരും പൗരാവലിയും അരമനയുടെ മുറ്റത്തും പുറത്തുമായി അങ്ങിങ്ങായി കൂട്ടംകൂടി നില്പുണ്ട്. പക്ഷേ, ഇതിനെല്ലാം തീർപ്പ് കല്പിക്കേണ്ടയാൾ ഈവക കാര്യങ്ങളിലൊന്നും മുൻകൈയെടുക്കാതെ തന്റെ അറയിൽ കഴിച്ചുകൂട്ടി. ആരെങ്കിലും പറയാൻ ശ്രമിച്ചാൽ അംബികയെയോ ചീരുവിനെയോ കാണാൻ പറഞ്ഞുവിടും. അംബിക കിടപ്പിലായതൊന്നും മന്നനാർക്ക് അറിയില്ലല്ലോ? ഒടുവിൽ നിസ്സഹായരായി സ്വയം പഴിച്ച് അവർ ഓരോരുത്തരായി സ്ഥലംവിട്ടു. പക്ഷേ, അന്നു വൈകുന്നേരം വന്ന മറ്റൊരു കൂട്ടരെ മന്നനാർ സ്വീകരിച്ചിരുത്തിയത് ഏവരെയും അത്ഭുതപ്പെടുത്തി. കോലത്തുനാട്ടിൽനിന്ന് സ്മാർത്തവിചാരം നടത്തി പുറത്താക്കിയ മൂന്നു യുവതികളും അകമ്പടിയായി വന്ന കോലത്തരചന്റെ പടയാളികളുമായിരുന്നു ആ അതിഥികൾ. കാലങ്ങളായി പിന്തുടർന്നു പോരുന്ന ആചാരത്തിന്റെ ശേഷിപ്പുകൾ, അതോടൊപ്പം അശരണരായ യുവതികൾക്ക് ജീവിതത്തിലേക്ക് ഒരു തിരിച്ചുവരവും. പതിവില്ലാത്ത ഉത്സാഹത്തോടെ അവരോട് കുശലം പറയുകയും സൽക്കരിക്കുകയും ചെയ്തു. പിന്നീട് ഭടന്മാർ യാത്രയായശേഷം വന്നവരിൽ രണ്ടു യുവതികളെ മന്നനാർ കുടിയാന്മലയിലേക്ക് അയക്കാനുള്ള ഏർപ്പാടുകളും ചെയ്തു.

മൂന്നാമത്തെ യുവതി സുന്ദരിയായ ഒരു അന്തർജ്ജനമായിരുന്നു. കണ്ണിമയ്ക്കാതെ മന്നനാർ അവളെത്തന്നെ നോക്കിയിരുന്നു. കാമാതുരമായ നോട്ടത്തിൽ ആദ്യമൊന്ന് പകച്ചെങ്കിലും പിന്നെ വ്രീളാവിവശയായി അവൾ മുഖംകുനിച്ചു. പേര് ചോദിച്ചപ്പോൾ മുഖമുയർത്താതെതന്നെ

'സരസ്വതി' എന്ന് പതിയെ പറഞ്ഞു.

"സരസ്വതീ.. നിന്നെ എനിക്ക് ഇഷ്ടായി."

അവൾ മുഖമുയർത്തി മന്നനാരെ നോക്കി. ആ മിഴികൾ സജലങ്ങളായിരുന്നു. പിന്നെ പറഞ്ഞു.

"ഈയുള്ളവളുടെ ഭാഗ്യം.."

"നോക്കൂ.. നാം സാധാരണയായി ഇവിടെ വരുന്നവരോട് സ്മാർത്തവിചാരത്തിന്റെ കാരണമെന്തെന്ന് അന്വേഷിക്കാറില്ല. പക്ഷേ, ഇയാളുടെ പ്രകൃതം കാണുമ്പോൾ ഒരു ദുർന്നടപ്പുകാരിയാണെന്ന് നമുക്ക് തോന്നുന്നില്ല.. എന്താ.. നാം പറഞ്ഞതിൽ കഴമ്പുണ്ടോ?"

"പ്രഭോ.. കേൾവികേട്ട ഒരു ഇല്ലത്തിലെ പടുവൃദ്ധനായ ഒരു മൂസ്സ് നമ്പൂതിരിയുടെ അധിവേദനത്തിന് ഇരയാണ് ഞാൻ."

"ഉം.. മനസ്സിലായി..ന്നിട്ട് ആള് പോയീ..ല്ലേ?"

"ഇല്ല.. ഇപ്പഴുംണ്ട്. മൂസ്സിന്റെ നാലാമത്തെ വേളിയാണ് ഞാൻ. സ്വന്തം കഴിവില്ലായ്മ മറച്ചുവയ്ക്കാൻ പരപുരുഷബന്ധം ആരോപിക്കുകയാണല്ലോ പുരുഷന്മാരുടെ മുഖ്യ വിനോദം, പ്രത്യേകിച്ചും കാണാൻ തരക്കേടില്ലാത്ത വേളിയാണെങ്കിൽ! ദുരുദ്ദേശ്യത്തോടെ വന്ന് നിരാശപ്പെട്ടവർ സാക്ഷിയാവാനുംണ്ടാവും ഇഷ്ടംപോലെ."

മന്നനാരുടെ ആവേശം ആർദ്രതയ്ക്ക് വഴിമാറി.

"നിനക്ക് സമ്മതമാണെങ്കിൽ നിന്നെ ഞാൻ എന്റെ മച്ച്യാരാക്കും; സരസ്വതിമച്ച്യാർ..! എന്തു പറയുന്നു?"

"അങ്ങയുടെ ഇഷ്ടംപോലെ.."

കേളപ്പനാർ സരസ്വതിയെ തന്നോടടുപ്പിച്ചു. അതിനുശേഷം ചീരുമന്നത്തിയെ ആളയച്ച് വരുത്തി. അദ്ദേഹം സരസ്വതിയുടെ ചുമലിൽ കൈവച്ച് ചീരുവിനോടു പറഞ്ഞു.

"തലമുറകളായി തുടരുന്ന ആചാരപ്രകാരം ഇവളെന്റെ ഭാര്യയാണ്. ഇനിമുതൽ ഇവൾ, ഈ സരസ്വതിമച്ച്യാർ അരമനയിലുണ്ടാവും."

മന്നനാരുടെ പുതിയ വേഷപ്പകർച്ച കണ്ട് ചീരുമന്നത്തി ഒരു നിമിഷം വിസ്മയിച്ചു. പിന്നെ നിസ്സംഗതയോടെ സരസ്വതിയേയും കൂട്ടി അന്തഃപുരത്തിലേക്ക് പോയി.

ഒരുദിവസം ചീരു ചെല്ലുമ്പോൾ അംബിക മയക്കത്തിലായിരുന്നു. അവളുടെ മുഖത്ത് നല്ലതുപോലെ ക്ഷീണം നിഴലിക്കുന്നതായി മന്നത്തിക്ക് തോന്നി. കാൽപെരുമാറ്റം കേട്ടാവണം അവൾ കണ്ണുതുറന്നു. ശല്യപ്പെടുത്തേണ്ടായിരുന്നുവെന്ന് ചീരുവിന് തോന്നിയെങ്കിലും വളരെ പ്രധാനപ്പെട്ട ചില കാര്യങ്ങൾ അറിയിക്കാതിരിക്കാനാവില്ല. അംബിക എഴുന്നേറ്റ് കട്ടിലിൽ ഇരുന്നു.

"വിശേഷിച്ച് എന്തെങ്കിലും..?"

"ഉണ്ട്...കണ്ണപ്പനെ തേടിപ്പോയ സൈനികർ തിരിച്ചെത്തി. അവർ പൈതൽമലയിലും ചെറുതാഴത്തും വിശദമായ അന്വേഷണം നടത്തിയിരുന്നെങ്കിലും കണ്ടെത്താൻ കഴിഞ്ഞില്ലത്രേ."

അപ്പോൾ കണ്ണപ്പന്റെ കുത്സിതവൃത്തികൾ ഇനിയും തുടരാനാണ് സാദ്ധ്യതയെന്ന് അംബിക ഊഹിച്ചു. ശങ്കരേശ്വരമാമനെ അവളോർത്തു. അതുപോലെതന്നെ ഉണ്ണിയേയും ആർച്ചയേയും ഓർമ്മവന്നു. അവരിപ്പോൾ എവിടെയായിരിക്കും? മാമൻ തിലകന്റെ പിടിയിൽനിന്ന് ജീവനോടെ രക്ഷപ്പെട്ടുകാണുമോ? ആർച്ചയും ഉണ്ണിയും എങ്ങോട്ടായിരിക്കും പോയിട്ടുണ്ടാവുക? അവരെപ്പറ്റി എന്നും ആകുലപ്പെട്ടിരുന്നു. അവർ തന്നെ ഓർക്കുന്നുണ്ടാവുമോ?

"അംബികേ.. മറ്റൊരു വിവരംകൂടി.." മന്നത്തി വൈമനസ്യത്തോടെ പറഞ്ഞു.

"എന്താണത്..?"

"അതറിഞ്ഞാൽ നിങ്ങൾക്ക് വിഷമമാവും.. നിങ്ങളുടെ ആരോഗ്യസ്ഥിതിയെക്കുറിച്ച് ചിന്തിക്കുമ്പോൾ എങ്ങനെ പറയുമെന്ന ആശയക്കുഴപ്പത്തിലാണ് ഞാൻ."

"സാരമില്ല പറഞ്ഞോളൂ, എന്നായാലും ഒരിക്കൽ അറിയേണ്ടതല്ലേ?"

"അത്.. അല്ലെങ്കിൽ വേണ്ടാ.. ഞാൻ പിന്നീട് പറയാം."

അവർ ഒഴിഞ്ഞുമാറി. പറയാൻപോകുന്നത് അംബികയെ നേരിട്ട് ബാധിക്കുന്ന വിഷയമാണ്. പിന്നെയുള്ളത് സരസ്വതിയുടെ വിശേഷങ്ങളും. അത് തൽക്കാലം പറയേണ്ട. പിന്നെ സമയം കിട്ടുമ്പോഴാകാം. ഇതുകേൾക്കുമ്പോൾതന്നെ ഇവൾ എങ്ങനെ പ്രതികരിക്കുമെന്ന് അറിയില്ല. മന്നത്തി മൗനം പൂണ്ടു. അംബികയുടെ മുഖം മേഘാവൃതമായി. അത് പുറത്തുകാട്ടാതെ ചീരുവിനെ നിർബ്ബന്ധിച്ചു.

"മടിക്കേണ്ടാ.. പറയ്.. എന്തും കേൾക്കാൻ ഞാനൊരുക്കമാണ്."

"തിലകൻ തട്ടിക്കൊണ്ടുപോയ നിങ്ങളുടെ മാമനും മകനും ജീവിച്ചിരിപ്പില്ലെന്ന വിവരം നിങ്ങളെ അറിയിക്കാനുള്ള ചുമതല എനിക്കായിപ്പോയല്ലോ എന്നോർത്താണ് എന്റെ സങ്കടം."

പ്രതിമകണക്കെ അംബിക നിശ്ചലയായി. അകാലത്തിൽ തന്നെ അനാഥയാക്കി അച്ഛന്റെ ജീവനെടുത്ത കൊലയാളികൾ, ആർച്ചയോടൊപ്പം തനിക്ക് പിതൃതുല്യമായ വാത്സല്യം പകുത്തുനല്കിയ മാമനേയും വകവരുത്തിയിരിക്കുന്നു.

"വൈതൽമലയിൽ സൈനികർ നടത്തിയ അന്വേഷണത്തിലാണ് ഇക്കാര്യമറിഞ്ഞത്. അച്ഛനെത്തേടി ഉണ്ണിയും ആർച്ചയും സ്വയം അവിടേക്ക് ചെന്നതാണോ അതോ തിലകൻ തട്ടിക്കൊണ്ടുപോയതാണോ എന്ന് അറിയാൻ കഴിഞ്ഞിട്ടില്ല. ഇവരെവച്ച് തങ്ങളുടെ സംഘത്തിൽ ചേരാൻ തിലകൻ ശങ്കരേശ്വരനോട് വിലപേശിയത്രേ. ജീവൻ രക്ഷിക്കാൻ ഉണ്ണിയും അവരോടൊപ്പം ചേർന്നു. ശങ്കരേശ്വരനോടും അങ്ങനെ ചെയ്യാൻ ഉണ്ണിക്കൃഷ്ണൻ ആവശ്യപ്പെട്ടു. ഗത്യന്തരമില്ലാതെ അദ്ദേഹം ഉണ്ണിയെ വധിച്ച് ആത്മഹത്യ ചെയ്തു."

അവളൊന്നും കേൾക്കുന്നുണ്ടായിരുന്നില്ല. ഉള്ളിലൊരു മരവിപ്പ്. ദേഹമാകെ തളർന്ന് കട്ടിലിലേക്ക് വീണു. കലുഷിതമായിരുന്ന മനസ്സിൽ

ആർച്ചയുടെ മുഖം തെളിഞ്ഞു. അവളിപ്പോൾ എവിടെയായിരിക്കും? ചെറുതാഴത്തെ ബ്രാഹ്മണഗൃഹത്തിൽ കഴിയേണ്ട ഒരു ബ്രാഹ്മണപെൺകുട്ടി ചെറുശ്ശേരി തിലകനെന്ന കൊടുംക്രൂരന്റെ കെണിയിലകപ്പെട്ട് ഏതോ വനപ്രദേശത്ത് ഒളിവിൽ കഴിയുകയായിരിക്കും. അതോ ഇനി അവളെയും..? അംബിക കണ്ണടച്ചുകിടന്നു. തനിക്ക് അച്ഛനെ നഷ്ടപ്പെട്ടു, മാമനേയും ഉണ്ണിയേയും നഷ്ടപ്പെട്ടു. ആർച്ചമാത്രം എവിടെയെന്ന് നിശ്ചയമില്ലായിരുന്നു. ജീവിച്ചിരിപ്പുണ്ടെങ്കിൽ കണ്ണപ്പൻ തീർച്ചയായും അവളെ കാണാനെത്തിയേക്കുമെന്ന് അംബിക കണക്കുകൂട്ടി. അതുകൊണ്ട് ആർച്ചയെ കണ്ടെത്തേണ്ടത് അത്യാവശ്യമാണ്. അങ്ങനെവന്നാൽ ഒരുപക്ഷേ, കണ്ണപ്പനെ പിടികൂടാൻ കഴിഞ്ഞേക്കും. ചിന്തകൾ കാടുകയറി ഉറക്കമില്ലാതെ അവൾ നേരം വെളുപ്പിച്ചു.

ഏതാനും ദിവസങ്ങൾക്കകം അംബിക കടുത്ത മാനസികവ്യഥയിൽ നിന്ന് മുക്തി നേടി. ചീരുവിന്റെ സന്ദർഭോചിതമായ ഇടപെടൽ ആരോഗ്യം മെച്ചപ്പെടുന്നതിനും മാനസികമായി കരുത്താർജ്ജിക്കുന്നതിനും സഹായിച്ചു. വൈതൽമലയിൽ മാത്രമല്ല എവിടെവേണമെങ്കിലും യാത്രചെയ്യാൻ പ്രാപ്തയായി. ഏരുവേശ്ശിയിലെ നിലവിലെ സാഹചര്യങ്ങളെക്കുറിച്ച് ആലോചിച്ചു.

മൂത്തേടത്തരമനയിലെ സ്ഥിതിഗതികൾ ഒട്ടും ആശാവഹമായിരുന്നില്ല. ഒരു ഭരണാധികാരിയുടെ കടമ നിർവ്വഹിക്കാതെ കുത്തഴിഞ്ഞ ജീവിതം നയിക്കുന്നതിലൂടെ ശത്രുക്കൾക്ക് അവസരമൊരുക്കുകയാണ് കേളപ്പനാർ ചെയ്യുന്നതെന്ന് അംബിക ചീരുവിനോട് പറഞ്ഞു. ഇനി ഇതിൽനിന്ന് ഒരു മാറ്റം വരാനിടയില്ലെന്നും മന്നനാർ തന്റെ നിയന്ത്രണത്തിനുമപ്പുറത്താണെന്നും സൂചിപ്പിച്ചു. ചീരുമന്നത്തിക്കും വിശേഷാൽ ഒന്നും ചെയ്യാൻ കഴിഞ്ഞില്ല. ഭക്ഷണവും സുരപാനവുമായി സമയം കഴിച്ചുകൂട്ടുക, വിചിത്രമായ തീരുമാനങ്ങളെടുത്ത് സ്വയം പരിഹാസ്യനാവുക, ഇതൊക്കെയാണ് അദ്ദേഹത്തിന്റെ ചുരുക്കിപ്പറഞ്ഞാൽ മൃഗസമാനമായ ഒരു ജീവിതമാണ് ഇപ്പോഴത്തെ ദിനചര്യ. എന്താണ് കേളപ്പനാർക്ക് സംഭവിച്ചതെന്ന് എത്ര ആലോചിച്ചിട്ടും മനസ്സിലാവുന്നില്ല.

താൻ ആരെയാണോ ഇത്രമാത്രം സ്നേഹിച്ചത്,തന്റെ ജീവിതം മുഴുക്കെ ആരുടെ രാജ്യത്തിനുവേണ്ടിയാണോ ഉഴിഞ്ഞുവച്ചത്, ആ രാജകുമാരനല്ല ഇന്നത്തെ മന്നനാർ. അദ്ദേഹം ഏറെ മാറിയിരിക്കുന്നതായി അവൾക്ക് തോന്നി. പക്ഷേ.. ഈ മാറ്റത്തിന് പിന്നിലെ കാരണമെന്തെന്ന് മനസ്സിലാക്കാൻ കഴിയുന്നുമില്ല. ഏരുവേശ്ശിയിൽ വികസനം മുരടിച്ചിരിക്കയാണെന്ന് അവൾ ശ്രദ്ധിച്ചു. ഗ്രാമവാസികൾക്കുവേണ്ടി മണിക്കടവിലെ കൊടുംവനത്തിൽ ആനയെ വേട്ടയാടിയ ധീരനാണ്. എന്നാൽ ഇന്ന് ചിന്തിക്കുന്നതും പ്രവർത്തിക്കുന്നതും രാജ്യത്തിനോ പ്രജകൾക്കോ വേണ്ടിയല്ല, മറിച്ച് കേവലം സ്വാർത്ഥജീവിതത്തിനുവേണ്ടിയാണെന്ന് കരുതേണ്ടിവരും. ഇത്തരത്തിലുള്ള മാറ്റം എന്തുകൊണ്ടാണെന്ന് ഉത്തരം കിട്ടാത്ത ചോദ്യമായിരിക്കുന്നു. കാര്യാലയങ്ങളിൽ തീർപ്പുകല്പിക്കാത്ത അനവധി

പരാതികൾ ബാക്കിനിൽക്കുന്നു. ഭരണപരമായ കാര്യങ്ങൾ നിശ്ചലമായി. നായർ പടയാളികളിൽ ഏറെപ്പേരും മനംമടുത്ത് സ്ഥലംവിട്ടു.

അടുത്ത ദിവസം ചീരുവിനോട് അവൾ പറഞ്ഞു.

“മന്നത്തീ, ഈ നാടിനേയും രാജാവിനേയും സംബന്ധിക്കുന്ന വളരെ പ്രധാനപ്പെട്ട ചില വിഷയങ്ങൾ ചർച്ചചെയ്യാൻ നിങ്ങളെ നേരിൽ കാണ ണമെന്ന് ഞാൻ ഇപ്പോൾ ചിന്തിച്ചതേയുള്ളൂ.. അപ്പോഴേക്കും നിങ്ങൾ വന്നല്ലോ? നിങ്ങൾക്ക് നൂറ് ആയുസ്സാണ്.“ അംബിക അവളോട് പറഞ്ഞു.

“അതേ.. ഈ നിലയിൽ നൂറു വയസ്സുവരെ ജീവിക്കേണ്ടി വരുന്നത് കഠിനംതന്നെ..”

അനിഷ്ടത്തോടെ തലകുടഞ്ഞ ചീരുവിന്റെ മുഖത്ത് വിരക്തിയുടെ പുളിരസം കലർന്നു. ശേഷം അവർ തുടർന്നു.

“അദ്ദേഹത്തിന്റെ പ്രവൃത്തികളെക്കുറിച്ച് എനിക്കും ആശങ്കയുണ്ട്. രാജ്യത്ത് നടക്കുന്ന സംഭവങ്ങളെക്കുറിച്ച് തികഞ്ഞ അലംഭാവമാണ്; ഒന്നിലും ശ്രദ്ധിക്കുന്നില്ല. വരുമാനം ഏറ്റവും താഴ്ന്നനിലയിലേക്ക് പോയി; ഏരുവേശ്ശിരാജ്യത്തിന് വളരെ മോശമായ സമയമാണിപ്പോൾ.”

“മന്നത്തീ, രാജാവിന്റെ അസാധാരണമായ ഈ പെരുമാറ്റത്തിന്റെ കാരണമാണ് നമ്മൾ ആദ്യം കണ്ടെത്തേണ്ടത്.”

“അംബികേ.. നീ എന്തിനാണ് എപ്പോഴും എന്നെ മന്നത്തി എന്ന് അഭിസംബോധന ചെയ്യുന്നത്? ഞാനെന്നും എപ്പോഴും നിന്റെ സ്നേഹി തയാണ്. നീ നിന്റെ ജീവിതംതന്നെ രാജ്യത്തിനുവേണ്ടി സമർപ്പിച്ച താണെന്ന് എനിക്കറിയാം..!”

“ശരിയാണ്. എങ്കിലും ഏതൊരാളുടെയും സ്ഥാനം മറ്റുള്ളവർ അംഗീ കരിക്കുകയും ബഹുമാനിക്കുകയും ചെയ്യേണ്ടതുണ്ട്. അതുപോട്ടെ.. നമു ക്കുവേണ്ടത് ഈ അടുത്തകാലത്ത് അദ്ദേഹത്തിലുണ്ടായ വിചിത്രമായ മാറ്റങ്ങളെ തിരുത്താനുള്ള നടപടികളാണ്. സ്വമേധയാ അദ്ദേഹം ഇങ്ങ നെയൊക്കെ ചെയ്യുമെന്ന് ഞാൻ കരുതുന്നില്ല. അതിനുതക്കതായ കാരണമെന്തെങ്കിലുമുണ്ടാവും. അതാണ് നമ്മൾ കണ്ടുപിടിക്കേണ്ടത്.”

“എനിക്ക് ഇതുവരെ മനസ്സിലാക്കാനായില്ല. ആദ്യം അഞ്ചാറുമാസം ബോധമില്ലാതെ അദ്ദേഹം കിടപ്പിലായി. കൊട്ടാരംവൈദ്യർ മികച്ച ചികിത്സ നല്കിയതോടെ സ്വബോധം വീണ്ടുകിട്ടി. എന്നാൽ അതിനു ശേഷം ഏകദേശം ഒന്നരവർഷത്തിലധികമായി ഇത്തരത്തിൽ പെരു മാറാൻ തുടങ്ങിയിട്ട്.. കൊട്ടാരത്തിലെ ജീവനക്കാർ, സൈനികർ തുടങ്ങി എല്ലാവരോടും അദ്ദേഹത്തിന്റെ പെരുമാറ്റം ഒരു മന്നനാർക്ക് ചേരാത്ത താണ്. ഇതിനുമുമ്പ് ഇങ്ങനെയായിരുന്നില്ലല്ലോ?“

“മന്നനാർ നിർവ്വഹിക്കേണ്ട ചുമതലകൾ മന്നനാർതന്നെ ചെയ്യണം. അത് ചെയ്യാൻ നമുക്ക് കഴിയില്ല.”

“നേരത്തെ എന്നെ എന്തിഷ്ടമായിരുന്നു? കുട്ടികളെ ലാളിക്കും.. സ്ത്രീ കളോട് മാന്യമായി പെരുമാറുന്ന മാതൃകാപുരുഷോത്തമനായിരുന്നു. എന്നോട് അദ്ദേഹം പൂർണ്ണവിശ്വസ്തത കാണിച്ചിരുന്നു. എന്നാൽ ഇന്നോ?

എന്നെ കണ്ണെടുത്താൽ കണ്ടുകൂടാ. കുട്ടികളെ ശ്രദ്ധിക്കാറേയില്ല. നാട്ടിൽ അദ്ദേഹത്തെക്കുറിച്ച് അപഖ്യാതി പടരുന്നു. അറിയപ്പെടുന്ന ഒരു തറവാട്ടിലെ സ്ത്രീയെ അദ്ദേഹം ദുരുദ്ദേശ്യത്തോടെ സമീപിച്ചെന്നും സമർത്ഥമായി കബളിപ്പിച്ച് അവർ രായ്ക്കുരാമാനം എവിടേക്കോ ഓടിരക്ഷപ്പെട്ടെന്നും കഥകൾ കേൾക്കുന്നുണ്ട്. കാണാൻ ചേലുള്ള മറ്റൊരു പെൺകുട്ടിയോട് ഇളയിടത്തരമനയിൽ എത്തിച്ചേരാൻ ആവശ്യപ്പെട്ടത്രേ. പേടിച്ചരണ്ട് അവൾ കാവുമ്പായിലേക്ക് ഓടിപ്പോയി. അവിടെ സാമന്തരിൽപ്പെട്ട കനകത്തിടം കാരണവർ അവൾക്ക് സംരക്ഷണം നല്കി. അവളെ ബലമായി കൊണ്ടുവരാൻ നമ്മുടെ രാജാവ് പട നയിച്ചത്രേ.! സാമന്തന്റെ പടയുമായി നേർക്കുനേർ പോരു നടന്നെന്നും വെടിയുതിർത്തെന്നും കേട്ടു. ഒടുവിൽ തോറ്റ് പിൻവാങ്ങിയെന്നുമാണ് കഥകൾ. ഇതെല്ലാം സത്യമാണോ അതോ ശത്രുക്കൾ പറഞ്ഞുപരത്തുന്നതാണോ എന്നൊന്നും എനിക്കറിയില്ല. എന്തായാലും ഈ നിലയ്ക്ക് ഇവിടെ എന്റെ മക്കളെ വളർത്താൻ ഞാൻ ആഗ്രഹിക്കുന്നില്ല. അതുകൊണ്ട് അവരെ പൊന്ന്യത്തേക്ക് അയച്ചു. അവർ വളർന്നു, അവർക്ക് ഈ രാജ്യം വേണ്ട."

"ഞാനറിഞ്ഞു. അവരെയൊക്കെ ഒന്നുകൂടി എനിക്ക് കാണണമെന്നുണ്ട്. അതിനുമുമ്പ് അദ്ദേഹത്തിന്റെ വഴിവിട്ട പ്രവൃത്തികൾ എന്തുവിലകൊടുത്തും മാറ്റിയെടുക്കണം. തുടരാൻ അനുവദിച്ചാൽ അത് നിങ്ങളുടെ തലമുറയ്ക്കും രാജ്യത്തിനും ശാപമാകും. അതിനാൽ നമ്മൾ അദ്ദേഹത്തെക്കൊണ്ട് ഒരു മന്നനാരുടെ കർത്തവ്യമെന്തെന്ന് ബോദ്ധ്യപ്പെടുത്തി ചെയ്യിപ്പിക്കണം..!"

"ഇന്നലെയും ആരോ അദ്ദേഹത്തിന്റെ സ്വകാര്യഅറയിൽ കയറി എന്തൊക്കെയോ കൊണ്ടുപോകുന്നതു കണ്ടു. അദ്ദേഹം കൊടുത്തതാണോ അതോ അയാൾ തനിയെ എടുത്തതാണോയെന്നൊന്നും എനിക്കറിയില്ല, ആ വ്യക്തി ആരാണെന്നും അറിയില്ല. അവനെങ്ങനെ മുറിയിൽ വന്നു? ഞാൻ നിസ്സഹായയാണ്. എവിടെ ചെന്നവസാനിക്കും?" ചീരു സങ്കടപ്പെട്ടു. ഒരുനിമിഷത്തിനുശേഷം അവൾ തുടർന്നു.

"ഇക്കാലംവരെ അദ്ദേഹത്തിന്റെ ആജ്ഞ അനുസരിക്കാൻമാത്രം ശീലിച്ചവളാണ് ഞാൻ. നാളിതുവരെ അതിനുവിപരീതമായി ഒന്നും ചെയ്തിട്ടില്ല. അദ്ദേഹത്തെ തടയാൻ എനിക്കാവതില്ല."

"നമുക്ക് ശ്രമിക്കാം മന്നത്തീ..അതിനുമുമ്പ് അനിയന്ത്രിതമായ ഈ പെരുമാറ്റത്തിന്റെ കാരണമെന്തെന്നറിയണം. അതിനായി സ്നേഹത്തോടെ സംസാരിക്കുകയും പെരുമാറുകയുമാണ് ആദ്യം ചെയ്യേണ്ടത്."

"ഞാൻ പലതവണ ശ്രമിച്ചു, പക്ഷേ, എന്നെ അവഗണിക്കുകയാണ് പതിവ്. അദ്ദേഹം എന്നെ കേൾക്കാൻ തയ്യാറാവുന്നില്ല.. എപ്പോഴും ലഹരിയിലാണെന്ന് തോന്നുന്നു."

"ലഹരിപാനീയങ്ങൾ കഴിക്കുന്നത് നിങ്ങൾ എപ്പോഴെങ്കിലും കണ്ടിട്ടുണ്ടോ?"

"ഞാൻ കണ്ടിട്ടൊന്നുമില്ല. പക്ഷേ, എനിക്ക് ഉറപ്പാണ്.. സംസാര

ത്തിലെ കുഴച്ചിലും ചോരച്ചുവപ്പാർന്ന കണ്ണുകളും.. ഇതൊക്കെ അതിന്റെ തെളിവല്ലേ?"

"നിങ്ങൾ പറഞ്ഞത് സത്യമാണെങ്കിൽ.." അംബിക അർദ്ധോക്തിയിൽ നിർത്തി. ഒരുനിമിഷത്തെ ആലോചനയ്ക്കുശേഷം വീണ്ടും തുടർന്നു.

"നമുക്ക് കണ്ടുപിടിക്കാം മന്നത്തീ.. എനിക്ക് ചെറുതാഴംവരെ പോകണമെന്നുണ്ട്. അന്ന് ആർച്ചയേയും ഉണ്ണിയേയും കാണാതായശേഷം മാമിയെ കൊണ്ടാക്കിയതാണ്. പിന്നീട് അവിടേക്ക് പോയതേയില്ല. പാവം എന്റെ മാമി. എനിക്കവരെ കാണണമെന്നുണ്ട്. ഭർത്താവിനേയും മക്കളേയും കാണാതെ എന്തുമാത്രം വിഷമിക്കുന്നുണ്ടാവും?"

"ശരിയാണ് അംബികേ..പോയിട്ട് വരൂ. ഞാനും പൊന്ന്യത്തേക്ക് പോയാലോ എന്ന് ആലോചിക്കുകയാണ്. മക്കളെ കാണാത്ത എത്രയോ ദിവസങ്ങൾ കഴിഞ്ഞിരിക്കുന്നു. നമുക്ക് വന്നിട്ട് തുടർന്നുള്ള കാര്യങ്ങൾ ആലോചിക്കാം. അതിനിടയിൽ അദ്ദേഹം എന്തൊക്കെ ചെയ്തുകൂട്ടുമോ എന്ന ആധിയുമുണ്ട്."

"അതൊന്നും നമ്മുടെ നിയന്ത്രണത്തിലല്ലല്ലോ? നമുക്ക് വന്നിട്ട് ആലോചിക്കാം..!"

ചീരുമന്നത്തി കാര്യാലയത്തിൽനിന്ന് അരമനയിലേക്ക് പോയി. എന്തായിരിക്കും കഴിഞ്ഞ ഒന്നരവർഷങ്ങൾക്കുമുമ്പ് സംഭവിച്ചിരിക്കുക എന്നോർത്ത് അംബിക ചിന്താധീനയായി.

മുപ്പത്തി ആറ്

പത്തായപ്പുരയിൽനിന്ന് സദ്യ കഴിഞ്ഞ് വിശ്രമിക്കുകയായിരുന്നു എല്ലാവരും. ഇനി വെയിലാറണം, അതിനുശേഷമാണ് യാത്ര. വെറ്റില മുറുക്കി വെടിപറഞ്ഞിരിക്കുകയാണ് മുതുകുറ്റി രൈരുനമ്പ്യാരും പാപ്പിനിശ്ശേരി ചാത്തുക്കുട്ടിനമ്പ്യാരും. എടവനകമ്മാരൻനമ്പ്യാർ ഗാഢചിന്തയിലും. കോമപ്പൻനമ്പ്യാർക്ക് അഭിമാനംതോന്നി. മറ്റ് ഇടപ്രഭുക്കളേക്കാൾ അടീത്തമ്മോൻ വിശ്വസിച്ചതും ചുമതലയേല്പിച്ചതും, തന്നെയാണ്. മന്നനാരുടെ പ്രമാണിത്തം അവസാനിപ്പിക്കാൻ തന്റെ നിർദ്ദേശമാണ് അംഗീകരിച്ചിരിക്കുന്നത്. നടന്നുകിട്ടിയാൽ അംശം അധികാരിയായി നിയമിച്ചേക്കും. അല്ലെങ്കിൽ തുല്യമായ മറ്റെന്തെങ്കിലും സ്ഥാനമാവും. അയാളുടെ ചുണ്ടിൽ ഒരു പുഞ്ചിരി വിരിഞ്ഞു. കൂടിയാലോചന കഴിഞ്ഞ് പിരിഞ്ഞപ്പോൾ കിട്ടാൻപോകുന്ന സ്ഥാനലബ്ധി താൻ തട്ടിയെടുക്കുമോ എന്ന ആശങ്ക ചിലരിൽ പാടപോലെ പൊതിയപ്പെട്ടത് അയാൾ ശ്രദ്ധിച്ചിരുന്നു. കോമപ്പൻനമ്പ്യാർ അരയിൽ കെട്ടിയിരുന്ന രണ്ടാംമുണ്ട് അഴിച്ച് തോളത്തിട്ടു.

കോവിലകത്തേക്ക് അടയ്ക്കേണ്ടുന്ന കപ്പം ഇക്കുറി പതിനാറായിരം ഉറുപ്പികയെന്നാണ് കരക്കാട്ടിടം വാണവർ പറഞ്ഞത്. ഇത്രയും ഭീമമായ തുക സ്വരൂപിക്കുന്നത് ഇന്നത്തെ നിലയ്ക്ക് കരക്കാട്ടിടത്തിന് അസാദ്ധ്യമാണ്. ഇവിടെയാണ് കഴിവ് തെളിയിക്കേണ്ടത്. മന്നനാരുടെ അളവറ്റ സ്വർണ്ണഉരുപ്പടികൾ കവർച്ച ചെയ്യാൻ വെള്ളേന്മാർക്ക് കഴിയും. പഠിച്ച കള്ളന്മാരാണവർ. ഒരു വലിയ പങ്ക് അവർക്കു കൊടുത്തേക്കാം. എന്നാലും ലാഭം തനിക്കാണ്. അടുത്ത ദിവസംതന്നെ വടകരയിലോ പൊന്നാനിയിലോ ചെന്ന് കാണണം. കൈവരാൻ പോകുന്ന സൗഭാഗ്യമോർത്ത് കോമപ്പൻ പരിസരം മറന്ന് ചിരിച്ചുപോയി. കാര്യമറിയാതെ മറ്റുള്ള നമ്പ്യാ

ന്മാർ കോമപ്പന്റെ ചിരികേട്ട് പരസ്പരം നോക്കി പുച്ഛം വാരിവിതറി.

കുംഭവെയിൽ പടിഞ്ഞാറ് ചായാൻതുടങ്ങി. പടിമാളികയിൽനിന്ന് അവർ യാത്രയായി. മരച്ചില്ലകൾക്കിടയിലൂടെ ഊർന്നിറങ്ങിയ അന്തിവെയിൽ ചെമ്മൺപാതയിലുടനീളം നിഴൽച്ചിത്രങ്ങൾ വരച്ചിട്ടു. കോമപ്പന്റെ നഗ്നമായ പുറംമേനിയിൽ ഇടതൂർന്ന് വളർന്ന രോമക്കാടുകളിൽക്കൂടി വിയർപ്പ് ചാലൊഴുകി. ചുമലിലെ രണ്ടാംമുണ്ടെടുത്ത് അയാൾ ഇടയ്ക്കിടെ തുടച്ചുകൊണ്ടിരുന്നു. കരക്കാട്ടിടത്തിലെ ഉച്ചയൂണിന്റെ കേമത്തം എല്ലാവരിലും ആലസ്യമുണർത്തി.

"ന്നി.. ലേശം ഇരുന്നിട്ടാവാം നടത്തം. ന്താ കോമപ്പാ?"

കൂട്ടത്തിലേറ്റവും പിന്നിലായിരുന്ന എടവനകമ്മാരൻനമ്പ്യാർ ഉറക്കെ വിളിച്ചുപറഞ്ഞു. മറ്റുള്ളവർ കാത്തുനിന്നു. ശ്വാസവലിവുള്ള കമ്മാരൻ കിതച്ച് കുന്നുകയറി ഒപ്പമെത്തി. വലിയൊരു പാറപ്പുറത്ത് ഇരുന്നുകൊണ്ട് അദ്ദേഹം കിതപ്പകറ്റി, രണ്ടാം മുണ്ടെടുത്ത് വീശി വിയർപ്പടക്കി. അപ്പോൾ മുണ്ടോൻ സംശയമുന്നയിച്ചു.

"അടിയത്തമ്മോൻ പറഞ്ഞ കാര്യങ്ങൾ എല്ലാരും കേട്ടതല്ലേ? ന്നിട്ടെന്താ അതേപ്പറ്റി ഒന്നും ഉരിയാടികേട്ടില്ല." കോമപ്പൻനമ്പ്യാർ ഓരോ മുഖത്തും മാറിമാറി നോക്കി.

"ഞാള് ന്താ പറയേണ്ട്? നെന്റത്ര വെവരോം ബുദ്ധീംല്ലാന്ന് കൂട്ടിക്കോ..!"

കമ്മാരൻനമ്പ്യാർ മറുപടി പറഞ്ഞപ്പോൾ തന്നെ കളിയാക്കുകയാണോന്ന് കോമപ്പൻ ഒരുനിമിഷം സംശയിച്ചു.

"ഒന്നിച്ചുനിന്നാ.. ല്ലാർക്കും ഗൊണോണ്ടാവും. പറഞ്ഞില്ലാന്ന് വേണ്ട. ഞാനെന്തായാലും ഒരു കൈ നോക്കാൻതന്നെ തീരുമാനിച്ചു. കൂടണ്ടോർക്ക് കൂടാം. ഇനി..ആരൂല്ലാന്ന് വന്നാലും.. ഞാനൊറ്റയ്ക്കന്നെ ഇറങ്ങും." കോമപ്പൻനമ്പ്യാർ എഴുന്നേറ്റു.

"ങ്ങള് അങ്ങനെ പെണങ്ങിപോല്ലപ്പാ. ഓറ് ങ്ങളെ മക്കാറാക്ക്യതൊന്നുവല്ല. ന്തായാലും ഇത് നമ്മളെ നെലനെൽപ്പിന്റെ കാര്യല്ലേ. ഞാനുണ്ട് കൂടെ."

മുതുകുറ്റി രൈരുനമ്പ്യാർ അനുനയിപ്പിച്ചു. നടന്നുതുടങ്ങിയ അയാൾ തിരിഞ്ഞുനിന്നു.

"അതേയ് എന്നോട് ശുണ്ഠിയെടുത്തിട്ട് ന്താ കാര്യം? എല്ലാരിക്കും അറീന്നതല്ലേ കേളപ്പൻ മന്നനാർടെ വിക്രീസുകൾ. ഏരുവേശ്ശീന്ന് ഒര് പെണ്ണ്..ന്താ ഓൾടെപേര് ഞാൻ മറന്നു, ങ്ഹാ.. ചീയ്യയി. മന്നനാരെ പേടിച്ചിറ്റ് ഓള് കനകത്തിടത്തിന്റെയാട്യല്ലേ രക്ഷപ്പെട്ട് വന്നിന്? അത് നടന്നിറ്റ് അത്ര പെരുത്ത് നാളൊന്ന്വായിറ്റില്ലല്ലോ? എല്ലാറ്റിനും പകരം തീർക്കാനും ഇതന്ന്യാ ബയീ."

"എന്തിനാണേലും ഞാനുണ്ട് ഒപ്പരം." രൈരുനമ്പ്യാർ ഉറപ്പിച്ചു പറഞ്ഞു.

ചീയ്യയിയുടെ അനുഭവം അധികം പഴക്കം ചെന്നതൊന്നുമല്ല.

അവളുടെ പ്രശ്നത്തിൽ മന്നനാരുമായി കനകത്തിടം നായനാർ നേരിട്ട് ഏറ്റുമുട്ടി. കുറച്ചുനാളുകളായി കേളപ്പന്റെ സ്വഭാവത്തിൽ എന്തൊക്കെയോ മാറ്റങ്ങൾ വന്നതായി പരക്കെ പറഞ്ഞ് കേൾക്കുന്നുണ്ട്. ഏരുവേശ്ശിയിൽ മാത്രമല്ല പുറത്തേക്കും കാതോടു കാതോരം ഈ വർത്തമാനം പരന്നു. രാജ്യകാര്യങ്ങളിൽ യാതൊരു ശ്രദ്ധയുമില്ല, മറ്റുപലതിലുമാണ് അയാൾക്കിപ്പോൾ താൽപ്പര്യം. എപ്പോഴും മധുപാനവും സ്ത്രീവിഷയവുമാണത്രേ.

കോങ്ങാടൻകുഞ്ഞന്റേയും പാറുവിന്റേയും മൂത്തമകളാണ് ചീയ്യയി. അവൾക്ക് പ്രായം പതിന്നാലാകുന്നതേയുള്ളൂ. പ്രായത്തിൽ കവിഞ്ഞ വളർച്ചയാണ് കാണാൻ ചേലുള്ള ചിയേയിക്ക്. അവളെക്കൂടാതെ ഒരു മകൻ കൂടിയുണ്ട് കുഞ്ഞന്. ചീയ്യയിയുടെ ഇളയത് പത്തുവയസ്സുള്ള കുമാരൻ. കുഞ്ഞനും പാറുവിനും കൂലിപ്പണിയാണ്. വലിവിന്റെ അസുഖമുണ്ടെങ്കിലും കുഞ്ഞനോടൊപ്പം ഭാര്യ പുനം കൃഷിയുൾപ്പെടെ എല്ലാത്തരം പണികൾക്കും പോകും. അപ്പോൾ വീട്ടിൽ കുട്ടികൾ തനിച്ചാവും. അവൾക്ക് കുഞ്ഞൻ ഒരാട്ടിൻകുട്ടിയെ വാങ്ങിക്കൊടുത്തിട്ടുണ്ട്. അമ്മയുടെ വലിവിന്റെ പാരമ്പര്യം മകനും കിട്ടിയിട്ടുണ്ട്. വാവ് അടുക്കുമ്പോൾ വലിവ് കൂടും. പത്തുവയസ്സായെങ്കിലും അതിന്റെ വളർച്ചയൊന്നുമില്ല. മെലിഞ്ഞുണങ്ങിയ ചെക്കനെപ്പോഴും വീട്ടിൽത്തന്നെ ചടഞ്ഞുകൂടിയിരിക്കും.

കൂട്ടുകാരോടൊപ്പം കളിക്കാൻ പോകാറില്ല. പോയാൽത്തന്നെ അവനെയാരും കളിക്ക് കൂട്ടാറുമില്ല. മുറ്റത്തിറങ്ങി വേലിക്കൽച്ചെന്ന് കുട്ടികൾ കളിക്കുന്നതും തല്ലുകൂടുന്നതും കണ്ടിരിക്കും. തൊടിയിൽ പടർന്നു പന്തലിച്ച മഞ്ചാടിമരത്തിൽ തൂക്കണാം കുരുവി കൂടുകെട്ടുന്നതും നോക്കിയിരിക്കുകയാണ് മറ്റൊരു നേരംപോക്ക്. ഓരോരോ നാരുകൾ കൊത്തിപ്പറന്നുവരുന്നതും അവയെല്ലാം അടുക്കിവച്ച് എത്ര മനോഹരമായാണ് കൂടൊരുക്കുന്നതെന്നവൻ അതിശയം കൂറും. അനിയനെ വീട്ടിലിരുത്തി ചീയ്യയി ആട്ടിൻകുട്ടിക്ക് പുല്ലുപറിക്കാൻ പോകും. പെട്ടെന്നുതന്നെ മടങ്ങിയെത്തുകയും ചെയ്യും. അങ്ങനെയുള്ള ഒരു ദിവസമാണ് കേളപ്പൻമന്നനാർ അതുവഴി കടന്നുവന്നത്. കൂടെ കാര്യസ്ഥനും. അദ്ദേഹത്തിന്റെ കണ്ണുകൾ അവളിലേക്ക് ചുഴിഞ്ഞിറങ്ങി. അവളുടെ ഇളംമേനിയുടെ തുടിപ്പും മുഴുപ്പും നോക്കിനിന്നു. മദ്യലഹരിയിൽ മന്നനാരുടെ കണ്ണുകൾ ചുവന്നുകലങ്ങിയിരുന്നു. നൂറുവാരയെങ്കിലും അകലെയായിരുന്നിട്ടും അയാളുടെ നോട്ടം ചീയ്യയിയെ വല്ലാതെ ഭയചകിതയാക്കി. അരിഞ്ഞെടുത്ത പുല്ല് ഒരുവിധം വാരിക്കെട്ടി പോകാനൊരുങ്ങി.

"ഏയ്.. ഏതാടോ ഈ കിളുന്ത്?" മന്നനാർ കാര്യസ്ഥനോട് ചോദിച്ചു.

"അത്..അത് മ്മളെ കോങ്ങാടൻകുഞ്ഞന്റെ മോളാ തമ്പ്രാ.."

"ഓഹോ ! കുഞ്ഞന് ഇത്രയും സുന്ദരിയായ മോളുള്ള കാര്യം നാം അറിഞ്ഞീലല്ലോ? താൻ ചെന്ന് ആ മിടുക്കിയോട് ഇത്രടം വരാൻ പറയ്.."

"ഓ ! തമ്പ്രാ."

കാര്യസ്ഥൻ തിടുക്കപ്പെട്ട് ചീയ്യയിയുടെ അടുക്കലേക്ക് ചെന്നപ്പോഴേക്കും അവൾ പുല്ലുമെടുത്ത് നടന്നുകഴിഞ്ഞിരുന്നു.

"ഏയ് അബ്ടെ നിക്ക് പെണ്ണേ."

അയാൾ കൂക്കി വിളിച്ചു. മന്നനാരെപ്പറ്റി പല കഥകളും അവളും കേട്ടിരുന്നു. അതൊന്നും അത്ര നല്ലതായിരുന്നില്ല. നമ്മുടെ നാടിന്റെ പുണ്യമാണ് മന്നനാരെന്ന് മുമ്പൊക്കെ അച്ഛൻ പറയാറുണ്ടായിരുന്നു. നേരാണോ എന്നറിയില്ല, ഇപ്പോൾ കുറച്ച് കാലമായി ആളുകൾ അദ്ദേഹത്തെക്കുറിച്ച് അടക്കം പറയുന്നത് കേൾക്കുന്നുണ്ട്. അവൾക്ക് വല്ലാത്ത പേടി തുടങ്ങിയിരുന്നു. അവൾ പുല്ലുകെട്ടുമെടുത്ത് ഓടാൻ തുടങ്ങി. ഒച്ചവച്ചുകൊണ്ട് കാര്യസ്ഥൻ പിന്നാലെയും. വീടിന്നടുത്തെത്തിയതും പുല്ലുകെട്ട് വലിച്ചെറിഞ്ഞ് അവൾ പിന്നാമ്പുറത്തുകൂടി കാടുപിടിച്ചുകിടന്ന പറമ്പിലേക്ക് ഓടി. ശബ്ദമുണ്ടാക്കാതെ ഒരു കാട്ടുവള്ളിയുടെ പടർപ്പിനുള്ളിലേക്ക് ഊർന്നിറങ്ങി ഒളിച്ചു. നന്നായി കിതയ്ക്കുന്നുണ്ടെങ്കിലും അവൾ ശ്വാസമടക്കിപ്പിടിച്ചു. കാര്യസ്ഥൻ ഉറക്കെ ചീത്തവിളിക്കുന്നുണ്ടായിരുന്നു. നെഞ്ചകം പടപടാമിടിക്കുന്നത് അവൾക്ക് കേൾക്കാം. ഒളിച്ചിരിക്കുന്ന പൊന്തക്കാടിനടുത്തുകൂടി കാര്യസ്ഥൻ നടക്കുന്നത് ശ്വാസമടക്കിപ്പിടിച്ച് കണ്ടപ്പോൾ ഞെട്ടിപ്പോയി. ഏതു നിമിഷവും പിടിക്കപ്പെടാം. ഉണങ്ങിയ കാട്ടിലകളിൽ അവൾ കമിഴ്ന്ന് കിടന്നു. ഏതാനും സമയം കഴിഞ്ഞപ്പോൾ കരിയിലകളിലെ പാദപതന ശബ്ദം അകന്നകന്ന് പോകുന്നത് കേട്ടു. ഭാഗ്യം! അയാൾ തിരിച്ചുപോകുകയാണ്.

അപകടമൊഴിവായെന്ന് കണ്ട് സാവധാനം എഴുന്നേറ്റു. വീടിനടുത്തെത്താറായപ്പോൾ കുമാരന്റെ നിലവിളി കേട്ടു. ആ ദുഷ്ടൻ അനുജനെ ഉപദ്രവിക്കുകയായിരിക്കുമോ? ആട്ടിൻകുട്ടിയുടെ ദയനീയമായ നീട്ടിയുള്ള കരച്ചിലും അതോടൊപ്പമുയർന്നു. അവൾ വല്ലാത്ത വിഷമസന്ധിയിലായി. അങ്ങോട്ട് ചെന്നാൽ അവർ തന്നെ പിടിച്ചുകൊണ്ട് പോകും. ഇല്ലെങ്കിൽ അനിയനെ കൊല്ലും. എന്തു ചെയ്യണമെന്നറിയാതെ അവളുഴറി. കണ്ണിൽ ഇരുട്ടുകയറുന്നതുപോലെതോന്നി ബോധരഹിതയായി പൊന്തക്കാട്ടിൽ തളർന്നുവീണു. എത്രനേരം അവളങ്ങനെ കിടന്നുവെന്ന് അറിയില്ല. ആരോ കുടഞ്ഞപോലെ ഏതാനും മഴത്തുള്ളികൾ മുഖത്തേക്ക് വീണപ്പോൾ ഞെട്ടിയുണർന്ന് അവൾ ചുറ്റും നോക്കി, ഇല്ല.. ആരുമില്ല. ഇടവപ്പാതിക്ക് ഇനിയും നാളേറെയുണ്ട്. കാലം തെറ്റിയെത്തിയ മഴമേഘങ്ങൾ അവളെയുണർത്താനായി പെയ്തിറങ്ങിയപോലെ. അന്തിവെയിൽ മാഞ്ഞുതുടങ്ങി. താനിപ്പോൾ എവിടെയാണ്? പൊടുന്നനെ മഴ നിലച്ചു.

പതിയെ കഴിഞ്ഞ ഏതാനും നാഴികകളിൽ നടന്നസംഭവങ്ങൾ ഭീതിയോടെ ഓർത്തെടുത്തു. വീടിനുനേരെ അവൾ നോക്കി. നട്ടെല്ലിലൂടെ ഒരു മരവിപ്പ് അരിച്ചു കയറുന്നു. വീടിരുന്ന ഭാഗത്ത് കട്ടപിടിച്ച പുകച്ചുരുളുകൾ മാത്രം. അങ്ങോട്ടേക്ക് കുതിക്കാൻ കാലുകൾ വെമ്പി. പക്ഷേ, വരാൻ പോകുന്ന അപകടത്തെയോർത്ത് അറച്ചുനിന്നു. അവൾക്ക് കരച്ചിൽവന്നു. ദേഹമപ്പാടെ വല്ലാത്ത പുകച്ചിലും നീറ്റലും. രക്ഷപ്പെടാനായി ഓടിയതും ഒളിച്ചതും ഇഞ്ചപ്പടർപ്പിനുള്ളിലായിരുന്നു. അവൾ പതിയെ എഴുന്നേറ്റിരുന്നു. ഇഞ്ചമുള്ളുകൾ കോർത്തുവലിച്ച് ഉടുത്തത് അങ്ങി

ങ്ങായി കീറിയിട്ടുണ്ട്. തുണിയിലും ശരീരത്തിലും ഉണങ്ങിയ ചോരക്കറ. മുറിവുകളിൽ വെള്ളം തട്ടിയപ്പോൾ വല്ലാത്ത നീറ്റൽ.

മുൾപ്പടർപ്പുകൾ വകഞ്ഞുമാറ്റി ചീയ്യയി നടന്നു. എങ്ങോട്ടാണ് പോകേണ്ടതെന്ന് നിശ്ചയമില്ല. ഇരുൾ പരക്കുന്നതിന് മുന്നേ കാട്ടിൽനിന്ന് പുറത്തുകടക്കുകയും വേണം. അവൾക്ക് പേടിയായി. എങ്ങോട്ട് പോകും? വീട്ടിലേക്ക് പോകുന്നത് ആപത്താണ്. അച്ഛനേയും അമ്മയേയും കുമാരനേയും ഓർത്തപ്പോൾ സങ്കടം വന്നു. ഈ രാത്രി തങ്ങൾ എവിടെയാണ് കഴിച്ചുകൂട്ടുക? നിറഞ്ഞൊഴുകുന്ന കണ്ണീർ, കാഴ്ചകളെ മറച്ചു. ആരോ നടന്നടുക്കുന്ന ശബ്ദം കേട്ട് അവൾ നടുങ്ങി. തലയിൽ വിറകും കൈയിൽ കോടാലിയുമായി വന്ന ആ മനുഷ്യൻ കാട്ടുപൊന്തയിൽ ഒരു പെൺകിടാവിനെ കണ്ട് അമ്പരന്നു. ആലയിലേക്ക് കരിയുണ്ടാക്കാനായി പുഴക്കരയിൽ വിറകു മുറിക്കാൻപോയി മടങ്ങിവരികയായിരുന്നു കൊല്ലൻ കോരൻ. ആളെ തിരിച്ചറിഞ്ഞപ്പോൾ അയാൾക്കെല്ലാം മനസ്സിലായി. തന്റെ മുന്നിലൂടെയാണ് കാര്യസ്ഥൻ അവളുടെ കുടിൽ കത്തിച്ച് മടങ്ങിപ്പോയത്. ഭയം കാരണം തീയണയ്ക്കാൻ ആരും പോയില്ല. അഥവാ ആരെങ്കിലും പോയിരുന്നെങ്കിൽ അവരുടെ കഴുത്തിനുമേൽ തലയുണ്ടാവില്ല.

“മോള് ഈട ഒളിച്ചിരിക്കാരുന്നോ? അത് ഏതായാലും നന്നായി. ആ ദുഷ്ടന്മാരുടെ കൈയിൽ പെടാത്തത് ഭാഗ്യം.”

ആരെങ്കിലുമുണ്ടോയെന്ന് ഭീതിയോടെ അയാൾ ചുറ്റും നോക്കി.

“ന്തായാലും ഈട നിക്കെണ്ടാ. ബാ.. ന്റെ കൂരേലേക്ക് പൂവാം.“

അയാൾ നടന്നു, പിന്നിൽ ഭയന്ന് വിറച്ച ചീയ്യയിയും. കോരന് കനത്ത ആശങ്കയുണ്ടായിരുന്നു. മന്നനാർ ഒരു നല്ല രാജാവാണ്. നാടിന്റെ പുരോഗതിക്ക് ഒരുപാട് നല്ലകാര്യങ്ങൾ ചെയ്തിട്ടുണ്ട്. പക്ഷേ, അദ്ദേഹത്തെ വഴിതെറ്റിക്കുന്നത് ഇതുപോലുള്ള കാര്യസ്ഥന്മാരാണെന്ന് അയാൾക്ക് തോന്നി. താൽക്കാലികമായ കാര്യലാഭത്തിനായി എന്തു വൃത്തികേടും ചെയ്യുന്നവർ. ഇക്കാര്യം അയാളറിഞ്ഞാൽ തനിക്കും ബുദ്ധിമുട്ടാവുമെന്നറിയാം. പക്ഷേ, ഇതുപോലൊരു മോള് തനിക്കുമുണ്ട്. നാളെ അവൾക്കും ഇങ്ങനെ സംഭവിച്ചാൽ.! അയാൾ ഞെട്ടിവിറച്ചുപോയി.

കുടിലിലെത്തുന്നതുവരെ തങ്ങളെ ആരും കണ്ടില്ലെന്നുതന്നെ കോരൻ കരുതി. പക്ഷേ, അവരറിയാതെ സംഭാഷണം മുഴുവൻ കേട്ട ചെത്തുകാരൻ കുഞ്ഞപ്പയെ അവർ കണ്ടില്ല. കൊല്ലൻകോരന് ഭാര്യയും നാലു മക്കളും. ചീയ്യയിയുടെ സമപ്രായക്കാരിയാണ് മൂത്ത പെണ്ണ്. കാര്യങ്ങളറിഞ്ഞപ്പോൾ കാമാച്ചി പേടിയോടെ പുരുവനേയും ചീയ്യയിയേയും മാറിമാറി നോക്കി. ചിമ്മിണിവിളക്കിന്റെ നരച്ച വെളിച്ചത്തിൽ അവളുടെ കണ്ണിലെ ഭയം അയാൾ തിരിച്ചറിഞ്ഞു.

“ഈ പെണ്ണിനെ ഈടെ പാർപ്പിച്ചാല് കേളപ്പനാര് ഈ വീടിനും തീയിടും നമ്മളേം കൊല്ലൂലോ ന്റീശ്വരന്മാരേ!”

കാമാച്ചി അലമുറയിട്ടു. അമ്മ കരയുന്നത് കേട്ട് കുട്ടികളും കരയാൻ തുടങ്ങി. ഒപ്പം ചീയ്യയിയും. കോരൻ കൈയോങ്ങി ഭാര്യയെ തല്ലാനോങ്ങി.

"നീ ബൈരംബെച്ച് ഏരൂശ്ശിനാട്ടിലെ മുഴ്വൻ ആള്യോളേം അറിയിക്കല്ലോ നായിന്റെമോളേ? മിണ്ടിപ്പോറ്.. ന്താ ബേണ്ടേന്ന് ഞാൻ നിരീച്ചിട്ട്ണ്ട്. ഇപ്പോ ഓൾക്ക് നീയെന്തേലും തിന്നാനും ഉടുക്കാനും കൊട്ക്ക്."

ഭർത്താവിന്റെ കോപവും ചീത്തവിളിയും കാമാച്ചിയെ നിശ്ശബ്ദയാക്കി.

"പെണ്ണിനെ ആരുമറിയാതെ എങ്ങനേലും കാവുമ്പായിലെത്തിക്കണം. കേട്ട്ടത്തോളം കനകത്തെടത്തിലെ എശമാനൻ നല്ല ആളാന്ന്. ആട്യാക്ക്യാല് പെണ്ണ് രക്ഷപ്പെട്ടു."

ഒരു പരിഹാരമാർഗ്ഗം കണ്ടെത്തിയതോടെ കാമാച്ചിക്ക് ആശ്വാസമായി. ചീയ്യയിയെ അവൾ അകത്ത് കൂട്ടിക്കൊണ്ടുപോയി മാറ്റാൻ തുണിയും കഴിക്കാൻ ഭക്ഷണവും കൊടുത്തു. രാവിന് കനംവച്ചുതുടങ്ങി. അയാൾ ചീയ്യയിയുമായി കാവുമ്പായി ലക്ഷ്യമാക്കി യാത്ര പുറപ്പെട്ടു. പുള്ള്യാൻകുന്ന് ഇറങ്ങിക്കഴിഞ്ഞപ്പോഴാണ് ശ്വാസം നേരെവീണത്. ഇനി ഒരു നാഴിക കൂടി നടന്നാൽ കാവുമ്പായിലെത്തും. കനകത്തിടത്തിലെത്തുമ്പോൾ നേരം പാതിരാത്രി കഴിഞ്ഞിരുന്നു. എല്ലാവരും ഗാഢനിദ്രയിലാണ്ടതിനാൽ ഏറെനേരം തട്ടി വിളിച്ചാണ് വാതിൽ തുറന്നത്. കാര്യങ്ങൾ വിശദമായിപറഞ്ഞ് ചീയ്യയിയെ ഏൽപ്പിച്ച് തിരിച്ച് ഏരുവേശ്ശിയിൽ എത്തിയപ്പോൾ കോഴി കൂവിത്തുടങ്ങിയിരുന്നു. ഇറയത്ത് പായവിരിച്ച് കിടന്നു.

ചെത്തുകാരൻ കുഞ്ഞപ്പ പിറ്റേന്ന് രാവിലെ കാര്യസ്ഥനോട് വിവരം പറഞ്ഞപ്പോൾ അയാൾ കോപിഷ്ഠനായി. അപ്പോൾത്തന്നെ വിവരങ്ങൾ അറിയിക്കാത്തതിന് കുഞ്ഞപ്പയുടെ ചെകിടടച്ചൊന്നു പൊട്ടിച്ചിട്ടാണ് കാര്യസ്ഥൻ അരിശം തീർത്തത്. ഉടൻതന്നെ അയാൾ കോരന്റെ കൂരയിലേക്ക് ഓടി.

"എടാ നായിന്റെമോനേ കൊല്ലൻകോരാ.. ഏടേടാ ഓള് ? എറക്കിബിടുന്നതാ നിനക്ക് നല്ലത്" മുറ്റത്തുനിന്നയാൾ അലറി. ഓലമറയുടെ അരികിലായി കാമാച്ചി നിന്നുവിറച്ചു.

"ഓള്.. ഈടെയില്ല തമ്പ്രാ. രാത്തിറീല്തന്നെ പോയിന്. " അവൾ വിക്കിവിക്കി പറഞ്ഞു.

"ഓളേട്യാ കൂത്തിച്ചീ നെന്റെ പുരുവൻ ഒളിപ്പിച്ചത്? ഓനെ ഇങ്ങ് വിളിക്ക്.." അയാൾ ദേഷ്യംകൊണ്ട് വിറച്ചു.

"അവര് കാവുമ്പായിലേക്കാ പോയത് തമ്പ്രാ. ഞാള് ഒന്നും അറിഞ്ഞിറ്റില്ല. മാപ്പാക്കണം. ഈ മക്കളെ ഓർത്ത് ഓറെ ഒന്നും ചെയ്യല്ലേ..?"

കരയുന്ന മക്കളെ ചേർത്തുപിടിച്ച് കാമാച്ചി പറഞ്ഞു. മന്നനാരെ വിവരമറിയിക്കാൻ കാര്യസ്ഥൻ മൂത്തേടത്തരമനയിലേക്ക് അതിവേഗത്തിൽ തിരിച്ചുപോയി.

കനകത്തിടം നായനാരുടെ മരുമകൻ കുട്ട്യപ്പയ്ക്ക് ചീയ്യയി എന്ന സുന്ദരിപ്പെണ്ണിനെ നന്നായി ബോധിച്ചിരുന്നു. വൈകാതെ അവൾ ഇവിടെയുണ്ടെന്ന് മന്നനാർ അറിയുമെന്നും ഒരുപക്ഷേ, ഒരു ഏറ്റുമുട്ടൽ നടന്നേക്കുമെന്നും നായനാർ കണക്കുകൂട്ടി. അങ്ങനെയെങ്കിൽ വഴിയിൽ

വെച്ചുതന്നെ തടയണം. പിന്നീട് അതിനുള്ള ഒരുക്കങ്ങളായിരുന്നു കനകത്തടത്തിൽ നടന്നത്. അദ്ദേഹത്തിന്റെ കണക്കുകൂട്ടൽ ശരിവയ്ക്കുന്ന വിവരങ്ങളാണ് ചാരന്മാർ മുഖേന ലഭിച്ചത്. ഒട്ടും വൈകാതെ ഇരുപത്തിയഞ്ചോളം പടയാളികളുമായി നായനാർ പുള്ള്യാംകുന്നിലേക്ക് തിരിച്ചു. പതിനഞ്ചോളം പേരുടെ കൈയിൽ നിറതോക്കുമുണ്ടായിരുന്നു. പുള്ള്യാംകുന്നിലെ ഉയർന്ന പാറക്കെട്ടിൽ അവർ നിലയുറപ്പിച്ചു. ഏറെ വൈകിയില്ല അതാ ഒരു സംഘം ഭടന്മാർ ദൂരെനിന്നു വരുന്നതുകാണാം. ആറോ ഏഴോ പേരേ ഉണ്ടായിരുന്നുള്ളൂ സംഘത്തിൽ. മുന്നിൽ തലയുയർത്തിപ്പിടിച്ച് കേളപ്പനാർതന്നെ. ഏതാണ്ട് നൂറുവാര അടുത്തെത്തിയപാടെ പാറയുടെ മറവിലിരുന്ന് നായനാരുടെ പട മന്നനാരുടെ സംഘത്തിനുനേരെ ആദ്യ വെടിയുതിർത്തു. ആദ്യം ഒന്നു പകച്ചുപോയെങ്കിലും മന്നനാർ തിരിച്ച് വെടിവച്ചു. ഒരുവട്ടം കഴിഞ്ഞപ്പോൾ വീണ്ടും തോക്കുനിറയ്ക്കാനുള്ള സമയം അവർക്ക് കിട്ടുന്നതിനുമുന്നേ നായനാരുടെ സംഘം തുരുതുരാ വെടിയുതിർത്തുകൊണ്ടിരുന്നു. എണ്ണത്തിൽ കുറവുള്ള മന്നനാരുടെ ഭടന്മാരിൽ രണ്ടുപേർ വെടിയേറ്റുവീണു. പുള്ള്യാംകുന്നിലെ കരിയിലകൾ ചോരപ്പൂക്കളാൽ ചുവന്നു. പൊരുതിനിൽക്കാനാകാതെ മന്നനാരും സംഘവും പിന്തിരിഞ്ഞു.

കനകത്തിടംനായനാരോടേറ്റ പരാജയം മന്നനാരെ സംബന്ധിച്ചിടത്തോളം സഹിക്കാൻ കഴിയുന്നതിനുമപ്പുറത്താണെന്ന് മുണ്ടോൻകോമപ്പൻനമ്പ്യാർക്ക് അറിയാം. അതിന്റെ ക്ഷീണം മാറുന്നതിനുമുമ്പേ അയാൾക്ക് അടുത്ത പ്രഹരമേൽപ്പിക്കണം. ഒടുവിൽ ഗതിയറ്റ് കേളപ്പൻ എവിടേക്കെങ്കിലും പലായനം ചെയ്യണം. എങ്കിൽ ഏരുവേശ്ശി കരക്കാട്ടിടത്തിന്റെ കീഴിലാവും. മുണ്ടോൻ മനക്കോട്ട കെട്ടി.

മുപ്പത്തി ഏഴ്

അവർ നാലുപേരാണുണ്ടായിരുന്നത്. എല്ലാവരുടെയും മുഖത്ത് തികഞ്ഞ സൗഹൃദഭാവം നിഴലിച്ചിരുന്നു. അയാൾ അരയിലെ കത്തിപ്പിടിയിൽനിന്ന് കൈയെടുത്തു. ഉള്ളിലെ പിരിമുറുക്കം വിട്ട് ലാഘവത്തോടെ അവരെ നോക്കി. ശത്രുവിന്റെ ശത്രുവാണ് തങ്ങളെന്ന വാക്കുകളിൽനിന്ന് ഇവരും മന്നനാർക്കെതിരാണെന്ന് വ്യക്തമായി. എന്നിരുന്നാലും കരുതിയിരിക്കണം.. കണ്ണപ്പൻ നിശ്ചയിച്ചു.

"കണ്ണപ്പാ, നിന്നെക്കുറിച്ച് കുറേക്കാലമായി ഞങ്ങള് കേൾക്ക്ന്ണ്ട്. നിന്റെ കാർണ്ണോറ് തിലകനും നീയുംചേർന്ന് കേളപ്പനെതിരെ നടത്തുന്ന എല്ലാ കാര്യങ്ങളെക്കുറിച്ചും ഞങ്ങക്കറിയാം." കൂട്ടത്തിലുള്ള വെളുത്തു മെലിഞ്ഞ വൃദ്ധൻ പറഞ്ഞു.

"എന്തറിയാം?"

അയാളും കൂടെയുള്ളവരും ചിരിച്ചു.

"പരമേശ്വരനെമ്പ്രാന്തിരിയെ കൊന്നതും തടവറയിൽനിന്ന് രക്ഷപ്പെട്ടതുമുൾപ്പെടെ എല്ലാ വിശേഷങ്ങളുമറിയാം.എന്തായാലും അയാള് നിന്നെ തൂക്കിലേറ്റിയില്ലല്ലോ? അത് മന്നനാര് കാട്ട്യ ഏറ്റോം വല്യ വിഡ്ഢിത്തോം നിന്റെ ഭാഗ്യോം ആണെന്ന് കൂട്ടിക്കോളൂ. ങ്ഹാ.. അതേതാലും നന്നായി. അയാൾടെ നാശമാണല്ലോ.. ങ്ങടെ ലക്ഷ്യം? ഞങ്ങളെ ഉദ്ദേശ്യവും അത് തന്നെ."

ഇത്തവണ മറുപടി പറഞ്ഞത് കറുത്ത് തടിച്ച മറ്റൊരാളാണ്.

"എനിക്കാരുടേയും സഹായമാവശ്യമില്ല. അത് പോട്ടേ..ങ്ങളൊക്കെ ആരാണ്?"

കണ്ണപ്പൻ അസഹിഷ്ണുത പ്രകടിപ്പിച്ചു.

"അങ്ങനെ എടുത്ത് ചാടി പറയല്ലേ? നിനക്ക് ഗൊണോള്ള കാര്യാണ്.

കരക്കാട്ടിടം വല്യെശമാനനാന്ന് ഞങ്ങളെ അയച്ചതും നെന്നെ കാണണംന്ന് ആവശ്യപ്പെട്ടതും.'' കാതിൽ ചുവന്നകല്ലുവച്ച കടുക്കനിട്ട മറ്റൊരാൾ പറഞ്ഞു.

എന്തുവേണമെന്ന് കണ്ണപ്പൻ ആലോചിച്ചു. മന്നനാരോട് പൊരുതുന്നതുപോലെയല്ല കരക്കാട്ടിടത്തിനെ വെറുപ്പിക്കുന്നത്. കാര്യം കേളപ്പനാർ ശത്രുവാണെങ്കിലും നേരും നെറിയുമുള്ളവനാണ്. ഇവരങ്ങനെയല്ല, കോലത്തിരിയുടെയും സായിപ്പന്മാരുടെയും സഹായമുണ്ട്. മാത്രമല്ല എന്നെങ്കിലും തനിക്ക് അധികാരം കിട്ടിയാൽ ഇവരുടെ സഹായം ആവശ്യമായിവരും. അതിനാൽ തൽക്കാലം ഇവരുടെ ഉദ്ദേശ്യമെന്തെന്ന് മനസ്സിലാക്കാൻ കൂടെനിൽക്കുന്നതുപോലെ ബോദ്ധ്യപ്പെടുത്താം.

"ശരി ഞാൻ വരാം. പക്ഷേ, ഇക്കാര്യത്തിൽ എനിക്കെന്തു ഗുണമുണ്ട്?"

"അത് എശമാനൻ പറയും.." ആദ്യത്തെയാൾ പറഞ്ഞു.

പിന്നെ കൂടുതലൊന്നും സംസാരിക്കാതെ ചിന്തകളെ ഇഷ്ടാനുസരണം മേയാൻവിട്ട് വഴിനീളെ അവർ മൗനംപൂണ്ടു. കുന്നിറങ്ങി പുഴയിറമ്പിലേക്ക് ഇറങ്ങുമ്പോൾ പിന്നിൽ അയാളുമുണ്ടെന്ന് സംഘം ഉറപ്പുവരുത്തി. പുഴയിൽ നീരൊഴുക്ക് കുറവായിരുന്നു. വഴുവഴുപ്പുള്ള പാറകളിൽ തെന്നിവീഴാതെ പണിപ്പെട്ട് മലപ്പട്ടണംപുഴ മുറിച്ച് കടന്നു. ഇടതൂർന്ന കാട്ടുവഴിയിലൂടെയായി പിന്നീടുള്ള യാത്ര. ഒരു കണക്കിന് അത് നന്നായെന്ന് കണ്ണപ്പന് തോന്നി. ആരെങ്കിലും തന്നെ തിരിച്ചറിയാനിടയായാൽ തീർച്ചയായും മന്നനാരുടെ ഭടന്മാരെ വിവരമറിയിക്കും. കേളപ്പനാർ നിഷ്ക്രിയനാണെങ്കിലും വിഷപ്പല്ലുമായി അംബികയെന്ന മൂർഖൻ കാത്തിരിപ്പുണ്ട്. അവളുടെ അച്ഛനെയാണല്ലോ താൻ വധിച്ചത്. സ്വാഭാവികമായും അവൾക്ക് തീരാത്ത പകയുണ്ടാവും, ചിലപ്പോൾ തന്റെ സുരക്ഷയെ കരുതിയാവും ഇവർ പ്രധാനപാത ഒഴിവാക്കി കുന്നും മലകളും നിറഞ്ഞ ഈ കാട്ടുവഴി തെരഞ്ഞെടുക്കാൻ കാരണമെന്ന് അയാൾ ഊഹിച്ചു.

ചൂളിയാടുകുന്ന് കയറിയപ്പോൾത്തന്നെ സംഘത്തിൽപ്പെട്ടവർ അണച്ചുതുടങ്ങിയിരുന്നു. പക്ഷേ, കണ്ണപ്പന് യാതൊരു കുലുക്കവുമുണ്ടായില്ല. മണിക്കടവിലും വൈതൽമലയിലുമടക്കമുള്ള മലമ്പ്രദേശങ്ങളിലൂടെ നിത്യേന യാത്രചെയ്ത അനുഭവപരിചയം വേണ്ടത്രയുണ്ടല്ലോ? മീനസൂര്യൻ ഉച്ചിയിൽ കത്തിനിൽക്കുമ്പോഴാണ് അവർ ശിരവുപട്ടണത്ത് എത്തിച്ചേർന്നത്. അവിടെനിന്ന് അരനാഴിക നടന്ന് പട്ട്യക്കല്ലിലെത്തി. കരക്കാട്ടിടത്തിന്റെ പാണ്ടികശാല ഇവിടെയാണ്. തൊട്ടുതാഴെ തോണികളും ചങ്ങാടങ്ങളും ശിരസ്സിലേറ്റി അവശയായ നെയ്താരപ്പുഴ. കണ്ണപ്പനെ അവർ പാണ്ടികശാലയിലേക്ക് നയിച്ചു. വിശാലമായ മുറിനിറയേ മഞ്ഞളും ചുക്കും കുരുമുളകും അടയ്ക്കയും നിറച്ചുവച്ച നൂറുകണക്കിന് ചാക്കുകെട്ടുകൾ അട്ടിയിട്ടിരിക്കുന്നതു കണ്ട് അയാൾ വിസ്മയിച്ചു. പത്തിരുപത് വാല്യക്കാർ ചാക്കുകെട്ടുകൾ തലച്ചുമടായി പുഴയിൽ കാത്തുനിൽക്കുന്ന വഞ്ചികളിലേക്ക് കൊണ്ടുപോവുന്നുണ്ട്. നീണ്ട ഇടനാഴിയിൽ ഒരിടത്ത്

കണ്ണപ്പനോട് കാത്തുനിൽക്കാൻ ആംഗ്യംകാണിച്ച് സംഘത്തിലൊരാൾ അകത്തേക്ക് പോയി. വാല്യക്കാരോട് കയർത്തും നിർദ്ദേശങ്ങൾ നൽകിയും മറ്റുള്ളവർ അവരുടെയടുക്കലേക്കു ചെന്നു.

ചിത്രപ്പണികൾ ചെയ്ത സപ്രമഞ്ചക്കട്ടിലിൽ ഒരു രാജാവിന്റെ പ്രൗഢിയോടെ മദ്ധ്യവയസ്സ് പിന്നിട്ട ഒരാൾ. സ്വർണ്ണക്കസവുള്ള വേഷ്ടി ചുമലിലിട്ടിരിക്കുന്നു. ഒരു വാല്യക്കാരൻ വിശറി വീശിക്കൊടുക്കുന്നുണ്ട്. കണ്ണപ്പനെക്കണ്ട് അദ്ദേഹം കൈമാടിവിളിച്ചു. അടുത്ത് ഒരു പീഠം ചൂണ്ടിക്കാണിച്ച് ഇരിക്കാൻ ആവശ്യപ്പെട്ടു. പിന്നെ പറയാൻ തുടങ്ങി.

"വെവ്വേറെ വഴിയാണെങ്കിലും ഞങ്ങടേം നിന്റേം ലക്ഷ്യമൊന്നുതന്നെയാണ് കണ്ണപ്പാ. ഞങ്ങളെ സംബന്ധിച്ചിടത്തോളം കേളപ്പന്റെ ജീവൻ നഷ്ടപ്പെടുത്തണംന്ന വിചാരൊന്നുമില്ല. അയാളെ സ്ഥാനഭ്രഷ്ടനാക്ക്യാ മതി. കോലത്തിരീന്റേം എന്റേം പട്ടാളത്തെ അയച്ച് അത് കഴിയ്യോം ചെയ്യും. പക്ഷേ, അങ്ങനെചെയ്താൽ കുറേ ജീവൻ നഷ്ടപ്പെടുത്തേണ്ടിവരും.അത് ബേണ്ടാന്നാ ഞാള് നിരീക്ക്ന്നത്.."

കരക്കാട്ടിടംനായനാർ തെല്ലിട നിർത്തി, കണ്ണപ്പന്റെ മുഖത്ത് സൂക്ഷിച്ചുനോക്കി. യാതൊരു ഭാവഭേദവുമില്ലാത്ത കല്ലിച്ച മുഖം. എങ്കിലും ശ്രദ്ധയോടെ കേൾക്കുന്നുണ്ട്. അദ്ദേഹം തുടർന്നു.

""ഞങ്ങൾ ചില പദ്ധതികൾ ഒരുക്കിയിട്ടുണ്ട്. പറ്റുമെങ്കിൽ നിനക്കും അതില് ചേരാം. അതല്ലാ.. ഒറ്റയ്ക്കാണെങ്കിൽ അങ്ങനെ. ഞങ്ങളുടെ സഹായം വേണോ.? നല്കാം. എന്താ നെന്റെ അഭിപ്രായം?""

ഒരുനിമിഷത്തിനുശേഷം അയാൾ മൗനം ഭഞ്ജിച്ചു.

"ഇതിൽ എനിക്കെന്താ നേട്ടോള്ളത്? കാര്യം കഴിഞ്ഞാൽ നിങ്ങൾ എന്നെ തള്ളില്ലെന്ന് എന്താ ഉറപ്പ്?"

"നേട്ടമെന്താന്ന് ആദ്യം പറയാം.. മന്നനാരെ പൊറത്താക്ക്യാൽ നിന്നെ ഏരുവേശ്ശിയിലെ അംശം അധികാരിയാക്കും. അറിയാല്ലോ? കൊല്ലിനും കൊലയ്ക്കുംള്ള അധികാരോം സമ്പത്തും പ്രമാണിത്തോം ഉള്ളയാളാന്ന് അംശം അധികാരി. പിന്നെ സഹായിച്ചാളെ പിന്നിൽനിന്ന് കുത്തുന്ന ഏർപ്പാട് ഞങ്ങൾ കരക്കാട്ടിടത്തിന് പതിവില്ല. വാക്ക് പറഞ്ഞാൽ വാക്കാ..!"

വാക്കുകളുടെ ദൃഢത, അത് ഒരു ഉറച്ച തീരുമാനമാണെന്ന് കണ്ണപ്പന് ബോദ്ധ്യമായി. ഈ സ്ഥിതിയിൽ കേളപ്പനെ വധിച്ച് അധികാരം കൈക്കലാക്കിയാലും സ്വൈരമായി ഭരണം നടത്താൻ തനിക്കും കഴിയുമെന്ന് തോന്നുന്നില്ല. വരുംകാലത്ത് അംശം അധികാരി എന്നത് ഒട്ടും മോശമായ പദവിയായിരിക്കാനുമിടയില്ല. തൽക്കാലം വാഗ്ദാനം സ്വീകരിക്കുന്നതാണ് ബുദ്ധി. ബാക്കിയെല്ലാം സാഹചര്യംപോലെയെന്ന് നിശ്ചയിച്ചു. തുടർന്ന് തന്റെ പദ്ധതിയിൽ മറ്റാരുടെയും സഹായമാവശ്യമില്ലെന്നും ഒറ്റയ്ക്ക് നടത്താനാണ് താൽപ്പര്യമെന്നും കണ്ണപ്പൻ തറപ്പിച്ചുപറഞ്ഞു. നായനാർക്ക് അക്കാര്യത്തിൽ എതിർപ്പൊന്നുമുണ്ടായില്ല. എന്തെങ്കിലും കാരണവശാൽ കേളപ്പന്റെ ജീവന് ഹാനി സംഭവിച്ചാൽ തനിക്കതിൽ പങ്കില്ലല്ലോ

എന്നോർത്ത് സന്തോഷമാണ് തോന്നിയത്. പിരിയാൻനേരം നായനാർ പറഞ്ഞു.

"അപ്പോൾ കാര്യം നടന്നുകഴിഞ്ഞ് നമ്മള് ഒരിക്കൽക്കൂടി കാണും. എന്താ?"

"അങ്ങനെയാവട്ടേ.." കണ്ണപ്പൻ സമ്മതിച്ചു.

പിന്നീടുള്ള രണ്ട് ദിവസങ്ങളിൽ കണ്ണപ്പന് വളരെ തിരക്കുള്ള ജോലികളായിരുന്നു. എന്നാൽ തന്റെ പദ്ധതി നടപ്പിലാക്കാനുള്ള ഇരയെ കണ്ടെത്താൻ അയാൾക്ക് ഒരുപാട് ബുദ്ധിമുട്ടുകൾ നേരിടേണ്ടിവന്നു. മണിക്കടവിലാണ് അവളുടെ താമസമെന്ന് കളരിഗുരുക്കൾ പറഞ്ഞിരുന്നു. അവിടെ പലരോടും അന്വേഷിച്ചെങ്കിലും കാണാൻ കഴിഞ്ഞില്ല. കുറുവാമ്പ എന്നാണത്രേ അവളുടെ പേര്. മദ്ധ്യവയസ്കയാണ്. അവളുടെ അപ്പ നേരത്തേ മരിച്ചതാണ്. രോഗിയായ അമ്മ. നേരത്തേ ഭർത്താവ് ഉപേക്ഷിച്ച അവൾ കൂലിപ്പണിചെയ്ത് അമ്മയെയും പതിനഞ്ചും പതിമൂന്നും വയസ്സ് പ്രായമുള്ള രണ്ടു പെൺമക്കളെയും പോറ്റുന്നു. ഒരു വൈകുന്നേരം പുഴയിൽ കുളിക്കാൻചെന്ന മൂത്ത പെൺകുട്ടിയെ നാലഞ്ചുപേർചേർന്ന് ബലാത്സംഗം ചെയ്യുകയും കഴുത്തിലുള്ള ആഭരണങ്ങൾ പിടിച്ചുപറിച്ച് മണിക്കടവ് പുഴയിൽ തള്ളുകയും ചെയ്തു. പുനംകൃഷി ചെയ്ത് തിരിച്ചുവന്ന കുറുവാമ്പ മകളെ കാണാതെ ഒരുപാട് അലഞ്ഞെങ്കിലും കണ്ടെത്താനായില്ല.

ചോലയിൽ ഇരുട്ട് കൂടുകൂട്ടാനൊരുങ്ങി. ത്രിസന്ധ്യകഴിഞ്ഞ നേരത്ത് പുഴഞ്ചാലിൽനിന്ന് "പൂഹേയ്" എന്നൊരു വിളിയൊച്ച കരയിലെ ഇല്ലിക്കാടുകൾ താണ്ടി കുറുവാമ്പയുടെ കുടിലിൽ കുതറിയെത്തി അണച്ചുനിന്നു. ഇരുളിൽ തപ്പിത്തടഞ്ഞും വീണുരുണ്ടും അവൾ ഓടി. അപ്പോഴേക്കും ചെറുമിപ്പെണ്ണിനെയെടുത്ത് ആരോ കരയിൽ പൂഴിമണ്ണിൽ കിടത്തിയിരുന്നു. അവശയായ പെണ്ണിന്റെ തുടയിടുക്കിലൂടെ അപ്പോഴും കട്ടച്ചോര പുഴപോലെ ഒഴുകുന്നുണ്ടായിരുന്നു. നേരിയ ബോധത്തിൽ പിച്ചും പേയും പറയുന്നകൂട്ടത്തിൽ പെണ്ണ് അനുഭവിച്ചതെല്ലാം വിക്കിവിക്കിപ്പറഞ്ഞു. പക്ഷേ, ഒന്നുമാത്രം പറയാനായില്ല, തന്നെ ഉപദ്രവിച്ചത് ആരൊക്കെയാണെന്ന്..! അതിനുമുമ്പേ പെണ്ണ് കണ്ണടച്ചു.

അതോടെ കുറുവാമ്പയുടെ താളംതെറ്റി. കുടുംബം പൂർണ്ണമായും ശിഥിലമായെന്ന് പറയാം. കടുത്ത മാനസികവ്യഥയിൽ പണിയൊന്നും ചെയ്യാതെ അരപ്പട്ടിണിയും മുഴുപ്പട്ടിണിയുമായി കഴിഞ്ഞുകൂടി. പിന്നെ എപ്പോഴോ ആരോടും പറയാതെ അവിടംവിട്ട് പോയെന്ന് നാട്ടുകാർ ഓർമ്മിച്ചു. ഒരുപാട് തെരച്ചിലിനൊടുവിലാണ് അവളെ കണ്ടെത്തിയത്. നുച്യാട് പുഴക്കരയുടെ മേൽഭാഗത്തെ കുന്നിൻമുകളിൽ ഒരു കുടിൽകെട്ടി താമസിക്കുകയായിരുന്നു കുറുവാമ്പ. തന്റെ മകളെ ഇല്ലാതാക്കിയ അഞ്ചുപേരെയും ശിക്ഷിക്കാൻ അവൾ ഏറെത്തവണ മൂത്തേടത്തരമനയിലെത്തി ആവലാതി ബോധിപ്പിച്ചിരുന്നു. ഒരു രാജാവെന്ന നിലയിൽ തന്റെ രാജ്യത്തിലെ പ്രജകളുടെ ജീവനും സ്വത്തിനും സംരക്ഷണം നല്കു

ന്നതിനും നിയമവിരുദ്ധമായ പ്രവൃത്തികളിൽ മുതിരുന്നവരെ ശിക്ഷിക്കുന്നതിനും ഉത്തരവാദിത്വമുള്ള തമ്പുരാൻ ഒരു നടപടിയും സ്വീകരിച്ചില്ല. ആ അഞ്ചുപേർ ആരാണെന്നറിയാൻ അവൾ സ്വന്തംനിലയ്ക്ക് ശ്രമം നടത്തിയെങ്കിലും നിരാശയായിരുന്നു ഫലം. കുറ്റവാളികളെ തിരിച്ചറിയാനാവാതെയും തുടർനടപടികൾ സ്വീകരിക്കാതെയും മൂത്തേടത്തരമനയും നിഷ്ക്രിയമായി. ഇളയതിനെ കെട്ടിപ്പിടിച്ച് കരയുകയല്ലാതെ മറ്റൊന്നും ചെയ്യാൻ കഴിയാതെ കുറുവാമ്പ നിസ്സഹായയായി.

അരമനയിൽ പരാതിപരിഹാരത്തിന്റെ ചുമതല അംബികയ്ക്കായിരുന്നു. അവളുടെ മുന്നിൽ വന്നതിനുശേഷമാണ് ഇത്തരത്തിലുള്ള പരാതികൾ സാധാരണയായി മന്നനാരെ കാണിക്കുന്നത്. തന്റെ ശുപാർശകൾ പരാതിയിൽത്തന്നെ അംബിക എഴുതാറുണ്ടായിരുന്നു. മറ്റ് ഹർജികൾക്കൊപ്പം കുറുവാമ്പയുടേതും വരേണ്ടതാണ്.. പക്ഷേ, അതിനുമുമ്പേ ആരോ അത് നീക്കം ചെയ്തു. അവൾക്ക് നിവേദനത്തെക്കുറിച്ച് യാതൊരു അറിവുമില്ലായിരുന്നു, കേളപ്പനാരോട് ഇക്കാര്യങ്ങൾ പറയാൻ കുറുവാമ്പയ്ക്ക് അവസരമുണ്ടായതുമില്ല. മന്നനാരെ കാണാൻ അവൾ രണ്ടു തവണ ശ്രമിച്ചു; എന്നാൽ സുഖമില്ല എന്ന കാരണത്താൽ അവൾക്ക് മടങ്ങേണ്ടിവന്നു. ഉത്തരവിടാത്തതിനാൽ ഫലത്തിൽ നടപടിയില്ലാതെ പരാതി തള്ളപ്പെട്ടനിലയിലായി. ഇത് കുറുവാമ്പയ്ക്കും അവളെ സഹായിച്ച ഒട്ടേറെപ്പേർക്കും മന്നനാരോട് അതൃപ്തി വളരാനിടയായി. ഈ സാഹചര്യമാണ് ഗുരുവും കണ്ണപ്പനും തങ്ങളുടെ പദ്ധതി നടപ്പിലാക്കാൻ തെരഞ്ഞെടുത്തത്.

തുടക്കത്തിൽ കണ്ണപ്പനെ വിശ്വസിക്കാൻ കുറുവാമ്പ തയ്യാറായില്ല. എന്നാൽ നിരന്തരം സമ്മർദ്ദം ചെലുത്തി, മകളുടെ ദുർമ്മരണത്തിന് കാരണക്കാരായവരെ ശിക്ഷിക്കേണ്ടതിന്റെ ആവശ്യകത അവളെ ബോദ്ധ്യപ്പെടുത്തി. കുറ്റവാളികൾക്ക് ശിക്ഷ നല്കാത്ത കേളപ്പനാർ ഇനിയുമിവിടെ ഭരണം തുടർന്നാൽ ഇത്തരം സംഭവങ്ങൾ ആവർത്തിക്കാനിടയുണ്ടെന്ന് അവളെ ഓർമ്മിപ്പിച്ചു. അതുകൊണ്ട് രാജ്യത്തിന്റെ ആവശ്യമാണെന്നും മന്നനാരുടെ ഭരണം അവസാനിപ്പിക്കാനുള്ള പ്രവർത്തനത്തിൽ സഹകരിക്കണമെന്നും കണ്ണപ്പൻ കുറുവാമ്പയെ നിർബ്ബന്ധിച്ചു.

ആദ്യം ഭയന്നെങ്കിലും അനുനയപൂർവ്വം സമീപിച്ചപ്പോൾ എന്തു സഹായമാണ് ചെയ്യേണ്ടതെന്ന് അവൾ ആരാഞ്ഞു.

"നീ എന്റെ സഹോദരിയെപ്പോലെയാണ്. എനിക്ക് നിന്നോട് പറയാൻ ബുദ്ധിമുട്ടുണ്ട്. എങ്കിലും പറയാതെ വയ്യ."

"ന്റെ മോള് പോയി. അയിനേക്കാള് ഞാളെ വെശമിപ്പിച്ചത് തമ്പിരാന്റെ സൊബാവാ.. അദ്ദേം.. ന്റെ പരാദി കണ്ടതായിറ്റ്പോലും നടിച്ചിറ്റില്ല. അയില് ഞാൾക്ക് വെശമംണ്ട്. നീങ്ങ പറ.. ഞാള് ന്താ ചെയ്യേണ്ട്..?"

"നിന്നെപ്പോലെത്തന്നെ എനിക്കും വേറെ വഴിയില്ല പെങ്ങളേ.. ഏരുവേശ്ശിയിലെ ജനങ്ങളുടെ ഭാവിക്കുവേണ്ടിയാണ് ഞാൻ പറയുന്നത്. ഇനിയാർക്കും ഇതുപോലെ സംഭവിക്കരുത്. സമ്മതമാണെങ്കിൽ ഞാൻ

പറയാം.."

"ങ്ങള് വളച്ച് കെട്ടാതെ പറയീന്ന്.."

"കുറുവാമ്പാ, സാധാരണ സ്ത്രീകൾ ഒരിക്കലും ചെയ്യാത്ത ചില പ്രവൃത്തികൾ നിങ്ങൾ ചെയ്യേണ്ടതുണ്ട്."

"യ്യോ.. ങ്ങനെയൊന്നും ചെയ്യാൻ നിക്ക് ആവൂല്ലാ.."

"നിങ്ങൾക്ക് നിങ്ങളുടെ മകളെ നഷ്ടപ്പെട്ടു; പരാതി കേൾക്കാനോ അന്വേഷിക്കാനോ അയാൾക്ക് സമയമില്ല. മന്നനാരെ കാണാനുള്ള നിങ്ങളുടെ ശ്രമം വിഫലമായി. ഇനി നിങ്ങൾക്ക് ഒരു വഴി ബാക്കിയുണ്ട്."

"ഞങ്ങ..ന്താ ഇനി ചെയ്യാ.?"

"ഏരുവേശ്ശിയിലെ നാട്ടുകാരെ വിളിച്ചുകൂട്ടി നിനക്കുണ്ടായ അനുഭവം വിവരിക്കണം. കേളപ്പനാർ പരാതി പരിഗണിക്കാത്തതും നിന്നെ കാണാൻ വിസമ്മതിച്ചതും അവരോട് പറയണം."

"അങ്ങനെ ചെയ്യാം.. ന്നിട്ടോ?"

"മതി.. അത്രയും മതി. അതോടെ നിന്റെ കർത്തവ്യം തീരും. അവരുടെ മുന്നിൽ നീ കരയണം. രാജാവിനോട് നീതിചോദിക്കാൻ അവരെ നിർബ്ബന്ധിക്കണം."

"ആങ്ങളേ ഇതെപ്പോ ബേണം..?"

"മറ്റന്നാൾ. നിങ്ങളുടെ മകൾ കൊല്ലപ്പെട്ട മണിക്കടവിൽനിന്ന് ആരംഭിക്കുക. ഞാൻ ഏതുസമയവും പിടിക്കപ്പെടാനിടയുണ്ട്. അങ്ങനെ സംഭവിച്ചാൽ അവർ എന്നെ തൂക്കിലേറ്റും. എന്റെ മരണത്തിനുമുമ്പ് കേളപ്പനാരുടെ ഉന്മൂലനം കാണാൻ ഞാൻ ആഗ്രഹിക്കുന്നു. ഇത് എന്റെ അവസാന ശ്രമമാണ്. കുറുവാമ്പാ.. നിന്റെ മകൾക്ക് നീതികിട്ടുന്നതിന് ഞാൻ ഏതറ്റം വരെയും കൂടെയുണ്ടാവും. പറഞ്ഞതുപോലെ അനുസരിക്കുക. അത് മാത്രമല്ല, ഈ നാടിന്റെയും അതിന്റെ യശസ്സിന്റെയും നിലനില്പിന് വേണ്ടിയാണെന്നും ഓർക്കുക."

"ഞാള് പോവും.. ന്റെ പുള്ളക്ക് വേണ്ടി അത്രേങ്കിലും ചെയ്യേണ്ടേ..?"

"ശരി.. അങ്ങനെയാവട്ടേ..എനിക്ക് വേറെ ചിലതെല്ലാം ഏർപ്പാട് ചെയ്യേണ്ടതുണ്ട്. മുത്തപ്പൻ നിങ്ങളെ അനുഗ്രഹിക്കട്ടെ."

തന്റെ ദൗത്യം പാതിവിജയം കണ്ടതിന്റെ സന്തോഷത്തിൽ കണ്ണപ്പൻ സ്ഥലംവിട്ടു.

മുപ്പത്തി എട്ട്

പുലർച്ചെ പുറപ്പെട്ടതാണ്. കാളകൾ ക്ഷീണിച്ചുതുടങ്ങി. പാതിവഴി പോലും പിന്നിട്ടില്ല. ഇനി കുറച്ചു വിശ്രമിച്ചിട്ടാകാം യാത്രയെന്ന് നിശ്ചയിച്ച് കോമപ്പൻനമ്പ്യാരും രൈരുനമ്പ്യാരും പാതയോരത്തിന് താഴെ പുഴക്കരയിൽ വണ്ടിനിർത്താനാവശ്യപ്പെട്ടു. വണ്ടിക്കാരൻ കാളകളെ അഴിച്ചുമാറ്റി വെള്ളം കുടിപ്പിക്കാനായി പുഴയിലേക്കു നടന്നു. നാദാപുരമാണ് ലക്ഷ്യം. അവിടെ ഇടവനയുടെ പരിചയക്കാരനുണ്ട്. ആദ്യം അയാളെ കണ്ടെത്തണം. ചിണ്ടൻനമ്പ്യാർ അവിടുത്തെ പ്രസിദ്ധതറവാടിയും ഇടപ്രഭുവുമാണ്. അയാൾ വിചാരിച്ചാൽ കേമന്മാരായ അഭ്യാസികളെ തന്റെയൊപ്പം അയക്കും. ഇടവനയുടെ ഉറപ്പിലാണ് യാത്ര. മന്നത്തിയുടെ തറവാട് അടുത്തെവിടെയോ ആണെന്ന് കേട്ടിട്ടുണ്ട്. പുഴക്കരയിലെ മരത്തണലിരുന്ന് ഭക്ഷണപ്പൊതിയെടുത്തു. തുടർന്ന് വെറ്റിലമുറുക്കും വിശ്രമവും. പിന്നെ നാദാപുരം ലക്ഷ്യമാക്കി വീണ്ടും യാത്ര. യാതൊരു ദാക്ഷിണ്യവുമില്ലാതെ ഉച്ചവെയിൽ തിളയ്ക്കുകയാണ്.

അന്തിവിളക്ക് തെളിഞ്ഞതിനുശേഷമാണ് അവർ ചിണ്ടൻനമ്പ്യാരുടെ തറവാട്ടിൽ എത്തിച്ചേർന്നത്. മണ്ണ് നനച്ച് തല്ലിയുറപ്പിച്ച ഒരാളുയരത്തിലുള്ള മതിലിൽ ചാരിവച്ച മരക്കോണി. കോതിയെടുത്ത പടികൾ ഇരുവരും ചവുട്ടിക്കയറി. മതിലിനപ്പുറം വിസ്തൃതമായ തെങ്ങിൻതോപ്പ്. മദ്ധ്യത്തിൽ ആഢ്യത്വം വിളിച്ചോതുന്ന ഓടുമേഞ്ഞ നാലുകെട്ടും പടിപ്പുരയുമുള്ള വലിയൊരു തറവാട്. പൂമുഖത്ത് തന്നെയുണ്ടായിരുന്നു, ചിണ്ടൻനമ്പ്യാർ. അതിഥികളെ സ്വീകരിച്ച് കാൽ കഴുകാൻ കിണ്ടിയിൽ വെള്ളവും കുടിക്കാൻ സംഭാരവും നല്കി. കോമപ്പൻ കാര്യങ്ങൾ വിശദമായി പറഞ്ഞുധരിപ്പിച്ചു. ആമക്കണ്ണ് ഗുരുക്കൾ എന്നൊരാളാണത്രേ വെള്ളേന്മാരുടെ മൂപ്പൻ. ത്രിസന്ധ്യയാണ്, ഇന്ന് ഇനി യാത്രവേണ്ടെന്ന് ചിണ്ടൻ പറഞ്ഞു.

രാവിലെതന്നെ ആമക്കണ്ണ്ഗുരുക്കളെ സന്ദർശിക്കാൻ പുറപ്പെട്ടു. നാദാപുരമങ്ങാടി ഉണർന്നുവരുന്നതേയുള്ളൂ. അദ്ദേഹം കളരിയിലായിരുന്നു. ശിഷ്യൻമാരുമൊത്ത് കസർത്തുനടത്തിക്കൊണ്ടിരിക്കുന്നു. ഒറ്റനോട്ടത്തിൽ ആജാനുബാഹുവായ ഒരു മനുഷ്യൻ. പോരാത്തതിന് തികഞ്ഞ അഭ്യാസിയും. ഒരു നേതാവിനുവേണ്ട എല്ലാ ലക്ഷണവും അയാളിലുണ്ടെന്ന് കോമപ്പന് ബോദ്ധ്യമായി. ചിണ്ടൻനമ്പ്യാരെ കണ്ടപാടെ ഗുരുക്കൾ ബഹുമാനത്തോടെ കളരിയിൽ നിന്നിറങ്ങി വന്നു. ആഗമനോദ്ദേശ്യം ചിണ്ടനാണ് വിശദീകരിച്ചത്. ഇത് തനിക്ക് വേണ്ടപ്പെട്ടവരാണെന്ന് പ്രത്യേകം പറയുകയും ചെയ്തു. കിട്ടുന്നതിന്റെ പാതി കൊടുക്കാമെന്ന നിർദ്ദേശം ഗുരുക്കൾക്ക് സമ്മതം. അടുത്തനാൾതന്നെ എല്ലാവിധ തയ്യാറെടുപ്പുകളോടുംകൂടി ശിഷ്യഗണങ്ങളുമായി ഏരുവേശ്ശിയിലെത്താമെന്ന് അദ്ദേഹം ഉറപ്പിച്ചുപറഞ്ഞു. വഴിച്ചെലവിലേക്കായി ഒരു കിഴിപ്പണവും കൊടുത്തേൽപ്പിച്ചിട്ടാണ് കോമപ്പനും രൈരുവും തിരിച്ചുപോന്നത്.

എത്രയുംവേഗം അടീത്തമ്മോനെ ഈ വിവരമറിയിക്കണം. ഇതറിയുമ്പോൾ തന്റെ കഴിവിനേയും ആത്മാർത്ഥതയേയും അദ്ദേഹം അഭിനന്ദിക്കും തീർച്ച. കോമപ്പൻ നാട്ടിലെത്തിയപാടെ കരക്കാട്ടിടത്തിലേക്ക് കുതിച്ചു. വിവരങ്ങളറിഞ്ഞ കരക്കാട്ടിടം വാണവർക്ക് സന്തോഷത്തോടൊപ്പം സമാധാനവുമായി. കോലത്തിരിക്കുള്ള കരമടയ്ക്കാൻ കഴിയുന്നതു വലിയ കാര്യമാണ്. അതുപോലെ പ്രധാനമാണ് മന്നനാരുടെ സമ്പത്തുകൾ കൊള്ളയടിച്ച് അയാളെ ഒന്നുമല്ലാതാക്കുക എന്നതും.

മഴ കാത്തിരിക്കുന്ന വേഴാമ്പലിനെപ്പോലെ കോമപ്പൻ ദിവസങ്ങളെണ്ണി. ഇതിപ്പോൾ അഞ്ചുദിവസം കഴിഞ്ഞിരിക്കുന്നു. ഇനിയും അവരെത്തിയിട്ടില്ല. അച്ചാരം കൊടുത്ത് പോന്നതാണ്. അവർ പറ്റിക്കുമോ? ഏയ്.. വെള്ളേന്മാർ വാക്കുപറഞ്ഞാൽ കടുകിട തെറ്റിക്കുന്നവരല്ല. ആറാംദിവസം സന്ധ്യ മയക്കത്തോടെ ഒരു സംഘം മുണ്ടോൻ തറവാടിനു മുന്നിലെത്തി. സംഘത്തിൽ പതിനഞ്ചുപേരുണ്ടായിരുന്നു. കോമപ്പൻ ആമക്കണ്ണ് ഗുരുക്കളേയും കൂട്ടരേയും ഏറെ ആഹ്ലാദത്തോടെയാണ് സ്വീകരിച്ചത്. വിഭവങ്ങൾ നിരത്തി തന്റെ ആതിഥ്യമര്യാദ നമ്പ്യാർ അവർക്കു മുന്നിൽ തുറന്നുവച്ചു.

നേരം പുലർന്നു. പാളത്തുവളപ്പിൽ തന്റെ ഒഴിഞ്ഞുകിടക്കുന്ന വീട്ടിലാണ് അവർക്ക് താമസസൗകര്യമൊരുക്കിയത്. പെട്ടെന്ന് അപരിചിതരായ ഏതാനും ആളുകളെ കാണുമ്പോൾ നാട്ടുകാർക്കുള്ള സംശയം തീർക്കാൻ നേരത്തെതന്നെ ചില വഴികൾ കണ്ടിരുന്നു. മർമ്മചികിത്സയ്ക്കായി വന്ന വൈദ്യരും ശിഷ്യന്മാരും സഹായികളും.. ഇതായിരുന്നു അവരുടെ വേഷം. ഗുരുക്കൾ മർമ്മവിദഗ്ദ്ധനായത് ഗുണമായി. ചതവിനും ഉളുക്കിനുമെല്ലാം ചികിത്സയുമാരംഭിച്ചു. ക്രമേണ അറിഞ്ഞുകേട്ട് പലരും അവിടേക്ക് ചികിത്സയ്ക്ക് എത്തിത്തുടങ്ങി. ഇതിനിടയിൽ കൊല്ലൻകോരനിൽനിന്ന് അരമനയിലെ ഖജനാവിന്റെ രഹസ്യപ്പൂട്ടുകൾ സംബന്ധിച്ച വിവരങ്ങളറിയാൻ മുണ്ടോൻകോമപ്പൻ ശ്രമമാരംഭിച്ചു. കൊല്ലന്റെ അപ്പനപ്പൂപ്പന്മാർ സുരതി

മന്നനാരുടെ വിശ്വസ്തരായിരുന്നു. നിലവറയുടെ രഹസ്യവാതിലുകളും ചിത്രപ്പൂട്ടുകളും നിർമ്മിച്ച് കൊടുത്തതും അവരാണ്. എങ്ങനെയും ഇക്കാര്യങ്ങൾ ചോർത്തിയെടുക്കണം. കോരൻ നന്നായി മദ്യപിക്കുമെന്ന് മുണ്ടോനറിയാം. ഇടയ്ക്ക് അയാളെ രഹസ്യമായി വിളിപ്പിച്ച് ബോധം മറയുംവരെ വാറ്റുചാരായം കുടിപ്പിക്കും. മദ്യലഹരിയിൽ മൂത്തേടത്ത രമനയുടെ നിലവറരഹസ്യങ്ങൾ പലപ്പോഴായി അയാൾ പറഞ്ഞുകൊടുത്തു. അച്ഛനും മുത്തച്ഛനും പറഞ്ഞറിവ് മാത്രമല്ല, മുമ്പൊരിക്കൽ നിലവറവാതിലുകളുടെ ആമങ്ങളുടെ അറ്റകുറ്റപ്പണികൾ ചെയ്യാൻ അവരോടൊപ്പം പോയിട്ടുമുണ്ടായിരുന്നു.

മർമ്മചികിത്സയിൽ ആമക്കണ്ണ്ഗുരുക്കൾ ഏരുവേശ്ശിനാട്ടിൽ ഖ്യാതി നേടിത്തുടങ്ങി. ചില രാത്രികളിൽ മുണ്ടോൻതറവാട്ടിൽ രഹസ്യചർച്ചകളിൽ ഏർപ്പെട്ടു. ഒടുവിൽ ഇനിവരുന്ന അമാവാസിനാളിൽ പദ്ധതി നടപ്പാക്കാൻ തീരുമാനമായി. അമാവാസിക്ക് ഇനി അധികനാളുകളില്ല. ഇന്ന് പഞ്ചമി. പത്താംനാൾ അത് സംഭവിക്കും. മന്നനാർ ഇതോടെ നാടുവിടേണ്ടിവരും. പിന്നെ താൻ ഒരു നാടുവാഴിയുടെ പ്രൗഢിയോടെ ഏരുവേശ്ശിയിൽ വാഴും. കോമപ്പൻനമ്പ്യാർ ദിവാസ്വപ്നങ്ങളിൽ മുഴുകി.

കഴിഞ്ഞ ഒന്നരവർഷക്കാലമേറെയായി രാജ്യകാര്യങ്ങളിലോ സേനയുടെ കാര്യങ്ങളിലോ കേളപ്പൻമന്നനാർക്ക് ഒരു ശ്രദ്ധയുമില്ലായിരുന്നു. അതുകൊണ്ടുതന്നെ പടയാളികളിൽ പകുതിയിലധികംപേരും പടയിൽനിന്ന് ഒഴിഞ്ഞുപോയി. ഇപ്പോൾ നാമമാത്രമായ സൈനികരേ ബാക്കിയുള്ളൂ. അമാവാസിനാളിൽ എന്തെങ്കിലും കാരണമുണ്ടാക്കി അവരെയും മൂത്തേടത്തരമനയിൽ നിന്ന് അകറ്റണം. അതിനുള്ള ഉപായവും കണ്ടുവെച്ചിട്ടുണ്ട്. മണിക്കടവിൽ ഏതെങ്കിലും തരത്തിലുള്ള ലഹളയുണ്ടായതായി പറഞ്ഞുപരത്തണം. സ്വാഭാവികമായും പടയാളികളെ അങ്ങോട്ട് അയക്കാതിരിക്കാൻ മന്നനാർക്കാവില്ല. അരമനപ്പാടിയിൽനിന്ന് അവർ മാറിയാലുടൻ നിലവറ ഭേദിക്കണം. പദ്ധതിയൊരുക്കി അമാവാസിയെത്താൻ അവർ കാത്തിരുന്നു.

ത്രയോദശിയായി. നാളെ കഴിഞ്ഞാൽ അമാവാസിയും വെള്ളിയാഴ്ചയുമാണ്. മന്നത്തി മക്കളെ കാണാൻ പൊന്ന്യത്തേക്ക് പോയിട്ട് ഒരാഴ്ചയായി. രണ്ടുമൂന്ന് ദിവസങ്ങൾ കഴിഞ്ഞേ മടങ്ങിവരികയുള്ളൂ. അംബിക ചെറുതാഴത്തേക്ക് പോയിരിക്കുകയാണ്. അരമനയിൽ മന്നനാരും സരസ്വതിമച്ച്യാരും തനിച്ചാണ്. കവർച്ചയ്ക്കിടയിലായാലും സ്ത്രീകളുടെ ജീവൻ നഷ്ടപ്പെടുത്തുന്നതിൽ വെള്ളേന്മാർക്ക് താൽപ്പര്യമില്ല. മന്നത്തിയും അംബികയും അരമനയിലില്ലാത്തത് ആ നിലയ്ക്ക് ഗുണകരമായി.

വെള്ളിയാഴ്ച രാവിലെ മണിക്കടവിൽനിന്ന് ഏതാനും ഗ്രാമീണർ മൂത്തേടത്തരമനയിൽ മന്നനാരെ മുഖം കാണിക്കാനെത്തി. തങ്ങൾ കൃഷി ചെയ്ത് വിളവെടുത്ത കുരുമുളകും മറ്റ് ആദായങ്ങളും എവിടുന്നോ വരുന്ന കള്ളന്മാർ ആയുധം കാട്ടി ഭീഷണിപ്പെടുത്തി കൊണ്ടുപോകുന്നു എന്ന പരാതിയുമായാണ് അവരുടെ വരവ്. പകൽ അവർ കാട്ടിൽ തമ്പടിച്ച്

ഇരുളിന്റെ മറവിലാണ് കവർച്ച നടത്തുന്നത്. ഇതിന് പരിഹാരമുണ്ടാക്കണം, അതാണവരുടെ ആവശ്യം. കുടകിൽനിന്ന് വരുന്നവരാണ് കവർച്ചക്കാരെന്ന് സംശയമുണ്ടെന്നും അവർ സൂചിപ്പിച്ചു. തലേന്നു സേവിച്ച മദ്യത്തിന്റെ ശേഷിപ്പുകൾ മന്നനാരുടെ മുഖത്ത് പ്രകടമാണ്. എങ്കിലും കൊള്ളക്കാരെ നേരിടാൻ അദ്ദേഹംതന്നെ പുറപ്പെടാൻ ഒരുങ്ങി. എന്നാൽ വന്നവർ അദ്ദേഹത്തെ തടഞ്ഞു. ഈ അവസ്ഥയിൽ അങ്ങ് വരേണ്ടതില്ല, പടയാളികളെ അയച്ചാൽ മതിയാകുമെന്ന് അവർ നിർബ്ബന്ധിച്ചു. ഒടുവിൽ മന്നനാർ ഏതാനും പടയാളികളെ മണിക്കടവിലേക്ക് നിയോഗിച്ചു. വന്നവർ പരസ്പരം നോക്കി ഗൂഢമായി ചിരിച്ചത് മന്നനാർ കണ്ടതുമില്ല. കവർച്ചക്കാരെ അമർച്ച ചെയ്യാൻ പടയാളികൾ മണിക്കടവിലേക്ക് പോയതോടെ മൂത്തേടത്തരമനയിലെ സൈനികർ നാമമാത്രമായി ചുരുങ്ങി.

മുണ്ടോൻ തറവാട്ടിൽ തകൃതിയായി ഒരുക്കങ്ങൾ നടക്കുകയാണ്. രാത്രിയിലെ പദ്ധതികളുടെ അവസാനവട്ട ഒരുക്കങ്ങൾ. യോഗാഭ്യാസത്തിലായതിനാൽ ഗുരുക്കൾ അന്നേദിവസം ആർക്കും മർമ്മചികിത്സ നടത്തുന്നതല്ലെന്ന് ചികിത്സതേടി വന്നവരെ അറിയിച്ചു. ജലപാനമില്ലാതെ ആരെയും കാണാതെ അറയ്ക്കുള്ളിലിരിപ്പാണ് അദ്ദേഹം. അതോടെ ചികിത്സയ്ക്കായി വന്നവരെല്ലാം മടങ്ങിപ്പോയി. മൂത്തേടത്തരമനയിലെ സ്ഥിതിവിവരങ്ങളറിയാൻ വെള്ളേന്മാരുടെ സംഘത്തിൽപ്പെട്ടവർതന്നെ അരമനയുടെ സമീപത്തുകൂടി നിരീക്ഷണം തുടങ്ങി. ഒരു രാത്രി ഇരുണ്ടുവെളുക്കുമ്പോഴേക്കും കൈവരാൻപോകുന്ന സൗഭാഗ്യമോർത്ത് കോമപ്പന് ഇരിക്കപ്പൊറുതിയില്ലായിരുന്നു.

ചീരുമന്നത്തിയോ അംബികയോ വിലക്കാനില്ലാത്തതിനാൽ മന്നനാർ പകൽ മുഴുവനും സുരപാനം ചെയ്യുകയായിരുന്നു. അന്തിവെയിൽ ഏരുവേശ്ശിപ്പുഴയിലെ ഓളങ്ങളിൽ സ്വർണ്ണമുരുക്കിയൊഴിച്ചു. പുഴക്കരയിലെ അത്തിമരത്തിൽനിന്ന് വല്ലപ്പോഴും പൊഴിഞ്ഞുവീഴുന്ന പഴങ്ങൾ തേടി മത്സ്യങ്ങൾ ജലപ്പരപ്പിൽ വളയങ്ങൾതീർക്കുന്നുണ്ട്. വന്മരങ്ങളുടെ ഇലച്ചാർത്തിലൂടെ സൂര്യൻ പതിയെപ്പതിയെ എരിഞ്ഞടങ്ങി. ചെഞ്ചായം പൂശിയ പടിഞ്ഞാറൻമാനത്ത് കരിനിഴൽ വീഴ്ത്തി രാത്രി വരവറിയിച്ചു. വരാനിരിക്കുന്ന അപകടമോർത്ത് ഓളങ്ങൾ നിശ്ചലമായ ഏരുവേശ്ശിപ്പുഴ നിശ്ശബ്ദമായി ഒഴുകി. രാത്രിയുടെ ആദ്യയാമങ്ങളുടെ ഒടുക്കം ദൂരെനിന്ന് ഒരു കുറുക്കൻ നീട്ടി ഓരിയിട്ടു. അതേറ്റെടുത്ത് ഒരുപറ്റം കുറുക്കൻമാർ രാത്രിയുടെ നിശ്ശബ്ദതയെ കീറിമുറിച്ചു. ഇതേസമയം ആയുധങ്ങൾ തോളിലേറ്റി ഒരു സംഘം പുഴയിലേക്കിറങ്ങി. ആഴം കുറഞ്ഞയിടം കണ്ടെത്തിയിട്ടും പുഴയിൽ അരയ്ക്കൊപ്പം വെള്ളമുണ്ടായിരുന്നു. മറുകരയിലെത്തിയ നേതാവ് ചുറ്റുപാടും ഒന്നുകൂടി നിരീക്ഷിച്ചു. ആരുമില്ലെന്നറിഞ്ഞ് ശബ്ദമുണ്ടാക്കാതെ തമ്മിൽ കാണാനാവാത്ത കൂരിരുട്ടിൽ ചിരപരിചിതരെപ്പോലെ മൂത്തേടത്തരമന ലക്ഷ്യമാക്കി അവർ നടന്നു.

അരമനയിലെ പടിപ്പുരയിൽ കുത്തുവിളക്ക് മുനിഞ്ഞുകത്തുന്നുണ്ടായിരുന്നു. അടഞ്ഞ പടിപ്പുരവാതിൽ. സംഘത്തിലൊരാൾ നിന്നനിൽ

പ്പിൽ കരണംമറിഞ്ഞ് മേൽപ്പോട്ട് കുതിച്ചു. പത്തടിയിലധികം ഉയരമേറിയ മതിൽകടന്ന് അയാൾ ഉള്ളിലേക്ക് ചാടി. ശബ്ദമുണ്ടാക്കാതെ പടിപ്പുരവാതിൽ തുറക്കപ്പെട്ടു. കുത്തുവിളക്ക് കെടുത്തി അരമനയുടെ പടിഞ്ഞാറുവശത്തേക്കാണ് അവർ നീങ്ങിയത്. മാർജ്ജാരപാദരായി പിൻവാതിൽ ലക്ഷ്യമിട്ടു. അരമനയിൽനിന്ന് ശബ്ദമൊന്നും കേൾക്കാനില്ല. എല്ലാവരും ഗാഢസുഷുപ്തിയിലായിരുന്നു. ഒരാളുടെ കൈയിലെ അറ്റം പരന്ന ഇരുമ്പ് ദണ്ഡ് വാതിലിനും കട്ടിലയ്ക്കുമിടയിൽ തിരുകി പതിയെ അമർത്തി. വാതിലിന്റെ പാളി ഞെരിയുന്ന ശബ്ദം കേട്ടു. അകന്നുവന്ന പാളിയുടെ ഇടയിലേക്ക് മറ്റൊരാൾ ചെത്തിയൊരുക്കിയ മരയാപ്പ് കയറ്റിവച്ചു. ഊരിയെടുത്ത ഇരുമ്പുപാര മരയാപ്പിന്റെ ഇടയിലെ വിടവിലേക്ക് കയറ്റി ഒരിക്കൽക്കൂടി അമർത്തി. വലിയ ശബ്ദത്തോടെ തഴുത് പൊട്ടി വാതിൽ മലർക്കെ തുറന്നു. ഞൊടിയിടയിൽ സംഘം അകത്തേക്ക് ഇരച്ചുകയറി. നടുത്തളത്തിൽ ഒരു കോൽവിളക്ക് എരിഞ്ഞുകൊണ്ടിരുന്നു. മന്നനാരുടെ അറയുടെ സ്ഥാനം അവർ നേരത്തെതന്നെ മനസ്സിലാക്കിയിരുന്നു. അറവാതിൽ അടച്ചിരുന്നില്ല. തിരിതാഴ്ത്തി എരിഞ്ഞുകൊണ്ടിരുന്ന വിളക്കിന്റെ അരണ്ടവെളിച്ചത്തിൽ പട്ടുമെത്തയിൽ ശയിക്കുന്ന മന്നനാരെയും തൊട്ടടുത്ത് സുന്ദരിയായ സരസ്വതിമച്ച്യാരെയും കണ്ടു. കരക്കാട്ടിടത്തിന്റെ പ്രത്യേകനിർദ്ദേശമുണ്ട് മന്നനാരുടെ ജീവന് യാതൊരു ഹാനിയും വരുത്തരുതെന്ന്. അല്ലായിരുന്നെങ്കിൽ ഈ ക്ഷണം മന്നനാരെ വധിച്ച് തങ്ങളുടെ ദൗത്യം നിഷ്പ്രയാസം നടപ്പിലാക്കാനാവും. നിലവറയുടെ വാതിൽ തുറക്കാനുള്ള താക്കോൽ മന്നനാരുടെ പക്കലാണ്. അത് എവിടെയാണെന്നു കണ്ടെത്തണം. അറയുടെ മൂലയിൽ കൂട്ടിയിട്ടിരുന്ന കാൽപ്പെട്ടികൾ ഓരോന്നും ശബ്ദമില്ലാതെ തുറന്നുപരിശോധിക്കാൻ തുടങ്ങി. ഉടുപുടവകൾ വാരിവലിച്ചു പുറത്തിട്ടു. പക്ഷേ, അതിലൊന്നും താക്കോൽക്കൂട്ടം ഉണ്ടായിരുന്നില്ല. പരിശോധന തുടർന്നു. ചിത്രപ്പണികളോടുകൂടിയ ഒരു ആമാടപ്പെട്ടിയിൽ സാമാന്യത്തിലധികം വലിയ താക്കോൽ ഒരാൾ കണ്ടെത്തി. അറയുടെ വടക്കേമൂലയിൽ കണ്ട ഗണപതിപ്രതിമയുടെ അടുത്ത് ചെന്ന് അതിന്റെ കാൽക്കൽ, സ്വർണ്ണം പൂശിയ എലിയുടെ രൂപത്തിൽ അയാൾ താക്കോലിട്ട് തിരിച്ചു. എന്നിട്ട് ഗണപതി പ്രതിമ രണ്ടുവട്ടം വലത്തോട്ടുതിരിച്ചു. പ്രതിമ ഊരിവന്നപ്പോൾ താഴേക്ക് ഒരു കല്പടവ് തെളിഞ്ഞുകണ്ടു. വർദ്ധിച്ച ഉത്സാഹത്തോടെ രണ്ടുമൂന്ന് പേർ താഴേക്കിറങ്ങി. ശേഷിച്ചവർ മന്നനാർക്കും നിലവറവാതിലിനും കാവലായി നിലയുറപ്പിച്ചു.

നിലവറയിലേക്കിറങ്ങിയവർ കൈയിൽ കരുതിയ എണ്ണത്തിരി കത്തിച്ചു മുന്നോട്ടു നടന്നു. വിസ്താരമേറിയ ഒരു മുറിയിലാണ് അവരെത്തിച്ചേർന്നത്. അവിടെയും നേരത്തേ കണ്ടതുപോലെ മറ്റൊരു സ്വർണ്ണ എലി ഉണ്ടായിരുന്നു. കൊല്ലനിൽനിന്ന് ചോർത്തിയെടുത്ത നിലവറ വാതിലുകളുടെ രഹസ്യം അവർക്ക് തുണയായി. ഒരാൾ സ്വർണ്ണഎലിയെ രണ്ടുവട്ടം തിരിച്ചു. അതോടെ മുകളിലെ വഴിയടഞ്ഞു. അവർ പതുക്കെ

വലിയൊരു തളത്തിലേക്ക് നടന്നു. മുറിയുടെ അറ്റത്ത് അടഞ്ഞുകിടക്കുന്ന വാതിൽ കണ്ടു. അവിടെയൊക്കെ അരിച്ചുപെറുക്കിയിട്ടും ആ വാതിൽ തുറക്കാനുള്ള താക്കോൽ മാത്രം കാണാനായില്ല. കൈയിൽ കരുതിയ ഇരുമ്പുപാരകൊണ്ട് വാതിലിൽ ആഞ്ഞു പ്രഹരിച്ചു. കനത്ത ഉരുക്കിൽ തീർത്ത ആ കൂറ്റൻ വാതിൽ ഭേദിക്കാൻ എത്ര ശ്രമിച്ചിട്ടും അവർക്കായില്ല. താക്കോലില്ലാതെ ആ ഉരുക്കുവാതിൽ തുറക്കാനാവില്ലെന്ന് അവർക്കു ബോദ്ധ്യമായി. പടിക്കെട്ടുകൾ കയറി തിരികെ മന്നനാരുടെ അറയിലെത്തി. കാവൽ നിന്നിരുന്നവർ ആകാംക്ഷയോടെ അവരെ നോക്കി. നിരാശരായി ഒഴിഞ്ഞ ചാക്കുകളുമായി വന്ന അവരോട് പതിഞ്ഞ ശബ്ദത്തിൽ കാര്യമാരാഞ്ഞു. ഒരു താക്കോലുകൂടി കണ്ടെടുക്കണം. അവർ പരതാൻ തുടങ്ങി. ചുവരിൽ ജനലിനോട് ചേർത്ത് തൂക്കിയിട്ടിരുന്ന ചിത്രപ്പണികളുള്ള ഓടിന്റെ തളികയിൽ ആരുടേയൊ കൈ തട്ടി. കൊളുത്തടർന്ന് വലിയ ശബ്ദത്തോടെ തളിക നിലത്തേക്ക് ഉരുണ്ടുവീണു. രാവിന്റെ കനത്ത നിശ്ശബ്ദതയെ തകർത്തുകൊണ്ട് ആ ശബ്ദം മൂത്തേടത്തരമനയിൽ മുഴങ്ങി.

ശബ്ദംകേട്ട് ഗാഢനിദ്രയിലുള്ള മന്നനാർ ഞെട്ടിയുണർന്നു. കത്തിക്കൊണ്ടിരുന്ന വിളക്ക് അണഞ്ഞിരിക്കുന്നു. ആരോ തന്റെ അറയിൽ അതിക്രമിച്ചു കടന്നുവന്നതായി അദ്ദേഹത്തിനുതോന്നി. ജനലരികിലൊരു നിഴൽ അനങ്ങിയോ? മദ്യത്തിന്റെ ലഹരി കെട്ടടങ്ങി. ജാഗ്രതയോടെ തല്പത്തിനരികെ രഹസ്യമായിവെച്ചിരുന്ന ഉടവാളിൽ കേളപ്പനാരുടെ കൈ മുറുകി. എഴുന്നേറ്റ് ശബ്ദമുണ്ടാക്കാതെ കട്ടിലിലിരുന്നപ്പോൾ കാൽക്കീഴിലെ കോളാമ്പിയിൽ കാൽ തട്ടി മറിഞ്ഞു. ശബ്ദം കേട്ടമാത്രയിൽ ഒരു രൂപം മുന്നിൽനിന്ന് ഞെട്ടിമാറിയതും മന്നനാർ കൈയിലെ ഉടവാൾ ആ രൂപത്തിനുനേരെ ആഞ്ഞുവീശിയതും ഒരുമിച്ചായിരുന്നു. അലർച്ചയോടെ അയാൾ പുറത്തേക്കോടി. പെട്ടെന്ന് അറയിൽ പലസ്ഥലത്തുനിന്നായി ആയുധങ്ങളെടുക്കുന്ന കലപിലശബ്ദം കേളപ്പനാർ കേട്ടു. അറയിൽ ഒരാളല്ലാ ഒട്ടേറെപ്പേരുണ്ടെന്നും താൻ വലിയൊരു അപകടത്തിൽപ്പെട്ടിരിക്കയാണെന്നും മനസ്സിലാക്കി അദ്ദേഹം നടുത്തളത്തിലേക്ക് കുതിച്ചു. തനിക്കുപിന്നിൽ കുതിച്ചുവരുന്ന കാലടിശബ്ദത്തോടൊപ്പം സരസ്വതിയുടെ കരച്ചിലും കേട്ടു. ഒരുനിമിഷം ഒന്നുപകച്ചെങ്കിലും അദ്ദേഹത്തിന്റെ സിരകളിൽ മന്നനാരുടെ പോർവീര്യം തിളച്ചുപൊങ്ങി. നടുത്തളത്തിൽ കത്തുന്ന കോൽവിളക്കിന്റെ വെളിച്ചത്തിൽ തനിക്കുനേരെ പാഞ്ഞടുക്കുന്ന ആയുധധാരികളെ കണ്ട് ഒന്നു ചുവടുറപ്പിച്ച് നിലത്തേക്കമർന്നു. പിന്നെ മിന്നൽവേഗത്തിൽ കുതിച്ചുയർന്ന് ചുറ്റുമുള്ള അക്രമികളുടെ നേർക്ക് വാൾ വീശി. തടുക്കാൻ കഴിയുന്നതിലുമപ്പുറം ചടുലമായ പ്രത്യാക്രമണത്തിൽ വെള്ളേന്മാരിൽ ആർക്കൊക്കെയോ മുറിവേറ്റു. എന്തൊക്കെയോ മറിഞ്ഞുവീഴുന്ന ശബ്ദത്തിനൊപ്പം അക്രമികളുടെ അലർച്ചയും മുഴങ്ങി. പുറത്ത് കാവലിലുള്ള സൈനികർ തമ്പുരാനേ എന്ന വിളിയോടെ അടഞ്ഞുകിടന്ന പൂമുഖവാതിലിൽ തട്ടി ബഹളംവെച്ചു. പരിചാരകർ ഉണർന്നു. അകത്തളങ്ങളിൽ വിളക്കുകൾ തെളിയാൻ തുടങ്ങി. നടു

ത്തളത്തിൽ ആയുധങ്ങൾ തമ്മിൽ അപ്പോഴും ഏറ്റുമുട്ടുകയായിരുന്നു. ഒറ്റയ്ക്ക് ഏറെനേരം അക്രമികളോട് പൊരുതിനിൽക്കാൻ മന്നനാർക്കായില്ല. വെട്ടേറ്റ് ഇടതുകൈയിൽ മുറിവേറ്റു. ചോര ചീറ്റിയൊഴുകി. ഉടവാൾ തെറിച്ചുപോയി. നിൽക്കക്കള്ളിയില്ലാതെ പൂമുഖവാതിൽ തുറന്ന് മന്നനാർ പുറത്തേക്കോടി. പിന്നിൽ അട്ടഹസിച്ചുകൊണ്ട് അക്രമികളും. ഇരുട്ടിലൂടെ അദ്ദേഹം കുതിച്ചുപാഞ്ഞു. ഇതിനിടയിൽ കാവലുള്ള സൈനികരേയും അക്രമികൾക്ക് ചെറുക്കേണ്ടിവന്നു. വെള്ളേന്മാരുടെ ശക്തമായ ഏറ്റുമുട്ടലിൽ പടയാളികളും മുറിവേറ്റ് പിന്തിരിഞ്ഞു. മുണ്ടായ അരമന ലക്ഷ്യമാക്കി ഇരുളിലൂടെ മന്നനാർ പാഞ്ഞു. മുറിവേറ്റ കൈയിൽനിന്ന് ചോര വാർന്നൊഴുകുന്നുണ്ടായിരുന്നു. ശരീരമാകെ തളരുന്നതുപോലെ തോന്നിയ മന്നനാർ വഴിയരികിൽ മുനിഞ്ഞുകത്തുന്ന ചിമ്മിനിവിളക്കിന്റെ വെളിച്ചം കണ്ടു. അത് ഒരു വീടായിരുന്നു. ഉമ്മറത്തുകയറി വാതിലിൽ ആഞ്ഞുതട്ടി അദ്ദേഹം കുഴഞ്ഞുവീണു.

വെള്ളേന്മാരുടെ നേതാവ് ആമക്കണ്ണിനും മറ്റ് ആറുപേർക്കും സാരമായി പരിക്കേറ്റു. പാളിപ്പോയ കവർച്ചാശ്രമത്തിൽ പരിക്കേറ്റ് നിരാശരായി തിരിച്ചെത്തിയ വെള്ളേന്മാരെ കണ്ട കോമപ്പൻ നമ്പ്യാർ ദേഷ്യത്താലും സങ്കടത്താലും നിന്നുവിറച്ചു. ഇനി ഇവരെ ഇവിടെ നിർത്തിയാൽ പ്രശ്നം കൂടുതൽ ഗുരുതരമാകുമെന്ന് ചിന്തിച്ചു. നേരംപുലരാൻ ഇനി ഏറെയില്ല. നമ്പ്യാർ എർപ്പാടാക്കിയ കാളവണ്ടികളിൽ അവർ ഏരുവേശ്ശി വിട്ടു.

മുപ്പത്തി ഒൻപത്

വാതിലിൽ ശക്തമായി തട്ടുന്ന ശബ്ദം കേട്ടാണ് ഉറക്കത്തിൽനിന്ന് ഞെട്ടിയുണർന്നത്. തന്നെ ചുറ്റിപ്പിടിച്ച അമ്മാളുവിന്റെ കൈകളടർത്തിമാറ്റി അയാൾ എഴുന്നേറ്റു. താഴ്ത്തിവെച്ചിരുന്ന ചിമ്മിനിവിളക്കിന്റെ തിരിയുയർത്തി. എണ്ണയുടെ പുകയോടൊപ്പം പടർന്ന വെളിച്ചത്തിൽ മുറിയിൽ അവിടവിടെയായി ചത്തുവീണ ഈയ്യാംപാറ്റകളെ കണ്ടു.

"ആരാ.. ആരാദ്..?"

ചോദ്യത്തിനു മറുപടിയുണ്ടായില്ല. അയാൾ മുറിയുടെ മൂലയിൽ ചാരിവെച്ചിരുന്ന ചൂരൽ കൈയിലെടുത്തു. വാതിലിന്റെ തഴുത് നീക്കി പതിയെ തുറന്ന് വിളക്കുയർത്തി നാലുപാടും കണ്ണോടിച്ചു. അരണ്ട വെളിച്ചത്തിൽ ഇറയത്തെ അരഭിത്തിക്കരികിൽ ആരോ ഒരാൾ കമിഴ്ന്നുകിടക്കുന്നതുകണ്ട് അയാൾ ഞെട്ടിപ്പോയി. ചെളിയും ചോരയും പുരണ്ട് നനഞ്ഞ് കീറിപ്പറിഞ്ഞ ഉടുമുണ്ട്. ആകപ്പാടെ ദുർഗ്ഗന്ധപൂരിതം. കൃഷ്ണൻ ഭീതിയോടെ ചുറ്റിലും നോക്കി. മറ്റാരെയും കാണാനില്ല. തെല്ല് ഭയപ്പാടോടെ അയാൾ ആ മനുഷ്യന്റെയരികിലെത്തി ചിമ്മിനിവിളക്ക് അടുപ്പിച്ചുനോക്കി. പുറംകാഴ്ചയിൽ നല്ല പരിചയം തോന്നുന്നുണ്ട്. വിളക്കും ചൂരലും കോലായിലെ അരഭിത്തിയിൽവച്ച് അയാളെ സാഹസപ്പെട്ട് മലർത്തിക്കിടത്തി.

"അയ്യോ! തമ്പുരാനേ.." അറിയാതെ ഒരലർച്ച അയാളിൽനിന്നുയർന്നു.

"ഇതെന്തു പറ്റീ..?"

എന്തു ചെയ്യണമെന്നറിയാതെ ഒരുനിമിഷം തരിച്ചിരുന്നുപോയ അയാൾ അകത്തേക്ക് കുതിച്ചു. അപ്പോഴും ഇതൊന്നുമറിയാതെ ഉറങ്ങിക്കിടക്കുന്ന അമ്മാളുവിന്റെ കാലിൽ ഒരു ചവുട്ട് കൊടുത്തു. കട്ടിലിൽനിന്ന് താഴേക്കുരുണ്ടുവീണ് അന്തംവിട്ട് കണ്ണുമിഴിച്ച് നോക്കുന്ന

അമ്മാളുവിനെ ഗൗനിക്കാതെ ഒരുപായയും വെള്ളംനിറച്ച മൺകൂജയുമെടുത്ത് അയാൾ പുറത്തേക്ക് പാഞ്ഞു. കോലായിൽത്തന്നെ പായവിരിച്ച് മന്നനാരെ കിടത്തി. കൂജയിലെ തണുത്തവെള്ളം അദ്ദേഹത്തിന്റെ മുഖത്തു തളിച്ചു. ഒരു ഞരക്കത്തോടെ കേളപ്പനാർ കണ്ണുകൾ തുറന്നു.

"വെള്ളം.. വെള്ളം.."

മന്നനാരുടെ പരവേശം കണ്ട് ബദ്ധപ്പെട്ട് എഴുന്നേൽപ്പിച്ചിരുത്തി. അയാൾ മൺകൂജ ചെരിച്ച് കുറേശ്ശെയായി വായിലേക്ക് ഒഴിച്ചുകൊടുത്തു. ആർത്തിയോടെ അത് മുഴുവൻ അദ്ദേഹം കുടിച്ചു. മുറിവുകൾ കഴുകി നേർത്ത ശീലത്തുണിയുപയോഗിച്ച് വരിഞ്ഞുകെട്ടിക്കൊടുത്തു. വാതിൽക്കൽ ഇതെല്ലാം കണ്ട് സ്തംഭിച്ചുനില്ക്കയാണ് അമ്മാളു.

"എന്തു പറ്റിയതാണ് തമ്പുരാനേ.. അതും ഈ പാതിരാത്രിയിൽ?" അയാൾ ഉദ്വേഗത്തോടെ ചോദിച്ചു.

"കൃഷ്ണാ..അരമനയിൽ ആരെല്ലാമോ അതിക്രമിച്ച് കയറി. എന്നെ കൊല്ലാനാണോ അതോ നിലവറ കൊള്ളയടിക്കാനാണോ? എന്താണ് അവരുടെ ലക്ഷ്യമെന്ന് എനിക്കറിയില്ല. അവർ കുറേപ്പേരുണ്ടായിരുന്നു, ഞാൻ ഒറ്റയ്ക്കും. എന്റെ വാളിന്റെ മൂർച്ചയിൽ അവരിലെത്രയെണ്ണം ചത്തെന്നറിയില്ല.. വിടില്ല.. ഒരുത്തനെയും ഞാൻ വിടില്ല.."

മന്നനാർ വികാരവിക്ഷുബ്ധനായി. പിന്നെ അല്പമാലോചിച്ച് ഭയന്നുവിറച്ചുനില്ക്കുന്ന കൃഷ്ണനെയും അമ്മാളുവിനെയും നോക്കി പതിയെ പറഞ്ഞു.

"ബഹളംകൂട്ടി ആളെയറിയിക്കേണ്ടാ.. നമുക്ക് കലശലായ വേദനയുണ്ട്. ഇത്തിരി മദ്യം ഉടനെയെത്തിക്ക്. ബാക്കി പിന്നെയാവാം."

"അയ്യയ്യോ തമ്പുരാനെ.. അവിടുത്തെ കൈക്ക് നല്ലോണംമുറിഞ്ഞിനല്ലോ? കുറേ ചോരേം വാർന്നുപോയിറ്റ്ണ്ട്. അങ്ങുന്നിന് നല്ല ക്ഷീണം ണ്ടാവും. ന്നോട് അലോഗ്യം തോന്നര്ത്. വൈദ്യരെ കൂട്ടിക്കൊണ്ടരട്ടേ?" കൃഷ്ണൻ വിനയാന്വിതനായി ചോദിച്ചു.

"കൃഷ്ണാ.. നീ ആദ്യം ഞാൻ പറഞ്ഞത് അനുസരിക്ക്... ന്നിട്ടാവാം വൈദ്യരും മരുന്നുമൊക്കെ."

"എന്നാലും.. തമ്പുരാനെ..!"

"കൃഷ്ണാ.."

മന്നനാർ ഒച്ചയുയർത്തി. ആജ്ഞയാണ്, അനുസരിക്കാതെ ഇനി നിവൃത്തിയില്ല. പിന്നെ മറുത്തൊന്നും പറയാതെ കൃഷ്ണൻ പുറത്തേക്കിറങ്ങി. അകന്നകന്നുപോകുന്ന തിരിവെട്ടം നോക്കി മന്നനാർ ഒന്നു ഞരങ്ങി. ഇതൊക്കെ കണ്ട് തരിച്ചിരിക്കുകയായിരുന്നു അമ്മാളു. അടുത്തമുറിയിൽ മക്കൾ ഒന്നുമറിയാതെ ഉറങ്ങുന്നുണ്ട്. അകലെയെവിടെയോ ഒരു പാതിരാക്കോഴി കൂവി.

"നീ കൊറച്ച് വെള്ളം കാച്ച്. ദേഹമൊന്നു തുടയ്ക്കണം." മന്നനാർ അമ്മാളുവിനോട് പറഞ്ഞു.

"ഓ.." തിടുക്കപ്പെട്ട് അമ്മാളു അടുക്കളയിലേക്ക് പാഞ്ഞു.

കൂരിരുട്ടിൽ എണ്ണത്തിരിയുടെ മങ്ങിയ വെട്ടത്തിൽ കൃഷ്ണൻ പുഴ കടന്ന് അക്കരെയെത്തി. പാളത്തുവളപ്പിലെ ഗുരുക്കളുടെ മർമ്മചികിത്സാ

ലയത്തിൽ വിളക്കുകൾ കത്തുന്നുണ്ട്. ഒന്നുരണ്ടു കാളവണ്ടികൾ യാത്രയ്ക്ക് തയ്യാറായി നില്ക്കുന്നതും ചിലയാളുകൾ മുറ്റത്ത് തലങ്ങും വിലങ്ങും നടക്കുന്നതും കണ്ടു. ദൂരക്കാഴ്ചയിൽ അതാരൊക്കെയാണെന്ന് തിരിച്ചറിയാൻ കഴിയുന്നില്ല. എണ്ണത്തിരി ഊതിക്കെടുത്തി ശബ്ദമുണ്ടാക്കാതെ അയാൾ കുറച്ചുകൂടി അടുത്തേക്ക് ചെന്നു. ഇപ്പോൾ വ്യക്തമായി കാണാം. ഗുരുക്കളും സഹായികളും സ്ഥലം വിടുകയാണ്. ആമക്കണ്ണിന്റെ തലയിലും തോളിലും മുറിവ് പറ്റിയാലെന്നവണ്ണം തുണികൊണ്ട് വരിഞ്ഞുകെട്ടിയിരിക്കുന്നു. അഞ്ചാറുപേർ മുടന്തി വണ്ടിയിൽ കയറി. അവരുടെ ദേഹത്തും കൈകളിലും വെച്ചുകെട്ടിയിട്ടുണ്ട്. കോമപ്പൻ നമ്പ്യാരും കൂട്ടരുമാണ് വണ്ടിയിൽ കയറാനും മറ്റും അവരെ സഹായിക്കുന്നത്.

"ബേഗം.. ബേഗമാവട്ടേ.." കോമപ്പൻ തിടുക്കംകൂട്ടുകയാണ്.

"ഇത്രയും നാളത്തെ പ്രയത്നം മുഴ്വൻ ബെർതെയായല്ലോ.. ന്റീശ്വരാ.. ഞാൻ ഇനി അടീത്തമ്മോനോടെന്താ പറയ്യാ.."

കോമപ്പൻ നല്ല ബേജാറിലാണെന്ന് കണ്ട് കൃഷ്ണൻ സ്തബ്ധനായി. അയാൾക്ക് കാര്യങ്ങളുടെ ഗതി ഏതാണ്ട് മനസ്സിലായി. അപ്പോൾ അരമനയിൽച്ചെന്ന് തമ്പുരാനെ കൊല്ലാൻ ശ്രമിച്ചത് ആമക്കണ്ണ്ഗുരുക്കളും കൂട്ടരുമാണ്. അതിന് ഒത്താശ ചെയ്തത് കോമപ്പൻനമ്പ്യാരും കൂട്ടാളികളും. പക്ഷേ, എന്തിനാണ് ഇതു ചെയ്തതെന്നതുമാത്രം മനസ്സിലായില്ല.

"കൊല്ലൻകോരൻ നിലവറയുടെ രഹസ്യം കൃത്യമായി പറഞ്ഞുതന്നതല്ലേ? എന്നിട്ടും ഈ വങ്കന്മാർ..!"

കാളവണ്ടികൾ പതിയെ നീങ്ങിത്തുടങ്ങുമ്പോൾ കോമപ്പൻ നിലത്തേക്ക് കാർക്കിച്ചുതുപ്പി തിരിച്ചുനടന്നു. പെട്ടെന്നുതന്നെ ശിങ്കിടികളോടൊപ്പം വീട് പൂട്ടി അയാൾ സ്ഥലംവിട്ടു. കുറച്ചുസമയത്തേക്ക് കൃഷ്ണന് താൻ നിൽക്കുന്നിടത്തുനിന്ന് അനങ്ങാൻ കഴിഞ്ഞില്ല. അല്പസമയംമുമ്പ് കണ്ടതും കേട്ടതും അയാളെ അത്രമാത്രം പേടിപ്പെടുത്തി. എല്ലാവരും പോയിരിക്കുന്നു. ഇറയത്തെ വിളക്ക് കരിന്തിരി കത്തുന്നുണ്ട്. ഇരുൾ പതിയിരിക്കുന്ന വഴികളിലൂടെ തപ്പിത്തടഞ്ഞ് അയാൾ കൈയിലെ എണ്ണത്തിരിയിൽ തീ പടർത്തി അതിവേഗം തിരിച്ചുനടന്നു. ഈ വിവരങ്ങൾ മന്നനാരെ അറിയിക്കാൻ അയാൾക്ക് തിടുക്കമായി. പക്ഷേ, കള്ളില്ലാതെ ചെന്നാൽ അതും പ്രശ്നമാണ്. പിന്നെ മറ്റൊന്നുമാലോചിച്ചില്ല. ശരവേഗത്തിൽ ഏറ്റുകാരൻ കുഞ്ഞപ്പയുടെ കുടിലിന്റെ മുറ്റത്തെത്തി അയാൾ കിതച്ചുനിന്നു. കുടിലിന്റെ ചെറ്റവാതിലിൽ തട്ടിവിളിച്ചു.

"എടോ.. കുഞ്ഞപ്പേ.. കൂയ്.. കുഞ്ഞപ്പേ.." അകത്തുനിന്ന് ആളനക്കമൊന്നും കേൾക്കുന്നില്ല. വീണ്ടും വീണ്ടും വിളിച്ചു.

"നട്ടപ്പാതിരക്ക് ആരാന്ന് ബിളിച്ച് കൂക്ക്ന്ന്.. മന്ശ്ശമ്മാരെ ഒറങ്ങാനും തമ്മയിക്കൂലെ.."

"കുഞ്ഞപ്പേ.. ഒന്നെണീറ്റ് ബാടോ ബേഗം.. ഇദ് ഞാനാ.. കൃഷ്ണൻ.."

"ഈടെ എത്രയെത്ര കിട്ടന്ണ്ട്. അതില് ഏത് കിട്ടനാന്നാ ഞാൻ വിയാരിക്കേണ്ട്..?"

"കോയിറ്റി കിട്ടനാടോ..! നീ ഒന്നെറിങ്ങി ബാ.. നെന്നെക്കൊണ്ട് അത്യാവശ്യായി ഒരു കാര്യോണ്ട്. ഇല്ലേങ്കീ ഈ നട്ടപ്പാതീരാക്ക് ഞാം ബരുവോ?"

അകത്തുനിന്ന് തഴുത് നീക്കുന്ന ഒച്ച കേട്ടു. എണ്ണവിളക്ക് കൊളുത്തി ഈരെഴത്തോർത്ത് മുറുക്കിയുടുത്ത് കുഞ്ഞപ്പ വാതിൽ തുറന്നു.

"എന്താ?.. എന്താ കാരിയം.. ണേ?"

"കേളപ്പൻതമ്പുരാൻ ന്റെവീട്ടിലുണ്ട്. നീ ബൈന്നേരം ചെത്തിയ കള്ള് ബാക്കീണ്ടോ?"

കൃഷ്ണൻ മുഖവുരയൊന്നും കൂടാതെ കാര്യം അവതരിപ്പിച്ചു.

"ണേ.... തമ്പുരാനോ..?"

അത്ഭുതത്തോടൊപ്പം അർത്ഥംവച്ച ഒരു നോട്ടത്തോടെ കുഞ്ഞപ്പ അകത്ത് കയറി കൈയിൽ കള്ളുനിറച്ച തൂക്കുപാളയുമായി തിരിച്ചുവന്നു. അതുംവാങ്ങി കൃഷ്ണൻ തിരിച്ചുനടന്നു.

"ഈന് പകരായിറ്റ് രണ്ടുമെരട് ചേന നാളെത്തരാം. ട്ടോ.."

ധിറുതിപ്പെട്ട് നടക്കുന്നതിനിടെ കൃഷ്ണൻ വിളിച്ചുപറഞ്ഞു. അകലുന്ന എണ്ണത്തിരിയുടെ വെട്ടംനോക്കി തലചൊറിഞ്ഞുകൊണ്ട് കുഞ്ഞപ്പ ചെറ്റവാതിൽ ചാരി. കോയിറ്റികൃഷ്ണൻ നടക്കുകയല്ല ഓടുകയായിരുന്നു. എത്രയും പെട്ടെന്ന് കേളപ്പനാരെ വിവരമറിയിക്കണം. തിടുക്കത്തിലുള്ള നടത്തത്തിനിടയിൽ കല്ലിൽതട്ടി തള്ളവിരലിന്റെ നഖമടർന്നതൊന്നും അയാളറിഞ്ഞതേയില്ല. നേരംപുലരാറായിരിക്കുന്നു. അപ്പോഴേക്കും ചൂടുവെള്ളത്തിൽ ഉപ്പുചേർത്ത് മന്നനാരുടെ ദേഹം തുടച്ചുവൃത്തിയാക്കിയിരുന്നു അമ്മാളു. ഉത്സവത്തിനും വിശേഷദിവസങ്ങളിലും ഉടുക്കാൻ മാത്രമായി ഇരുമ്പുപെട്ടിയിൽ സൂക്ഷിച്ചുവച്ച കൃഷ്ണന്റെ പുതിയമുണ്ട് മന്നനാർക്ക് നൽകി ചാരുകസേരയിലിരുത്തിയിട്ടുണ്ട്. ക്ഷീണിതനാണെങ്കിലും കൃഷ്ണന്റെ കൈയിലെ കള്ളുപാള കണ്ടതോടെ മന്നനാരുടെ കണ്ണുകൾ തിളങ്ങി. ഓട്ടുമൊന്തയിൽ പകർന്ന നുരഞ്ഞു പതയുന്ന കള്ള് അയാൾ ഒറ്റ വീർപ്പിന് അകത്താക്കി. വീണ്ടും നിറയ്ക്കാനായി കൃഷ്ണനു നേർക്ക് നീട്ടി. നാലുമൊന്ത കഴിഞ്ഞപ്പോഴേക്കും മന്നനാർ ഊർജ്ജസ്വലനായി. മുറിവിന്റെ വേദന മറന്നു.

"കൃഷ്ണാ എന്നെ സന്തോഷിപ്പിച്ചതിന്, എന്നെ രക്ഷിച്ചതിന് നിനക്ക് ഞാനൊരൂട്ടം തരുന്നുണ്ട്."

"അയ്യോ ! അതൊന്നും ബേണ്ട തമ്പുരാനെ. ഇതൊക്കെ ഞങ്ങളുടെ കടമയല്ലേ.. പിന്നെ നിക്ക്..വേറൊരൂട്ടം പറയാനുണ്ട്. തമ്പുരാനെ അക്രമിച്ചവരെ ഞാൻ കണ്ടു.."

"ആരാ..?ആരാ ആ ദ്രോഹികൾ..?"

പാളത്തുവളപ്പിൽ കണ്ടതും കേട്ടതുമെല്ലാം വള്ളിപുള്ളിവിടാതെ കൃഷ്ണൻ വിശദീകരിച്ച് പറഞ്ഞുകേൾപ്പിച്ചു.

"ഓഹോ! അങ്ങനെയാണ് കാര്യങ്ങൾ.. ഉം"

മന്നനാർ അമർത്തിമൂളി. കസേരയിൽനിന്ന് പിടഞ്ഞെഴുന്നേൽക്കാൻ ശ്രമിച്ചപ്പോൾ അസഹ്യമായവേദനയിൽ അദ്ദേഹം ഒന്നുപുളഞ്ഞു.

"ഇനീ അതിൽ ബാക്കീണ്ടോ കൃഷ്ണാ?"

കള്ളുപാള ചൂണ്ടി മന്നനാർ ചോദിച്ചു. പാളയിൽ ശേഷിച്ചതും കുടിച്ചുതീർത്ത് എഴുന്നേറ്റു.

"കൃഷ്ണാ.. ഞാനിറങ്ങുകയാ..ചെയ്ത് തന്നതിനൊക്കെ സന്തോഷം. പെട്ടെന്ന് അരമനയിൽ എത്തണം. കള്ളന്മാർ നിലവറയിൽ കയറിയോ കൊള്ളയടിച്ചോ എന്നൊന്നും അറിയില്ല."

"തമ്പുരാനേ.. ഞാൻ വൈദ്യരെ ഇങ്ങോട്ട് കൂട്ടികൊണ്ടരാം. മരുന്ന് വച്ചുകെട്ടിയിട്ട് പോയാപ്പോരേ..?"

"വേണ്ട. ഇപ്പോത്തന്നെ പോണം. നാളെ ഗണപതിക്കോവിലിൽ ഉത്സവമല്ലേ? എനിക്കവിടെ ചിലത് ചെയ്യേണ്ടതുണ്ട്."

"ഞാനെന്താ പറയ്യാ..ഈ അവസ്ഥയിൽ പോകാതിരിക്കുന്നതല്ലേ നല്ലത്. ഞാൻ വൈദ്യരെ ഈട്ത്തേക്ക് വിളിക്കാം."

"വേണ്ട..!" കനത്ത മൂളലോടെ എഴുന്നേറ്റ് വേച്ചുവേച്ച് ഒതുക്കുകല്ലിറങ്ങി. നേരം പുലരാറായിരിക്കുന്നു. ഇലച്ചാർത്തിൽ മഞ്ഞുമഴയുടെ മർമ്മരം. ചുറ്റിലുമുള്ള കാഴ്ചകളെ മറച്ചുകൊണ്ട് കനത്തമഞ്ഞ് പെയ്യുകയാണ്. മന്നനാർ അരമനയിലേക്ക് പോകാൻ ഉറച്ചുതന്നെയാണ്.

"ന്നാ..ഞാൻകൂടി വരാം."

മന്നനാർക്ക് കുത്തിനടക്കാൻ ചൂരൽവടി കൊടുത്തുകൊണ്ട് കൃഷ്ണനും പിന്നാലെയിറങ്ങി. ഇറയത്തെ മരത്തൂണിൽ ചുറ്റിപ്പിടിച്ച് അമ്മാളു നോക്കിനിന്നു. മദ്യലഹരിയും മുറിവിന്റെ അസ്വസ്ഥതകളും മന്നനാരെ നന്നായി ബുദ്ധിമുട്ടിക്കുന്നുണ്ട്. എന്നാലും അയാൾ മുന്നോട്ടുതന്നെ നടന്നു. തണുത്ത കാറ്റേറ്റ് കൃഷ്ണന്റെ പല്ലുകൾ കൂട്ടിയടിച്ചു. അയാൾ കൈകൾ തമ്മിൽ കൂട്ടിത്തിരുമ്മി. കാൽനഖം അടർന്നുപോയതിന്റെ വേദന ഇപ്പോഴാണ് അനുഭവപ്പെടുന്നത്. ദൂരെ ഏരുവേശ്ശിപ്പുഴ നിശ്ചലമായൊഴുകുകയാണ്. ജലപ്പരപ്പിൽനിന്നുയരുന്ന നീരാവി കലർന്ന് മഞ്ഞുപാളികൾ പിന്നെയും കനക്കുന്നുണ്ട്. പുലരിയുടെ ചെമന്ന തുടിപ്പുകൾ പതിയെ അരിച്ചിറങ്ങാൻ തുടങ്ങിയിരിക്കുന്നു. അരമനയുടെ പടിപ്പുരവരെ അനുഗമിച്ച കൃഷ്ണൻ തൊഴുത് അനുവാദംവാങ്ങി തിരിച്ചുനടക്കാനൊരുങ്ങവേ മന്നനാർ തിരിച്ചുവിളിച്ചു. തന്റെ വിരലിൽക്കിടന്ന രത്നമോതിരം ഊരിയെടുത്ത് കൃഷ്ണന്റെ വിരലിലിട്ടു.

മൂത്തേടത്തരമനയിൽ എല്ലാവരും പരിഭ്രാന്തരായിരിക്കയാണ്. മന്നനാരെ തിരക്കി പലദിക്കിലേക്കും ആളുകൾ പോയിട്ടുണ്ട്. ആക്രമണം നടന്ന നടുത്തളം പൊട്ടിപ്പൊളിഞ്ഞു താറുമാറായികിടക്കുന്നു. മന്നനാർ അറയിൽ കയറി വാതിലടച്ചു. നിലവറ പരിശോധിക്കണം. എന്തെങ്കിലും നഷ്ടപ്പെട്ടിട്ടുണ്ടോയെന്നു നോക്കണം. അറയാകെ അലങ്കോലമായിക്കിടക്കുന്നു. ഉടുപുടവകൾ വാരി വലിച്ചിട്ടതായി കണ്ടു. പെട്ടികളെല്ലാം തുറന്നിട്ടിരിക്കുന്നു. ചോരക്കറ തറയിലാകെ പടർന്നിട്ടുണ്ട്. നിലവറയുടെ ഒന്നാമത്തെ താക്കോൽ സൂക്ഷിച്ച ആമാടപ്പെട്ടി ശൂന്യമായി തുറന്നുകിടക്കുകയാണ്. അതിനുള്ളിലെ താക്കോലോ ആഭരണങ്ങളോ കാണാനില്ല. ആശങ്കയോടെ അറയുടെ മൂലയിലെ ഗണപതിപ്രതിമയുടെ അടുത്തേക്ക് ചെന്നു. ചുവട്ടിൽ താക്കോൽ കിടക്കുന്നുണ്ട്. താക്കോലെടുത്ത് സ്വർണ്ണം

പൂശിയ എലിയുടെ രൂപത്തിലിട്ട് തിരിച്ചു. പ്രതിമ ഊരിവന്നപ്പോൾ തിടുക്കത്തിൽ പടവുകളിറങ്ങി മുറിയിലെത്തി നേരത്തേചെയ്തതുപോലെ അവിടെയും ആവർത്തിച്ചു. നിലവറമുറിയുടെ അറ്റത്ത് അടഞ്ഞുകിടക്കുന്ന വാതിൽ അക്രമികൾ കുത്തിത്തുറക്കാൻ ശ്രമിച്ചതിന്റെ അടയാളങ്ങൾ കാണാം. കൈയിലുണ്ടായിരുന്ന വലിയ താക്കോലിന്റെ പിൻവശം പതിയെ തിരിച്ചു. രണ്ടായി മുറിഞ്ഞുമാറിയ താക്കോലിന്റെ ഒരു ഭാഗം വാതിലിന്റെ താക്കോൽ പഴുതിലിട്ട് ആ വാതിലും തുറന്ന് അകത്തേക്ക് കയറി. മദ്ധ്യഭാഗത്ത് ചുമരിനോടുചേർന്ന് വീണമീട്ടുന്ന സരസ്വതിപ്രതിമയുടെ വീണയിൽ കേളപ്പനാർ തൊട്ടു, ഇടത്തോട്ട് രണ്ടുവട്ടം തിരിച്ചപ്പോൾ തുറന്നുവന്ന വഴിയിലൂടെ ഉള്ളിലേക്കിറങ്ങി. മുത്തപ്പന്റെ പ്രതിമയ്ക്ക് സമീപമുള്ള നിലവിളക്ക് കത്തിച്ചു. നിറഞ്ഞുകത്തിയ പ്രകാശത്തിൽ കേളപ്പനാർ ഉള്ളിലെ കാഴ്ച കണ്ട് ആശ്വസിച്ചു.

"ന്റെ മുത്തപ്പാ! നീ രക്ഷിച്ചു."

മന്നനാരിൽ നിന്നൊരു നെടുനിശ്വാസം ഉയർന്നു. മുകളിലേക്ക് നോക്കി അയാൾ കൈകൾ കൂപ്പി. തിരിച്ച് അറയിലെത്തി വാതിൽതുറന്ന് നടുത്തളത്തിലെത്തി. പരിചാരകർ ഭവ്യതയോടെ നിൽപ്പുണ്ട്. അരമന തുടച്ചുവൃത്തിയാക്കാൻ നിർദ്ദേശം നൽകി കാര്യസ്ഥനേയും കൂട്ടി പുറത്തേക്കുനടന്നു.

പുഴ കടന്ന് അവർ ഗണപതിക്ഷേത്രം ലക്ഷ്യമാക്കി നടന്നു. ശാരീരിക അവശതകളുണ്ടെങ്കിലും മന്നനാർ അതൊന്നും തീരെ ഗൗനിച്ചില്ല. അരമനയിൽനിന്നും കുറേയധികം മദ്യം മന്നനാർ സേവിച്ചിരുന്നു. കോവിലിന്റെ പടിപ്പുരയുടെ പുറത്ത് തിരുവായുധങ്ങൾ രാകിമിനുക്കുകയാണ് കൊല്ലൻകോരൻ. മന്നനാരെ കണ്ടതും അയാൾ ചാടിയെഴുന്നേറ്റ് തൊഴുതുനിന്നു. മന്നനാരുടെ കണ്ണുകൾ കോപംമൂലം ചുവന്ന് കലങ്ങി.

"എടാ. നായേ. നീ അക്രമികൾക്ക് രാജ്യത്തെ ഒറ്റിക്കൊടുക്കും അല്ലേ..?"

ആക്രോശിച്ചുകൊണ്ട് വലതുകാൽ ഉയർത്തി കോരന്റെ നെഞ്ചിലേക്ക് ആഞ്ഞുചവിട്ടി. വല്ലാത്തൊരു ആർത്തനാദത്തോടെ കൊല്ലൻ നിലത്തേക്ക് മലർന്നടിച്ചു വീണു.

"തമ്പുരാനേ.. മാപ്പാക്കണം.."

പറഞ്ഞുമുഴുമിപ്പിക്കുന്നതിനുമുന്നേ മന്നനാരുടെ കൈയിലിരുന്ന വാൾ അയാളുടെ കഴുത്ത് ലക്ഷ്യമാക്കി വീശി.. ചീറ്റിത്തെറിച്ച ചുടുചോര മന്നനാരുടെ ദേഹത്തേക്ക് തെറിച്ച് നിലത്തേക്ക് പടർന്നൊഴുകി. കഴുത്തറ്റുപോയ ദേഹം ചോരയിൽ കിടന്നു പിടച്ചു. പിന്നെ നിശ്ചലമായി. ചേതനയറ്റ ഉടലിനടുത്ത് അറ്റുവീണ തലയിലെ പുറത്തേക്ക് തള്ളിനിന്ന കണ്ണുകൾ മന്നനാരെ തുറിച്ചുനോക്കി.

പുഴയിലിറങ്ങി മന്നനാർ മുങ്ങി. കൈയിലെ മുറിവിൽ അസഹ്യമായ വേദന. ദേഹത്തു തെറിച്ച ചോരയൊക്കെ കഴുകി ഈറനായിത്തന്നെ അരമനയിലേക്ക് നടന്നു. അവിടെ മരുന്നുകൂട്ടുകൾ തയ്യാറാക്കി, കൊട്ടാരം വൈദ്യർ കാത്തുനിൽപ്പുണ്ടായിരുന്നു.

നാല്പത്

ഉച്ചകഴിഞ്ഞപ്പോഴായിരുന്നു ചീരുമന്നത്തി മൂത്തേടത്തരമനയിൽ തിരിച്ചെത്തിയത്. ഞെട്ടിപ്പിക്കുന്ന സംഭവങ്ങളാണ് അവരെ എതിരേറ്റത്. കേളപ്പനാരുടെ ഇടതുകൈയിലും തള്ളവിരലിലും മരുന്ന് വച്ചുകെട്ടി കൈ കഴുത്തിലൂടെ താഴേക്ക് കെട്ടിത്തൂക്കിയിട്ടുണ്ട്. എല്ലിന് നേരിയ ഉടവ് സംഭവിച്ചിട്ടുണ്ടെന്ന് വൈദ്യർ സൂചിപ്പിച്ചിരുന്നു. അദ്ദേഹം അറയിൽ വിശ്രമിക്കുകയാണ്. അടുത്തുനിന്ന് സരസ്വതി ശുശ്രൂഷിക്കുന്നുണ്ട്. മന്നത്തി കേളപ്പനാരുടെയടുക്കലെത്തി പരിശോധിച്ചു. അവളുടെ മുഖത്ത് നോക്കാതെ അദ്ദേഹം മുഖം താഴ്ത്തി. വൈദ്യരുടെ കർശനമായ താക്കീതിൽ സുരപാനം നടത്താൻ കഴിയാത്തതിന്റെ വിഷമമോ അതോ കുറ്റബോധമോ? അവൾക്ക് ഒരേസമയം സങ്കടവും അമർഷവും തോന്നി. എന്തു ചെയ്യാൻ?

സരസ്വതിയും പരിചാരകരും സംഭവിച്ചതെല്ലാം മന്നത്തിയോട് വിശദീകരിച്ച് പറഞ്ഞു. അരമനയിൽവന്ന കവർച്ചക്കാരോട് ഏറ്റുമുട്ടിയതും അദ്ദേഹത്തെ അന്വേഷിച്ച് നാലുപാടും അലഞ്ഞതും കൊല്ലൻകോരനെ വധിച്ചതുമെല്ലാം. ഇതൊക്കെക്കേട്ട് മന്നത്തി നിശ്ചലയായിനിന്നു. ഈ പോക്ക് എങ്ങോട്ടാണ്? കേൾവികേട്ട മന്നനാർരാജവംശം അസ്തമിക്കുകയാണോ? ഇതിനെന്താണ് പ്രതിവിധി? അംബിക വരുന്നതുവരെ കാത്തുനിൽക്കയേ മാർഗ്ഗമുള്ളൂ.. എങ്കിലേ അടുത്തനീക്കങ്ങളെന്തെന്ന് നിശ്ചയിക്കാൻ കഴിയൂ എന്ന് അവൾ നിശ്ചയിച്ചു. ഉടൻതന്നെ രണ്ടുസൈനികരെ ചെറുതാഴത്തേക്ക് അയച്ച് അവൾ കാത്തിരുന്നു.

അരമനയിൽ തിരിച്ചെത്തിയ അംബിക നടന്ന സംഭവങ്ങളെക്കുറിച്ച് വിശദമായി അന്വേഷിക്കുകയും വൈകുന്നേരം പൂന്തോട്ടത്തിൽ വച്ച് സംസാരിക്കാമെന്നും മന്നത്തിയെ അറിയിച്ചു. മന്നത്തിക്ക് ആശ്വാസമായി.

ഏത് കുരുക്കുമഴിക്കാനുള്ള വിദ്യ അംബികയ്ക്കുണ്ടെന്ന് അവൾ വിശ്വസിച്ചു. കാര്യാലയത്തിലെ തിരക്കുകൾമൂലം പൂന്തോട്ടത്തിലെത്താൻ അംബിക വൈകി. അപ്പോഴേക്കും നേരത്തേയെത്തിയ ചീരു അക്ഷമയോടെ അവളെ കാത്തുനില്പുണ്ടായിരുന്നു.

അവൾ മണ്ഡപത്തിന്റെ വാതിൽ തുറന്നു. കഴിഞ്ഞ ഒന്നരവർഷങ്ങൾക്കുശേഷമാണ് അത് തുറക്കുന്നത്. ഏറെക്കാലമായി ഇത് തുറന്നിട്ടില്ലെന്ന് ഒറ്റനോട്ടത്തിൽ അവൾക്ക് മനസ്സിലായി. വെള്ളപ്പൊക്കത്തിലും മഴയിലും അടിഞ്ഞുകൂടിയ ചപ്പുചവറുകളും ചെളിയും ചീഞ്ഞളിഞ്ഞ് രൂക്ഷമായ ദുർഗ്ഗന്ധം പുറത്തേക്കുവമിച്ചു. രണ്ടുപേരും മൂക്കുപൊത്തി. ചീരുമന്നത്തി അവളോട് ചോദിച്ചു.

"മണ്ഡപത്തിന്റെ അകംനിറയേ ചെളി നിറഞ്ഞിരിക്കുന്നു. നമുക്കിത് നന്നാക്കണം. ഒരുപക്ഷേ, ഏരുവേശ്ശിപുഴയിൽനിന്ന് ഇതിലേക്ക് വെള്ളമിറങ്ങിവരുന്നുണ്ടോ എന്ന് ഞാൻ സംശയിക്കുന്നു. നന്നാക്കാൻ വളരെയേറെ ബുദ്ധിമുട്ടായിരിക്കും. എന്ത് പറയുന്നു..?"

"തീർച്ചയായും.. ഞാനിത് മന്നത്തിയോട് അങ്ങോട്ട് പറയാനിരിക്കയായിരുന്നു. മണ്ഡപം മാത്രമല്ല, മന്നനാരെയും നമുക്ക് ശുദ്ധി ചെയ്തെടുക്കേണ്ടതുണ്ട്."

അവളുടെ വാക്കുകളിൽ വിഷാദം നിറഞ്ഞു. പിന്നെ അല്പനേരം ആലോചനയിലാണ്ടു. പിന്നെ തുടർന്നു.

"മണ്ഡപത്തിൽ ഒഴുകിവരുന്ന വെള്ളം ഏരുവേശ്ശിപ്പുഴയിൽ നിന്നാണെങ്കിൽ പുഴ വഴിതിരിച്ചുവിട്ട് ഉള്ളിലെ വെള്ളം മുഴുവൻ നീക്കംചെയ്യുകയാണ് വേണ്ടത്. ഒരുപക്ഷേ, അതത്ര പ്രായോഗികമായിരിക്കില്ല. എന്നാൽ കാരാഗൃഹത്തിൽനിന്ന് കണ്ണപ്പൻ സൃഷ്ടിച്ച തുരങ്കംവഴിയാണ് വെള്ളം വരുന്നതെങ്കിൽ അത് അടച്ചാൽ മതിയാകും. എന്തായാലും നന്നാക്കേണ്ടത് അത്യാവശ്യമാണ്."

"എന്താ നിനക്ക് ഇതിലിത്ര താല്പര്യം?"

"ഈ മണ്ഡപത്തിൽവച്ചാണ് എന്റെ ജീവിതം മാറിയത്. ആദ്യം രാജാവ് വീണു. പക്ഷേ, അദ്ദേഹത്തെ കണ്ടെത്തി രക്ഷിക്കാൻ നമുക്ക് സാധിച്ചു; പിന്നീട് ഞാൻ! എന്നെ കണ്ടെത്തിയത് നിങ്ങളായിരുന്നു."

പെട്ടെന്ന് വെളിപാട് വന്നപോലെ അംബിക ചീരുവിനുനേരെ തിരിഞ്ഞു. ഓർമ്മകളുടെ കടന്നൽക്കൂട്ടിലൊരിളക്കം..

മണ്ഡപത്തിനുള്ളിൽവച്ച് തനിക്കുകിട്ടിയ പ്രഹരം അവൾക്ക് പെട്ടെന്ന് ഓർമ്മവന്നു. അതാരായിരുന്നു? ഏതുവഴിയായിരിക്കും അയാൾ അവിടെയെത്തിയിട്ടുണ്ടാവുക? ഒന്നിലേറെപ്പേരുണ്ടായിരുന്നോ? ഒരാൾ മാത്രമായിരിക്കാൻ സാദ്ധ്യതയില്ല. ആ പ്രഹരമാണ് ബോധാബോധാവസ്ഥയിൽ തന്റെ ജീവിതത്തിലെ ഒന്നരവർഷക്കാലം ഒടുങ്ങിത്തീരാനിടയാക്കിയത്. ഒരുപക്ഷേ, അദ്ദേഹത്തിനും ഇതുപോലെയുള്ള ആക്രമണം സംഭവിച്ചിരിക്കാനിടയില്ലേ? അവൾ ചീരുവിനോട് പറഞ്ഞു.

"അദ്ദേഹത്തിന് മണ്ഡപത്തിൽവച്ച് എന്തോ സംഭവിച്ചിട്ടുണ്ടാകും.

അതറിയാൻ അവിടെ അന്വേഷിച്ചിട്ട് കാര്യമില്ല. കാരണം അതിൽ നിറയെ വെള്ളമാണ്. അദ്ദേഹത്തോടൊപ്പം കൂടെപ്പോയത് ആരാണെന്നോർക്കുന്നോ?"

"കളരിഗുരുക്കളോ മറ്റോ ആണെന്നാണ് അന്ന് അംബിക എന്നോട് പറഞ്ഞിരുന്നത്."

"കളരിഗുരുക്കൾ..! അതേ.. അയാൾ തന്നെ. ഞാനോർക്കുന്നു. എന്റെ ഹനുമാൻസ്വാമീ.. അങ്ങ് തന്നെ തുണ..!'' അംബികയുടെ മുഖം വികസിച്ചു. അവൾ ചീരുവിന്റെ ഇരുചുമലുകളിലും അമർത്തി.

"എനിക്ക് മനസ്സിലായി. അയാൾ, ആ ഗുരുക്കൾ എന്തെങ്കിലും ദോഷം ചെയ്തിട്ടുണ്ടാവും. ആയോധനവിദ്യ മാത്രമല്ല മർമ്മവിദ്യയും അയാൾക്കറിയാം. പിന്നീട് എപ്പോഴെങ്കിലും അയാൾ വന്നിരുന്നോ?"

"ഇല്ല.. അതിനുശേഷം കൊട്ടാരത്തിൽവച്ച് കണ്ടിട്ടില്ല.. നിശ്ചയം!"

"രാജാവ് അവനെ വീണ്ടും അന്വേഷിച്ചോ?"

"അത്തരം അവസ്ഥയിലായിരുന്നില്ലല്ലോ അദ്ദേഹം?"

"നമുക്ക് നല്ലൊരു മർമ്മഗുരുക്കളെ കണ്ടെത്തണം."

"എന്തിന്..?"

"ഒരുപക്ഷേ, ഒരു മർമ്മവൈദ്യന് നമ്മുടെ അദ്ദേഹത്തിന്റെ പ്രശ്നങ്ങളെന്താണെന്ന് കണ്ടുപിടിക്കാൻ കഴിഞ്ഞേക്കും. എത്രയും പെട്ടെന്ന് അതിനുള്ള ഏർപ്പാടുകൾ ചെയ്യ്."

"അംബികേ.. മണിക്കടവിൽ താമസിക്കുന്ന ഒരാളെ എനിക്കറിയാം.."

"ആര്? ഒരു മെലിഞ്ഞ വൃദ്ധനാണോ?"

"അതേ..നിനക്കെങ്ങനെ അറിയാം?"

"ഇന്നലെ അയാളെ കൊട്ടാരത്തിൽവച്ച് ഞാൻ കണ്ടിരുന്നു.അദ്ദേഹം രാജാവിനെ കണ്ടിട്ടുണ്ടാകുമെന്ന് ഞാൻ കരുതുന്നു. അയാളെ വേണ്ട. മറ്റൊരാളെ കണ്ടെത്തൂ"

"അംബിക വിഷമിക്കണ്ട, മറ്റൊരാളെ അന്വേഷിക്കാം."

പൂന്തോട്ടത്തിൽനിന്ന് അവർ അരമനയിലേക്ക് മടങ്ങുമ്പോൾ ചീരുമന്നത്തി അംബികയുടെ കൈ കവർന്നു. അവൾ സംശയത്തോടെ ചീരുവിന്റെ മുഖത്തുനോക്കി. വിഷാദമോ അതോ നിർവ്വികാരതയോ? അംബികയ്ക്ക് ഗണിച്ചെടുക്കാനായില്ല.

"മന്നത്തിക്ക് എന്നോട് മറ്റെന്തെങ്കിലും പറയാനുണ്ടോ.?"

"ഇതിനോടകം നീ അറിഞ്ഞുകാണും.."

"എന്തറിയാൻ..? ഞാൻ നിങ്ങളോടല്ലാതെ മനസ്സുതുറന്ന് സംസാരിക്കാറില്ലെന്ന് അറിയില്ലേ? ഇനി പരിചാരകർ ആരെങ്കിലും എന്തെങ്കിലും പറഞ്ഞാൽത്തന്നെയും നിങ്ങളോട് അന്വേഷിക്കുമല്ലോ?"

"അങ്ങനെയാണെങ്കിൽ അംബിക മാത്രമേ ഇനി അറിയാനുള്ളൂ. അരമനയിലിപ്പോൾ പ്രധാനപ്പെട്ട ചർച്ചാവിഷയമാണ്. നിങ്ങൾ അറിയേണ്ടതുമാണ്."

"വളച്ചുകെട്ടാതെ കാര്യം പറയ്.."

"അദ്ദേഹം മുമ്പൊരിക്കൽ അംബികയോട് പറഞ്ഞതോർക്കുന്നോ? ചീരുവല്ലാതെ മറ്റൊരുപെണ്ണ് തന്റെ ജീവിതത്തിലില്ലെന്ന്.!"

"അതിപ്പോഴും അങ്ങനെതന്നെയല്ലേ? മാറ്റങ്ങളെന്തെങ്കിലും?"

"തലമുറകളായയുള്ള ആചാരമാണെങ്കിലും അദ്ദേഹത്തിന് ഒരു ഭാര്യകൂടി.."

അംബിക ഒരുനിമിഷം ആശ്ചര്യപ്പെട്ട് നിന്നു. പിന്നെ ചിന്താധീനയായി ചോദിച്ചു.

"സ്മാർത്തവിചാരം നടന്നത് എവിടെയാ? ചൊവ്വരയിലോ പെരിഞ്ചെല്ലൂരിലോ?"

"പന്നിയൂരാണത്രേ.. ദോഷം പറയരുതല്ലോ ആള് സുന്ദരിയാണ്, സുമുഖിയാണ്..!"

"സുശീലയുമാണ്..!" അംബിക കൂട്ടിച്ചേർത്തു. രണ്ടുപേരും ചിരിച്ചു. അംബിക തുടർന്നു.

"ആചാരങ്ങൾ പലവിധത്തിലുണ്ട്. നല്ലതും ചീത്തയും മാത്രമല്ല തിരസ്കരിക്കേണ്ടതും പിന്തുടരേണ്ടതുമുണ്ട്. അവ ഏതൊക്കെയാണെന്ന് തിരിച്ചറിയാൻ കഴിയുന്നിടത്ത് ഒരു നല്ല ഭരണാധികാരി ഉണ്ടാവും. ആ തിരിച്ചറിവ് അദ്ദേഹത്തിന് മുമ്പ് ഉണ്ടായിരുന്നു. പക്ഷേ, ഇപ്പോൾ.."

ചീരു ദീർഘനിശ്വാസമുതിർത്തു.

രണ്ടുദിവസം കഴിഞ്ഞപ്പോൾ ചീരുമന്നത്തി പറഞ്ഞതുപോലെ അനുഭവജ്ഞാനമുള്ള ഒരു മർമ്മവൈദ്യർ അരമനയിലെത്തി. പരിശോധനയ്ക്ക് വിധേയനാവാൻ ആദ്യം വിസമ്മതിച്ചെങ്കിലും അംബികയുടെയും സരസ്വതിയുടെയും സ്നേഹപൂർവ്വമുള്ള സമ്മർദ്ദത്തിൽ മന്നനാർ വഴങ്ങി. വൈദ്യർ വളരെ വിശദമായ പരിശോധന നടത്തി. പിന്നെ ചീരുമന്നത്തിയോട് രഹസ്യമായി ചിലത് സംസാരിക്കാനുണ്ടെന്ന് പറഞ്ഞു.

"അംബിക എന്റെ കൂടെയിരിക്കട്ടെ; അവൾ എന്റെ സഹോദരിയാണ്. എന്തായാലും നിങ്ങൾക്ക് ഞങ്ങളോട് പറയാം."

അദ്ദേഹം പതുക്കെ പറഞ്ഞുതുടങ്ങി:

"രാജാവിന്റെ നാഡീവ്യൂഹങ്ങൾ ഏതാണ്ട് സ്തംഭിച്ചിരിക്കയാണ്. കുറച്ചുകാലമായി ഇത് ശരിയാംവണ്ണം പ്രവർത്തിക്കുന്നില്ല. മർമ്മശാസ്ത്രത്തിൽ വിദഗ്ദ്ധനായ ആരോ ശക്തമായ താഡനമേല്പിച്ചതായിരിക്കണം."

"തകരാർ പരിഹരിക്കാൻ സാധിക്കുമോ?"

"തീർച്ചയായും കഴിയും. കേടുപാടുകൾ വളരെ ഗുരുതരമാണ്. കുറച്ചുകാലമായി ഈ പ്രശ്നം തുടങ്ങിയിട്ടെന്ന് തോന്നുന്നു. എപ്പോഴും ഉറങ്ങുക, ആത്മനിയന്ത്രണം നഷ്ടപ്പെടുക, മതിഭ്രമം ബാധിച്ചതുപോലെ പെരുമാറുക. ഇതൊക്കെയാണ് അതിന്റെ ലക്ഷണങ്ങൾ. ചികിത്സ നല്കാൻ എന്തേ വൈകിയത്?"

അത് സത്യമാണെന്ന് അംബിക കരുതി. കളരിഗുരു എന്തെങ്കിലും ചെയ്തിരിക്കാം. അത് ഉറക്കത്തിലേക്ക് നയിക്കുകയും ആത്മനിയന്ത്രണം നഷ്ടപ്പെടുത്തുകയും ചെയ്തു. അതേ.. മറ്റൊരു മർമ്മവൈദ്യന് മാത്രമേ

അത് തിരുത്താൻ കഴിയൂ.

"വൈദ്യരേ നിങ്ങൾ പറഞ്ഞത് ശരിയാണ്. പക്ഷേ, ഇങ്ങനെയൊക്കെ പെരുമാറുന്നത് എന്തുകൊണ്ടാണെന്ന് കൊട്ടാരംവൈദ്യനും ഞങ്ങൾക്കും മനസ്സിലാക്കാൻ കഴിഞ്ഞില്ല. ആട്ടെ.. പ്രശ്നം പരിഹരിക്കാൻ പറ്റില്ലേ?"

"നിശ്ചയമായും എനിക്ക് കഴിയും, പക്ഷേ, ഇന്ന് തിരികെപ്പോയി ഞാൻ രാവിലെ വരാം. ചില മരുന്നുകൾ കൊണ്ടുവരേണ്ടതുണ്ട്. അതിരാവിലെ തിരിച്ചെത്തുകയും വേണം. കാരണം, ചികിത്സ ആരംഭിക്കേണ്ടത് ആ നേരത്താണ്."

"നിങ്ങളുടെ യാത്രയ്ക്കുള്ള ഏർപ്പാടുകൾ ഒരുക്കിയിട്ടുണ്ട്. ഞങ്ങൾ കാത്തിരിക്കാം, നാളെ നേരത്തെ വന്ന് ചികിത്സ തുടങ്ങൂ.

"ഭേദമാവാൻ എത്ര കാലമെടുക്കും?"

"അങ്ങനെ കൃത്യമായി പ്രവചിക്കാൻ ഞാൻ അശക്തനാണ്. പക്ഷേ, ഒരു കാര്യം ഞാൻ ഉറപ്പിച്ചുപറയാം. അധികം താമസിയാതെ രാജാവിന് സ്വബോധം തിരിച്ചുകിട്ടും. ഞാൻ പറഞ്ഞില്ലേ? അതിരാവിലെ ചികിത്സിച്ചാലേ ഫലിക്കൂ.."

തിരിച്ചുപോയ വൈദ്യർ പറഞ്ഞതുപോലെ പുലർച്ചെയെത്തി. കേളപ്പനാരും ചീരുവും അംബികയും തയ്യാറായിനിന്നു. ചികിത്സ തുടങ്ങുന്നതിനുമുമ്പ് മറ്റെല്ലാവരോടും അറയിൽനിന്ന് പുറത്തിറങ്ങാൻ അദ്ദേഹം ആവശ്യപ്പെട്ടു. കേളപ്പനാരുടെ തലയ്ക്ക് പിന്നിലുള്ള ഓരോരോ നാഡീഞരമ്പുകളും അദ്ദേഹം സൂക്ഷ്മമായി സ്പർശിച്ചു. അവസാനം നെറ്റിയിൽ ശക്തമായ ഒരു കുരുക്കുണ്ടെന്ന് കണ്ടെത്തി. മൂലകാരണം കണ്ടെത്തിയ വൈദ്യരുടെ മുഖം വല്ലാതെ പ്രകാശിച്ചു. ഈ കുരുക്കാണ് അദ്ദേഹത്തിന് എല്ലാ ബുദ്ധിമുട്ടുകളും നൽകിയതെന്ന് അയാൾക്ക് മനസ്സിലായി. മരുന്നുകൂട്ടുകളും എണ്ണയും കലർത്തി നെറ്റിയിലെ ആ ഭാഗം പലതവണ അമർത്തിത്തിരുമ്മി. ഏതാനും വിനാഴികകൾക്കുശേഷം അവിടെ വീണ്ടും സ്പർശിച്ചു. നാഡീവ്യൂഹങ്ങളിലൂടെ രക്തചംക്രമണം തുടങ്ങിയതായി വൈദ്യർ മനസ്സിലാക്കി. തൃപ്തിയാവാതെ അദ്ദേഹം ഏതോ പച്ചിലച്ചാറുകൾ പിഴിഞ്ഞെടുത്ത് മന്നനാരുടെ വായിലിറ്റിച്ചു. പൊടുന്നനെ കേളപ്പനാർ മയക്കത്തിലാണ്ടു. കട്ടിലിൽ കിടത്തി പുറത്തേക്കിറങ്ങി. അറയുടെ പുറത്ത് ഇടനാഴിയിൽ ആകാംക്ഷയോടെ ചീരുവും അംബികയും പരിചാരകരും അദ്ദേഹത്തെ കാത്തിരിക്കുകയാണ്. ഏവരെയും നോക്കി അദ്ദേഹം ചിരിച്ചു.

"മന്നനാരെ ആരോ കബളിപ്പിച്ചു. ഞാനത് ശരിയാക്കിയിട്ടുണ്ട്. പേടിക്കേണ്ട, ഒരു കുഴപ്പവുമില്ല. ഒരു നാഴികയ്ക്കുശേഷം അദ്ദേഹം എഴുന്നേൽക്കും. ഈ മരുന്നുകൾ എണ്ണയിൽ ചാലിച്ച് ഏതാനും ദിവസംകൂടി നെറ്റിയിൽ പുരട്ടണം. ഓർമ്മിക്കുക.. അതിരാവിലെയാണ് പ്രയോഗിക്കേണ്ടത്. എന്തെങ്കിലും വിഷമതകളുണ്ടെങ്കിൽ ആളയച്ചോളൂ, ഞാൻ വരാം. ഇപ്പോൾ പോകട്ടേ?"

സ്വർണ്ണക്കിഴിയും പാരിതോഷികങ്ങളും നല്കി അവർ അദ്ദേഹത്തെ

യാത്രയാക്കി.

"മന്നത്തീ, ഞാൻ ഈ ഹനുമാൻഗംഗാനം അദ്ദേഹത്തിന്റെ കൈയിൽ കെട്ടട്ടേ?"

അംബിക രാജാവിന്റെ വലംകൈയിൽ ഗംഗാനം വച്ചുകൊണ്ട് ചോദിച്ചു.

"ഇതെന്താ?" ചീരു ചോദിച്ചു.

"ഇത് ഹനുമാന്റെ പാദങ്ങളിൽ സമർപ്പിച്ച് അനുഗ്രഹം നേടിയതാണ്. അദ്ദേഹത്തെ സംരക്ഷിക്കാൻ അതിന് ശക്തിയുണ്ട്."

"എങ്ങനെ?"

ഇത് കൈയിൽ കെട്ടിയ കാലത്തോളം ഒരു ദ്രോഹവും ചെയ്യാൻ ആർക്കും കഴിയില്ല" അംബിക പറഞ്ഞു.

"അങ്ങനെയാണോ?"

ചീരുമന്നത്തി സമ്മതിച്ചു..അതോടൊപ്പം അംബിക മറ്റൊന്നുകൂടി പറഞ്ഞു. കോവിലിന്റെ തിരുമുറ്റത്തുവച്ചാണ് അദ്ദേഹം കൊല്ലനെ വധിച്ചത്. ഗണപതിയുടെ മുഷിച്ചിലുണ്ടാവും. അതു മാറ്റാൻ പ്രായശ്ചിത്തം ചെയ്യണം. പഞ്ചലോഹത്തിൽതീർത്ത പ്രതിമ അവിടെ സമർപ്പിക്കേണ്ട തുണ്ട്. ഇക്കാര്യം ദാറൂട്ടിനേമക്കണിയോട് പറഞ്ഞ് നിർമ്മിച്ചിട്ടുണ്ടെന്നും അവൾ സൂചിപ്പിച്ചു.

മർമ്മവൈദ്യർ പറഞ്ഞതുപോലെതന്നെ ഒരു നാഴിക പിന്നിട്ട പ്പോഴേക്കും മന്നനാർ ഉണർന്നു. കൊട്ടാരത്തിൽ അംബികയെ കണ്ടപ്പോൾ അദ്ദേഹം വളരെ സന്തോഷിച്ചു. ഇത്രയുംകാലം കൊട്ടാരത്തിലുണ്ടായിട്ടും ശ്രദ്ധിക്കാതെപോയത് അദ്ദേഹത്തിന് സ്വബോധം നഷ്ടമായതിനാലാ ണെന്ന് അംബികയ്ക്ക് മനസ്സിലായി.

വൈദ്യരുടെ നിഗമനം ശരിയായിരുന്നു. മന്നനാർ മാനസികമായും ശാരീരികമായും പൂർണ്ണമായ ആരോഗ്യം വീണ്ടെടുത്തു. എന്നാൽ മർമ്മ ഗുരുക്കൾക്ക് തന്റെ ജീവൻ നഷ്ടപ്പെട്ടു. മടക്കയാത്രയിൽ മലപ്പട്ടണം കാട്ടി ലാണ് മൃതദേഹം കണ്ടെത്തിയത്. വാർത്തയറിഞ്ഞ് അംബിക ഞെട്ടി പ്പോയി. ഈ ക്രൂരകൃത്യം ചെയ്തതാരായിരിക്കും..? കണ്ണപ്പൻ..? സ്വബോ ധമില്ലാത്തകാലത്ത് അദ്ദേഹം ഒരുപാട് ശത്രുക്കളെ സൃഷ്ടിച്ചിട്ടുണ്ട്. ഒരു വേള അവരിലാരെങ്കിലുമായിരിക്കാം. കടുത്ത പനി പിടിപെട്ട് ഒരാഴ്ച യോളം കിടക്കയിൽനിന്ന് അനങ്ങാൻ പറ്റാത്ത അവസ്ഥയിലായിരുന്നു, അംബിക.

നാല്പത്തി ഒന്ന്

ഏതാനും ദിവസത്തെ വിശ്രമത്തിനുശേഷം ആരോഗ്യം അനുദിനം മെച്ചപ്പെട്ടു. കഴിഞ്ഞ ഒന്നരവർഷക്കാലമായി നഷ്ടമായതെല്ലാം ഈ ദിവസങ്ങൾക്കുള്ളിൽ നെഞ്ചേറ്റാൻ അദ്ദേഹത്തിന് കഴിഞ്ഞു. അംബിക ഒരു അമ്മയെപ്പോലെ പരിപാലിച്ചു. പതുക്കെ അദ്ദേഹത്തിന്റെ മുൻകാലചെയ്തികൾ ഓരോന്നായി പറഞ്ഞുകൊടുത്തു. തുടർന്ന് ചീരുമന്നത്തി തന്റെ മക്കളെപ്പറ്റി പറഞ്ഞു. അദ്ദേഹം അവരെ കാണാൻ കൊതിച്ചു. അവരുടെ പഠനത്തെക്കുറിച്ച് അന്വേഷിച്ചു. സ്ഥിരമായി ഏരുവേശ്ശിയിലേക്ക് മടങ്ങാൻ അവരോടാവശ്യപ്പെട്ടു. ചുരുക്കിപ്പറഞ്ഞാൽ കേളപ്പനാർ ആകെ മാറിയിരിക്കുന്നു. അദ്ദേഹത്തെ സംബന്ധിച്ച് കഴിഞ്ഞതെല്ലാം ഗ്രഹണകാലത്തെ അനുസ്മരിപ്പിച്ചു. ഈ കാലയളവിൽ നടന്നതൊന്നും ഓർക്കാനോ തിരിച്ചറിയാനോ കഴിഞ്ഞില്ല. രാജാവിന്റെ കർത്തവ്യങ്ങൾ കൃത്യമായി ചെയ്തില്ലെന്നും ഭരണകാര്യങ്ങളിൽ ശ്രദ്ധയുണ്ടായില്ലെന്നും മന്നത്തി ഓർമ്മിപ്പിച്ചു. കോടതികളിലെ വ്യവഹാരങ്ങൾ കൈകാര്യം ചെയ്യുന്നതിലും അനാസ്ഥയായിരുന്നു. ഏരുവേശ്ശിയോടും തന്നെ ആദരിച്ചിരുന്ന ജനവിഭാഗങ്ങളോടും വലിയ അനീതിയാണ് താൻ ചെയ്തതെന്ന് മന്നനാർക്ക് കുറ്റബോധമുണ്ടായി. തന്റെ വഴിവിട്ട പ്രവർത്തനങ്ങൾ എത്രപേരെ ബാധിച്ചുവെന്ന് ഓർക്കാനും കഴിയുന്നില്ല.

കുറ്റവാളിയെപ്പോലെ തലകുമ്പിട്ടിരിക്കുന്ന കേളപ്പനാരെക്കണ്ട് അംബിക സങ്കടപ്പെട്ടു. അവൾ പറഞ്ഞു.

“തമ്പുരാനേ, എല്ലാം നമ്മുടെ വിധിയാണ്. കഴിഞ്ഞതെല്ലാം മറന്നേക്കൂ.. അങ്ങ് ഒരു തെറ്റും ചെയ്തിട്ടില്ല. കാരണം അങ്ങ് അബോധാവസ്ഥയിലായിരുന്നു.”

“ആരാണ് നമ്മോട് ഈ കടുത്ത ദ്രോഹം ചെയ്തത്?” അദ്ദേഹം

ചോദിച്ചു.

"കളരിഗുരുക്കൾ." ചീരുമന്നത്തിയാണ് മറുപടി പറഞ്ഞത്

"അയാളിപ്പോൾ എവിടെയാണ്?"

"അറിയില്ല, കണ്ടെത്താൻ കഴിഞ്ഞില്ല."

"അംബിക, ശങ്കരേശ്വരനും ആർച്ചയും ഉണ്ണിയുമെവിടെ?"

ചോദ്യം കേട്ട് അംബിക ഒരുനിമിഷം പതറി. സത്യമറിഞ്ഞാൽ മന്നനാർക്ക് കുറ്റബോധം തോന്നി വിഷമിച്ചേക്കുമെന്ന് അവൾക്കറിയാം. അതുകൊണ്ട് അവൾ കള്ളം പറഞ്ഞു.

"എനിക്ക് ഒരു വിവരവുമില്ല."

കണ്ണപ്പനെതിരെ നടത്തിയ വിചാരണ അദ്ദേഹത്തിന് ഓർമ്മ വന്നു.

"കണ്ണപ്പൻ എവിടെ?"

"അവൻ തടവറയിൽനിന്ന് രക്ഷപ്പെട്ടു."

"എപ്പോൾ?"

"കുറച്ച് ദിവസംമുമ്പ്."

"അവന്റെ അപ്പൂപ്പൻ തിലകനെക്കുറിച്ച് എന്തെങ്കിലും വിവരമുണ്ടോ?"

ചീരുമന്നത്തിക്ക് അറിയാവുന്നിടത്തോളം പറഞ്ഞുകൊടുത്തു. വളരെ മൃദുവായ സ്വരത്തിൽ അംബിക പറഞ്ഞു.

"തമ്പുരാനേ, അങ്ങ് വിഷമിക്കേണ്ട, നമുക്ക് മുത്തപ്പന്റെ അനുഗ്രഹമുണ്ടാകും."

"അംബികാ, നിന്റെ കൂട്ടുകാരി ആർച്ചയെ കാണാൻ കഴിയാത്തതിൽ നിനക്ക് വിഷമമുണ്ടാവുമെന്ന് നമുക്കറിയാം."

"ഇല്ല പ്രഭോ, എന്റെ അച്ഛനെ ഇല്ലാതാക്കിയ കണ്ണപ്പനുമായി ആർച്ചയ്ക്ക് എങ്ങനെ പ്രണയത്തിലാകാൻ കഴിഞ്ഞു എന്ന് ഞാൻ ആശ്ചര്യപ്പെടുന്നു. ഞാൻ അവളുമായുള്ള സൗഹൃദത്തിൽനിന്ന് മാനസികമായി എന്നേ വേർപിരിഞ്ഞു..!"

"കണ്ണപ്പനെ പിടികൂടാനുള്ള വഴികളെപ്പറ്റി ഞാൻ ആലോചിക്കട്ടെ. ഇതിനിടയിൽ എന്തെങ്കിലും വഴി കണ്ടെത്താൻ കഴിയും, നിങ്ങളുടെ ആശങ്കകളെല്ലാം കുറയും."

അത് കേട്ടപ്പോൾ അംബിക വളരെ സന്തോഷിച്ചു.

"തമ്പുരാനേ, ആ പദ്ധതിയിൽ ഞാനും പങ്കുചേരാൻ ആഗ്രഹിക്കുന്നു."

"നമുക്ക് പോകാം അംബികേ, അതിനുമുമ്പ് മണിക്കടവിലേക്ക് പോകണമെന്നുണ്ട്. അവിടുത്തെ ജനങ്ങളുടെ ക്ഷേമം അന്വേഷിക്കണമെന്ന് തോന്നുന്നു."

"തമ്പുരാനേ, ഏരുവേശ്ശിയിലെ മുഴുവൻ അരമനകളും സന്ദർശിക്കണമെന്ന ഒരു ആഗ്രഹമുണ്ട്."

"ഞാൻ മറന്നു. പറയൂ നമുക്ക് എവിടെ, എത്രയെണ്ണമുണ്ട്?"

"മറക്കാനോ? ഈ മൂത്തേടത്ത് അരമന കൂടാതെ നമുക്ക് നാലെണ്ണം കൂടിയുണ്ട്."

"പറയൂ അവ ഏതൊക്കെയാണെന്ന്?"

"മുണ്ടായ അരമന, പുതിയേടത്ത് അരമന, ഇളയേടത്ത് അരമന, കുരാരി അരമന."

"നിങ്ങൾ ഒരു നല്ല ധനകാര്യവിദഗ്ദ്ധയാണ്. കൃത്യമായ കണക്കുകൾ രേഖപ്പെടുത്തി നാടിനെ സേവിക്കുന്നതിൽ നിങ്ങളെച്ചൊല്ലി ഞാൻ അഭിമാനംകൊള്ളുന്നു."

"ഇത് എന്റെ കടമയാണ് തമ്പുരാനേ."

"ഇതിൽ ഏത് അരമനയാണ് അംബികയ്ക്ക് കൂടുതൽ ഇഷ്ടപ്പെട്ടത്?"

അംബിക ഒരുനിമിഷം ആലോചിച്ചുനിന്നു.

"പ്രഭോ എനിക്ക് കുരാരി അരമന വളരെ ഇഷ്ടമാണ്."

"അതെന്തുകൊണ്ടാണ് അംബിക?"

"കാണാൻ വളരെ മനോഹരമാണ്, ചുറ്റും മരങ്ങളാൽ ചുറ്റപ്പെട്ടിരിക്കുന്നു. അതിന്റെ തൊട്ടരികിലൂടെ ഏരുവേശ്ശിപ്പുഴയുടെ താഴ്ഭാഗമായ എരുത്ത്കടവ്. അവിടെ വിവിധങ്ങളായ മീനുകൾ പുളഞ്ഞ് കളിക്കുന്നത് കാണാൻതന്നെ എന്തൊരു ശേല്. കൊത്തുപണികളാൽ സമ്പന്നമായ മനോഹരമായ വാതിലുകളും ജനലുകളും. എല്ലാം തേക്കിൻമരങ്ങൾ. ഒന്നാം നിലയിൽ ഒരു മുറിയുണ്ട്. അവിടെനിന്ന് നോക്കിയാൽ ദൂരെ കുടക്മലയുടെ ദൃശ്യങ്ങൾ കാണാം. അതുകൊണ്ടുതന്നെ എനിക്ക് അരമനയും ആ സ്ഥലവും ഇഷ്ടമാണ്."

"സത്യം അംബിക, ഞാൻ വീണ്ടും എല്ലാ അരമനകളും സന്ദർശിക്കുന്നുണ്ട്."

"മുണ്ടായ അരമനയ്ക്കും പുതിയേടത്ത് അരമനയ്ക്കും വിപുലമായ അറ്റകുറ്റപ്പണികൾ ചെയ്യേണ്ടതുണ്ട്."

"തീർച്ചയായും.. മണിക്കടവിൽനിന്ന് ഞാൻ തിരികെവന്നശേഷം ചെയ്യാം."

പിറ്റേന്ന് കേളപ്പനാർ മണിക്കടവിലേക്ക് പോയി. അവിടെയും ഇവിടെയും വെറുതെ ചിലർ ചുറ്റിയടിക്കുന്നത് കണ്ടു. കുടിലുകളിൽ കുഞ്ഞുങ്ങൾ മാത്രമേ ഉണ്ടായിരുന്നുള്ളൂ. മുതിർന്നവർ എല്ലാവരും പുനംകൃഷിക്കോ കൂലിപ്പണിക്കോ പോയി എന്നാണ് അവർ പറഞ്ഞത്. കുറച്ചുനേരം നിന്നശേഷം അദ്ദേഹം കുതിരപ്പുറത്ത് കയറി കൊട്ടാരത്തിലേക്ക് യാത്രയായി. അടുത്തദിവസം അംബികയോടൊപ്പം ചെറുതാഴത്ത് പോകണം. കുറേക്കാലമായി ഹനുമാരമ്പലത്തിൽ പോയിട്ട്. കേളപ്പനാർ തീരുമാനിച്ചു. പെട്ടെന്നാണ്.. നടക്കാൻ കഴിയാതെ കുതിര താഴേക്ക് വീണു. കുതിരയോടൊപ്പം അദ്ദേഹവും തെറിച്ചുവീണു. പിടഞ്ഞെഴുന്നേറ്റ് കുതിരയെ പരിശോധിച്ചു. കാലുകൾക്ക് ഗുരുതരമായി പരിക്കേറ്റിരിക്കുന്നു. അതിന് അനങ്ങാൻ കഴിയുന്നില്ല.

കുറച്ചകലെ ഒരു ചെറിയ ഗ്രാമം കാണാൻ കഴിഞ്ഞു. ആരെങ്കിലുമുണ്ടാവുമോയെന്ന് നോക്കാം. അവിടം ലക്ഷ്യമാക്കി നടന്നു. ആദ്യത്തെ കുടിൽ പുറത്തുനിന്ന് പൂട്ടിയ നിലയിലാണ്. പക്ഷേ, ആരൊക്കെയോ

സംസാരിക്കുന്നതു കേൾക്കാം. അവർ രണ്ടു സ്ത്രീകളാണെന്നും മനസ്സിലായി.

ഒരാൾ മറ്റൊരാളോട് പറയുകയാണ്.

“കേളപ്പനാരെ ഇല്ലാണ്ടാക്കാനാ അവർടെ ഉദ്ദേശ്യംന്നാ കേക്ക്ന്ന്..”

മന്നനാർ സ്തംഭിച്ചുനിന്നുപോയി. എന്ത്? ആരാണ് തന്നെ ഈ ലോകത്തിൽനിന്ന് ഇല്ലാതാക്കാൻ തീരുമാനിച്ചത്? ഇത്രയും കഠിനമായ ശിക്ഷയ്ക്ക് താനെന്ത് തെറ്റാണ് ചെയ്തത്? കുടിലിന്റെ പിൻവശത്ത് ആരും കാണാത്തിടത്ത് അദ്ദേഹം നിന്നു. ഇപ്പോൾ അവരുടെ സംസാരം വളരെ വ്യക്തമായി കേൾക്കാൻ കഴിഞ്ഞു.

“അയാള്..നിന്നോട് ചെയ്തത് വല്യ തെറ്റാ. അയിനുള്ളത് ന്തായാലും അയാക്ക് കിട്ടണം.”

“ന്നെ.. ങ്ങക്കറിലേ? രാശാവ്.. ന്റെ സങ്കടം കേട്ടില്ല. അദ്ദ്യം ന്റെ പരാതീം നോക്കീല്ല. പിന്ന നമ്മ എവ്ടെ പോകും? നമ്മളെ ആവലാതി കേക്കാനും അയിന് പോംവയി കാണാനും നമുക്ക് ഒരു രാശാവ് ബേണം. ബേണ്ടേ..? മ്മക്ക് നീതിതരാൻ അദ്ദ്യത്തിന് കയ്യൂലെങ്കീ പെന്നെന്തിനാ ങ്ങനൊരു രാശാവ്?”

“ശെരിയന്നേപ്പാ.. ന്നാലും കൊല്ലുംന്ന് പറേമ്പം..” മറ്റേ സ്ത്രീ വിഷമം പറഞ്ഞു.

“ഒര് എന്നാലും ഇല്ല. ഈ കുറുവാമ്പേന്റെ കണ്ണിലെ ബെള്ളം അയാള് നോക്കീറ്റ്ല്ല. ന്റെ ഭാഗം കേട്ടതേയില്ല. ന്റെ പൊന്നുമോളെയാ നിക്ക് പോയത്. കട്ടച്ചോരവാർന്ന് പെടഞ്ഞ് ചാവുമ്പോ പെണ്ണ്.. ന്നോട് പറഞ്ഞിന് ഓള് സയിച്ച ബേദന.. ഓളെ കൊല്ലാക്കൊല ചെയ്ത അഞ്ചാളുണ്ടല്ലോ? അയിറ്റ്ങ്ങളെ പിടിക്കാനാ നമ്മ കരഞ്ഞ് പറഞ്ഞത്. ന്നിട്ട്.. ശിച്ചിക്കേണ്ടോരെ രച്ചിച്ചു..”

ആ സ്ത്രീ കിതക്കുകയും കരയുകയും ചെയ്തു.

ഇപ്പോൾ കേളപ്പനാർക്ക് താൻ ചെയ്ത തെറ്റുകൾ മനസ്സിലായി. അത് വെറുമൊരു തെറ്റല്ല.. മഹാപരാധം! പക്ഷേ, ആ സമയത്ത് താൻ സ്വന്തം നിയന്ത്രണത്തിലായിരുന്നില്ല. ആർക്കെങ്കിലും അത് ബോദ്ധ്യപ്പെടുമോ? എന്നിരുന്നാലും, താൻ ബോധവാനായാലും അബോധാവസ്ഥയിലായാലും, യഥാർത്ഥ പരാതികൾക്ക് ചെവികൊടുക്കാത്തത് തെറ്റ് തന്നെയല്ലേ? അയ്യോ മുത്തപ്പാ.. എന്നോട് പൊറുക്കണേ..അദ്ദേഹം സ്വയം മനസ്സിൽ പറഞ്ഞു.

അവരുടെ സംസാരം തുടരുകയാണ്.

“അവര് ഇതെങ്ങനെ നടത്തും?”

“അയാളെ ഒരു വിർന്നിന് ഷണിക്കാൻ പോകും. ന്ന്ട്ട് പായസത്തിൽ വെഷം ചേർത്ത് കൊടുക്കും.”

“പായസം മറ്റുള്ളോര് കുടിക്കൂല്ലേ?”

“എണെ.. പൊട്ടീ.. അത് വേറെ മാറ്റൂല്ലേ?”

“രാശാവ് വരുമോ?”

"വര്വാരിക്കും.. വന്നാ.. ചെയ്ത തെറ്റിന് ചാവേണ്ടിം വരും."

"എപ്പോൾ?"

"നാളെ ഉച്ചയ്ക്ക്."

കൂടുതലൊന്നും കേൾക്കാനും അവിടെ നിൽക്കാനും കേളപ്പനാർക്ക് മനസ്സുവന്നില്ല. അദ്ദേഹം കുടിലിൽനിന്ന് വേഗത്തിൽ നീങ്ങി. മന്നനാർ ആശയക്കുഴപ്പത്തിലായിരുന്നു. ആരാണ് ഇതെല്ലാം ചെയ്യുന്നത്? താൻ അറിഞ്ഞുകൊണ്ട് ഒരു തെറ്റും ചെയ്തിട്ടില്ല. ഞാൻ ബോധാവസ്ഥയിലായിരുന്നില്ല, ജനങ്ങളുടെ ആവലാതികൾ കേൾക്കാൻ കഴിയാത്ത അവസ്ഥയിലായിരുന്നു. ഇത് ആർക്കാണ് മനസ്സിലാക്കാൻ കഴിയുക?

കേളപ്പനാർ കുതിരയുടെ അടുത്ത് ചെന്നു. ശാരീരികവ്യഥ അനുഭവിക്കുന്ന കുതിരയും മാനസികവ്യഥയിൽ മന്നനാരും തുല്യദു:ഖിതരാണെന്ന തമാശയോർത്ത് അദ്ദേഹം ചിരിച്ചുപോയി. നേരത്തെയുള്ള മാനസികാവസ്ഥയിലായിരുന്നെങ്കിൽ ഇതൊന്നും തന്നെ ബാധിക്കില്ലായിരുന്നു. പക്ഷേ, ഇപ്പോൾ പുനർജ്ജന്മം ലഭിച്ചു. ആ കാലയളവിൽ ചെയ്ത എല്ലാ തെറ്റുകളും തന്നെ ആക്രമിക്കാൻ തുടങ്ങിയിരിക്കുന്നു. അസ്വസ്ഥത പുതച്ച മനസ്സുമായി അയാൾ പതിയെ കൊട്ടാരത്തിലേക്ക് നടന്നു.

വഴിയിൽ മറ്റൊരു കുതിരപ്പുറത്ത് അംബിക വരുന്നത് കണ്ടു. കേളപ്പനാരെ കണ്ടപ്പോൾ അവൾക്ക് പ്രശ്നമെന്തെന്ന് തിരിച്ചറിയാൻ കഴിഞ്ഞു. രാജാവിനെയും കുതിരയെയും കൊട്ടാരത്തിലേക്ക് കൊണ്ടുപോകാൻ ഏർപ്പാടുകളൊരുക്കി. രാത്രിയിൽ കനത്ത ചിന്തകളോടെ കിടക്കയിൽ വീണപ്പോൾ ചീരുമന്നത്തിയും അംബികയും അടുക്കൽ വന്നു. ചിന്താഭാരം ചുമക്കുന്ന മന്നനാരുടെ മുഖം കണ്ട് അവർ ആശങ്കാകുലരായി. അതുകണ്ട് ചീരുമന്നത്തി പറഞ്ഞു.

"നിങ്ങളുടെ പ്രശ്നങ്ങൾ പങ്കുവെക്കാൻ തയ്യാറാണെങ്കിൽ ഞങ്ങൾ നിങ്ങളെ സഹായിക്കാം."

"ഇല്ല..ഇത് പരിഹരിക്കാനാവില്ല. ഒറ്റദിവസം കൊണ്ട് സംഭവിച്ച തെറ്റല്ല അത്. മാസങ്ങൾ നീണ്ട തെറ്റുകൾ ഒരുമിച്ചാണ് വരുന്നത്. അംബികാ.. നാളെ ചെറുതാഴത്ത് പോയി ഹനുമാൻസ്വാമിയോട് ഞാൻ പറഞ്ഞതുപോലെ നല്ലതുവരാൻ പ്രാർത്ഥിക്കണം."

"തമ്പുരാനേ, എനിക്ക് നമ്മുടെ ദൈവമായ ഹനുമാന്റെ ദർശനം വേണം; അവൻ നമ്മെ സഹായിച്ചേക്കാം."

"അംബിക നിനക്കുവേണ്ടി ഞാനെന്താണ് ചെയ്യേണ്ടത്?ഇതുവരെ ഒന്നും ചെയ്തിട്ടില്ല. നിന്റെ ജീവിതം മുഴുവനും എനിക്കുവേണ്ടി ത്യജിച്ചു."

"തമ്പുരാനേ, അങ്ങാണ് എന്റെ ദൈവം, അങ്ങാണ് എനിക്ക് ഈ ജീവിതം തന്നതും. എനിക്ക് നിങ്ങളെ വിട്ടുപോകാനാവുമോ?"

"അംബിക, കഴിഞ്ഞ ഒന്നരവർഷത്തിൽ ഭാരതഖണ്ഡത്തിൽ എന്തൊക്കെയാണ് സംഭവിച്ചതെന്ന് പറയാമോ?"

"പ്രഭോ.. അങ്ങ് വളരെനല്ല ഒരു ചോദ്യമാണ് ചോദിച്ചത്. ഈയടുത്ത ദിവസമാണ് ഇത് ഞാൻ മനസ്സിലാക്കിയത്. ഭാരതത്തിലെ വളരെക്കുറച്ച്

രാജ്യങ്ങളൊഴിച്ച് ഭൂരിഭാഗവും വിക്ടോറിയാരാജ്ഞിയുടെ മകനായ എഡ്വേർഡാണ് ഭരിക്കുന്നത്."

"രാജ്ഞിക്കുശേഷം, അവരുടെ മകൻ രാജാവായി എന്നാണോ?"

"കൃത്യമായിപ്പറഞ്ഞാൽ അവരുടെ മൂത്ത പുത്രൻ. നമ്മളെപ്പോലെ മരുമക്കത്തായമല്ല, അവർക്ക് മക്കത്തായമാണ്. ആദ്യം ഒരു മകളുണ്ടായിരുന്നു വിക്ടോറിയയ്ക്ക്. എന്നാൽ അവർ രാജ്ഞിയാവാൻ വിസമ്മതിച്ചു. കച്ചവടക്കാരായി ഇവിടെവന്ന് അഞ്ഞൂറിലധികം നാട്ടുരാജ്യങ്ങളുള്ള ഭാരതഖണ്ഡത്തിലെ പ്രധാനരാജ്യങ്ങൾ മുഴുവനും കുറേശ്ശെയായി കൈവശപ്പെടുത്തി. ഇന്ന് കൊച്ചിയും തിരുവിതാംകൂറും അവരുടെ നാട്ടുരാജ്യങ്ങളാണ്. അവർ സ്വതന്ത്രരാണെങ്കിലും ബ്രിട്ടീഷുകാർ അവരെ പൂർണ്ണമായി ആദരിക്കുന്നു."

ഒന്നുനിർത്തി അംബിക തുടർന്നു.

"തമ്പുരാനേ, രാജാവും അദ്ദേഹത്തിന്റെ പിൻഗാമികളും രാജാവാകുന്ന ഇന്നത്തെ സമ്പ്രദായത്തെ ഞാൻ പൂർണ്ണമായും വെറുക്കുന്നു. അത് ശരിയല്ല എന്നുതന്നെ ഞാൻ വിശ്വസിക്കുന്നു."

"അംബികയുടെ അഭിപ്രായത്തിൽ പിന്നെ എങ്ങനെയാണ് വേണ്ടത്? ഇതിനേക്കാൾ നന്നായി പ്രവർത്തിക്കാൻ കഴിയുന്ന സംവിധാനം നിർദ്ദേശിക്കൂ.."

"ജനങ്ങളിൽനിന്ന് തിരഞ്ഞെടുക്കപ്പെട്ട അംഗമായിരിക്കണം ഭരണാധികാരി. ചില പ്രത്യേക കാലയളവിൽ തുടരാൻ അവരെയനുവദിക്കണം. അഞ്ച് വർഷമോ അൽപ്പം കൂടുതലോ അധികാരം നല്കണം. അല്ലാതെ ശാശ്വതമായി നൽകാനും പാടില്ല."

"നിങ്ങൾ നിർദ്ദേശിച്ചത് വളരെ നല്ല ഒരു സംവിധാനമാണെന്ന് എനിക്ക് തോന്നുന്നു. നമ്മുടെ ഏരുവേശ്ശിരാജ്യത്തിലും ഈ സംവിധാനം നടപ്പിലാക്കാൻ കഴിയുമോ?"

"എന്തുകൊണ്ടില്ലാ? അതിന് അങ്ങയുടെ സമ്മതമോ പ്രഖ്യാപനമോ മാത്രമേ വേണ്ടൂ."

"മരുമക്കത്തായം നടപ്പിലാക്കാൻ എനിക്ക് മരുമകനില്ല. എരുവേശ്ശി രാജ്യം എന്റെ മകന് നല്കാൻ ഞാൻ ആഗ്രഹിക്കുന്നുമില്ല.

"എന്തുകൊണ്ട്..?"

"ഞാൻ ഒരുപാട് തെറ്റുകൾ ചെയ്തപോലെ തോന്നുന്നു. ഒരുപക്ഷേ, ഭാവിയിൽ അതിന്റെ പ്രത്യാഘാതം അനുഭവിക്കേണ്ടത് എന്റെ മകനായിരിക്കും. ഇക്കാര്യത്തിൽ ഞാൻ സ്വാർത്ഥനാണെന്ന് കൂട്ടിക്കോളൂ. മാത്രമല്ല എനിക്കുപോലും പരിഹരിക്കാൻ കഴിയാത്ത തെറ്റുകളാണ് അവയെല്ലാം. ഈ നാടിനെ ഒരു ജനാധിപത്യസ്വതന്ത്രരാജ്യമായി ഇനി പ്രഖ്യാപിക്കാൻ കഴിയുമോ?"

"സാദ്ധ്യമാണ്. പക്ഷേ, ഇന്നത്തെനിലയിൽ, അങ്ങയെ സ്ഥാനഭ്രഷ്ടനാക്കാൻ തക്കം പാർത്ത് നില്ക്കുന്ന ചെറുശ്ശേരി കണ്ണപ്പനും സാമന്തന്മാരുമടക്കം പലരും അങ്ങയെ കബളിപ്പിച്ചേക്കാനിടയുണ്ട്. അങ്ങയുടെ മകന്

രാജ്യത്തിന്റെ ഭരണാധികാരം നല്കാൻ താൽപ്പര്യമില്ലെങ്കിൽ പകരം അത് ബ്രിട്ടീഷുകാർക്ക് കൈമാറുന്നതാണ് നല്ലത്."

"എന്തിനാ ഇങ്ങനെ പറയുന്നത്? അവർ വിദേശികളല്ലേ?"

"ബ്രിട്ടീഷുകാർ വിദേശികൾതന്നെയാണ്. പക്ഷേ, അവർക്ക് എന്നെന്നേക്കുമായി ഈ നാട് ഭരിക്കാൻ കഴിയില്ല. എന്നെങ്കിലും ഒരിക്കൽ അവർക്ക് രാജ്യം വിടേണ്ടിവരും. ആ സമയത്ത് ഭാരതഖണ്ഡം മുഴുവൻ ഒരൊറ്റ രാജ്യമായി അഖണ്ഡഭാരതം ജനിച്ചേക്കാം."

"ഇത് നിന്റെ ആഗ്രഹമാണോ?"

"ആഗ്രഹമാണെങ്കിലും അല്ലെങ്കിലും അത് നടക്കുമെന്ന് ഞാൻ വിശ്വസിക്കുന്നു."

"എപ്പോൾ?"

"കാലം മാറിവരികയാണ്. എപ്പോഴാണെന്ന് കൃത്യമായി പറയാനാവില്ല. ഒരുപക്ഷേ, ചുരുങ്ങിയകാലം, അല്ലെങ്കിൽ കുറേ വർഷങ്ങൾക്കു ശേഷം.!"

"അംബിക, നിന്റെ ഉപദേശമെന്താണ്?"

"ബ്രിട്ടീഷുകാർക്ക് കൈമാറിയാൽ അവർ നിരവധി ചെറിയ രാജ്യങ്ങൾക്കൊപ്പം ഈ നാടും ലയിപ്പിക്കും. അത് പിന്നീട് പുതിയ ഒരു ജനാധിപത്യഭാരതം രൂപീകരിക്കാൻ സഹായിക്കുകയും ചെയ്യും."

"അംബികാ നീ ശരിക്കും ബുദ്ധിമതിയായ രാജ്യതന്ത്രജ്ഞയാണ്. ഇന്ന് എനിക്ക് നന്നായി ഉറങ്ങാൻ കഴിയും. നാളെ പുത്തൻ ഉണർവ്വോടെ ഞാൻ വരാം. വിശ്രമിക്കൂ. എന്റെ മന്നത്തി എവിടെ?"

ചീരുമന്നത്തി വന്നു. അദ്ദേഹം അവളോട് ചോദിച്ചു.

"നിന്നോട് ആലോചിക്കാതെ ഞാൻ സുപ്രധാനമായ ഒരു തീരുമാനമെടുത്തു. നമ്മുടെ മകൻ ഏരുവേശ്ശിയിലെ അടുത്ത മന്നനാരാവണമെന്ന് ആഗ്രഹിക്കുന്നോ?"

"ഒരിക്കലുമില്ല. അംബിക പറഞ്ഞത് ഞാൻ കേട്ടിരുന്നു. അതുതന്നെയാണ് എന്റെയും ആഗ്രഹം. അവൻ ഈ നാട് ഭരിക്കുന്നതിൽ എനിക്ക് താൽപ്പര്യമില്ല. ഏരുവേശ്ശി ഭരിച്ച അവസാനത്തെ മന്നനാരായി ചരിത്രത്തിൽ അറിയപ്പെടുന്നത് അങ്ങായിരിക്കണമെന്ന് ഞാൻ ആഗ്രഹിക്കുന്നു!"

"അങ്ങനെയാണെങ്കിൽ എന്റെ ജോലി വളരെ ലളിതമാണ്. നിങ്ങൾ രണ്ടുപേരും പോയ്ക്കോളൂ.. പ്രിയരേ.. നാളെ ഒരു നല്ല ദിവസം പ്രതീക്ഷിക്കാം!"

അംബികയ്ക്ക് സങ്കടം വന്നു. ഇപ്പോൾ അദ്ദേഹം പറഞ്ഞ വാക്കുകൾക്കുപിന്നിൽ അന്തരാർത്ഥം വല്ലതുമുണ്ടോ? അവളുടെ കവിളിലൂടെ ചുടുനീരൊഴുകാൻ തുടങ്ങി. അകാരണമായ ഒരു ഭയം ഉടലെടുത്തു. ഇന്ന് സ്വന്തം ഭാര്യയോടൊപ്പം അവളോടും തുല്യമായി രാജാവ് പെരുമാറിയിരിക്കുന്നു. ഇത് പതിവില്ലാത്തതാണ്. ആകപ്പാടെ ഒരു പന്തികേട് തോന്നി. അദ്ദേഹം ഉറങ്ങാൻ കിടന്നശേഷം ഇരുവരും സ്ഥലംവിട്ടു. പക്ഷേ, മന്നനാർ ഉറങ്ങിയിരുന്നില്ല. അവർ തിരിച്ചുപോയശേഷം ആ രാത്രിയിൽ

അദ്ദേഹം കാര്യാലയത്തിലേക്ക് പോയി. അവിടെ കേളപ്പനാർക്ക് നേരത്തേ നിശ്ചയിച്ച ജോലിയുണ്ടായിരുന്നു.

അടുത്ത ദിവസം, മണിക്കടവിൽനിന്നുള്ള പത്തോളം ഗ്രാമീണർ മന്നനാരെ കാണാൻ വന്നു ചേർന്നു. കൊട്ടാരത്തിൽ നല്കാനുള്ള പാട്ടക്കുടിശ്ശികയുമായാണ് അവർ വന്നത്. കൂടാതെ കേളപ്പനാരെ ഗ്രാമത്തിലേക്ക് വിരുന്നിന് ക്ഷണിക്കാനും. കഴിഞ്ഞദിവസം രണ്ടുസ്ത്രീകൾ നടത്തിയ സംഭാഷണം കേട്ടതാണല്ലോ? കേളപ്പനാർ അവരെ പ്രതീക്ഷിച്ചിരിക്കുകയായിരുന്നു. അദ്ദേഹം ചീരുവിനെയും അംബികയെയും നോക്കി. അംബികയുടെ സംശയാവൃതമായ മുഖം കണ്ണിലുടക്കി. ചീരുമന്നത്തിയുടെ മുഖവും മറിച്ചായിരുന്നില്ല. അദ്ദേഹത്തെ അവരുടെ കൂടെ അയക്കാൻ ഇരുവരും തയ്യാറായില്ല. വന്നവരുടെ പെരുമാറ്റം അസാധാരണമായി അംബികയ്ക്ക് തോന്നി. ഓരോനിമിഷവും അവളുടെ സംശയം ബലപ്പെട്ടു. മന്നനാരുടെ യാത്ര തടയണമെന്ന് നിശ്ചയിച്ച് അവൾ പറഞ്ഞു.

“തമ്പുരാനേ, ഇവിടെ വളരെ പ്രധാനപ്പെട്ട ചില കാര്യങ്ങൾ തീരുമാനിക്കേണ്ടതുണ്ട്.”

നിഷേധാത്മകമായ മറുപടികൊണ്ടാണ് കേളപ്പനാർ ഇതിനെ നേരിട്ടത്.

“എന്താണ് ഇത്ര അത്യാവശ്യമുള്ള ജോലി? ഇവരോടൊപ്പം പോകേണ്ടതാണ് ഇപ്പോൾ അതിനേക്കാൾ പ്രാധാന്യമുള്ളത്.”

അംബിക വീണ്ടും ചോദിച്ചു.

“ഞാൻ കൂടെ വരട്ടെ?”

“അംബികാ.. എന്റെ ചെയ്തികളുടെ ഫലം ഞാൻ ഒറ്റയ്ക്കാണ് നേരിടേണ്ടത്. അതിന് മറ്റൊരാളെക്കൂടി പങ്കാളിയാക്കുന്നത് ഒട്ടും ഉചിതമല്ല. ഈ ഭാരം നീ ചുമക്കേണ്ടതില്ല. ഞാൻ തിരിച്ച് വന്നശേഷം നമുക്ക് എല്ലാവർക്കും ചെറുതാഴത്ത് പോകണം. അതിനുള്ള ഏർപ്പാടുകൾ ചെയ്യൂ..”

മണിക്കടവ് നിവാസികളോടൊപ്പം അദ്ദേഹം യാത്രയായി. പടിപ്പുര കടന്ന കേളപ്പനാർ അവസാനമായി മൂത്തേടത്തരമനയിലേക്ക് തിരിഞ്ഞു നോക്കി. ഇനി ഒരു തിരിച്ചുവരവ് ഉണ്ടാവുമോ? പെറ്റമ്മ ദേവകിയുടെ മുഖം ഓർമ്മയില്ല..വളർത്തമ്മ അവന്തികയും പോയി.. താൻ ജനിച്ച, കളിച്ചു വളർന്ന കൊട്ടാരവും പൂന്തോട്ടവും ഏരുവേശ്ശിപ്പുഴയും ഒരുപക്ഷേ, ഇനിയൊരിക്കലും കാണാൻ കഴിഞ്ഞെന്ന് വരില്ല. മട്ടുപ്പാവിൽ തന്റെ ചീരുവും അംബികയും നിശ്ചലരായി രണ്ടു നക്ഷത്രങ്ങളെപ്പോലെ നില്ക്കുന്നത് കണ്ടു. പ്രിയപ്പെട്ടവരേ.. വിട..

ഏരുവേശ്ശിപ്പുഴയോരത്തെ മരച്ചില്ലകളിൽ കൊത്തിപ്പറക്കുന്ന കിളികളേ.. വിട.

കുടകുമലമേലേ ഉദിച്ചുയരുന്ന പ്രഭാതമേ.. വിട..

ഈ കൊട്ടാരക്കെട്ടിനുള്ളിൽ ഉതിർന്നുവീണ എന്റെ ബാല്യകൗമാരങ്ങളേ.. വിട

പ്രിയപ്പെട്ട അമ്മമാരേ.. ഞാൻ വരുന്നു.

പിന്നെ കേളപ്പനാർ കുതിരപ്പുറത്ത് കയറി അതിവേഗം യാത്രയായി.

ഈ പോക്ക് അപകടത്തിലേക്കാണെന്ന് അംബികയുടെ മനസ്സു പറഞ്ഞു. അവൾ തിരിഞ്ഞ് മന്നത്തിയെ നോക്കി. അവളും കരയുകയാണ്. ചീരുവിനും എന്തെങ്കിലും അസാധാരണത്വം തോന്നിയോ? അവൾ മട്ടുപ്പാവിൽ നിന്നിറങ്ങി പടിപ്പുരയിലെത്തി. തിരിഞ്ഞുനോക്കിയപ്പോൾ ഇതെല്ലാം ആരോ വീക്ഷിക്കുന്നത് കണ്ടു. ഓഹ്.. അത് നീലസാരിയുടുത്ത ഒരു ജോലിക്കാരിയാണ്. ഈ മുഖം..തനിക്ക് നല്ല പരിചയമുണ്ടല്ലോ എന്നൊരു സംശയമുടലെടുത്തു.. അതേ.. അവൾക്ക് ആർച്ചയുടെ ഛായ യുണ്ടോ? നീലസാരിക്കാരി പെട്ടെന്ന് അവിടം വിട്ടു. അംബിക ആശയ ക്കുഴപ്പത്തിലായിരുന്നു.

കേളപ്പനാരെ അവരോടൊപ്പം പോകാൻ അനുവദിക്കരുതായിരുന്നു. അംബിക ആകപ്പാടെ വിഷമവൃത്തത്തിലായി. ഇതിനകം അവർ പോയി ക്കഴിഞ്ഞിരുന്നു. തനിക്ക് എന്ത് ചെയ്യാൻ കഴിയും? ഒന്നുമാത്രം.. മണി ക്കടവിലേക്ക് പോവുക.. അവൾ തീരുമാനിച്ചു. നീലസാരി ധരിച്ച വേല ക്കാരിയെ പ്രത്യേകം ശ്രദ്ധിക്കണമെന്ന് ചീരുവിനെ അറിയിച്ച് അരമന യിൽനിന്ന് യാത്രതിരിച്ചു.

നാല്പത്തി രണ്ട്

ഉച്ചയോടെ അംബിക മണിക്കടവിലെത്തി. താഴ്വരയിൽ ഏതാനും കുടിലുകൾ മാത്രമേ ഉണ്ടായിരുന്നുള്ളൂ. അവൾ ചുറ്റും നോക്കി. അവിടെയെങ്ങും ഒരു മനുഷ്യജീവിപോലും ഉണ്ടായിരുന്നില്ല. എല്ലാവരും എങ്ങോട്ടാണ് പോയത്? തെല്ലകലെ കിണറിൽനിന്ന് തത്രപ്പെട്ട് വെള്ളം കോരുന്ന ഒരു വൃദ്ധയെ കണ്ടു. ഗ്രാമത്തിലുള്ളവരെല്ലാം എങ്ങോട്ട് പോയെന്ന് അന്വേഷിച്ചപ്പോൾ അവർ ദൂരെ മലമുകളിലേക്ക് വിരൽചൂണ്ടി. അവിടെ കാളീദേവിയുടെ ഉത്സവമാണെന്നും തനിക്ക് സുഖമില്ലാത്തതിനാൽ പോയില്ല എന്നും പറഞ്ഞു.

മലഞ്ചെരിവിലൂടെ അവൾ കുതിരയെ തെളിച്ചു. മലമ്പാമ്പിനെപ്പോലെ കാട്ടുമരങ്ങളുടെ വേരുകൾ വഴിയിലുടനീളം ചുറ്റിപ്പിണഞ്ഞുകിടപ്പുണ്ടായിരുന്നു. കുതിരയുടെ കാലുകൾ അതിലെങ്ങാനും കുരുങ്ങിയാൽ കൊല്ലിയിലേക്കായിരിക്കും വീഴുക. അതുകൊണ്ട് വളരെ സാവധാനം കുതിരയെ നടത്തിക്കുകയായിരുന്നു. എവിടെനിന്നോ ഒരു ദുർഗ്ഗന്ധം അവൾക്ക് അനുഭവപ്പെട്ടു. കാടല്ലേ? കടിച്ചുകീറിയും കൊന്നും എത്ര ജീവികൾ ചത്തിട്ടുണ്ടാവും? പൊടുന്നനെ പിന്നിൽ മറ്റൊരു കുതിരയുടെ ശബ്ദം കേട്ടതോടെ ആരോ തന്നെ പിന്തുടരുന്നുണ്ടെന്ന് അവൾ മനസ്സിലാക്കി. കുതിരയെ അല്പംകൂടി വേഗത്തിലോടിച്ചു. ഏതാനും ദൂരം പിന്നിട്ടതോടെ പിറകിലെ കുളമ്പടി ശബ്ദം നിലച്ചു. എത്രയും വേഗം മലമുകളിലെത്തിച്ചേർന്ന് കേളപ്പനാരെ കണ്ടെത്തുകയെന്നതാണ് അവളുടെ ലക്ഷ്യം.

അദ്ദേഹം കുഴപ്പത്തിലാണെന്നും തന്റെ സഹായം ആവശ്യമാണെന്നും അവളുടെ ഹൃദയം പറഞ്ഞു. ശാരീരികമായി അത്ര മികച്ചതല്ലെങ്കിലും, ഉറച്ച മനസ്സായിരുന്നു അവളുടെ കൈമുതൽ. ഏത് പ്രതികൂല

സാഹചര്യത്തെയും നേരിടാൻ അംബിക ഇന്ന് പ്രാപ്തയാണ്. അവൾ ആർച്ചയെ ഓർത്തു. ഇത്രയും കാലം എവിടെയാണ് അവൾ കഴിഞ്ഞു കൂടിയത്? തന്റെ ചിന്തകളും വികാരങ്ങളും മനസ്സിലാക്കാൻ ശങ്കരേശ്വര മാമന് മാത്രമേ കഴിഞ്ഞിട്ടുള്ളൂ. അച്ഛനെക്കുറിച്ചോർക്കുമ്പോൾ അവളുടെ ഹൃദയം വിങ്ങി. സ്വന്തംജീവൻ നല്കിയാണ് അദ്ദേഹം തന്നെ സംര ക്ഷിച്ചത്. മകളെ ഒരു സാധാരണ അന്തർജ്ജനത്തെപ്പോലെ വേളികഴിപ്പി ക്കണമെന്നായിരിക്കും അച്ഛൻ ആഗ്രഹിച്ചത്. അടുക്കളച്ചുമരിനുള്ളിൽ സ്ത്രീകളെ തളച്ചിടുന്നരീതിയെ പുൽകാൻ ഒരിക്കലും തനിക്കാവുമാ യിരുന്നില്ല. ഇത്തരത്തിൽ പ്രവർത്തിക്കാൻ തന്നെ പ്രേരിപ്പിച്ച ഘട കമെന്താണ്?

അവൾ ചിന്തിച്ചു.

മരണത്തിലേക്ക് മുങ്ങിത്താഴുന്ന ഏതോ ഒരു എമ്പ്രാന്തിരിപ്പെണ്ണിനെ കൈപിടിച്ച് ജീവിതക്കരയിലേക്ക് വലിച്ചടുപ്പിച്ച യുവാവിനോടുള്ള കടപ്പാടോ അതോ പ്രണയമോ? അല്ലെങ്കിൽ ആരാധന? അറിയില്ല. പക്ഷേ, അന്ന് തീരുമാനിച്ചിരുന്നു ഏരുവേശ്ശി എന്ന ഈ രാജ്യത്തിനുവേണ്ടി തന്റെ ജീവിതം ബലിയർപ്പിക്കണമെന്ന്. അതുകൊണ്ട്, മറ്റുള്ളവരുടെ കാഴ്ച പ്പാടിലുള്ള ജീവിതം ഒരുപക്ഷേ തനിക്ക് അന്യമായിട്ടുണ്ടാവാം. ജീവിത സുഖങ്ങൾ, കുടുംബ ജീവിതം, കുഞ്ഞുങ്ങൾ, അങ്ങനെ പൊതുവേ സ്ത്രീ കൾ കാംക്ഷിക്കുന്ന എല്ലാ സ്വപ്നങ്ങളും നഷ്ടപ്പെട്ടിട്ടുണ്ടാവും. പക്ഷേ, തനിക്കതിൽ ദുഃഖമില്ല. കാരണം ഇത് അറിഞ്ഞുകൊണ്ട് സ്വയം സ്വീകരി ച്ചതാണ് എന്നതുതന്നെ. അവളുടെ ചിന്തകളെ തടസ്സപ്പെടുത്തിക്കൊണ്ട് പെട്ടെന്ന് ഒരു കരിമൂർഖൻ കാട്ടുപാത മുറിച്ചുകടക്കുന്നത് കണ്ടു. അത് കടന്നുപോകുന്നതുവരെ അവൾ കുതിരയെ നിറുത്തി. തുടർന്ന് വീണ്ടും യാത്രയായി.

സത്യമോ മിഥ്യയോ എന്തുതന്നെയായാലും, കേളപ്പനാരെ ഇന്നത്തെ അപകടകരമായ സാഹചര്യത്തിൽനിന്ന് രക്ഷിക്കാൻ തന്റെ ജീവൻ നൽകിയെങ്കിലും ശ്രമിക്കണമെന്ന് അവൾ ഉറപ്പിച്ചു. അതിനുശേഷം ഈ നാടിനോട് വിട പറയണം. കൈലാസത്തിലോ കാശിയിലോ നീലകണ് ഠനെ ഭജിച്ച് ഇനിയുള്ളകാലം കഴിച്ചുകൂട്ടി അവിടത്തെ മണ്ണിൽ ലയിച്ചു ചേരണം. കേളപ്പനാരുമായി നടത്തിയ സംഭാഷണങ്ങൾക്കൊടുവിലാണ് ഈ തീരുമാനമെടുത്തത്.

ഇപ്പോഴത്തെ സാഹചര്യം അദ്ദേഹത്തിന് ശരിക്കും അപകടകര മാണോ? അതോ താൻ തെറ്റായി സങ്കൽപ്പിക്കുന്നതാണോ? അവൾ ചിന്താ ക്കുഴപ്പത്തിലായി. അവിടെച്ചെന്നാൽ കുഴപ്പമൊന്നും സംഭവിക്കില്ലായി രിക്കും. ഒരുപക്ഷേ, തന്റെ തെറ്റിദ്ധാരണയാവാം. എന്നിരുന്നാലും അവ ളുടെ അന്തരാളം അകാരണമായി മിടിച്ചുകൊണ്ടേയിരുന്നു. ഏതാണ്ട് മലമുകളിൽ എത്തി. എന്നിട്ടും ആരെയും കാണുന്നില്ല. അവരെല്ലാം എവിടെപ്പോയി? അവൾ കുതിരയെനിർത്തി ചുറ്റുംനോക്കി. ദൂരെ ഒരു കൽമണ്ഡപം കണ്ടു. അതിന്റെ മുകളിൽ പനയോല വിരിച്ച് കെട്ടിയിരുന്നു.

വാഴക്കുലകളും കുരുത്തോലകളും ചുറ്റും അലങ്കരിച്ചിട്ടുണ്ട്. കുതിരയെ മേയാൻവിട്ട് അവൾ അങ്ങോട്ടേക്ക് നടന്നു.

ഗ്രാമവാസികളാൽ നിറഞ്ഞ മണ്ഡപം. ഏതാനും സ്ത്രീകളൊഴിച്ചാൽ കൂടുതലും പുരുഷന്മാരായിരുന്നു. അവളെ ദൂരെനിന്ന് കണ്ട കേളപ്പനാർ ഊഷ്മളമായ സ്വീകരണം നൽകി തന്റെയടുത്ത് ഇരിപ്പിടത്തിലേക്ക് ക്ഷണിച്ചു. വരരുത് എന്ന് കർശനമായ നിർദ്ദേശം നല്കിയിരുന്നെങ്കിലും അവളെ കണ്ടപ്പോൾ മന്നനാർക്ക് ആശ്വാസമാണ് തോന്നിയത്. സ്ഥിതി ഗതികൾ ആകപ്പാടെ വീക്ഷിച്ച അംബിക തനിക്ക് ഗുരുതരമായ തെറ്റി ദ്ധാരണപറ്റിയോ എന്ന് സംശയിച്ചു. നടക്കാൻ പോകുന്നതെന്താണെന്ന് അവിടെ കൂടിയ എല്ലാവർക്കും കേളപ്പനാരുൾപ്പെടെ അറിയാമായിരുന്നു, അവൾക്കൊഴികെ. ഓരോരോ മനുഷ്യരുടെയും മുഖഭാവങ്ങൾ അംബിക വീണ്ടുംവീണ്ടും സൂക്ഷ്മമായി നിരീക്ഷിച്ചു. പക്ഷേ, അസാധാരണമായി ഒന്നും കാണാനായില്ല. എന്നിരുന്നാലും ചടങ്ങുകൾ വേഗത്തിൽ പൂർത്തി യാക്കി തിരികെപ്പോകണമെന്ന് നിശ്ചയിച്ചു.

കാളീദേവിയുടെ കോലം കെട്ടിയാടുന്നത് രാത്രിയിലാണ്. അതിനു മുന്നോടിയായുള്ള കലാപരിപാടികളാണ് ആദ്യം നടക്കുന്നത്. കോവിലിൽ പൂജാദികർമ്മങ്ങൾ കഴിഞ്ഞ് മന്നനാർവംശത്തെ പ്രകീർത്തിച്ചുകൊണ്ട് പരിപാടി ആരംഭിച്ചു. വിവിധകലാരൂപങ്ങൾ കെട്ടിയാടി. വർണ്ണാഭമായ വേഷവിധാനവും മുഖചമയവും തനതായ ആഭരണങ്ങളും കലാപരിപാ ടികളെ ആകർഷകമാക്കി. പതുക്കെ തുടങ്ങി പിന്നെ ദ്രുതഗതിയിൽ താളം കൂട്ടി ഒടുവിൽ ഉച്ചസ്ഥായിയിലെത്തുന്ന ചെണ്ടമേളത്തിൽ എല്ലാവരും ലയിച്ചിരുന്നു. തുടർന്ന് പ്രത്യേക ഈണത്തിലുള്ള നാടൻപാട്ടുകളും അതി നൊപ്പിച്ച് നൃത്തവും അരങ്ങേറി. ഒടുവിൽ സമ്മേളനം തുടങ്ങി.

ആദ്യം നാട്ടുമൂപ്പനാണ് സംസാരിച്ചത്. ഈ നാടിന്റെ ഐശ്വര്യ ത്തിനും പ്രജകളുടെ ക്ഷേമത്തിനുംവേണ്ടി മന്നനാർരാജവംശം ആദ്യകാ ലങ്ങളിൽ എങ്ങനെ നയപൂർവ്വം ഭരിച്ചുവെന്ന് അദ്ദേഹം വിലയിരുത്തി. വളരെക്കുറഞ്ഞ നികുതിയിൽ, തങ്ങളുടെ കൃഷിയാവശ്യങ്ങൾക്ക് ഉപയോ ഗപ്രദമായ പുഴകളിലെ തടയണപോലുള്ള പദ്ധതികൾ നടപ്പിലാക്കിയതും അയാൾ സൂചിപ്പിച്ചു. അക്കാലത്ത് സ്ത്രീകളുടെ പരാതികൾ കൈകാര്യം ചെയ്തരീതിയും അവരോട് ബഹുമാനത്തോടെ സംസാരിച്ചിരുന്നതും മന്നനാർമാരുടെ മനോഭാവത്തെക്കുറിച്ചും പ്രത്യേകം എടുത്തുപറഞ്ഞു. ഇതുകേട്ട അംബികയ്ക്ക് എന്തോ പന്തികേട് തോന്നി. അവൾക്ക് എന്ത് ചെയ്യാൻ കഴിയും?

മലവെള്ളത്തിൽ തകർന്നടിഞ്ഞ തടയണ പുനർനിർമ്മിക്കേണ്ടതിന്റെ ആവശ്യകത നാട്ടുമുഖ്യൻ അദ്ദേഹത്തോട് വിശദീകരിച്ചു. ഇത് വേനൽ ക്കാലത്തും അവരുടെ കൃഷി മെച്ചപ്പെടുത്താൻ സഹായിച്ചിരുന്നു. മുമ്പ് പലപ്പോഴായി ഈ ആവശ്യത്തിന് തങ്ങൾ അരമനയിൽ വന്നിരുന്നെങ്കിലും പരാതി പരിഗണിക്കപ്പെട്ടില്ലെന്നും നാട്ടുമുഖ്യൻ ഓർമ്മിപ്പിച്ചു. തീർ ച്ചയായും ഈ ആവശ്യം പരിശോധിക്കാമെന്ന് കേളപ്പനാർ ഉറപ്പ് നല്കി.

അവസാനമായി മന്നനാരോട് സംസാരിക്കാൻ അഭ്യർത്ഥിച്ചു.

കേളപ്പനാർ എഴുന്നേറ്റ് സംസാരിക്കാൻ തുടങ്ങി.

"ഏരുവേശ്ശിരാജ്യത്തിലെ ആദരണീയരായ നാട്ടുമുഖ്യരേ എന്റെ പ്രിയപ്പെട്ട മണിക്കടവ് നിവാസികളേ..

എന്റെ വ്യക്തിപരമായ പേരിലും ഏരുവേശ്ശി രാജ്യത്തിനുവേണ്ടിയും മഹത്തായ ഈ ചടങ്ങ് സംഘടിപ്പിച്ച ഓരോരുത്തരോടും എനിക്ക് നന്ദി പറയാതിരിക്കാനാവില്ല. എന്റെ മാതുലൻ സുരതിമന്നനാർ രാജാവ് ഇതു പോലുള്ള ചടങ്ങുകളിൽ പങ്കെടുത്ത് ഓരോ ഗ്രാമവാസികളുടെയും ആവശ്യങ്ങൾ മനസ്സിലാക്കുകയും അവർക്ക് വേണ്ടുന്ന കാര്യങ്ങൾ ചെയ്തുകൊടുക്കുന്നത് എന്റെ ചെറുപ്പകാലത്ത് കണ്ടിട്ടുണ്ട്. പുകൾപെറ്റ ഈ നാടിന്റെ ചുമതല ഏറ്റെടുത്ത് ഞാനും ഇത്തരം ചടങ്ങുകളിൽ പങ്കെടുത്തിട്ടുണ്ട്. എന്നാൽ ഏതാണ്ട് ഒന്നരവർഷക്കാലമായി ഇത്തരത്തിലുള്ള ചടങ്ങുകളിലൊന്നും പങ്കെടുക്കാൻ കഴിഞ്ഞിട്ടില്ല. നിങ്ങളോട് ഒന്നുംതന്നെ ഒളിച്ചുവെക്കാൻ ഞാൻ ഈ സന്ദർഭത്തിൽ ആഗ്രഹിക്കുന്നില്ല. സത്യത്തിൽ ഈ കാലയളവിൽ എനിക്ക് മാനസികമായ ചില പ്രശ്നങ്ങൾ നേരിട്ടു എന്നതാണ് പ്രധാന കാരണം. ഗുരുതരമായ ഒരു രോഗം എന്നെ ബാധിച്ചു. എന്താണ് ഞാൻ ചെയ്യുന്നതെന്ന് എനിക്കുപോലും തിരിച്ചറിയാനായില്ല. നിങ്ങളിൽ പലർക്കും ഞാൻ പറഞ്ഞതും പ്രവർത്തിച്ചതും ഒട്ടും മനസ്സിലാക്കാൻ കഴിഞ്ഞിട്ടുമുണ്ടാവില്ല. ബോധമില്ലാതെ ഒരുപാട് അനീതികൾ ചെയ്തിട്ടുണ്ടാവും. ചിന്താശേഷിയില്ലാത്ത ഇത്തരം പ്രവൃത്തികൾമൂലം ചിലർക്കെല്ലാം ഉണങ്ങാത്ത മുറിവുകളുണ്ടായിട്ടുണ്ടെന്ന് ഞാൻ മനസ്സിലാക്കുന്നു. കഴിഞ്ഞ കുറച്ച് മാസങ്ങളായി നിങ്ങളുടെ പരാതികളിൽ നടപടിയെടുക്കാതെ വീഴ്ച സംഭവിച്ചതിന് ആത്മാർത്ഥമായ ക്ഷമാപണം നടത്താനും ഈ അവസരം വിനിയോഗിക്കുകയാണ്. നിങ്ങളുടെ അഭിമാനവും വരുമാനവും നഷ്ടപ്പെടാനിടയായ അസാധാരണമായ എന്റെ പെരുമാറ്റത്തിന് വീണ്ടും ഞാൻ ക്ഷമാപണം നടത്തുന്നു. അറിയാതെയാണെങ്കിലും എന്റെ എല്ലാ നിഷ്ക്രിയത്വങ്ങളിലും ഖേദമുണ്ട്."

കേളപ്പനാർ തെല്ലിട നിർത്തി വീണ്ടും തുടർന്നു.

"നിങ്ങൾ എല്ലാവരും എന്റെ നിലപാട് മനസ്സിലാക്കുമെന്ന് ഞാൻ പ്രതീക്ഷിക്കുന്നു. ഈ ചടങ്ങിന് ഏതാനും ദിവസങ്ങൾക്ക് മുമ്പ്, ഏരുവേശ്ശിയിലെ ധനമന്ത്രാലയം കൈകാര്യം ചെയ്യുന്ന രാജ്യതന്ത്രജ്ഞയായ, ഇവിടെ സന്നിഹിതയായിട്ടുള്ള അംബിക ഇക്കാര്യം മനസ്സിലാക്കുകയും പ്രതിവിധി കാണാൻ വൈദ്യനെ ഏർപ്പാട് ചെയ്യുകയും ചെയ്തു. വൈദ്യൻ നന്നായി ചികിത്സിച്ചു. അതിന്റെ ഫലമായി ഒന്നരവർഷമായി ഞാനനുഭവിച്ച രോഗത്തിൽനിന്ന് സുഖം പ്രാപിക്കുകയുണ്ടായി. എന്നാൽ എന്നെ സുഖപ്പെടുത്തിയ വൈദ്യൻ കൊല്ലപ്പെട്ടെന്ന് ഞാനറിഞ്ഞു. ആരാണ് ഇങ്ങനെയൊക്കെ ചെയ്യുന്നത്? ഏരുവേശ്ശിരാജ്യത്തിന്റേയോ എന്റേയോ ശത്രുക്കളാണോ അവർ? എന്താണ് അവരുടെ പരാതി? എന്ത് വില

കൊടുത്തും അവരുടെ പരാതികൾക്ക് പരിഹാരം കാണാൻ ഞാനൊരുക്കമാണ്. മുൻഗാമികൾ സ്ഥാപിച്ച ഈ രാജ്യത്തിന് യാതൊരു അപകടവും സൃഷ്ടിക്കരുത് എന്ന് മാത്രമേ എനിക്കുള്ളൂ. നിങ്ങളുടെ ആവലാതികൾ പരിഹരിക്കാൻ ഞാനുണ്ട്. നിങ്ങൾ ഏരുവേശ്ശിരാജ്യത്തിന്റെ ശത്രുവോ മിത്രമോ ആരുമാവട്ടെ, നിങ്ങളോട് എന്റെ ഒരേയൊരു അഭ്യർത്ഥന, ആവശ്യങ്ങൾ എന്നെ അറിയിക്കൂ.. ജീവൻ കൊടുത്തായാലും ഞാൻ അവ പരിഹരിക്കും."

കേളപ്പനാരുടെ ശ്രേഷ്ഠമായ പ്രസംഗം കേട്ട് അംബിക തന്റെ വികാരം മറച്ചുവയ്ക്കാൻ പാടുപെട്ടു. അദ്ദേഹത്തിൽനിന്ന് ഇത്തരം ഭാഷണം ഒരിക്കലും പ്രതീക്ഷിച്ചിരുന്നില്ല. മുണ്ടിന്റെ തുമ്പുകൊണ്ട് കണ്ണുകളൊപ്പി അവൾ അകലേക്ക് നോക്കിയിരുന്നു. അദ്ദേഹം ഭാഷണം തുടർന്നു.

"നിങ്ങളുടെ ആവലാതികൾ രഹസ്യമായോ പരസ്യമായോ എന്നോട് പറയാമെന്ന് വീണ്ടും അഭ്യർത്ഥിക്കുന്നു. എത്രയും പെട്ടെന്നുതന്നെ അവയ്ക്ക് പരിഹാരമുണ്ടാക്കുമെന്നും ഞാൻ ഉറപ്പുനൽകുന്നു. എന്റെ കൃത്യവിലോപംമൂലം നിങ്ങളിലാരെങ്കിലും ഏതെങ്കിലും അനിഷ്ടസംഭവത്തിൽ ഇരയായിട്ടുണ്ടെങ്കിലോ അതിന് നഷ്ടപരിഹാരം ലഭിക്കണമെന്ന് താൽപ്പര്യമുണ്ടെങ്കിലോ അതിനും ഞാൻ ഒരുക്കമാണ്. ക്ഷമിക്കണമെന്ന ഒരു വാക്ക് കൊണ്ടോ നഷ്ടപരിഹാരമായി നൽകുന്ന സ്വർണ്ണനാണയങ്ങൾ കൊണ്ടോ അതൊന്നും പരിഹരിക്കാനാവില്ല എന്ന് എനിക്കറിയാം. നിങ്ങളുടെ എല്ലാ നഷ്ടങ്ങളും നികത്താൻ കഴിയില്ലെന്നും ഞാനറിയുന്നു. രാജാവെന്ന നിലയിൽ അതെന്റെ ഉത്തരവാദിത്വവും കടമയുമാണ്. അസാധാരണമായ എന്റെ പെരുമാറ്റത്തിന്, എന്റെ തെറ്റുകൾക്ക് ഏത് തരത്തിലുള്ള ശിക്ഷയും സ്വീകരിക്കാൻ ഞാൻ തയ്യാറാണ്; എന്റെ കർത്തവ്യങ്ങൾ ശരിയായി ചെയ്യാത്തതുൾപ്പെടെ പലതും ഞാൻ ഇതിനകം ചെയ്തു."

അംബിക കേളപ്പനാരുടെ മുഖത്ത് നോക്കി. അദ്ദേഹം കരയുകയാണോ? സജലങ്ങളായ മിഴികളിൽനിന്ന് ഒരു തുള്ളി മണ്ണിലേക്ക് പൊഴിഞ്ഞുവോ? ആൾക്കൂട്ടത്തിലേക്ക് കണ്ണ് പായിച്ചു. ഓരോരോ മുഖങ്ങളിലും കുറ്റബോധത്തിന്റെ കാളിമ പരക്കുന്നുവോ? അവർ തമ്മിൽത്തമ്മിൽ എന്തൊക്കെയോ സംസാരിച്ചുകൊണ്ടിരുന്നു. അവരെന്താണ് സംസാരിക്കുന്നതെന്ന് അവൾക്കറിയില്ല. പക്ഷേ, ഒന്നറിയാം. കേളപ്പനാരുടെ പ്രഭാഷണം അവരെ വല്ലാതെ ഉലച്ചിരിക്കുന്നു. അവൾ വേദിയിലായതിനാൽ സംസാരിക്കുന്നത് കേൾക്കാനും കഴിഞ്ഞില്ല. അദ്ദേഹം വീണ്ടും സംസാരിക്കാൻ തുടങ്ങി.

"ഇപ്പോൾ ഭാരതഖണ്ഡത്തിലെ സാഹചര്യം നമുക്ക് അനുകൂലമല്ല. ഈ മണ്ണിൽ ഒരു വിദേശി വന്ന് സ്വയം ചക്രവർത്തിയായി പ്രഖ്യാപിച്ചിരിക്കയാണ്. ഈ ഭൂമി ഒരിക്കലും ഒരു രാജാവിന്റെ കീഴിലോ മറ്റേതെങ്കിലും രാജ്യത്തിന്റെ കീഴിലോ ആയിരുന്നില്ല. സംസ്കാരവും സമ്പ്രദായങ്ങളും തീർത്തും വ്യത്യസ്തമായിരുന്നു. അപ്പോൾ എങ്ങനെ ഒരു വിദേശിക്ക്

ഭാരതഖണ്ഡം ഭരിക്കാൻ കഴിയും? വീഴ്ചകളുടെ സിദ്ധാന്തം എന്ന തത്ത്വം സ്വീകരിച്ച് അവർ ഭാരതത്തിന്റെ മുഴുവൻ സമ്പത്തും അധികാരവും നമ്മെ കബളിപ്പിച്ച് നേടുകയാണ്."

അപ്പോൾ ഒരാൾ എഴുന്നേറ്റ് "വീഴ്ചകളുടെ സിദ്ധാന്തം എന്നുപറഞ്ഞാൽ എന്താണെ"ന്ന് ചോദിച്ചു. ആ ചോദ്യത്തിന് മറുപടിയായി അദ്ദേഹം പറഞ്ഞു.

"ഏതെങ്കിലും ഒരു രാജാവിന് പിൻഗാമിയില്ലെങ്കിൽ ആ രാജ്യം വിദേശസാമ്രാജ്യത്തോട് ചേർക്കുക എന്ന തത്ത്വമാണ് ഇത്. ഈ സിദ്ധാന്തം ഭാവിയിൽ ഏരുവേശ്ശിരാജ്യത്തെയും ബാധിച്ചേക്കാം. മരുമക്കത്തായസമ്പ്രദായപ്രകാരമുള്ള പിന്തുടർച്ചാവകാശമാണ് ഞങ്ങൾ പുലർത്തുന്നത്. രാജാവിന്റെ സഹോദരീപുത്രനാണ് രാജാധികാരം ലഭിക്കുക. പക്ഷേ, എനിക്ക് സഹോദരിയും മരുമക്കളുമില്ലല്ലോ. ഇനി നിയമം മാറ്റി എന്റെ മകന് അധികാരം നൽകാമെന്നുവച്ചാലും മന്നനാരാവാൻ അവന് ഒട്ടും താൽപ്പര്യവുമില്ല. ആ നിലയ്ക്ക് ഈ തത്ത്വപ്രകാരം എന്റെ മരണശേഷം ഏരുവേശ്ശിരാജ്യത്തിന്റെ അധികാരം വിദേശികളുടെ കൈകളിലെത്തിയേക്കാം. ഇനി അഥവാ എന്റെ മകന് അവകാശം കിട്ടിയാലും കൊടുക്കാൻ ഞാൻ തയ്യാറുമല്ല. ഏരുവേശ്ശിയിലെ പൗരന്മാരിലൊരാളായി അവൻ ജീവിക്കട്ടെ. ഞാൻ ചെയ്ത ദ്രോഹങ്ങൾക്ക് ഒരിക്കൽക്കൂടി സത്യസന്ധമായ ക്ഷമാപണം. ഞാൻ എന്റെ കർത്തവ്യങ്ങൾ ശരിയായി നിർവ്വഹിക്കാത്തതിനാൽ എല്ലാവർക്കും അനാവശ്യമായ ബുദ്ധിമുട്ടുകൾ ഉണ്ടാക്കി. ഞാൻ നിർത്താം. എന്റെ ഭാഷണം മാത്രമല്ല ജീവിതവും ഇവിടെ അവസാനിപ്പിക്കാൻ ആഗ്രഹിക്കുന്നു.

കേളപ്പനാർ ഉപസംഹരിച്ചു.

ഗ്രാമീണരിൽ പലരും കണ്ണ് തുടയ്ക്കുന്നത് അംബിക കണ്ടു. ചരിത്രത്തിലാദ്യമാണ് ഒരു രാജാവ് താൻ ചെയ്ത തെറ്റുകൾക്ക് പൗരന്മാരോട് ക്ഷമാപണം നടത്തുന്നത്. ആൾക്കൂട്ടത്തിനിടയിൽനിന്ന് മർമ്മരങ്ങൾ ഉയരുകയാണ്. എന്തോ കുഴപ്പമുണ്ടെന്ന് അംബികയ്ക്ക് തോന്നി.

നാട്ടുമുഖ്യൻ വേദിയിലെത്തി മന്നനാരുടെ പ്രസംഗത്തെ പ്രശംസിച്ചു. ഇതൊരു പതിവ് ചടങ്ങല്ലല്ലോ എന്ന് അംബികയ്ക്ക് തോന്നി. അവൾ ശ്രദ്ധയോടെ ഓരോരോ നീക്കവും പ്രവർത്തനങ്ങളും വീക്ഷിച്ചുകൊണ്ടിരുന്നു. യോഗം അവസാനിച്ചു. മന്നനാർക്കുവേണ്ടി ഒരുക്കിയ വിരുന്നിൽ പങ്കെടുക്കണമെന്ന് നാട്ടുമുഖ്യൻ എല്ലാവരോടും അഭ്യർത്ഥിച്ചു.

കേളപ്പനാരെയും അംബികയെയും അവർ ഭക്ഷണശാലയിലേക്ക് കൊണ്ടുപോയി. പലതരം ഭക്ഷണവിഭവങ്ങൾ എല്ലാവർക്കും വിളമ്പി. അംബിക മന്നനാരോടൊപ്പമിരുന്നു. സ്ത്രീകൾ പുരുഷന്മാരോടൊപ്പം ഇരുന്ന് ഭക്ഷണം കഴിക്കുന്നത് പതിവല്ലെങ്കിലും അംബികയ്ക്ക് ഇളവ് ലഭിച്ചു. സദ്യ കഴിച്ച് എഴുന്നേൽക്കുന്നതിനുമുമ്പ് പ്രഥമൻ വിളമ്പാറുണ്ട്. പാലടപ്രഥമൻ അദ്ദേഹത്തിന് ഏറെ പ്രിയമുള്ളതാണ്. നാട്ടുമുഖ്യന്റെ പെട്ടെന്നുള്ള നിർദ്ദേശം ലഭിച്ചതിനാൽ അത് വിളമ്പിയില്ല. മന്നനാർക്ക്

വേണ്ടി മാത്രം വളരെക്കുറച്ച് പ്രഥമൻ തയ്യാറാക്കിയിരുന്നു. എല്ലാവർക്കും വച്ചുണ്ടാക്കിയിരുന്നെങ്കിൽ ഒരുപക്ഷേ, ആരെങ്കിലും വിഷം ചേർത്ത പ്രഥമൻ അറിയാതെ കഴിച്ചെങ്കിലോ എന്നതായിരുന്നു കാരണം. മന്നനാർ തന്നെ അതാവശ്യപ്പെട്ടത് അവരെ വല്ലാത്ത വിഷമവൃത്തത്തിലാക്കി.

"തമ്പ്രാ.. ഞാങ്ങക്ക് ബല്ലാത്ത വെശമുണ്ട്. അത് കേടായിപ്പോയി."

"അതെങ്ങനെ? സാരമില്ല. പാലടപ്രഥമൻ എനിക്ക് ഏറെ പ്രിയമുള്ള വിഭവമാണെന്ന് നിങ്ങൾക്ക് അറിയാമല്ലോ? എന്തായാലും കൊണ്ടുവരൂ.."

"ബെച്ചുണ്ടാക്ക്യപ്പം തീരെ ശര്യായില്ല. തമ്പ്രാ.. മാപ്പാക്കണേ.." നാട്ടുമുഖ്യൻ വീണ്ടും ക്ഷമാപണം നടത്തി.

"സാരമില്ലെന്ന് പറഞ്ഞില്ലേ? എന്തായാലും കൊണ്ടുവരൂ.."

പെട്ടെന്ന് ആരോ ഒരാൾ പാലട പ്രഥമൻ കൊണ്ടുവന്ന് മന്നനാരുടെ ഇലയിൽ വിളമ്പി. ഇയാൾ ആരാണ്? കേളപ്പനാർ ആലോചിച്ചു. കുറുവാമ്പയുടെ പിന്നിലുള്ള ആരോ ആയിരിക്കും.

"തമ്പ്രാനേ, അത് ചീത്തയായിരുന്നു."

നാട്ടുമുഖ്യൻ വീണ്ടും പരിതപിച്ചു.

"അതിരിക്കട്ടെ; ചീത്തയായ പാലടപ്രഥമൻ കഴിക്കുന്നത് എനിക്കുള്ള ശിക്ഷയായി കൂട്ടിയാൽ മതി."

കേളപ്പനാർ ചിരിച്ചുകൊണ്ട് പറഞ്ഞു. ഈ സമയം അംബിക തനിക്കും പ്രഥമൻ വിളമ്പാനാവശ്യപ്പെട്ടു.

"ഇല്ല.. അംബികാ, ഇത് എനിക്ക് വേണ്ടി മാത്രം തയ്യാറാക്കിയതാണ്. കേടായതും രുചിയില്ലാത്തതുമായ പാലടപ്രഥമൻ കഴിക്കുന്നതിന്റെ ശിക്ഷ നീയല്ലാ..ഞാനാണ് അനുഭവിക്കേണ്ടത്. നീ എടുക്കേണ്ട."

പ്രഥമൻ കഴിക്കുന്നതിൽനിന്ന് കേളപ്പനാർ അവളെ തടഞ്ഞു. അതിനുശേഷം അദ്ദേഹം സാവധാനം കഴിക്കാൻ തുടങ്ങി. അംബിക അന്തുതപ്പെട്ടു. എന്തുകൊണ്ടാണ് തന്നെ വിലക്കിയത്?

പെട്ടന്ന് അവൾ നീലസാരിക്കാരിയെ കണ്ടു. അതേ..ആർച്ചതന്നെ. സദ്യ കഴിക്കുമ്പോൾ ഇടയ്ക്ക് എഴുന്നേറ്റ് പോകുന്നത് ഒട്ടും മര്യാദയല്ലെന്ന് അവൾക്കറിയാമായിരുന്നു. പക്ഷേ, വേറെവഴിയില്ല. ആർച്ച വീണ്ടും രക്ഷപ്പെട്ടേക്കാം. മന്നനാരോടും മറ്റുള്ളവരോടും ക്ഷമാപണം നടത്തി ഉടനെ തിരികെവരാമെന്ന് വാക്ക് കൊടുത്ത് അവൾ നീലസാരിക്കാരിയെ കണ്ടു. അവൾ പോയിരുന്നില്ല. അപ്പോഴും അവിടെത്തന്നെ നില്ക്കുകയായിരുന്നു. അംബികയുടെ കണക്കുകൂട്ടൽ തെറ്റിയില്ല, ആർച്ചതന്നെ.

"ആർച്ചേ..നിനക്ക് സുഖമാണോ? എങ്ങനെ ഇവിടെയെത്തി?"

അംബികയുടെ ചോദ്യം കേട്ട് ആദ്യമവൾ മൗനം പാലിച്ചു. കണ്ണുകൾ നിറഞ്ഞൊഴുകി. പിന്നെ പതിയെ പറഞ്ഞു

"നിന്റെ ചോദ്യങ്ങൾക്ക് എനിക്ക് ഉത്തരമില്ല. ഒന്നേ പറയാനുള്ളൂ. അംബീ.. പാലടപ്രഥമൻ നീ കഴിക്കരുത്."

"എന്തുകൊണ്ട്?"

"അതിൽ നരിനാവ് കലർത്തി."

"എന്താണ് അത്? മന്നനാർ കഴിച്ചല്ലോ? അതാണ് അദ്ദേഹത്തിന്റെ ഇഷ്ടവിഭവം."

"ഞങ്ങളുടെ ലക്ഷ്യം നീയല്ലാ മന്നനാരാണ്. അതുകൊണ്ട് നീ പ്രഥമൻ കഴിക്കരുത്. കൂടുതൽ ചോദ്യങ്ങളൊന്നും ചോദിക്കരുത്. എനിക്ക് ഉത്തരമില്ല. അംബിക എന്നോട് ക്ഷമിക്കൂ."

അതുംപറഞ്ഞ് ആർച്ച സ്ഥലംവിട്ടു.

"ലക്ഷ്യമോ?എന്താണതിന്റെ അർത്ഥം?"

അവൾ കടുത്ത ആശയക്കുഴപ്പത്തിലായി. ആർച്ച എങ്ങോട്ടാണ് പോയത്? അവൾ അവിടെയെല്ലാം തിരഞ്ഞു. ആർച്ചയെ കാണാനായില്ല. നരിനാവ് ചേർത്തെന്നാണ് ആർച്ച പറഞ്ഞത്. എന്താണ് നരിനാവ്..? എന്തു കൊണ്ടാണ് താൻ കഴിക്കുന്നതിന് എല്ലാവരും തടസ്സം നിൽക്കുന്നത്? അവൾ ചുറ്റുംനോക്കി. പാലടപ്രഥമനടങ്ങിയ പാത്രം കണ്ടു. തന്റെ പ്രിയപ്പെട്ട മന്നനാർ കഴിച്ചതാണ്. അദ്ദേഹത്തിന് സംഭവിക്കുന്നത് തനിക്കും സംഭവിക്കട്ടെ.. ഒരു ചെറിയ ഓട്ടുപാത്രം നിറയേ എടുത്ത് മുഴുവനും ഒറ്റ വീർപ്പിന് കഴിച്ചു. നല്ല രുചിയാണെന്ന് കണ്ട് അവൾ വീണ്ടും കുറച്ചുകൂടി കഴിച്ചു. തിരികെ പന്തിയിലെത്തി. വിളമ്പിയ എല്ലാ ഭക്ഷണങ്ങളും രുചികരമായിരുന്നു. അംബിക ഭക്ഷണം കഴിച്ച് കൈകഴുകി.

കൈകഴുകുമ്പോൾ ആരുമറിയാതെ സ്വയം പ്രഥമനെടുത്ത് കഴിക്കുന്ന നാട്ടുമുഖ്യനെ കണ്ടു. അയാൾ കരയുകയായിരുന്നു. വിരുന്ന് പൂർത്തിയായതോടെ കൊട്ടാരത്തിലേക്ക് മടങ്ങാൻ കേളപ്പനാരും അംബികയും ഒരുങ്ങി. നാട്ടുമുഖ്യനുൾപ്പെടെ എല്ലാവരും സങ്കടഭാവത്തോടെ നിൽക്കുന്നു. എന്താണ് ഇവർക്കെല്ലാം പറ്റിയത്? അംബികയ്ക്ക് ഒന്നും മനസ്സിലായില്ല. മനസ്സാന്നിദ്ധ്യം വീണ്ടെടുത്ത മൂപ്പൻ അല്പം ഉച്ചത്തിൽ പറഞ്ഞു

"എല്ലാരും ബെർതെ കരയാണ്ക്ക്. മ്മളെ രായാവ് എബ്ടേം പോവ്ന്നില്ല. അദ്ദ്യം എപ്പോളും മ്മടെ കൂടേണ്ടാവും.."

യാത്ര പുറപ്പെടാൻ തുടങ്ങവേ നാട്ടുമൂപ്പൻ അവരെ തടഞ്ഞു. അപ്പോഴേക്കും ഒരാൾ ഓടിയെത്തി അണച്ചുനിന്നു. അയാളുടെ കൈയിലെ പാത്രം വാങ്ങി അതിൽനിന്ന് രണ്ടു ഓട്ടുമൊന്തയിലേക്ക് പകർന്ന ദ്രാവകം രണ്ടുപേർക്കും നീട്ടിക്കൊണ്ട് പറഞ്ഞു.

"തമ്പ്രാ..കേടായ പായിസം കയിച്ചേന്റെ ഏനക്കേട് മാറാൻ ഇത് നല്ലതാന്ന്. കയിച്ചാട്ടേ.."

ചവർപ്പും കയ്പ്പും കലർന്ന ആ ദ്രാവകം ഇരുവരും കഴിച്ചശേഷം യാത്രയായി.

നാല്പത്തി മൂന്ന്

വിരുന്ന് കഴിഞ്ഞ് മന്നനാരും അംബികയും മൂത്തേടത്തരമനയിലേക്ക് പുറപ്പെട്ടു. മലഞ്ചെരുവിലൂടെയുള്ള ഇറക്കം വളരെ കരുതലോടെയായിരുന്നു. സവാരി തുടങ്ങി കുറച്ചു കഴിഞ്ഞപ്പോഴേക്കും കേളപ്പനാർക്ക് വയറ്റിൽ അസ്വസ്ഥത തോന്നിയെങ്കിലും അതൊന്നും ഗൗനിക്കാതെ യാത്രതുടർന്നു. അംബികയ്ക്ക് ഇത്തരം പ്രശ്നങ്ങളൊന്നും തോന്നിയില്ല. കേളപ്പനാരുടെ ഓരോ ചലനവും പിന്നിൽനിന്ന് ശ്രദ്ധിക്കുകയായിരുന്നു അവൾ.

വഴിക്കിരുവശവും ഇടതൂർന്ന വനങ്ങൾ. അതിൽ കൊടുമുടിയോളം ഉയരമുള്ള വൻമരങ്ങൾ. കാനനമദ്ധ്യത്തിലൂടെ എങ്ങോട്ടെന്നറിയാതെ കണ്ണെത്താദൂരത്തോളം വളഞ്ഞുപുളഞ്ഞൊഴുകിപ്പായുന്ന പുഴ. തീരത്ത് വിരിഞ്ഞുനില്ക്കുന്ന പേരറിയാത്ത കാട്ടുപൂക്കൾ. ചന്നംപിന്നം പാറിക്കളിക്കുന്ന കിളികൾ. ഇതെല്ലാം എത്രയോ വട്ടം കണ്ടതാണെങ്കിലും ഇതുവരെ കാണാത്ത മട്ടിൽ കേളപ്പനാർ ആസ്വദിച്ചു. വൈകാതെ അവർ മണിക്കടവ് ഗ്രാമത്തിലെത്തി. അദ്ദേഹത്തിന് കൂടുതൽ അസ്വസ്ഥത അനുഭവപ്പെട്ടു. കുറച്ചുനേരം കുതിരയെ നിർത്തുകയും, പിന്നെ വീണ്ടും ഓടിക്കുകയും ചെയ്തു. ഈ നേരം അംബികയും അതുപോലെ ചെയ്തു. വളരെ കരുതലോടെയാണ് അവൾ പിന്തുടർന്നത്. വൈകാതെ മണിക്കടവ് ഗ്രാമം അവരുടെ കണ്ണിൽനിന്ന് മറഞ്ഞു.

പെട്ടെന്ന് അദ്ദേഹം തിരിഞ്ഞുനിന്ന് പിന്നിലുള്ള അംബികയോട് പറഞ്ഞു.

“അംബികാ.. നമ്മൾ നുച്യാട് ദേശത്ത് എത്താറായിരിക്കുന്നു. ചുഴലി ഭഗവതിയുടെ തെയ്യക്കോലം കെട്ടിയാടുന്നത് ഇന്നാണ്. ഞാൻ ഭഗവതിയുടെ അനുഗ്രഹവും വാങ്ങി അരമനയിലേക്ക് വരാം. നീ പോയ്ക്കോളൂ.”

"തമ്പുരാനേ.. നമുക്ക് എത്രയും പെട്ടെന്ന് അരമനയിലേക്ക് മടങ്ങേണ്ടതുണ്ട്. അതല്ല, പോകാൻതന്നെയാണ് നിശ്ചയമെങ്കിൽ ഞാനും വരുന്നു."

"നോക്കൂ.. അവിടെ എന്റെ ചീരുമന്നത്തി വിഷമിച്ചിരിപ്പുണ്ടാവും. ഞാൻ ഉടനെ മടങ്ങിയെത്തുമെന്ന് അവളെ അറിയിക്കൂ."

"കൂടെ ഞാനുള്ളതുകൊണ്ട് മന്നത്തിയുടെ ധൈര്യവും വിശ്വാസവും കൂടുകയാണെന്ന് അങ്ങയെ പ്രത്യേകം ഓർമ്മിപ്പിക്കണോ?"

കേളപ്പനാർ ചിരിച്ചുപോയി, കൂടെ അവളും. പിന്നെ തടസ്സമൊന്നും അദ്ദേഹം പറഞ്ഞില്ല. അവർ ഭഗവതിക്ഷേത്രത്തിലേക്ക് പോയി. അവിടെ മുറ്റത്ത് നാടുവാഴികൾക്കുമാത്രം അധികാരപ്പെട്ട മന്നനാർപ്പടിയിൽ അദ്ദേഹം ഇരുന്നു. തൊട്ടടുത്തുതന്നെ അംബികയും. ഉപദേവതമാരുടെ തെയ്യക്കോലങ്ങളെല്ലാം ആടിത്തീർന്നിരുന്നു. മുഖചമയമെഴുതി ആടയാഭരണങ്ങളണിഞ്ഞ ഭഗവതിയുടെ പുറപ്പാടായി. താളത്തിൽ ചെണ്ടമേളങ്ങൾ മുഴങ്ങി. പിന്നെ തിരുമുടിയണിഞ്ഞ ഭഗവതി നാടുവാഴിയുടെ മുന്നിലെത്തി. മന്നനാരുടെ തലയിൽ കൈവച്ച് പൂവും കുറിയും നല്കി അനുഗ്രഹിച്ചു.

ക്ഷേത്രമുറ്റത്ത് തിങ്ങിനിറഞ്ഞ പുരുഷാരം. അംബിക ആൾക്കൂട്ടത്തിലേക്ക് നോക്കി. വിവിധ ആവശ്യങ്ങൾക്കായി അരമനയിൽ വരാറുള്ള പരിചിതമുഖങ്ങൾ കണ്ടു. ചിലർ തൊഴുതുകൊണ്ട് ബഹുമാനം പ്രകടിപ്പിച്ചു. മറ്റുചിലർ ആദരവോടെ അടുത്തുവന്ന് കുശലം ചോദിച്ചു. പെട്ടെന്ന് അവളുടെ കണ്ണിൽ ഒരു മുഖം ഉടക്കിനിന്നു. കണ്ണപ്പൻ..! അവൾ ഞെട്ടിപ്പോയി. അതേ.. അത് അവൻതന്നെ. നീട്ടിവളർത്തിയ പാതിനരച്ച താടിക്കുള്ളിലെ ക്രൗര്യം നിറഞ്ഞ കണ്ണുകൾ എവിടെവച്ച് കണ്ടാലും ഒറ്റനോട്ടത്തിൽ തിരിച്ചറിയാൻ തനിക്ക് കഴിയും. തങ്ങളെത്തന്നെ തുറിച്ച് നോക്കുകയാണ് അവൻ. അവൾ കേളപ്പനാരെ നോക്കി. അദ്ദേഹം ഭഗവതിയുടെ തിരുനൃത്തത്തിൽ ശ്രദ്ധ കേന്ദ്രീകരിച്ചിരിക്കയാണ്. വീണ്ടും കണ്ണപ്പൻ നില്ക്കുന്നിടത്തേക്ക് അവൾ തിരിഞ്ഞു. അപ്പൊഴേക്കും അവൻ എങ്ങോട്ടോ പോയ്മറഞ്ഞിരുന്നു.

"നമുക്ക് തിരിച്ചുപോകാം.." അംബിക പറഞ്ഞു. മേളപ്പെരുക്കത്തിൽ കേട്ടില്ലെന്ന് തോന്നുന്നു. കേളപ്പനാർ ഏതോ ലോകത്തിൽ ലയിച്ചിരിപ്പാണ്. ഇത്തവണ തെല്ലുറക്കെയാണ് അവൾ ആവശ്യപ്പെട്ടത്. ഞെട്ടിയുണർന്ന മന്നനാർ ചുറ്റും നോക്കി. "ശരി.. പോകാം" എന്ന് പറഞ്ഞ് അദ്ദേഹം പടിക്കെട്ടുകളിറങ്ങി കുതിരയെ കെട്ടിയിട്ട സ്ഥലത്തേക്ക് നടന്നു. നേരത്തേയുണ്ടായ വയറുവേദന ഇപ്പോഴനുഭവപ്പെടുന്നില്ല. വിഷബാധയേൽക്കാതിരിക്കാനുള്ള പ്രതിരോധമരുന്നായിരിക്കും രണ്ടുപേർക്കും നാട്ടുമൂപ്പൻ നല്കിയതെന്ന് കേളപ്പനാർ ഊഹിച്ചു. വൈകാതെ അവർ ക്ഷേത്രം പിന്നിട്ടു.

പ്രധാനവഴിയിലൂടെ പോകാതെ മന്നനാർ കാട്ടുവഴിയിലൂടെ കുതിരയെ തെളിച്ചു. അവളും തൊട്ടുപിന്നിലുണ്ടായിരുന്നു. മൂത്തേ

ടത്തരമനയിലേക്ക് ഒരുപക്ഷേ, വേറെയേതെങ്കിലും കുറുക്കുവഴികൾ ഉണ്ടായേക്കാമെന്ന് അവൾ കണക്കുകൂട്ടി. കുറച്ച് സമയത്തിനുശേഷം കേളപ്പനാർ കുതിരയെ പ്രധാനവഴിയിലേക്കുതന്നെ വീണ്ടും തിരിച്ചുവിട്ടു. അംബികയ്ക്ക് എത്ര ആലോചിച്ചിട്ടും ഇദ്ദേഹമെന്താണ് ഉദ്ദേശിക്കുന്ന തെന്ന് മനസ്സിലായില്ല. ആകപ്പാടെ ആശയക്കുഴപ്പത്തിലായെങ്കിലും അവൾ തൊട്ടുപിന്നാലെതന്നെ യാത്രചെയ്തു. രണ്ട് കുതിരകളും വളരെ പതുക്കെയാണ് പോകുന്നത്. അല്പദൂരം പിന്നിട്ടപ്പോൾ ചോലക്കണ്ടം എന്ന സ്ഥലത്ത് എത്തിച്ചേർന്നു. വിശാലമായ ചില്ലകൾ വിരിച്ച് യാത്രികർക്ക് തണലും ആശ്വാസവും നല്കുന്ന കൂറ്റൻ ആൽമരം കണ്ടപ്പോൾ കേളപ്പനാർ കുതിരയെ നിർത്തി. ഇതുവഴിയുള്ള യാത്രയിൽ എത്രയോ വട്ടം ഈ മരത്തിന്റെ ചുവട്ടിലിരുന്നതോർത്തു. പെട്ടെന്ന് വയറ്റിൽനിന്ന് പുകച്ചിൽപോലെ എന്തോ അനുഭവപ്പെട്ട് ആൽമരത്തിന്റെ ചുവട്ടിലേക്ക് അദ്ദേഹം പതിയെ നടന്നു.

അംബികയ്ക്ക് വിശ്വസിക്കാൻ കഴിഞ്ഞില്ല, ശരിയായി നില്ക്കാനാകാതെ കേളപ്പനാർ വീഴാനാഞ്ഞു. ദ്രുതഗതിയിൽ ഓടിയെത്തി വീഴ്ചയിൽനിന്ന് തടയാൻ അവൾ ശ്രമിച്ചു. ഒടുവിൽ എങ്ങനെയെല്ലാമോ കഷ്ടപ്പെട്ട് ആൽത്തറയിൽ കിടത്തി. ഇരുകൈകളും വയറ്റിലമർത്തി വേദനകൊണ്ട് പുളഞ്ഞ് അദ്ദേഹം ആൽത്തറയിൽ കിടന്നുരുണ്ടു. ഇതേസമയം അംബികയ്ക്കും സമാനമായ അവസ്ഥ വന്നുതുടങ്ങി. ആൽമരച്ചുവട്ടിൽ അവളും കൈകുത്തി ഇരുന്നു. കാഴ്ചയ്ക്ക് തെളിച്ചം കുറയുന്നുണ്ടോ? വേഷ്ടിയുടെ കോന്തലകൊണ്ട് കണ്ണുകൾ വീണ്ടുംവീണ്ടും തുടച്ചു. ഇല്ല.. പകൽ വെളിച്ചം മായുകയാണ്. കാഴ്ചകളെ മറയ്ക്കുന്ന കോടമഞ്ഞില കപ്പെട്ടപോലെ.. ചുറ്റും ഇരുൾ മൂടുകയാണ്.

****

സ്കൂളങ്കണത്തിൽ ശ്വാസമടക്കി നാടകം കണ്ടുകൊണ്ടിരിക്കുന്ന പ്രേക്ഷകരുടെ കാതുകളിൽ കോളാമ്പിയിലൂടെ അറിയിപ്പ് മുഴങ്ങി.

“സഹൃദയരേ, അടുത്ത രംഗത്തോടുകൂടി ‘ചരിത്രംകൊണ്ട് മുറിവേറ്റ മന്നനാർ’ എന്ന ഈ നാടകം അവസാനിക്കുകയാണ്. ഒരു തുടക്കക്കാരെന്നനിലയിൽ ഒട്ടേറെ പോരായ്മകൾ സംഭവിച്ചിട്ടുണ്ടാവാം. നൂറ്റാണ്ടുകളോളം ഏരുവേശ്ശി ആസ്ഥാനമാക്കി ഭരണം നടത്തിയ മന്നനാർരാജവംശത്തെക്കുറിച്ച് ലഭ്യമായ ചരിത്രങ്ങൾ പരമാവധി ഞങ്ങൾ ഈ നാടകത്തിൽ ഉൾക്കൊള്ളിച്ചിട്ടുണ്ട്. എന്നിരുന്നാലും പൂർണ്ണമായി എന്ന് ഞങ്ങൾ അവകാശപ്പെടുന്നില്ല. ഈ സമയംവരെ തികഞ്ഞ അച്ചടക്കത്തോടെ ഞങ്ങളുടെ ഈ എളിയ കലാസൃഷ്ടി കാണുകയും പ്രോത്സാഹിപ്പിക്കുകയും ചെയ്ത മുഴുവൻ കലാസ്നേഹികളോടും ഹൃദയത്തിന്റെ ഭാഷയിൽ നന്ദി അറിയിക്കുകയാണ്. ഇതാ.. നാടകത്തിന്റെ അവസാന രംഗത്തിലേക്ക്.”

യവനിക ഉയരുന്നു. പക്ഷേ, അപ്പോഴും വേദി ഇരുളിൽ തന്നെയാണ്. ഏതാനും സമയം കഴിഞ്ഞപ്പോൾ നേർത്ത നിലാവെളിച്ചം പ്രകാശിതമാവുന്നു. ഇപ്പോൾ വേദിയുടെ ഒരുവശം പാതയോരവും മറ്റുള്ള മൂന്നു ഭാഗത്തും കാനനപ്രദേശവുമാണെന്ന് കാണാം. ഒത്തമദ്ധ്യത്തിലുള്ള ആൽത്തറയിൽ കേളപ്പനാർ കിടക്കുകയാണ്. തൊട്ടരികിൽ അംബികയും. അല്പസമയം കഴിഞ്ഞപ്പോൾ വേദനയ്ക്ക് ശമനം വന്നതായിത്തോന്നിയ മന്നനാർ പതിയെ പറഞ്ഞുതുടങ്ങി.

"അംബീ.. ഒരു രാജാവ് എത്ര നല്ലകാര്യങ്ങൾ ചെയ്താലും ചരിത്രത്തിൽ അദ്ദേഹത്തെ കുറ്റവാളിയായി ചിത്രീകരിക്കാൻ, കേവലം ഒന്നോ രണ്ടോ തെറ്റുകൾമതി. അതാണ് എക്കാലവുമുള്ള നാട്ടുനടപ്പ്. ഇത് ഞാൻ എന്നെ ന്യായീകരിക്കാൻ വേണ്ടി പറയുന്നതല്ല. സുഖമില്ലാതിരുന്ന കാലത്ത് തെറ്റുകൾ ചെയ്തിട്ടുണ്ട്. പൗരന്മാർക്ക് അർഹമായ നീതി ലഭിച്ചിട്ടുണ്ടാവില്ല. ആവലാതികൾ പരിഗണിക്കപ്പെട്ടിട്ടുണ്ടായില്ലെന്നും ഞാൻ അറിയുന്നു. മരണശിക്ഷ ഏറ്റുവാങ്ങാൻ തക്ക ഗുരുതരമാണോ ഇവയൊക്കെ? മുമ്പ് ഒരുപാട് സന്ദർഭങ്ങളിൽ എന്നെ രക്ഷിച്ച എന്റെ അംബികയ്ക്കുപോലും ഇത്തവണ എന്നെ സഹായിക്കാൻ കഴിയുന്നില്ലല്ലോ?"

വേദനകൊണ്ട് പുളയുന്നതിനിടയിലും അംബിക പറഞ്ഞു.

"പ്രഭോ..അങ്ങ് ഒരു തെറ്റും ചെയ്തിട്ടില്ല. എന്തെങ്കിലും ചെയ്തിട്ടുണ്ടെങ്കിൽ അത് അബോധാവസ്ഥയിലായിരുന്നു."

"അംബീ..മുത്തപ്പൻ എന്നെ വിളിക്കുന്നു.."

വേദന കുറഞ്ഞതായി തോന്നിയ അംബിക ഞെട്ടിയെഴുന്നേറ്റിരുന്നു. കേളപ്പനാരുടെ ശിരസ്സ് തന്റെ മടിയിലെടുത്തുവച്ചു. അവളുടെ കണ്ണുകളിൽ സങ്കടം അണപൊട്ടി. ചിന്നിത്തെറിച്ച നീർത്തുള്ളികൾ മന്നനാരുടെ മുഖത്തേക്ക് വീണു. നെറ്റിയിൽ മൃദുവായി സ്പർശിച്ച് അവൾ സൗമ്യമായ സ്വരത്തിൽ ചോദിച്ചു.

"എന്തിനാ ഇങ്ങനെ പറഞ്ഞത്?"

"ഞാൻ പാലടപ്രഥമൻ കഴിച്ചു."

"അതുകൊണ്ട്..?"

"അതിൽ വിഷം കലർത്തിയിരുന്നു..!"

"അപ്പോൾ.. ഇക്കാര്യം അങ്ങേക്ക് മുമ്പേ അറിയാമായിരുന്നോ? എന്തിനാ കഴിച്ചത്?"

"രാജാവെന്ന നിലയിലുള്ള കർത്തവ്യങ്ങൾ ശരിയാംവണ്ണം നിർവ്വഹിക്കുന്നതിലും ജനങ്ങളുടെ പരാതികൾക്ക് പരിഹാരം കാണുന്നതിലും ഞാൻ പരാജയപ്പെട്ടു. അതിന് എനിക്ക് ശിക്ഷ നൽകാൻ അവർ ആഗ്രഹിച്ചു."

"പാളിപ്പോയ തീരുമാനങ്ങൾ പുനഃപരിശോധിച്ച് തിരുത്തുന്നതല്ലേ രാജധർമ്മം?"

"തിരുത്താനാവാത്ത അനീതിയാണ് ഞാൻ ചെയ്തതെന്ന് തോന്നി. നിനക്കറിയുമോ? പുരളിമല വാണിരുന്ന ഹരിശ്ചന്ദ്രരാജാവ് രാജ്യകാര്യ

ങ്ങളും ജനങ്ങളുടെ ക്ഷേമവും ശ്രദ്ധിക്കാതെ തെറ്റുകൾ പതിവാക്കിയപ്പോൾ ആ നാട്ടിലെ നാട്ടുമൂപ്പൻ മൂത്തപ്പനും സൈന്യവും നമ്മുടെ മുത്തപ്പന്റെ സഹായത്തോടെ യുദ്ധംചെയ്ത് വധിച്ചു എന്ന് പറഞ്ഞ് കേട്ടിട്ടുണ്ട്. ഏരുവേശ്ശിനാടിന്റെ രാജാവെന്നനിലയിൽ ഞാനും അങ്ങനെ ചെയ്യുരുതായിരുന്നു. സ്വർണ്ണനാണയങ്ങൾ നൽകി തിരുത്താൻ എനിക്ക് താൽപ്പര്യവുമില്ല. അവർ നൽകുന്ന ശിക്ഷ ഏറ്റുവാങ്ങുകയല്ലാതെ വേറെ വഴിയില്ലായിരുന്നു."

"അങ്ങയെ വധിക്കാൻ അവർ നിശ്ചയിച്ചത് എങ്ങനെയാണ് അറിഞ്ഞത്?"

"മണിക്കടവിൽവച്ച് രണ്ട് സ്ത്രീകളുടെ സംസാരം ഞാൻ കേട്ടു, നിസ്സഹായയായ ഒരു ചെറുമിപ്പെണ്ണിനെ നശിപ്പിച്ച ക്രൂരന്മാരായ അഞ്ചു കുറ്റവാളികളെ പിടികൂടുകയോ ശിക്ഷ നൽകുകയോ ചെയ്യാത്തത് എന്റെ കൃത്യവിലോപമാണ്."

"അത് അങ്ങ് അബോധാവസ്ഥയിലായ സമയത്താണ് സംഭവിച്ചത്; ഞാൻ പോലും അതേക്കുറിച്ച് അറിഞ്ഞിരുന്നില്ല; ഇതിൽ എന്തെങ്കിലും തരത്തിലുള്ള ഗൂഢാലോചന നടന്നിട്ടുണ്ടാവുമെന്ന് ഞാൻ സംശയിക്കുന്നു."

"എങ്കിൽ അത് തിരിച്ചറിയുന്നതിലും തടയുന്നതിലും ഞാൻ പരാജയപ്പെട്ടില്ലേ? സ്ത്രീകളോട് ഗുരുതരമായ തെറ്റുകൾ ചെയ്ത വ്യക്തികളെ ശിക്ഷിക്കുന്നതിലും ഞാൻ പരാജയപ്പെട്ടു, അവളെ ലൈംഗികമായി പീഡിപ്പിക്കുകയും കൊലപ്പെടുത്തുകയും ചെയ്തു."

"അതൊന്നും അങ്ങ് അറിഞ്ഞുകൊണ്ട് കൃത്യവിലോപം കാണിച്ചതല്ല എന്ന് വീണ്ടും ഞാൻ ഓർമ്മിപ്പിക്കുന്നു."

"ബഹുമാനവും പ്രശസ്തിയും നഷ്ടപ്പെട്ട ഒരു രാജാവിനും നിലനില്പില്ല. ഇനി അഥവാ അവർ ശിക്ഷ നല്കിയില്ലെങ്കിൽ ഞാൻ എന്നെത്തന്നെ ശിക്ഷിക്കുമായിരുന്നു."

"അങ്ങ് എന്തൊക്കെയാണ് പറയുന്നത്?"

"അംബികാ, മാതുലൻ സുരതിമന്നനാർ, സുമുഖനായ ഉദയനൻ മന്നനാർ, നല്ല ഭരണം കാഴ്ചവച്ച ഉണ്ണമ്മൻമന്നനാർ, അങ്ങനെ എന്റെ എല്ലാ മുൻഗാമികളെയും ഞാൻ കാണുന്നു. അവരെന്നെ വിളിക്കുന്നു. കണ്ട ഓർമ്മയില്ലെങ്കിലും ഈ നാടകം മതിയാക്കാറായെന്ന് സ്നേഹനിധിയായ എന്റെ പെറ്റമ്മയും വളർത്തമ്മ അവന്തികയും പറയുന്നത് എനിക്ക് കേൾക്കാം. ഇനി അവരോടൊപ്പം ചേരുകയല്ലാതെ മറ്റ് മാർഗ്ഗമില്ല. അംബികാ.. നീ ജനരഞ്ജികയാണ്, എനിക്ക് ഭാഗ്യവും സന്തോഷവും നൽകി. എന്നെ പോകാൻ അനുവദിക്കൂ."

അംബിക വിങ്ങിപ്പൊട്ടി. അദ്ദേഹം തുടർന്നു.

"മണിക്കടവിലെ ജനങ്ങളോടുള്ള എന്റെ സംസാരം എങ്ങനെ ഉണ്ടായിരുന്നു പ്രിയേ?"

"വിശിഷ്ടം.." സങ്കടവും വേദനയും തളർത്തുമ്പോഴും അവൾ ചിരിച്ചു.

"അംബീ.. ഏരുവേശ്ശിരാജ്യത്തിനുവേണ്ടി നീ.. നിന്റെ ജീവിതം നിസ്വാർത്ഥമായി സേവിച്ചു. നീ നിമിത്തമാണ് ഞങ്ങൾക്ക് വളരെയേറെ സമൃദ്ധമായ ജീവിതം ലഭിച്ചത്. ഞാനാദ്യം കാണുമ്പോൾ പുളിയിലക്കര മുണ്ടുടുത്ത സുന്ദരിയായ പെൺകുട്ടിയായിരുന്നു നിങ്ങൾ. ഇന്നോളം നല്കിയ സ്നേഹവായ്പിന് പകരമായി നിനക്ക് ഞാനെന്താണ് നൽകുക? നിനക്കുതരാൻ എന്റെ കൈയിൽ ഒന്നുമില്ലല്ലോ?.. അല്ല.. ഉണ്ട്.. എന്റെ ആത്മാവ്. അതിൽ നീയുണ്ട്. അത് നിനക്കുവേണ്ടിമാത്രമുള്ളതാണ്. അംബീ.. ഞാൻ നിന്നെയും ഈ നാടിനെയും വിട്ടുപോവുകയാണ്. ഏരുവേശ്ശിയിലെ പൗരാവലി എന്റെ തെറ്റായ പ്രവൃത്തികൾ പൊറുക്കട്ടെ, അവർക്ക് ശോഭനമായ ഭാവി ലഭിക്കട്ടെ."

പശ്ചാത്തലത്തിൽ കുതിരക്കുളമ്പടിയൊച്ച മുഴങ്ങുന്നു. ഒന്നല്ല, രണ്ട്, മൂന്ന്.. അതോ അതിലധികമോ? ആരൊക്കെയോ കാട്ടിലൂടെ നടന്നടുക്കുന്ന 'ചിലും ചിലും' ശബ്ദം കേൾക്കാം. പാദപതനശബ്ദം മന്നനാരുടെ അടുത്തെത്തി, നിൽക്കുന്നു.

ആയുധധാരിയായ കണ്ണപ്പനും കൂടെ മറ്റ് രണ്ടുപേരും കടന്നുവന്നു.

"കേളപ്പാ.. നിന്റെ അന്ത്യമടുക്കാറായി."

"ആരാണ്?" പാതിമയക്കത്തിൽ മന്നനാർ ചോദിച്ചു.

"എടാ.. ഞാൻതന്നെ കണ്ണപ്പൻ.."

"അപ്പോൾ നീയായിരുന്നു ഇതിന്റെ പിന്നിൽ അല്ലേ..?" വേദനയ്ക്കിടയിലും വിക്കിവിക്കിപ്പറയുന്ന കേളപ്പനാർ..

"നീ എന്തുകരുതി..? നിന്റെ മരണം മാത്രമല്ല, ഈ കിടക്കുന്ന എമ്പ്രാന്തിരിപ്പെണ്ണിനെയും എനിക്ക് ഒരുമിച്ച് കിട്ടി."

"ഒരിക്കൽ.. എന്റെ ജീവൻ രക്ഷിച്ച നിനക്ക്.. എങ്ങനെ ജീവനെടുക്കാൻ തോന്നുന്നു കണ്ണപ്പാ..?"

"ജീവിതത്തിലെ മുപ്പത്തിയഞ്ച് വർഷമാണ് നീ.. എന്നെ ഇരുട്ടറയിൽ തള്ളിയത്!"

കണ്ണപ്പനാണ് വന്നതെന്ന് മനസ്സിലാക്കിയ അംബിക രോഷം കൊള്ളുന്നു.

"ഒരു സാധുബ്രാഹ്മണനെ.. എന്റെ അച്ഛനെ നീ കൊന്നില്ലേ? എന്തിനായിരുന്നു അത്..? അന്ന് നിന്നെ തൂക്കിലേറ്റേണ്ടതായിരുന്നു."

"പാവം..അയാളൊരു ബലിമൃഗമായിപ്പോയി. നിന്നെയായിരുന്നു എനിക്ക് തീർക്കേണ്ടത്." ഈ അവസ്ഥയിലും നിന്റെ നെഗളിപ്പ് തീർന്നില്ലല്ലേ?" അയാൾ അരയിലെ കത്തി വലിച്ചൂരി.

"കണ്ണപ്പാ.. വേണ്ടാ.."

പാതിബോധത്തിലും തടയാനായി മന്നനാർ എഴുന്നേൽക്കാൻ ശ്രമിക്കുമ്പോഴേക്കും കണ്ണപ്പൻ അംബികയെ കുത്തിവീഴ്ത്തുന്നു. ഒരു പിടച്ചിലോടെ താഴെവീഴുന്ന അംബികയെ കണ്ട് അലറിവിളിക്കുന്ന മന്നനാർ ആയാസപ്പെട്ട് എഴുന്നേറ്റ് കണ്ണപ്പനെ കയറിപ്പിടിക്കുന്നു. മറ്റുള്ള രണ്ടുപേർ കേളപ്പനാരെ തടയുന്നു. പിടിവലിക്കിടയിൽ കഠാരയുയർത്തിയ കണ്ണപ്പൻ

മന്നനാരുടെ നെഞ്ചിനുനേരെ ആയുധം ഓങ്ങിനില്ക്കവേ..

രംഗം ഇരുളുന്നു.

കാണികളുടെയിടയിൽ "അയ്യോ" എന്ന നിലവിളിയുയർന്നു. പിന്നെ എതാനും നിമിഷങ്ങൾക്കകം വേദിയിൽ പൂർണ്ണമായ വെളിച്ചം പ്രകാശിതമാവുന്നു. ഇപ്പോൾ രംഗത്ത് നാട്ടുമുഖ്യരും മറ്റുചിലരും അകലെ മന്നനാരുടെ ശവസംസ്കാരച്ചടങ്ങ് നോക്കിനില്ക്കുകയാണ്. വേദിയിലേക്ക് ഇടയ്ക്കിടെ പുകപടലങ്ങൾ വരുന്നുണ്ട്. ഈ സമയം രണ്ടുസഞ്ചാരികളും ചരിത്രകാരനും കടന്നുവരുന്നു.

ലോഗൻ ബാർബോസയോട്: "ഭയത്തിന്റെ ശവക്കച്ചകളിൽ പൊതിഞ്ഞ ഈ ജനതയെ ഇനി ആരാണ് നയിക്കുക?"

ബാർബോസ: "കണ്ണപ്പനോ സാമന്തന്മാരോ..പക്ഷേ ആരായാലും അതത്ര എളുപ്പമായിരിക്കില്ല..!"

ചരിത്രകാരൻ: "തീർത്ഥാടകരേ.. അവർ ആരെയാണോ വധിച്ച് വിസ്മൃതിയിലാഴ്ത്താൻ ശ്രമിച്ചത്.. അയാൾതന്നെ.. ചരിത്രം എന്നെങ്കിലും ഉയിർത്തെഴുന്നേൽക്കും.."

പെട്ടെന്ന് സൂത്രധാരൻ കടന്നുവരുന്നു. അയാൾ കാണികളോടായി:

"അതേ.. കേവലം മനുഷ്യസഹജമായ ചില തെറ്റുകൾക്ക് ഒരു അവർണ്ണരാജാവിന് മരണശിക്ഷ നല്കിയ ഇവർക്ക് ഇനിയുള്ള കാലം ഖേദിക്കേണ്ടി വരും. മന്നനാർമാരുടെ ഭരണകാലവും വരാൻപോകുന്ന ഭരണവും താരതമ്യം ചെയ്യേണ്ടിവരും. അധഃസ്ഥിതരും മണ്ണിൽ പണിയെടുക്കുന്ന കർഷകരും അന്ന് ആയുധമെടുക്കേണ്ടിവന്നാൽ അത്ഭുതപ്പെടേണ്ടതില്ല. ആരു ഭരിച്ചാലും എന്റെ പ്രിയനാടേ കഠിനമായ പരീക്ഷകളെ അതിജീവിക്കാൻ ഈ ഓർമ്മകൾ നിന്നെ പ്രാപ്തമാക്കട്ടെ.."

യവനിക താഴുന്നു. മൈതാനത്ത് വെളിച്ചം പരക്കവേ നിറഞ്ഞ കൈയടികളോടെ കാണികൾ എഴുന്നേറ്റു.

www.ingramcontent.com/pod-product-compliance
Lightning Source LLC
LaVergne TN
LVHW090307051026
849518LV00005B/1690